ਕਿਸਾਨਾਂ ਦੇ ਜ਼ਮੀਨੀ ਮਸਲਿਆਂ ਦਾ ਹੱਲ ਅਤੇ ਮਾਲ ਮਹਿਕਮੇ ਦੀ ਜਾਣਕਾਰੀ

- ਜਮ੍ਹਾਂਬੰਦੀ ਦੀ ਜਾਣਕਾਰੀ
- ਗਿਰਦਾਵਰੀ
- ਇੰਤਕਾਲ
- ਨਿਸ਼ਾਨਦੇਹੀ
- ਕੁਰਸੀਨਾਮਾ
- ਵਰਾਸਤ
- ਬੈ-ਰਜਿਸ਼ਟਰੀਆਂ ਬਾਰੇ ਜਾਣਕਾਰੀ
- ਸ਼ਜਰਾ ਕਿਸ਼ਤਵਾਰ
- ਤਤਿਮਾਂ ਸ਼ਜਰਾ ਅਤੇ ਹੋਰ ਜਾਣਕਾਰੀ

ਕਿਸਾਨਾਂ ਦੇ ਜ਼ਮੀਨੀ ਮਸਲਿਆਂ ਦਾ ਹੱਲ ਅਤੇ ਮਾਲ ਮਹਿਕਮੇ ਦੀ ਜਾਣਕਾਰੀ

- ਜਮ੍ਹਾਂਬੰਦੀ ਦੀ ਜਾਣਕਾਰੀ
- ਗਿਰਦਾਵਰੀ
- ਇੰਤਕਾਲ
- ਨਿਸ਼ਾਨਦੇਹੀ
- ਕੁਰਸੀਨਾਮਾ
- ਵਰਾਸਤ
- ਬੈ-ਰਜਿਸ਼ਟਰੀਆਂ ਬਾਰੇ ਜਾਣਕਾਰੀ
- ਸ਼ਜਰਾ ਕਿਸ਼ਤਵਾਰ
- ਤਤਿਮਾਂ ਸ਼ਜਰਾ ਅਤੇ ਹੋਰ ਜਾਣਕਾਰੀ

ਐਡਵੋਕੇਟ ਵੀਰਦੇਵਿੰਦਰ ਸਿੰਘ ਗਿੱਲ (ਦਾਰਾ)

ਪਿੰਡ: ਮੋਗਾ। ਜ਼ਿਲ੍ਹਾ: ਮੋਗਾ।

White Falcon Publishing

www.whitefalconpublishing.com

ਕਿਸਾਨਾਂ ਦੇ ਜ਼ਮੀਨੀ ਮਸਲਿਆਂ ਦਾ ਹੱਲ ਅਤੇ
ਮਾਲ ਮਹਿਕਮੇ ਦੀ ਜਾਣਕਾਰੀ

ਐਡਵੋਕੇਟ ਵੀਰਦੇਵਿੰਦਰ ਸਿੰਘ ਗਿੱਲ (ਦਾਰਾ)

www.whitefalconpublishing.com

ISBN - 978-93-89085-55-6

ਦੋ ਸ਼ਬਦ

ਇਹ ਹੱਥਲੀ ਕਿਤਾਬ ਨੂੰ ਲਿਖਣ ਵਿੱਚ ਬਹੁਤ ਹੀ ਲੰਬੀ ਕਹਾਣੀ ਹੈ। 1983 ਵਿੱਚ ਦਾਸ ਨੇ **M.A. Economics** ਕਰ ਲਈ ਤੇ ਕਾਨੂੰਨ (L.LB.) ਦੀ ਪੜ੍ਹਾਈ ਸ਼ੁਰੂ ਕੀਤੀ ਉਸ ਤੋਂ ਬਾਅਦ ਮੈ ਨੌਕਰੀ ਵਾਸਤੇ ਕੋਸ਼ਿਸ ਕੀਤੀ ਅਤੇ ਸ੍ਰ: ਨਛੱਤਰ ਸਿੰਘ ਜੀ ਗਿੱਲ ਸਾਬਕਾ ਐਮ.ਐਲ. ਏ ਮੋਗਾ ਦੀ ਅੱਣਥੱਕ ਕੋਸ਼ਿਸ ਸਦਕਾ ਦਾਸ ਨੂੰ **1984** ਵਿੱਚ ਬਤੌਰ ਇੰਨਪੈਕਟਰ ਫੂਡ ਕਾਰਪੋਰੇਸ਼ਨ (**FCI**) ਵਿੱਚ ਭਰਤੀ ਕਰਵਾਇਆ। ਏਥੇ ਵੀ ਮੈ ਮੰਡੀਆਂ ਵਿੱਚ ਕਿਸਾਨਾਂ ਦੀ ਲੁੱਟ ਖਸੁੱਟ ਹੁੰਦੀ ਦੇਖੀ ਤਾਂ ਮਨ ਬਹੁਤ ਦੁਖੀ ਹੋਇਆ। ਉਦੋਂ ਤੋਂ ਮੈ ਮਨ ਵਿੱਚ ਧਾਰ ਲਿਆ ਸੀ ਕਿ ਇਹਨਾਂ ਦੀ ਮਦਦ ਵਾਸਤੇ ਕੁੱਝ ਨਾ ਕੁੱਝ ਕੀਤਾ

ਜਾਵੇ। ਮੈ ਆਪਣੇ ਕਾਰਜ ਕਾਲ ਦੌਰਾਨ ਕਿਸਾਨਾਂ ਦੀ ਮੰਡੀਆਂ ਵਿੱਚ ਜਿਨ੍ਹਾਂ ਹੋ ਸਕਿਆ ਵੱਧ ਤੋਂ ਵੱਧ ਮਦਦ ਕੀਤੀ। ਫਿਰ ਮੈ ਮਹਿਕਮੇ ਤੋਂ ਇਜਾਜ਼ਤ ਲੈ ਕੇ ਕਾਨੂੰਨ (L.LB.) ਦੀ ਪੜ੍ਹਾਈ ਪੂਰੀ ਕੀਤੀ ਅਤੇ 1986 ਵਿੱਚ ਲਾਅ ਪੂਰੀ ਕੀਤੀ ਅਤੇ ਮੋਗੇ ਕਚਿਹਰੀ 'ਚ ਸ੍ਰ: ਬਲਦੇਵ ਸਿੰਘ ਜੀ ਬਰਾੜ ਸਾਹਿਬ ਨਾਲ ਮਿਲ ਕੇ ਕਿਸਾਨਾਂ ਦੇ ਕੇਸ਼ਾਂ ਵਿੱਚ ਜਿਨ੍ਹਾਂ ਹੋ ਸਕਿਆ ਮਦਦ ਕੀਤੀ। ਅਤੇ ਅਖੀਰ ਐਫ ਸੀ ਆਈ ਦੀ ਨੌਕਰੀ ਨੂੰ ਅਲਵਿਦਾ ਕਹਿ ਕੇ **1989** ਵਿੱਚ ਅਮਰੀਕਾ ਆ ਗਿਆ। ਪਰ ਜਦੋਂ ਵੀ ਇੰਡੀਆ ਜਾਣਾ ਤਾਂ ਪਟਵਾਰਖਾਨੇ ਆਉਣਾ ਜਾਣਾ ਤਾਂ ਲਗਿਆ ਹੀ ਰਹਿੰਦਾ ਸੀ। ਉੱਥੇ ਜਦੋਂ ਕਿਸਾਨਾਂ ਨੂੰ ਪਟਵਾਰੀ ਕੋਲ ਘੰਟਿਆਂ ਬੱਧੀ ਬੈਠੇ ਵੇਖ ਕੇ ਮਨ ਬਹੁਤ ਖਰਾਬ ਹੋਣਾ । ਉਦੋਂ ਤੋਂ ਦਾਸ ਨੇ ਮਨ ਵਿੱਚ ਧਾਰ ਲਿਆ ਕਿ ਇਸ ਮਸਲੇ ਤੇ ਕੋਈ ਕਿਤਾਬ ਕਿਉਂ ਨਾ ਲਿੱਖੀ ਜਾਵੇ ਜਿਸ ਨਾਲ ਕਿਸਾਨਾਂ ਨੂੰ ਜ਼ਮੀਨ ਨਾਲ ਸਬੰਧਿਤ ਮੱਸਲਿਆਂ ਨੂੰ ਸਮਝਣ ਵਿੱਚ ਸੌਖ ਹੋਵੇਗੀ ਅਤੇ ਉਹ ਪਟਵਾਰੀ ਤੋਂ ਜਮ੍ਹਾਂਬੰਦੀ, ਗਿਰਦਾਵਰੀ ਦੀਆਂ ਨਕਲਾਂ ਆਦਿ ਨੂੰ ਚੰਗੀ ਤਰ੍ਹਾਂ ਸਮਝ ਸਕਣਗੇ, ਅਤੇ ਆਪਣੇਂ ਰੁਝੇਵਿਆਂ ਵਿੱਚੋਂ ਥੋੜਾ-ਥੋੜਾ ਟਾਇਮ ਕੱਢ ਕੇ ਹੌਲੀ-ਹੌਲੀ ਇਹ ਕਾਰਜ ਨੇਪਰੇ ਚਾੜਿਆ। ਮੈ ਉਹਨਾਂ ਸਾਰੇ ਸੱਜਣਾਂ ਅਤੇ ਮਿੱਤਰ ਪਿਆਰਿਆਂ ਦਾ ਤਹਿ ਦਿਲੋਂ ਧੰਨਵਾਦੀ ਹਾਂ ਜਿਨ੍ਹਾਂ ਸਦਕਾ ਮੈ ਇਸ ਕਿਤਾਬ ਨੂੰ ਲਿਖਣ ਦਾ ਕੰਮ ਨੇਪਰੇ ਚਾੜ੍ਹਿਆ।

ਅਗਰ ਕਿਸੇ ਸੱਜਣ ਕੋਲ ਇਸ ਕਿਤਾਬ ਸਬੰਧੀ ਕੋਈ ਕੀਮਤੀ ਸੁਝਾਅ ਹੋਵੇ ਤਾਂ ਸਾਨੂੰ ਹਮੇਸ਼ਾ ਉਸ ਦੀ ਉਡੀਕ ਰਹੇਗੀ। ਅਗਰ ਕੋਈ ਗਲਤੀ ਰਹਿ ਗਈ ਹੋਵੇ ਤਾਂ ਮਾਫ ਕਰਨਾ।

ਵੀਰਦੇਵਿੰਦਰ ਸਿੰਘ ਗਿੱਲ ਐਡਵੋਕੇਟ
ਚੈਂਬਰ ਨੰਬਰ 41, ਜ਼ਿਲ੍ਹਾ ਕਚਿਹਰੀ ਮੋਗਾ।
ਈ-ਮੇਲ: vgill59@gmail.com

ਸੱਭ ਤੋਂ ਪਹਿਲਾਂ ਫੌਤਿਹ ਪ੍ਰਵਾਨ ਹੋਵੇ!

ਜੱਟ ਦਾ ਆਪਣੀ ਜ਼ਮੀਨ ਨਾਲ ਰਿਸ਼ਤਾ ਅਤੇ ਮੋਹ ਬਹੁਤ ਜਿਆਦਾ ਹੁੰਦਾ ਹੈ, ਕਿਉਂਕਿ ਇਹ ਉਸ ਨੂੰ ਆਪਣੇ ਪੁਰਖਿਆਂ ਵਲੋਂ ਵਿਰਾਸਤ ਵਿੱਚ ਮਿਲੀ ਹੋਣ ਕਰਕੇ ਜ਼ਮੀਨ ਨੂੰ ਆਪਣੀ ਮਾਂ ਦੇ ਬਰਾਬਰ ਦਰਜਾ ਦਿੱਤਾ ਗਿਆ ਹੈ। ਮੈ ਮਾਲ ਪਟਵਾਰੀ ਦੀ ਨੌਕਰੀ 1990 ਵਿੱਚ ਸ਼ੁਰੂ ਕੀਤੀ ਅਤੇ ਵੀਰਦੇਵਿੰਦਰ ਸਿੰਘ ਗਿੱਲ ਰਿਸ਼ਤੇਦਾਰੀ 'ਚੋਂ ਮੇਰੇ ਮਾਮਾ ਜੀ ਲਗਦੇ ਹਨ। ਇਨ੍ਹਾਂ ਨੇ ਸੱਭ ਤੋਂ ਪਹਿਲਾਂ ਮੈਨੂੰ ਇਹੀ ਕਿਹਾ ਕਿ ਭਾਣਜੇ ਆਪਣੀ ਨੌਕਰੀ ਦੌਰਾਨ ਕਿਸਾਨਾਂ ਦੀ ਜਿਨੀਂ ਵੀ ਵੱਧ ਤੋਂ ਵੱਧ ਮਦਦ ਹੋ ਸਕੇ ਉਨੀ ਕਰਨੀ ਹੈ। ਅਤੇ ਮੇਰੀ ਵੀ ਹਰ ਵਕਤ ਇਹੀ ਕੋਸਿਸ਼ ਰਹੀ ਕਿ ਕਿਸੇ ਵੀ ਕਿਸਾਨ ਨੂੰ ਨਰਾਜ਼ ਨਾ ਕੀਤਾ ਜਾਵੇ ਅਤੇ ਉਹਨਾਂ ਨੂੰ ਪਟਵਾਰਖਾਨੇ ਘੰਟਿਆਂ ਬੱਧੀ ਬੈਠਣ ਤੋਂ ਛੁਟਕਾਰਾ ਦੁਆਇਆ।

ਇਹ ਹੱਥਲੀ ਕਿਤਾਬ ਮਾਮਾ ਜੀ ਨੇ ਬਹੁਤ ਹੀ ਮੇਹਨਤ ਕਰਕੇ ਕਿਸਾਨਾਂ ਦੀਆਂ ਸਾਰੀਆਂ ਮੁਸਕਲਾਂ ਨੂੰ ਧਿਆਨ 'ਚ ਰੱਖਕੇ ਲਿੱਖੀ ਗਈ ਹੈ ਤਾਂ ਕਿ ਉਹਨਾਂ ਦੀ ਹਰ ਮੁਸਕਲ ਦਾ ਹੱਲ ਹੋ ਸਕੇ, ਮਾਲ ਪਟਵਾਰੀ ਹੋਣ ਦੇ ਨਾਤੇ ਮੈ ਵੀ ਕਈ ਯੋਗ ਸੁਝਾਅ ਦਿੱਤੇ। ਮੈ ਇੱਕ ਦੋ ਪੁੱਸਤਕਾਂ ਹੋਰ ਵੀ ਪੜ੍ਹਕੇ ਵੇਖੀਆਂ ਪਰ ਉਨ੍ਹਾਂ ਵਿੱਚ ਕਿਸਾਨਾਂ ਦੀਆਂ ਸਮੱਸਿਆਵਾਂ ਵੱਲ ਘੱਟ ਧਿਆਨ ਦਿੱਤਾ ਗਿਆ ਹੋਰ ਏਧਰ ਉਧਰ ਦੀ ਜਾਣਕਾਰੀ ਜਿਆਦਾ ਮਿਲੀ। ਇਸ ਕਿਤਾਬ ਵਿੱਚ ਨਿਰੋਲ ਮਾਲ ਮਹਿਕਮੇ ਨਾਲ ਸਬੰਧਿਤ ਕਿਸਾਨਾਂ ਦੀਆਂ ਸਮੱਸਿਆਵਾਂ ਵੱਲ ਹੀ ਵੱਧ ਤੋਂ ਵੱਧ ਧਿਆਨ ਦਿੱਤਾ ਗਿਆ ਹੈ, ਇਹ ਇੱਕ ਬਹੁਤ ਵਧੀਆ ਉਪਰਾਲਾ ਹੈ। ਵਾਹਿਗੁਰੂ ਕਰੇ ਇਨ੍ਹਾਂ ਨੂੰ ਤੰਦਰੁਸਤੀ ਬੱਖਸ਼ੇ ਤਾਂ ਕਿ ਇਹ ਕਿਸਾਨਾਂ ਦੀ ਵੱਧ ਤੋਂ ਵੱਧ ਸੇਵਾ ਕਰ ਸਕਣ।

ਨਿਰਮਲ ਸਿੰਘ
ਮਾਲ ਪਟਵਾਰੀ (ਰਿਟਾਇਰਡ)
ਪਿੰਡ ਅਤੇ ਡਾਕਖਾਨਾ ਸ਼ੇਰ ਸਿੰਘ ਵਾਲਾ
ਤਹਿਸੀਲ ਅਤੇ ਜ਼ਿਲ੍ਹਾ ਫਰੀਦਕੋਟ।

Punjab Land Record Mannual 1935 and update in 1973, Punjab Land Revenue Act 1887 & Punjab Registration Act

ਪੰਜਾਬ ਇੱਕ ਖੇਤੀ ਪ੍ਰਧਾਨ ਸੂਬਾ ਹੈ, ਜਮੀਨ ਜਾਇਦਾਦ ਅਤੇ ਖੇਤੀ ਨਾਲ ਸਬੰਧਤ ਵਰਗ ਦੇ ਹਰ ਵਿਅਕਤੀ ਦਾ ਮਾਲ ਮਹਿਕਮੇ ਨਾਲ ਵਾਹ-ਵਾਸਤਾ ਜਰੂਰ ਪੈਂਦਾ ਹੈ। ਇਸ ਕਿਤਾਬ ਰਾਹੀਂ ਮਾਂ ਬੋਲੀ ਪੰਜਾਬੀ ਭਾਸ਼ਾ ਵਿੱਚ, ਲੋਕ ਹਿੱਤ ਲਈ ਅਸਾਨ ਅਤੇ ਸੌਖੇ ਢੰਗ ਨਾਲ ਜਾਣਕਾਰੀ ਦੇਣ ਦੀ ਕੋਸ਼ਿਸ ਕੀਤੀ ਗਈ ਹੈ ਤਾਂ ਕਿ ਲੋੜ ਬੰਦ ਵਿਅਕਤੀ ਆਪਣੀ ਲੋੜ ਮੁਤਾਬਕ ਇਸ ਤੋਂ ਲਾਭ ਲੈ ਸਕੇ। ਕਿਉਂ ਕਿ ਮਾਲ ਮਹਿਕਮੇ ਨਾਲ ਸਬੰਧਤ ਸਾਰੇ ਹੀ ਕਾਨੂੰਨ ਜਿਵੇਂ : **Punjab Land Record Mannual, Punjab Revenue Act & Punjab Registration Act.** ਆਦਿ ਨੂੰ ਅੰਗਰੇਜ਼ੀ ਭਾਸ਼ਾ ਵਿੱਚ ਲਿਖਿਆ ਹੋਇਆ ਹੈ ਜਿਹੜਾ ਆਮ ਲੋਕਾਂ ਨੂੰ ਸੱਮਝਣ ਵਿੱਚ ਬਹੁਤ ਦਿੱਕਤ ਪੇਸ਼ ਆਉਂਦੀ ਹੈ।

ਮੇਰੀ ਪੂਰੀ ਕੋਸ਼ਿਸ ਇਹੀ ਰਹੀ ਹੈ ਕਿ ਉਸ ਦਾ ਪੰਜਾਬੀ (ਮਾਂ ਬੋਲੀ) ਵਿੱਚ ਤਰਜਮਾਂ ਕਰਕੇ ਸ਼ੌਖੀ **ਭਾਸ਼ਾ** ਵਿੱਚ ਸਮਝਾਇਆ ਜਾਵੇ। ਇਸ ਕਿਤਾਬ ਦੀ ਮਦਦ ਨਾਲ ਆਮ ਜਿਮੀਂਦਾਰ ਦਾ ਜਮੀਨਾਂ ਅਤੇ ਕਿਸਾਨੀ ਨਾਲ ਜੁੜਿਆ ਹਰ ਮਸਲਾ ਜਿਵੇਂ ਕਿ ਜਮ੍ਹਾਂਬੰਦੀ, ਗਿਰਦਾਵਰੀਆਂ, ਇੰਤਕਾਲਾਂ, ਰੋਜ਼ਨਾਮਚੇ ਤੋਂ ਇਲਾਵਾ ਹੋਰ ਬਹੁਤ ਸਾਰੀਆਂ ਗੱਲਾਂ ਬਾਰੇ ਵਿਸਥਾਰ ਪੂਰਵਕ ਸਮਝ ਕੇ ਆਪਣਾ ਉਲਝਿਆ ਹੋਇਆ ਮਸਲਾ ਹੱਲ ਕਰ ਸਕਦਾ ਹੈ।

ਇਹ ਕਿਤਾਬ ਸਿਰਫ ਅੰਗਰੇਜ਼ੀ ਵਿੱਚ ਲਿਖੇ ਕਾਨੂੰਨਾਂ ਦੀ ਵਿਆਖਿਆ ਹੀ ਕਰਦੀ ਹੈ ਪਰ ਇਸ ਕਿਤਾਬ ਨੂੰ ਸਬੂਤ ਵਜੋਂ ਕਿਸੇ ਵੀ ਅਦਾਲਤ ਵਿੱਚ ਪੇਸ਼ ਨਹੀਂ ਕੀਤਾ ਸਕਦਾ। ਇਸ ਵਿੱਚ ਕਿਸੇ ਕਿਸਮ ਦੀ ਕੋਈ ਗਲਤੀ ਰਹਿ ਗਈ ਹੋਵੇ ਤਾਂ ਉਸ ਲਈ ਮਾਫੀ ਅਤੇ ਤੁੱਹਾਡੇ ਸੁਝਾਵਾਂ ਦੀ ਹਮੇਸ਼ਾ ਉਡੀਕ ਰਹੇਗੀ। ਕੋਈ ਵੀ ਸੁਝਾਅ ਹੋਵੇ ਤਾਂ ਹੇਠ ਲਿੱਖੇ ਈ-ਮੇਲ ਐਡਰੈਸ ਤੇ ਭੇਜ ਸਕਦੇ ਹੋ। ਧੰਨਵਾਦ!

ਵੀਰਦੇਵਿੰਦਰ ਸਿੰਘ ਗਿੱਲ (ਦਾਰਾ)
M.A Economics, LL.B
ਚੈਂਬਰ ਨੰਬਰ **41,** ਜ਼ਿਲ੍ਹਾ ਕਚਿਹਰੀ ਮੋਗਾ।
Email: vgill59@gmail.com

ਤਤਕਰਾ (Index)

ਲੜੀ ਨੰਬਰ	ਸਹਾਇਕ ਗ੍ਰੰਥ ਅਤੇ ਪੁਸਤਕਾਂ
01	ਸ੍ਰੀ ਗੁਰੂ ਗ੍ਰੰਥ ਸਾਹਿਬ ਜੀ
02	ਪੰਜਾਬ ਲੈਂਡ ਰੈਵੀਨਿਊ ਐਕਟ-1887
03	ਪੰਜਾਬ ਲੈਂਡ ਰਿਕਾਰਡ ਮੈਨੂਅਲ
04	ਪੰਜਾਬ ਲੈਂਡ ਐਡਮਿਨਿਸਟ੍ਰੇਸ਼ਨ ਮੈਨੂਅਲ
05	ਪੰਜਾਬ ਟੇਨੇਨਸੀ ਐਕਟ -1887
06	ਪੰਜਾਬ ਕਾਮਨਲੈਂਡਜ਼ ਐਕਟ-1964
07	ਪੰਜਾਬੀ ਕੋਸ਼ - ਭਾਸ਼ਾ ਵਿਭਾਗ ਪਟਿਆਲਾ
08	ਸਿਵਲ ਪ੍ਰੋਸੀਜ਼ਰ ਕੋਡ-1908
09	ਪੰਜਾਬ ਤਹਿਸੀਲਦਾਰ ਸਰਵਿਸ (ਕਲਾਸ-II) ਰੂਲਜ਼ - 1884
10	ਪੰਜਾਬ ਨਾਇਬ ਤਹਿਸੀਲਦਾਰ ਸਰਵਿਸ (ਕਲਾਸ-III) ਸਰਵਿਸ ਰੂਲਜ਼ - 1884
11	ਪੰਜਾਬ ਚੌਕੀਂਦਾਰਾ ਰੂਲਜ਼ - 1965
12	ਹਿੰਦੂ ਸਕਸ਼ੈਸ਼ਨ ਐਕਟ 1956
13	ਹਿੰਦੂ ਗੋਦਨਾਮਾ ਐਕਟ 1956

1

ਮਾਲ ਮਹਿਕਮੇ ਵਿੱਚ ਮਾਲਕੀ ਦੇ ਰਿਕਾਰਡ ਅਤੇ ਸਲਾਨਾ ਰਿਕਾਰਡ:

ਪੰਜਾਬ ਲੈਂਡ ਰੈਵੀਨਿਊ ਐਕਟ ਦੇ ਅਧਿਆਏ **4** ਦੇ ਸੈਕਸ਼ਨ **36** ਤੋਂ **44** ਤੱਕ ਅਤੇ **ਪੰਜਾਬ ਲੈਂਡ ਮੈਨੂਅਲ** ਦੇ ਅਧਿਆਏ **7** ਦੇ ਪੈਰਾ **7.1** ਤੋਂ **7.68** ਤੱਕ ਅਤੇ ਪੰਜਾਬ ਲੈਂਡ ਐਡਮਿਨੀਸਟ੍ਰੇਸ਼ਨ ਮੈਨੂਅਲ ਦੇ ਪੈਰਾ **349** ਤੋਂ **394** ਤੱਕ ਮਹਿਕਮਾ ਮਾਲ ਦੇ ਮਾਲਕੀ ਦੇ ਰਿਕਾਰਡ ਅਤੇ ਸਲਾਨਾ ਰਿਕਾਰਡ ਦਾ ਪਿਛੋਕੜ ਅਤੇ ਸਾਰੇ ਦਾ ਵਿਸਥਾਰ ਦਿੱਤਾ ਗਿਆ ਹੈ।

ਸੈਕਸ਼ਨ **31** ਹਰ ਜ਼ਾਇਦਾਦ ਦੇ ਟੁੱਕੜੇ ਦਾ ਅਲੱਗ-ਅਲੱਗ ਮਾਲਕੀ ਦੇ ਰਿਕਾਰਡ ਰੱਖਣ ਬਾਰੇ ਹੈ।

ਸੈਕਸ਼ਨ **32** ਰਿਕਾਰਡ ਦੀ ਸਪੈਸ਼ਲ ਪੜਤਾਲ (ਦੇਖ-ਰੇਖ) ਬਾਰੇ ਹੈ ਜਦ ਕਿ ਸੈਕਸ਼ਨ **47** ਕਮਿਸ਼ਨ ਦੇ ਹੁਕਮ ਮੁਤਾਬਿਕ ਗੁਆਂਢੀ ਜ਼ਾਇਦਾਦਾਂ ਦੇ ਮਾਲਕੀ ਦੇ ਰਿਕਾਰਡ ਅਤੇ ਹੋਰ ਸਲਾਨਾ ਰਿਕਾਰਡਾਂ ਨਾਲ ਸਬੰਧ ਰੱਖਦਾ ਹੈ।

ਸੰਨ **1822** ਦੇ ਨਿਯਮ ਨੰਬਰ **VIII** ਰਾਹੀਂ ਮੁੱਢਲੇ ਤੌਰ ਤੇ ਇਹ ਪ੍ਰਬੰਧ ਕੀਤਾ ਗਿਆ ਕਿ ਜਮੀਨਾਂ ਦਾ ਮਾਮਲਾ ਕਿਵੇਂ ਨਿਸ਼ਚਿਤ ਕੀਤਾ ਜਾਵੇ। ਇਹ ਕੰਮ ਸੈਟਲਮੈਂਟ ਆਫੀਸਰ (ਐਸ ਓ) ਦੇ ਜ਼ਿੰਮੇ ਲਾਇਆ ਗਿਆ ਅਤੇ ਇਹ ਪ੍ਰਬੰਧ ਕੀਤਾ ਗਿਆ ਕਿ ਕਾਨੂੰਨੀ ਕਾਰਵਾਈ ਸਿਰਫ਼ ਮੌਕੇ ਤੇ ਸ਼ਹੀ ਕਬਜ਼ੇ ਦੇ ਅਧਾਰ ਤੇ ਕੀਤੀ ਜਾਵੇਗੀ। ਕਬਜ਼ੇ ਦੇ ਅਧਾਰ ਦੇ ਅਧਿਕਾਰ ਨੂੰ ਤਿੰਨ ਸ਼੍ਰੇਣੀਆਂ ਬਣਾਈਆਂ ਗਈਆਂ। ਜਿਵੇਂ ਕਿ:

1. ਆਹਲਾ ਮਾਲਕਾਨ
2. ਨੀਮ ਮਾਲਕਾਨ ਅਤੇ
3. ਪਿਤਾ ਪੁਰਖੀ ਮੁਜ਼ਾਹਰੇ

ਇਨ੍ਹਾਂ ਤਿੰਨਾਂ ਸ਼੍ਰੇਣੀਆਂ ਦੇ ਜ਼ਮੀਨ ਤੇ ਪੱਕੇ ਅਧਿਕਾਰ ਸਨ, ਜਿਸ ਲਈ ਰਿਕਾਰਡ ਦੀ ਜਰੂਰਤ ਸੀ।

ਇਸ ਲਈ ਪੰਜਾਬ ਵਿੱਚ **ਮੁਰੱਬੇਬੰਦੀ** ਕਰਨ ਲਈ ਪਹਿਲਾਂ ਮਾਲਕੀ ਦੇ ਪੱਕੇ ਰਿਕਾਰਡ ਦੀ ਜਰੂਰਤ ਸੀ ਨਾ ਕਿ ਅੰਦਾਜਨ ਕੰਮ ਦੀ। ਮਾਲਕੀ ਅਤੇ ਕਬਜ਼ੇ ਦੇ ਅਧਿਕਾਰਾਂ ਦਾ ਰਿਕਾਰਡ ਜੋ ਸਮੇਂ- ਸਮੇਂ ਹਰ ਸਾਲ, ਛੇ ਮਹੀਨੇ, ਜਾਂ ਪੰਜ ਸਾਲ ਜਾਂ ਹਰ ਸਮੇਂ ਤਿਆਰ ਕਰਨੇ ਹੁੰਦੇ ਹਨ ਉਹਨਾਂ ਵਿੱਚ ਮੁੱਖ ਰੂਪ ਵਿੱਚ ਹੁੰਦੇ ਹਨ

ਜਮ੍ਹਾਂਬੰਦੀ, **ਖਸਰਾ ਗਿਰਦਾਵਰੀ**, ਹਨ

* * *

2

ਜ਼ਮੀਨੀ ਮਿਣਤੀ (Land Measure)

ਪੰਜਾਬ ਲੈਂਡ ਰਿਕਾਰਡ ਮੈਨੂਅਲ ਦੇ ਪੈਰਾ ਨੰਬਰ: 4.40

ਸਥਾਨਕ ਮਾਪਾਂ ਨੂੰ ਹੈਕਟੇਅਰਾਂ ਵਿੱਚ ਬਦਲਣ ਸਬੰਧੀ ਹਦਾਇਤਾਂ:

ਰਾਜ ਦੇ ਵੱਖ ਵੱਖ ਭਾਗਾਂ ਵਿੱਚ ਲੰਬਾਈ, ਰਕਬੇ ਦੀਆਂ ਇੱਕਾਈਆਂ ਅਤੇ ਉਨ੍ਹਾਂ ਦੇ ਸਮਾਨਾਰਥੀ ਨਿਯਮ ਅਨੁਸਾਰ ਵੇਰਵਾ ਇਸ ਪ੍ਰਕਾਰ ਹੈ:

1. ਸਥਾਨਕ ਮਾਪਾਂ ਨੂੰ ਹੈਕਟੇਅਰ ਵਿੱਚ ਬਦਲਣ ਸਬੰਧੀ ਹਦਾਇਤਾਂ ਖੇਤੀ ਸਾਲ 1971-72 ਤੋਂ 1975-76 ਖੇਤੀ ਸਾਲ ਅਤੇ ਉਸ ਤੋਂ ਬਾਅਦ ਵਿੱਚ ਇੱਕ ਮੀਟਰਿਕ ਪੈਮਾਨੇ ਨੂੰ ਅਪਨਾਉਣ ਲਈ ਹਦਾਇਤਾਂ ਇਸ ਪ੍ਰਕਾਰ ਹਨ: 4.40 (1)

1 ਮੀਟਰ	39.3701 ਇੰਚ
1 ਸੈਂਨਟੇਅਰ (ਵਰਗ ਮੀਟਰ)	1.19599 ਵਰਗ ਗਜ
1 ਆਰ (100 ਸੈਂਨਟੇਅਰ)	119.599 ਵਰਗ ਗਜ
1 ਹੈਕਟੇਅਰ (100 ਆਰਜ)	11059.9 ਵਰਗ ਗਜ

2. ਉਹਨਾਂ ਇਲਾਕਿਆਂ ਵਿੱਚ ਜਿਨ੍ਹਾਂ ਦੀ ਮੁਰੱਬਾਬੰਦੀ **66** ਇੰਚ ਦੀ ਕਰਮ ਅਤੇ ਮਿਆਰੀ ਮਾਪ ਦੇ ਅਧਾਰ ਤੇ ਹੋਈ ਹੈ: ਜਿਵੇਂ ਕਿ ਮੋਗਾ, ਫਿਰੋਜ਼ਪੁਰ, ਫ਼ਰੀਦਕੋਟ, ਮੁੱਕਤਸਰ ਸਾਹਿਬ, ਫਾਜਿਲਕਾ, ਆਦਿ:

1 ਕਰਮ (66ਇੰਚ)	1.6764 ਵਰਗ ਮੀਟਰ
1 ਸਰਸਾਈ (ਵਰਗ ਕਰਮ)	2.81031696 ਵਰਗ ਮੀਟਰ
1 ਮਰਲਾ (9 ਸਰਸਾਈ)	25.29285264 ਵਰਗ ਮੀਟਰ
1 ਕਨਾਲ (20 ਮਰਲੇ)	505.8570528 ਵਰਗ ਮੀਟਰ
1 ਏਕੜ = (43560 ਵਰਗ ਫੁਟ)	4046.8564334 ਵਰਗ ਮੀਟਰ

A. ਮਰਲਿਆਂ ਤੋਂ ਵਰਗ ਗਜ਼ ਬਣਾਉਣ ਦਾ ਚਾਰਟ - ਜਿੱਥੇ ਇੱਕ ਕਰਮ **66** ਇੰਚ ਦੇ ਬਰਾਬਰ ਹੁੰਦੀ ਹੈ।

ਮਰਲੇ	ਵਰਗ ਗੱਜ	ਮਰਲੇ	ਵਰਗ ਗੱਜ	ਮਰਲੇ	ਵਰਗ ਗੱਜ	ਮਰਲੇ	ਵਰਗ ਗੱਜ
1	30.25	21	635.25	41	1240.25	61	1845.25
2	60.50	22	665.50	42	1270.50	62	1875.50
3	90.75	23	695.75	43	1300.75	63	1905.75
4	121.00	24	726.00	44	1331.00	64	1936.00
5	151.25	25	756.25	45	1361.25	65	1966.25
6	181.50	26	786.50	46	1391.50	66	1996.50
7	211.75	27	816.75	47	1421.75	67	2026.75
8	242.00	28	847.00	48	1452.00	68	2057.00
9	272.25	29	877.25	49	1482.25	69	2057.25
10	302.50	30	907.50	50	1512.50	70	2117.50
11	332.75	31	937.75	51	1542.75	71	2147.75
12	363.00	32	968.00	52	1573.00	72	2178.00
13	393.25	33	998.25	53	1603.25	73	2208.25
14	423.50	34	1028.50	54	1633.75	74	2238.50
15	453.75	35	1058.75	55	1663.75	75	2268.75
16	484.00	36	1089.00	56	1694.00	76	2299.00
17	514.25	37	1119.25	57	1724.25	77	2329.25

ਮਰਲੇ	ਵਰਗ ਗੱਜ	ਮਰਲੇ	ਵਰਗ ਗੱਜ	ਮਰਲੇ	ਵਰਗ ਗੱਜ	ਮਰਲੇ	ਵਰਗ ਗੱਜ
18	544.50	38	1149.50	58	1754.50	78	2359.50
19	574.75	39	1179.75	59	1784.75	79	2389.75
20	605.00	40	1210.00	60	1815.00	80	2420.00

B. ਕਨਾਲਾਂ ਤੋਂ ਵਰਗ ਗਜ਼ ਦਾ ਚਾਰਟ:

ਕਨਾਲ	ਵਰਗ ਗਜ਼	ਕਨਾਲ	ਵਰਗ ਗਜ਼	ਕਨਾਲ	ਵਰਗ ਗਜ਼
1	605	21	12705	41	24805
2	1210	22	13310	42	25410
3	1815	23	13915	43	26015
4	2420	24	15420	44	26620
5	3025	25	15125	45	27225
6	3630	26	15730	46	27830
7	4235	27	16335	47	28435
8	4840	28	16940	48	29040
9	5445	29	17545	49	29645
10	6050	30	18150	50	30250
11	6655	31	18775	51	30855
12	7260	32	19360	52	31460
13	7865	33	19965	53	32065
14	8470	34	20570	54	32670
15	9075	35	21175	55	33275
16	9680	36	21780	56	33880
17	10285	37	22385	57	34485
18	10890	38	22990	58	35090
19	11495	39	23595	59	35695
20	12100	40	24200	60	36300

C. ਏਕੜ ਤੋਂ ਵਰਗ ਗਜ਼ ਅਤੇ ਹੈਕਟੇਅਰ ਦਾ ਚਾਰਟ:

ਏਕੜ ਤੋਂ ਵਰਗ ਗਜ਼		ਏਕੜ ਤੋਂ ਹੈਕਟੇਅਰ	
ਏਕੜ	ਵਰਗ ਗਜ਼	ਏਕੜ	ਹੈਕਟੇਅਰ
1	4840	1	0.4046856
2	9680	2	0.8093712
3	14520	3	1.2140562
4	19360	4	1.6187425
5	24200	5	2.0234282
6	29040	6	2.4281138
7	33880	7	2.8327994
8	38720	8	3.2374851
9	43560	9	3.62421707
10	48400	10	4.0468564

D. ਹੈਕਟੇਅਰਾਂ ਤੋਂ ਏਕੜ ਦਾ ਚਾਰਟ:

ਹੈਕਟੇਅਰ	ਏਕੜ	ਹੈਕਟੇਅਰ	ਏਕੜ
1	2.471	8	19.768
2	4.942	9	22.239
3	7.413	10	24.710
4	9.884	11	27.181
5	12.355	12	29.652
6	14.826	13	32.123
7	17.297	14	34.594

E. ਵਿਸਵਿਆਂ ਨੂੰ ਮਰਲਿਆਂ ਵਿੱਚ ਤਬਦੀਲ ਕਰਨ ਦਾ ਚਾਰਟ: (ਵਿਸਵਾ X 5/3 = ਮਰਲੇ)

ਵਿਸਵੇ	ਮਰਲੇ	ਵਿਸਵੇ	ਮਰਲੇ	ਵਿਸਵੇ	ਮਰਲੇ
1	1.666	21	35.00	41	68.333
2	3.333	22	36.666	42	70.000
3	5.00	23	38.333	43	71.666

ਵਿਸਵੇ	ਮਰਲੇ	ਵਿਸਵੇ	ਮਰਲੇ	ਵਿਸਵੇ	ਮਰਲੇ
4	6.666	24	40.000	44	73.333
5	8.333	25	41.666	45	75.000
6	10.00	26	43.333	46	76.666
7	11.666	27	45.000	47	78.333
8	13.333	28	46.666	48	80.000
9	15.00	29	48.333	49	81.666
10	16.666	30	50.000	50	83.333
11	18.333	31	51.666	51	85.000
12	20.00	32	53.333	52	86.666
13	21.666	33	55.000	53	88.333
14	23.333	34	56.666	54	90.000
15	25.00	35	58.333	55	91.666
16	26.666	36	60.000	56	93.333
17	28.333	37	61.333	57	95.000
18	30.00	38	63.333	58	96.666
19	31.666	39	65.000	59	98.333
20	33.333	40	66.666	60	100.000

F. ਮਰਲਿਆਂ ਨੂੰ ਵਿਸਵੇ ਵਿੱਚ ਤਬਦੀਲ ਕਰਨ ਦਾ ਚਾਰਟ:

ਮਰਲੇ	ਵਿਸਵੇ	ਮਰਲੇ	ਵਿਸਵੇ	ਮਰਲੇ	ਵਿਸਵੇ
1	0.6	21	12.6	41	24.6
2	1.2	22	13.2	42	25.2
3	1.8	23	13.8	43	25.8
4	2.4	24	14.4	44	26.4
5	3.0	25	15.0	45	27.0
6	3.6	26	15.6	46	27.6
7	4.2	27	16.2	47	28.2

ਮਰਲੇ	ਵਿਸਵੇ	ਮਰਲੇ	ਵਿਸਵੇ	ਮਰਲੇ	ਵਿਸਵੇ
8	4.8	28	16.8	48	28.8
9	5.4	29	17.4	49	29.4
10	6.0	30	18.0	50	30.0
11	6.6	31	18.6	51	30.6
12	7.2	32	19.2	52	31.2
13	7.8	33	19.8	53	31.8
14	8.4	34	20.4	54	32.4
15	9.0	35	21.0	55	33.0
16	9.6	36	21.6	56	33.6
17	10.2	37	22.2	57	34.2
18	10.8	38	22.8	58	34.8
19	11.4	39	23.4	59	35.4
20	12.0	40	24.0	60	36.0

G. ਵਰਗ ਗਜ਼ਾਂ ਨੂੰ ਵਰਗ ਮੀਟਰਾਂ ਵਿੱਚ ਤਬਦੀਲ ਕਰਨ ਦਾ ਚਾਰਟ:

ਵਰਗ ਗਜ਼	ਵਰਗ ਮੀਟਰ	ਵਰਗ ਗਜ਼	ਵਰਗ ਮੀਟਰ	ਵਰਗ ਗਜ਼	ਵਰਗ ਮੀਟਰ
1	0.836	21	17.558	41	34.281
2	1.672	22	18.394	42	35.117
3	2.508	23	19.230	43	35.953
4	3.344	24	20.067	44	36.789
5	4.180	25	20.903	45	37.625
6	5.016	26	21.739	46	38.461
7	5.852	27	22.575	47	39.297
8	6.689	28	23.411	48	40.134
9	7.525	29	24.247	49	40.970

ਵਰਗ ਗਜ਼	ਵਰਗ ਮੀਟਰ	ਵਰਗ ਗਜ਼	ਵਰਗ ਮੀਟਰ	ਵਰਗ ਗਜ਼	ਵਰਗ ਮੀਟਰ
10	8.361	30	25.083	50	41.806
11	9.197	31	25.919	51	42.642
12	10.033	32	26.756	52	43.478
13	10.869	33	27.592	53	44.314
14	11.705	34	28.428	54	45.150
15	12.541	35	29.264	55	45.987
16	13.378	36	30.100	56	46.823
17	14.214	37	30.936	57	47.659
18	15.052	38	31.772	58	48.495
19	15.886	39	32.608	59	49.331
20	16.722	40	33.445	60	50.167

H. ਵਰਗ ਮੀਟਰਾਂ ਨੂੰ ਵਰਗ ਗਜ਼ਾਂ ਵਿੱਚ ਤਬਦੀਲ ਕਰਨ ਦਾ ਚਾਰਟ:

ਵਰਗ ਮੀਟਰਾਂ	ਵਰਗ ਗਜ਼	ਵਰਗ ਮੀਟਰਾਂ	ਵਰਗ ਗਜ਼	ਵਰਗ ਮੀਟਰਾਂ	ਵਰਗ ਗਜ਼
1	1.195	21	25.115	41	49.035
2	2.391	22	26.311	42	50.231
3	3.587	23	27.507	43	51.427
4	4.783	24	28.703	44	52.623
5	5.979	25	29.899	45	53.819
6	7.175	26	31.095	46	55.015
7	8.371	27	32.291	47	56.211
8	9.567	28	33.487	48	57.407
9	10.763	29	34.683	49	58.603
10	11.959	30	35.879	50	59.799
11	13.155	31	37.075	51	60.995

ਵਰਗ ਮੀਟਰਾਂ	ਵਰਗ ਗਜ਼	ਵਰਗ ਮੀਟਰਾਂ	ਵਰਗ ਗਜ਼	ਵਰਗ ਮੀਟਰਾਂ	ਵਰਗ ਗਜ਼
12	14.351	32	38.271	52	62.191
13	15.547	33	39.467	53	63.387
14	16.743	34	40.663	54	64.583
15	17.939	35	41.859	55	65.779
16	19.135	36	43.055	56	66.975
17	20.331	37	44.251	57	68.171
18	21.527	38	45.447	58	69.367
19	22.723	39	46.643	59	70.563
20	23.919	40	47.839	60	71.759

I. ਵੱਖ-ਵੱਖ ਏਰੀਆਂ ਵਿੱਚ ਕਰਮਾਂ ਦੀ ਲੰਬਾਈ ਦਾ ਵੇਰਵਾ:
ਉਹਨਾਂ ਇਲਾਕਿਆਂ ਵਿੱਚ ਜਿਨ੍ਹਾਂ ਦੀ ਮੁਰੱਬਾਬੰਦੀ ਸਥਾਨਕ ਮਾਪਾਂ ਦੇ ਅਧਾਰ ਤੇ ਹੋਈ ਹੈ ਅਤੇ ਮੁਰੱਬਾਬੰਦੀ ਰਹਿਤ ਲੁਧਿਆਣਾ ਜਿਲ੍ਹਾ ਅਤੇ ਜੀਂਦ ਦੀ ਸਾਬਕਾ ਰਿਆਸਤ ਦੇ ਇਲਾਕੇ:10(111)

1 ਗੱਠਾ (99 ਇੰਚ)	2.5146 ਵਰਗ ਮੀਟਰ
1 ਬਿਸਵਾਸੀ (ਵਰਗ ਗੱਠਾ)	6.32321316 ਵਰਗ ਮੀਟਰ
1 ਵਿਸਵਾ (20 ਵਿਸਵਾਸੀਆਂ)	126.4642632 ਵਰਗ ਮੀਟਰ
1 ਬਿੱਘਾ (20 ਵਿਸਵੇ)	2529.285264 ਵਰਗ ਮੀਟਰ

ਉਹਨਾਂ ਇਲਾਕਿਆਂ ਵਿੱਚ ਜਿਨ੍ਹਾਂ ਦੀ ਮੁਰੱਬਾਬੰਦੀ **60** ਇੰਚ ਦੀ ਕਰਮ ਸਥਾਨਕ ਮਾਪਾਂ ਦੇ ਅਧਾਰ ਤੇ ਹੋਈ ਹੈ ਅਤੇ ਮੁਰੱਬਾਬੰਦੀ ਰਹਿਤ ਅੰਮ੍ਰਿਤਸਰ, ਗੁਰਦਾਸਪੁਰ, ਸ਼ਾਹਪੁਰ ਪਹਾੜੀ ਇਲਾਕੇ ਤੋਂ ਬਿਨਾਂ ਪਠਾਨਕੋਟ ਤਹਿਸੀਲ ਦੇ ਚੱਕ ਅੰਦਰ ਤੋਂ ਬਿਨਾਂ ਅਤੇ ਫਿਰੋਜਪੁਰ, ਫ਼ਾਜ਼ਿਲਕਾ ਤੋਂ ਬਿਨਾਂ ਫਰੀਦਕੋਟ ਦੀ ਸ਼ਾਹੀ ਰਿਆਸਤ ਦੇ ਇਲਾਕੇ: **4.40 (IV)**

1 ਕਰਮ (60 ਇੰਚ)	1.524 ਵਰਗ ਮੀਟਰ
1 ਬਿਸਵਾਸੀ (ਵਰਗ ਕਰਮ)	2.322576 ਵਰਗ ਮੀਟਰ
1 ਮਰਲਾ (9 ਸਰਸਾਈ)	20.903184 ਵਰਗ ਮੀਟਰ
1 ਵਿਸਵਾ (20 ਵਿਸਵਾਸੀ)	46.45152 ਵਰਗ ਮੀਟਰ

1 ਕਨਾਲ (20 ਮਰਲੇ)	418.06368 ਵਰਗ ਮੀਟਰ
1 ਬਿੱਘਾ	929.0304 ਵਰਗ ਮੀਟਰ
1 ਘਮਾਉਂ ਜਾਂ 8 ਕਨਾਲ	3344.505944 ਵਰਗ ਮੀਟਰ

ਉਹਨਾਂ ਇਲਾਕਿਆਂ ਵਿੱਚ ਜਿਨ੍ਹਾਂ ਦੀ ਮੁਰੱਬਾਬੰਦੀ **57.5** ਇੰਚ ਦੀ ਕਰਮ ਗੱਠਾ ਸਥਾਨਕ ਮਾਪਾਂ ਦੇ ਅਧਾਰ ਤੇ ਹੋਈ ਹੈ ਅਤੇ ਮੁਰੱਬਾਬੰਦੀ ਰਹਿਤ ਹੁਸ਼ਿਆਰਪੁਰ, ਜਲੰਧਰ, ਆਨੰਦਪੁਰ ਸਾਹਿਬ, ਰੋਪੜ ਦੇ ਇਲਾਕੇ ਅਤੇ ਜ਼ਿਲ੍ਹਾ ਗੁਰਦਾਸਪੁਰ ਦਾ ਸ਼ਾਹਪੁਰਕੰਡੀ ਪਹਾੜੀ ਖੇਤਰ: **4.40 (V)**

1 ਕਰਮ (57.5 ਇੰਚ)	1.4605 ਵਰਗ ਮੀਟਰ
1 ਸਰਸਾਈ (ਵਰਗ ਕਰਮ)	2.13306025 ਵਰਗ ਮੀਟਰ
1 ਮਰਲਾ (9 ਸਰਸਾਈ)	19.19754225 ਵਰਗ ਮੀਟਰ
1 ਕਨਾਲ (20 ਮਰਲੇ)	383.950845 ਵਰਗ ਮੀਟਰ
8 ਕਨਾਲ ਜਾਂ 3674 ਵਰਗ ਗਜ	3071.60626 ਵਰਗ ਮੀਟਰ

ਉਹਨਾਂ ਇਲਾਕਿਆਂ ਵਿੱਚ ਜਿਨ੍ਹਾਂ ਦੀ ਮੁਰੱਬਾਬੰਦੀ **57.157** ਇੰਚ ਦੀ ਕਰਮ ਸਥਾਨਕ ਮਾਪਾਂ ਦੇ ਅਧਾਰ ਤੇ ਹੋਈ ਹੈ ਅਤੇ ਮੁਰੱਬਾਬੰਦੀ ਰਹਿਤ ਫਾਜਿਲਕਾ, ਫਿਰੋਜਪੁਰ, ਰੋਪੜ, ਆਨੰਦਪੁਰ ਸਾਹਿਬ ਤੋਂ ਬਿਨਾਂ ਅਤੇ ਪਟਿਆਲਾ, ਨਾਭਾ ਅਤੇ ਮਲੇਰਕੋਟਲਾ ਦੀਆਂ ਸ਼ਾਹੀ ਰਿਆਸਤਾਂ: **4.40 (VI)**

1 ਕਰਮ ਗੱਠਾ (57.157 ਇੰਚ)	1.4517878 ਵਰਗ ਮੀਟਰ
1 ਸਰਸਾਈ (ਵਰਗ ਕਰਮ)	2.1076878 ਵਰਗ ਮੀਟਰ
1 ਵਿਸਵਾ (20 ਵਿਸਵਾਸੀ)	42.153756 ਵਰਗ ਮੀਟਰ
1 ਬਿੱਘਾ (20 ਵਿਸਵੇ)	ਵਰਗ ਮੀਟਰ

ਉਹਨਾਂ ਇਲਾਕਿਆਂ ਵਿੱਚ ਜਿਨ੍ਹਾਂ ਦੀ ਮੁਰੱਬਾਬੰਦੀ ਸਥਾਨਕ ਮਾਪਾਂ ਦੇ ਅਧਾਰ ਤੇ ਹੋਈ ਹੈ ਅਤੇ ਮੁਰੱਬਾਬੰਦੀ ਰਹਿਤ: ਕਪੂਰਥੱਲਾ ਰਿਆਸਤ ਦਾ ਇਲਾਕਾ: **4.40 (VII)**

1 ਕਰਮ ਗੱਠਾ (54 ਇੰਚ)	1.3716 ਵਰਗ ਮੀਟਰ
1 ਸਰਸਾਈ (ਵਰਗ ਕਰਮ)	1.88128656 ਵਰਗ ਮੀਟਰ
1 ਮਰਲਾ (9 ਸਰਸਾਈ)	16.93157904 ਵਰਗ ਮੀਟਰ
1 ਕਨਾਲ (20 ਮਰਲੇ)	338.6315808 ਵਰਗ ਮੀਟਰ
1 ਘਮਾਉਂ ਜਾਂ 8 ਕਨਾਲ ਜਾਂ 3240 ਵਰਗ ਗਜ	2709.0526464 ਵਰਗ ਮੀਟਰ

J. ਸਥਾਨਿਕ ਮਾਪਾਂ ਨੂੰ ਮੀਟਰਿਕ ਪ੍ਰਣਾਲੀ ਵਿੱਚ ਬਦਲਣ ਸਬੰਧੀ ਸਾਰਣੀ
ਲੰਬਾਈ ਨੂੰ ਮੀਟਰਿਕ ਪੈਮਾਨੇ ਅਨੁਸਾਰ ਨਾਪਣਾ: 4.40 (a)

ਇਕਾਈ	**66"** ਕਰਮ (ਮੀਟਰ)	**99"** ਕਰਮ ਜਾਂ ਗੱਠਾ (ਮੀਟਰ)	**60"** ਕਰਮ (ਮੀਟਰ)	**57.5"** ਕਰਮ (ਮੀਟਰ)	**57.157"** ਕਰਮ ਜਾਂ ਗੱਠਾ (ਮੀਟਰ)	**54"** ਕਰਮ (ਮੀਟਰ)
1 ਕਰਮ	1.6764	2.5146	1.524	1.4605	1.4517878	1.3716
2 ਕਰਮ	3.3528	5.0292	3.048	2.9210	2.9035756	2.7432
3 ਕਰਮ	5.0292	7.5438	4.572	4.3815	4.3553634	4.1148
4 ਕਰਮ	6.7056	10.0584	6.096	5.8420	5.8071512	5.4864
5 ਕਰਮ	8.3820	12.5730	7.620	7.3025	7.2589390	6.8580
6 ਕਰਮ	10.0584	15.0876	9.144	8.7630	8.7107268	8.2296
7 ਕਰਮ	11.7348	17.6022	10.668	10.2235	10.1625	9.6012
8 ਕਰਮ	13.4112	20.1168	12.192	11.6840	11.6125	10.9728
9 ਕਰਮ	15.0876	22.6314	13.716	13.1445	13.0661	12.344
10 "	16.7640	25.1460	15.240	14.6050	14.52	13.7160
20 "	33.5280	50.2920	30.480	29.2100	29.0358	27.432
30 "	50.2920	75.4380	45.720	43.8150	43.554	41.148
36 "	60.3504	90.5256	54.864	52.5780	52.265	49.378
40 "	67.0560	100.5840	60.960	58.4200	58.0716	54.865
50 "	83.8200	125.7300	76.200	73.250	72.5894	68.584

K.ਸਥਾਨਿਕ ਮਾਪਾਂ ਨੂੰ ਮੀਟਰਿਕ ਪ੍ਰਣਾਲੀ ਵਿੱਚ ਬਦਲਣ ਸਬੰਧੀ ਸਾਰਣੀ

ਘੁਮਾਉਂ ਦਾ ਏਰੀਆ ਮੀਟਰਿਕ ਪੈਮਾਨੇ ਅਨੁਸਾਰ: 4.40 (b)

ਇਕਾਈ	66" ਕਰਮ (ਮੀਟਰ)	60" ਕਰਮ (ਮੀਟਰ)	57.5" ਕਰਮ (ਮੀਟਰ)	54" ਕਰਮ (ਮੀਟਰ)
1 ਸਰਸਾਈ	2.810317	2.32257	2.1331	1.8812
2 ਸਰਸਾਈਆਂ	5.6206	4.66452	4.2661	3.7623
3 ਸਰਸਾਈਆਂ	8.43095	6.96773	6.3991	5.6438
4 ਸਰਸਾਈਆਂ	11.24136	9.2903	8.523	7.5251
5 ਸਰਸਾਈਆਂ	14.05159	11.613	10.665	9.4065
1 ਮਰਲਾ	25.29286	20.903	19.1975	16.9316
2 ਮਰਲੇ	50.58571	41.806	38.395	33.8631
3 ਮਰਲੇ	75.87856	62.7096	57.5927	50.7950
4 ਮਰਲੇ	101.17142	83.6127	76.790	67.72632
5 ਮਰਲੇ	126.4643	104.516	95.9877	84.65789
1 ਕਨਾਲ	505.8570	418.0636	383.951	287.837
2 ਕਨਾਲ	1011.7141	836.1273	767.9016	304.768
3 ਕਨਾਲ	1517.5712	1254.1910	1151.8525	321.700
4 ਕਨਾਲ	2023.4282	1672.2547	1535.8034	338.632
5 ਕਨਾਲ	25229.2852	2090.3184	1919.7542	677.263
1 ਘੁਮਾਉ	4046.8564	3344.5094	3107.1607	2709.053
2 ਘੁਮਾਉ	8093.7128	6889.0189	6143.2135	5418.1053
3 ਘੁਮਾਉ	12140.5693	10033.5284	9214.8203	8127.1579
4 ਘੁਮਾਉ	16187.4257	13378.0331	12286.4270	10836.2106
5 ਘੁਮਾਉ	20234.2821	16722.5472	15358.034	13545.2633

L. ਸਥਾਨਿਕ ਮਾਪਾਂ ਨੂੰ ਮੀਟਰਿਕ ਪ੍ਰਣਾਲੀ ਵਿੱਚ ਬਦਲਣ ਸਬੰਧੀ ਸਾਰਣੀ ਬਿਘਿਆਂ ਦਾ ਏਰੀਆ ਸੁਕੇਅਰ ਮੀਟਰ ਪੈਮਾਨੇ ਅਨੁਸਾਰ: **4.40**

1	2	3	4
ਇਕਾਈ	99" ਗੱਠਾ (ਸੁਕੇਅਰ ਮੀਟਰ)	60" ਕਰਮ (ਸੁਕੇਅਰ ਮੀਟਰ)	57.157" ਕਰਮ ਜਾਂ ਗੱਠਾ (ਸੁਕੇਅਰ ਮੀਟਰ)
1 ਵਿਸਵਾਸੀ	6.33232	2.3226	2.1077
2 ਵਿਸਵਾਸੀ	12.6464	4.645	4.2154
3 ਵਿਸਵਾਸੀ	18.9696	6.9677	6.3231
4 ਵਿਸਵਾਸੀ	25.2829	9.2903	8.4307
5 ਵਿਸਵਾਸੀ	31.6160	11.613	10.5384
1 ਵਿਸਵਾ	126.4642	46.4515	42.153
2 ਵਿਸਵਾ	252.9286	92.9031	84.3075
3 ਵਿਸਵਾ	379.393	139.354	126.461
4 ਵਿਸਵਾ	505.8576	185.806	168.615
5 ਵਿਸਵਾ	632.3213	232.2576	210.7688
1 ਬਿੱਘਾ	2529.2856	929.0304	843.075
2 ਬਿੱਘਾ	5059.5705	1858.0609	1686.15024
3 ਬਿੱਘਾ	10117.141	2787.0912	2529.225
4 ਬਿੱਘਾ	12646.426	3716.1216	3372.30048
5 ਬਿੱਘਾ	15715.7112	4645.1824	4215.3756

ਜ਼ਮੀਨ ਦੀ ਆਮ ਮਿਣਤੀ ਜੋ ਹਰ ਰੋਜ਼ ਸਾਡੇ ਕੰਮ ਆਉਂਦੀ ਹੈ:
ਜਿਨ੍ਹਾਂ ਇਲਾਕਿਆਂ 'ਚ **99"** ਦਾ ਗੱਠਾ ਹੈ, ਉਸ ਹਿਸਾਬ ਨਾਲ ਰਕਬਾ: ਇਹ ਮਿਣਤੀ ਦਾ ਪੈਮਾਨਾ ਲੁਧਿਆਣੇ ਦਾ ਕੁੱਝ ਏਰੀਆ ਅਤੇ ਜੀਂਦ ਰਿਆਸਤ ਵਿੱਚ ਵਰਤਿਆ ਜਾਂਦਾ ਹੈ।

	ਜਗ੍ਹਾ ਦਾ ਵੇਰਵਾ	ਇੱਕਾਈਆਂ ਦਾ ਵੇਰਵਾ	ਵਰਗ ਫੁੱਟ	ਵਰਗ ਗ਼ਜ਼	ਵਰਗ ਮੀਟਰ
01	ਇੱਕ ਗੱਠਾ (99 ਇੰਚ)	2.5146 ਮੀਟਰ	———	———	———
02	ਇੱਕ ਵਿਸਵਾਸੀ	ਇੱਕ ਵਰਗ ਗੱਠਾ	68.0625	7.5625	2.5146
03	ਇੱਕ ਵਿਸਵਾ	20 ਵਿਸਵਾਸੀਆਂ	1,361.25	151.25	126.46426
04	ਇੱਕ ਬਿੱਘਾ	20 ਵਿਸਵੇ	27,225	3025	2529.2826

ਥੱਲੇ ਵਾਲੀ ਸਾਰਣੀ ਵਿੱਚ **66** ਇੰਚ ਦੀ ਕਰਮ ਦੇ ਹਿਸਾਬ ਨਾਲ ਰਕਬਾ ਕੱਢਿਆ ਹੈ:

ਇਹ ਮਿਣਤੀ ਦਾ ਪੈਮਾਨਾ ਇੱਕ ਆਮ ਵਰਤੋਂ ਵਾਲਾ ਪੈਮਾਨਾ ਹੈ ਜੋ ਮੋਗਾ, ਫਰੀਦਕੋਟ, ਫਿਰੋਜਪੁਰ, ਫਾਜਿਲਕਾ, ਅਬੋਹਰ ਅਤੇ ਮੁਕਤਸਰ ਸਾਹਿਬ ਵਿੱਚ ਵਰਤਿਆ ਜਾਂਦਾ ਹੈ:

	ਜਗ੍ਹਾ ਦਾ ਵੇਰਵਾ	ਇੱਕਾਈਆਂ ਦਾ ਵੇਰਵਾ	ਵਰਗ ਫੁੱਟ	ਵਰਗ ਗ਼ਜ਼	ਵਰਗ ਮੀਟਰ
01	ਇੱਕ ਵਰਗ ਗ਼ਜ਼	———	9	———	0.836
02	ਇੱਕ ਕਰਮ (66 ਇੰਚ ਦੀ)	———	———	———	1.6764
03	ਇੱਕ ਸਰਸਾਈ	ਇੱਕ ਵਰਗ ਕਰਮ	30.25	3.36	2.8103
04	ਇੱਕ ਮਰਲਾ	09 ਸਰਸਾਈਆਂ	272.25	30.25	25.2928
05	ਇੱਕ ਕਨਾਲ	20 ਮਰਲੇ	5445	605	505.8570
06	ਇੱਕ ਏਕੜ (ਕਿੱਲ੍ਹਾ)	08 ਕਨਾਲਾਂ	43560	4840	4046.856
07	ਇੱਕ ਹੈਕਟੇਅਰ	2.471 ਏਕੜ	107,636.76	11,959.64	9,999.781
08	ਇੱਕ ਮੁਸਤਤੀਲ	25 ਏਕੜ	10,89000	1,21000	249,994.5294
09	ਇੱਕ ਵਰਗ ਮੀਟਰ	———	10.755	1.195	———

ਜਿਨ੍ਹਾਂ ਇਲਾਕਿਆਂ 'ਚ ਕਰਮ **60** ਇੰਚ ਦੀ ਹੈ, ਉਸ ਹਿਸਾਬ ਨਾਲ ਰਕਬਾ: ਇਹ ਮਿਣਤੀ ਦਾ ਪੈਮਾਨਾ ਅੰਮ੍ਰਿਤਸਰ, ਗੁਰਦਾਸਪੁਰ, ਫਜਿਲਕਾ ਦਾ ਕੁੱਝ ਹਿੱਸਾ ਅਤੇ ਫਰੀਦਕੋਟ ਰਿਆਸਤ ਦਾ ਏਰੀਆ।

	ਜਗ੍ਹਾ ਦਾ ਵੇਰਵਾ	ਇੱਕਾਈਆਂ ਦਾ ਵੇਰਵਾ	ਵਰਗ ਫੁੱਟ	ਵਰਗ ਗਜ਼	ਵਰਗ ਮੀਟਰ
01	ਇੱਕ ਵਰਗ ਗਜ਼	———	9	———	0.836
02	ਇੱਕ ਕਰਮ (60 ਇੰਚ ਦੀ)	———	———	———	1.524
03	ਇੱਕ ਵਿਸਵਾਸੀ ਜਾਂ ਸਰਸਾਈ	ਇੱਕ ਵਰਗ ਕਰਮ	25	2.7777	3.322576
04	ਇੱਕ ਮਰਲਾ	09 ਸਰਸਾਈਆਂ	225	25	20.903184
05	ਇੱਕ ਵਿਸਵਾ	20 ਵਿਸਵਾਸੀਆਂ	500	55.5555	46.45152
06	ਇੱਕ ਕਨਾਲ	20 ਮਰਲੇ	4500	500	418.06368
07	ਇੱਕ ਬਿੱਘਾ	20 ਵਿਸਵੇ	10,000	1111.1111	929.0304
08	ਇੱਕ ਘੁਮਾਉ	08 ਕਨਾਲਾਂ	36,000	4000	3344.50944
09	ਇੱਕ ਵਰਗ ਮੀਟਰ	———	10.755	1.195	———

ਜਿਨ੍ਹਾਂ ਇਲਾਕਿਆਂ ‘ਚ ਕਰਮ **57.5** ਇੰਚ ਦੀ ਹੈ, ਉਸ ਹਿਸਾਬ ਨਾਲ ਰਕਬਾ: ਇਹ ਮਿਣਤੀ ਦਾ ਪੈਮਾਨਾ ਹੁਸਿਆਰਪੁਰ, ਜਲੰਧਰ, ਅਨੰਦਪੁਰ ਸਾਹਿਬ (ਰੋਪੜ) ਅਤੇ ਗੁਰਦਾਸਪੁਰ ਜ਼ਿਲ੍ਹੇ ਦਾ ਸ਼ਾਹਪੁਰ ਪਹਾੜੀ ਏਰੀਆ।

	ਜਗ੍ਹਾ ਦਾ ਵੇਰਵਾ	ਇੱਕਾਈਆਂ ਦਾ ਵੇਰਵਾ	ਵਰਗ ਫੁੱਟ	ਵਰਗ ਗਜ਼	ਵਰਗ ਮੀਟਰ
01	ਇੱਕ ਕਰਮ (57.5 ਇੰਚ)	1.4605 ਮੀਟਰ	———	———	———
02	ਇੱਕ ਸਰਸਾਈ	ਇੱਕ ਵਰਗ ਕਰਮ	22.9625	2.55139	2.13306025
03	ਇੱਕ ਮਰਲਾ	09 ਸਰਸਾਈਆਂ	206.6625	22.9625	19.19754225
04	ਇੱਕ ਕਨਾਲ	20 ਮਰਲੇ	4,133.25	459.25	383.950845
05	ਇੱਕ ਘੁਮਾਉ	08 ਕਨਾਲਾਂ	33,066	3674	3071.60676

ਜਿਨ੍ਹਾਂ ਇਲਾਕਿਆਂ ‘ਚ ਕਰਮ **57.157** ਇੰਚ ਦੀ ਹੈ, ਉਸ ਹਿਸਾਬ ਨਾਲ ਰਕਬਾ: ਇਹ ਮਿਣਤੀ ਦਾ ਪੈਮਾਨਾ ਫਾਜਿਲਕਾ, ਰੋਪੜ, ਨਾਭਾ, ਮਲੇਰਕੋਟਲਾ ਅਤੇ ਪਟਿਆਲੇ ਦੀ ਰਿਆਸ਼ਤ ਦਾ ਏਰੀਆ।

	ਜਗ੍ਹਾ ਦਾ ਵੇਰਵਾ	ਇੱਕਾਈਆਂ ਦਾ ਵੇਰਵਾ	ਵਰਗ ਫੁੱਟ	ਵਰਗ ਗਜ਼	ਵਰਗ ਮੀਟਰ
01	ਇੱਕ ਕਰਮ ਜਾਂ ਗੱਠਾ (57.15 7 ਇੰਚ)	1.4517878 ਮੀਟਰ	———	———	———
02	ਇੱਕ ਵਿਸਵਾਸੀ	ਇੱਕ ਵਰਗ ਕਰਮ	22.687425	2.520825	2.1076878
03	ਇੱਕ ਵਿਸਵਾ	20 ਵਿਸਵਾਸੀਆਂ	453.7485	50.4165	42.153756
04	ਇੱਕ ਬਿੱਘਾ	20 ਵਿਸਵੇ	9,074.97	1008.33	843.07512

ਜਿਨ੍ਹਾਂ ਇਲਾਕਿਆਂ 'ਚ ਕਰਮ **54** ਇੰਚ ਦੀ ਹੈ, ਉਸ ਹਿਸਾਬ ਨਾਲ ਰਕਬਾ: ਇਹ ਮਿਣਤੀ ਦਾ ਪੈਮਾਨਾ ਸਿਰਫ ਕਪੂਰਥਲਾ ਰਿਆਸਤ ਵਿੱਚ ਵਰਤਿਆ ਜਾਂਦਾ ਹੈ।

	ਜਗ੍ਹਾ ਦਾ ਵੇਰਵਾ	ਇੱਕਾਈਆਂ ਦਾ ਵੇਰਵਾ	ਵਰਗ ਫੁੱਟ	ਵਰਗ ਗ਼ਜ਼	ਵਰਗ ਮੀਟਰ
01	ਇੱਕ ਕਰਮ (54 ਇੰਚ)	1.3716 ਮੀਟਰ	———	———	———
02	ਇੱਕ ਸਰਸਾਈ	ਇੱਕ ਵਰਗ ਕਰਮ	20.25	2.25	1.88128656
03	ਇੱਕ ਮਰਲਾ	09 ਸਰਸਾਈਆਂ	182.25	20.25	16.93157904
04	ਇੱਕ ਕਨਾਲ	20 ਮਰਲੇ	3,645	405	338.6315808
05	ਇੱਕ ਘਮਾਉ	08 ਕਨਾਲਾਂ	29,160	3240	279.0526464

ਵੱਖ-ਵੱਖ ਇੰਚਾਂ ਦੀਆਂ ਕਰਮਾਂ ਦੀ ਲੰਬਾਈ ਦੇ ਹਿਸਾਬ ਨਾਲ ਖੇਤਰਫਲ ਸੰਖੇਪ ਰੂਪ ਵਿੱਚ: ਖੇਤਰਫਲ ਵਰਗ ਮੀਟਰਾਂ ਵਿੱਚ:

	ਕਰਮ ਦੀ ਲੰਬਾਈ	1 ਸਰਸਾਈ	1 ਮਰਲਾ	1 ਕਨਾਲ	1 ਘੁਮਾਉ	1 ਵਿਸਵਾਸੀ	1 ਵਿਸਵਾ	1 ਬਿੱਘਾ
01	99" ਦਾ ਗੱਠਾ	-------------	---------	--------	--------	6.3232 ਵਰਗ ਮੀਟਰ	126.4643 ਵਰਗ ਮੀਟਰ	2529.2853 ਵਰਗ ਮੀਟਰ
02	66" ਦੀ ਕਰਮ	2.8103 ਵਰਗ ਮੀਟਰ	25.29285 ਵਰਗ ਮੀਟਰ	505.8571 ਵਰਗ ਮੀਟਰ	4046.8564 ਵਰਗ ਮੀਟਰ	----------	---------	----------
03	60" ਦੀ ਕਰਮ	2.322576 ਵਰਗ ਮੀਟਰ	20.90318 ਵਰਗ ਮੀਟਰ	418.0637 ਵਰਗ ਮੀਟਰ	3344.5094 ਵਰਗ ਮੀਟਰ	2.3226 ਵਰਗ ਮੀਟਰ	46.4515 ਵਰਗ ਮੀਟਰ	929.0304 ਵਰਗ ਮੀਟਰ
04	57.5" ਦੀ ਕਰਮ	2.13306025 ਵਰਗ ਮੀਟਰ	19.19754 ਵਰਗ ਮੀਟਰ	383.9508 ਵਰਗ ਮੀਟਰ	3107.16068 ਵਰਗ ਮੀਟਰ	---------	--------	--------------
05	57.157" ਦੀ ਕਰਮ	-------------	-----------	-----------	----------	2.10769 ਵਰਗ ਮੀਟਰ	42.1538 ਵਰਗ ਮੀਟਰ	843.0751 ਵਰਗ ਮੀਟਰ
06	54" ਦੀ ਕਰਮ	1.881287 ਵਰਗ ਮੀਟਰ	16.93158 ਵਰਗ ਮੀਟਰ	338.63158 ਵਰਗ ਮੀਟਰ	2709.0526 ਵਰਗ ਮੀਟਰ	---------	----------	----------

ਵੱਖ-ਵੱਖ ਇੰਚਾਂ ਦੀਆਂ ਕਰਮਾਂ ਦੀ ਲੰਬਾਈ ਦੇ ਹਿਸਾਬ ਨਾਲ ਇੱਕ ਕਰਮ 'ਚ ਕਿੰਨ੍ਹੇ ਮੀਟਰ ਹਨ:

	ਕਰਮਾ ਦਾ ਵੇਰਵਾ	ਕਿੰਨ੍ਹੇ ਮੀਟਰ ਦੀ ਲੰਬਾਈ
01	99" ਦਾ ਗੱਠਾ	2.5146 ਮੀਟਰ
02	66" ਦੀ ਕਰਮ	1.6764 ਮੀਟਰ
03	60" ਦੀ ਕਰਮ	1.524 ਮੀਟਰ
04	57.5" ਦੀ ਕਰਮ	1.4605 ਮੀਟਰ
05	57.157" ਦੀ ਕਰਮ	1.4518 ਮੀਟਰ
06	54" ਦੀ ਕਰਮ	1.3716 ਮੀਟਰ

ਵੱਖ-ਵੱਖ ਇੰਚਾਂ ਦੀਆਂ ਕਰਮਾਂ ਦੀ ਲੰਬਾਈ ਦੇ ਹਿਸਾਬ ਨਾਲ ਖੇਤਰਫਲ ਸੰਖੇਪ ਰੂਪ ਵਿੱਚ: ਖੇਤਰਫਲ ਵਰਗ ਗ਼ਜ਼ਾਂ ਵਿੱਚ:

	ਕਰਮ ਦੀ ਲੰਬਾਈ	1 ਸਰਸਾਈ	1 ਮਰਲਾ	1 ਕਨਾਲ	1 ਘੁਮਾਉ (ਏਕੜ)	1 ਵਿਸਵਾਸੀ	1 ਵਿਸਵਾ	1 ਬਿੱਘਾ
01	99" ਦਾ ਗੱਠਾ	-------------	---------	--------	--------	7.5625 ਵਰਗ ਗ਼ਜ਼	151.25 ਵਰਗ ਗ਼ਜ਼	3025 ਵਰਗ ਗ਼ਜ਼
02	66" ਦੀ ਕਰਮ	3.36 ਵਰਗ ਗ਼ਜ਼	30.25 ਵਰਗ ਗ਼ਜ਼	605 ਵਰਗ ਗ਼ਜ਼	4840 ਵਰਗ ਗ਼ਜ਼	-------------	-------------	------------
03	60" ਦੀ ਕਰਮ	2.7777 ਵਰਗ ਗ਼ਜ਼	25 ਵਰਗ ਗ਼ਜ਼	500 ਵਰਗ ਗ਼ਜ਼	4000 ਵਰਗ ਗ਼ਜ਼	2.7777 ਵਰਗ ਗ਼ਜ਼	55.5555 ਵਰਗ ਗ਼ਜ਼	1111.1111 ਵਰਗ ਗ਼ਜ਼
04	57.5" ਦੀ ਕਰਮ	2.55139 ਵਰਗ ਗ਼ਜ਼	22.9625 ਵਰਗ ਗ਼ਜ਼	459.25 ਵਰਗ ਗ਼ਜ਼	3674 ਵਰਗ ਗ਼ਜ਼	---------	--------	--------------
05	57.157" ਦੀ ਕਰਮ	-------------	---------------	-------------	--------------	2.520825 ਵਰਗ ਗ਼ਜ਼	50.4165 ਵਰਗ ਗ਼ਜ਼	1008.33 ਵਰਗ ਗ਼ਜ਼
06	54" ਦੀ ਕਰਮ	2.25 ਵਰਗ ਗ਼ਜ਼	20.25 ਵਰਗ ਗ਼ਜ਼	405 ਵਰਗ ਗ਼ਜ਼	3240 ਵਰਗ ਗ਼ਜ਼	---------	----------	-----------

ਵੱਖ-ਵੱਖ ਇੰਚਾਂ ਦੀਆਂ ਕਰਮਾਂ ਦੀ ਲੰਬਾਈ ਦੇ ਹਿਸਾਬ ਨਾਲ ਖੇਤਰਫਲ ਸੰਖੇਪ ਰੂਪ ਵਿੱਚ: ਖੇਤਰਫਲ ਵਰਗ ਫੁੱਟਾਂ ਵਿੱਚ:

	ਕਰਮ ਦੀ ਲੰਬਾਈ	1 ਸਰਸਾਈ	1 ਮਰਲਾ	1 ਕਨਾਲ	1 ਘੁਮਾਉ (ਏਕੜ)	1 ਵਿਸਵਾਸੀ	1 ਵਿਸਵਾ	1 ਬਿੱਘਾ
01	99" ਦਾ ਗੱਠਾ	-------------	---------	--------	--------	68.0625 ਵਰਗ ਫੁੱਟ	1,361.25 ਵਰਗ ਫੁੱਟ	27,225 ਵਰਗ ਫੁੱਟ
02	66" ਦੀ ਕਰਮ	30.25 ਵਰਗ ਫੁੱਟ	272.25 ਵਰਗ ਫੁੱਟ	5445 ਵਰਗ ਫੁੱਟ	43560 ਵਰਗ ਫੁੱਟ	------------	------------	------------
03	60" ਦੀ ਕਰਮ	25 ਵਰਗ ਫੁੱਟ	225 ਵਰਗ ਫੁੱਟ	4500 ਵਰਗ ਫੁੱਟ	36,000 ਵਰਗ ਫੁੱਟ	25 ਵਰਗ ਫੁੱਟ	500 ਵਰਗ ਫੁੱਟ	10,000 ਵਰਗ ਫੁੱਟ
04	57.5" ਦੀ ਕਰਮ	22.9625 ਵਰਗ ਫੁੱਟ	206.6625 ਵਰਗ ਫੁੱਟ	4,133.25 ਵਰਗ ਫੁੱਟ	33,066 ਵਰਗ ਫੁੱਟ	---------	--------	--------------
05	57.157" ਦੀ ਕਰਮ	-------------	---------------	-------------	--------------	22.687425 ਵਰਗ ਫੁੱਟ	453.7485 ਵਰਗ ਫੁੱਟ	9,074.97 ਵਰਗ ਫੁੱਟ
06	54" ਦੀ ਕਰਮ	20.25 ਵਰਗ ਫੁੱਟ	182.25 ਵਰਗ ਫੁੱਟ	3,645 ਵਰਗ ਫੁੱਟ	29,160 ਵਰਗ ਫੁੱਟ	---------	----------	----------

L. ਵੱਖ-ਵੱਖ ਅਕਾਰ ਦੇ ਪਲਾਟਾਂ ਦਾ ਰਕਬਾ ਕੱਢਣ ਦੇ ਫਾਰਮੂਲੇ ਅਤੇ ਢੰਗ:

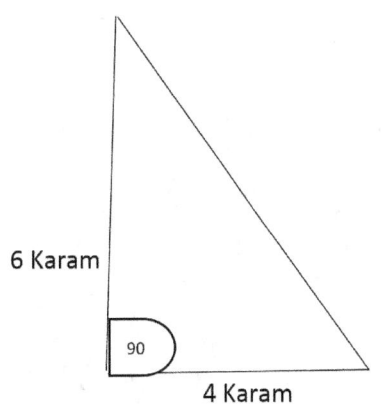

ਤਿਕੋਣ ਖੇਤ ਦਾ ਰਕਬਾ ਕੱਢਣਾਂ:
ਸੱਭ ਤੋਂ ਪਹਿਲਾਂ ਕਰਮਾਂ ਤੋਂ ਫੁੱਟ ਬਣਾਏ ਜਾਣ:
6 ਕਰਮ X 66 ਇੰਚ = 396 ਇੰਚ ÷ 12 ਇੰਚ = **33** ਫੁੱਟ

4 ਕਰਮ X 66 ਇੰਚ = 264 ਇੰਚ ÷ 12 ਇੰਚ = **22** ਫੁੱਟ

ਖੇਤਰਫਲ ਕੱਢਣ ਦਾ ਫਾਰਮੂਲਾ: ਤਿਕੋਨ ਦਾ ਰਕਬਾ ਕੱਢਣ ਦਾ ਬਹੁਤ ਸੌਖਾ ਤਰੀਕਾ ਜੋ ਹਰ ਕਿਸੇ ਨੂੰ ਸਮਝ ਆ ਸਕਦਾ ਹੈ ਉਹ ਇਹ ਹੈ ਕਿ ਤਿਕੋਣ ਦੀ ਥੱਲੇ ਵਾਲੀ ਬਾਹੀ ਦੀ ਲੰਬਾਈ ਨੂੰ 90° ਵਾਲੀ ਬਾਹੀ ਦੀ ਲੰਬਾਈ ਨਾਲ ਗੁਣਾ ਕਰਕੇ ਉਸ ਨੂੰ ਤੇ ਤਕਸੀਮ ਕਰ ਦਿਉ ਇਹ ਤੁਹਾਡਾ ਤਿਕੋਣ ਦਾ ਖੇਤਰ ਫਲ ਆ ਜਾਵੇ ਗਾ।

22 ਫੁੱਟ X 33 ਫੁੱਟ = 726 ਸਕੇਅਰ ਫੁੱਟ = 726 ÷ 272 = **2 ਮਰਲੇ 7 ਸ਼ਰਸਾਈ**

ਹੁਣ ਇਸ ਦਾ ਦੂਜੇ ਫਾਰਮੂਲੇ ਦੁਆਰਾ ਖੇਤਰਫਲ ਕੱਢਣਾਂ:

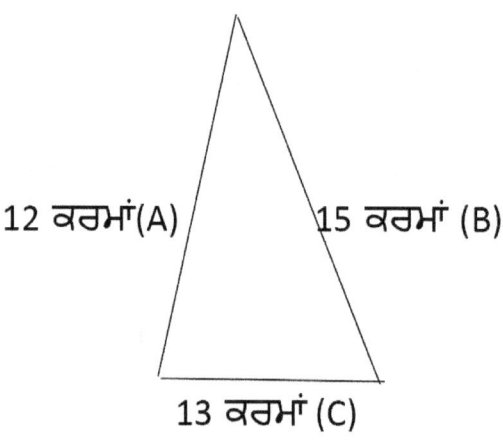

ਜੇ ਕਰ ਸਾਨੂੰ ਤਿਕੌਣ ਦੀਆਂ ਤਿੰਨੇ ਬਾਹੀਆਂ ਦੀ ਲੰਬਾਈ ਦਾ ਪਤਾ ਹੋਵੇ ਤਾਂ ਇਹ ਫਾਰਮੂਲੇ ਦੀ ਵਰਤੋਂ ਕੀਤੀ ਜਾਂਦੀ ਹੈ:

$S = \underline{a+b+c}$ (ਤਿੰਨੇ ਬਾਹੀਆਂ ਦਾ ਜੋੜ ÷ 2 = S)

ਖੇਤਰਫਲ = $\sqrt{s(s-a)(s-b)(s-c)}$

ਤਿੰਨੇ ਬਾਹੀਆਂ ਦੇ ਜੋੜ ਦਾ ਅੱਧ = 12 + 15+ 13 = 40 ÷ 2 = 20

$= \sqrt{20(20-12)(20-15)(20-13)}$

$= \sqrt{20(8)(5)(7)}$

$= \sqrt{5600}$ **= 74.83 ਵਰਗ ਕਰਮ**

ਹੁੱਣ ਇਸ ਤਿਕੋਣ ਦਾ ਰਬਕਾ ਚੈਕ ਕਰਨ ਦਾ ਤਰੀਕਾ:

ਉੱਪਰ ਵਾਲੀ ਤਿਕੋਣ ਦਾ ਜੋ ਰਕਬਾ ਕੱਢਿਆ ਹੈ ਉਸ ਨੂੰ ਚੈਕ ਕਰਨ ਵਾਸਤੇ ਕਿ ਇਹ ਸਹੀ ਹੈ ਕਿ ਨਹੀਂ ਤਾਂ ਇਹ ਫਾਰਮੂਲੇ ਦੁਆਰਾ ਚੈਕ ਕਰ ਸਕਦੇ ਹੋ:

ਇਸ ਤੋਂ ਪਹਿਲਾਂ ਲੰਬ ਕੱਢਣ ਦਾ ਤਰੀਕਾ ਇਸ ਪ੍ਰਕਾਰ ਹੈ: $\frac{\text{ਖੇਤਰਫਲ X 2}}{\text{ਅਧਾਰ}} = \frac{74.83 \text{ X } 2}{13}$ = 149.66 ÷ 13 = 11.51

ਖੇਤਰਫਲ = $\frac{\text{ਅਧਾਰ X ਲੰਬ}}{2} = \frac{13 \text{ X } 11.5}{2}$ = 149.5 ÷ 2 = **74.83 ਵਰਗ ਕਰਮ**

ਇਸ ਤੋ ਪਤਾ ਲਗਦਾ ਹੈ ਕਿ ਆਪਣਾ ਜਵਾਬ ਠੀਕ ਹੈ।

ਵਰਗਾਕਾਰ ਜਾਂ ਆਇਤਾਕਾਰ ਖੇਤਰਾਂ ਦਾ ਰਕਬਾ ਕੱਢਣ ਤੋਂ ਪਹਿਲਾਂ ਕਨਾਲ ਤੇ ਮਰਲਿਆਂ ਬਾਰੇ ਮੁੱਢਲੀ ਜਾਣਕਾਰੀ ਲੈ ਲਈਏ:

1 ਵਰਗ ਕਰਮ	1 ਸਰਸਾਈ	20 ਮਰਲੇ	1 ਕਨਾਲ
9 ਸਰਸਾਈ	1 ਮਰਲਾ	8 ਕਨਾਲਾਂ	1 ਏਕੜ

ਸਰਸਾਈ: ਅਗਰ ਕੋਈ ਜਗ੍ਹਾ ਇੱਕ ਲੰਬੀ ਅਤੇ ਇੱਕ ਕਰਮ ਚੌੜੀ ਹੈ ਤਾਂ ਉਹ ਇੱਕ ਸਰਸਾਈ ਬਣਦੀ ਹੈ। ਇਹ ਪੈਮਾਇਸ਼ ਦੀ ਸੱਭ ਤੋਂ ਮੁੱਢਲੀ ਇਕਾਈ ਹੈ।

ਉਦਾਹਰਣ ਦੇ ਤੌਰ ਤੇ:

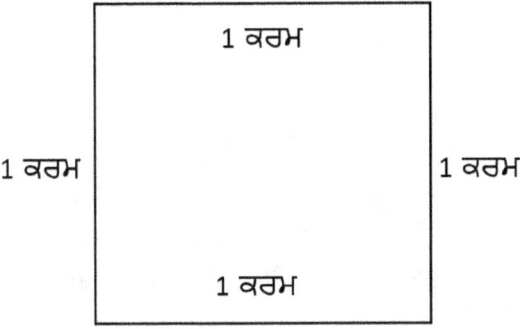

ਜਿਵੇਂ ਉਪਰਲੀ ਵਰਗਾਕਾਰ ਅਕਾਰ ਦੀਆਂ ਚਾਰੇ ਬਾਹੀਆਂ ਇੱਕੋ ਜਿਹੀਆਂ ਜਾਣੀ ਕਿ 1 ਕਰਮ ਦੀਆਂ ਹਨ। ਇਸ ਦਾ ਰਕਬਾ ਇੱਕ ਸਰਸਾਈ ਹੋ ਜਾਵੇਗਾ।

ਉਦਾਹਰਣ ਨੰਬਰ -2:

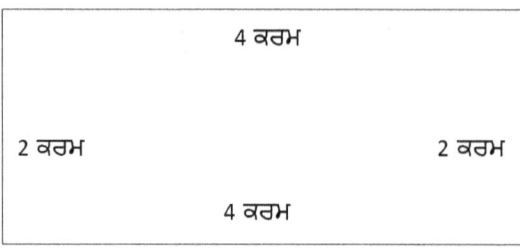

ਉੱਪਰ ਵਾਲੀ ਆਇਤਾਕਾਰ ਅਕਾਰ ਦੀਆਂ ਦੋ ਬਾਹੀਆਂ 4 – 4 ਕਰਮ ਦੀਆਂ ਅਤੇ ਦੋ ਬਾਹੀਆਂ 2-2 ਕਰਮ ਦੀਆਂ ਹਨ ਤੇ ਇਸ ਦਾ ਰਕਬਾ ਇਸ ਪ੍ਰਕਾਰ ਹੋਵੇਗਾ।

    4 ਕਰਮ X 2 ਕਰਮ = **8 ਵਰਗ ਕਰਮ**
    8 ਵਰਗ ਕਰਮ = **8 ਸਰਸਾਈ**

ਮਰਲਾ:
ਇੱਕ ਮਰਲਾ 9 ਵਰਗ ਕਰਮ ਜਾਂ 9 ਸਰਸਾਈ ਦੇ ਬਰਾਬਰ ਹੁੰਦਾ ਹੈ।

ਉਦਾਹਰਣ ਦੇ ਤੌਰ ਤੇ:

ਉੱਪਰ ਵਰਗਾਕਾਰ ਅਕਾਰ ਦੀ ਜਗ੍ਹਾ 3 ਕਰਮ ਚੌੜੀ ਤੇ 3 ਕਰਮ ਲੰਬੀ ਹੈ ਅਤੇ ਚਾਰੇ ਬਾਹੀਆਂ ਇੱਕੋ ਜਿਹੀਆਂ ਹਨ। ਇਹ ਜਗ੍ਹਾ ਦਾ ਖੇਤਰਫਲ (ਰਕਬਾ) ਇਸ ਪ੍ਰਕਾਰ ਹੈ:

    3 ਕਰਮ X 3 ਕਰਮ = **9 ਵਰਗ ਕਰਮ**
    9 ਵਰਗ ਕਰਮ = **9 ਸਰਸਾਈ**
    9 ਸਰਸਾਈ = **1 ਮਰਲਾ**

ਉਦਾਹਰਣ ਨੰਬਰ -2:

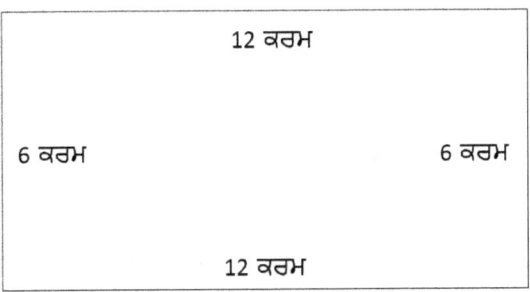

ਉੱਪਰ ਵਾਲੀ ਆਇਤਾਕਾਰ ਅਕਾਰ ਦੀਆਂ ਦੋ ਬਾਹੀਆਂ 12 – 12 ਕਰਮ ਦੀਆਂ ਅਤੇ ਦੋ ਬਾਹੀਆਂ 6-6 ਕਰਮ ਦੀਆਂ ਹਨ ਤੇ ਇਸ ਦਾ ਰਕਬਾ ਇਸ ਪ੍ਰਕਾਰ ਹੋਵੇਗਾ: 12 ਕਰਮ X 6 ਕਰਮ = **72 ਵਰਗ ਕਰਮ**

72 ਵਰਗ ਕਰਮ = 72 ਸਰਸਾਈ
72 ਸਰਸਾਈ = **8 ਮਰਲੇ**

ਕਨਾਲ:

ਇੱਕ ਕਨਾਲ **20 ਮਰਲਿਆਂ** ਦੇ ਬਰਾਬਰ ਹੁੰਦੀ ਹੈ।
20 ਮਰਲੇ = 1 ਕਨਾਲ

ਉਦਾਹਰਣ ਦੇ ਤੌਰ ਤੇ:

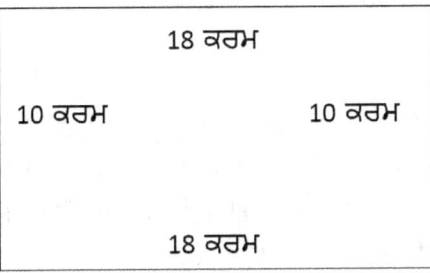

ਉੱਪਰ ਵਾਲੀ ਆਇਤਾਕਾਰ ਅਕਾਰ ਦੀਆਂ ਦੋ ਬਾਹੀਆਂ 18 – 18 ਕਰਮ ਦੀਆਂ ਅਤੇ ਦੋ ਬਾਹੀਆਂ 10-10 ਕਰਮ ਦੀਆਂ ਹਨ ਤੇ ਇਸ ਦਾ ਰਕਬਾ ਇਸ ਪ੍ਰਕਾਰ ਹੋਵੇਗਾ: 18 ਕਰਮ X 10 ਕਰਮ = **180 ਵਰਗ ਕਰਮ**

9 ਵਰਗ ਕਰਮ = 1 ਮਰਲਾ
180 ਵਰਗ ਕਰਮ = 180 ÷ 9 = **20 ਮਰਲੇ**
20 ਮਰਲੇ = **1 ਕਨਾਲ**

ਏਕੜ:
1 ਏਕੜ ਵਿੱਚ 8 ਕਨਾਲਾਂ ਹੁੰਦੀਆਂ ਹਨ ਅਤੇ 160 ਮਰਲੇ ਹੁੰਦੇ ਹਨ।

ਉਦਾਹਰਣ ਦੇ ਤੌਰ ਤੇ:

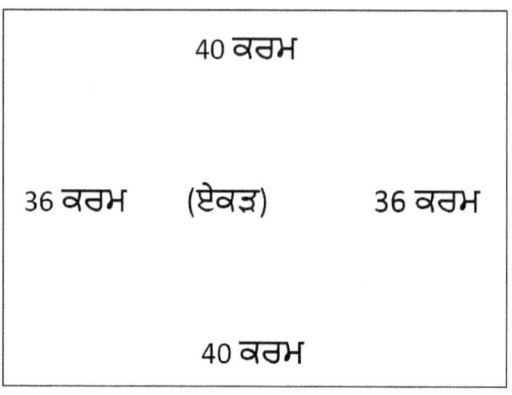

1440÷ 9 = **160 ਮਰਲੇ**
160 ÷ 20 = **8 ਕਨਾਲਾਂ**

ਖੇਤਰਫਲ = 40 ਕਰਮ X 36 ਕਰਮ = 1440 ਵਰਗ ਕਰਮ, (9 ਵਰਗ ਕਰਮ = 1 ਮਰਲਾ)

ਮੁਸਤਤੀਲ:
ਆਮ ਭਾਸ਼ਾ ਵਿੱਚ ਇਸ ਨੂੰ ਮੁਰੱਬਾ ਵੀ ਕਿਹਾ ਜਾਂਦਾ ਹੈ, ਪਰ ਇਹ ਠੀਕ ਨਹੀਂ ਮੁਸਤਤੀਲ ਦੀਆਂ ਦੋ ਬਾਹੀਆ 200 -200 ਕਰਮ ਦੀਆਂ ਅਤੇ ਦੋ ਬਾਹੀਆਂ 180 -180 ਕਰਮ ਦੀਆਂ ਹੁੰਦੀਆਂ ਹਨ। ਅਤੇ ਇਹ ਵਰਗਾਕਾਰ ਨਹੀਂ ਹੁੰਦੀ ਸਗੋਂ ਆਇਤਾਕਾਰ ਹੁੰਦੀ ਹੈ। ਜਾਣੀ ਕਿ 200 ਕਰਮ X 180 ਕਰਮ ਦੀ ਹੁੰਦੀ ਹੈ। ਜਦੋਂ ਕਿ ਮੁਰੱਬਾ ਦੀਆਂ ਚਾਰੇ ਬਾਹੀਆਂ ਇੱਕੋ ਜਿਹੀਆਂ ਹੁੰਦੀਆਂ ਹਨ। ਪੰਜਾਬ ਵਿੱਚ ਕਈ ਥਾਈਂ ਮੁਰੱਬੇਬੰਦੀ ਦੀ ਥਾਂ ਤੇ ਮੁਸਤਤੀਲ ਬੰਦੀ ਹੋਈ ਹੈ। ਮਾਲਵੇ ਖੇਤਰ ਵਿੱਚ ਆਮਤੌਰ ਤੇ ਮੁਸਤਤੀਲ ਬੰਦੀ ਹੀ ਹੋਈ ਹੈ।

ਉਦਾਹਰਣ ਦੇ ਤੌਰ ਤੇ ਥੱਲੇ ਇੱਕ ਮੁਸਤਤੀਲ ਦਾ ਨਕਸ਼ਾ ਦਿੱਤਾ ਜਾਂਦਾ ਹੈ ਤਾਂਕਿ ਚੰਗੀ ਤਰ੍ਹਾਂਸੱਮਝ ਆ ਸਕੇ:

A	--------- 200 ਕਰਮ ---------			B

ਖੱਸਰਾ ਨੰ: 1	ਖੱਸਰਾ ਨੰ: 2	ਖੱਸਰਾ ਨੰ: 3	ਖੱਸਰਾ ਨੰ: 4	ਖੱਸਰਾ ਨੰ: 5
ਖੱਸਰਾ ਨੰ: 6	ਖੱਸਰਾ ਨੰ: 7	ਖੱਸਰਾ ਨੰ: 8	ਖੱਸਰਾ ਨੰ: 9	ਖੱਸਰਾ ਨੰ: 10
ਖੱਸਰਾ ਨੰ: 11	ਖੱਸਰਾ ਨੰ: 12	ਖੱਸਰਾ ਨੰ: 13	ਖੱਸਰਾ ਨੰ: 14	ਖੱਸਰਾ ਨੰ: 15
ਖੱਸਰਾ ਨੰ: 16	ਖੱਸਰਾ ਨੰ: 17	ਖੱਸਰਾ ਨੰ: 18	ਖੱਸਰਾ ਨੰ: 19	ਖੱਸਰਾ ਨੰ: 20
ਖੱਸਰਾ ਨੰ: 21	ਖੱਸਰਾ ਨੰ: 22	ਖੱਸਰਾ ਨੰ: 23	ਖੱਸਰਾ ਨੰ: 24	ਖੱਸਰਾ ਨੰ: 25

(ਖੱਬੇ ਪਾਸੇ: 180 ਕਰਮ, ਸੱਜੇ ਪਾਸੇ: 180 ਕਰਮ)

C --------- 200 ਕਰਮ --------- D

A ਤੋਂ B ਤੱਕ = 200 ਕਰਮ ਅਤੇ C ਤੋਂ D ਤੱਕ = 200 ਕਰਮ
A ਤੋਂ C ਤੱਕ = 180 ਕਰਮ ਅਤੇ B ਤੋਂ D ਤੱਕ = 180 ਕਰਮ

ਇਸ ਮੁਸਤਤੀਲ ਨੂੰ ਇੱਕ ਨੰਬਰ ਦਿੱਤਾ ਜਾਂਦਾ ਹੈ ਜਿਸ ਨੂੰ ਮੁਸਤਤੀਲ ਨੰਬਰ ਕਹਿੰਦੇ ਹਨ ਅਤੇ ਇਹ ਲਾਲ ਸ਼ਿਆਹੀ ਨਾਲ ਲਿਖਿਆ ਹੁੰਦਾ ਹੈ। ਇਸ ਵਿੱਚ 25 ਕਿੱਲੇ ਹੁੰਦੇ ਹਨ ਜਿਸ ਨੂੰ ਖਸਰਾ ਨੰਬਰ ਕਹਿੰਦੇ ਹਨ।

36 ਕਰਮ X 40 ਕਰਮ ਵਾਲੇ ਕਿੱਲਿਆਂ ਦੀਆਂ ਦਿਸ਼ਾਵਾਂ ਦਾ ਵੇਰਵਾ:
ਉੱਤਰ ਤੋਂ ਦੱਖਣ ਵੱਲ ਨੂੰ 36 ਕਰਮਾਂ ਹੁੰਦੀਆਂ ਹਨ ਅਤੇ
ਪੂਰਬ ਤੋਂ ਪੱਛਮ ਵੱਲ ਨੂੰ 40 ਕਰਮਾਂ ਹੁੰਦੀਆਂ ਹਨ।

ਬਿੱਘੇ ਵਿਸਵਿਆਂ ਸਬੰਧੀ ਜਾਣਕਾਰੀ:

1 ਵਰਗ ਕਰਮ	1 ਵਿਸਵਾਸੀ	4 ਬਿੱਘੇ 16 ਵਿਸਵੇ	1 ਏਕੜ 8 ਕਨਾਲ
20 ਵਿਸਵਾਸੀਆਂ	1 ਵਿਸਵਾ	6 ਬਿੱਘੇ 5 ਵਿਸਵੇ	1 ਵੱਡਾ ਕਿੱਲਾ
20 ਵਿਸਵੇ	1 ਬਿੱਘਾ	1 ਏਕੜ	1.6 ਪੱਕਾ ਬਿੱਘਾ

ਵਿਸਵਾਸੀ:

ਪੰਜਾਬ ਵਿੱਚ ਕਈ ਥਾਈਂ ਬਿੱਘੇ, ਵਿਸਵਾਸੀਆਂ ਵਿੱਚ ਜ਼ਮੀਨ ਦੀ ਮਿਣਤੀ ਹੁੰਦੀ ਹੈ। ਇਸ ਵਿੱਚ ਮੁੱਢਲੀ ਇਕਾਈ ਨੂੰ ਵਿਸਵਾਸੀ ਕਿਹਾ ਜਾਂਦਾ ਹੈ।

25

ਉਦਾਹਰਣ ਦੇ ਤੌਰ ਤੇ:

ਰਕਬਾ = 1 ਕਰਮ X 1 ਕਰਮ = 1 ਵਰਗ ਕਰਮ

1 ਵਰਗ ਕਰਮ = **1** ਵਿਸਵਾਸੀ

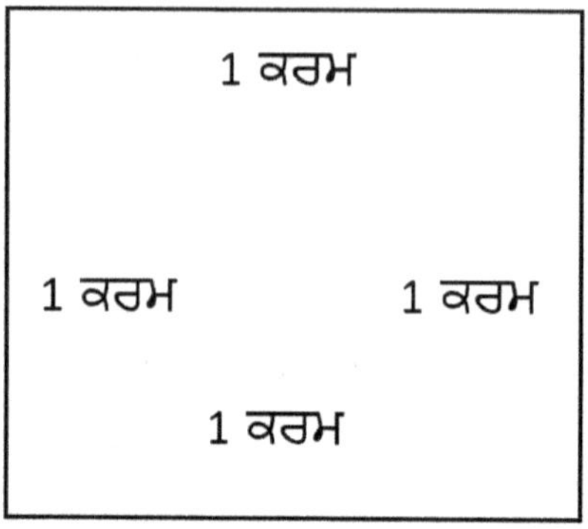

```
                    1 ਕਰਮ


   1 ਕਰਮ                          1 ਕਰਮ


                    1 ਕਰਮ
```

ਵਿਸਵਾ:

1 ਵਿਸਵੇ ਵਿੱਚ 20 ਵਰਗ ਕਰਮ ਜਾਂ 20 ਵਿਸਵਾਸੀਆਂ ਹੁਦੀਆਂ ਹਨ।

ਉਦਾਹਰਣ ਦੇ ਤੌਰ ਤੇ:

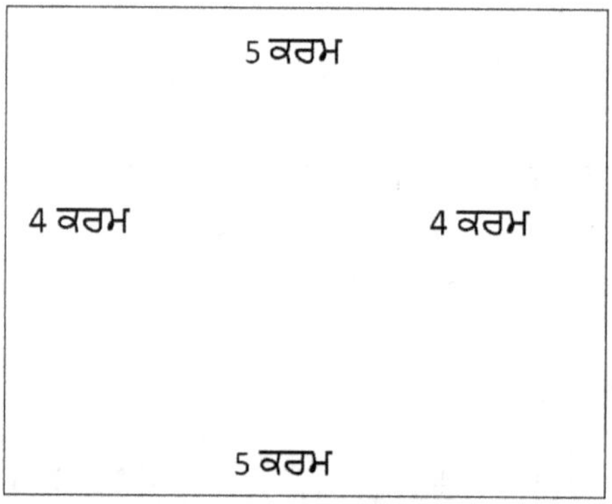

```
                    5 ਕਰਮ


   4 ਕਰਮ                          4 ਕਰਮ


                    5 ਕਰਮ
```

ਰਕਬਾ = 5 ਕਰਮ X 4 ਕਰਮ = 20 ਵਰਗ ਕਰਮ

20 ਵਰਗ ਕਰਮ = 20 ਵਿਸਵਾਸੀਆਂ

20 ਵਿਸਵਾਸੀਆਂ = 1 ਵਿਸਵਾ

ਬਿੱਘਾ:

1 ਬਿੱਘੇ ਵਿੱਚ 20 ਵਿਸਵਾਸੀਆਂ ਹੁੰਦੀਆਂ ਹਨ।

ਉਦਾਹਰਣ ਦੇ ਤੌਰ ਤੇ:

ਰਕਬਾ = 20 ਕਰਮ X 20 ਕਰਮ = 400 ਵਰਗ ਕਰਮ

20 ਵਰਗ ਕਰਮ = 20 ਵਿਸਵਾਸੀਆਂ

20 ਵਿਸਵਾਸੀਆਂ = 1 ਵਿਸਵਾ

400 ਵਿਸਵਾਸੀਆਂ = 400 ÷ 20 = 20 ਵਿਸਵੇ = 1 ਬਿੱਘਾ

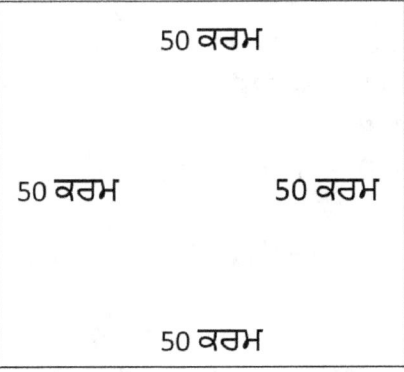

ਵੱਡਾ ਕਿੱਲ੍ਹਾ:

1 ਵੱਡੇ ਕਿੱਲੇ ਵਿੱਚ 6 ਬਿੱਘੇ 5 ਵਿਸਵਾਸੀਆਂ ਹੁੰਦੀਆਂ ਹਨ।

ਇਸ ਵੱਡੇ ਕਿੱਲੇ ਦੀਆਂ ਚਾਰੇ ਬਾਹੀਆਂ ਇੱਕੋ ਜਿਹੀਆਂ ਹੁੰਦੀਆਂ ਹਨ ਭਾਵ 50–50 ਕਰਮ ਦੀਆਂ ਚਾਰੇ ਬਾਹੀਆਂ।

ਉਦਾਹਰਣ ਦੇ ਤੌਰ ਤੇ:

ਰਕਬਾ = 50 ਕਰਮ X 50 ਕਰਮ = 2500 ਵਰਗ ਕਰਮ
2500 ਵਰਗ ਕਰਮ = 2500 ਵਿਸਵਾਸੀਆਂ
2500 ÷ 20 = 125 ਵਿਸਵੇ
20 ਵਿਸਵੇ = 1 ਬਿੱਘਾ
125 ਵਿਸਵੇ = 125 ÷ 20 = **6** ਬਿੱਘੇ, **5** ਵਿਸਵੇ
6 ਬਿੱਘੇ, 5 ਵਿਸਵੇ = 1 ਵੱਡਾ ਕਿੱਲ੍ਹਾ

ਪੱਕੇ ਬਿੱਘੇ:
ਪੰਜਾਬ ਵਿੱਚ ਕਈ ਇਲਾਕਿਆਂ ਵਿੱਚ ਜ਼ਮੀਨ ਦੀ ਪੈਮਾਇਸ਼ ਉੱਥੋਂ ਦੇ ਸਥਾਨਕ ਪੈਮਾਨੇ ਅਨੁਸਾਰ **99”** ਦੀ ਕਰਮ ਨਾਲ ਤਿਆਰ ਕੀਤੀ ਜ਼ਰੀਬ ਨਾਲ ਹੀ ਹੁੰਦੀ ਹੈ।

ਇੱਥੇ ਖੇਤਾਂ ਦਾ ਅਕਾਰ **40 X 20** ਕਰਮ ਦਾ ਹੁੰਦਾ ਹੈ। ਇਸ ਅਨੁਸਾਰ ਬਣਾਏ ਗਏ ਖੇਤ ਦਾ ਰਕਬਾ **2** ਬਿੱਘੇ ਪੱਕੇ ਦੇ ਹਿਸਾਬ ਨਾਲ ਹੁੰਦਾ ਹੈ।

ਉਦਾਹਰਣ ਦੇ ਤੌਰ ਤੇ:

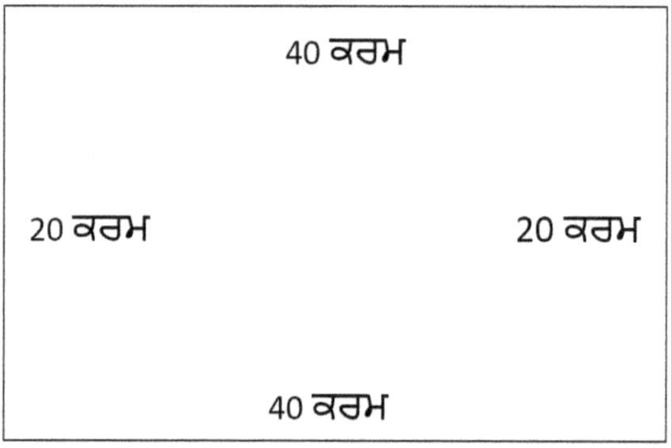

ਰਕਬਾ **=** 40 ਕਰਮ X 20 ਕਰਮ = 800 ਵਰਗ ਕਰਮ
800 ਵਰਗ ਕਰਮ = 800 ਵਿਸਵਾਸੀਆਂ
20 ਵਿਸਵਾਸੀਆਂ = 1 ਵਿਸਵਾ
800 ਵਿਸਵਾਸੀਆਂ = 800 ÷ 20 = 40 ਵਿਸਵੇ
20 ਵਿਸਵੇ = 1 ਬਿੱਘਾ
40 ਵਿਸਵੇ = 40 ÷ 20 = **2 ਬਿੱਘੇ ਪੱਕੇ**

ਪੱਕਾ **1** ਬਿੱਘਾ ਕੱਚੇ 3 ਬਿੱਘਿਆਂ ਦੇ ਬਰਾਬਰ ਹੁੰਦਾ ਹੈ। ਪੱਕੇ ਬਿੱਘਿਆਂ ਵਿੱਚ **99”** ਪ੍ਰਤੀ ਕਰਮ ਅਤੇ ਕੱਚੇ ਬਿੱਘਿਆਂ ਵਿੱਚ **57.157”** ਪ੍ਰਤੀ ਕਰਮ ਵਾਲੀ ਜ਼ਰੀਬ ਮਿਣਤੀ ਵੇਲੇ ਵਰਤੀ ਜਾਂਦੀ ਹੈ।

ਹੈਕਟੇਅਰ ਬਾਰੇ ਜਾਣਕਾਰੀ:

ਇਹ ਮਿਣਤੀ ਦਾ ਪੈਮਾਨਾ ਪੰਜਾਬ ਵਿੱਚ **1971** ਵਿੱਚ ਲਾਗੂ ਕੀਤਾ ਗਿਆ ਅਤੇ ਸਾਰੀ ਜ਼ਮੀਨ ਦੀ ਪੈਮਾਇਸ਼ ਵਰਗ ਮੀਟਰਾਂ ਵਿੱਚ ਕਰਨ ਦਾ ਟੀਚਾ ਮਿੱਥਿਆ ਗਿਆ।

1 ਮੀਟਰ X 1 ਮੀਟਰ	1 ਸੈਟੇਅਰ
1 ਵਰਗ ਮੀਟਰ	1 ਸੈਟੇਅਰ
100 ਸੈਟੇਅਰ	1 ਆਰੇ
100 ਆਰੇ	1 ਹੈਕਟੇਅਰ

ਸੈਟੇਅਰ:

ਹੈਕਟੇਅਰ ਦੀ ਮਿਣਤੀ ਵਿੱਚ ਮੁੱਢਲੀ ਇਕਾਈ ਨੂੰ ਸੈਟੇਅਰ ਕਿਹਾ ਜਾਂਦਾ ਹੈ। **1** ਵਰਗ ਮੀਟਰ ਨੂੰ ਵੀ **1** ਸੈਟੇਅਰ ਕਿਹਾ ਜਾਂਦਾ ਹੈ।

ਉਦਾਹਰਣ ਦੇ ਤੌਰ ਤੇ:

ਰਕਬਾ **=** 1 ਮੀਟਰ X 1 ਮੀਟਰ = 1 ਵਰਗ ਮੀਟਰ
1 ਵਰਗ ਮੀਟਰ = **1** ਸੈਟੇਅਰ

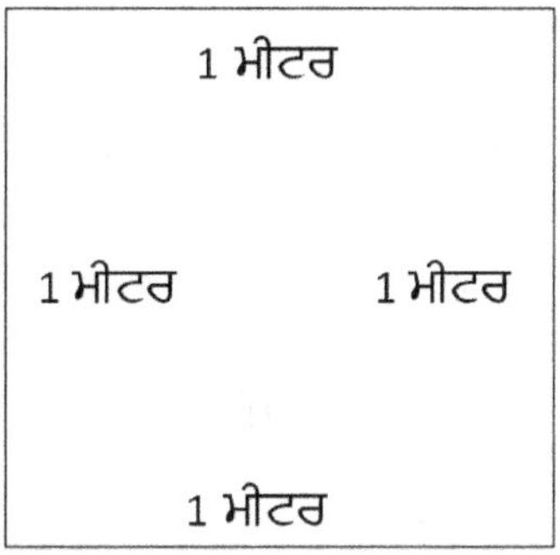

ਆਰੇ:

100 ਵਰਗ ਮੀਟਰ ਜਾਂ 100 ਸੈਟੇਅਰ ਨੂੰ ਆਰੇ ਕਿਹਾ ਜਾਂਦਾ ਹੈ।

ਉਦਾਹਰਣ ਦੇ ਤੌਰ ਤੇ:

ਰਕਬਾ **=** 10 ਮੀਟਰ X 10 ਮੀਟਰ = 100 ਵਰਗ ਮੀਟਰ
100 ਵਰਗ ਮੀਟਰ = 100 ਸੈਟੇਅਰ
100 ਸੈਟੇਅਰ = **1** ਆਰੇ

```
┌─────────────────────────────┐
│          10 ਮੀਟਰ            │
│                             │
│  10 ਮੀਟਰ        10 ਮੀਟਰ     │
│                             │
│          10 ਮੀਟਰ            │
└─────────────────────────────┘
```

ਹੈਕਟੇਅਰ:

1 ਹੈਕਟੇਅਰ ਵਿੱਚ 10,000 ਵਰਗ ਮੀਟਰ ਜਾਂ 100 ਆਰਿਆਂ ਦੇ ਬਰਾਬਰ ਹੁੰਦਾ ਹੈ।

ਉਦਾਹਰਨ ਦੇ ਤੌਰ ਤੇ:

```
┌─────────────────────────────┐
│          100 ਮੀਟਰ           │
│                             │
│  100 ਮੀਟਰ      100 ਮੀਟਰ     │
│                             │
│          100 ਮੀਟਰ           │
└─────────────────────────────┘
```

ਰਕਬਾ = 100 ਮੀਟਰ X 100 ਮੀਟਰ = 10,000 ਵਰਗ ਮੀਟਰ

100 ਵਰਗ ਮੀਟਰ = **1 ਆਰੇ**

10,000 ਵਰਗ ਮੀਟਰ = 10,000 ÷ 100 = 100 ਆਰੇ

100 ਆਰੇ = **1 ਹੈਕਟੇਅਰ**

ਨੋਟ: ਇਸ ਵੇਲੇ ਪੰਜਾਬ ਵਿੱਚ ਮਾਲ ਰਿਕਾਰਡ (ਜਮ੍ਹਾਂਬੰਦੀਆਂ) ਕੰਮਪਿਉਟਰਾਈਜ਼ ਕੀਤੀਆਂ ਜਾ ਰਹੀਆਂ ਹਨ। ਉਹਨਾਂ ਜਮ੍ਹਾਂਬੰਦੀਆਂ ਵਿੱਚ ਕਨਾਲਾਂ/ਮਰਲਿਆਂ/ਬਿੱਘੇ/ਵਿਸਵੇ ਦੇ ਨਾਲ-ਨਾਲ ਵਰਗ ਮੀਟਰਾਂ/ਹੈਕਟੇਅਰਾਂ ਵਿੱਚ ਵੀ ਰਕਬਾ ਦਰਜ਼ ਕੀਤਾ ਜਾਂਦਾ ਹੈ।

ਵੱਖ- ਵੱਖ ਅਕਾਰ ਦੇ ਪਲਾਟਾਂ ਦਾ ਰਕਬਾ ਕੱਢਣ ਦਾ ਢੰਗ।

ਵਰਗਾਕਾਰ ਅਤੇ ਆਇਤਾਕਾਰ ਅਕਾਰ ਦੇ ਪਲਾਟਾਂ ਦਾ ਰਕਬਾ ਕੱਢਣ ਬਾਰੇ ਪਿੱਛੇ ਵਿਚਾਰ ਕਰ ਆਏ ਹਾਂ। ਏਥੇ ਹੁਣ ਬਹੁ-ਭੁਜੀ ਅਕਾਰ ਦੇ ਪਲਾਟਾਂ ਦਾ ਰਕਬਾ ਕੱਢਣ ਬਾਰੇ ਵਿਚਾਰ ਕਰਾਂਗੇ।

ਸੰਮ ਲੰਬ ਚਤੁਰਭੁਜ ਆਕਾਰ ਦੇ ਪਲਾਟ ਦਾ ਰਕਬਾ ਕੱਢਣਾਂ:

ਇਸ ਤਰ੍ਹਾਂ ਦੇ ਪਲਾਟ ਦੀਆਂ ਬਾਹੀਆਂ ਬਰਾਬਰ ਨਹੀਂ ਹੁੰਦੀਆਂ ਅਤੇ ਨਾਂ ਹੀ ਇਸ ਦੇ ਕੋਨ ਬਰਾਬਰ ਹੁੰਦੇ ਹਨ।

ਉਦਾਹਰਣ ਦੇ ਤੌਰ ਤੇ:

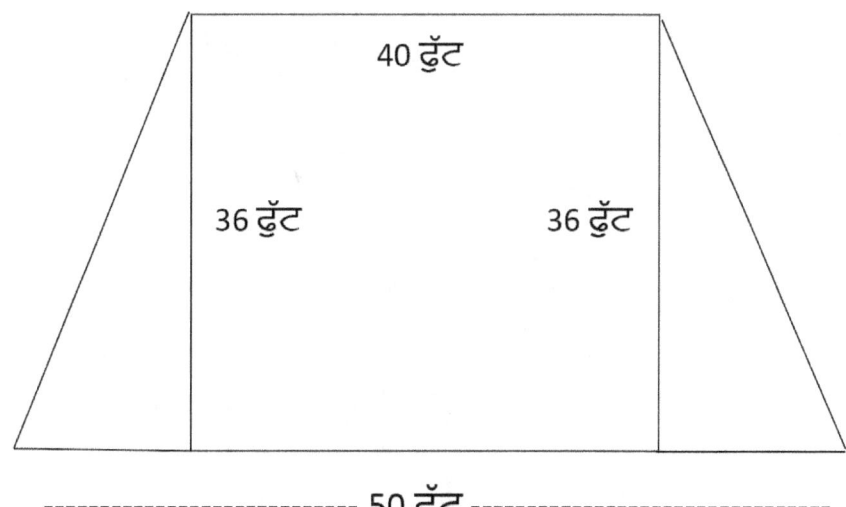

$$\text{ਰਕਬਾ} = \frac{\text{ਸਮਾਨ ਅੰਤਰ ਭੁਜਾਵਾਂ ਦਾ ਜੋੜ X ਲੰਬ}}{2}$$

$$\text{ਰਕਬਾ} = \frac{50 + 40}{2} \text{ X } 36$$

90 ÷ 2 = 45 X 36 = **1620 ਵਰਗ ਫ਼ੁੱਟ**

1620 ਵਰਗ ਫ਼ੁੱਟ ÷ 9 = **180 ਵਰਗ ਗਜ਼**

ਜੇ ਵਰਗ ਫ਼ੁੱਟ ਤੋਂ ਵਰਗ ਗਜ਼ ਬਣਾਉਣੇਂ ਹੋਣ ਤਾਂ ਉਹਨਾਂ ਨੂੰ **9** ਤੇ ਤਕਸੀਮ ਕਰਕੇ ਵਰਗ ਗਜ਼ ਆ ਜਾਂਦੇ ਹਨ।

ਕਿਉਂਕਿ 9 ਵਰਗ ਫ਼ੁੱਟ ਦਾ ਇੱਕ ਗਜ਼ ਹੁੰਦਾ ਹੈ।

ਸਮਾਨ ਅੰਤਰ ਚਤਰਭੁਜ ਅਕਾਰ ਦੇ ਪਲਾਟ ਦਾ ਰਕਬਾ:

ਜਿਸ ਪਲਾਟ ਦੀਆਂ ਚਾਰੇ ਬਾਹੀਆਂ ਇੱਕ ਦੂਜੇ ਦੇ ਸਮਾਨ ਅੰਤਰ ਹੋਣ ਉਸ ਦਾ ਰਕਬਾ ਇਸ ਪ੍ਰਕਾਰ ਕੱਢਿਆ ਜਾਂਦਾ ਹੈ।

ਉਦਾਹਰਣ ਦੇ ਤੌਰ ਤੇ:

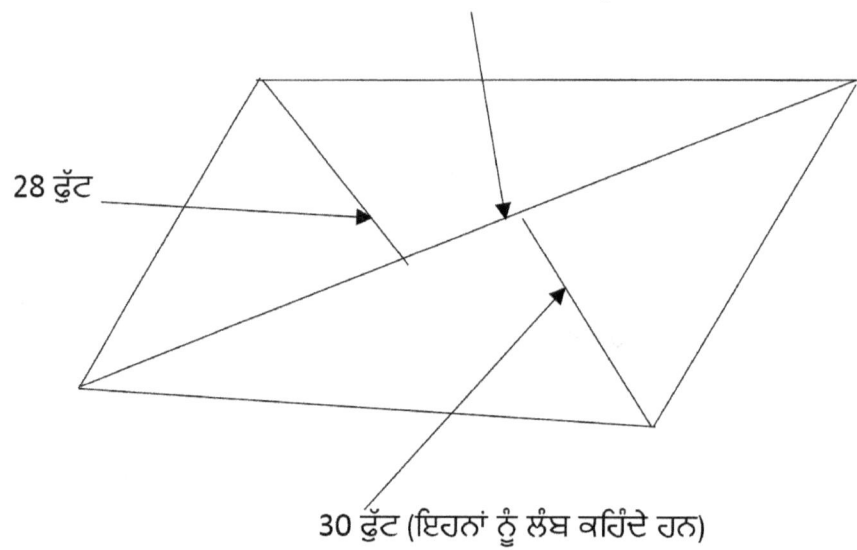

100 ਫੁੱਟ (ਇਸ ਨੂੰ ਵਿਕਰਣ ਕਹਿੰਦੇ ਹਨ)
28 ਫੁੱਟ
30 ਫੁੱਟ (ਇਹਨਾਂ ਨੂੰ ਲੰਬ ਕਹਿੰਦੇ ਹਨ)

$$\text{ਰਕਬਾ} = \text{ਵਕਿਰਣ} \times \frac{\text{ਦੋਨਾਂ ਲੰਬਾਂ ਦਾ ਜੋੜ}}{2} = \text{ਖੇਤਰਫਲ}$$

$$\text{ਰਕਬਾ} = 100 \times \frac{28 + 30}{2} =$$

100 X 58 ÷ 2 = 29

100 X 29 = **2900** ਵਰਗ ਫੁੱਟ

2900 ਵਰਗ ਫੁੱਟ ÷ 9 = **322.22** ਵਰਗ ਗਜ਼

ਉਹ ਪਲਾਟ ਜਿਸ ਦੀਆਂ ਚਾਰੇ ਬਾਹੀਆਂ ਦੀ ਲੰਬਾਈ ਵੱਖੋ ਵੱਖ ਹੋਵੇ ਦਾ ਰਕਬਾ ਕੱਢਣਾ:

ਉਦਾਹਰਣ ਦੇ ਤੌਰ ਤੇ:

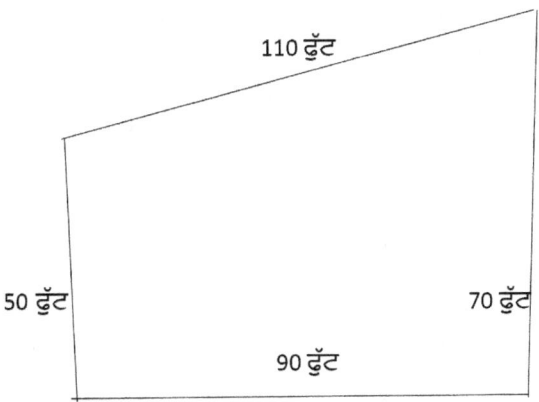

*** ਜਦੋਂ ਕਿਸੇ ਪਲਾਟ ਦੀਆਂ ਚਾਰੇ ਬਾਹੀਆਂ ਦੀ ਲੰਬਾਈ ਵੱਖੋ ਵੱਖ ਹੋਵੇ ਤਾਂ ਉਸ ਦਾ ਰਕਬਾ ਕੱਢਣ ਵਾਸਤੇ ਆਹਮਣੇ ਸਾਹਮਣੇ ਦੀਆਂ ਬਾਹੀਆਂ (ਲੰਬਾਈ ਵਾਲੀਆਂ) ਦੇ ਜੋੜ ਨੂੰ ਤੇ ਤਕਸੀਮ ਕਰ ਲੈਣੀ ਹੈ ਅਤੇ ਏਸੇ ਤਰ੍ਹਾਂ ਹੀ ਦੂਜੀਆਂ ਦੋ ਬਾਹੀਆਂ ਲਈ (ਚੌੜਾਈ ਵਾਲੀਆਂ) ਕਰਨਾ ਹੈ।

ਰਕਬਾ = ਲੰਬਾਈ ਵਾਲੀਆਂ ਬਾਹੀਆਂ 110 ਫੁੱਟ + 90 ਫੁੱਟ = 1100+90 = 200 ÷ 2 = 100 ਫੁੱਟ
ਚੌੜਾਈ ਵਾਲੀਆਂ ਬਾਹੀਆਂ 50 ਫੁੱਟ + 70 ਫੁੱਟ = 50 + 70 = 120 ÷ 2 = 60 ਫੁੱਟ
100 X 60 = 6000 ਵਰਗ ਫੁੱਟ

ਹੁਣ ਜੇ ਇਸ ਦੇ **ਵਰਗ ਗਜ਼** ਬਣਾਉਣੇ ਹਨ ਤਾਂ 9 ਤੇ ਤਕਸੀਮ ਕਰ ਦੇਵੋ, ਵਰਗ ਗਜ਼ ਬਣ ਜਾਣਗੇ।
6000 ਵਰਗ ਫੁੱਟ ÷ 9 = 666.66 **ਵਰਗ ਗਜ਼**

ਹੁਣ ਜੇ ਇਸ ਦਾ ਰਕਬਾ ਮਰਲਿਆਂ ਵਿੱਚ ਕੱਢਣਾਂ ਹੈ ਤਾਂ ਇਸ ਨੂੰ 272.25 ਤੇ ਤਕਸ਼ੀਮ ਕਰ ਦੇਵੋ,
ਇਹ **272.25** ਫੁੱਟ ਵਾਲੇ ਮਰਲੇ ਬਣ ਜਾਣਗੇ।
6000 ÷ 272.25 = **22 ਮਰਲੇ**

ਹੁਣ ਜੇ ਇਸ ਦੀ ਕੀਮਤ ਮਰਲਿਆਂ ਦੇ ਹਿਸਾਬ ਨਾਲ ਕੱਢਣੀ ਹੈ ਤਾਂ ਉਹ ਇਸ ਤਰ੍ਹਾਂ ਹੋਵੇਗੀ:
ਮੰਨ ਲਵੋ ਇੱਕ ਮਰਲੇ ਦਾ ਰੇਟ ਜਾਂ ਕੀਮਤ **10,000/-** ਹਜਾਰ ਰੁਪਏ ਫੀ ਮਰਲਾ ਹੈ ਤਾਂ ਕਿਨ੍ਹੀ ਰਕਮ ਬਣੇਗੀ।
22 X 10,000 = **2,20,000/- ਰੁਪਏ**

ਛੇ ਨੁਕਰਾਂ ਵਾਲੇ ਪਲਾਟ ਦਾ ਰਕਬਾ ਕੱਢਣ ਦਾ ਢੰਗ:

ਉਦਾਹਰਣ ਦੇ ਤੌਰ ਤੇ:

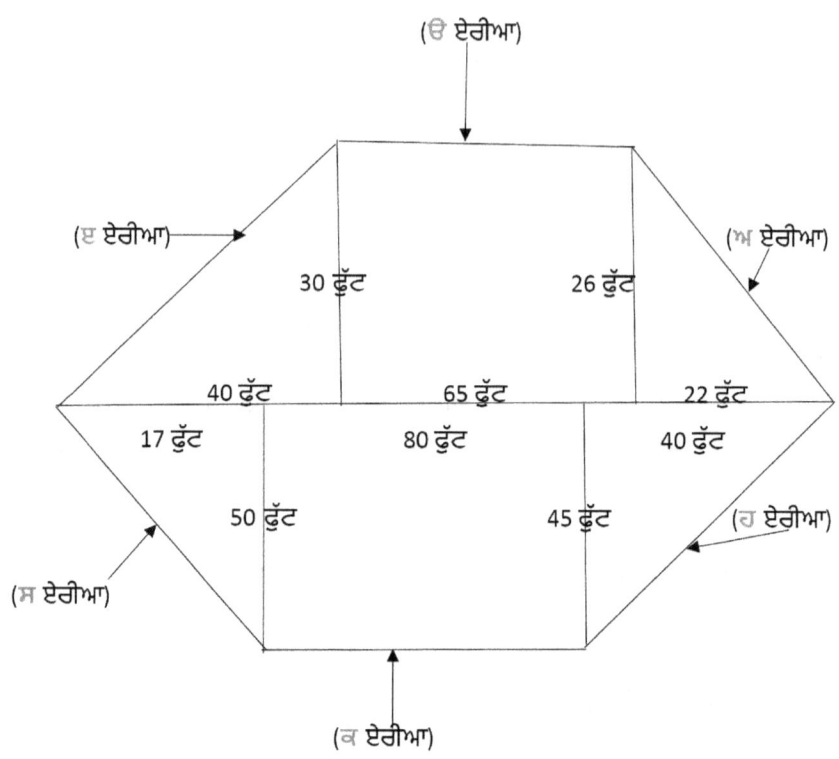

ਇਸ ਤਰ੍ਹਾਂ ਦੇ ਪਲਾਟ ਦੇ ਉੱਪਰ ਦਰਸਾਏ ਅਨੁਸਾਰ ਅੱਡ-ਅੱਡ ਏਰੀਏ ਜਿਵੇਂ ੳ,ਅ,ੲ,ਸ,ਹ, ਤੇ ਕ ਹਨ।

ਇਨ੍ਹਾਂ ਦਾ ਅੱਡੋ ਅੱਡ ਏਰੀਆ ਕੱਢ ਕੇ ਉਸ ਨੂੰ ਜੋੜ ਲਵੋ ਇਸ ਤਰ੍ਹਾਂ ਤੁੱਹਾਡਾ ਛੇ ਨੁਕਰੇ ਪਲਾਟ ਦਾ ਰਕਬਾ ਆ ਜਾਵੇਗਾ।

ੳ ਦਾ ਰਕਬਾ:	65 X (30 + 26) ÷ 2	= **1820 ਵਰਗ ਫੁੱਟ**
ਅ ਦਾ ਰਕਬਾ:	26 X 22 ÷ 2	= **286** ਵਰਗ ਫੁੱਟ
ੲ ਦਾ ਰਕਬਾ:	40 X 30 ÷ 2	= **600** ਵਰਗ ਫੁੱਟ
ਸ ਦਾ ਰਕਬਾ:	17 X 48 ÷ 2	= **408** ਵਰਗ ਫੁੱਟ
ਹ ਦਾ ਰਕਬਾ:	40 X 45 ÷ 2	= **900** ਵਰਗ ਫੁੱਟ
ਕ ਦਾ ਰਕਬਾ:	80 X (50 + 45) ÷ 2	= **3800** ਵਰਗ ਫੁੱਟ

ਪੂਰੇ ਪਲਾਟ ਦਾ ਰਕਬਾ = 1820 + 286 + 600 + 408 + 900 + 3800 = **7,814 ਵਰਗ ਫੁੱਟ**

7814 ਵਰਗ ਫੁੱਟ ÷ 9 = **868.22 ਵਰਗ ਗਜ਼**

ਵਰਗਾਕਾਰ ਅਕਾਰ ਦੇ ਪਲਾਟ ਦਾ ਖੇਤਰਫਲ ਕੱਢਣਦਾ ਤਰੀਕਾ:

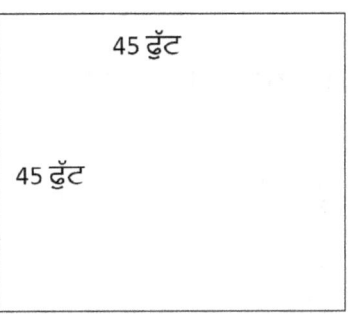

45 ਫੁੱਟ
45 ਫੁੱਟ

ਵਰਗਾਕਾਰ ਜਗ੍ਹਾ ਦੀਆਂ ਚਾਰੇ ਭੁਜਾਵਾਂ ਇੱਕੋ ਜਿਹੀਆਂ ਹੁੰਦੀਆਂ ਹਨ ਜਿਵੇਂ ਕਿ:

ਲੰਬਾਈ:- 45 ਫੁੱਟ

ਚੌੜਾਈ:- 45 ਫੁੱਟ

ਹੁਣ 45 ਫੁੱਟ (ਲੰਬਾਈ) X 45 ਫੁੱਟ (ਚੌੜਾਈ) = 2025 ਵਰਗ ਫੁੱਟ

ਜੇ ਇਸ ਦੇ ਵਰਗ ਗਜ ਪਤਾ ਕਰਨੇ ਹੋਣ ਤਾਂ:

2025 ਵਰਗ ਫੁੱਟ ÷ 9 ਵਰਗ ਗਜ = 225 ਵਰਗ ਗਜ

ਆਇਤਾਕਾਰ ਜ਼ਗ੍ਹਾ ਦਾ ਰਕਬਾ ਕੱਢਣ ਦਾ ਕਾਇਦਾ:

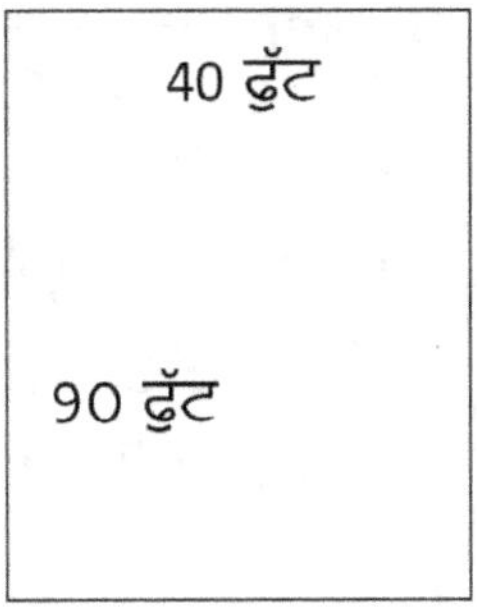

40 ਫੁੱਟ
90 ਫੁੱਟ

ਆਇਤਾਕਾਰ ਦਾ ਖੇਤਰਫਲ ਕੱਢਣ ਲਈ: ਲੰਬਾਈ X ਚੌੜਾਈ = ਖੇਤਰਫਲ ਆ ਜਾਂਦਾ ਹੈ।

ਜਦੋਂ ਸਮਾਨ ਅੰਤਰ ਬਾਹੀਆਂ ਬਰਾਬਰ ਹੋਣ ਤਾਂ:

90 ਫੁੱਟ (ਲੰਬਾਈ) X 40 ਫੁੱਟ (ਚੌੜਾਈ) = 3600 ਵਰਗ ਫੁੱਟ

ਜੇ ਇਸ ਦੇ ਮਰਲੇ ਬਣਾਉਣੇ ਹੋਣ ਤਾਂ: 3600 ਵਰਗ ਫੁੱਟ ÷272 ਵਰਗ ਫੁੱਟ=**13 ਮਰਲੇ 2 ਸਰਸਾਈ**

ਜੇ ਇਸ ਦੇ ਵਰਗ ਗਜ ਬਣਾਉਣੇ ਹੋਣ ਤਾਂ: 3600 ਵਰਗ ਫੁੱਟ ÷ **9** ਵਰਗ ਗਜ **=400 ਵਰਗ ਗਜ**

ਜੇ ਕਰ ਕਿਸੇ ਚੌਰਸ ਜ਼ਗ੍ਹਾ ਦੀਆਂ ਚਾਰੇ ਬਾਹੀਆਂ ਅਲੱਗ ਅਲੱਗ ਹੋਣ ਤਾਂ ਉਸ ਦਾ ਖ਼ੇਤਰਫਲ ਕੱਢਣ ਦਾ ਤਰੀਕਾ ਇਹ ਹੈ:

ਮੰਨ ਲਵੋ:
ਇੱਕ ਪਾਸੇ ਦੀ ਲੰਬਾਈ: 50 ਫੁੱਟ
ਦੂਜੇ ਪਾਸੇ ਦੀ ਲੰਬਾਈ: 70 ਫੁੱਟ
ਇੱਕ ਪਾਸੇ ਦੀ ਚੌੜਾਈ: 40 ਫੁੱਟ
ਦੂਜੇ ਪਾਸੇ ਦੀ ਚੌੜਾਈ: 20 ਫੁੱਟ
ਹੁਣ: ਦੋਨਾਂ ਲੰਬਾਈਆਂ ਨੂੰ ਜੰਮਾਂ ਕਰਕੇ 2 ਤੇ ਤਕਸੀਮ ਕਰ ਦੇਣਾਂ ਹੈ।

50 + 70 = 120 ÷ 2 = 60 ਫੁੱਟ

ਏਸੇ ਤਰਾਂ ਦੋਨਾਂ ਚੌੜਾਈਆਂ ਨੂੰ ਜਮ੍ਹਾਂ ਕਰਕੇ 2 ਤੇ ਤਕਸੀਮ ਕਰ ਦੇਣਾਂ ਹੈ।

40 + 20 = 60 ÷ 2 = 30 ਫੁੱਟ

ਹੁਣ: 60 ਫੁੱਟ X 30 ਫੁੱਟ = 1800 ਵਰਗ ਫੁੱਟ

ਜੇ ਇਸ ਦੇ ਮਰਲੇ ਬਣਾਉਣੇ ਹੋਣ ਤਾਂ: 1800 ਵਰਗ ਫੁੱਟ ÷272 ਵਰਗ ਫੁੱਟ= **6 ਮਰਲੇ 6 ਸਰਸਾਈ**

1. ਉਹਨਾਂ ਇਲਾਕਿਆਂ ਵਿੱਚ ਜਿਨ੍ਹਾਂ ਦੀ ਮੁਰੱਬਾਬੰਦੀ **66 ਇੰਚ ਦੀ ਕਰਮ** ਅਤੇ ਮਿਆਰੀ ਮਾਪ ਦੇ ਅਧਾਰ ਤੇ ਹੋਈ ਹੈ ਉੱਥੇ ਖੇਤਰਫਲ ਕੱਢਣ ਦਾ ਤਰੀਕਾ ਇਸ ਪੈਮਾਨੇ ਦੇ ਅਧਾਰ ਤੇ ਹੈ: ਜਿਵੇਂ ਕਿ **ਮੋਗਾ, ਫਿਰੋਜ਼ਪੁਰ, ਫ਼ਰੀਦਕੋਟ, ਮੁੱਕਤਸਰ ਸਾਹਿਬ, ਫਾਜਿਲਕਾ,** ਆਦਿ:

12 ਇੰਚ	1 ਫੁੱਟ
3 ਫੁੱਟ	1 ਗਜ਼
1 ਮੀਟਰ	39.370 ਇੰਚ
1 ਗਜ਼	36 ਇੰਚ
1 ਕਰਮ	66 ਇੰਚ
1 ਮਰਲਾ	272 ਵਰਗ ਫੁੱਟ
1 ਸਰਸਾਈ	30.22 ਵਰਗ ਫੁੱਟ
9 ਸਰਸਾਈ ਜਾਂ ਵਰਗ ਕਰਮ	1 ਮਰਲਾ
20 ਮਰਲੇ	1 ਕਨਾਲ
8 ਕਨਾਲਾਂ	1 ਕਿੱਲਾ (ਏਕੜ)
36 ਕਰਮ X 40 ਕਰਮ	1 ਕਿੱਲਾ (ਏਕੜ)
198 ਫੁੱਟ X 220 ਫੁੱਟ	43,560 ਵਰਗ ਫੁੱਟ (1 ਕਿੱਲਾ) (ਏਕੜ)
1 ਕਰਮ	1.6764 ਵਰਗ ਮੀਟਰ
1 ਸਰਸਾਈ (ਵਰਗ ਕਰਮ)	2.81032 ਵਰਗ ਮੀਟਰ
1 ਮਰਲਾ (9 ਸਰਸਾਈ)	25.2929 ਵਰਗ ਮੀਟਰ
1 ਕਨਾਲ (20 ਮਰਲੇ)	505.8571 ਵਰਗ ਮੀਟਰ
1 ਕਿੱਲਾ (ਏਕੜ) (4840 ਵਰਗ ਗਜ)	4046.8564 ਵਰਗ ਮੀਟਰ
66 ਇੰਚ ਕਰਮ ਮੁਰੱਬਾ ਮੀਟਰ ਵਾਲੀ 1 ਸਰਸਾਈ	2.81032 ਮੁਰੱਬਾ ਮੀਟਰ
66 ਇੰਚ ਕਰਮ ਮੁਰੱਬਾ ਮੀਟਰ ਵਾਲਾ 1 ਮਰਲਾ	25.29285 ਮੁਰੱਬਾ ਮੀਟਰ
66 ਇੰਚ ਕਰਮ ਮੁਰੱਬਾ ਮੀਟਰ ਵਾਲੀ 1 ਕਨਾਲ	505.8571 ਮੁਰੱਬਾ ਮੀਟਰ

ਇਸ ਤਰ੍ਹਾਂ ਦੇ ਪਲਾਟ ਦਾ ਰਕਬਾ ਕੱਢਣ ਦਾ ਤਰੀਕਾ:

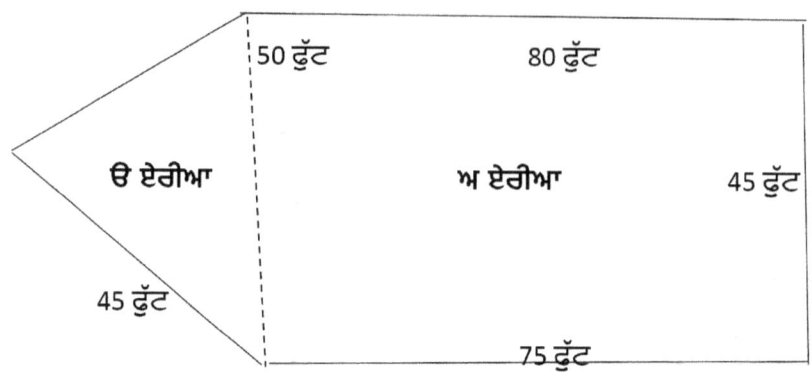

ਰਕਬਾ ੳ ਏਰੀਆ = 50 X 45 ÷ 2 = **1125** ਵਰਗ ਫੁੱਟ
ਰਕਬਾ ਅ ਏਰੀਆ = 80 X 50 + 45 ÷ 2 = **3800** ਵਰਗ ਫੁੱਟ
ਸਾਰੀ ਜਗ੍ਹਾ ਦਾ ਰਕਬਾ = 1125 + 3800 = **4925** ਵਰਗ ਫੁੱਟ

ਗੋਲ ਅਕਾਰ ਦੇ ਪਲਾਟ ਦੀ ਮਿਣਤੀ:

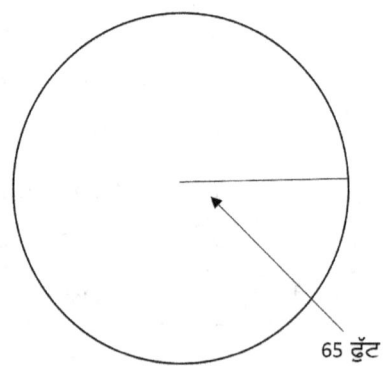

ਰਕਬਾ = nr2
n ਦਾ ਮਤਲਬ 22/7 ਅਤੇ ਦਾ ਮਤਲਬ ਅਰਧ ਵਿਆਸ ਹੁੰਦਾ ਹੈ।
22 ÷ 7 X 4225 = **13,278** ਵਰਗ ਫੁੱਟ
13,278 ÷ 9 = **1475.396** ਵਰਗ ਗਜ਼

* * *

38

3

ਜਮਾਂਬੰਦੀ (ਮਹੱਤਵਪੂਰਨ ਦਸਤਾਵੇਜ਼)

ਸੱਭ ਤੋਂ ਪਹਿਲਾਂ ਕਿਸਾਨ ਭਰਾਵਾਂ ਲਈ ਅਹਿਮ ਮਸ਼ਲਾ ਉਹ ਇਹ ਕਿ ਜਮ੍ਹਾਂਬੰਦੀ ਨੂੰ ਕਿਵੇਂ ਪੜ੍ਹਿਆ ਅਤੇ ਸਮਝਿਆ ਜਾਵੇ ਇਸ ਬਾਰੇ ਹੁਣ ਅਸੀਂ ਜਮਾਂਬੰਦੀ ਦੇ ਫਾਰਮ ਬਾਰੇ ਜਰੂਰੀ ਵਿਚਾਰ ਕਰਾਂਗੇ ਜਿਹੜ੍ਹਾ ਪਟਵਾਰੀ ਵਲੋਂ ਦਿੱਤਾ ਜਾਂਦਾ ਹੈ। ਹੇਠਾਂ ਉਸ ਦੀ ਕਾਪੀ ਲਾਈ ਗਈ ਹੈ ਅਤੇ ਇਹ ਜਮਾਂਬੰਦੀ ਦੇ ਫਾਰਮ ਨੂੰ ਕਿਵੇਂ ਪੜ੍ਹਨਾ ਹੈ:

ਪੰਜਾਬ ਲੈਂਡ ਰਿਕਾਰਡ ਮੈਨੂਅਲ ਦੇ ਪੈਰਾ ਨੰਬਰ: 7.40

ਜਮ੍ਹਾਂਬੰਦੀ ਸਾਲ 2012-2013 ਪਿੰਡ: ਮਹਿਮਾ ਸਿੰਘ ਵਾਲਾ (ਨਕਲੀ ਨਾਮ) ਹੱਦਬੱਸਤ ਨੰਬਰ: XXX ਤਹਿਸੀਲ: ਮੋਗਾ ਜ਼ਿਲ੍ਹਾ: ਮੋਗਾ

1	2	3	4	5	6	7	8	9	10	11	12
ਖੇਵਟ ਨੰਬਰ	ਖਤੌਨੀ ਨੰਬਰ	ਪੱਤੀ ਅਤੇ ਨੰਬਰਦਾਰ ਦਾ ਨਾਮ	ਨਾਮ ਮਾਲਕਾਨ	ਨਾਮ ਕਾਸ਼ਤਕਾਰ	ਸਿੰਚਾਈ ਦਾ ਸਾਧਨ	ਨੰਬਰ ਖਸਰਾ	ਰਕਬਾ ਅਤੇ ਕਿਸਮ ਜ਼ਮੀਨ	ਲਗਾਨ	ਹਿੱਸਾ ਜਾਂ ਪੈਮਾਨਾ ਹਕੀਅਤ	ਮਾਮਲਾ	ਵਿਸ਼ੇਸ ਕਥਨ

ਦਸਤਖਤ ਪਟਵਾਰੀ

ਜਮਾਂਬੰਦੀ ਦੇ ਫਾਰਮ ਵਿੱਚ ਪਟਵਾਰੀ ਵਲੋਂ ਹੇਠ ਲਿਖੇ ਅਨੁਸਾਰ ਇਹ ਜਾਣਕਾਰੀ ਦਿੱਤੀ ਜਾਂਦੀ ਹੈ:- Paragraph 7.41:

01	ਖਾਨਾ ਨੰਬਰ ਇੱਕ	ਖੇਵਟ ਨੰਬਰ	ਜੋ ਮਾਲਕ ਦੇ ਖਾਤੇ ਦਾ ਨੰਬਰ ਹੈ।
02	ਖਾਨਾ ਨੰਬਰ ਦੋ	ਖਤੌਨੀ ਨੰਬਰ	ਜੋ ਕਾਸ਼ਤਕਾਰ ਨੂੰ ਦਿੱਤੀ ਜਾਂਦੀ ਹੈ।
03	ਖਾਨਾ ਨੰਬਰ ਤਿੰਨ	ਪਿੰਡ ਦੀ ਪੱਤੀ ਜਾਂ ਅਗਵਾੜ ਅਤੇ ਨੰਬਰਦਾਰ ਦਾ ਨਾਮ।	
04	ਖਾਨਾ ਨੰਬਰ ਚਾਰ	ਮਾਲਕ ਦਾ ਨਾਮ ਵੇਰਵੇ ਸਹਿਤ	ਮਾਲਕ ਦਾ ਨਾਮ
05	ਖਾਨਾ ਨੰਬਰ ਪੰਜ	ਕਾਸ਼ਤਕਾਰ ਦਾ ਨਾਮ ਵੇਰਵੇ ਸਹਿਤ	ਕਾਸ਼ਤਕਾਰ ਦਾ ਨਾਮ
06	ਖਾਨਾ ਨੰਬਰ ਛੇ	ਖੂਹ ਜਾਂ ਸਿੰਚਾਈ ਦੇ ਹੋਰ ਸਧਨ	ਸਿੰਚਾਈ ਦੇ ਸਾਧਨ ਦਾ ਵੇਰਵਾ
07	ਖਾਨਾ ਨੰਬਰ ਸੱਤ	ਮੁਰੱਬਾ ਨੰਬਰ/ ਅਤੇ ਖਸਰਾ (ਕਿੱਲਾ ਨੰ:) (ਮੁਰਬਾ ਨੰਬਰ ਨੂੰ ਮੁਸਤਤੀਲ ਨੰਬਰ ਵੀ ਕਹਿੰਦੇ ਹਨ)	ਮੁਰੱਬਾ ਨੰਬਰ/ ਅਤੇ ਖਸਰਾ ਨੂੰ ਕਿੱਲਾ ਨੰਬਰ ਵੀ ਕਹਿੰਦੇ ਹਨ।
08	ਖਾਨਾ ਨੰਬਰ ਅੱਠ	ਰਕਬਾ ਅਤੇ ਭੌਂ ਦੀ ਕਿਸਮ	ਜ਼ਮੀਨ ਦੀ ਕਿਸਮ
09	ਖਾਨਾ ਨੰਬਰ ਨੌਂ	ਕਿਸੇ ਕਿਸਮ ਦਾ ਲਗਾਨ ਜਾਂ ਚਕੌਤਾ ਹੋਵੇ ਤਾਂ।	
10	ਖਾਨਾ ਨੰਬਰ ਦਸ	ਹਿੱਸਾ ਜਾਂ ਹੱਕ ਸਬੰਧੀ ਪੈਮਾਨਾ	ਹਿੱਸਾ
11	ਖਾਨਾ ਨੰਬਰ ਗਿਆਰਾਂ	ਬਾਛ ਦਾ ਤਰੀਕਾ ਅਤੇ ਲਗਾਨ	ਬਾਛ ਦਾ ਤਰੀਕਾ
12	ਖਾਨਾ ਨੰਬਰ ਬਾਰਾਂ	ਵਿਸ਼ੇਸ ਕਥਨ	ਕੈਫੀਅਤ ਵਾਧੂ ਇੰਦਰਾਜ

ਹੁਣ ਇਸ ਦੀ ਵਿਆਖਿਆ ਵਿਸਥਾਰ ਨਾਲ ਕੀਤੀ ਜਾਵੇਗੀ:-

01. ਖਾਨਾ ਨੰਬਰ ਇੱਕ – ਖੇਵਟ ਨੰਬਰ:- ਖੇਵਟ ਨੰਬਰ **ਮਾਲਕ ਦੇ ਖਾਤੇ ਦਾ ਨੰਬਰ** ਹੈ। ਖੇਵਟ ਦਾ ਅਰਥ ਹੈ ਕਿ ਕਿਸੇ ਪਰਵਾਰ ਦੀ ਜ਼ਮੀਨ ਜੋ ਖਾਸ ਖਿੱਤੇ ਵਿੱਚ ਹੋਵੇ, ਉਸ ਖਿੱਤੇ ਦੇ ਸਾਰੇ ਰਕਬੇ ਨੂੰ ਇੱਕ ਨੰਬਰ ਦਿੱਤਾ ਜਾਂਦਾ ਹੈ ਜਿਸ ਨੂੰ ਖੇਵਟ ਨੰਬਰ ਕਹਿੰਦੇ ਹਨ। ਇਸ ਤਰ੍ਹਾਂ ਪਿੰਡ ਦੀਆਂ ਸਾਰੀਆਂ ਮਲਕੀਅਤਾਂ ਖੇਵਟ ਨੰਬਰਾਂ ਅਨੁਸਾਰ ਵੰਡੀਆਂ ਜਾਂਦੀਆਂ ਹਨ। ਇੱਕ ਮਾਲਕ ਜਾਂ ਕਈ ਮਾਲਕ ਇੱਕ ਜਾਂ ਇੱਕ ਤੋਂ ਵੱਧ ਖੇਵਟਾਂ ਦੇ ਵਿੱਚ ਹਿੱਸੇਦਾਰ ਹੋ ਸਕਦੇ ਹਨ।

02. ਖਾਨਾ ਨੰਬਰ ਦੋ – ਖਤੌਨੀ ਨੰਬਰ:- ਇੱਕ ਖੇਵਟ ਵਿੱਚ ਇੱਕ ਤੋਂ ਵੱਧ ਖਤੌਨੀ ਨੰਬਰ ਵੀ ਹੋ ਸਕਦੇ ਹਨ। ਖਾਨਾ ਕਾਸ਼ਤ ਲੱਗੀ ਨੰਬਰ ਨੂੰ ਖਤੌਨੀ ਨੰਬਰ ਕਿਹਾ ਜਾਂਦਾ ਹੈ। ਜਿਵੇਂ ਕਿ ਇੱਕ ਖੇਵਟ ਵਿੱਚ ਤਿੰਨ ਜਾਂ ਚਾਰ ਮਾਲਕ (ਭਰਾ) ਹਨ। ਇਨ੍ਹਾਂ ਦਾ ਖੇਵਟ ਨੰਬਰ ਇੱਕ ਹੀ ਹੋਵੇਗਾ ਪਰ ਖਤੌਨੀ ਨੰਬਰ ਕਾਸ਼ਤ ਦੇ ਹਿਸਾਬ ਨਾਲ ਹੋਵੇਗਾ।

03. ਖਾਨਾ ਨੰਬਰ ਤਿੰਨ:- ਜਿਹੜੇ ਪਿੰਡ ਵਿੱਚ ਪੱਤੀਆਂ ਜਾਂ ਅਗਵਾੜ ਹੋਣ ਤਾਂ ਉਸ ਪਿੰਡ ਦੀ ਜ਼ਮੀਨ ਪੱਤੀਆਂ ਵਿੱਚ ਵੰਡੀ ਜਾਂਦੀ ਹੈ। ਹਰ ਪੱਤੀ ਜਾਂ ਅਗਵਾੜ ਦਾ ਵੱਖਰਾ-ਵੱਖਰਾ ਨਾਂ ਹੁੰਦਾ ਹੈ ਅਤੇ ਹਰ ਅਗਵਾੜ ਦਾ ਵੱਖਰਾ ਨੰਬਰਦਾਰ ਹੁੰਦਾ ਹੈ। ਜੋ ਉਸ ਪੱਤੀ ਜਾਂ ਅਗਵਾੜ ਦੇ ਜ਼ਮੀਨ ਮਾਲਕਾਂ ਤੋਂ ਮਾਮਲਾ ਉਗਰਾ ਹੁੰਦਾ ਹੈ। ਪਰ ਇਸ ਸਮੇਂ ਮਾਮਲਾ ਵਸੂਲੀ ਮੁੱਅਤਲ ਕੀਤੀ ਹੋਈ ਹੈ।

04. ਖਾਨਾ ਨੰਬਰ ਚਾਰ:- ਜਮਾਂਬੰਦੀ ਦਾ ਇਹ ਖਾਨਾ ਵੀ ਬਹੁਤ ਮਹੱਤਵਪੂਰਨ ਹੈ। ਇਸ ਨੂੰ ਮਾਲਕੀ ਦਾ ਖਾਨਾ ਵੀ ਕਿਹਾ ਜਾਂਦਾ ਹੈ। ਇਸ ਵਿੱਚ ਮਾਲਕ ਦਾ ਨਾਂਮ ਅਤੇ ਉਸ ਦੇ ਪਿਤਾ ਦਾ ਨਾਂਮ ਅਤੇ ਦਾਦੇ ਦਾ ਨਾਂਮ ਦਰਜ਼ ਕੀਤਾ ਜਾਂਦਾ ਹੈ। ਇਸ ਤੋਂ ਇਲਾਵਾ ਮਾਲਕ ਦੇ ਪਿੰਡ ਦਾ ਵੇਰਵਾ ਜਿੱਥੇ ਉਹ ਰਹਿੰਦਾ ਹੈ ਵੀ ਦਰਜ਼ ਕੀਤਾ ਜਾਂਦਾ ਹੈ।

ਜੇਕਰ ਉਸ ਮਾਲਕ ਨੇ ਆਪਣੀ ਜ਼ਮੀਨ ਦਾ ਕੁੱਝ ਹਿੱਸਾ ਗਹਿਣੇ ਕੀਤਾ ਹੋਵੇ ਤਾਂ ਉਸ (ਮੁਰਤਹਿਨ) ਦਾ ਨਾਂਮ ਅਤੇ ਹਿੱਸਾ ਵੀ ਇਸ ਖਾਨੇ ਵਿੱਚ ਦਰਜ਼ ਹੁੰਦਾ ਹੈ।

ਜੇਕਰ ਜ਼ਮੀਨ ਕਿਸੇ ਭਾਰਤੀ ਫੌਜ ਦੇ ਅਧਿਕਾਰੀ ਦੇ ਨਾਂਅ ਹੋਵੇ ਤਾਂ ਉਸ ਦਾ ਫੌਜ ਦਾ ਰੈਂਕ ਵੀ ਦਰਜ਼ ਕੀਤਾ ਜਾਂਦਾ ਹੈ। ਜਿਵੇਂ ਕਿ: ਕੈਪਟਨ, ਮੇਜਰ, ਹਵਲਦਾਰ ਵਗੈਰਾ।

ਜੇਕਰ ਕੋਈ ਜ਼ਮੀਨ ਧਾਰਮਿਕ ਸਥਾਨ ਜਿਵੇਂ ਗੁਰੂ ਗ੍ਰੰਥ ਸਾਹਿਬ ਜੀ, ਮੰਦਿਰ, ਡੇਰਾ, ਮੱਠ, ਧਰਮਸ਼ਾਲਾ ਜਾਂ ਦੇਵ ਸਥਾਨ ਆਦਿ ਦੇ ਨਾਂਅ ਹੋਵੇ ਤਾਂ ਉਸ ਦੇ ਪ੍ਰਬੰਧਕ ਰਾਹੀਂ ਉਸ ਧਰਮ ਸਥਾਨ ਦਾ ਨਾਂਅ ਅਤੇ ਉਸ ਦੇ ਹਿੱਸੇ ਦਾ ਵੇਰਵਾ ਲਿਖਿਆ ਜਾਂਦਾ ਹੈ।

ਜੇ ਜ਼ਮੀਨ ਕਿਸੇ ਫਰਮ ਦੇ ਨਾਂਅ ਜੋ ਭਾਰਤੀ ਹਿੱਸੇਦਾਰੀ ਕਾਨੂੰਨ 1932 ਰਾਹੀਂ ਰਜ਼ਿਸ਼ਟਰਡ ਹੋਵੇ ਤਾਂ ਉਸ ਦੇ ਹਿੱਸੇਦਾਰਾਂ ਦੇ ਨਾਂਅ ਦਰਜ਼ ਹੁੰਦੇ ਹਨ।

ਜੇਕਰ ਜ਼ਮੀਨ ਪੰਚਾਇਤ ਦੇ ਨਾਂਅ ਹੋਵੇ ਤਾਂ ਉਸ ਨੂੰ ਪੰਚਾਇਤ ਦੇਹ ਲਿਖਿਆ ਜਾਂਦਾ ਹੈ।

ਜੇ ਕਰ ਕੋਈ ਪਿੰਡ ਦੀ ਸਾਂਝੀ ਜ਼ਮੀਨ ਹੋਵੇ ਤਾਂ ਉਸ ਨੂੰ ਸ਼ਾਮਲਾਤ, ਚਰਾਂਦ, ਜਾਂ ਗੈਰ-ਮੁਮਕਿਨ ਛੱਪੜ ਆਦਿ ਕਰਕੇ ਲਿਖੀ ਜਾਂਦੀ ਹੈ।

ਜੇ ਕਰ ਜ਼ਮੀਨ ਪੰਜਾਬ ਸਰਕਾਰ, ਜੰਗਲਾਤ ਵਿਭਾਗ, ਨਹਿਰੀ ਵਿਭਾਗ, ਵਕਫ ਬੋਰਡ ਵੱਖ-ਵੱਖ ਮਹਿਕਮਿਆਂ ਦੇ ਨਾਂਅ ਅਗਰ ਕੋਈ ਜ਼ਮੀਨ ਹੋਵੇ ਤਾਂ ਉਸ ਮਹਿਕਮੇ ਦਾ ਨਾਂਅ ਲਿਖਿਆ ਜਾਂਦਾ ਹੈ।

ਖਾਨਾ ਨੰਬਰ ਚਾਰ ਵਿੱਚ ਕਿਸੇ ਸੰਸਥਾ ਦਾ ਹਿੱਸਾ ਉਸ ਵੱਲੋਂ ਗਹਿਣੇ ਬੈ ਜਾਂ ਪੱਟੇਨਾਮੇ ਤੇ ਹੋਵੇ ਅਤੇ ਉਸ ਉੱਪਰ ਕਿਸ ਦਾ ਕਬਜ਼ਾ ਹੈ ਦਾ ਵੇਰਵਾ ਦਰਜ਼ ਕੀਤਾ ਜਾਂਦਾ ਹੈ ਅਤੇ ਇਹ ਵੀ ਦਰਜ਼ ਕੀਤਾ ਜਾਂਦਾ ਹੈ ਕਿ ਕਬਜ਼ਾ ਮੌਰੂਸੀ (ਪੁਸਤੈਨੀ ਠੇਕੇ ਤੇ) ਹੈ ਜਾਂ ਗੈਰ-ਮੌਰੂਸੀ (ਵਕਤੀ ਠੇਕੇ ਤੇ) ਹੈ। ਆਹਲਾ ਮਾਲਕ ਹੈ ਜਾਂ ਨਜਾਇਜ਼ ਕਾਬਜ਼ ਹੈ।

ਜੇਕਰ ਕੋਈ ਮਾਲਕ ਨਬਾਲਗ ਹੋਵੇ ਅਤੇ ਉਹ ਆਪਣਾ ਹਿੱਸਾ ਆਪਣੇ ਗਾਰਡੀਅਨ ਜਾਂ ਸਰਪ੍ਰਸਤ ਰਾਹੀਂ ਗਹਿਣੇ ਜਾਂ ਬੈਅ ਕਰਨਾ ਚਾਹੁੰਦਾ ਹੋਵੇ ਤਾਂ ਉਸ ਦੇ ਗਾਰਡੀਅਨ ਜਾਂ ਸਰਪ੍ਰਸਤ ਦਾ ਨਾਂਅ ਉਸ ਨਾਬਾਲਗ ਵਿਅਕਤੀ ਦੇ ਨਾਲ ਲਿਖਣ ਦੀ ਜਰੂਰਤ ਨਹੀਂ ਹੁੰਦੀ।

ਹਿੰਦੂ ਵਿਰਾਸਤ ਐਕਟ 1956 ਦੀ ਧਾਰਾ 14 ਅਨੁਸਾਰ ਕਿਸੇ ਔਰਤ ਨੂੰ ਆਪਣੇ ਪਿਤਾ, ਪਤੀ, ਸੌਹਰੇ, ਪੁੱਤਰ ਦੀ ਵਿਰਾਸਤ ਵਿੱਚ ਨੰਬਰ ਇੱਕ ਦੀ ਵਾਰਸ਼ ਹੈ। ਜੋ ਜ਼ਮੀਨ ਇਸ ਕਾਨੂੰਨ ਅਧੀਨ ਕਿਸੇ ਔਰਤ ਨੂੰ ਮਿਲ ਜਾਵੇ ਉਹ ਇਸ ਦੀ ਪੂਰੀ ਮਾਲਕ ਹੈ ਅਤੇ ਉਸ ਦਾ ਨਾਂਅ ਵੀ ਖਾਨਾ ਨੰਬਰ ਚਾਰ ਦੇ ਮਾਲਕੀ ਖਾਨੇ ਵਿੱਚ ਮਰਦ ਦੀ ਮਾਲਕੀ ਵਾਂਗ ਦਰਜ਼ ਕੀਤਾ ਜਾਵੇਗਾ।

05. ਖਾਨਾ ਨੰਬਰ ਪੰਜ਼:- ਜਮ੍ਹਾਂਬੰਦੀ ਦੇ ਫਾਰਮ ਵਿੱਚ ਖਾਨਾ ਨੰਬਰ ਪੰਜ ਵਿੱਚ ਕਾਸ਼ਤਕਾਰਾਂ ਦੇ ਕਬਜ਼ੇ ਦੇ ਵੇਰਵੇ ਸ਼ਾਮਿਲ ਹੁੰਦੇ ਹਨ। ਇਸ ਖਾਨੇ ਵਿੱਚ ਖਾਨਾ ਮਾਲਕੀ ਵਾਂਗ ਕਾਸ਼ਤਕਾਰਾਂ ਉਸ ਦੇ ਪਿਤਾ ਦਾ ਨਾਂਮ ਅਤੇ ਉਸ ਦੇ ਦਾਦੇ ਦਾ ਨਾਂਮ ਅਤੇ ਹਿੱਸੇ ਦਾ ਵੇਰਵਾ ਦਰਜ਼ ਕੀਤਾ ਜਾਂਦਾ ਹੈ। ਇਹ ਖਾਨਾ ਖਸਰਾ ਗਿਰਦਾਵਰੀ ਮੁਤਾਬਿਕ ਹੁੰਦਾ ਹੈ। ਜੇਕਰ ਖਾਨਾ ਨੰਬਰ ਚਾਰ ਵਾਲੇ ਮਾਲਕ ਖੁਦ ਵਾਹੀ ਕਰਦੇ ਹੋਣ ਤਾਂ ਇਸ ਖਾਨੇ ਵਿੱਚ ਖੁਦ ਕਾਸ਼ਤ ਜਾਂ ਮਕਬੂਜਾ ਮਾਲਕਾਨ ਦਰਜ਼ ਕੀਤਾ ਜਾਂਦਾ ਹੈ। ਇਸ ਖਾਨੇ ਵਿੱਚ ਵੱਖ-ਵੱਖ ਕਬਜ਼ਿਆਂ ਦੀ ਹੈਸੀਅਤ ਮੁਤਾਬਿਕ ਹੇਠ ਲਿਖੇ ਤਰੀਕੇ ਨਾਲ ਨਾਂਮ ਦਰਜ਼ ਹੁੰਦਾ ਹੈ:

(ੳ) ਮਾਲਕ ਖੁਦ ਕਾਸ਼ਤ ਕਰਦੇ ਹੋਣ ਤਾਂ ਖੁਦ ਕਾਸ਼ਤ ਲਿਖਿਆ ਜਾਂਦਾ ਹੈ। ਜੇ ਇੱਕ ਤੋਂ ਵੱਧ ਮਾਲਕ ਵਾਹੀ ਕਰਦੇ ਹੋਣ ਤਾਂ ਹਿੱਸੇਦਾਰੀ ਕਾਸ਼ਤ ਜਾਂ ਖੁਦ ਕਾਸ਼ਤ ਹਿੱਸੇਦਾਰੀ ਲਿਖਿਆ ਜਾਂਦਾ ਹੈ।

(ਅ) ਮੁਜ਼ਾਰਾ, ਪਟੇਦਾਰ, ਲਗਾਨਦਾਰ ਜੇਕਰ ਕਾਸ਼ਤ ਕਿਸੇ ਖਾਸ ਇੱਕਰਾਰਨਾਮੇ ਰਾਹੀਂ ਕਿਸੇ ਨਿਸ਼ਚਿਤ ਸਮੇਂ ਲਈ ਕਰਦੇ ਹੋਣ ਅਤੇ ਉਸ ਦਾ ਹੀ ਕਬਜ਼ਾ ਹੋਵੇ ਤਾਂ ਬਤੌਰ ਪਟੇਦਾਰ ਲਿਖਿਆ ਜਾਂਦਾ ਹੈ।

(ੲ) ਜੇਕਰ ਅਦਾਲਤ ਵੱਲੋਂ ਕੋਈ ਡਿਗਰੀ ਮਿਲੀ ਹੋਵੇ ਜਾਂ ਮਾਲ ਮਹਿਕਮੇ ਦੇ ਕਿਸੇ ਯੋਗ ਅਫ਼ਸਰ ਵੱਲੋਂ ਕਬਜ਼ਾ ਲਿਖਿਆ ਹੋਵੇ ਤਾਂ ਉਸ ਦਾ ਵੇਰਵਾ ਦਰਜ਼ ਕੀਤਾ ਜਾਂਦਾ ਹੈ।

(ਸ) ਜੇ ਕੋਈ ਵਿਅਕਤੀ ਮਾਲਕ ਦੀ ਮਰਜੀ ਨਾਲ ਉਸ ਜ਼ਮੀਨ ਤੇ ਕਾਸ਼ਤ ਕਰਦਾ ਹੈ ਅਤੇ ਉਸ ਜ਼ਮੀਨ ਦੀ ਪੈਦਾਵਾਰ ਵਿੱਚੋਂ ਹਿੱਸਾ ਬਟਾਈ ਜਾਂ ਨਕਦੀ ਦਿੰਦਾ ਹੈ ਤਾਂ ਉਸ ਨੂੰ ਮਾਲਕ ਜਦੋਂ ਚਾਹੇ ਫ਼ਸਲ ਤੋਂ ਬਾਅਦ ਕੱਢ ਸਕਦਾ ਹੋਵੇ, ਨੂੰ ਮੁਜ਼ਾਰਾ ਜਾਂ ਟੇਨੈਟ-ਐਟ-ਵਿਲ ਲਿਖਿਆ ਜਾਂਦਾ ਹੈ।

(ਸ) ਜੇ ਮਾਲਕ ਦੀ ਨਿੱਜੀ ਜਾਣਕਾਰੀ ਹੇਠ ਕਬਜ਼ਾ ਹੋਵੇ ਤਾਂ ਉਸ ਨੂੰ ਗੈਰ-ਮੌਰੂਸੀ ਜਾਂ ਗੈਰ-ਦਾਖਲਕਾਰ ਨਹੀਂ ਹੋਣਗੇ ਅਤੇ ਜੇ ਕੋਈ ਦਿਹਾੜੀਦਾਰ ਪੈਸੇ ਲੈ ਕੇ ਖੇਤ ਵਿੱਚ ਕਾਸ਼ਤ ਕਰਦਾ ਹੈ ਤਾਂ ਉਸ ਦਾ ਨਾਂਅ ਜਮ੍ਹਾਂਬੰਦੀ ਵਿੱਚ ਨਹੀਂ ਆਵੇਗਾ।

(ਹ) ਜੇਕਰ ਸਾਰੇ ਮਾਲਕਾਂ ਵਿੱਚੋਂ ਕੋਈ ਹਿੱਸੇਦਾਰ ਆਪਣੀ ਜ਼ਮੀਨ ਦਾ ਕੁੱਝ ਹਿੱਸਾ ਗਹਿਣੇ ਜਾਂ ਬੈਅ ਕਰਦਾ ਹੈ ਤਾਂ ਉਸ ਦਾ ਕਬਜ਼ਾ ਖਰੀਦਦਾਰ ਨੂੰ ਦਿੰਦਾ ਹੈ ਤਾਂ ਇਹ ਵੇਰਵਾ ਪਹਿਲਾਂ ਖਾਨਾ ਨੰਬਰ 4 ਵਿੱਚ ਆਵੇਗਾ ਅਤੇ ਨਾਲ ਖਾਨਾ ਨੰਬਰ 5 ਵਿੱਚ ਨਵੀਂ ਖਤੌਨੀ ਦੇ ਰੂਪ ਵਿੱਚ ਆਵੇਗਾ। ਜਿਸ ਨੂੰ ਖਾਨਾ ਕਾਸ਼ਤ ਵਿੱਚ ਕਾਸ਼ਤ ਗਹਿਣੇ ਕਹਿੰਦੇ ਹਨ।

(ਕ) ਜੇ ਕਰ ਇੱਕ ਮੁਜ਼ਾਰੇਦਾਰ ਜਿਸ ਨੇ ਅਸਲ ਮਾਲਕ ਨੂੰ ਠੇਕਾ ਦੇਣਾ ਹੈ ਅਤੇ ਉਹ ਉਹੀ ਜ਼ਮੀਨ ਅੱਗੇ ਕਿਸੇ ਹੋਰ ਮੁਜ਼ਾਰੇ ਨੂੰ ਠੇਕੇ ਤੇ ਦੇ ਦੇਵੇ ਤਾਂ ਉਸ ਦਾ ਇੰਦਰਾਜ ਖਾਨਾ ਨੰਬਰ 5 ਵਿੱਚ ਇਸ ਤਰ੍ਹਾਂ ਹੋਵੇਗਾ ਕਿ

'ੳ' ਗੈਰ-ਮੌਰੂਸੀ ਅੱਵਲ ਮਾਰਫ਼ਤ 'ਅ 'ਗ਼ੈਰ-ਮੌਰੂਸੀ ਦੋਮ।

06. ਖਾਨਾ ਨੰਬਰ ਛੇ - ਖੂਹ ਜਾਂ ਸਿੰਚਾਈ ਦੇ ਹੋਰ ਸਾਧਨ:- ਇਸ ਖਾਨੇ ਵਿੱਚ ਜ਼ਮੀਨ ਦੀ ਸਿੰਚਾਈ ਕਿਵੇਂ ਕੀਤੀ ਜਾਂਦੀ ਹੈ ਉਸ ਦਾ ਵੇਰਵਾ ਜਿਵੇਂ: ਕਿਸਮ ਭਾਵ **ਚਾਹੀ, ਨਹਿਰੀ, ਟਿਊਬਵੈਲ ਜਾਂ ਖੂਹ** ਵਗੈਰਾ। ਜਿਸ ਜ਼ਮੀਨ ਨੂੰ ਬਿਲਕੁੱਲ ਹੀ ਪਾਣੀ ਨਹੀਂ ਲਗਦਾ ਸਿਰਫ ਮੀਂਹ ਦੇ ਪਾਣੀ ਤੇ ਨਿਰਭਰ ਹੋਵੇ ਤਾਂ ਉਸ ਨੂੰ **ਬਰਾਨੀ** ਲਿਖਿਆ ਜਾਂਦਾਹੈ। ਜਿਸ ਜ਼ਮੀਨ ਉਪਰ ਖੇਤੀ ਹੀ ਨਾ ਕੀਤੀ ਜਾਂਦੀ ਹੋਵੇ ਉਸ ਨੂੰ **ਗੈਰ-ਮਜਰੂਆ** ਲਿਖਿਆ ਜਾਂਦਾ ਹੈ।
ਜਿਸ ਜ਼ਮੀਨ ਉਪਰ ਪਿਛਲੇ ਪੰਜ ਸਾਲ ਤੋਂ ਕੁੱਝ ਨਾ ਬੀਜਿਆ ਗਿਆ ਹੋਵੇ ਉਸ ਨੂੰ **ਬੰਜਰ ਕਦੀਮ** ਲਿਖਿਆ ਜਾਂਦਾ ਹੈ। ਜਿਸ ਜ਼ਮੀਨ ਉਪਰ ਖੇਤੀ ਨਾ ਕੀਤੀ ਜਾਂਦੀ ਹੋਵੇ ਪਰ ਹੋਰ ਕੰਮਾਂ ਲਈ ਵਰਤੀ ਜਾਂਦੀ ਹੋਵੇ ਉਸ ਨੂੰ **ਗੈਰ ਮੁਮਕਿਨ** ਲਿਖਿਆ ਜਾਂਦਾ ਹੈ। ਜਿਹੜੀ ਜ਼ਮੀਨ ਸੜਕਾਂ ਲਈ ਵਰਤੀ ਜਾਂਦੀ ਹੋਵੇ ਉਸ ਨੂੰ **ਗੈਰ ਮੁਮਕਿਨ-ਸੜਕ** ਲਿਖਿਆ ਜਾਂਦਾ ਹੈ। ਜਿਹੜੀ ਜਮੀਨ ਅਬਾਦੀ ਲਈ ਵਰਤੀ ਜਾਂਦੀ ਹੋਵੇ ਉਸ ਨੂੰ **ਗੈਰ ਮੁਮਕਿਨ- ਅਬਾਦੀ** ਲਿਖਿਆ ਜਾਂਦਾ ਹੈ। ਜਿਹੜੀ ਜ਼ਮੀਨ ਚਰਾਂਦ ਲਈ ਵਰਤੀ ਜਾਂਦੀ ਹੋਵ੍ਹੇ ਉਸ ਨੂੰ **ਗੈਰ ਮੁਮਕਿਨ - ਚਰਾਂਦ** ਲਿਖਿਆ ਜਾਂਦਾ ਹੈ।

07. ਖਾਨਾ ਨੰਬਰ ਸੱਤ **- ਖਸਰਾ ਅਤੇ ਮੁਰਬਾ ਨੰਬਰ:-** ਖੇਤ ਜਾਂ ਖਸਰਾ ਨੰਬਰ ਉਹ ਨੰਬਰ ਹੈ ਜਿਹੜਾ ਪਿੰਡ ਦੇ ਨਕਸ਼ੇ ਵਿੱਚ ਖੇਤ ਨੂੰ (ਕਿੱਲ੍ਹਾ ਨੰਬਰ) ਦਿੱਤਾ ਜਾਂਦਾ ਹੈ (ਸ਼ਜਰਾ ਕਿਸ਼ਤਵਾਰ) ਇੰਦਰਾਜ ਦਾ ਕ੍ਰਮ ਆਮ ਤੌਰ ਤੇ ਖਸਰਾ ਗਿਰਦਾਵਰੀ ਵਾਲਾ ਹੋਣਾ ਚਾਹੀਦਾ ਹੈ। ਮੁਸਤੀਲ ਜਾਂ ਮੁਰੱਬੇ ਵਿੱਚ 25 ਕਿੱਲੇ ਹੁੰਦੇ ਹਨ। ਹਰ ਮੁਸਤਤੀਲ ਦੀਆਂ ਚਾਰੇ ਬਾਹੀਆਂ ਨੂੰ ਬਰਾਬਰ ਬਰਾਬਰ ਹਿੱਸਿਆਂ ਵਿੱਚ ਵੰਡ ਕੇ ਉਸ ਦੀਆਂ ਨੁਕਰਾਂ ਤੇ **ਪੱਥਰ** ਲਾ ਦਿੱਤੇ ਜਾਂਦੇ ਹਨ ਜਿਨ੍ਹਾਂ ਨੂੰ ਆਮ ਤੌਰ ਤੇ **ਮੁਰੱਬੇਬੰਦੀ ਵਾਲੇ ਪੱਥਰ** ਵੀ ਕਿਹਾ ਜਾਂਦਾ ਹੈ ਇਹ ਆਮ ਤੌਰ ਤੇ ਨਿਸ਼ਾਨ ਦੇਹੀ ਲੈਣ ਵੇਲੇ ਕੰਮ ਆਉਂਦੇ ਹਨ। ਇਸ ਵਿੱਚ ਜਿਹੜੇ ਕਿੱਲੇ ਹੁੰਦੇ ਹਨ ਉਨ੍ਹਾਂ ਨੂੰ **ਪੂਰਬ ਤੋਂ ਪੱਛਮ** ਦੀਆਂ **ਬਾਹੀਆਂ 36 – 36 ਕਰਮਾਂ** ਅਤੇ **ਪਹਾੜ ਤੋਂ ਦੱਖਣ** ਵੱਲ ਦੀਆਂ ਬਾਹੀਆਂ ਵੱਲ **40 – 40 ਕਰਮਾਂ** ਵਿੱਚ ਵੰਡਿਆ ਜਾਂਦਾ ਹਨ। ਇਸ ਕਰਕੇ ਇੱਕ ਏਕੜ ਦੀਆਂ

ਬਾਹੀਆਂ 36X40 ਦੀਆਂ ਹੁੰਦੀਆਂ ਹਨ। ਅਤੇ ਮੁਸਤਤੀਲ ਦੀਆਂ ਬਾਹੀਆਂ **220 ਕਰਮ** ਤੇ ਦੂਜੀ ਸਾਈਡ **180 ਕਰਮ** ਦੀ ਹੁੰਦੀ ਹੈ।

ਨੋਟ:- ਖਸਰਾ ਨੰਬਰ ਹਮੇਸਾ 1 ਤੋਂ 25 ਨੰਬਰ ਦੇ ਵਿੱਚ ਵਿੱਚ ਹੀ ਹੋਵੇਗਾ। ਜਿਵੇਂ: **113/10/2 ਜਾਂ 113/20 ਜਾਂ 113/ 21** ਇਸ ਵਿੱਚ ਕਿਲ੍ਹਾ ਨੰਬਰ **20** ਤੇ **21** ਪੂਰੀਆਂ **8-8** ਕਨਾਲਾਂ ਹਨ।

ਇਸ ਵਿੱਚ **113 ਮੁਸਤਤੀਲ ਨੰਬਰ** ਹੈ ਅਤੇ **10/2 ਖਸਰਾ ਨੰਬਰ** ਪਰ ਇਸ ਨੰਬਰ ਵਿੱਚੋਂ ਤੁਹਾਨੂੰ 8 ਕਨਾਲਾਂ ਵਿਚੋਂ ਪੂਰਾ ਹਿੱਸਾ ਨਹੀਂ ਹੈ। ਇਸ ਨੰਬਰ ਵਿੱਚ ਕੋਈ ਹੋਰ ਵੀ ਹਿੱਸੇਦਾਰ ਹੈ।

ਮੁਸਤਤੀਲ ਨੰਬਰ ਨੂੰ ਹਮੇਸ਼ਾ **ਲਾਲ ਸਿਆਹੀ** ਨਾਲ ਲਿਖਿਆ ਜਾਵੇਗਾ ਅਤੇ **ਖਸ਼ਰਾ ਨੰਬਰ ਕਾਲੀ ਸ਼ਿਆਹੀ** ਨਾਲ ਲਿਖਿਆ ਜਾਵੇਗਾ। ਖਸ਼ਰਾ ਨੰਬਰ 20 ਤੇ 21 ਵਿੱਚ ਤੁੱਹਾਨੂੰ ਪੂਰੀਆਂ 8-8 ਕਨਾਲਾਂ ਮਿਲੀਆਂ ਹਨ ਜਾਣੀ ਕਿ ਸਾਲਮ ਨੰਬਰ।

ਉਦਾਹਣ ਦੇ ਤੌਰ ਤੇ ਥੱਲੇ ਇੱਕ **ਮੁਸਤਤੀਲ ਦਾ ਨਕਸ਼ਾ** ਦਿੱਤਾ ਜਾਂਦਾ ਹੈ ਤਾਂਕਿ ਚੰਗੀ ਤਰ੍ਹਾਂ ਸੱਮਝ ਆ ਸਕੇ:

200 ਕਰਮ					
ਖਸਰਾ ਨੰਬਰ **1**	ਖਸਰਾ ਨੰਬਰ **2**	ਖਸਰਾ ਨੰਬਰ **3**	ਖਸਰਾ ਨੰਬਰ **4**	ਖਸਰਾ ਨੰਬਰ **5**	**200 ਕਰਮ**
ਖਸਰਾ ਨੰਬਰ **6**	ਖਸਰਾ ਨੰਬਰ **7**	ਖਸਰਾ ਨੰਬਰ **8**	ਖਸਰਾ ਨੰਬਰ **9**	ਖਸਰਾ ਨੰਬਰ **10**	
ਖਸਰਾ ਨੰਬਰ **11**	ਖਸਰਾ ਨੰਬਰ **12**	ਖਸਰਾ ਨੰਬਰ **13**	ਖਸਰਾ ਨੰਬਰ **14**	ਖਸਰਾ ਨੰਬਰ **15**	
ਖਸਰਾ ਨੰਬਰ **16**	ਖਸਰਾ ਨੰਬਰ **17**	ਖਸਰਾ ਨੰਬਰ **18**	ਖਸਰਾ ਨੰਬਰ **19**	ਖਸਰਾ ਨੰਬਰ **20**	
ਖਸਰਾ ਨੰਬਰ **21**	ਖਸਰਾ ਨੰਬਰ **22**	ਖਸਰਾ ਨੰਬਰ **23**	ਖਸਰਾ ਨੰਬਰ **24**	ਖਸਰਾ ਨੰਬਰ **25**	

ਇਸ ਆਇਤਾਕਾਰ ਵਰਗ ਦੀ ਸ਼ਕਲ ਦਾ **ਇੱਕ ਨੰਬਰ** ਹੁੰਦਾ ਹੈ ਅਤੇ ਇਸ ਨੂੰ **ਮੁਸ਼ਤਤੀਲ ਜਾਂ ਮੁਰੱਬਾ** ਕਹਿੰਦੇ ਹਨ।ਅਤੇ ਇਸ **ਉੱਪਰ ਵਾਲੀ ਬਾਹੀ 200 ਕਰਮ** ਦੀ ਹੁੰਦੀ ਹੈ ਅਤੇ **ਉਪਰੋਂ ਥੱਲੇ ਨੂੰ 180 ਕਰਮ** ਦੀ ਹੁੰਦੀ ਹੈ ਅਤੇ ਇਸ ਵਿੱਚ **25 ਹੋਰ ਨੰਬਰ** ਹਨ ਜਿਨ੍ਹਾਂ ਨੂੰ **ਖਸਰਾ ਨੰਬਰ ਜਾਂ ਕਿਲ੍ਹਾ ਨੰਬਰ** ਕਿਹਾ ਜਾਂਦਾ ਹੈ। **ਖਸਰਾ ਨੰਬਰ** ਹਮੇਸਾ **1 ਤੋਂ 25** ਨੰਬਰ ਦੇ ਵਿੱਚ ਵਿੱਚ ਹੀ ਹੋਵੇਗਾ।

ਜਾਣਿ ਕਿ **ਮੁਸ਼ਤਤੀਲ 200** ਕਰਮ **X 180** ਕਰਮ ਦੀ ਪਰ ਮੁਰੱਬਾ **200** ਕਰਮ **X 200** ਕਰਮ ਦਾ ਹੁੰਦਾ ਹੈ। ਕਈ ਥਾਂਈ ਮੁਰੱਬੇਬੰਦੀ ਮੁਸ਼ਤਤੀਲ ਬੰਦੀ ਦੇ ਹਿਸਾਬ ਨਾਲ ਹੋਈ ਹੈ।

***** ਮੁਸ਼ਤਤੀਲ ਵਿੱਚ ਇੱਕ ਕਿੱਲਾ **36** ਕਰਮ **X 40** ਕਰਮ ਦਾ ਹੁੰਦਾ ਹੈ।ਏਸੇ ਕਰਕੇ ਇਹ **ਆਇਤਾਕਾਰ ਵਰਗ ਦੀ ਸ਼ਕਲ** ਦੀ ਹੁੰਦੀ ਹੈ। ਮੁਰੱਬੇ ਵਾਂਗ ਚੌਰਸ ਨਹੀਂ।

36 ਕਰਮ **X 40** ਕਰਮ ਵਾਲੇ ਕਿਲਿਆਂ ਦੀਆਂ ਦਿਸ਼ਾਵਾਂ ਦਾ ਵੇਰਵਾ:
ਉੱਤਰ ਤੋਂ ਦੱਖਣ ਵੱਲ ਨੂੰ **36** ਕਰਮਾਂ ਹੁੰਦੀਆਂ ਹਨ ਅਤੇ ਪੂਰਬ ਤੋਂ ਪੱਛਮ ਵੱਲ ਨੂੰ **40** ਕਰਮਾਂ ਹੁੰਦੀਆਂ ਹਨ।

08. ਖਾਨਾ ਨੰਬਰ ਅੱਠ - ਰਕਬਾ ਅਤੇ ਭੌਂ ਦੀ ਕਿਸਮ:- ਇਸ ਖਾਨੇ ਵਿੱਚ ਹਰ ਖਸਰਾ ਨੰਬਰ ਦਾ ਰਕਬਾ ਅਤੇ ਉਸ ਜਮੀਨ ਦੀ ਕਿਸਮ: **ਚਾਹੀ, ਨਹਿਰੀ, ਟਿਊਬਵੈਲ** ਆਦਿ ਦਰਜ ਕੀਤੀ ਜਾਂਦੀ ਹੈ। ਜਮਾਂਬੰਦੀ ਵਿੱਚ ਭੌਂ ਦੀ ਕਿਸਮ ਦੇ ਵੇਰਵੇ ਦਾ ਇਹ ਭਾਵ ਹੈ ਕਿ ਹਰ ਖੇਤ ਲਈ ਵਾਹੀ ਦਾ ਪੱਕਾ ਪ੍ਰਬੰਧ ਵਿਖਾਉਣਾ ਹੈ, ਨਾ ਕਿ ਉਹ ਹਾਲਤ ਜੋ ਕਿਸੇ ਖਾਸ ਫਸ਼ਲਾਂ ਵਿੱਚ ਪਾਈ ਜਾਵੇ। ਭੌਂ ਦੀ ਕਿਸਮ ਦੀ ਤਬਦੀਲੀ ਸਬੰਧੀ ਇੰਦਰਾਜ ਉਸ ਸਮੇ ਹੀ ਕੀਤਾ ਜਾਣਾ ਚਾਹੀਦਾ ਹੈ ਜਦੋਂ ਇਹ ਪੱਕੀ ਤਰ੍ਹਾਂ ਤਬਦੀਲੀ ਹੋਈ ਹੋਵੇ, ਜਿਵੇਂ ਕਿ ਉਦਾਹਰਣ ਵਜੋਂ ਉਸ ਜਮੀਨ ਨੂੰ ਵਾਹੁਣ ਨਾਲ ਜੋ ਪਹਿਲਾਂ **ਬੰਜਰ ਜਦੀਦ ਜਾਂ ਬੰਜਰ ਕਦੀਮ** ਸੀ ਜਾਂ **ਬਰਾਨੀ** ਨੂੰ ਨਵਾਂ ਖੂਹ ਜਾ ਟਿਊਬਵੈਲ ਲੱਗ ਜਾਣ ਕਾਰਣ ਜਾਂ ਕਿਸੇ ਹੋਰ ਤਬਦੀਲੀ ਕਾਰਣ ਪਾਣੀ ਲੱਗ ਸਕਦਾ ਹੋਵੇ ਨੂੰ **ਚਾਹੀ** ਬਣਾਇਆ ਗਿਆ ਹੋਵੇ। ਆਮ ਤੌਰ ਤੇ ਭੌਂ ਦੀ ਕਿਸਮ ਸਬੰਧੀ ਤਬਦੀਲੀਆਂ ਉਸੇ ਸਾਲ ਵਿੱਚ ਕੀਤੀਆਂ ਜਾਣੀਆਂ ਚਾਹੀਦੀਆਂ ਹਨ, ਜਿਸ ਸਾਲ ਵਿੱਚ **ਪੰਜ ਸਾਲਾ** ਤਸਦੀਕ ਹੁੰਦਾ ਹੈ।

09. ਖਾਨਾ ਨੰਬਰ ਨੌਂ: ਜਮ੍ਹਾਂਬੰਦੀ ਦਾ ਇਹ ਖਾਨਾ ਠੇਕੇ ਚਕੌਤੇ ਦਾ ਹੁੰਦਾ ਹੈ ਜੋ ਮੁਜ਼ਾਰਾ ਆਪਣੇ ਜ਼ਮੀਨ ਮਾਲਕ ਨੂੰ ਦਿੰਦਾ ਹੈ। ਇਸ ਵਿੱਚ ਇਹ ਦਰਜ਼ ਹੁੰਦਾ ਹੈ ਕਿ ਖੇਤੀ ਫ਼ਸਲ ਦਾ ਕਿੰਨਾ ਹਿੱਸਾ ਬਟਾਈ ਵੱਜੋਂ ਅਨਾਜ ਦੇ ਰੂਪ ਵਿੱਚ ਜ਼ਮੀਨ ਮਾਲਕ ਨੂੰ ਦਿੱਤਾ ਜਾਂਦਾ ਹੈ। ਜੇਕਰ ਮੁਜ਼ਾਰਾ ਉੱਕਾ-ਪੁੱਕਾ ਰਕਮ ਦਿੰਦਾ ਹੈ ਤਾਂ ਉਸ ਦਾ ਵੇਰਵਾ ਦਰਜ਼ ਹੁੰਦਾ ਹੈ।

10. ਖਾਨਾ ਨੰਬਰ ਦਸ**:** ਜਮ੍ਹਾਂਬੰਦੀ ਦੇ ਇਸ ਖਾਨੇ ਵਿੱਚ ਜ਼ਮੀਨ ਦੇ ਹਿੱਸੇ ਦੀ ਮਾਲਕੀ ਜਾਂ ਸਰਕਾਰੀ ਬਕਾਏ ਆਦਿ ਦੇ ਵੇਰਵੇ ਦਰਜ਼ ਕੀਤੇ ਜਾਂਦੇ ਹਨ। ਜੇਕਰ ਜ਼ਮੀਨ ਦੇ ਮਾਲਕ ਜਾਂ ਮੁਜ਼ਾਰੇ ਨੇ ਸਰਕਾਰ ਪਾਸੋਂ ਕੋਈ ਸਹਾਇਤਾ ਜਾਂ ਕਰਜ਼ਾ ਲਿਆ ਹੋਵੇ ਉਸ ਦੇ ਵੇਰਵੇ ਵੀ ਦਰਜ਼ ਕੀਤੇ ਜਾਂਦੇ ਹਨ।

11. ਖਾਨਾ ਨੰਬਰ ਗਿਆਰਾਂ**:** ਜਮ੍ਹਾਂਬੰਦੀ ਦੇ ਇਸ ਖਾਨੇ ਵਿੱਚ ਜ਼ਮੀਨ ਦਾ ਮਾਮਲਾ ਅਤੇ ਉਸ ਦੀ ਦਰ ਜੋ ਸਰਕਾਰੀ ਖਜ਼ਾਨੇ ਵਿੱਚ ਜਮ੍ਹਾਂ ਹੋਣੀ ਹੁੰਦੀ ਹੈ ਦਾ ਵੇਰਵਾ ਲਿਖਿਆ ਜਾਂਦਾ ਹੈ।

ਜੇਕਰ ਕਿਸੇ ਜ਼ਮੀਨ ਦਾ ਮਾਮਲਾ ਮੁਆਫ ਕੀਤਾ ਗਿਆ ਹੋਵੇ ਜਿਵੇਂ ਸਰਕਾਰ ਕਿਸਾਨਾਂ ਨੂੰ ਬਾਗ ਲਾਉਣ ਜੰਗਲਾਤ ਲਾਉਣ ਵੱਲ ਉਤੱਸਾਹਤ ਕਰਦੀ ਹੈ ਇਸ ਲਈ ਸਰਕਾਰ ਇਨ੍ਹਾਂ ਜ਼ਮੀਨਾਂ ਦਾ ਮਾਮਲੇ ਤੋਂ ਮੁਆਫੀ ਦਿੱਤੀ ਜਾਂਦੀ ਹੈ। ਜੇ ਅਜਿਹੀ ਕੋਈ ਸਥਿਤੀ ਹੋਵੇ ਤਾਂ ਉਸ ਨੂੰ ਖਾਨਾ ਨੰਬਰ ਵਿੱਚ ਲਾਲ ਸ਼ਿਆਹੀ ਨਾਲ ਵੇਰਵਾ ਦਰਜ਼ ਕੀਤਾ ਜਾਂਦਾ ਹੈ।

12. ਖਾਨਾ ਨੰਬਰ ਬਾਰਾਂ **- ਵਿਸ਼ੇਸ ਕਥਨ**: ਖਾਨਾ ਨੰਬਰ 12 ਜਮਾਂਬੰਦੀ ਵਿੱਚ ਬਹੁਤ ਹੀ ਮਹੱਤਵ ਰੱਖਦਾ ਹੈ।

ਨੋਟ:- ਇਸ ਖਾਨੇ ਵਿੱਚ ਬਹੁਤ ਸਾਰੇ ਨੋਟ ਪਟਵਾਰੀ ਵਲੋਂ **ਲਾਲ ਸਿਆਹੀ** ਨਾਲ ਲਿਖੇ ਹੋਣਗੇ, ਉਨ੍ਹਾਂ ਨੂੰ ਬਹੁਤ ਧਿਆਨ ਨਾਲ ਪੜ੍ਹਨ ਦੀ ਲੋੜ ਹੁੰਦੀ ਹੈ।

ਇਸ ਖਾਨੇ ਵਿੱਚ ਮਾਲਕ **ਰਹਿਨ ਵਾ ਕਬਜਾ** ਅਤੇ ਹਿੱਸਿਆਂ ਵਿੱਚ ਤਬਦੀਲੀ ਸੰਬੰਧੀ ਸਾਰੇ ਨਵੇਂ ਇੰਦਰਾਜ ਦੇ ਕੇਸ ਜਿਨ੍ਹਾਂ ਦੀ ਪੁਸ਼ਟੀ ਕਿਸੇ **ਇੰਤਕਾਲ ਜਾਂ ਫਰਦ ਬਦਰ** ਨਾਲ ਹੁੰਦੀ ਹੈ, ਉਸ ਇੰਦਰਾਜ ਦਾ ਹਵਾਲਾ ਜਿਸ ਨਾਲ ਇਸ ਦੀ ਪੁਸ਼ਟੀ ਹੁੰਦੀ ਹੈ, ਇਸੇ ਖਾਨੇ ਵਿੱਚ **ਲਾਲ ਸਿਆਹੀ** ਨਾਲ ਦਰਜ ਕੀਤੀ ਜਾਂਦੀ ਹੈ।

ਜੇ ਇੰਤਕਾਲ ਹਕੀਅਤ ਹੋ ਚੁੱਕਾ ਹੈ ਅਤੇ **15 ਜੂਨ** ਤੋਂ ਪਹਿਲਾਂ ਪਹਿਲਾਂ ਜਾਂ ਡਾਇਰੈਕਟਰ ਭੋਂ ਰਿਕਾਰਡ ਵਲੋਂ ਪ੍ਰਵਾਨਤ ਮਿਤੀ ਤੋਂ ਪਹਿਲਾਂ ਦਰਜ ਕੀਤਾ ਜਾ ਚੁੱਕਾ ਹੈ ਪਰ ਤਸਦੀਕ ਨਹੀਂ ਹੋਇਆ ਤਾਂ ਰਜਿਸਟਰ ਵਿੱਚੋਂ ਇੰਦਰਾਜ ਦਾ ਕ੍ਰਮ ਨੰਬਰ ਦਿੰਦੇ ਹੋਏ ਸੰਖੇਪ ਵਿੱਚ ਉਹ ਤੱਥ **ਲਾਲ ਸਿਆਹੀ** ਵਿਚ ਲਿਖੋ ਜੋ ਉਪਰੋਕਤ ਇੰਤਕਾਲ ਹੋਣ ਸਬੰਧੀ ਵਾਪਰੇ ਮੰਨੇ ਜਾਣੇ ਹਨ। ਪਰ ਇਹ ਦੱਸ ਦਿੱਤਾ ਜਾਂਦਾ ਹੈ ਕਿ ਇੰਤਕਾਲ ਤੱਸਦੀਕ ਨਹੀਂ ਹੋਇਆ ਹੈ।

(ੳ). ਜੇ ਕੋਈ ਨਵਾਂ ਟਿਊਬਵੈਲ ਲਗਾਇਆ ਗਿਆ ਹੈ ਤਾਂ ਇਸ ਸਬੰਧੀ ਬੜੇ ਧਿਆਨ ਨਾਲ ਕੈਫੀਅਤ ਵਿੱਚ ਦਰਜ ਕਰਨਾ ਚਾਹੀਦਾ ਹੈ।

(ਅ). ਜੇ ਕੋਈ ਖਾਤਾ ਜਾਂ ਉਸਦਾ ਭਾਗ ਸਰਕਾਰ ਕੋਲ **ਤਕਾਵੀ ਕਰਜੇ ਦੀ ਜਮਾਨਤ** ਵਜੋਂ **ਆਡ ਰਹਿਨ** ਰੱਖਿਆ ਗਿਆ ਹੈ ਤਾਂ ਇਸ ਸਬੰਧੀ ਨੋਟ **ਲਾਲ ਸਿਆਹੀ** ਵਿੱਚ ਲਿਖਿਆ ਜਾਂਦਾ ਹੈ।

(ੲ). ਬਿਨ੍ਹਾਂ ਕਰਜੇ ਤੋਂ ਰਹਿਨ ਸਬੰਧੀ ਸ਼ਰਤਾਂ ਦਾ ਸੰਖੇਪ ਵੇਰਵਾ ਜਿਨ੍ਹਾਂ ਦੀ ਤਸਦੀਕ ਇੰਤਕਾਲ ਰਜਿਸਟਰ ਵਿੱਚ ਹੋ ਚੁੱਕੀ ਹੋਵੇ, ਇਸ ਖਾਨੇ ਵਿੱਚ ਦਰਜ ਕੀਤਾ ਜਾਵੇਗਾ। ਪਰ ਇਸ ਸਬੰਧੀ ਕੋਈ ਇੰਦਰਾਜ ਹੋਰ ਕਿਸੇ ਖਾਨੇ ਵਿੱਚ ਨਹੀਂ ਕੀਤਾ ਜਾਵੇਗਾ।

(ਸ). ਜੇ ਕਿਸੇ ਖਾਤੇ, ਪੱਤੀ, ਤਰਫ ਜਾ ਸਾਰੇ ਪਿੰਡ ਦਾ ਮਾਲੀਆ (ਮੁਆਫੀ ਜਾਂ ਜਗੀਰ) ਵਜੋਂ ਮਾਫ਼ ਹੋਵੇ ਤਾ ਉਹ ਤੱਥ, ਨਾਂ ਵੇਰਵੇ ਅਤੇ ਹਿੱਸੇਦਾਰਾਂ ਦੇ ਹਿੱਸੇ ਇਸ ਖਾਨੇ ਵਿੱਚ **ਲਾਲ ਸਿਆਹੀ** ਨਾਲ ਦਰਜ ਕੀਤੇ ਜਾਣ।

(ਹ). ਜੇ ਕਿਸੇ ਕੇਸ ਵਿੱਚ ਜਿਸਦੀ ਲਿਖਤ ਰਜਿਸ਼ਟਰਡ ਹੋਣ ਸਬੰਧੀ ਸੂਚਨਾ ਪ੍ਰਾਪਤ ਹੋ ਗਈ ਹੈ ਅਤੇ ਇੰਤਕਾਲ ਨੂੰ ਇਨਕਾਰ ਕਰ ਦਿੱਤਾ ਗਿਆ ਹੈ ਤਾਂ ਇਹ ਤੱਥ ਇਸ ਖਾਨੇ ਵਿੱਚ ਲਿਖਤ ਦੀ ਕਿਸਮ (ਬੈ, ਰਹਿਨ ਆਦਿ) ਅਤੇ ਮਿੱਤੀ ਦੱਸਦੇ ਹੋਏ ਲਿਖੇ ਜਾਂਦੇ ਹਨ।

(ਕ). ਜੇ ਕੋਈ ਭੌਂ ਕਿਸੇ ਸ਼ਹਿਰੀ ਏਰੀਏ ਵਿੱਚ ਸਰਕਾਰ ਵਲੋਂ ਕਿਸੇ ਖਾਸ ਕੰਮ ਲਈ ਖਾਸ ਸ਼ਰਤਾਂ ਅਧੀਨ ਵੇਚੀ ਗਈ ਹੋਵੇ ਤਾਂ ਇਸ ਖਾਨੇ ਵਿੱਚ ਮੰਤਵ ਜਾਂ ਸ਼ਰਤਾਂ ਲਿਖੀਆਂ ਜਾਂਦੀਆ ਹਨ।

(ਖ). ਜੇਕਰ ਸਮਰੱਥ ਅਧਿਕਾਰੀ ਦੁਆਰਾ ਕੋਈ ਹੁਕਮ ਦਿੱਤਾ ਹੋਵੇ ਜਾਂ ਕੈਫੀਅਤ ਖਾਨਾ ਵਿੱਚ ਆਉਂਦਾ ਹੋਵੇ ਉਸ ਦਾ ਸੰਖੇਪ ਵੇਰਵਾ ਵੀ ਇਸ ਖਾਨੇ ਵਿੱਚ **ਲਾਲ ਸਿਆਹੀ** ਨਾਲ ਦਰਜ ਕੀਤਾ ਜਾਂਦਾ ਹੈ।

(ਗ). ਜੇਕਰ ਕਿਸੇ ਮਾਲਕਾਂ ਦੀ ਸਾਰੀ ਜਮੀਨ ਜਾਂ ਕੁੱਝ ਹਿੱਸਾ ਸਰਕਾਰ ਨੇ ਸ਼ਾਮਲਾਤ ਦੇ ਹਿੱਸੇ ਤੋਂ ਬਗੈਰ ਪ੍ਰਾਪਤ ਕਰ ਲਿਆ ਹੋਵੇ ਤਾਂ ਉਨ੍ਹਾਂ ਮਾਲਕਾਂ ਦਾ ਨਾਂ ਸਮੇਤ ਤਬਦੀਲੀ ਹੋਏ ਰਕਬੇ ਅਤੇ ਸਬੰਧਤ ਨੰਬਰ ਇੰਤਕਾਲ ਖਾਨੇ ਵਿੱਚ ਦਰਜ ਕੀਤਾ ਜਾਵੇ। ਇਸ ਨੋਟ ਵਿੱਚ ਇਹ ਵੀ ਦੱਸਿਆ ਜਾਵੇਗਾ ਕਿ ਸਬੰਧਤ ਮਾਲਕ ਵੰਡ ਸਮੇਂ ਸ਼ਾਮਲਾਤ ਵਿੱਚ ਬਣਦੇ ਹਿੱਸੇ ਦਾ ਹੱਕਦਾਰ ਹੋਵੇਗਾ। ਇਹ ਨੋਟ ਜਿਨ੍ਹਾਂ ਚਿਰ ਤੱਕ ਸ਼ਾਮਲਾਤ ਦਾ ਬਟਵਾਰਾ ਨਹੀਂ ਹੋ ਜਾਂਦਾ ਇੱਕ ਜਮ੍ਹਾਂਬੰਦੀ ਤੋਂ ਦੂਜੀ ਜਮ੍ਹਾਂਬੰਦੀ ਵਿੱਚ ਨਕਲ ਕੀਤਾ ਜਾਵੇਗਾ।

(ਘ). ਅਧਜੋਗੀਆ ਅਤੇ ਦੂਜੇ ਹਿੱਸੇਦਾਰਾਂ ਨੂੰ ਮਾਲਕ ਵਲੋਂ ਕਾਸ਼ਤ ਕਰਨ ਵਜੋਂ ਤੇ ਉਨ੍ਹਾਂ ਦੇ ਹਿੱਸੇ ਵਜੋਂ ਦਿੱਤੀ ਗਈ ਰਕਮ ਅਤੇ ਉਨ੍ਹਾਂ ਵਲੋਂ ਬੀਜਾਂ ਅਤੇ ਸਰਕਾਰੀ ਬਕਾਇਆ ਆਦਿ ਲਈ ਜੇ ਕੋਈ ਹੈ, ਦਿੱਤੀ ਗਈ ਰਕਮ ਇਸ ਖਾਨੇ ਵਿੱਚ ਦਰਜ ਹੁੰਦੀ ਹੈ।

(ਚ). ਜਬਤੀ ਭੌਂ ਸਬੰਧੀ ਰਹਿਨ ਵਾ ਕਬਜਾ ਦੀ ਮਿਤੀ ਵਿਖਾਉਂਦਾ ਹੋਇਆ ਇੱਕ ਨੋਟ, ਇਸ ਖਾਨੇ ਵਿੱਚ ਕੀਤਾ ਜਾਂਦਾ ਹੈ।

(ਛ). ਜੇਕਰ ਕੋਈ ਇੰਤਕਾਲ ਜੋ ਕਿਸੇ ਵੀ ਲਿਖਤ ਉੱਤੇ ਆਧਾਰਿਤ ਹੋਵੇ ਜਿਵੇਂ ਕਿ ਬੈ, ਗਹਿਣੇ ਜਾਂ ਵਸੀਅਤ ਆਦਿ ਪਰ ਉਸ ਦਾ ਇੰਤਕਾਲ ਨਾ-ਮਨਜ਼ੂਰ ਹੋ ਗਿਆ ਹੋਵੇ ਤਾਂ ਇਸ ਦਾ ਵੇਰਵਾ ਲਾਲ ਸ਼ਿਆਹੀ ਨਾਲ ਇਸ ਖਾਨੇ ਵਿੱਚ ਦਰਜ਼ ਕੀਤਾ ਜਾਵੇਗਾ।

(ਜ). ਜੇਕਰ ਕੋਈ ਜਾਇਦਾਦ ਜਾਂ ਕਲੋਨੀ ਜਾਂ ਨਗਰ ਦਾ ਕੋਈ ਹਿੱਸਾ ਸਰਕਾਰ ਵੱਲੋਂ ਕਿਸੇ ਖਾਸ ਮਤਲਬ ਲਈ ਰੱਖਿਆ ਜਾਵੇ ਜਾਂ ਵੇਚਿਆ ਜਾਵੇ ਤਾਂ ਉਹ ਸਾਰੇ ਵੇਰਵੇ ਇਸ ਖਾਨੇ 'ਚ ਦਰਜ਼ ਕੀਤੇ ਜਾਂਦੇ ਹਨ।

(ਝ). ਜੇਕਰ ਕਿਸੇ ਮਾਲਕ ਦੀ ਕੋਈ ਜ਼ਮੀਨ, ਸਰਕਾਰ ਨੇ ਕਿਸੇ ਪਾਲਸੀ ਦੇ ਅਧੀਨ ਰੋਕੀ ਹੋਵੇ ਅਤੇ ਉਸ ਦੇ ਇੰਤਕਾਲ ਦਰਜ਼ ਹੋਏ ਹੋਣ ਉਸ ਦੇ ਵੇਰਵੇ ਵੀ ਇਸ ਖਾਨੇ ਵਿੱਚ ਦਿੱਤੇ ਜਾਣਗੇ।

ਜਮ੍ਹਾਂਬੰਦੀ ਦੇ ਇੰਦਰਾਜ ਉਨੀ ਹੀ ਜ਼ਮੀਨ ਦੇ ਸਹੀ ਮੰਨੇ ਜਾਣਗੇ ਜਿੰਨੀ ਜ਼ਮੀਨ ਖੇਤੀ ਹੇਠ ਹੈ। ਜੇਕਰ ਖੇਤੀ ਵਾਲੀ ਜ਼ਮੀਨ ਵਿੱਚ ਰਹਾਇਸ਼ੀ ਮਕਾਨ ਬਣਾਇਆ ਹੋਵੇ ਤਾਂ ਉਸ ਬਾਰੇ ਜਮ੍ਹਾਂਬੰਦੀ ਦੇ ਇੰਦਰਾਜ਼ ਨੂੰ ਸਹੀ ਨਹੀਂ ਮੰਨਿਆ ਜਾਵੇਗਾ।

ਅਖੀਰ ਵਿੱਚ ਇਹ ਕਿਹਾ ਜਾ ਸਕਦਾ ਹੈ ਕਿ ਪਹਿਲੇ **11** ਖਾਨਿਆਂ ਵਿੱਚ ਦਿੱਤੇ ਵੇਰਵਿਆਂ ਤੋਂ ਬਾਅਦ ਅਗਰ ਜ਼ਮੀਨ ਉੱਪਰ ਕਿਸੇ ਕਿਸਮ ਦੀ ਕੋਈ ਤਬਦੀਲੀ ਆਉਂਦੀ ਹੈ ਤਾਂ ਉਨ੍ਹਾਂ ਨੂੰ ਖਾਨਾ ਨੰਬਰ **12** ਵਿੱਚ ਦਰਜ਼ ਕੀਤਾ ਜਾਵੇਗਾ।

ਜਮ੍ਹਾਂਬੰਦੀ ਸਾਲ 2013

ਪਿੰਡ ਮਹਿਮਾ ਸਿੰਘ ਵਾਲਾ (ਨਕਲੀ ਨਾਮ)

ਲੜੀ ਨੰਬਰ	ਨਾਮ ਕਾਗਜਾਤ	ਪੇਜ਼ ਨੰਬਰ	ਕੁੱਲ ਪੇਜ਼
01	ਇੰਡੈਕਸ ਜਮ੍ਹਾਂਬੰਦੀ		
02	ਸ਼ਜਰਾ ਨਸਬ ਮਾਲਕਾਨ (ਕੁਰਸੀਨਾਮਾ)		
03	ਇੰਡੈਕਸ ਨੰਬਰ ਖਸਰਾ		
04	ਜਮ੍ਹਾਂਬੰਦੀ		
05	ਨਕਸ਼ਾ ਕਮੀ ਪੇਸ਼ੀ		
06	ਮੁਆਫੀਦਾਰ ਅਤੇ ਪੈਨਸ਼ਨਰਾਂ ਦੀ ਸੂਚੀ		
07	ਤਤਿਮਾਂ		
08	ਫ਼ੀਲਡ ਬੁੱਕ		
09	ਫ਼ਰਦ ਬਦਰ		
10	ਇੰਤਕਾਲ		
11	ਆਖਰੀ ਤਸਦੀਕ		

ਸ਼ਜਰਾ ਨਸਬ ਮਾਲਕਾਨ (ਕੁਰਸੀਨਾਮਾ) 23.2:-

ਜਮ੍ਹਾਂਬੰਦੀ ਦੇ ਇਸ ਪੜ੍ਹਾਅ ਤੇ ਸ਼ਜਰਾ ਨਸਬ ਮਾਲਕਾਨ (ਕੁਰਸ਼ੀਨਾਮਾ) ਤਿਆਰ ਕੀਤਾ ਜਾਂਦਾ ਹੈ। ਇਸ ਵਿੱਚ ਪਿੰਡ ਦੇ ਮਾਲਕਾਨ ਦੇ ਨਾਮ ਕੌਮਵਾਰ ਅਤੇ ਗੋਤਵਾਰ ਦਰਜ਼ ਕੀਤੇ ਜਾਂਦੇ ਹਨ। ਏਥੇ ਇਹ ਵੀ ਜਿਕਰਯੋਗ ਹੈ ਕਿ ਜੇ ਕੋਈ ਮਿਲਟਰੀ ਰਿਟਾਇਰਡ ਜਿਵੇਂ ਸੂਬੇਦਾਰ, ਕੈਪਟਨ, ਜਾਂ ਹੋਰ ਰੈਂਕ ਆਦਿ ਵੀ ਲਿਖਿਆ ਜਾਂਦਾ ਹੈ। ਕੁਰਸ਼ੀਨਾਮੇ ਵਿੱਚ ਵਰਤੀਆਂ ਜਾਣ ਵਾਲੀਆਂ ਨਿਸ਼ਾਨੀਆਂ ਦਾ ਵੀ ਕ੍ਰਮਵਾਰ ਇੰਡੈਕਸ ਬਣਾਇਆ ਜਾਂਦਾ ਹੈ ਜੋ ਅੱਗੇ ਦਿੱਤਾ ਜਾਵੇਗਾ। ਕੁਰਸ਼ੀਨਾਮੇ ਵਿੱਚ ਦਿੱਤੀਆਂ ਜਾਣ ਵਾਲੀਆਂ ਨਿਸ਼ਾਨੀਆਂ ਇਸ ਪ੍ਰਕਾਰ ਹਨ:-

ਲੜੀ ਨੰਬਰ	ਨਾਮ ਨਿਸ਼ਾਨੀ	ਨਿਸ਼ਾਨੀ
01	ਬੰਦੋਬਸਤੀ ਮਾਲਕ	ਹਰੇ ਰੰਗ ਦਾ ਘੇਰਾ
02	ਲਾਵਲਦ (ਜਿਸਦਾ ਕੋਈ ਵਾਰਸ਼ ਨਾ ਹੋਵੇ)	
03	ਗੈਰ-ਕਾਬਜ਼ (ਜਿਸ ਜ਼ਮੀਨ ਦੀ ਕੋਈ ਹੋਰ ਖੇਤੀ ਕਰਦਾ ਹੋਵੇ)	
04	ਇਸਤਰੀ ਮਾਲਕ	
05	ਲੜਕੀ ਮਾਲਕ	
06	ਨੰਬਰਦਾਰ (ਕਾਲੇ ਰੰਗ ਦਾ ਘੇਰਾ)	
07	ਜਿਸ ਦਾ ਪਿਤਾ ਜਾਂ ਦਾਦਾ ਜ਼ਿੰਦਾ ਹੋਵੇ।	ਨਾਮ ਲਾਲ ਸਿਆਹੀ ਨਾਲ ਦਰਜ਼ ਹੋਵੇਗਾ

ਇਹ ਲੜੀ ਵਾਰ ਕੁਰਸੀਨਾਮੇ ਦੀਆਂ ਨਿਸ਼ਾਨੀਆਂ ਹਨ ਜੋ ਮਾਲ ਮਹਿਕਮੇ ਵੱਲੋਂ ਜੱਦੋਂ ਵੀ ਕੁਰਸੀਨਾਮਾ ਬਣਾਉਣ ਦੀ ਜਰੂਰਤ ਪਵੇ ਤਾਂ ਇਹ ਨਿਸਾਨੀਆਂ ਦੀ ਵਰਤੋਂ ਕੀਤੀ ਜਾਂਦੀ ਹੈ। ਆਮ ਤੌਰ ਤੇ ਜਦੋਂ ਵਿਰਾਸਤ ਦਾ ਇੰਤਕਾਲ ਰਜਿਸਟਰਡ ਵਸੀਅਤ ਦੁਆਰਾ ਦਰਜ਼ ਕੀਤਾ ਜਾਂਦਾ

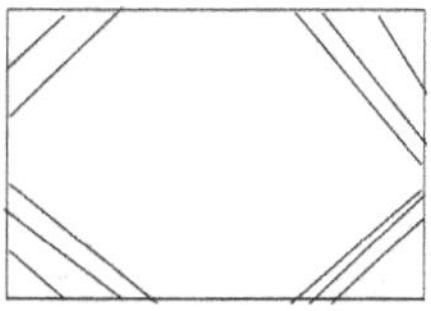

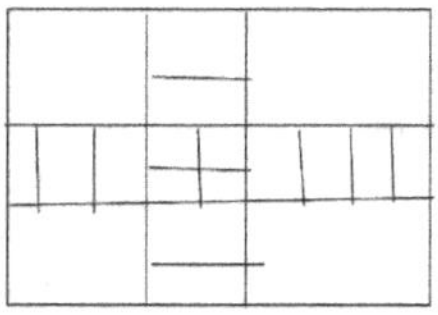

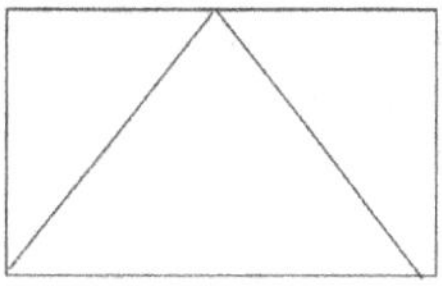

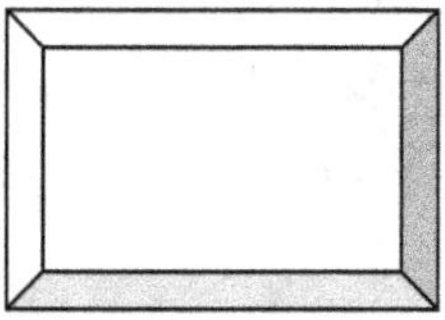

ਹੈ ਤਾਂ ਉਦੋਂ ਇੰਤਕਾਲ ਦੇ ਪੇਜ਼ ਦੇ ਪਿੱਛਲੇ ਪਾਸੇ ਬਣਾਇਆ ਜਾਂਦਾ ਹੈ, ਜਾਂ ਤਕਸੀਮ ਦੇ ਕੇਸਾਂ ਵਿੱਚ ਅਦਾਲਤ ਦਿਵਾਨੀ ਦੇ ਕੇਸਾਂ ਵਿੱਚ ਕੁਰਸੀਨਾਮੇ ਦੀ ਜਰੂਰਤ ਪੈਂਦੀ ਹੈ।

ਕੁਰਸੀਨਾਮੇ ਦਾ ਨਮੂਨਾ ਅਗਲੇ ਪੇਜ਼ ਤੇ ਦਿੱਤਾ ਜਾ ਰਿਹਾ ਹੈ:-

ਨਾਮ ਕੌਮ: ਜੱਟ ਸਿੱਖ
ਨਾਮ ਗੋਤ: ਗਿੱਲ
ਖਾਨਦਾਨ ਨੰਬਰ: 1

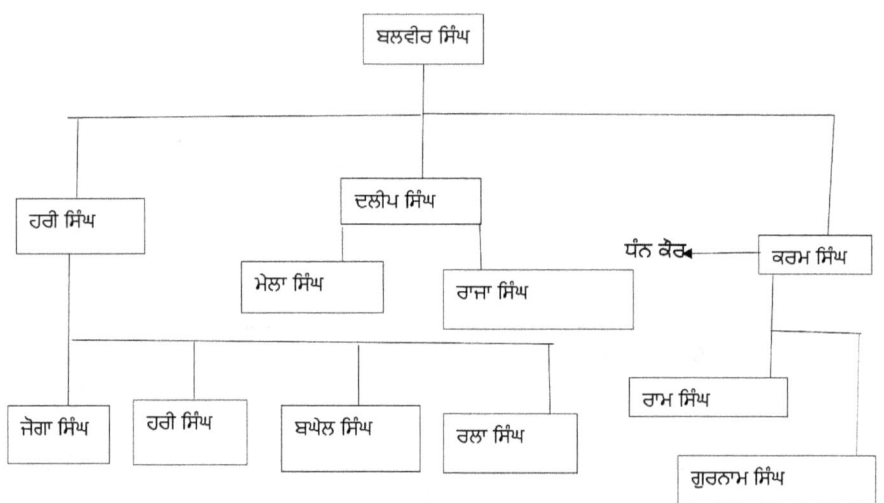

ਨਾਮ ਕੌਮ: ਜੱਟ ਸਿੱਖ
ਨਾਮ ਗੋਤ: ਸਿੱਧੂ
ਖਾਨਦਾਨ ਨੰਬਰ: 4

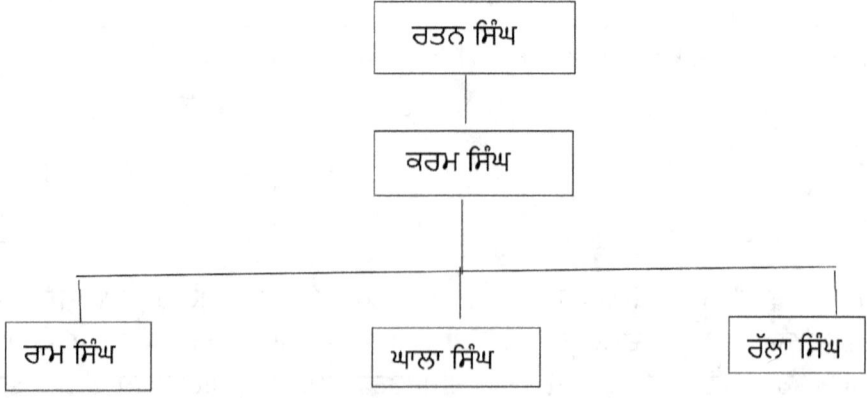

ਇੰਡੈਕਸ ਨੰਬਾਰਨ ਖਸਰਾ ਦੇਹ:
ਪਿੰਡ ਦੇ ਸਾਰੇ ਖਸਰਾ ਨੰਬਰ ਇਸ ਇੰਡੈਕਸ ਵਿੱਚ ਦਰਜ ਕੀਤੇ ਜਾਂਦੇ ਹਨ ਤਾਂਕਿ ਅਸਾਨੀ ਨਾਲ ਭਾਲੇ ਜਾ ਸਕਣ। ਖਸਰਾ ਨੰਬਰ ਦੇ ਨਾਲ -ਨਾਲ ਖਤੌਨੀ ਨੰਬਰ ਵੀ ਦਰਜ ਕੀਤਾ ਜਾਂਦਾ ਹੈ। ਪਾਠਕਾਂ ਦੀ ਜਾਣਕਾਰੀ ਲਈ ਇਸ ਦਾ ਨੰਮੂਨਾ ਪੇਸ਼ ਕੀਤਾ ਜਾਂਦਾ ਹੈ:

ਖਸਰਾ ਨੰਬਰ	ਖਤੌਨੀ ਨੰਬਰ	ਖਸਰਾ ਨੰਬਰ	ਖਤੌਨੀ ਨੰਬਰ	ਖਸਰਾ ਨੰਬਰ	ਖਤੌਨੀ ਨੰਬਰ
20	1	1/8	105	2/8	111
21	1	2/4	105	6	111
22	1	6/6	105	9	111
24	1	8	105	20	111
25	1	10	115	22	111
2	2	8	115	24	111
3	2	4	115	25	201
4	2	6	114	1/16	201
5	2	7	114	3/18	201
6	2	3	114	1/3	201
8	2	5	114	17	201
9	2	9	114	21	108
11	2	2/4	113	19	108
14	2	1/6	113	13	108
17	2	1/12	113	16	108
16	2	11	113	14	108

ਜਮ੍ਹਾਂਬੰਦੀ ਵਿੱਚ ਹਿੱਸਾ ਕੱਢਣ ਬਾਰੇ ਜਾਣਕਾਰੀ
ਜਮਾਂਬੰਦੀ ਦੇ **ਖਾਨਾ ਨੰਬਰ 7** ਵਿੱਚ (ਜੋ ਮਾਲਕੀ ਦਰਸਾਉਣ ਦਾ ਖਾਨਾ ਹੈ) ਵਿੱਚ ਮਾਲਕਾਂ ਦੇ ਹਿੱਸੇ ਲਿਖੇ ਹੁੰਦੇ ਹਨ, ਜਿਸ ਵਿਚੋਂ ਹਿੱਸਾ ਕੱਢਣ ਵੇਲੇ ਕਈ ਗੱਲਾਂ ਦਾ ਧਿਆਨ ਰੱਖਣਾ ਜਰੂਰੀ ਹੈ ਜਿਵੇਂ ਕਿ:

01. ਇਹ ਕਿ ਖਾਨਾ ਨੰਬਰ 7 ਵਿੱਚ ਜਿਸਨੂੰ ਮਾਲਕੀ ਦਾ ਖਾਨਾ ਕਿਹਾ ਜਾਂਦਾ ਹੈ, ਅਤੇ ਮਾਲਕ ਦਾ ਕਿਨ੍ਹਾਂ ਹਿੱਸਾ ਹੈ।

02. ਇਸ ਤੋਂ ਬਾਅਦ ਇਹ ਦੇਖਣਾ ਹੁੰਦਾ ਹੈ ਕਿ ਜ਼ਮੀਨ ਬੈ ਰਹਿਨ ਕਰਨ ਵਾਲੇ ਮਾਲਕ ਨੇ ਪਹਿਲਾਂ ਕੋਈ ਹਿੱਸਾ ਬੈ ਰਹਿਨ ਤਾਂ ਨਹੀਂ ਕੀਤਾ ਹੋਇਆ।

03. ਇਸ ਤੋਂ ਬਾਅਦ ਖਾਨਾ ਕਾਸ਼ਤ ਵਿੱਚ ਇੰਤਕਾਲ ਦਾ ਇੰਦਰਾਜ ਵੀ ਦੇਖਣਾ ਜਰੂਰੀ ਹੈ, ਬੱਹੁਤ ਵਾਰੀ ਇਸ ਖਾਨੇ ਵਿੱਚ ਰਕਬਾ ਬੈ ਰਹਿਨ ਕੀਤਾ ਹੁੰਦਾ ਹੈ। ਚੰਗੀ ਤਰ੍ਹਾਂ ਨਾ ਪੜ੍ਹਨ ਕਰਕੇ ਹਿੱਸਾ ਸਹੀ ਨਹੀਂ ਨਿਕਲਦਾ।

04. ਸੱਭ ਤੋਂ ਜਰੂਰੀ ਗਲ ਇਹ ਹੈ ਕਿ ਜਮਾਂਬੰਦੀ ਵਿੱਚ **ਲਾਲ ਸਿਆਹੀ** ਨਾਲ ਦਿੱਤੇ **ਨੋਟਾਂ** ਨੂੰ ਧਿਆਨ ਨਾਲ ਪੜ੍ਹਨਾ ਚਾਹੀਦਾ ਹੈ।

05. ਜਮਾਂਬੰਦੀ ਵਿੱਚੋਂ ਗਲਤ ਹਿੱਸਾ ਕੱਢਣ ਨਾਲ, ਇੰਤਕਾਲ ਬੈ ਵਿੱਚ ਦਿੱਕਤ ਆਉਂਦੀ ਹੈ, ਜਿਸ ਨਾਲ ਖਰੀਦਦਾਰ ਨੂੰ ਨੁਕਸਾਨ ਹੋ ਸਕਦਾ ਹੈ ਅਤੇ ਇੰਤਕਾਲ ਨਾ-ਮਨਜ਼ੂਰ ਹੋ ਸਕਦਾ ਹੈ।

06. ਜੇਕਰ ਕਿਸੇ **ਕਰਜੇ ਦਾ ਨੋਟ** ਪੜ੍ਹਨ ਤੋਂ ਰਹਿ ਜਾਵੇ ਤਾਂ ਵਸੀਕਾ ਤਸਦੀਕ ਹੋਣ ਵਿੱਚ ਦਿੱਕਤ ਆਉਂਦੀ ਹੈ ਅਤੇ ਇੰਤਕਾਲ ਵੇਲੇ ਇੰਤਕਾਲ ਨਾ-ਮਨਜ਼ੂਰ ਹੋ ਸਕਦਾ ਹੈ।

07. ਜਮਾਂਬੰਦੀ ਕੁੱਲ ਰਕਬੇ ਵਿੱਚ ਹਿੱਸਾ ਕਰਕੇ ਜ਼ਮੀਨ ਬੈ ਰਹਿਨ ਦਾ ਰਿਕਾਰਡ ਦਰਜ ਕਰਨ ਨਾਲ ਰਿਕਾਰਡ ਦੀ ਲਗਾਤਾਰਤਾ ਬਣੀ ਰਹਿੰਦੀ ਹੈ। **ਇਸ ਨੂੰ ਧਿਆਨ ਨਾਲ ਦੇਖੋ।**

ਹੁਣ ਤੁਹਾਨੂੰ ਜਮਾਂਬੰਦੀ ਵਿੱਚੋਂ ਹਿੱਸਾ ਕਿਵੇਂ ਕੱਢਣਾ ਹੈ ਉਸ ਬਾਰੇ ਵਿਸਥਾਰ ਨਾਲ ਦੱਸਾਂਗੇ। ਜਿਸ ਲਈ ਕੁੱਝ ਉਦਾਹਰਣਾ ਅਤੇ ਜਮਾਂਬੰਦੀ ਦਾ ਛੋਟਾ ਫਾਰਮ ਬਣਾ ਸਮਝਾਉਣ ਦੀ ਕੋਸ਼ਿਸ਼ ਕੀਤੀ ਜਾਵੇਗੀ:-

	ਖਾਨਾ ਨੰ: 3 ਮਾਲਕ ਦਾ ਨਾਂ ਅਤੇ ਹਿੱਸੇ ਦਾ ਵੇਰਵਾ	ਖਾਨਾ ਨੰ: 7 ਕੁਲ ਰਕਬਾ ਅਤੇ ਭੌਂ ਦੀ ਕਿਸਮ	ਇੱਕ ਦੇ ਹਿੱਸੇ ਦਾ ਕਿਨ੍ਹਾਂ ਰਕਬਾ ਬਣਿਆ (Answers)
01	ਅਮਰਜੀਤ ¾ ਹਿੱਸਾ ਜਗਜੀਤ ਸਿੰਘ ¼ ਹਿੱਸਾ ਪੁਤਰਾਨ ਰਾਮ ਸਿੰਘ	8 ਕਨਾਲ 0 ਮਰਲਾ	ਅਮਰਜੀਤ: 6 ਕਨਾਲਾ 0 ਮਰਲਾ ਜਗਜੀਤ: 2 ਕਨਾਲਾ 0 ਮਰਲਾ
02	ਜਸਵੰਤ ਸਿੰਘ ⅛ ਹਿੱਸਾ ਬਾਕੀ ਬਦਸਤੂਰ ⅜ ਹਿੱਸਾ	36 ਕਨਾਲ 18 ਮਰਲੇ	ਜਸਵੰਤ: 04 ਕਨਾਲਾ 12 ਮਰਲੇ ਬਦਸਤੂਰ: 13 ਕਨਾਲਾ 16 ਮਰਲੇ
03	ਜੀਵਨ ਸਿੰਘ ⅗ਹਿੱਸਾ ਬਾਕੀ ਬਦਸਤੂਰ ⅝ ਹਿੱਸਾ	150 ਕਨਾਲ 10 ਮਰਲੇ	ਜੀਵਨ: 56 ਕਨਾਲਾ ਬਦਸਤੂਰ: 94 ਕਨਾਲਾ

	ਖਾਨਾ ਨੰ: 3 **ਮਾਲਕ ਦਾ ਨਾਂ ਅਤੇ ਹਿੱਸੇ ਦਾ ਵੇਰਵਾ**	**ਖਾਨਾ ਨੰ: 7** **ਕੁਲ ਰਕਬਾ ਅਤੇ ਭੌਂ ਦੀ ਕਿਸਮ**	**ਇੱਕ ਦੇ ਹਿੱਸੇ ਦਾ ਕਿਨ੍ਹਾਂ ਰਕਬਾ ਬਣਿਆ** **(Answers)**
04	ਪਿਆਰਾ ਸਿੰਘ ਪੁੱਤਰ ਦਿਵਾਨ ਸਿੰਘ 1/14 ਹਿੱਸਾ ਬਾਕੀ ਬਦਸਤੂਰ 13/14 ਹਿੱਸਾ	56 ਕਨਾਲ 14 ਮਰਲੇ	ਪਿਆਰਾ: 4 ਕਨਾਲਾ 01 ਮਰਲਾ ਬਦਸਤੂਰ: 52 ਕਨਾਲਾ 13 ਮਰਲੇ
05	ਗੱਜਣ ਸਿੰਘ 163/1219 ਹਿੱਸਾ ਹਰਪਾਲ ਸਿੰਘ 271/1219 ਹਿੱਸਾ ਬਲਵਿੰਦਰ ਸਿੰਘ 147/1219 ਹਿੱਸਾ ਸਰਵਨ ਸਿੰਘ 638/1219 ਹਿੱਸਾ	60 ਕਨਾਲ 19 ਮਰਲੇ	ਗੱਜਣ: 8 ਕਨਾਲਾ 03 ਮਰਲੇ ਹਰਪਾਲ: 13 ਕਨਾਲਾ 11 ਮਰਲੇ ਬਲਵਿੰਦਰ: 20 ਕਨਾਲਾ 07 ਮਰਲੇ ਸਰਵਨ: 31 ਕਨਾਲਾ 18 ਮਰਲੇ
06	ਜਗਰਾਜ ਸਿੰਘ ½ ਹਿੱਸਾ ਸੁਖਜਿੰਦਰ ਸਿੰਘ ¼ ਹਿੱਸਾ ਸੁਖਦੇਵ ਕੌਰ ⅛ ਹਿੱਸਾ ਦਿਆਲ ਕੌਰ 1/16 ਹਿੱਸਾ ਵਾ ਗੁਰਨਾਮ ਕੌਰ 1/16 ਹਿੱਸਾ	06 ਕਨਾਲ 14 ਮਰਲੇ	ਜਗਰਾਜ: 03 ਕਨਾਲਾ 07 ਮਰਲੇ ਸੁਖਜਿੰਦਰ: 01 ਕਨਾਲ 13.5 ਮਰਲੇ ਸੁਖਦੇਵ ਕੌਰ: 16 ਮਰਲੇ 03ਸਰਸਾਈ ਦਿਆਲ ਕੌਰ: 08 ਮਰਲੇ 03 ਸਰਸਾਈ ਗੁਰਨਾਮ ਕੌਰ: 08 ਮਰਲੇ 03 ਸਰਸਾਈ
07	ਕਿਸ਼ਨ ਸਿੰਘ 1/20 ਹਿੱਸਾ ਬਾਕੀ ਬਦਸਤੂਰ 19/20 ਹਿੱਸਾ	258 ਕਨਾਲ 00 ਮਰਲੇ	ਕਿਸ਼ਨ: 12 ਕਨਾਲਾ 18 ਮਰਲੇ ਬਦਸਤੂਰ: 245 ਕਨਾਲਾ 02 ਮਰਲੇ
08	ਇਦੰਰ ਸਿੰਘ 1/23 ਹਿੱਸਾ ਬਾਕੀ ਬਦਸਤੂਰ 22/23 ਹਿੱਸਾ ਅਗੇ ਜਾ ਕੇ ਇੰਦਰ ਦੀ ਵਰਾਸਤ ਉਸ ਦੇ ਤਿੰਨ ਲੜਕਿਆਂ ਦੇ ਨਾਮ ਚੜ੍ਹੀ। ਹਰੇਕ ਲੜਕੇ ਦਾ ਕਿਨ੍ਹਾਂ ਹਿੱਸਾ ਬਣਿਆ	47 ਕਨਾਲ 03 ਮਰਲੇ	ਇਦੰਰ: 2 ਕਨਾਲਾ 1 ਮਰਲਾ 13 ਮਰਲੇ 06 ਸਰਸਾਈ ਹਰੇਕ ਦੇ ਹਿੱਸੇ ਆਈ

	ਖਾਨਾ ਨੰ: 3 ਮਾਲਕ ਦਾ ਨਾਂ ਅਤੇ ਹਿੱਸੇ ਦਾ ਵੇਰਵਾ	ਖਾਨਾ ਨੰ: 7 ਕੁਲ ਰਕਬਾ ਅਤੇ ਭੋਂ ਦੀ ਕਿਸਮ	ਇੱਕ ਦੇ ਹਿੱਸੇ ਦਾ ਕਿਨ੍ਹਾਂ ਰਕਬਾ ਬਣਿਆ (Answers)
09	ਕੁਲਦੀਪ ਸਿੰਘ 37 ½/738 ਹਿੱਸਾ ਦਾਰਾ ਸਿੰਘ 128/738 ਹਿੱਸਾ ਬਾਕੀ ਬਦਸਤੂਰ 730½/738 ਹਿੱਸਾ	04 ਕਨਾਲ 02 ਮਰਲੇ	ਕੁਲਦੀਪ: 04 ਮਰਲੇ 02 ਸਰਸਾਈ ਦਾਰਾ: 14 ਮਰਲੇ 02 ਸਰਸਾਈ ਬਦਸਤੂਰ: 81 ਮਰਲੇ 02ਸਰਸਾਈ
10	ਨਰਿੰਦਰ 209/3078 ਹਿੱਸਾ ਬਲਵੀਰ 90/3078 ਹਿੱਸਾ ਬਾਕੀ ਬਦਸਤੂਰ 2779/3078 ਹਿੱਸਾ	17 ਕਨਾਲ 02 ਮਰਲੇ	ਨਰਿੰਦਰ: 23 ਮਰਲੇ 02 ਸਰਸਾਈ ਬਲਵੀਰ: 10 ਮਰਲੇ ਬਦਸਤੂਰ: 308 ਮਰਲੇ 08ਸਰਸਾਈ

ਉੱਪਰ ਇਹ ਕੁੱਝ ਉਦਾਹਰਣਾਂ ਹਨ ਇਹਨਾਂ ਦਾ ਹੁਣ ਆਪਾਂ ਇੱਕ ਇੱਕ ਕਰਕੇ ਹਿੱਸਾ ਕੱਢਾਂਗੇ।

ਨੋਟ: ਅਗਰ ਕੁੱਲ ਰਕਬੇ ਵਿੱਚ ਕਨਾਲਾ ਦੇ ਨਾਲ ਮਰਲੇ ਦਰਸਾਏ ਗਏ ਹੋਣ ਜਿਵੇਂ ਕਿ 06 ਕਨਾਲ 14 ਮਰਲੇ ਤਾਂ ਅਸੀਂ ਇਹਨਾਂ ਕਨਾਲਾ ਦੇ ਵੀ ਮਰਲੇ ਬਣਾਉ ਹਨ ਇਹਨਾਂ ਨੂੰ 20 ਨਾਲ ਗੁਣਾ ਕਰਕੇ ਕਿਉਂਕਿ ਇੱਕ ਕਨਾਲ ਵਿੱਚ ਮਰਲੇ ਹੁੰਦੀ ਹਨ ਅਤੇ ਨਾਲ ਜਿਹੜੇ ਕੁਲ ਰਕਬੇ ਵਿੱਚ ਮਰਲੇ ਦਰਸਾਏ ਹੋਣ ਉਹ ਇਸ ਵਿੱਚ ਜੋੜ ਦੇਣੇ ਹਨ।

06 ਕਨਾਲ 14 ਮਰਲੇ ਨੂੰ **06 X 20** = 120 + 14 = **134 ਮਰਲੇ ਬਣੇ**

ਨੋਟ: (ਕਨਾਲਾ ਨੂੰ **20 ਨਾਲ ਗੁਣਾ** ਇਸ ਕਰਕੇ ਕਰਨਾ ਹੈ ਕਿਉਂ ਕਿ ਇੱਕ ਕਨਾਲ ਵਿੱਚ 20 ਮਰਲੇ ਹੁੰਦੇ ਹਨ।) ਬਾਅਦ ਵਿੱਚ ਜੇ ਇਸ ਦੀਆਂ ਕਨਾਲਾ ਬਣਾਉਣੀਆਂ ਹਨ ਤਾਂ ਕੁੱਲ ਮਰਲਿਆਂ ਨੂੰ **20 ਤੇ ਤਕਸੀਮ** ਕਰ ਦਿਉ ਇਹ ਤੁੱਹਾਡੀਆਂ ਕਨਾਲਾ ਬਣ ਜਾਣਗੀਆਂ।

134 ਮਰਲੇ ÷20 = **06 ਕਨਾਲਾ 14 ਮਰਲੇ**

ਓਦਾਹਰਣ ਨੰ: 01. ਕੁੱਲ ਰਕਬਾ: 8 ਕਨਾਲ 0 ਮਰਲਾ X 3÷4 = **6 ਕਨਾਲਾ 0 ਮਰਲਾ**
(8X3 = 24 ÷4 = 6 ਕਨਾਲ)
ਵਿੱਚ ਹਿੱਸਾ **ਜਗਜੀਤ ਸਿੰਘ**: 8 ਕਨਾਲ 0 ਮਰਲਾ X1 ÷4 = **2 ਕਨਾਲ**
(8X1 = 8 ÷ 4 = 2 ਕਨਾਲ)

ਉਦਾਹਰਣ ਨੰ: 02. ਕੁੱਲ ਰਕਬਾ 36 ਕਨਾਲ 18 ਮਰਲੇ (36X20=720 + 18 = 738 ਮਰਲੇ)
ਹੁਣ 738 X 1 ÷ 8 = 92.25 ਮਰਲੇ = **4 ਕਨਾਲਾ 12 ਮਰਲੇ**
ਬਾਕੀ ਬਦਸਤੂਰ ਦਾ ਹਿੱਸਾ 738 X 3 ÷ 8 = 276.75 ਮਰਲੇ = **13 ਕਨਾਲਾ 16 ਮਰਲੇ**

ਉਦਾਹਰਣ ਨੰ: 03. ਮਰਲੇ 150 ਕਨਾਲ 10 ਮਰਲੇ (150X 20 = 3000 + 10 = 3010 ਮਰਲੇ)
3010 X 3 ÷ 8 = 1128 ਮਰਲੇ = **56 ਕਨਾਲਾ**
ਬਾਕੀ ਬਦਸਤੂਰ ਦਾ ਹਿੱਸਾ: 3010 X 5 ÷ 8 =1881 ਮਰਲੇ = **94 ਕਨਾਲਾ**

ਉਦਾਹਰਣ ਨੰ: 04. ਕੁੱਲ ਰਕਬਾ 56 ਕਨਾਲ 14 ਮਰਲੇ = 56X 20 = 1120 + 14 = **1134 ਮਰਲੇ**
ਹੁਣ ਪਿਆਰਾ ਸਿੰਘ ਦਾ ਹਿੱਸਾ: 1134 X1 ÷ 14 = 81 ਮਰਲੇ = **4 ਕਨਾਲਾ 01 ਮਰਲਾ**
ਹੁਣ ਬਾਕੀ ਬਦਸਤੂਰ ਦਾ ਹਿੱਸਾ: 1134 X 13 ÷14 =1053 ਮਰਲੇ = **52 ਕਨਾਲਾ 13 ਮਰਲੇ**

ਉਦਾਹਰਣ ਨੰ: 05. ਕੁੱਲ ਰਕਬਾ 60 ਕਨਾਲ 19 ਮਰਲੇ = 60X20 =1200 + 19 = 1219 ਮਰਲੇ
ਹੁਣ ਗੱਜਣ ਸਿੰਘ ਦਾ ਹਿੱਸਾ: 1219 X 163 ÷1219 = 163 ਮਰਲੇ = **8 ਕਨਾਲਾ 03 ਮਰਲੇ**
ਹੁਣ ਹਰਪਾਲ ਸਿੰਘ ਦਾ ਹਿੱਸਾ: 1219 X 271 ÷1219 = 271 ਮਰਲੇ = **13 ਕਨਾਲਾ 11 ਮਰਲੇ**
ਹੁਣ ਬਲਵਿੰਦਰ ਸਿੰਘ ਦਾ ਹਿੱਸਾ: 1219 X 147 ÷ 1219 =271 ਮਰਲੇ = **20 ਕਨਾਲਾ 07 ਮਰਲੇ**
ਹੁਣ ਸਰਵਨ ਸਿੰਘ ਦਾ ਹਿੱਸਾ: 1219 X 638 ÷ 1219 =638 ਮਰਲੇ = **31 ਕਨਾਲਾ 18 ਮਰਲੇ**

ਉਦਾਹਰਣ ਨੰ: 06. ਕੁੱਲ ਰਕਬਾ 06 ਕਨਾਲ 14 ਮਰਲੇ = 06 X20 = 120+14=134 ਮਰਲੇ
ਹੁਣ ਜਗਰਾਜ ਸਿੰਘ ਦਾ ਹਿੱਸਾ: 134X1 ÷2= 67 ਮਰਲੇ = **03 ਕਨਾਲਾ 07 ਮਰਲੇ**

ਹੁਣ ਸੁਖਜਿੰਦਰ ਸਿੰਘ ਦਾ ਹਿੱਸਾ: 134X1÷4=33.5 ਮਰਲੇ = **01 ਕਨਾਲ 13 ਮਰਲੇ 02 ਸਰਸਾਈ**
ਹੁਣ ਸੁਖਦੇਵ ਕੌਰ ਦਾ ਹਿੱਸਾ: 134X1÷8 = **16 ਮਰਲੇ 03 ਸਰਸਾਈ**
ਹੁਣ ਦਿਆਲ ਕੌਰ ਦਾ ਹਿੱਸਾ: 134X1÷16 = **08 ਮਰਲੇ 03 ਸਰਸਾਈ**
ਹੁਣ ਗੁਰਨਾਮ ਕੌਰ ਦਾ ਹਿੱਸਾ: 134X1÷16 = **08 ਮਰਲੇ 03 ਸਰਸਾਈ**

ਓਦਾਹਰਣ ਨੰ: **07.** ਕੁੱਲ ਰਕਬਾ 258 ਕਨਾਲਾ = 258X20=5160 ਮਰਲੇ
ਹੁਣ ਕਿਸ਼ਨ ਸਿੰਘ ਦਾ ਹਿੱਸਾ: 5160X1÷20= 258 ਮਰਲੇ = **12 ਕਨਾਲਾ 18 ਮਰਲੇ**
ਹੁਣ ਬਾਕੀ ਬਦਸਤੂਰ ਦਾ ਹਿੱਸਾ: 5160X19÷20=4902 ਮਰਲੇ = **245 ਕਨਾਲਾ 02 ਮਰਲੇ**

ਓਦਾਹਰਣ ਨੰ: **08.** ਕੁੱਲ ਰਕਬਾ 47 ਕਨਾਲਾ 03 ਮਰਲੇ =943 ਮਰਲੇ
ਹੁਣ ਇਦੰਰ ਸਿੰਘ ਦਾ ਹਿੱਸਾ: 943 X1÷23= 41 ਮਰਲੇ = **2 ਕਨਾਲਾ 1 ਮਰਲਾ**
ਹੁਣ ਇਦੰਰ ਸਿੰਘ ਦੇ ਹਿੱਸੇ ਅਗੇ ਉਸ ਦੇ ਤਿੰਨ ਪੁੱਤਰਾਂ ਵਿੱਚ ਬਰਾਬਰ ਵੰਡਣਾ ਹੈ:
41÷3=**13 ਮਰਲੇ 06 ਸਰਸਾਈ** ਹਰੇਕ ਦੇ ਹਿੱਸੇ ਆਈ

ਓਦਾਹਰਣ ਨੰ: **09.** ਕੁੱਲ ਰਕਬਾ 4 ਕਨਾਲਾ 02 ਮਰਲੇ = 82 ਮਰਲੇ
ਹੁਣ ਕੁਲਦੀਪ ਸਿੰਘ ਦਾ ਹਿੱਸਾ: 82X 37.5÷738 = **04 ਮਰਲੇ 02 ਸਰਸਾਈ**
ਹੁਣ ਦਾਰਾ ਸਿੰਘ ਦਾ ਹਿੱਸਾ: 82X128÷738 = **14 ਮਰਲੇ 02 ਸਰਸਾਈ**
ਹੁਣ ਬਾਕੀ ਬਦਸਤੂਰ ਦਾ ਹਿੱਸਾ: 82X730.5÷738 = **81 ਮਰਲੇ 02 ਸਰਸਾਈ**

ਓਦਾਹਰਣ ਨੰ: **10.** ਕੁੱਲ ਰਕਬਾ 17 ਕਨਾਲਾ 02 ਮਰਲੇ = 342 ਮਰਲੇ
ਹੁਣ ਕੁਲਦੀਪ ਸਿੰਘ ਦਾ ਹਿੱਸਾ:342X209÷3078 = **23 ਮਰਲੇ 02 ਸਰਸਾਈ**
ਹੁਣ ਕੁਲਦੀਪ ਸਿੰਘ ਦਾ ਹਿੱਸਾ:342X90÷3078 = **10 ਮਰਲੇ**
ਹੁਣ ਬਾਕੀ ਬਦਸਤੂਰ ਦਾ ਹਿੱਸਾ:342X2779÷3078 = **308 ਮਰਲੇ 08 ਸਰਸਾਈ**

ਨਵੀਂ **ਜਮ੍ਹਾਂਬਦੀ** (ਪੰਜਵੇਂ ਸਾਲ) **ਦੀ ਤਿਆਰੀ ਅਤੇ ਤਸਦੀਕ**

ਜਮ੍ਹਾਂਬੰਦੀ ਦਾ ਰਜ਼ਿਸਟਰ ਇੱਕ ਅਜਿਹਾ ਰਜ਼ਿਸਟਰ ਹੁੰਦਾ ਹੈ, ਜਿਸ ਵਿੱਚ ਪਿੰਡ ਦੀ ਭੌਂ ਦਾ ਵੇਰਵਾ ਅਤੇ ਭੌਂ ਤੋਂ ਮਾਲੀਏ ਆਦਿ ਦਾ ਵੇਰਵਾ ਦਰਜ ਕੀਤਾ ਜਾਂਦਾ ਹੈ। ਪੰਜਾਬ ਲੈਂਡ ਰਿਕਾਰਡ ਮੈਨੂਅਲ ਦੇ ਪੈਰਾ ਨੰਬਰ**: 7.54** ਇਹ ਕਿਤਾਬ ਹਰ ਪੰਜ **ਸਾਲ** ਪਿਛੋਂ ਪੰਜਵੇਂ ਸਾਲ ਨਵੀਂ ਤਿਆਰ ਕੀਤੀ ਜਾਂਦੀ ਹੈ, ਜਿਸ ਦੇ ਸ਼ੁਰੂ ਉੱਤੇ ਭੌਂ ਮਾਲਕ ਦਾ **ਸ਼ਜਰਾ ਨਸਬ** ਤਿਆਰ ਕੀਤਾ ਹੁੰਦਾ ਹੈ। ਪੰਜਾਂ ਸਾਲਾਂ ਵਿੱਚ ਭੌਂ ਮਾਲਕਾਂ ਦੇ ਹੱਕਾਂ ਵਿੱਚ **ਬੈ, ਰਹਿਨ, ਵਰਾਸਤ** ਆਦਿ ਨਾਲ ਜੋ ਤਬਦੀਲੀਆਂ ਹੁੰਦੀਆਂ ਹਨ, ਉਨ੍ਹਾਂ ਦੇ ਇੰਤਕਾਲ ਦਰਜ ਕਰਕੇ ਪਟਵਾਰੀ ਜਮ੍ਹਾਂਬੰਦੀ ਦੇ ਖਾਨਾ ਕੈਫੀਅਤ ਵਿੱਚ ਪੈਨਸਲ ਨਾਲ ਅਤੇ ਮਨਜ਼ੂਰ ਹੋਣ ਉੱਤੇ **ਲਾਲ ਸਿਆਹੀ** ਨਾਲ ਹਵਾਲਾ ਦੇ ਦਿੰਦਾ ਹੈ ਅਤੇ ਚਾਰ ਸਾਲਾਂ ਪਿਛੋਂ ਜਮ੍ਹਾਂਬੰਦੀ ਦੁਬਾਰਾ ਤਿਆਰ ਕੀਤੀ ਜਾਂਦੀ ਹੈ ਤਾਂ ਉਨ੍ਹਾਂ ਤਬਦੀਲੀਆਂ ਦਾ ਇੰਦਰਾਜ ਨਵੀਂ ਜਮ੍ਹਾਂਬੰਦੀ ਵਿੱਚ ਯੋਗ ਥਾਂ ਉੱਤੇ ਕਰ ਦਿੱਤਾ ਜਾਂਦਾ ਹੈ।

ਜਮ੍ਹਾਂਬੰਦੀ ਨੂੰ ਪਟਵਾਰੀ ਤਿਆਰ ਕਰਦਾ ਹੈ ਅਤੇ ਇਹ **07 ਸਤੰਬਰ** ਤੱਕ ਤਹਿਸੀਲ ਦਫਤਰ ਵਿੱਚ ਦਾਖਲ ਕਰਾਉਣੀ ਹੁੰਦੀ ਹੈ। ਇਸ ਨੂੰ ਹਲਕਾ **ਮਾਲ ਅਫਸਰ ਜਾਂ ਕਾਨੂੰਗੋ** ਵਲੋਂ ਪੜਤਾਲ ਕਰਨ ਤੋਂ ਬਾਅਦ ਅਖੀਰ ਤਸਦੀਕ ਹੁੰਦੀ ਹੈ। ਤਸਦੀਕ ਹੋਣ ਤੋਂ ਪਿੱਛੋਂ ਇਹ **ਸਦਰ ਦਫਤਰ** ਵਿੱਚ ਮਿਤੀ **30 ਅਪ੍ਰੈਲ** ਤੱਕ ਦਾਖਲ ਕੀਤੀ ਜਾਂਦੀ ਹੈ। ਅਗਲੇ **ਪੰਜ ਸਾਲ** ਵਿੱਚ ਹੋਣ ਵਾਲੀਆਂ ਤੱਬਦੀਲੀਆਂ ਦਾ ਨੋਟ ਪਟਵਾਰੀ ਇਸ ਵਿੱਚ ਕਰਦਾ ਹੈ ਤਾਂਕਿ

ਜਿਸ ਸਾਲ ਕਿਸੇ ਪਿੰਡ ਦੀ ਜਮਾਂਬੰਦੀ **ਪੰਜ ਸਾਲਾਂ** ਪਿਛੋਂ ਤਿਆਰ ਹੋਣੀ ਹੁੰਦੀ ਹੈ ਤਾਂ ਉਸ ਸਾਲ ਦੇ **15 ਜੂਨ** ਤੱਕ ਦੇ ਫੈਸਲੇ ਹੋਏ ਇੰਤਕਾਲਾਂ ਦਾ ਅਮਲ ਨਵੀਂ ਜਮਾਂਬੰਦੀ ਵਿੱਚ ਆ ਸਕੇ।

ਨੋਟ:- ਜਮਾਂਬੰਦੀ ਨਾਲ ਸਬੰਧਤ ਵੱਖ ਵੱਖ ਨੁਕਤਿਆਂ ਬਾਰੇ ਸੱਪਸ਼ਟੀਕਰਨ ਦੇਣ ਵਾਸਤੇ ਹੇਠਾਂ ਕੁੱਝ ਸੁਆਲ ਜਵਾਬ ਲਿਖ ਰਹੇ ਹਾਂ ਤਾਕਿ ਚੰਗੀ ਤਰ੍ਹਾਂ ਇਸ ਨੂੰ ਸਮਝਿਆ ਜਾ ਸਕੇ ਅਤੇ ਹੱਕਦਾਰ ਨੂੰ ਇਸ ਤਰ੍ਹਾਂ ਦੇ ਮਾਮਲਿਆਂ ਦਾ ਨਿਪਟਾਰਾ ਕਰਵਾਉਣ ਵਿੱਚ ਸਹਾਇਤਾ ਅਤੇ ਜਾਣਕਾਰੀ ਮਿਲ ਸਕੇ:

01. ਪ੍ਰਸ਼ਨ: ਜਮ੍ਹਾਂਬੰਦੀ ਨਾਲ ਕਿਹੜੀਆਂ ਕਿਹੜੀਆਂ ਦਸਤਾਵੇਜ ਹੁੰਦੀਆਂ ਹਨ?

ਉੱਤਰ:
1. ਜਮ੍ਹਾਂਬੰਦੀ
2. ਸ਼ਜਰਾ ਨਸਬ
3. ਮੁਆਫੀਦਾਰਾਂ, ਜਗੀਰਦਾਰਾਂ ਅਤੇ ਪੈਨਸ਼ਨਰਾਂ ਦੀਆਂ ਲਿਸਟਾਂ
4. ਤਤੀਮਾ ਸ਼ਜਰਾ
5. ਮਨਜ਼ੂਰ ਹੋਏ ਇੰਤਕਾਲ
6. ਫਰਦ ਬਦਰ ਆਦਿ।

02. ਪ੍ਰਸ਼ਨ: ਜਮ੍ਹਾਂਬੰਦੀ ਨਾਮ ਕਿਵੇਂ ਆਉਂਦਾ ਹੈ ਅਤੇ ਕਿਵੇਂ ਕੱਟਿਆ ਜਾਂਦਾ ਹੈ?

ਉੱਤਰ: ਜਮ੍ਹਾਂਬੰਦੀ ਵਿੱਚ ਨਾਮ ਹੱਕਾਂ ਦੀ ਤਬਦੀਲੀ ਜਿਵੇਂ: **ਬੈ, ਹਿਬਾ ਤਬਾਦਲਾ, ਰਹਿਨ, ਆਡ ਰਹਿਨ, ਪਟਾ, ਵਰਾਸਤ ਦੇ ਇੰਤਕਾਲ** ਰਾਹੀਂ ਜਾਂ ਇਹਨਾਂ ਸਬੰਧੀ ਕਿਸੇ **ਅਦਾਲਤ ਦੇ ਹੁੱਕਮ** ਨਾਲ ਦਰਜ ਹੁੰਦੇ ਹਨ ਜਾਂ ਕੱਟੇ ਜਾਂਦੇ ਹਨ।

03. ਪ੍ਰਸ਼ਨ: ਕੀ ਤਬਦੀਲੀ ਕਾਸ਼ਤ ਜਮ੍ਹਾਂਬਦੀ ਵਿੱਚ ਦਿਖਾਈ ਦਿੰਦੀ ਹੈ?

ਉੱਤਰ: ਨਹੀਂ, ਕਾਸ਼ਤ ਸਬੰਧੀ ਤਬਦੀਲੀਆਂ **ਖਸ਼ਰਾ ਗਿਰਦਾਵਰੀ** ਵਿੱਚ ਦਿਖਾਈਆਂ ਜਾਂਦੀਆਂ ਹਨ, ਜਿਨ੍ਹਾਂ ਨੂੰ ਬਾਅਦ ਵਿੱਚ ਜਦੋਂ ਨਵੀਂ ਜਮ੍ਹਾਂਬੰਦੀ ਤਿਆਰ ਹੁੰਦੀ ਹੈ ਉਸ ਵੇਲੇ ਜਮ੍ਹਾਂਬੰਦੀ ਵਿੱਚ ਦਰਜ ਕੀਤੇ ਜਾਂਦੇ ਹਨ।

04. ਪ੍ਰਸ਼ਨ: ਜਮ੍ਹਾਂਬੰਦੀ ਨੂੰ ਕੌਣ ਬਣਾਉਂਦਾ ਹੈ, ਅਤੇ ਇਸ ਦੀ ਪੜਤਾਲ ਕਰਨ ਲਈ ਕੌਣ ਕੌਣ ਜੁੰਮੇਵਾਰ ਹੈ?

ਉੱਤਰ: ਜਮ੍ਹਾਂਬੰਦੀ ਦੀ ਤਿਆਰੀ ਹਲਕਾ ਪਟਵਾਰੀ ਹਲਕੇ ਵਿੱਚ ਬੈਠ ਕੇ ਤਿਆਰ ਕਰਦਾ ਹੈ, ਜਿਸ ਦੀ 100% ਪੜਤਾਲ ਹਲਕਾ ਕਾਨੂੰਗੋ ਕਰਦਾ ਹੈ ਅਤੇ ਬਾਅਦ ਵਿੱਚ 25% ਨਾਇਬ ਤਸੀਲਦਾਰ ਜਾਂ ਤਹਿਸੀਲਦਾਰ ਕਰਦਾ ਹੈ।

05. ਪ੍ਰਸ਼ਨ: ਜਮ੍ਹਾਂਬੰਦੀ ਕਦੋਂ ਬਣਾਈ ਜਾਂਦੀ ਹੈ ਅਤੇ ਇਸ ਦੀ ਆਖਰੀ ਤਸਦੀਕ ਕਦੋਂ ਹੁੰਦੀ ਹੈ?

ਉੱਤਰ: ਹਰ ਪਿੰਡ ਦੀ ਜਮ੍ਹਾਂਬੰਦੀ ਹਰ ਸਾਲ ਪਿਛੋਂ ਬਣਾਈ ਜਾਂਦੀ ਹੈ, ਜਿਸ ਨੂੰ ਹਲਕਾ ਪਟਵਾਰੀ ਤਿਆਰ ਕਰਦਾ ਹੈ ਅਤੇ ਫਿਰ **ਹਲਕਾ ਕਾਨੂੰਗੋ ਉਸ ਦੀ 100 ਪ੍ਰਤੀਸ਼ਤ ਪੜਤਾਲ** ਕਰਦਾ ਹੈ ਤੇ ਬਾਅਦ ਵਿੱਚ ਹਲਕਾ ਪਟਵਾਰੀ ਇਸ ਨੂੰ V ਸਤੰਬਰ ਤੱਕ ਤਹਿਸੀਲ ਦਫਤਰ ਵਿੱਚ ਜਮ੍ਹਾਂ ਕਰਾਉਂਦਾ ਹੈ, ਇਸ ਉਪਰੰਤ ਨਾਇਬ ਤਹਿਸੀਲਦਾਰ ਜਾਂ ਤਹਿਸੀਲਦਾਰ ਇਸ ਉੱਤੇ ਆਪਣੀ ਤਸਦੀਕ ਕਰਦਾ ਹੈ। ਤਸਦੀਕ ਪਿਛੋਂ ਇਹ ਜਮ੍ਹਾਂਬੰਦੀ ਅਗਲੇ **30** ਅਪ੍ਰੈਲ ਤੱਕ ਦਫਤਰ ਸਦਰ ਵਿੱਚ ਦਿੱਤੀ ਜਾਂਦੀ ਹੈ।

06. ਪ੍ਰਸ਼ਨ: ਜਮ੍ਹਾਂਬੰਦੀ ਦੀਆਂ ਕਿੰਨ੍ਹੀਆਂ ਪਰਤਾਂ ਹੁੰਦੀਆਂ ਹਨ?

ਉੱਤਰ: ਜਮ੍ਹਾਂਬੰਦੀ ਦੀਆਂ ਦੋ ਪਰਤਾਂ ਹੁੰਦੀਆਂ ਹਨ, ਇੱਕ ਪਰਤ ਤਿਆਰੀ ਉਪਰੰਤ ਸਦਰ ਦਫਤਰ ਵਿੱਚ ਰੱਖੀ ਜਾਂਦੀ ਹੈ। ਦੂਸਰੀ ਪਰਤ ਜਿਸਨੂੰ ਪਰਤ ਪਟਵਾਰ ਵੀ ਕਹਿੰਦੇ ਹਨ, ਹਲਕਾ ਪਟਵਾਰੀ ਕੋਲ ਰਹਿੰਦੀ ਹੈ।

07. ਪ੍ਰਸ਼ਨ: ਜਮ੍ਹਾਂਬੰਦੀ ਦੀ ਤਸਦੀਕ ਸਮੇਂ ਪਿੰਡ ਵਾਲਿਆਂ ਨੂੰ ਕੀ ਸਾਵਧਾਨੀ **ਵਰਤਣੀ ਚਾਹੀਦੀ ਹੈ?**

ਉੱਤਰ: ਜਮ੍ਹਾਂਬੰਦੀ ਦੀ ਤਸਦੀਕ ਸਮੇਂ ਪਿੰਡ ਵਾਲਿਆਂ ਨੂੰ ਜਲਸਾ ਆਮ ਦੇ ਵਿੱਚ ਹਾਜਰ ਹੋਣਾ ਚਾਹੀਦਾ ਹੈ ਅਤੇ ਇਸ ਗਲ ਦੀ ਤਸੱਲੀ ਕਰਨੀ ਚਾਹੀਦੀ ਹੈ ਕਿ ਉਹਨਾਂ ਦੇ ਹੱਕਾਂ ਦਾ ਨਵੀਂ ਜਮ੍ਹਾਂਬੰਦੀ ਵਿੱਚ ਠੀਕ ਇੰਦਰਾਜ ਹੋ ਗਿਆ ਹੈ ਕਿ ਨਹੀਂ, ਜੇ ਕਰ ਉਸ ਵਿੱਚ ਕੋਈ ਊਣਤਾਈ ਜਾਂ ਗਲਤੀ ਹੋ ਗਈ ਹੋਵੇ ਤਾਂ ਸਬੰਧਤ ਨਾਇਬ ਤਹਿਸੀਲਦਾਰ ਜਾਂ ਤਹਿਸੀਲਦਾਰ ਦੇ ਧਿਆਨ ਵਿੱਚ ਲਿਆਂਦੀ ਜਾਵੇ ਤਾਂ ਜੋ ਉਸ ਵਿੱਚ ਸਮੇਂ ਸਿਰ ਦਰੁਸਤਗੀ ਕੀਤੀ ਜਾ ਸਕੇ।

08. ਪ੍ਰਸ਼ਨ: ਜਮ੍ਹਾਂਬੰਦੀ ਵਿੱਚ ਹਿਸਾਬਤ ਕਿਤਾਬਤ ਗਲਤੀਆਂ ਦੀ ਦਰੁਸਤਗੀ ਕਿਵੇਂ, ਕਦੋਂ ਅਤੇ ਕਿਸ ਵਲੋਂ ਕੀਤੀ ਜਾ ਸਕਦੀ ਹੈ?

ਉੱਤਰ: 1. ਰੈਵਨਿਊ ਅਫਸਰ ਵਲੋਂ ਤਸਦੀਕ ਦੇ ਵੇਲੇ
2. ਫਰਦ ਬਦਰ ਰਾਹੀਂ
3. ਦੀਵਾਨੀ ਅਦਾਲਤ ਦੇ ਫੈਸਲੇ ਰਾਹੀਂ।

09. ਪ੍ਰਸ਼ਨ: ਜਿਹੜੀਆਂ ਗਲਤੀਆਂ ਫਰਦ ਬਦਰ ਰਾਹੀਂ ਠੀਕ ਨਹੀਂ ਹੋ ਸਕਦੀਆਂ, ਉਹ ਕਿਸ ਤਰ੍ਹਾਂ ਠੀਕ ਕਰਵਾਈਆਂ ਜਾ ਸਕਦੀਆਂ ਹਨ?

ਉੱਤਰ: ਫਰਦ ਬਦਰ ਰਾਹੀਂ ਸਿਰਫ ਹਿਸਾਬਤ ਕਿਤਾਬਤ ਗਲਤੀਆਂ ਹੀ ਠੀਕ ਕੀਤੀਆਂ ਜਾ ਸਕਦੀਆਂ ਹਨ। ਜਿਨ੍ਹਾਂ ਗਲਤੀਆਂ ਦਾ ਸਬੰਧ ਕਿਸੇ ਕਿਸਮ ਦੇ ਹੱਕਾਂ ਨਾਲ ਹੋਵੇ ਜਾਂ ਹਿੱਸਿਆਂ ਜਾਂ ਕਬਜਿਆਂ ਸਬੰਧੀ ਹੋਵੇ, ਉਹ ਦਿਵਾਨੀ ਅਦਾਲਤਾਂ ਰਾਹੀਂ ਹੀ ਠੀਕ ਕਰਵਾਈਆਂ ਜਾ ਸਕਦੀਆਂ ਹਨ।

10. ਪ੍ਰਸ਼ਨ: ਜਮਾਂਬੰਦੀ ਵਿੱਚ ਇੰਤਕਾਲਾ ਦਾ ਅਮਲ ਕਿਵੇਂ ਕੀਤਾ ਜਾਂਦਾ ਹੈ?

ਉੱਤਰ: ਜਦੋਂ ਹਲਕਾ ਪਟਵਾਰੀ ਕੋਈ ਵੀ ਇੰਤਕਾਲ ਦਰਜ ਕਰਦਾ ਹੈ, ਉਸਦਾ ਪੈਨਸਲੀ ਹਵਾਲਾ ਚਾਲੂ ਜਮ੍ਹਾਂਬੰਦੀ ਦੇ ਖਾਨਾ ਕੈਫੀਅਤ ਵਿੱਚ ਦਰਜ ਕਰਦਾ ਹੈ। ਇੰਤਕਾਲ ਤਸ਼ਦੀਕ ਹੋਣ ਉਪਰੰਤ ਇਹ ਪੈਨਸਲੀ ਨੋਟ ਨੂੰ **ਲਾਲ ਸਿਆਹੀ** ਨਾਲ ਪੱਕਾ ਕਰ ਦਿੱਤਾ ਜਾਂਦਾ ਹੈ ਅਤੇ ਨਵੀਂ ਜਮ੍ਹਾਂਬੰਦੀ ਤਿਆਰ ਹੋਣ ਸਮੇਂ ਸਾਰੇ ਮਨਜ਼ੂਰ ਹੋਏ ਇੰਤਕਾਲਾਂ ਦਾ ਅਮਲ ਨਵੀਂ ਜਮ੍ਹਾਂਬੰਦੀ ਵਿੱਚ ਕਰ ਦਿੱਤਾ ਜਾਂਦਾ ਹੈ।

11. ਪ੍ਰਸ਼ਨ: ਕੀ ਜਮ੍ਹਾਂਬੰਦੀ ਦੇ ਰਿਕਾਰਡ ਨੂੰ ਸਹੀ ਮੰਨਿਆ **ਜਾਂਦਾ ਹੈ ਅਤੇ ਇਸ ਨੂੰ ਗਲਤ ਕਿਵੇਂ ਸਾਬਤ ਕੀਤਾ ਜਾ ਸਕਦਾ ਹੈ?**

ਉੱਤਰ: ਪੰਜਾਬ ਲੈਂਡ ਮੈਨੁਅਲ ਐਕਟ 1887 ਦੀ ਧਾਰਾ 44 ਦੇ ਤਹਿਤ ਜਦੋਂ ਕੋਈ ਅਫਸਰ ਮਾਲ ਲੈਂਡ ਰਿਕਾਰਡ ਮੈਨੁਅਲ ਦੇ ਪੈਰਾ 7.62 ਅਨੁਸਾਰ ਕਿਸੇ ਵੀ ਰਿਕਾਰਡ ਦੀ ਤਸਦੀਕ ਕਰਦਾ ਹੈ ਤਾਂ ਉਸ ਨੂੰ ਅਦਾਲਤ ਵਲੋਂ ਉਸ ਵਕਤ ਤੱਕ ਠੀਕ ਮੰਨਿਆ ਜਾਂਦਾ ਹੈ, ਜਿਸ ਵਕਤ ਤੱਕ ਇਸ ਨੂੰ ਗਲਤ ਕਹਿਣ ਵਾਲਾ ਇਸ ਨੂੰ ਅਦਾਲਤ ਵਿੱਚ ਗਲਤ ਸਾਬਤ ਨਾ ਕਰ ਦੇਵੇ ਅਤੇ ਅਦਾਲਤ ਇਸ ਨੂੰ ਗਲਤ ਕਰਾਰ ਦੇ ਦੇਵੇ।

12. ਪ੍ਰਸ਼ਨ: ਕੀ ਘਰੋਗੀ ਤਕਸੀਮ ਦੇ ਇੰਤਕਾਲਾਂ ਦਾ ਅਮਲ ਜਮ੍ਹਾਂਬੰਦੀ ਵਿੱਚ ਦਰਜ ਕੀਤਾ ਜਾਂਦਾ ਹੈ?

ਉੱਤਰ: ਘਰੋਗੀ ਤਕਸੀਮ ਜਿਸ ਦਾ ਹਲਕਾ ਨਾਇਬ ਤਹਿਸੀਲਦਾਰ ਜਾਂ ਤਹਿਸੀਲਦਾਰ ਵਲੋਂ ਮੰਨਜ਼ੂਰ ਹੋ ਚੁੱਕਿਆ ਹੋਵੇ ਦਾ ਇੰਦਰਾਜ ਨਵੀਂ ਜਮ੍ਹਾਂਬੰਦੀ ਵਿੱਚ ਕੀਤਾ ਜਾਂਦਾ ਹੈ, ਤਕਸੀਮ ਦੇ ਇੰਤਕਾਲ ਦੇ ਨਾਲ ਹਰ ਇੱਕ ਹਿੱਸੇਦਾਰ ਦਾ ਖਾਤਾ ਵੱਖਰਾ ਵੱਖਰਾ ਕਰ ਦਿੱਤਾ ਜਾਂਦਾ ਹੈ।

13. ਪ੍ਰਸ਼ਨ: ਕੀ ਮਨਜ਼ੂਰ ਨਾ ਹੋਏ ਇੰਤਕਾਲਾਂ ਦਾ ਅਮਲ ਵੀ ਨਵੀਂ ਜਮ੍ਹਾਂਬੰਦੀ ਵਿੱਚ ਕੀਤਾ ਜਾਂਦਾ ਹੈ?

ਉੱਤਰ: ਨਾ ਮਨਜ਼ੂਰ ਹੋਏ ਇੰਤਕਾਲਾਂ ਦਾ ਇੰਦਰਾਜ ਨਵੀਂ ਜਮ੍ਹਾਂਬਦੀ ਵਿੱਚ ਨਹੀਂ ਕੀਤਾ ਜਾਂਦਾ।

14. ਪ੍ਰਸ਼ਨ: ਵਰਾਸਤ ਦੇ ਇੰਤਕਾਲ ਵਿੱਚ ਕੀ ਕੁਰਸੀਨਾਮਾਂ ਵੀ ਠੀਕ ਕੀਤਾ ਜਾਂਦਾ ਹੈ ਤੇ ਉਸ ਦਾ ਅਮਲ ਜਮ੍ਹਾਂਬੰਦੀ ਵਿੱਚ ਕਿਵੇਂ ਕੀਤਾ ਜਾਂਦਾ ਹੈ ਤੇ ਇੰਤਕਾਲ ਮਨਜ਼ੂਰ ਹੋਣ ਤੋਂ ਪਿੱਛੋਂ ਕੁਰਸੀਨਾਮੇ ਤੇ ਜਮ੍ਹਾਂਬੰਦੀ ਦਾ ਮੇਲ ਕਿਵੇਂ ਕੀਤਾ ਜਾਂਦਾ ਹੈ?

ਉੱਤਰ: ਵਰਾਸਤ ਦੇ ਇੰਤਕਾਲ ਵਿੱਚ ਕੁਰਸੀਨਾਮਾ ਵੀ ਠੀਕ ਕੀਤਾ ਜਾਂਦਾ ਹੈ ਜਿਸ ਵਿੱਚ ਮਰਨ ਵਾਲੇ ਦੇ ਕਾਨੂੰਨੀ ਵਾਰਸਾਂ ਨੂੰ ਵਿਖਾਇਆ ਜਾਂਦਾ ਹੈ। ਵਰਾਸਤ ਦਾ ਇੰਤਕਾਲ ਮਨਜ਼ੂਰ ਹੋਣ ਪਿੱਛੋਂ ਪਟਵਾਰੀ **ਲਾਲ ਸਿਆਹੀ** ਨਾਲ ਚਾਲੂ ਸ਼ਜਰਾ ਨਸਬ ਵਿੱਚ ਇਸ ਦਾ ਵੇਰਵਾ ਦਰਜ ਕਰਦਾ ਹੈ ਅਤੇ ਨਵੀਂ ਜਮ੍ਹਾਂਬੰਦੀ ਬਣਨ ਸਮੇਂ ਇੰਤਕਾਲ ਦੇ ਹੁਕਮ ਅਨੁਸਾਰ ਨਵਾਂ ਸ਼ਜਰਾ ਨਸਬ ਤਿਆਰ ਕੀਤਾ ਜਾਂਦਾ ਹੈ।

15. ਪ੍ਰਸ਼ਨ: ਵਰਾਸਤ ਦਾ ਇੰਤਕਾਲ ਮਨਜ਼ੂਰ ਹੋ ਜਾਣ ਪਿਛੋਂ ਜੇਕਰ ਕੋਈ ਬੱਚਾ ਮਰਨ ਵਾਲੇ ਦੇ ਘਰ ਪੈਦਾ ਹੋ ਜਾਵੇ ਤਾਂ ਉਸਦਾ ਹਵਾਲਾ ਜਮ੍ਹਾਂਬੰਦੀ ਵਿੱਚ ਕਿਵੇਂ ਦਿੱਤਾ ਜਾਂਦਾ ਹੈ?

ਉੱਤਰ: ਵਰਾਸਤ ਦਾ ਇੰਤਕਾਲ ਤਸਦੀਕ ਕਰਨ ਵੇਲੇ ਨਾਇਬ ਤਸੀਲਦਾਰ ਜਾਂ ਤਹਿਸੀਲਦਾਰ ਦੇ ਧਿਆਨ ਵਿੱਚ ਪਿੰਡ ਵਾਲਿਆਂ ਨੂੰ ਇਹ ਗਲ ਲਿਆਉਣੀ ਚਾਹੀਦੀ ਹੈ ਕਿ ਮਰਨ ਵਾਲੇ ਦੀ ਪਤਨੀ ਗਰਭਵਤੀ ਹੈ। ਅਜਿਹਾ ਹੋਣ ਦੀ ਸੂਰਤ ਵਿੱਚ ਤਹਿਸੀਲਦਾਰ/ ਨਾਇਬ ਤਹਿਸੀਲਦਾਰ ਵਲੋਂ ਬੱਚਾ ਪੈਦਾ ਹੋਣ ਤੱਕ ਇੰਤਕਾਲ ਤਸਦੀਕ ਨਹੀਂ ਕਰਨਾ ਚਾਹੀਦਾ। ਜੇਕਰ ਗਲਤੀ ਨਾਲ ਇੰਤਕਾਲ ਤਸਦੀਕ ਹੋ ਜਾਵੇ ਅਤੇ ਨਵੀਂ ਜਮ੍ਹਾਂਬੰਦੀ ਅਜੇ ਤਿਆਰ ਨਾ ਹੋਈ ਹੋਵੇ ਤਾਂ ਮੁਤੱਲਕਾ ਇੰਤਕਾਲ ਦੀ ਨਜ਼ਰਸਾਨੀ ਕੀਤੀ ਜਾ ਸਕਦੀ ਹੈ। ਜੇਕਰ ਨਵੀਂ ਜਮ੍ਹਾਂਬੰਦੀ ਤਿਆਰ ਹੋ ਕੇ ਦਫਤਰ ਸਦਰ ਵਿੱਚ ਦਾਖਲ ਹੋ ਚੁੱਕੀ ਹੋਵੇ ਤਾਂ ਦਿਵਾਨੀ ਅਦਾਲਤ ਇਸ ਦੀ ਦਰੁਸਤੀ ਕਰ ਸਕਦੀ ਹੈ।

ਨੋਟ: ਅਗਲੇ ਪੇਜ਼ ਤੇ ਵੱਖ-ਵੱਖ ਪ੍ਰਕਾਰ ਦੀਆਂ ਜਮ੍ਹਾਂਬਦੀ ਦੀਆਂ ਨਕਲਾਂ ਦੀਆਂ ਕਾਪੀਆਂ ਪਾਠਕਾਂ ਦੀ ਜਾਣਕਾਰੀ ਲਈ ਦਿੱਤੀਆਂ ਜਾ ਰਹੀਆਂ ਹਨ ਤਾਂਕਿ ਕਿ ਜਦੋਂ ਵੀ ਕੋਈ ਕਿਸਾਨ ਪਟਵਾਰੀ ਤੋਂ ਆਪਣੀ ਜ਼ਮੀਨ ਦੀ ਜਮ੍ਹਾਂਬੰਦੀ ਦੀ ਨਕਲ ਲਵੇ ਤਾਂ ਉਹ ਇਹਨਾਂ ਨਾਲ ਮਿਲਾ ਕੇ ਵੇਖ ਸਕਦਾ ਹੈ ਕਿ ਉਸ ਦੀ ਜਮ੍ਹਾਂਬੰਦੀ ਦੀ ਨਕਲ ਠੀਕ ਹੈ ਜਾਂ ਨਹੀਂ।

ਜਮ੍ਹਾਂਬੰਦੀ ਸਾਲ 2012-2013 ਪਿੰਡ: ਮਹਿਮਾ ਸਿੰਘ ਵਾਲਾ (ਨਕਲੀ ਨਾਮ) ਹੱਦਬੱਸਤ ਨੰਬਰ: XXX ਤਹਿਸੀਲ: ਮੋਗਾ ਜ਼ਿਲ੍ਹਾ: ਮੋਗਾ

1	2	3	4	5	6	7	8	9	10	11	12
ਖੇਵਟ ਨੰਬਰ	ਖਤੌਨੀ ਨੰਬਰ	ਪੱਤੀ ਅਤੇ ਨੰਬਰਦਾਰ ਦਾ ਨਾਮ	ਨਾਮ ਮਾਲਕਾਨ	ਨਾਮ ਕਾਸ਼ਤਕਾਰ	ਸਿੰਚਾਈ ਦਾ ਸਾਧਨ	ਨੰਬਰ ਖਸਰਾ	ਰਕਬਾ ਅਤੇ ਕਿਸਮ ਜ਼ਮੀਨ	ਲਗਾਨ	ਹਿੱਸਾ ਜਾਂ ਪੈਮਾਨਾ ਹਕੀਅਤ	ਮਾਮਲਾ	ਵਿਸ਼ੇਸ ਕਥਨ
668	796	ਰਾਜਾ ਸਿੰਘ	ਰਾਮ ਸਿੰਘ ਤਾਰਾ ਸਿੰਘ ਪੁੱਤਰਾਨ ਹਰੀ ਸਿੰਘ ਪੁੱਤਰਾਨ ਬੰਤਾ ਸਿੰਘ	ਮਕਬੂਜਾ ਮਾਲਕਾਨ		104//23 104//18	1-0 ਆਬਾਦੀ 0-3 ਰੂੜੀ	ਕਬਜਾ ਵ ਪੜਤਾ ਬਸ਼ਰਹਾ ਖੇਵਟ-540		ਮੁਤਾਲਬਾ 18.30ਰੁਪਏ	ਰਹਿਨ - 2
768/540 ਮਿਨ	456					ਕਿੱਤੇ -2	1-3 ਗੈ: ਮੁ:				ਰਹਿਨਦਰ ਰਹਿਨ-3
				ਖੁਦਕਾਸ਼ਤ ਰਾਮ ਸਿੰਘ ਹਿੱਸੇਦਾਰ	ਟਿਊਬਵੈਲ " " " "	105// 6/4 1 5 6 7 5/10	1-12 7-9 8-10 6-18 3-12			ਮਾਲ 11.00 ਰੁਪਏ	ਫਕਊਲ ਰਹਿਨ-3 ਬੈ ਹੱਕ ਮੁਰਤਹਿਨੀ -5 ਬੈ ਬਕਾਇਮੀ ਰਹਿਨ -6
						ਕਿੱਤੇ - 5	27 -11 ਚਾਹੀ				
669/620 ਮਿਨ	455			ਖੁਦਕਾਸ਼ਤ ਹਰੀ ਸਿੰਘ ਹਿੱਸੇਦਾਰ	ਟਿਊਬਵੈਲ " " "	105//2 9 10 8 12	0-8 8-0 8-0 8-0 3-12			ਲੋਕਲ ਰੇਟ 5.00 ਰੁਪਏ	
						ਕਿੱਤੇ - 5	27-20 ਚਾਹੀ			ਨੰਬਰਦਾਰੀ 0.60 ਰੁਪਏ	ਬੈ – 7 ਫੱਕ ਤੱਕਮੀਲੀ - 8
					ਜੋੜ ਖੇਵਟ	ਕਿੱਤੇ - 10	48-14 ਚਾਹੀ 1-3 ਗੈ: ਮੁ:				

ਦਸਤਖਤ ਪਟਵਾਰੀ

ਜਮ੍ਹਾਂਬੰਦੀ ਸਾਲ 2012-2013 ਪਿੰਡ: ਮਹਿਮਾ ਸਿੰਘ ਵਾਲਾ (ਨਕਲੀ ਨਾਮ) ਹੱਦਬੱਸਤ ਨੰਬਰ: XXX ਤਹਿਸੀਲ: ਮੋਗਾ ਜ਼ਿਲ੍ਹਾ: ਮੋਗਾ

1	2	3	4	5	6	7	8	9	10	11	12
ਖੇਵਟ ਨੰਬਰ	ਖਤੌਨੀ ਨੰਬਰ	ਪੱਤੀ ਅਤੇ ਨੰਬਰਦਾਰ ਦਾ ਨਾਮ	ਨਾਮ ਮਾਲਕਾਨ	ਨਾਮ ਕਾਸ਼ਤਕਾਰ	ਸਿੰਚਾਈ ਦਾ ਸਾਧਨ	ਨੰਬਰ ਖਸਰਾ	ਰਕਬਾ ਅਤੇ ਕਿਸਮ ਜ਼ਮੀਨ	ਲਗਾਨ	ਹਿੱਸਾ ਜਾਂ ਪੈਮਾਨਾ ਹਕੀਅਤ	ਮਾਮਲਾ	ਵਿਸ਼ੇਸ ਕਥਨ
6	8		ਭਿੰਦਰ ਸਿੰਘ ਦਲੇਰ ਸਿੰਘ ਸੁਰਜੀਤ ਕੌਰ ਗੁਰਮੀਤ ਕੌਰ ਪੁੱਤਰਾਨ ਵਾ ਪੁੱਤਰੀਆਂ ਪਾਲ ਸਿੰਘ ਪੁੱਤਰਾਨ ਲਾਲ ਸਿੰਘ ਬਾਹਿੱਸਾ ਬਰਾਬਰ	ਮਕਬੂਜਾ ਮਾਲਕਾਨ		28 42	0-16 ਆਬਾਦੀ 0-2 ਰੂੜੀ		ਕਬਜ਼ਾ ਵਾ ਪੜਤਾ ਬਸ਼ਰਹਾ ਖੇਵਟ ਨੰਬਰ-1	ਮੁਤਾਲਬਾ 15.60	
						ਕਿੱਤੇ-2	0-18 ਗੈ: ਮੁ:				
				ਕਾਸ਼ਤਕਾਰ ਮੇਜਰ ਸਿੰਘ ਬਲਵੀਰ ਸਿੰਘ ਪੁੱਤਰਾਨ ਕਰਤਾਰ ਸਿੰਘ **ਗੈਰਮੌਰੂਸੀ**	ਟਿਊਬਵੈੱਲ ਟਿਊਬਵੈੱਲ ਟਿਊਬਵੈੱਲ ਟਿਊਬਵੈੱਲ	5//13 14 17 18 23 24	6-16 7-7 8-0 7-14 8-0 8-0			ਮਾਲ 6.25	
						ਕਿੱਤੇ-6	45-17 ਚਾਹੀ	**ਬਿਨਾਂ ਲਗਾਨ ਬਵਜਾ ਰਿਸ਼ਤੇਦਾਰੀ**		ਲੋਕਲ ਰੇਟ 5.75	
	9		ਉਕਤ			ਕੁਲ ਕਿੱਤੇ-8	46-15 45-17 ਚਾਹੀ 0-18 ਗੈ: ਮੁ:			ਨੰਬਰਦਾਰੀ 0.57	

ਦਸਤਖਤ ਪਟਵਾਰੀ

ਜਮ੍ਹਾਂਬੰਦੀ ਸਾਲ 2012-2013 ਪਿੰਡ: ਮਹਿਮਾ ਸਿੰਘ ਵਾਲਾ (ਨਕਲੀ ਨਾਮ) ਹੱਦਬੱਸਤ ਨੰਬਰ: XXX ਤਹਿਸੀਲ: ਮੋਗਾ ਜ਼ਿਲ੍ਹਾ: ਮੋਗਾ

1	2	3	4	5	6	7	8	9	10	11	12
ਖੇਵਟ ਨੰਬਰ	ਖਤੌਨੀ ਨੰਬਰ	ਪੱਤੀ ਅਤੇ ਨੰਬਰਦਾਰ ਦਾ ਨਾਮ	ਨਾਮ ਮਾਲਕਾਨ	ਨਾਮ ਕਾਸ਼ਤਕਾਰ	ਸਿੰਚਾਈ ਦਾ ਸਾਧਨ	ਨੰਬਰ ਖਸਰਾ	ਰਕਬਾ ਅਤੇ ਕਿਸਮ ਜ਼ਮੀਨ	ਲਗਾਨ	ਹਿੱਸਾ ਜਾਂ ਪੈਮਾਨਾ ਹਕੀਅਤ	ਮਾਮਲਾ	ਵਿਸ਼ੇਸ ਕਥਨ
1	1	ਹਰਨਾਮ ਸਿੰਘ ਨੰਬਰਦਾਰ ਪੱਤੀ ਬਾਜਾ	ਲਾਲ ਸਿੰਘ ਰਾਜ ਸਿੰਘ ਨਾਹਰ ਸਿੰਘ ਕਾਕਾ ਸਿੰਘ ਪੁੱਤਰਾਨ ਨਾਹਰ ਸਿੰਘ ਪੁੱਤਰਾਨ ਕਰਨੈਲ ਸਿੰਘ ਬਹਿੱਸਾ ਬਰਾਬਰ	ਖੁਦਕਾਸ਼ਤ ਵ ਮਕਬੂਜਾ ਮਾਲਕਾਨ		22 37	1-1ਆਬਾਦੀ 0-3ਰੂੜੀ		ਕਬਜਾ ਵ ਪੜਤਾ ਬਸ਼ਰਹਾ ਖੇਵਟ ਨੰਬਰ-1	ਚਾਹੀ 2 ਰੁਪਏ ਪ੍ਰਤੀ ਏਕੜ ਨਹਿਰੀ 2 ਰੁਪਏ ਪ੍ਰਤੀ ਏਕੜ ਬਰਾਨੀ 1 ਰੁਪਏ ਪ੍ਰਤੀ ਏਕੜ	
						ਕਿੱਤੇ-2	1-4 ਗੈ: ਮੁ:				
					 ਟਿਊਬਵੈੱਲ ਟਿਊਬਵੈੱਲ ਟਿਊਬਵੈੱਲ ਟਿਊਬਵੈੱਲ ਟਿਊਬਵੈੱਲ	1//16 25 2//19 20 21 22 5//1 2	0-2 2-2 7-7 4-4 8-0 8-0 8-0 8-0				
					ਟਿਊਬਵੈੱਲ	ਕਿੱਤੇ-8	45-15 ਚਾਹੀ				
						ਕਿੱਤੇ-10	46-19 45-19 ਚਾਹੀ 1-4 ਗੈ: ਮੁ:				

ਦਸਤਖਤ ਪਟਵਾਰੀ

ਜਮ੍ਹਾਂਬੰਦੀ ਸਾਲ 2012-2013 ਪਿੰਡ: ਮਹਿਮਾ ਸਿੰਘ ਵਾਲਾ (ਨਕਲੀ ਨਾਮ) ਹੱਦਬੱਸਤ ਨੰਬਰ: XXX ਤਹਿਸੀਲ: ਮੋਗਾ ਜ਼ਿਲ੍ਹਾ: ਮੋਗਾ

1	2	3	4	5	6	7	8	9	10	11	12
ਖੇਵਟ ਨੰਬਰ	ਖਤੌਨੀ ਨੰਬਰ	ਪੱਤੀ ਅਤੇ ਨੰਬਰਦਾਰ ਦਾ ਨਾਮ	ਨਾਮ ਮਾਲਕਾਨ	ਨਾਮ ਕਾਸ਼ਤਕਾਰ	ਸਿੰਚਾਈ ਦਾ ਸਾਧਨ	ਨੰਬਰ ਖਸਰਾ	ਰਕਬਾ ਅਤੇ ਕਿਸਮ ਜ਼ਮੀਨ	ਲਗਾਨ	ਹਿੱਸਾ ਜਾਂ ਪੈਮਾਨਾ ਹਕੀਅਤ	ਮਾਮਲਾ	ਵਿਸ਼ੇਸ ਕਥਨ
3	5	ਅਮਰਜੀਤ ਸਿੰਘ ਨੰਬਰਦਾਰ ਪੱਤੀ ਬਾਜਾ	ਚਰਨ ਕੌਰ ਵਿਧਵਾ ਮੀਤ ਸਿੰਘ ਵ ਰਾਮ ਸਿੰਘ ਪੁੱਤਰਾਨ ਕਰਨੈਲ ਸਿੰਘ ਪੁੱਤਰਾਨ ਕੁਲਵੰਤ ਸਿੰਘ	ਖੁਦਕਾਸ਼ਤ ਵ ਮਕਬੂਜਾ ਮਾਲਕਾਨ	 ਟਿਊਬਵੈੱਲ ਟਿਊਬਵੈੱਲ ਟਿਊਬਵੈੱਲ ਟਿਊਬਵੈੱਲ ਟਿਊਬਵੈੱਲ ਟਿਊਬਵੈੱਲ	24 39 ਕਿੱਤੇ-2 2//17 18 23 24 5//3 4 7 8 ਕਿੱਤੇ-8 ਕਿੱਤੇ-10	1-0ਆਬਾਦੀ 0-3ਰੂੜੀ 1-3 ਗੈ: ਮੁ: 2-0 5-7 7-8 8-0 7-4 8-0 8-0 6-4 52-3 ਚਾਹੀ 56-6 52-3 ਚਾਹੀ 1-3 ਗੈ: ਮੁ:		ਕਬਜਾ ਵ ਪੜਤਾ ਬਸ਼ਰਹਾ ਖੇਵਟ ਨੰਬਰ	ਮੁਤਾਬਲਾ 14.30 ਮਾਲ 13.0 ਲੋਕਲ ਰੇਟ 5.65 ਨੰਬਰਦਾਰੀ 0.55	ਆੜ ਰਹਿਨ 24/10/2015 ਮਲਕੀਤੀ ਰਾਮ ਸਿੰਘ ਪੁੱਤਰਾਨ ਕਰਨੈਲ ਸਿੰਘ ਕੁਲ ਰਕਬਾ 16-0 ਪਿੰਡ ਮਹੀਮੇ ਵਾਲਾ ਮੋਗਾ ਨੇ ਬਦਲੇ 50,00,000/- ਰੁਪਏ (ਪੰਜਾਹ ਲੱਖ) ਬਹੱਕ ਪੰਜਾਬ ਐਂਡ ਸਿੰਧ ਬੈਂਕ ਬਰਾਂਚ ਮੋਗਾ ਪਾਸ ਆੜ ਰਹਿਨ ਹੋ ਚੁੱਕੀ ਹੈ।

ਦਸਤਖਤ ਪਟਵਾਰੀ

ਜਮ੍ਹਾਂਬੰਦੀ ਸਾਲ 2012-2013 **ਪਿੰਡ: ਮਹਿਮਾ ਸਿੰਘ ਵਾਲਾ (ਨਕਲੀ ਨਾਮ)** **ਹੱਦਬੱਸਤ ਨੰਬਰ:** XXX **ਤਹਿਸੀਲ: ਮੋਗਾ** **ਜ਼ਿਲ੍ਹਾ: ਮੋਗਾ**

1	2	3	4	5	6	7	8	9	10	11	12
ਖੇਵਟ ਨੰਬਰ	**ਖਤੌਨੀ ਨੰਬਰ**	**ਪੱਤੀ ਅਤੇ ਨੰਬਰਦਾਰ ਦਾ ਨਾਮ**	**ਨਾਮ ਮਾਲਕਾਨ**	**ਨਾਮ ਕਾਸ਼ਤਕਾਰ**	**ਸਿੰਚਾਈ ਦਾ ਸਾਧਨ**	**ਨੰਬਰ ਖਸਰਾ**	**ਰਕਬਾ ਅਤੇ ਕਿਸਮ ਜ਼ਮੀਨ**	**ਲਗਾਨ**	**ਹਿੱਸਾ ਜਾਂ ਪੈਮਾਨਾ ਹਕੀਅਤ**	**ਮਾਮਲਾ**	**ਵਿਸ਼ੇਸ ਕਥਨ**
4	6	ਅਮਰਜੀਤ ਸਿੰਘ ਨੰਬਰਦਾਰ ਪੱਤੀ ਬਾਜਾ	ਕੁਲਵੰਤ ਸਿੰਘ ਕੁਲਦੀਪ ਕੋਰ ਧੰਨ ਕੋਰ ਪੁੱਤਰ ਵ ਪੁੱਤਰੀਆਂ ਹਰੀ ਸਿੰਘ ਪੁਤਰਾਨ ਬੰਤਾ ਸਿੰਘ ਬਹਿੱਸਾ ਬਰਾਬਰ	ਖੁਦਕਾਸ਼ਤ ਵ ਮਕਬੂਜਾ ਮਾਲਕਾਨ	ਟਿਊਬਵੈੱਲ ਟਿਊਬਵੈੱਲ ਟਿਊਬਵੈੱਲ ਟਿਊਬਵੈੱਲ ਟਿਊਬਵੈੱਲ	24 39 ਕਿੱਤੇ-2 2// 25 3// 21 4// 1 10 5// 5 6 ਕਿੱਤੇ-6 ਕਿੱਤੇ-08	1-6 ਆਬਾਦੀ 0-2 ਰੂੜੀ 1-8 ਗੈ: ਮੁ: 8-0 5-12 6-16 7-12 8-0 8-0 44-0 ਚਾਹੀ 45-8 44-0 ਚਾਹੀ 1-8 ਗੈ: ਮੁ:		ਕਬਜਾ ਵ ਪੜਤਾ ਬਸ਼ਰਹਾ ਖੇਵਟ ਨੰਬਰ -1	ਮੁਤਾਬਲਾ 14.30 ਮਾਲ 13.0 ਲੋਕਲ ਰੇਟ 5.65 ਨੰਬਰਦਾਰੀ 0.55	ਤਬਦੀਲ ਮਲਕੀਅਤ 17

ਦਸਤਖਤ ਪਟਵਾਰੀ

ਜਮ੍ਹਾਂਬੰਦੀ ਸਾਲ 2012-2013 ਪਿੰਡ: ਮਹਿਮਾ ਸਿੰਘ ਵਾਲਾ (ਨਕਲੀ ਨਾਮ) ਹੱਦਬੱਸਤ ਨੰਬਰ: XXX ਤਹਿਸੀਲ: ਮੋਗਾ ਜ਼ਿਲ੍ਹਾ: ਮੋਗਾ

1	2	3	4	5	6	7	8	9	10	11	12
ਖੇਵਟ ਨੰਬਰ	ਖਤੌਨੀ ਨੰਬਰ	ਪੱਤੀ ਅਤੇ ਨੰਬਰਦਾਰ ਦਾ ਨਾਮ	ਨਾਮ ਮਾਲਕਾਨ	ਨਾਮ ਕਾਸ਼ਤਕਾਰ	ਸਿੰਚਾਈ ਦਾ ਸਾਧਨ	ਨੰਬਰ ਖਸਰਾ	ਰਕਬਾ ਅਤੇ ਕਿਸਮ ਜ਼ਮੀਨ	ਲਗਾਨ	ਹਿੱਸਾ ਜਾਂ ਪੈਮਾਨਾ ਹਕੀਅਤ	ਮਾਮਲਾ	ਵਿਸ਼ੇਸ ਕਥਨ
5	7	ਦਲੀਪ ਸਿੰਘ ਨੰਬਰਦਾਰ ਪੱਤੀ ਬਾਜਾ	ਹਰੀ ਸਿੰਘ ਭੂਰਾ ਸਿੰਘ ਪੁੱਤਰਾਨ ਕੀਤਾ ਸਿੰਘ ਪੁੱਤਰਾਨ ਸ਼ੀਰਾ ਸਿੰਘ ਬਹਿੱਸਾ ਬਰਾਬਰ	ਖੁਦਕਾਸ਼ਤ ਵ ਮਕਬੂਜਾ ਮਾਲਕਾਨ	ਟਿਊਬਵੈੱਲ ਟਿਊਬਵੈੱਲ ਟਿਊਬਵੈੱਲ ਟਿਊਬਵੈੱਲ ਟਿਊਬਵੈੱਲ	27 41 ਕਿੱਤੇ-2 4// 11 20 21 5// 15 16 25 ਕਿੱਤੇ-6 ਕਿੱਤੇ-08	0-16 ਆਬਾਦੀ 0-2 ਰੂੜੀ 0-18 ਗੈ: ਮੁ: 6-19 7-12 7-4 7-7 8-0 8-0 45-2 ਚਾਹੀ 46-15 45-02 ਚਾਹੀ 0-18 ਗੈ: ਮੁ:		ਕਬਜਾ ਵ ਪੜਤਾ ਬਸ਼ਰਹਾ ਖੇਵਟ ਨੰਬਰ -1	ਮੁਤਾਬਲਾ 14.30 ਮਾਲ 13.0 ਲੋਕਲ ਰੇਟ 5.65 ਨੰਬਰਦਾਰੀ 0.55	ਵਰਾਸਤ ਇੰਤਕਾਲ ਨੰਬਰ-14

ਦਸਤਖਤ ਪਟਵਾਰੀ

ਜਮ੍ਹਾਂਬੰਦੀ ਸਾਲ 2012-2013 ਪਿੰਡ: ਮਹਿਮਾ ਸਿੰਘ ਵਾਲਾ (ਨਕਲੀ ਨਾਮ) ਹੱਦਬੱਸਤ ਨੰਬਰ: XXX ਤਹਿਸੀਲ: ਮੋਗਾ ਜ਼ਿਲ੍ਹਾ: ਮੋਗਾ

1	2	3	4	5	6	7	8	9	10	11	12
ਖੇਵਟ ਨੰਬਰ	ਖਤੌਨੀ ਨੰਬਰ	ਪੱਤੀ ਅਤੇ ਨੰਬਰਦਾਰ ਦਾ ਨਾਮ	ਨਾਮ ਮਾਲਕਾਨ	ਨਾਮ ਕਾਸ਼ਤਕਾਰ	ਸਿੰਚਾਈ ਦਾ ਸਾਧਨ	ਨੰਬਰ ਖਸਰਾ	ਰਕਬਾ ਅਤੇ ਕਿਸਮ ਜ਼ਮੀਨ	ਲਗਾਨ	ਹਿੱਸਾ ਜਾਂ ਪੈਮਾਨਾ ਹਕੀਅਤ	ਮਾਮਲਾ	ਵਿਸ਼ੇਸ ਕਥਨ
7	10 11	ਦਲੀਪ ਸਿੰਘ ਨੰਬਰਦਾਰ ਪੱਤੀ ਬਾਜਾ	ਸਮਸੇਰ ਸਿੰਘ ਪਸੌਰਾ ਸਿੰਘ ਪੁੱਤਰਾਨ ਕੇਹਰ ਸਿੰਘ ਪੁੱਤਰਾਨ ਨਾਮਾ ਸਿੰਘ ਬਹਿੱਸਾ ਬਰਾਬਰ	ਮਕਬੂਜਾ ਮਾਲਕਾਨ ਕਾਸ਼ਤਕਾਰ ਕ੍ਰਿਪਾਲ ਸਿੰਘ ਪੁੱਤਰਾਨ ਠਾਕਰ ਸਿੰਘ ਪੁੱਤਰਾਨ ਸਾਮਾ ਸਿੰਘ **ਗੈਰਮੌਰੂਸੀ ਚਕੋਤੇਦਾਰ**	ਟਿਊਬਵੈੱਲ ਟਿਊਬਵੈੱਲ ਟਿਊਬਵੈੱਲ	20 21 ਕਿੱਤੇ-2 5// 20 21 22 8// 2 ਕਿੱਤੇ- 4 ਕਿੱਤੇ-06	0-16 ਆਬਾਦੀ 0-2 ਰੂੜੀ 0-18 ਗੈ: ਮੁ: 5-10 8-0 7-8 7-0 27-18 ਚਾਹੀ 28-16 27-18 ਚਾਹੀ 0-18 ਗੈ: ਮੁ:	**ਚਕੋਤਾ ਸਲਾਨਾ ਹਜਾਰ ਰੁਪਏ ਪ੍ਰਤੀ ਏਕੜ**	ਚਾਹੀ 2 ਰੁਪਏ ਪ੍ਰਤੀ ਏਕੜ ਨਹਿਰੀ 2 ਰੁਪਏ ਪ੍ਰਤੀ ਏਕੜ ਬਰਾਨੀ 1 ਰੁਪਏ ਪ੍ਰਤੀ ਏਕੜ	ਮੁਤਾਬਲਾ 14.30 ਮਾਲ 13.0 ਲੋਕਲ ਰੇਟ 5.65 ਨੰਬਰਦਾਰੀ 0.55	ਆੜ ਰਹਿਨ 24/10/2015 ਮਲਕੀਤੀ ਸਮਸ਼ੇਰ ਸਿੰਘ ਪੁੱਤਰਾਨ ਕੇਹਰ ਸਿੰਘ ਕੁਲ ਰਕਬਾ 16-0 ਪਿੰਡ ਮਹੀਮੇ ਵਾਲਾ ਮੋਗਾ ਨੇ ਬਦਲੇ 40,00,000/- ਰੁਪਏ (ਚਾਲੀ ਲੱਖ) ਬਹੱਕ ਪੰਜਾਬ ਐਂਡ ਸਿੰਧ ਬੈਂਕ ਬਰਾਂਚ ਮੋਗਾ ਪਾਸ ਆੜ ਰਹਿਨ ਹੋ ਚੁੱਕੀ ਹੈ।

ਦਸਤਖਤ ਪਟਵਾਰੀ

ਜਮ੍ਹਾਂਬੰਦੀ ਸਾਲ 2012-2013 ਪਿੰਡ: ਮਹਿਮਾ ਸਿੰਘ ਵਾਲਾ (ਨਕਲੀ ਨਾਮ) ਹੱਦਬੱਸਤ ਨੰਬਰ: XXX ਤਹਿਸੀਲ: ਮੋਗਾ ਜ਼ਿਲ੍ਹਾ: ਮੋਗਾ

1	2	3	4	5	6	7	8	9	10	11	12
ਖੇਵਟ ਨੰਬਰ	ਖਤੌਨੀ ਨੰਬਰ	ਪੱਤੀ ਅਤੇ ਨੰਬਰਦਾਰ ਦਾ ਨਾਮ	ਨਾਮ ਮਾਲਕਾਨ	ਨਾਮ ਕਾਸ਼ਤਕਾਰ	ਸਿੰਚਾਈ ਦਾ ਸਾਧਨ	ਨੰਬਰ ਖਸਰਾ	ਰਕਬਾ ਅਤੇ ਕਿਸਮ ਜ਼ਮੀਨ	ਲਗਾਨ	ਹਿੱਸਾ ਜਾਂ ਪੈਮਾਨਾ ਹਕੀਅਤ	ਮਾਮਲਾ	ਵਿਸ਼ੇਸ਼ ਕਥਨ
8	12	ਦਲੀਪ ਸਿੰਘ ਨੰਬਰਦਾਰ ਪੱਤੀ ਬਾਜਾ	ਪਿਰਥੀ ਸਿੰਘ, ਨਿਹਾਲ ਸਿੰਘ,ਹਰੀ ਸਿੰਘ, ਲਾਭ ਸਿੰਘ ਪੁੱਤਰਾਨ ਹੀਰਾ ਸਿੰਘ ਪੁੱਤਰਾਨ ਠਾਕਰ ਸਿੰਘ ਬਹਿੱਸਾ ਬਰਾਬਰ ½ ਬਚਨ ਸਿੰਘ ਨਾਹਰ ਸਿੰਘ ਹੀਰਾ ਸਿੰਘ ਪੁੱਤਰਾਨ ਗੁਰਬਚਨ ਸਿੰਘ ਪੁੱਤਰ ਪੂਰਨ ਸਿੰਘ ਬਹਿੱਸਾ ਬਰਾਬਰ ½	ਖੁਦਕਾਸ਼ਤ ਵ ਮਕਬੂਜਾ ਮਾਲਕਾਨ	ਟਿਊਬਵੈੱਲ ਟਿਊਬਵੈੱਲ ਟਿਊਬਵੈੱਲ	20 21 ਕਿੱਤੇ-2 6// 16 17 23 24 25 ਕਿੱਤੇ- 5 ਕਿੱਤੇ-07	0-16 ਆਬਾਦੀ 0-2 ਰੂੜੀ 0-18 ਗੈ: ਮੁ: 7-7 7-7 0-10 7-11 8-0 30-15 ਚਾਹੀ 31-13 30-15 ਚਾਹੀ 0-18 ਗੈ: ਮੁ:		ਚਾਹੀ 2 ਰੁਪਏ ਪ੍ਰਤੀ ਏਕੜ ਨਹਿਰੀ 2 ਰੁਪਏ ਪ੍ਰਤੀ ਏਕੜ ਬਰਾਨੀ 1 ਰੁਪਏ ਪ੍ਰਤੀ ਏਕੜ	ਮੁਤਾਬਲਾ 14.30 ਮਾਲ 13.0 ਲੋਕਲ ਰੇਟ 5.65 ਨੰਬਰਦਾਰੀ 0.55	

ਦਸਤਖਤ ਪਟਵਾਰੀ

ਜਮ੍ਹਾਂਬੰਦੀ ਸਾਲ 2012-2013 ਪਿੰਡ: ਮਹਿਮਾ ਸਿੰਘ ਵਾਲਾ (ਨਕਲੀ ਨਾਮ) ਹੱਦਬੱਸਤ ਨੰਬਰ: XXX ਤਹਿਸੀਲ: ਮੋਗਾ ਜ਼ਿਲ੍ਹਾ: ਮੋਗਾ

1	2	3	4	5	6	7	8	9	10	11	12
ਖੇਵਟ ਨੰਬਰ	ਖਤੌਨੀ ਨੰਬਰ	ਪੱਤੀ ਅਤੇ ਨੰਬਰਦਾਰ ਦਾ ਨਾਮ	ਨਾਮ ਮਾਲਕਾਨ	ਨਾਮ ਕਾਸ਼ਤਕਾਰ	ਸਿੰਚਾਈ ਦਾ ਸਾਧਨ	ਨੰਬਰ ਖਸਰਾ	ਰਕਬਾ ਅਤੇ ਕਿਸਮ ਜ਼ਮੀਨ	ਲਗਾਨ	ਹਿੱਸਾ ਜਾਂ ਪੈਮਾਨਾ ਹਕੀਅਤ	ਮਾਮਲਾ	ਵਿਸ਼ੇਸ ਕਥਨ
11	205	ਦਲੀਪ ਸਿੰਘ ਨੰਬਰਦਾਰ ਪੱਤੀ ਬਾਜਾ	ਹਰੀ ਸਿੰਘ ,ਪਿਰਥੀ ਸਿੰਘ, ਨਿਹਾਲ ਸਿੰਘ , ਲਾਭ ਸਿੰਘ ਪੁੱਤਰਾਨ ਹੀਰਾ ਸਿੰਘ ਪੁੱਤਰਾਨ ਠਾਕਰ ਸਿੰਘ ਬਹਿੱਸਾ ਬਰਾਬਰ	ਖੁਦਕਾਸ਼ਤ ਵ ਮਕਬੂਜਾ ਮਾਲਕਾਨ	ਟਿਊਬਵੈੱਲ ਟਿਊਬਵੈੱਲ ਟਿਊਬਵੈੱਲ	20 21 ਕਿੱਤੇ-2 7// 14 5 6 7 8// 1 10 ਕਿੱਤੇ- 5 ਕਿੱਤੇ-07	0-16 ਆਬਾਦੀ 0-2 ਰੂੜੀ 0-18 ਗੈ: ਮੁ: 6-0 8-0 8-0 5-15 8-0 8-0 43-15 ਚਾਹੀ 44-13 43-15 ਚਾਹੀ 0-18 ਗੈ: ਮੁ:		ਚਾਹੀ 2 ਰੁਪਏ ਪ੍ਰਤੀ ਏਕੜ ਨਹਿਰੀ 2 ਰੁਪਏ ਪ੍ਰਤੀ ਏਕੜ ਬਰਾਨੀ 1 ਰੁਪਏ ਪ੍ਰਤੀ ਏਕੜ	ਮੁਤਾਬਲਾ 14.30 ਮਾਲ 13.0 ਲੋਕਲ ਰੇਟ 5.65 ਨੰਬਰਦਾਰੀ 0.55	ਹਿਬਾ-11 ਤਬਾਦਲਾ-15

ਦਸਤਖਤ ਪਟਵਾਰੀ

ਜਮ੍ਹਾਂਬੰਦੀ ਸਾਲ 2012-2013 ਪਿੰਡ: ਮਹਿਮਾ ਸਿੰਘ ਵਾਲਾ (ਨਕਲੀ ਨਾਮ) ਹੱਦਬੱਸਤ ਨੰਬਰ: XXX ਤਹਿਸੀਲ: ਮੋਗਾ ਜ਼ਿਲ੍ਹਾ: ਮੋਗਾ

1	2	3	4	5	6	7	8	9	10	11	12
ਖੇਵਟ ਨੰਬਰ	ਖਤੌਨੀ ਨੰਬਰ	ਪੱਤੀ ਅਤੇ ਨੰਬਰਦਾਰ ਦਾ ਨਾਮ	ਨਾਮ ਮਾਲਕਾਨ	ਨਾਮ ਕਾਸ਼ਤਕਾਰ	ਸਿੰਚਾਈ ਦਾ ਸਾਧਨ	ਨੰਬਰ ਖਸਰਾ	ਰਕਬਾ ਅਤੇ ਕਿਸਮ ਜ਼ਮੀਨ	ਲਗਾਨ	ਹਿੱਸਾ ਜਾਂ ਪੈਮਾਨਾ ਹਕੀਅਤ	ਮਾਮਲਾ	ਵਿਸ਼ੇਸ ਕਥਨ
14	255	ਦਲੀਪ ਸਿੰਘ ਨੰਬਰਦਾਰ ਪੱਤੀ ਬਾਜਾ	ਰਾਮ ਲਾਲ, ਸ਼ਾਮ ਕੁਮਾਰ ਪੁੱਤਰਾਨ ਸੁਰੇਸ਼ ਕੁਮਾਰ ਪੁੱਤਰਾਨ ਬੰਸੀ ਲਾਲ ਬਹਿੱਸਾ ਬਰਾਬਰ	ਖੁਦਕਾਸ਼ਤ ਵ ਮਕਬੂਜਾ ਮਾਲਕਾਨ	ਟਿਊਬਵੈੱਲ ਟਿਊਬਵੈੱਲ ਟਿਊਬਵੈੱਲ	22 19	0-18 ਆਬਾਦੀ 0-3 ਰੂੜੀ	ਚਕੌਤਾ ਸਲਾਨਾ ਹਜਾਰ ਰੁਪਏ ਪ੍ਰਤੀ ਏਕੜ	ਕਬਜਾ ਵ ਪੜਤਾ ਬਸ਼ਰਹਾ ਖੇਵਟ ਨੰਬਰ -1	ਮੁਤਾਬਲਾ 14.30 ਮਾਲ 13.0 ਲੋਕਲ ਰੇਟ 5.65 ਨੰਬਰਦਾਰੀ 0.55	ਇੰਤਕਾਲ ਅਖਰਾਜਨਾਮਾ ਨੰਬਰ-24
						ਕਿੱਤੇ-2	1-01 ਗੈ: ਮੁ:				
						8// 14 5 6 7 9// 1 10	7-11 7-11 8-0 8-0 5-8 3-12				
						ਕਿੱਤੇ- 6	40- 02 ਚਾਹੀ				
						ਕਿੱਤੇ-07	41-03 40-02 ਚਾਹੀ 1-18 ਗੈ: ਮੁ:				

ਦਸਤਖਤ ਪਟਵਾਰੀ

ਜਮ੍ਹਾਂਬੰਦੀ ਸਾਲ 2012-2013 **ਪਿੰਡ:** ਮਹਿਮਾ ਸਿੰਘ ਵਾਲਾ (ਨਕਲੀ ਨਾਮ) **ਹੱਦਬੱਸਤ ਨੰਬਰ:** XXX **ਤਹਿਸੀਲ:** ਮੋਗਾ **ਜ਼ਿਲ੍ਹਾ:** ਮੋਗਾ

1	2	3	4	5	6	7	8	9	10	11	12
ਖੇਵਟ ਨੰਬਰ	**ਖਤੌਨੀ ਨੰਬਰ**	**ਪੱਤੀ ਅਤੇ ਨੰਬਰਦਾਰ ਦਾ ਨਾਮ**	**ਨਾਮ ਮਾਲਕਾਨ**	**ਨਾਮ ਕਾਸ਼ਤਕਾਰ**	**ਸਿੰਚਾਈ ਦਾ ਸਾਧਨ**	**ਨੰਬਰ ਖਸਰਾ**	**ਰਕਬਾ**	**ਕਿਸਮ ਜ਼ਮੀਨ**	**ਹਿੱਸਾ ਜਾਂ ਪੈਮਾਨਾ ਹਕੀਅਤ**	**ਮਾਮਲਾ**	**ਵਿਸ਼ੇਸ ਕਥਨ**
118	266		ਨਗਰ ਪੰਚਾਇਤ ਪਿੰਡ ਮਹਿਮੇ ਵਾਲਾ (ਨਕਲੀ ਨਾਮ) ਮੋਗਾ	ਮਕਬੂਜਾ ਮਾਲਕਾਨ		10 11 12 13 14 15 18 26 5// 19 6// 18 7// 16 8// 20	2-12 1-15 1-14 3-1 1-6 8-0 0-16 0-10 3-14 1-4 1-2 4-13	ਰਸਤਾ ਰਸਤਾ ਰਸਤਾ ਫਿਰਨੀ ਪੰਚਾਇਤ ਘਰ ਰਸਤਾ ਸਕੂਲ ਚਰਾਂਦ ਚਰਾਂਦ	ਕਬਜਾ ਵ ਪੜਤਾ ਬਸ਼ਰਹਾ ਖੇਵਟ ਨੰਬਰ -1		

ਦਸਤਖਤ ਪਟਵਾਰੀ

ਜਮ੍ਹਾਂਬੰਦੀ ਸਾਲ 2012-2013 **ਪਿੰਡ:** ਮਹਿਮਾ ਸਿੰਘ ਵਾਲਾ (ਨਕਲੀ ਨਾਮ) **ਹੱਦਬੱਸਤ ਨੰਬਰ:** XXX **ਤਹਿਸੀਲ:** ਮੋਗਾ **ਜ਼ਿਲ੍ਹਾ:** ਮੋਗਾ

1	2	3	4	5	6	7	8	9	10	11	12
ਖੇਵਟ ਨੰਬਰ	**ਖਤੌਨੀ ਨੰਬਰ**	**ਪੱਤੀ ਅਤੇ ਨੰਬਰਦਾਰ ਦਾ ਨਾਮ**	**ਨਾਮ ਮਾਲਕਾਨ**	**ਨਾਮ ਕਾਸ਼ਤਕਾਰ**	**ਸਿੰਚਾਈ ਦਾ ਸਾਧਨ**	**ਨੰਬਰ ਖਸਰਾ**	**ਰਕਬਾ**	**ਕਿਸਮ ਜ਼ਮੀਨ**	**ਹਿੱਸਾ ਜਾਂ ਪੈਮਾਨਾ ਹਕੀਅਤ**	**ਮਾਮਲਾ**	**ਵਿਸ਼ੇਸ ਕਥਨ**
118	266		**ਪੰਜਾਬ ਸਰਕਾਰ**	ਮਕਬੂਜਾ ਮਾਲਕਾਨ ਸੀਵਰੇਜ ਅਤੇ ਵਾਟਰ ਸਪਲਾਈ		21	0-16	ਗੈ: ਮੁ: ਪਾਣੀ ਦੀ ਟੈਂਕੀ			
	252			ਮਹਿਕਮਾ ਪਸ਼ੂ ਪਾਲਣ ਪੰਜਾਬ ਸਰਕਾਰ		23	0-18	ਪਸ਼ੂਆਂ ਦਾ ਹਸਪਤਾਲ (ਸਲੋਤਰਖਾਨਾ)			
	216			ਸਿਹਤ ਵਿਭਾਗ		18	0-16	ਡਿਸਪੈਂਸਰੀ			
					ਜੋੜ ਖੇਵਟ	ਕਿੱਤੇ - 3	2 - 10	ਗੈ: ਮੁ:			

ਦਸਤਖਤ ਪਟਵਾਰੀ

* * *

4

ਫ਼ਰਦ ਬਦਰ ਕਿਸ ਨੂੰ ਕਹਿੰਦੇ ਹਨ? ਅਤੇ ਇਸ ਸਬੰਧੀ ਜਾਣਕਾਰੀ:

ਪੰਜਾਬ ਲੈਂਡ ਰਿਕਾਰਡ ਮੈਨੂਅਲ ਦੇ ਪੈਰਾ ਨੰਬਰ **7.29** ਦੇ ਮੁਤਾਬਕ ਮਾਲ ਰਿਕਾਰਡ ਵਿੱਚ ਹੋਈ ਲਿਖਤੀ ਤਰੁਟੀ ਜਾਂ ਗਲਤੀ ਨੂੰ ਦਰੁਸਤ ਕਰਨ ਦੀ ਕਾਰਵਾਈ ਨੂੰ **"ਫ਼ਰਦ ਬਦਰ"** ਕਿਹਾ ਜਾਂਦਾ ਹੈ। ਜਦੋਂ ਮਾਲ ਰਿਕਾਰਡ ਵਿੱਚ **5** ਸਾਲ ਬਾਅਦ ਨਵੀਂ ਜਮ੍ਹਾਂਬੰਦੀ ਬਣਨ ਵੇਲੇ ਨਕਲ ਕਰਨ ਸਮੇਂ ਜਾਂ ਇੰਤਕਾਲ ਦਾ ਅਮਲ ਕਰਨ ਸਮੇਂ ਕਿਸੇ ਖੇਵਟ/ਖਤੌਨੀ ਜਾਂ ਖਸਰਾ ਨੰਬਰ ਵਿੱਚ ਮਾਲਕਾਂ ਦੇ ਨਾਮ ਜਾਂ ਰਕਬਾ ਵੱਧ ਘੱਟ ਲਿਖ ਹੋਣਾ ਆਦਿ ਗਲਤੀਆਂ ਜਮ੍ਹਾਂਬੰਦੀ ਵਿੱਚ ਆਮ ਹੀ ਹੋ ਜਾਂਦੀਆਂ ਹਨ। ਏਥੇ ਪਾਠਕਾਂ ਦੇ ਯਾਦ ਹਿੱਤ ਕਿ ਪਟਵਾਰੀ ਕੋਲ ਮਾਲ ਰਿਕਾਰਡ ਵਿੱਚ ਕੋਈ ਗਲਤੀ ਨੂੰ ਠੀਕ ਕਰਨ ਦਾ ਕੋਈ ਅਧਿਕਾਰ ਨਹੀਂ ਹੈ। ਇਹ ਸਿਰਫ ਮਾਲ ਅਫ਼ਸਰ ਘੋਖ ਪੜਤਾਲ ਕਰਨ ਤੋਂ ਬਾਅਦ ਹੀ ਠੀਕ ਕਰ ਸਕਦਾ ਹੈ। ਅਗਰ ਮਾਲ ਰਿਕਾਰਡ ਵਿੱਚ ਕੋਈ ਗਲਤੀ ਪਾਈ ਜਾਂਦੀ ਹੈ ਤਾਂ ਹਲਕਾ ਪਟਵਾਰੀ ਵੱਲੋਂ "ਫ਼ਰਦ ਬਦਰ" ਦਰਜ਼ ਕੀਤੀ ਜਾਂਦੀ ਹੈ। ਫ਼ਰਦ ਬਦਰ ਲਈ ਪਦਵਾਰੀ ਨੇ ਇੱਕ ਰਿਪੋਰਟ ਤਿਆਰ ਕਰਨੀ ਹੁੰਦੀ ਹੈ। ਜੋ ਇਸ ਪ੍ਰਕਾਰ ਹੁੰਦੀ ਹੈ:

(ੳ) ਪਹਿਲਾਂ ਕਿਹੜੇ ਸਾਲ ਦੀ ਜਮ੍ਹਾਂਬੰਦੀ ਵਿੱਚ ਰਿਕਾਰਡ ਠੀਕ ਸੀ?
(ਅ) ਕਿਹੜੇ ਸਾਲ ਦੀ ਜਮ੍ਹਾਂਬੰਦੀ ਲਿਖਣ ਸਮੇਂ ਕਿਹੜਾ ਇੰਦਰਾਜ ਲਿਖਣ ਵਿੱਚ ਗਲਤੀ ਹੋਈ?
(ੲ) ਹੁਣ ਹਾਲੀਆ ਜਮ੍ਹਾਂਬੰਦੀ ਵਿੱਚ ਕਿਹੜੀ ਖੇਵਟ ਵਿੱਚ ਕਿਸ ਪ੍ਰਕਾਰ ਦਾ ਗਲਤ ਇੰਦਰਾਜ ਦੀ ਬਜਾਏ ਕੀ ਠੀਕ ਹੋਣਾ ਚਾਹੀਦਾ ਹੈ।

ਉੱਪਰੋਕਤ ਵਿਸ਼ਿਆਂ ਦੇ ਅਧਾਰ ਤੇ ਹਲਕਾ ਪਟਵਾਰੀ ਸੰਖੇਪ ਜਿਹੀ ਰਿਪੋਰਟ ਤਿਆਰ ਕਰਦਾ ਹੈ, ਅਤੇ ਹਲਕਾ ਕਾਨੂੰਗੋ ਵੱਲੋਂ ਰਿਕਾਰਡ ਦੀ ਪੜਤਾਲ ਕਰਨ ਤੋਂ ਬਾਅਦ ਦਸਤਖਤ ਕੀਤੇ

ਜਾਂਦੇ ਹਨ। ਇਸ ਤੋਂ ਬਾਅਦ ਇਹ ਰਿਪੋਰਟ ਮਾਲ ਅਫ਼ਸਰ ਕੋਲ ਪੇਸ਼ ਕੀਤੀ ਜਾਂਦੀ ਹੈ, ਅਤੇ ਮਾਲ ਅਫ਼ਸਰ ਵੱਲੋਂ ਪੜਤਾਲ ਕਰਨ ਉਪਰੰਤ ਫੈਸਲਾ ਕੀਤਾ ਜਾਂਦਾਂ ਹੈ ਕਿ ਇਹ ਗਲਤੀ ਠੀਕ ਕਰਨਯੋਗ ਹੈ ਜਾਂ ਨਹੀਂ।

ਅਗਰ ਮਾਲ ਅਫ਼ਸਰ ਨੂੰ ਇਹ ਸਪੱਸ਼ਟ ਹੋ ਜਾਵੇ ਕਿ ਫਰਦ ਬਦਰ ਇਸ ਗਲਤੀ ਨਾਲ ਸਬੰਧਤ ਹੈ ਤਾਂ ਦਰੁਸਤੀ ਦੇ ਹੁਕਮ ਜਾਰੀ ਕੀਤਾ ਜਾਂਦਾ ਹੈ।

ਫ਼ਰਦ ਬਦਰ ਦਾ ਨਮੂਨਾ ਇਸ ਪ੍ਰਕਾਰ ਹੈ:

ਲੜੀ ਨੰ:	ਪੁਰਾਣੀ ਜਮ੍ਹਾਂਬੰਦੀ ਦੀ ਖੇਵਟ/ਖਤੌਨੀ ਨੰ:	ਨਵੀਂ ਜਮ੍ਹਾਂਬੰਦੀ ਦੀ ਖੇਵਟ/ਖਤੌਨੀ ਨੰ:	ਪਟਵਾਰੀ ਦੀ ਰਿਪੋਰਟ	ਫੀਲਡ ਕਾਨੂੰਗੋ ਦੀ ਰਿਪੋਰਟ	ਤਸਦੀਕ ਕਰਨ ਵਾਲੇ ਮਾਲ ਅਫ਼ਸਰ ਦੇ ਦਸਤਖਤ
	ਰਕਬਾ 8-0	ਰਕਬਾ 6-0			

ਉੱਪਰਲੇ ਨਮੂਨੇ ਦਾ ਵੇਰਵਾ: ਪੁਰਾਣੀ ਜਮ੍ਹਾਂਬੰਦੀ ਵਿੱਚ ਰਕਬਾ 8-0 ਕਲਾਨ ਸੀ ਜੋ ਸਹੀ ਸੀ। ਪਰ ਜਦੋਂ ਪੰਜ ਸਾਲਾ ਨਵੀਂ ਜਮ੍ਹਾਂਬੰਦੀ ਤਿਆਰ ਕੀਤੀ ਗਈ ਤਾਂ ਗਲਤੀ ਨਾਲ ਰਕਬਾ 6-0 ਕਨਾਲ ਦਰਜ਼ ਕੀਤਾ ਗਿਆ। ਜਿਸ ਨਾਲ ਜ਼ਮੀਨ ਮਾਲਕ ਨੂੰ 2-0 ਕਨਾਲ ਦਾ ਘਾਟਾ ਪਿਆ ਅਤੇ ਜਦੋਂ ਜ਼ਮੀਨ ਮਾਲਕ ਨੂੰ ਇਸ ਬਾਰੇ ਪਤਾ ਲਗਿਆ ਤਾਂ ਉਸ ਨੇ ਇਹ ਮਾਮਲਾ ਹਲਕਾ ਪਟਵਾਰੀ ਦੇ ਧਿਆਨ ਵਿੱਚ ਲਿਆਂਦਾ ਤਾਂ ਹਲਕਾ ਪਟਵਾਰੀ ਨੇ "ਫ਼ਰਦ ਬਦਰ" ਦੀ ਕਾਰਵਾਈ ਸ਼ੁਰੂ ਕਰ ਦਿੱਤੀ।

ਇੱਥੇ ਇੱਕ ਗਲ ਹੋਰ ਵਰਨਣਯੋਗ ਹੈ ਕਿ ਕਈ ਵਾਰ ਇੰਤਕਾਲ ਵਰਾਸਤ ਵਿੱਚ ਕਿਸੇ ਖੇਵਟ ਜਾਂ ਖਸਰਾ ਨੰਬਰ ਦਰਜ਼ ਹੋਣ ਤੋਂ ਰਹਿ ਜਾਵੇ ਤਾਂ ਅਜਿਹੀ ਸਥਿਤੀ ਵਿੱਚ ਪੰਜਾਬ ਲੈਂਡ ਰਿਕਾਰਡ ਮੈਨੂਅਲ ਦੇ ਪੈਰਾ ਨੰਬਰ **7.29** ਅਨੁਸਾਰ ਦੁਬਾਰਾ ਇੰਤਕਾਲ ਵਰਾਸਤ ਦਰਜ਼ ਨਹੀਂ ਕੀਤਾ ਜਾਂਦਾ। ਇਸ ਨੂੰ ਫਰਦ ਬਦਰ ਰਾਹੀਂ ਦਰੁਸਤ ਕੀਤਾ ਜਾਂਦਾ ਹੈ ਅਤੇ ਇੰਤਕਾਲ ਵਿੱਚ ਇੰਦਰਾਜ ਫ਼ਰਦ ਬਦਰ**-1** ਲਿਖ ਕੇ ਦਰਜ਼ ਕੀਤਾ ਜਾਂਦਾ ਹੈ। ਅਗਰ ਗਲਤੀ ਇੱਕ ਤੋਂ ਜਿਆਦਾ ਹਨ ਤਾਂ ਉਸ ਨੂੰ ਫ਼ਰਦ ਬਦਰ**-2** ਲਿੱਖ ਕੇ ਦਰਜ਼ ਕੀਤਾ ਜਾਂਦਾ ਹੈ ਅਤੇ ਇਸ ਤਰ੍ਹਾਂ ਅੱਗੇ ਜਿਵੇਂ ਜਿਵੇਂ ਗਲਤੀਆਂ ਦਾ ਪਤਾ ਲੱਗੇ ਤਾਂ ਉਨ੍ਹਾਂ ਨੂੰ ਨੰਬਰ ਅਨੁਸਾਰ ਦਰਜ਼ ਕੀਤਾ ਜਾਂਦਾ ਹੈ।

* * *

5

ਰੋਜ਼ਨਾਮਚੇ ਸਬੰਧੀ ਜਾਣਕਾਰੀ: 3.79, 3.80, 3.99

ਹਲਕਾ ਪਟਵਾਰੀ ਨੇ ਤਿੰਨ ਤਰ੍ਹਾਂ ਦੀਆਂ ਕਿਤਾਬਾਂ ਤਿਆਰ ਕਰਨੀਆਂ ਹੁੰਦੀਆਂ ਹਨ। ਇਨ੍ਹਾਂ ਵਿੱਚ ਹਰ ਰੋਜ਼ ਦੀਆਂ ਘਟਨਾਵਾਂ ਜਾਂ ਕੰਮਾਂ ਦੇ ਵੇਰਵੇ ਦਰਜ਼ ਕੀਤੇ ਜਾਂਦੇ ਹਨ। ਉਸ ਕਿਤਾਬ ਨੂੰ ਰੋਜ਼ਨਾਮਚਾ ਕਹਿੰਦੇ ਹਨ। ਰੋਜ਼ਨਾਮਚਾ ਡਾਇਰੈਕਟਰ ਪੰਜਾਬ ਲੈਂਡ ਰਿਕਾਰਡ ਜਲੰਧਰ ਵੱਲੋਂ ਜਾਰੀ ਕੀਤਾ ਜਾਂਦਾ ਹੈ। ਇਸ ਦੇ ਹਰ ਪੰਨੇ ਤੇ ਡਾਇਰੈਕਟਰ ਪੰਜਾਬ ਲੈਂਡ ਰਿਕਾਰਡ ਜਲੰਧਰ ਦੀ ਮੋਹਰ ਲਗੀ ਹੁੰਦੀ ਹੈ ਅਤੇ ਪੰਨਾ ਨੰਬਰ ਦਰਜ਼ ਕੀਤਾ ਹੁੰਦਾ ਹੈ। ਸ਼ੁਰੂ ਵਿੱਚ ਪੰਨਿਆਂ ਸਬੰਧੀ ਸਰਟੀਫਿਕੇਟ ਦਿੱਤਾ ਹੁੰਦਾ ਹੈ। ਰੋਜ਼ਨਾਮਚੇ ਦੀਆਂ ਹੇਠ ਲਿਖੀਆਂ ਤਿੰਨ ਕਿਸਮਾਂ ਹੁੰਦੀਆਂ ਹਨ:

1. ਰੋਜ਼ਨਾਮਚਾ ਵਕਤੀ
2. ਰੋਜ਼ਨਾਮਚਾ ਕਾਰਗੁਜਾਰੀ **(Work Book)**
3. ਰੋਜ਼ਨਾਮਚਾ ਹਰਕਤ **(Movement Diary)**

ਰੋਜ਼ਨਾਮਚਾ ਵਾਕੀਆਤੀ ਕੀ ਹੁੰਦਾ ਹੈ: (Occurrences Diary)

ਪੰਜਾਬ ਰਿਕਾਰਡ ਮੈਨੂਅਲ ਪੈਰਾ ਨੰਬਰ: 3.81

ਰੋਜ਼ਨਾਮਚਾ ਵਾਕੀਆਤੀ ਇੱਕ ਰਜ਼ਿਸਟਰ ਹੁੰਦਾ ਹੈ ਜੋ ਪਟਵਾਰਖਾਨੇ ਪਟਵਾਰੀ ਕੋਲ ਰੱਖਿਆ ਜਾਂਦਾ ਹੈ, ਅਤੇ ਇਸ ਦੇ ਪਹਿਲੇ ਸਫ਼ੇ ਤੇ ਦਫਤਰ ਕਾਨੂੰਗੋ ਇਹ ਤਸਦੀਕ ਕਰਦਾ ਹੈ ਕਿ ਇਸ ਵਿੱਚ ਕਿੰਨ੍ਹੇ ਸਫ਼ੇ ਹਨ ਅਤੇ **ਹਰ ਸਫ਼ੇ ਪਰ ਮੋਹਰ ਲਗਾਈ ਜਾਂਦੀ ਹੈ** ਅਤੇ ਇਹ ਹਰ ਸਾਲ ਪਹਿਲੀ ਸਤੰਬਰ ਤੋਂ ਸ਼ੁਰੂ ਕੀਤਾ ਜਾਂਦਾ ਹੈ ਇਸ ਵਿੱਚ ਪਟਵਾਰੀ ਆਪਣੇ ਹਲਕੇ ਵਿੱਚ ਹੋਏ ਵਾਕਿਆਤ ਦਾ ਜਿਕਰ ਕਰਦਾ ਹੈ:

ਰੋਜ਼ਨਾਮਚਾ ਵਾਕੀਆਤੀ ਵਿੱਚ ਹੇਠ ਲਿਖੇ ਵਾਕਿਆਤ ਦਰਜ ਕੀਤੇ ਜਾਂਦੇ ਹਨ:

01. ਸਾਰੇ ਇੰਤਕਾਲਾਂ ਦਾ ਵੇਰਵਾ ਰਜਿਸਟਰ ਇੰਤਕਾਲਾਤ ਵਿੱਚ ਦਰਜ ਕਰਨ ਤੋਂ ਪਹਿਲਾਂ ਰੋਜ਼ਨਾਮਚਾ ਰਜਿਸਟਰ ਵਿੱਚ ਦਰਜ ਕਰਕੇ ਉਸ ਤੇ ਪਟਵਾਰੀ ਅਤੇ ਸਬੰਧਤ ਧਿਰ ਦਸਤਖੱਤ ਕਰਦੀ ਹੈ।
02. ਕੋਈ ਕੁਦਰਤੀ ਆਫ਼ਤ ਆਸਮਾਨੀ ਜਾਂ ਜ਼ਮੀਨੀ ਜਿਵੇਂ ਮੀਂਹ, ਔਲੇ, ਗੜੇ ਆਦਿ, ਭੁਚਾਲ ਆਦਿ। ਇਹਨਾਂ ਘਟਨਾਵਾਂ ਬਾਰੇ ਵਕਤ, ਭਾਵ ਕਦੋਂ ਸ਼ੁਰੂ ਹੋਏ ਅਤੇ ਕਦੋਂ ਖਤਮ ਹੋਏ ਮੀਂਹ ਕਿੰਨਾ ਪਿਆ ਥੋੜ੍ਹਾ, ਦਰਮਿਆਨਾ ਜਾਂ ਜਿਆਦਾ ਸੀ ਦਾ ਵੇਰਵਾ ਵੀ ਦਰਜ ਕਰਦਾ ਹੈ।
03. ਮਾਲਕਾਨ, ਨੰਬਰਦਾਰ, ਚੌਕੀਦਾਰ, ਮੁਆਫੀਦਾਰ, ਪੈਨਸ਼ਨਰ ਜਿਹੜੇ ਪਿੰਡ ਵਿੱਚ ਰਹਿੰਦੇ ਹੋਣ, ਦੀ ਮੌਤ ਬਾਰੇ ਇੰਦਰਾਜ ਕਰਨਾ। ਉਹਨਾਂ ਔਰਤਾਂ ਦੇ ਮਰਨ ਜਾਂ ਦੂਜਾ ਵਿਆਹ ਸਬੰਧੀ ਵੀ ਲਿਖਿਆਜਾਵੇਗਾ, ਜਿਨ੍ਹਾਂ ਨੂੰ ਖਾਨਦਾਨੀ ਪੈਨਸ਼ਨ ਮਿਲਦੀ ਹੋਵੇ ਪਰ ਅਜਿਹੇ ਸਾਰੇ ਵਿਅਕਤੀ ਪਟਵਾਰੀ ਦੇ ਹਲਕੇ ਅੰਦਰ ਰਹਿੰਦੇ ਹੋਣ।
04. ਕਾਸ਼ਤ ਤੇ ਲਗਾਨ ਦੇ ਵਿੱਚ ਤਬਦੀਲੀ, ਜਿਸ ਬਾਰੇ ਗਿਰਦਾਵਰੀ ਦੇ ਵੇਲੇ ਪਤਾ ਲੱਗੇ।
05. ਜ਼ਮੀਨ, ਲਗਾਨ ਜਾਂ ਪੈਦਾਵਾਰ ਜ਼ਮੀਨ ਬਾਰੇ ਅਦਾਲਤ ਵਲੋਂ ਕੋਈ ਡਿਗਰੀ ਹੋਈ ਹੋਵੇ।
06. ਤਕਾਵੀ ਜੋ ਸਰਕਾਰ ਤੋਂ ਮਿਲੀ ਹੋਵੇ ਅਤੇ ਇਹ ਤਕਾਵੀ ਕਿਤਨੀ ਦਿੱਤੀ ਗਈ, ਕਦੋਂ ਦਿੱਤੀ ਗਈ, ਕਦੋਂ ਖਤਮ ਹੋਣੀ ਹੈ ਅਤੇ ਕਿਸ ਮੰਤਵ ਲਈ ਦਿੱਤੀ ਗਈ।
07. ਅਫਸਰ ਮਾਲ ਜਾਂ ਫੀਲਡ ਕਾਨੂੰਗੋ ਪਾਸੋਂ ਜੋ ਹੁਕਮ ਆਵੇ ਜਾਂ ਜਿਨ੍ਹਾਂ-ਜਿਨ੍ਹਾਂ ਦੀ ਪਾਲਣਾ ਕੀਤੀ ਗਈ ਹੋਵੇ।
08. ਅਰਜ ਅਸਲ ਦੀ ਨਕਲ ਜਿਹੜਾ ਨੰਬਰਦਾਰ ਨੂੰ ਮੁਆਮਲਾ ਦਾਖਲ ਕਰਨ ਲਈ ਦਿੱਤਾ ਜਾਂਦਾ ਹੈ।
09. ਗਿਰਦਾਵਰੀ ਦੇ ਵੇਲੇ ਜੇ ਕੋਈ ਖਸ਼ਰਾ ਗਿਰਦਾਵਰੀ ਵਿੱਚ ਕਟਿੰਗ ਹੋ ਜਾਵੇ ਤਦ ਉਸ ਬਾਰੇ ਲਿਖਣਾ ਹੁੰਦਾ ਹੈ।
10. ਜੇ ਕਰ ਨਵੀਂ ਜਮ੍ਹਾਂਬੰਦੀ ਦੀ ਤਿਆਰੀ ਵੇਲੇ ਖਸ਼ਰਾ ਗਿਰਦਾਵਰੀ ਦਾ ਕੋਈ ਇੰਦਰਾਜ ਗਲਤ ਪਾਇਆ ਜਾਵੇ, ਉਨ੍ਹਾਂ ਨੰਬਰਾਂ ਦੀ ਸੂਚੀ ਦਾ ਦਰਜ ਕਰਨਾ।
11. ਜੇਕਰ ਕਿਸੇ ਨੇ ਰਕਮ ਮੁਰਤਹਿਨੀ ਤੇ ਵਾਧਾ ਕੀਤਾ ਹੋਵੇ ਤਦ ਰਕਮ ਫਰੀਕੈਨ ਰਕਬਾ ਅਤੇ ਪਿੰਡ ਦਾ ਇੰਦਰਾਜ ਪੂਰੇ ਵੇਰਵੇ ਨਾਲ ਦਰਜ ਕੀਤਾ ਜਾਵੇ।
12. ਕਿਸੇ ਜ਼ਮੀਨ ਸਬੰਧੀ ਵਾਕਾ ਜਾਂ ਮੁਆਮਲਾ ਲਗਾਨ ਬਾਰੇ ਵਾਕਾ ਜਿਸ ਨੂੰ ਕੋਈ ਹੱਕਦਾਰ ਦਰਜ ਕਰਵਾਉਣਾ ਚਾਹੁੰਦਾ ਹੋਵੇ ਉਸ ਦਾ ਇੰਦਰਾਜ ਪਟਵਾਰੀ ਰੋਜ਼ਨਾਮਚੇ ਵਿੱਚ ਦਰਜ ਕਰੇਗਾ ਜਾਂ ਪਟਵਾਰੀ ਖੁੱਦ ਵੀ ਜਿਸ ਨੂੰ ਉਹ ਜਰੂਰੀ ਸੱਮਝਦਾ ਹੈ, ਦਰਜ ਕਰ ਸਕਦਾ ਹੈ।
13. ਕਿਸੇ **ਖਲਿਹਾਨ** ਦਾ ਜਲ ਜਾਣਾ ਅਤੇ ਜੇ ਇਸ ਬਾਰੇ ਸ਼ੱਕ ਹੋਵੇ ਕਿ ਕਿਸੇ ਨੇ ਜਾਣ ਬੁੱਝਕੇ ਅੱਗ ਲਾਈ ਹੈ, ਤਦ ਇਸ ਬਾਰੇ ਵੀ ਲਿਖਣਾ।
14. ਸਰਕਾਰੀ ਖਜ਼ਾਨੇ ਵਿੱਚ ਜਮ੍ਹਾਂ ਕਰਵਾਇਆ ਗਿਆ ਮਾਮਲਾ ਅਤੇ ਮੁਆਫੀਦਾਰਾਨ ਨੂੰ ਦਿੱਤੀ ਗਈ ਰਕਮ।
15. ਪਿੰਡ ਦੀ ਪੈਮਾਇਸ਼ ਦੇ ਸਬੰਧ ਵਿੱਚ ਬੁਰਜੀਆਂ ਸੇਹੱਦਾ ਆਦਿ ਦਾ ਗਿਰ ਜਾਣਾ ਜਾਂ ਉਹਨਾਂ ਦਾ ਖਰਾਬ ਹੋ ਜਾਣਾ।

16. ਕਿਸੇ ਨੂੰ ਕੋਈ ਹੋਈ ਮੁਆਫੀ ਨੂੰ ਵਾਪਸ ਲਿਆ ਜਾਣਾ। ਮਾਮਲੇ ਦੀ ਵਸੂਲੀ ਨੂੰ ਕੁੱਝ ਸਮੇਂ ਲਈ ਨਾ ਕਰਨ ਬਾਰੇ ਹੁਕਮ ਜਾਂ ਉੱਕਾ ਹੀ ਮਾਫ ਕਰ ਦੇਣ ਬਾਰੇ ਹੁੱਕਮ। ਮੁਆਮਲੇ ਦੇ ਰੇਟਾਂ ਵਿੱਚ ਤਬਦੀਲੀ ਹੋ ਜਾਵੇ, ਤਦ ਵੀ ਰੋਜ਼ਨਾਮਚਾ ਵਿੱਚ ਦਰਜ ਹੋਣਗੇ।
17. ਨਜ਼ੂਲ ਹੋਈ ਜ਼ਮੀਨ ਦਾ ਦੂਜੀ ਸਰਕਾਰੀ ਜਮੀਨ ਤੇ ਸੜਕਾਂ ਆਦਿ ਨੂੰ ਨੁਕਸਾਨ ਬਾਰੇ ਜਾਂ ਉਹਨਾਂ ਤੇ ਕਿਸੇ ਨੇ ਨਜ਼ਾਇਜ ਕਬਜਾ ਕਰ ਲਿਆ ਹੋਵੇ।
18. ਬੁਰਦਾ ਬਰਾਮਦੀ ਅਤੇ ਇੰਦਰਾਜ ਦੇ ਨਾਲ ਰਕਬਾ ਜਿਹੜਾ ਬੁਰਦ ਜਾਂ ਬਰਾਮਦ ਹੋਇਆ ਹੋਵੇ।
19. ਜ਼ਮੀਨ ਲਗਾਨ ਜਾਂ ਪੈਦਾਵਾਰ ਜ਼ਮੀਨ ਬਾਰੇ ਕੋਈ ਅਦਾਲਤ ਵਲੋਂ ਡਿਗਰੀ ਹੋਈ ਹੋਵੇ।
20. ਜ਼ਮੀਨ, ਉਸ ਦੀ ਕਾਸ਼ਤ, ਪੈਦਾਵਾਰ ਜਾਂ ਡੰਗਰਾਂ ਦੀ ਕੁਰਕੀ ਬਾਰੇ।
21. ਦਰੱਖਤਾਂ ਦੇ ਝੁੰਡ, **"ਜ਼ਖ਼ੀਰਾ ਦਰਖੱਤਨ"** ਦੇ ਵਿਚਕਾਰ ਜ਼ਮੀਨ ਜਿਸ ਦਾ ਮਾਮਲਾ ਮੁਆਫ ਹੈ, ਉਸ ਜ਼ਮੀਨ ਨੂੰ ਕਾਸ਼ਤ ਕਰ ਲੈਣਾ।
22. ਸਰਕਾਰ ਵੱਲੋਂ ਮਿਲੀਆਂ ਮੁਆਫੀਆਂ ਦੇ ਨਿਯਮਾਂ ਦੀ ਉਲੰਗਣਾ ਕਰਨ ਜਾ ਉਹਨਾਂ ਦਾ ਪੂਰਾ ਨਾ ਕਰਨਾ।
23. ਸਰਕਾਰੀ ਕਰਮਚਾਰੀਆਂ ਦਾ ਆਉਣਾ ਅਤੇ ਜਾਣਾ।
24. ਪਰਚਾ ਰਜ਼ਿਸਟਰੀ ਦੀ ਨਕਲ ਕਰਨਾ। ਅਖੀਰ ਦੇ ਵਿੱਚ ਇਹ ਲਿਖਣਾ ਜਰੂਰੀ ਹੈ ਕਿ ਰੋਜ਼ਨਾਮਚਾ ਵਾਕਿਆਤੀ ਵਿੱਚ ਕਿਸੇ ਹੱਕਦਾਰ ਦੇ ਦਸਖਤ ਜਾਂ ਨਿਸ਼ਾਨ ਅਗੂੰਠਾ ਨਹੀਂ ਲਗਾਇਆ ਜਾਵੇਗਾ, ਕੇਵਲ ਜਿਸ ਪਿੰਡ ਦੇ ਬਾਰੇ ਕੋਈ ਇੰਦਰਾਜ਼ ਦਰਜ ਕਰਨਾ ਹੋਵੇ ਤਾਂ ਉਸ **ਪਿੰਡ ਦੇ ਨੰਬਰਦਾਰ ਦੇ ਦਸਖਤ, ਅਗੂੰਠਾ ਲਵਾਉਣਾ ਹੋਵੇਗਾ।**

ਰੋਜ਼ਨਾਮਚਾ ਵਾਕਿਆਤੀ ਲਿਖਣ ਦਾ ਢੰਗ:

ਪੰਜਾਬ ਰਿਕਾਰਡ ਮੈਨੂਅਲ ਅਧਿਆਇ **- XXIV** ਪੈਰਾ ਨੰਬਰ: **3.79 – 3.80**

ਪਟਵਾਰੀ ਹਰ ਇੱਕ ਵਾਕਿਆਤ ਲਿਖਣ ਵੇਲੇ ਉਸ ਦਾ **ਲੜੀ ਨੰਬਰ ਮੋਟੀ ਕਲਮ ਨਾਲ** ਸਾਫ ਲਿਖੇਗਾ, ਜਿਹੜਾ ਪੜ੍ਹਿਆ ਜਾ ਸਕੇ ਅਤੇ ਜਦੋਂ ਸਾਰੀ ਗੱਲ ਦਰਜ ਹੋ ਜਾਵੇ, ਤਦ ਖਤਮ ਹੋਣ ਪਰ **ਨਿਸ਼ਾਨ ਚਲੀਪਾ (Esterisk Mark)** ਲਗਾਵੇਗਾ ਅਤੇ ਦੋ ਇੰਦਰਾਜਾਂ ਦੇ ਵਿੱਚਕਾਰ ਕੋਈ ਸ਼ਤਰ ਖਾਲੀ ਨਹੀਂ ਛੱਡਣੀ ਚਾਹੀਦੀ ਤਾਂ ਕਿ ਕੁੱਝ ਹੋਰ ਨਾ ਲਿਖਿਆ ਜਾ ਸਕੇ। ਪਟਵਾਰੀ ਨੂੰ ਜੋ ਹੁਕਮ ਜਾਂ ਹਦਾਇਤ ਮਿਲੇਗੀ, ਉਸ ਦੀ ਨਕਲ **ਲਾਲ ਸਿਆਹੀ** ਨਾਲ ਕੀਤੀ ਜਾਵੇਗੀ ਅਤੇ **ਹਰ ਇੱਕ ਦਿਨ ਦੇ ਸ਼ੁਰੂ ਵਿੱਚ ਤਰੀਖ, ਸਾਕਾ, ਸੰਮਤ ਪੰਜਾਬੀ** ਅਤੇ ਅੰਗਰੇਜੀ ਦੋਹਾਂ ਵਿੱਚ ਲਿਖੀ ਜਾਵੇਗੀ। ਜਿਹੜੀਆਂ ਹਦਾਇਤਾਂ ਜਾਂ ਹੁੱਕਮ ਦਾ ਇੰਦਰਾਜ ਪਟਵਾਰੀ ਲਾਲ ਸਿਆਹੀ ਨਾਲ ਕਰੇਗਾ ਅਤੇ ਕੋਈ ਰਿਪੋਰਟ ਭੇਜਣ ਬਾਰੇ ਦਰਜ ਕਰੇਗਾ, ਉਸ ਤੇ ਕਾਨੂੰਗੋ ਹਲਕਾ ਦੇ ਦਸਖਤ ਕਰਾਉਣੇ ਚਾਹੀਦੇ ਹਨ।

ਸਾਕਾ - ਸੰਮਤ ਖਤਮ ਹੋਣ ਤੇ ਪਟਵਾਰੀ ਨੇ ਰੋਜ਼ਨਾਮਚਾ ਵਾਕਿਆਤੀ ਵਿੱਚ ਕੀ ਲਿਖਣਾ ਹੈ:

ਪੰਜਾਬ ਰਿਕਾਰਡ ਮੈਨੂਅਲ ਪੈਰਾ ਨੰਬਰ: 3.84

ਸਾਕਾ-ਸੰਮਤ ਦੇ ਮਹੀਨੇ ਖਤਮ ਹੋਣ ਤੋਂ ਬਾਅਦ ਪਟਵਾਰੀ ਰੋਜ਼ਨਾਮਚਾ ਵਿੱਚ ਪਸ਼ੂਆਂ ਦੀ ਹਾਲਤ ਤੇ ਕਾਸ਼ਤਕਾਰੀ ਦੀ ਆਮ ਹਾਲਤ ਦਰਜ ਕਰੇਗਾ ਅਤੇ ਖਾਸ ਤੌਰ ਤੇ ਉਨ੍ਹਾਂ ਹਾਲਤਾਂ

ਦਾ ਇੰਦਰਾਜ ਕਰੇਗਾ, ਜਿਸਦੇ ਕਾਰਣ ਇਨ੍ਹਾਂ ਫਸਲਾਂ ਨੂੰ ਨੁਕਸਾਨ ਜਾਂ ਲਾਭ ਪੁੱਜਿਆ ਹੋਵੇ ਤੇ ਪਟਵਾਰੀ ਕਾਫੀ ਪੜਤਾਲ ਤੇ ਦੇਖਭਾਲ ਕਰਕੇ ਇਹ ਇੰਦਰਾਜ ਕਰਦਾ ਹੈ। ਇਸ ਇੰਦਰਾਜ ਨੂੰ **ਮਾਹਵਾਰੀ ਤਜ਼ਕਰਾ** ਵੀ ਆਖਦੇ ਹਨ।

ਰੋਜ਼ਨਾਮਚਾ ਕਾਰਗੁਜਾਰੀ (Work Book) ਬਾਰੇ:
ਪੰਜਾਬ ਰਿਕਾਰਡ ਮੈਨੂਅਲ ਪੈਰਾ ਨੰਬਰ: 3.85

ਰੋਜ਼ਨਾਮਚਾ ਕਾਰਗੁਜਾਰੀ ਇੱਕ ਕਿਤਾਬ ਹੁੰਦੀ ਹੈ ਜਿਸ ਵਿੱਚ ਹਲਕਾ ਪਟਵਾਰੀ ਆਪਣੇ ਕੰਮਾਂ ਨੂੰ, ਜਿਹੜੇ ਉਹ ਰੋਜ਼ ਕਰਦਾ ਹੈ, ਲਿਖਦਾ ਹੈ। ਇਹ ਕਿਤਾਬ **ਪਹਿਲੀ ਸਤੰਬਰ ਤੋਂ ਸ਼ੁਰੂ ਹੋ ਕੇ ਅਗਲੇ ਸਾਲ ਅਗਸਤ ਦੇ ਅਖੀਰ ਵਿੱਚ ਖਤਮ ਹੋ ਜਾਂਦੀ ਹੈ।** ਇਸ ਵਿੱਚ 24 ਵਰਕੇ ਹੁੰਦੇ ਹਨ ਇਸ ਰੋਜ਼ਨਾਮਚੇ ਦੇ ਅਖੀਰ ਪਰ ਸ਼ਫੈਦ ਕਾਗਜ ਲੱਗੇ ਹੁੰਦੇ ਹਨ, ਜਿਸ ਪਰ ਪਟਵਾਰੀ ਦੀ ਪੜਤਾਲ ਕਰਨ ਬਾਰੇ ਮਾਲ ਅਫਸਰ ਆਪਣੀ ਪੜਤਾਲ ਦਾ ਵੇਰਵਾ ਲਿਖਦੇ ਹਨ।

ਰੋਜ਼ਨਾਮਚਾ ਹਰਕਤੀ ਜਾਂ ਹਰਕਤ ਕੀ ਹੈ? ਉਸਦੇ ਬਾਰੇ: (Movement Diary)
ਪੰਜਾਬ ਰਿਕਾਰਡ ਮੈਨੂਅਲ ਪੈਰਾ ਨੰਬਰ: 3.85A

ਰੋਜ਼ਨਾਮਚਾ ਹਰਕਤੀ ਪਟਵਾਰੀ ਉਸੇ ਤਰ੍ਹਾਂ ਤਿਆਰ ਕਰਦਾ ਹੈ ਜਿਵੇਂ ਰੋਜ਼ਨਾਮਚਾ ਵਾਕਿਆਤ ਤਿਆਰ ਕੀਤਾ ਜਾਂਦਾ ਹੈ, ਇਸ ਵਿੱਚ ਹਰੇਕ ਵਰਕੇ ਤੇ ਰੈਵਨਿਊ ਅਫਸਰ ਦੀ ਮੋਹਰ ਲਾਈ ਜਾਵੇਗੀ ਅਤੇ ਸਫਾ ਨੰਬਰ ਦਰਜ ਕੀਤਾ ਜਾਵੇਗਾ।

ਜਦੋਂ ਪਟਵਾਰੀ ਆਪਣੇ ਹੈਡ-ਕੁਆਟਰ ਨੂੰ ਛੱਡੇ ਉਦੋਂ ਉਸ ਨੂੰ ਨੰਬਰ ਸ਼ੁਮਾਰ ਦੇ ਕੇ ਉਸ ਦਿਨ ਹਲਕੇ ਦੇ ਹੈਡ ਕੁਆਟਰ ਛੱਡਣ ਦਾ ਕਾਰਣ ਅਤੇ ਜਿਸ ਪਾਸੇ ਜਾਣਾ ਹੋਵੇ ਦਰਜ ਕਰੇਗਾ ਅਤੇ ਇਹ ਰੋਜ਼ਨਾਮਚਾ ਪਿੰਡ ਦੇ ਸੀਨੀਅਰ ਨੰਬਰਦਾਰ ਪਾਸ ਰੱਖ ਕੇ ਹੈਡ-ਕੁਆਟਰ ਨੂੰ ਛੱਡ ਸਕੇਗਾ ਅਗਰ ਕੋਈ ਨੰਬਰਦਾਰ ਹਾਜ਼ਰ ਨਾ ਮਿਲੇ ਤਾਂ ਸਰਪੰਚ ਕੋਲ ਰੱਖ ਕੇ ਜਾ ਸਕਦਾ ਹੈ ਅਤੇ ਹੈਡ-ਕੁਆਟਰ ਵਾਪਸ ਆ ਕੇ ਰੋਜ਼ਨਾਮਚਾ ਆਪਣੇ ਪਾਸ ਰੱਖੇਗਾ।

ਰੋਜ਼ਨਾਮਚਾ ਹਰਕਤ ਦੀ ਡਾਈਰੀ ਵਿੱਚ ਇੱਕ ਫਾਰਮ ਹੁੰਦਾ ਹੈ ਜਿਸ ਦੇ ਛੇ ਖਾਨੇ ਹੁੰਦੇ ਹਨ। ਅਤੇ ਜਦੋਂ ਵੀ ਪਟਵਾਰੀ ਆਪਣਾ ਹਲਕਾ ਛੱਡ ਕੇ ਜਾਵੇਗਾ ਤਾਂ ਇਸ ਫਾਰਮ ਨੂੰ ਭਰੇਗਾ।

ਇਸ ਫਾਰਮ ਦੀ ਕਾਪੀ ਇਸ ਪ੍ਰਕਾਰ ਹੈ:

ਸੰਖਿਆ	ਤਰੀਖ ਅਤੇ ਸਮਾਂ	ਕਿੰਨੇਂ ਸਮੇਂ ਲਈ ਹੈਡ-ਕੁਆਟਰ ਤੋਂ ਬਾਹਰ ਰਹਿਣਾ ਹੈ	ਜਿੱਥੇ ਜਾਣਾ ਹੈ ਉਸ ਜਗ੍ਹਾ ਦਾ ਨਾਂਅ ਅਤੇ ਕਿਉਂ ਜਾਣਾ ਹੈ	ਕਦੋਂ ਅਤੇ ਕਿਹੜੀ ਤਰੀਕ ਨੂੰ ਵਾਪਸ ਆਉਣਾ ਹੈ	ਦਸਤਖੱਤ

ਉੱਪਰਲੀਆਂ ਕਿਤਾਬਾਂ ਤੋਂ ਇਲਾਵਾ ਪਟਵਾਰੀ ਕੋਲ ਇੱਕ ਪੜਤਾਲ ਦੀ ਕਿਤਾਬ **(Inspection Book)** ਵੀ ਹੁੰਦੀ ਹੈ। ਪੰਜਾਬ ਰਿਕਾਰਡ ਮੈਨੂਅਲ ਪੈਰਾ ਨੰਬਰ: **3.86**

ਇਸ ਕਿਤਾਬ ਵਿੱਚ ਜਦੋਂ ਪਿੰਡ ਦੀ ਕੋਈ ਮਿਣਤੀ ਹੁੰਦੀ ਹੈ ਤਾਂ ਮਹਿਕਮਾ ਮਾਲ ਦੇ ਅਫਸਰ ਮਿਣਤੀ ਪੂਰੀ ਹੋਣ ਤੇ ਉਸ ਤੇ ਦਸਤਖੱਤ ਕਰਦੇ ਹਨ। ਇਹ ਇੱਕ ਖਤੌਨੀ ਸ਼ਾਈਜ ਦੀ ਕਿਤਾਬ ਹੁੰਦੀ ਹੈ। ਇਸ ਵਿੱਚ ਸਿਰਫ ਪਿੰਡ ਨਾਲ ਸਬੰਧਤ ਇੰਦਰਾਜ ਹੀ ਦਰਜ ਕੀਤੇ ਜਾਂਦੇ ਹਨ। ਗਰਦੌਰੀ ਕਰਨ ਵੇਲੇ ਕੋਈ ਗਲਤੀ ਜਾਂ ਸੋਧ ਇਸ ਬਾਰੇ ਵੀ ਇੰਦਰਾਜ ਇਸ ਕਿਤਾਬ ਵਿੱਚ ਦਰਜ ਕੀਤੇ ਜਾਂਦੇ ਹਨ।

ਪ੍ਰਸ਼ਨ: ਪਟਵਾਰੀ ਦੁਆਰਾ ਕਿੰਨ੍ਹੇ ਪ੍ਰਕਾਰ ਦੇ ਰੋਜ਼ਨਾਮਚੇ ਤਿਆਰ ਕੀਤੇ ਜਾਂਦੇ ਹਨ?

ਉੱਤਰ: ਪਟਵਾਰੀ ਦੁਆਰਾ ਹੇਠ ਲਿੱਖੇ ਤਿੰਨ ਤਰ੍ਹਾਂ ਦੇ ਰੋਜ਼ਨਾਮਚੇ ਤਿਆਰ ਕੀਤੇ ਜਾਂਦੇ ਹਨ।

(1) ਰੋਜ਼ਨਾਮਚਾ ਵਾਕਿਆਤੀ

(2) ਰੋਜ਼ਨਾਮਚਾ ਕਾਰਗੁਜਾਰੀ ਅਤੇ

(3) ਰੋਜ਼ਨਾਮਚਾ ਹੱਰਕਤੀ

ਪ੍ਰਸ਼ਨ: ਜਦੋਂ ਪਟਵਾਰੀ ਆਪਣਾ ਹਲਕਾ ਛੱਡ ਕੇ ਜਾਂਦਾ ਹੈ ਤਾ ਰੋਜ਼ਨਾਮਚਾ ਹਰਕਤ ਨੂੰ ਕਿਸ ਦੇ ਹਵਾਲੇ ਕਰਦਾ ਹੈ?

ਉੱਤਰ: ਜਦੋਂ ਪਟਵਾਰੀ ਨੇ ਆਪਣਾ ਹਲਕਾ ਛੱਡ ਕੇ ਬਾਹਰ ਜਾਣਾ ਹੋਵੇ ਤਾਂ ਰੋਜ਼ਨਾਮਚਾ ਹੱਰਕਤੀ ਪਿੰਡ ਦੇ ਸੀਨੀਅਰ ਨੰਬਰਦਾਰ ਕੋਲ ਰੱਖ ਕੇ ਜਾਵੇਗਾ, ਜੇ ਨੰਬਰਦਾਰ ਨਾ ਮਿਲੇ ਤਾਂ ਪਿੰਡ ਦੇ ਸਰਪੰਚ ਕੋਲ ਰੱਖ ਕੇ ਜਾਵੇਗਾ।

* * *

6

ਖਸ਼ਰਾ ਗਿਰਦਾਵਰੀ: (ਮਹੱਤਵਪੂਰਨ ਦਸਤਾਵੇਜ਼)

ਗਿਰਦਾਵਰੀ ਮੁੱਖ ਤੌਰ ਤੇ ਸਾਲ ਵਿੱਚ ਦੋ ਵਾਰ ਹੁੰਦੀ ਹੈ, ਜਿਸਦਾ ਵੇਰਵਾ ਹੇਠ ਲਿਖੇ ਅਨੁਸਾਰ ਹੈ:

1. ਹਾੜੀ (ਰਬੀ) ------------------------------ 01 ਮਾਰਚ ਤੋਂ 31 ਮਾਰਚ ਤੱਕ

2. ਸਾਉਣੀ (ਖਰੀਫ) ------------------------ 16 ਸਿਤੰਬਰ ਤੋਂ 15 ਅਕਤੂਬਰ ਤੱਕ

ਉਕਤ ਤੋਂ ਇਲਾਵਾ ਸਾਲ ਵਿੱਚ ਦੋ ਵਾਰੀ ਗਿਰਦਾਵਰੀ ਵਾਧੂ ਹਾੜੀ ਅਤੇ ਵਾਧੂ ਸਾਉਣੀ ਹੇਠ ਲਿਖੇ ਅਨੁਸਾਰ ਹੁੰਦੀ ਹੈ।

1. ਵਾਧੂ ਹਾੜੀ -------------------------------- 01 ਮਈ ਤੋਂ 15 ਮਈ ਤੱਕ

2. ਵਾਧੂ ਸਾਉਣੀ ------------------------------ 01 ਦਸੰਬਰ ਤੋਂ 15 ਦਸੰਬਰ ਤੱਕ

ਪੰਜਾਬ ਲੈਡ ਰਿਕਾਰਡ ਮੈਨੁਅਲ ਦੇ ਪੈਰਾ 9.1 (a) ਅਨੁਸਾਰ ਗਿਰਦਾਵਰੀ ਸ਼ੁਰੂ ਕਰਨ ਤੋਂ ਪਹਿਲਾਂ ਪਟਵਾਰੀ ਦਾ ਮੁੱਖ ਫਰਜ਼ ਹੈ ਕਿ ਪਿੰਡ ਦੇ ਸਰਪੰਚ ਅਤੇ ਨੰਬਰਦਾਰ ਨੂੰ ਫ਼ਰਦ ਰਫਤਾਰ ਗਿਰਦਾਵਰੀ ਦੇਵੇ, ਜਿਸ ਤੋਂ ਪਤਾ ਲੱਗ ਸਕੇ ਕਿ ਉਸ ਨੇ ਮੁਤਲੱਕਾ ਪਿੰਡ ਦੀ ਗਿਰਦਾਵਰੀ ਕਿੱਹੜੀ ਤਰੀਖ ਤੋਂ ਕਿਹੜੀ ਤਰੀਖ ਤੱਕ ਕਰਨੀ ਹੈ ਅਤੇ ਗਿਰਦਾਵਰੀ ਕਰਨ ਸਮੇਂ ਪਿੰਡ ਦੇ ਨੰਬਰਦਾਰ, ਸਰਪੰਚ ਜਾਂ ਮੈਬਰ ਪੰਚਾਇਤ ਜਾਂ ਹੋਰ ਮੋਹਤਬਰ ਵਿਅਕਤੀਆਂ ਨੂੰ ਨਾਲ ਲੈ ਕੇ ਖੇਤ ਜਾਵੇ ਅਤੇ ਰੋਜ਼ਨਾਮਚਾ ਵਾਕਿਅਤੀ ਵਿੱਚ ਉਨ੍ਹਾਂ ਦੇ ਦਸਖਤ ਕਰਵਾਵੇ। ਗਿਰਦਾਵਰੀ ਸ਼ੁਰੂ ਕਰਨ ਤੋਂ ਪਹਿਲਾਂ ਪਿੰਡ ਦੇ ਚੌਕੀਦਾਰ ਰਾਹੀਂ ਇਸ ਬਾਰੇ ਮੁਸ਼ਤਰੀ ਮੁਨਾਦੀ ਵੀ ਕਰਾਉਣੀ ਹੁੰਦੀ ਹੈ। ਇਸ ਸਬੰਧੀ ਪਟਵਾਰੀ ਰੋਜ਼ਨਾਮਚੇ ਵਿੱਚ ਰਿਪੋਰਟ ਵੀ ਦਰਜ ਕਰਦਾ ਹੈ ਅਤੇ ਮੌਕੇ ਅਨੁਸਾਰ ਰਜਿਸਟਰ ਗਿਰਦਾਵਰੀ ਵਿੱਚ ਇੰਦਰਾਜ ਕਰਦਾ ਹੈ। ਭੌਂ ਮਾਲਕਾਂ, ਕਾਸ਼ਤਕਾਰਾਂ ਨੂੰ ਵੀ ਚਾਹੀਦਾ

ਹੈ ਕਿ ਜਦੋਂ ਉਨ੍ਹਾਂ ਦੇ ਖੇਤਾਂ ਦੀ ਗਿਰਦਾਵਰੀ ਕੀਤੀ ਜਾਵੇ ਤਾਂ ਉਹ ਪਟਵਾਰੀ ਨੂੰ ਇਸ ਕੰਮ ਵਿੱਚ ਪੂਰਾ ਸਹਿਯੋਗ ਦੇਣ। ਇਸ ਪੈਰੇ ਅਨੁਸਾਰ ਪਟਵਾਰੀ ਨੂੰ ਗਿਰਦਾਵਰੀ ਦੇ ਵਿੱਚ ਤਬਦੀਲੀ ਕਰਨ ਦਾ ਕੋਈ ਅਧਿਕਾਰ ਨਹੀਂ। ਪਟਵਾਰੀ ਸਿਰਫ ਉਸ ਹਾਲਤ ਵਿੱਚ ਹੀ ਗਿਰਦਾਵਰੀ ਇੱਕ ਵਿਅਕਤੀ ਤੋਂ ਦੂਜੇ ਵਿਅਕਤੀ ਦੇ ਨਾਂ ਤਬਦੀਲ ਕਰ ਸਕਦਾ ਹੈ ਜਦੋਂ ਕਿ ਦੋਨੋਂ ਧਿਰਾਂ ਰਜਾਮੰਦ ਹੋਣ ਅਤੇ ਇਸ ਸਬੰਧੀ ਰੋਜ਼ਨਾਮਚਾ ਵਾਕਿਆਤੀ ਵਿੱਚ ਰਿਪੋਰਟ ਅੱਗੇ ਹਸਤਾਖਰ ਕਰਨ। ਇਸ ਤੋਂ ਇਲਾਵਾ ਪਟਵਾਰੀ ਗਿਰਦਾਵਰੀ ਰਜ਼ਿਸਟਰ ਵਿੱਚ ਉੱਚ ਅਫਸਰਾਂ ਵਲੋਂ ਆਏ ਹੁਕਮਾਂ ਮੁਤਾਬਕ ਹੀ ਤਬਦੀਲੀਆਂ ਕਰ ਸਕਦਾ ਹੈ,

ਜੇਕਰ ਉਹ ਹੁੱਕਮ ਉਸੇ ਹਲਕੇ ਦੇ ਮਾਲ ਅਧਿਕਾਰੀ ਵਲੋਂ ਅਮਲ ਦਰਾਮਦ ਕਰਨ ਲਈ ਆਏ ਹੋਣ। ਪਟਵਾਰੀ ਦਾ ਵੀ ਇਹ ਫਰਜ਼ ਹੈ ਕਿ ਜਿਹੜੇ ਇੰਤਕਾਲ **ਹਲਕਾ ਮਾਲ ਅਧਿਕਾਰੀ** ਵਲੋਂ ਮਨਜੂਰ ਹੋ ਜਾਂਦੇ ਹਨ, ਉਨ੍ਹਾਂ ਅਨੁਸਾਰ ਹਕੂਕ ਪ੍ਰਾਪਤ ਕਰਨ ਬਾਰੇ ਸਬੰਧਤ ਖਸ਼ਰਿਆਂ ਦੇ ਸਾਹਮਣੇ ਹਵਾਲਾ ਦੇਵੇ।

ਜਦੋਂ ਗਿਰਦਾਵਰੀ ਸਬੰਧੀ ਕੋਈ ਝੱਗੜਾ ਹੋਵੇ ਤਾਂ ਪਟਵਾਰੀ ਨੂੰ ਇਹ ਕੋਈ ਅਧਿਕਾਰ ਨਹੀਂ ਕਿ ਉਹ ਕੋਈ ਤਬਦੀਲੀ ਕਰੇ ਅਜਿਹੀ ਹਾਲਤ ਵਿੱਚ ਪਟਵਾਰੀ ਨੇ ਝੱਗੜੇ ਵਾਲੇ ਨੰਬਰਾਂ ਵਿੱਚ ਬੀਜੀ ਫਸਲ ਦਾ ਹਵਾਲਾ ਦੇ ਕੇ ਆਪਣੇ ਉੱਚ ਅਧਿਕਾਰੀਆਂ ਨੂੰ ਉਸ ਸਬੰਧੀ ਰਿਪੋਰਟ ਕਰਨੀ ਹੁੰਦੀ ਹੈ। ਜਦੋਂ ਗਿਰਦਾਵਰੀ ਵਿੱਚ ਕਬਜੇ ਬਾਰੇ ਦਰੁਸਤੀ ਕਰਾਉਣੀ ਹੋਵੇ ਤਾਂ ਹਲਕਾ ਅਧਿਕਾਰੀ ਨੂੰ ਦਰੁਸਤੀ ਗਿਰਦਾਵਰੀ ਬਾਰੇ ਸਬੰਧਤ ਵਿਅਕਤੀ **ਸਵਾ ਰੁਪਏ ਦੀ ਕੋਰਟ ਫੀਸ** ਲਾ ਕੇ ਦਰਖਾਸਤ ਦੇਵੇ ਜਿਸ ਨਾਲ ਗਿਰਦਾਵਰੀ ਦੀ ਫ਼ਰਦ ਵੀ ਸ਼ਾਮਲ ਕੀਤੀ ਜਾਂਦੀ ਹੈ।

ਹਲਕਾ ਮਾਲ ਅਧਿਕਾਰੀ ਵਲੋਂ ਕੀਤੇ ਫੈਸਲੇ ਅਨੁਸਾਰ ਪਟਵਾਰੀ ਵਲੋਂ ਰਿਕਾਰਡ ਵਿੱਚ ਦਰੁਸਤੀ ਕਰ ਦਿੱਤੀ ਜਾਂਦੀ ਹੈ। ਕੁਦਰਤੀ ਆਫਤਾਂ ਦੇ ਵਕਤ ਪਟਵਾਰੀ ਲੋਕਾ ਹਿੱਤ ਸਪੈਸ਼ਲ ਗਿਰਦਾਵਰੀ ਸਬੰਧੀ ਜਦੋਂ ਕੁਦਰਤੀ ਆਫਤਾਂ ਜਿਵੇਂ ਹੜ੍ਹ, ਭਾਰੀ ਮੀਂਹ, ਜਾਂ ਸੋਕਾ ਆਦਿ ਹੋਵੇ ਤਾਂ ਇਨ੍ਹਾਂ ਦਾ ਅਸਰ ਫ਼ਸਲਾਂ ਤੇ ਜਾਂ ਮਾਲ ਡੰਗਰ ਤੇ ਪੈਂਦਾ ਹੈ ਤਾਂ **ਖਰਾਬਾ** ਹੇਠ ਲਿਖੇ ਅਨੁਸਾਰ **ਸਪੈਸ਼ਲ ਗਿਰਦਾਵਰੀ** ਕਰਨ ਲੱਗਿਆਂ ਨਿਰਧਾਰਤ ਕੀਤਾ ਜਾਂਦਾ ਹੈ।

ਖਰਾਬੇ ਦੀ ਅਨੁਪਾਤ ਮਾਪਣ ਲਈ ਭਾਵੇਂ ਸਬੰਧਿਤ ਮਹਿਕਮਿਆਂ ਨੇ ਆਪਣੇ ਆਪਣੇ ਨਿਯਮ ਅਲੱਗ ਅਲੱਗ ਖੇਤਰਾਂ ਵਾਸਤੇ ਬਣਾਏ ਹਨ। ਪਰ ਮੁੱਖ ਨਿਯਮ ਫ਼ਸਲ ਦੀ ਔਸਤ ਪੈਦਾਵਾਰ ਨੂੰ 16 ਆਨੇ (ਪਹਿਲਾਂ ਇੱਕ ਰੁਪਏ 'ਚ 16 ਆਨੇ ਭਾਵ 64 ਪੈਸੇ ਹੁੰਦੇ ਸਨ) ਸੰਨ **1957** ਵਿੱਚ ਇੱਕ ਰੁਪਏ ਦੇ **100** ਪੈਸੇ ਨਿਯੁਕਤ ਕੀਤੇ ਗਏ। ਇਸ ਹਿਸਾਬ ਨਾਲ ਗਿਣ ਕੇ ਖਰਾਬੇ ਦੀ ਔਸਤ ਕੱਢੀ ਜਾਂਦੀ ਹੈ। ਜਿਵੇਂ ਕਿ:

(ੳ) ਜੇਕਰ ਫ਼ਸਲ ਦੀ ਪੈਦਾਵਾਰ ਔਸਤ ਪੈਦਾਵਾਰ ਨਾਲੋਂ 12 ਆਨੇ (75%) ਤੋਂ ਵਧੇਰੇ ਹੋਵੇ ਤਾਂ ਕੋਈ ਖਰਾਬਾ ਨਹੀਂ?

(ਅ) ਜੇਕਰ ਫ਼ਸਲ ਦੀ ਪੈਦਾਵਾਰ ਔਸਤ ਪੈਦਾਵਾਰ ਨਾਲੋਂ 12 ਆਨੇ (75%) ਤੋਂ ਘੱਟ ਅਤੇ 8 ਆਨੇ (50%) ਤੋਂ ਵੱਧ ਹੋਵੇ ਤਾਂ ਖਰਾਬਾ ਬੀਜੀ ਫ਼ਸਲ ਦੇ ਖੇਤਰਫਲ ਦਾ ¼ ਹਿੱਸਾ ਹੋਵੇਗਾ।

ਭਾਵ ਚੌਥਾ ਹਿੱਸਾ 25% ਹੋਵੇਗਾ।

(ੲ) ਜੇਕਰ ਫ਼ਸਲ ਦੀ ਪੈਦਾਵਾਰ ਔਸਤ ਪੈਦਾਵਾਰ ਨਾਲੋਂ 8 ਆਨੇ (50%) ਤੋਂ ਘੱਟ ਅਤੇ 4 ਆਨੇ (25%) ਤੋਂ ਵੱਧ ਹੋਵੇ ਤਾਂ ਖਰਾਬਾ ਬੀਜੀ ਫ਼ਸਲ ਦੇ ਖੇਤਰਫਲ ਦਾ ½ ਹਿੱਸਾ ਹੋਵੇਗਾ। ਭਾਵ ਦੂਜਾ ਹਿੱਸਾ 50% ਹੋਵੇਗਾ।

(ਸ) ਜੇਕਰ ਫ਼ਸਲ ਦੀ ਪੈਦਾਵਾਰ ਔਸਤ ਪੈਦਾਵਾਰ ਨਾਲੋਂ 4 ਆਨੇ (25%) ਤੋਂ ਵੱਧ ਨਾ ਹੋਵੇ ਤਾਂ ਖਰਾਬਾ ਸਾਰੀ ਬੀਜੀ ਫ਼ਸਲ ਦਾ ਗਿਣਿਆ ਜਾਵੇਗਾ।

ਗਿਰਦਾਵਰੀ ਦੀ ਨਕਲ ਦਾ ਫਾਰਮ ਜੋ ਪਟਵਾਰੀ ਵਲੋਂ ਕਿਸਾਨਾਂ ਨੂੰ ਗਿਰਦਾਵਰੀ ਨਕਲ ਵਜੋਂ ਦਿੱਤਾ ਜਾਂਦਾ ਹੈ ਉਸ ਨੂੰ ਸੱਮਝਣ ਲਈ ਉਸ ਫਾਰਮ ਦੀ ਕਾਪੀ ਹੇਠਾਂ ਦਿੱਤੀ ਗਈ ਹੈ:

ਨਕਲ ਖਸ਼ਰਾ ਗਰਦੌਰੀ ਪਿੰਡ---------- ਤਹਿਸੀਲ-------------- ਜਿਲ੍ਹਾ----------------											
1	2	3	4	5	6	7	8	9	10	11	12
ਕ੍ਰਮ ਸੰਖਿਆ	ਨਾਂ ਤਰਫ ਜਾਂ ਖੇਤ ਜਾਂ ਖੂਹ	ਸੰਖੇਪ ਸਹਿਤ ਮਾਲਕ ਦਾ ਨਾਂ ਤੇ ਨੰਬਰ ਜਮ੍ਹਾਂਬੰਦੀ	ਸੰਖੇਪ ਸਹਿਤ ਕਾਸ਼ਤਕਾਰ ਦਾ ਨਾਂ ਤੇ ਖਤੌਨੀ ਨੰਬਰ	ਖੇਤਰਫਲ	ਪੁਰਾਣੀ ਜਮ੍ਹਾਂਬੰਦੀ ਅਨੁਸਾਰ ਜ਼ਮੀਨ ਦੀ ਕਿਸਮ	ਸਾਉਣੀ ਸੰਨ--------- ਹਾੜੀ ਸੰਨ-----------					
						ਸਾਉਣੀ ਦੀ ਫਸਲ	ਹਾੜੀ ਦੀ ਫ਼ਸਲ	ਮਾਲਕੀ ਕਾਸ਼ਤ ਤੇ ਲਗਾਨ ਦੇ ਇੰਤਕਾਲ	ਸਾਉਣੀ ਦੀ ਫਸਲ	ਹਾੜੀ ਦੀ ਫ਼ਸਲ	ਮਾਲਕੀ ਕਾਸ਼ਤ ਤੇ ਲਗਾਨ ਦੇ ਇੰਤਕਾਲ

ਨਕਲ ਗਿਰਦਾਵਰੀ ਦੇ ਫਾਰਮ ਵਿੱਚ ਪਟਵਾਰੀ ਵਲੋਂ ਹੇਠ ਲਿਖੇ ਵੇਰਵੇ ਇਸ ਪ੍ਰਕਾਰ ਹਨ:

ਖਾਨਾ ਨੰਬਰ 2: ਇਸ ਖਾਨੇ ਵਿੱਚ ਜ਼ਮੀਨ ਦੀ ਤਰਫ ਜਿਵੇਂ ਕਿ ਜ਼ਮੀਨ ਕਿਸ ਪਾਸੇ ਹੈ। ਜ਼ਮੀਨ ਦੀ ਸਿੰਚਾਈ ਦੇ ਸਾਧਨ ਜਿਵੇਂ ਖੂਹ/ਟਿਊਬਵੈਲ ਹੈ ਜਾਂ ਨਹਿਰੀ ਪਾਣੀ ਜਾਂ ਮੀਂਹ ਦੇ ਪਾਣੀ ਨਾਲ ਹੁੰਦੀ ਹੈ।

ਖਾਨਾ ਨੰਬਰ 3: ਇਸ ਖਾਨੇ ਵਿੱਚ ਸੰਖੇਪ ਰੂਪ ਵਿੱਚ ਮਾਲਕ ਦਾ ਨਾਂਅ ਲਿਖਿਆ ਜਾਂਦਾ ਹੈ ਅਤੇ ਜਮ੍ਹਾਂਬੰਦੀ ਦੇ ਮੁਤਾਬਿਕ ਜਿਸ ਖੇਵਟ ਵਿੱਚ ਕਿਲਾ ਨੰਬਰ ਪੈਂਦਾ ਹੋਵੇ ਉਸ ਖੇਵਟ ਦਾ ਨੰਬਰ ਲਿਖਿਆ ਜਾਂਦਾ ਹੈ। ਇਸ ਤਰ੍ਹਾਂ ਖਸਰਾ ਗਿਰਦਾਵਰੀ ਰਾਹੀਂ ਜਮ੍ਹਾਂਬੰਦੀ ਵਿੱਚ ਦਰਜ ਮਾਲਕੀ ਦੇ ਵੇਰਵਿਆਂ ਦਾ ਪਤਾ ਕੱਢਿਆ ਜਾ ਸਕਦਾ ਹੈ।

ਖਾਨਾ ਨੰਬਰ 4: ਇਸ ਖਾਨੇ ਵਿੱਚ ਸੰਖੇਪ ਵੇਰਵੇ ਸਹਿਤ ਕਾਸ਼ਤਕਾਰ ਦਾ ਨਾਂਅ ਅਤੇ ਖਤੌਨੀ ਨੰਬਰ ਲਿਖਿਆ ਜਾਂਦਾ ਹੈ। ਇਸ ਤੋਂ ਪਤਾ ਲਗਦਾ ਹੈ ਕਿ ਕਿਸ ਖਸਰਾ ਨੰਬਰ ਵਿੱਚ ਮਾਲਕ ਖੁਦ ਕਾਸ਼ਤ ਕਰਦਾ ਹੈ ਜਾਂ ਹਿੱਸੇਦਾਰੀ ਦੇ ਤੌਰ ਤੇ ਕਰਦਾ ਹੈ ਜਾਂ ਕਿਸ ਦੇ ਮੁਜ਼ਾਰੇ ਵਜੋਂ ਕਾਸ਼ਤ ਕਰਦਾ ਹੈ। ਏਥੇ ਇਹ ਵੀ ਪਤਾ ਲਗਦਾ ਹੈ ਕਿ ਕਿਸ ਮਾਲਕ ਦੀ ਜਮੀਨ ਕੌਣ ਵਾਹ ਰਿਹਾ ਹੈ।

ਖਾਨਾ ਨੰਬਰ 5: ਇਸ ਖਾਨੇ ਵਿੱਚ ਖਸਰਾ ਨੰਬਰ ਜਾਂ ਕਿੱਲ੍ਹਾ ਨੰਬਰ ਦਾ ਖੇਤਰਫਲ ਕਨਾਲਾਂ ਅਤੇ ਮਰਲਿਆਂ ਵਿੱਚ ਲਿਖਿਆ ਜਾਂਦਾ ਹੈ।

ਖਾਨਾ ਨੰਬਰ 6: ਇਸ ਖਾਨੇ ਵਿੱਚ ਪੁਰਾਣੀ ਜਮ੍ਹਾਂਬੰਦੀ ਦੇ ਹਿਸਾਬ ਨਾਲ ਜ਼ਮੀਨ ਦੀ ਕਿਸਮ ਲਿਖੀ ਜਾਂਦੀ ਹੈ ਜਿਵੇਂ ਚਾਹੀ (ਖੂਹ ਦੀ), ਨਹਿਰੀ, ਟਿਊਬਵੈਲ ਜਾਂ ਬਰਾਨੀ ਆਦਿ।

ਖਾਨਾ ਨੰਬਰ 7 ਤੋਂ 9 ਤੱਕ: ਖਾਨਾ ਨੰਬਰ 7 ਤੋਂ 9 ਤੱਕ ਇੱਕ ਸਾਲ ਦਾ ਫ਼ਸਲ ਦਾ ਵੇਰਵਾ ਕਿ ਕਿਸ ਸਾਲ ਵਿੱਚ ਸਾਉਣੀ ਵਿੱਚ ਕੀ ਬੀਜਿਆ ਸੀ ਅਤੇ ਕਿੰਨ੍ਹੇ ਰਕਬੇ ਵਿੱਚ ਬੀਜਿਆ ਗਿਆ ਸੀ ਅਤੇ ਹਾੜ੍ਹੀ ਵਿੱਚ ਕੀ ਬੀਜਿਆ ਗਿਆ ਅਤੇ ਕਿੰਨ੍ਹੇ ਰਕਬੇ ਵਿੱਚ ਬੀਜਿਆ ਗਿਆ ਸੀ।

ਖਾਨਾ ਨੰਬਰ 7 ਵਿੱਚ ਸਾਉਣੀ ਦੀ ਫ਼ਸਲ ਦਰਜ ਕੀਤੀ ਜਾਂਦੀ ਹੈ। ਸਾਉਣੀ ਦੀ ਗਿਰਦਾਵਰੀ ਹੋਣ ਤੇ **ਖਾਨਾ ਨੰਬਰ 9** ਵਿੱਚ ਇੱਕ **ਟੇਡੀ ਲਕੀਰ** ਖਿੱਚ ਦਿੱਤੀ ਜਾਂਦੀ ਹੈ। ਜਿਸ ਦਾ ਅਰਥ ਹੈ ਕਿ ਇੱਕ ਫ਼ਸਲ ਦੀ ਗਿਰਦਾਵਰੀ ਹੋ ਚੁੱਕੀ ਹੈ। ਜਦ **ਖਾਨਾ ਨੰਬਰ 8** ਵਿੱਚ ਹਾੜ੍ਹੀ ਦੀ ਫ਼ਸਲ ਦੀ ਗਿਰਦਾਵਰੀ ਹੋ ਜਾਦੀ ਹੈ ਤਾਂ **ਖਾਨਾ ਨੰਬਰ 9** ਵਿੱਚ ਦੂਸਰੀ ਟੇਡੀ ਲਕੀਰ ਖਿੱਚ ਦਿੱਤੀ ਜਾਂਦੀ ਹੈ ਜਿਸ ਦਾ ਅਰਥ ਹੈ ਕਿ ਪੂਰੇ ਸਾਲ ਜ਼ਮੀਨ ਦੀ ਕਾਸ਼ਤ ਉਸ ਵਿਅਕਤੀ ਨੇ ਕੀਤੀ ਹੈ ਜਿਸ ਦਾ ਨਾਂ **ਖਾਨਾ ਨੰਬਰ 4** ਵਿੱਚ ਦਰਜ ਹੈ।

ਜੇ ਕਰ ਕਿਸੇ ਸਮੇਂ ਕਾਸ਼ਤਕਾਰ ਬਦਲ ਜਾਵੇ ਤਾਂ ਹਲਕਾ ਪਟਵਾਰੀ ਉਸ ਦਾ ਨਾਂ ਖਾਨਾ ਨੰਬਰ 9 ਵਿੱਚ **ਲਾਲ ਸ਼ਿਆਹੀ** ਨਾਲ ਲਿਖੇਗਾ। ਜਿਸ ਤੋਂ ਇਹ ਪਤਾ ਚਲਦਾ ਹੈ ਕਿ ਚਲਦੇ ਸਾਲ

ਵਿੱਚ ਗਿਰਦਾਵਰੀ ਦਰੁਸਤ ਹੋ ਕੇ ਦੂਸਰੇ ਵਿਅਕਤੀ ਦੇ ਨਾਂ ਚਲੀ ਗਈ ਹੈ। ਅਗਲੀ ਫ਼ਸਲ ਦੀ ਗਿਰਦਾਵਰੀ ਵੇਲੇ ਬਦਲੇ ਹੋਏ ਕਾਸ਼ਤਕਾਰ ਦਾ ਨਾਂ **ਖਾਨਾ ਨੰਬਰ 4** ਵਿੱਚ **ਕਾਲੀ ਸ਼ਿਆਹੀ** ਨਾਲ ਲਿਖ ਦਿੱਤਾ ਜਾਂਦਾ ਹੈ।

ਖਾਨਾ ਨੰਬਰ 9: ਤੋਂ ਅੱਗੇ ਹਰ ਸਾਲ ਦੇ ਲਈ ਤਿੰਨ ਤਿੰਨ ਖਾਨੇ ਬਣਾਏ ਹੁੰਦੇ ਹਨ ਜੋ **ਖਾਨਾ ਨੰਬਰ 10 ਤੋਂ 12** ਤੱਕ ਚਲਦੇ ਹਨ। ਇਹਨ੍ਹਾਂ ਵਿੱਚ ਵੀ **ਖਾਨਾ ਨੰਬਰ 7, 8, 9** ਦੀ ਤਰ੍ਹਾਂ ਹੀ ਸਾਉਣੀ ਹਾੜ੍ਹੀ ਦੀ ਫ਼ਸਲ ਅਤੇ ਮਾਲਕੀ ਕਾਸ਼ਤੀ ਤੇ ਲਗਾਨ ਦੇ ਇੰਤਕਾਲ ਦੇ ਖਾਨੇ ਬਣੇ ਹੁੰਦੇ ਹਨ, ਜੋ ਅਗਲੇ ਸਾਲਾਂ ਲਈ ਹੁੰਦੇ ਹਨ। ਇਸ ਤਰ੍ਹਾਂ ਖਸਰਾ ਗਿਰਦਾਵਰੀ ਦੇ ਇੱਕ ਪੰਨੇ ਉੱਪਰ **5 ਸਾਲ** ਦੀ ਗਿਰਦਾਵਰੀ ਦਰਜ ਕੀਤੀ ਜਾਂਦੀ ਹੈ।

ਦਰੁਸਤਗੀ ਖਸ਼ਰਾ ਗਿਰਦਾਵਰੀ:

ਹੁਣ ਤੱਕ ਖਸਰਾ ਗਿਰਦਾਵਰੀ ਬਾਰੇ ਪਾਠਕਾਂ ਨੂੰ ਕਾਫੀ ਜਾਣਕਾਰੀ ਹੋ ਗਈ ਹੋਵੇਗੀ ਕਿ ਖਸਰਾ ਗਿਰਦਾਵਰੀ ਕਿੰਨ੍ਹਾਂ ਮਹੱਤਵਪੂਰਨ ਦਸਤਾਵੇਜ ਹੈ ਅਤੇ ਇਸ ਨੂੰ ਕਿਨੇ ਧਿਆਨ ਅਤੇ ਜਿੰਮੇਵਾਰੀ ਨਾਲ ਤਿਆਰ ਕਰਨ ਦੀ ਹਦਾਇਤ ਪੰਜਾਬ ਲੈਂਡ ਰੈਵੀਨਿਊ ਐਕਟ ਵਿੱਚ ਕੀਤੀ ਗਈ ਹੈ। ਬਹੁਤ ਧਿਆਨ ਨਾਲ ਤਿਆਰ ਕੀਤੀ ਗਈ ਖਸਰਾ ਗਿਰਦਾਵਰੀ ਅਤੇ ਮਾਲ ਦੇ ਉਚ-ਅਧਿਕਾਰੀਆਂ ਦੁਆਰਾ ਕੀਤੀ ਗਈ ਨਿਗਰਾਨੀ ਅਤੇ ਪੜ੍ਹਤਾਲ ਦੇ ਬਾਵਜੂਦ ਵੀ ਕਈ ਗਲਤੀਆਂ ਜਾਣ-ਬੁੱਝ ਕੇ ਜਾਂ ਅਚਨਚੇਤ ਹੀ ਰਹਿ ਜਾਂਦੀਆਂ ਹਨ। ਜਾਣ-ਬੁੱਝ ਕੇ ਕੀਤੀਆਂ ਗਲਤੀਆਂ ਲਈ ਸਭ ਤੋਂ ਵੱਡੀ ਜੁੰਮੇਵਾਰੀ ਹਲਕਾ ਪਟਵਾਰੀ, ਨੰਬਰਦਾਰ ਜਾਂ ਉਨ੍ਹਾਂ ਵਿਅਕਤੀਆਂ ਦੀ ਹੁੰਦੀ ਹੈ ਜੋ ਕਿਸੇ ਨੂੰ ਜਾਣ-ਬੁੱਝ ਕੇ ਉਸ ਦੇ ਅਣਜਾਣਪੁਣੇ ਤੋਂ ਜਾਂ ਗੈਰ-ਹਾਜਰੀ ਦਾ ਲਾਭ ਉਠਾਕੇ ਕਰਦੇ ਹਨ। ਕਈ ਵਾਰ ਹਲਕਾ ਪਟਵਾਰੀ ਮੌਕੇ ਤੇ ਜਾ ਕੇ ਗਿਰਦਾਵਰੀ ਨਹੀਂ ਕਰਦੇ ਜਾਂ ਆਪਣੇ ਅੱਗੇ ਰੱਖੇ ਹੋਏ ਅਣਜਾਣ ਪਟਵਾਰੀਆਂ ਤੋਂ ਕਰਵਾਉਂਦੇ ਹਨ ਜਾਂ ਆਪਣੇ ਦਫ਼ਤਰ ਵਿੱਚ ਬੈਠਕੇ ਨੰਬਰਦਾਰ, ਚੌਂਕੀਦਾਰ ਜਾਂ ਪਿੰਡ ਦੇ ਕਿਸੇ **ਵਿਹਲੜ ਘੜੱਮ ਚੌਧਰੀ** ਜਿਹੜੇ ਸਾਰਾ ਦਿਨ ਪਟਵਾਰਖਾਨੇ ਬਿਨ੍ਹਾਂ ਕੰਮ ਤੋਂ ਹੀ ਬੈਠੇ ਰਹਿੰਦੇ ਹਨ ਜੋ ਪਟਵਾਰੀ ਦੇ ਵਿਸ਼ਵਾਸੀ ਹੁੰਦੇ ਹਨ ਨੂੰ ਪੁੱਛ-ਪੁੱਛ ਕੇ ਗਿਰਦਾਵਰੀ ਦੀ ਖਾਨਾ ਪੂਰਤੀ ਕਰ ਦਿੰਦੇ ਹਨ। ਜਿਸ ਨਾਲ ਜ਼ਮੀਨ ਦੇ ਮਾਲਿਕ ਜਾਂ ਮੁਜ਼ਾਹਰੇ ਦਾ ਨੁਕਸਾਨ ਕਰ ਦਿੰਦੇ ਹਨ। ਜਿਸ ਨਾਲ ਲੋਕਾਂ ਉੱਪਰ ਬੇ-ਲੋੜੇ ਮੁੱਕਦਮਿਆਂ ਦਾ ਬੋਝ ਪੈ ਜਾਂਦਾ ਹੈ। ਅਚਨਚੇਤੀ ਗਲਤੀ ਉਹ ਹੁੰਦੀ ਹੈ ਜੋ ਹਲਕਾ ਪਟਵਾਰੀ ਕੋਲੋਂ ਉਦੋਂ ਹੋ ਜਾਂਦੀ ਹੈ, ਜਦੋਂ ਹਲਕਾ ਪਟਵਾਰੀ ਦੀ ਜਾਣਕਾਰੀ ਲਈ ਜ਼ਮੀਨ ਦੇ ਕਬਜ਼ੇ ਦੀ ਤਬਦੀਲੀ ਬਾਰੇ ਕੋਈ ਨਹੀਂ ਆਉਂਦਾ ਅਤੇ ਨਾ ਹੀ ਕੋਈ ਪਾਰਟੀ ਇਸ ਦੀ ਜਾਣਕਾਰੀ ਦੇਣ ਲਈ ਹਲਕਾ ਪਟਵਾਰੀ ਪਾਸ ਪਹੁੰਚਦੀ ਹੈ। ਕਈ ਵਾਰ ਛੋਟੇ ਰਕਬੇ ਦੇ ਖਸਰਾ ਨੰਬਰ ਜੋ ਦੂਜੇ ਰਕਬੇ ਦੇ ਖਸਰਾ ਨੰਬਰਾਂ ਨਾਲ ਮਿਲ ਕੇ ਮਾਲਕ ਵਲੋਂ ਵਾਹੇ ਜਾਂਦੇ ਹਨ ਅਤੇ ਮੌਕੇ ਤੇ ਉਸ ਦੀ ਤਸਦੀਕ ਨਹੀਂ ਹੁੰਦੀ।

ਖਸਰਾ ਗਿਰਦਾਵਰੀ ਦੀ ਦਰੁਸਤਗੀ ਲਈ ਦਰਖਾਸਤ:

ਪੰਜਾਬ ਲੈਂਡ ਰੈਵਨਿਊ ਐਕਟ, ਪੰਜਾਬ ਲੈਂਡ ਐਡਮਨਿਸਟ੍ਰੇਸ਼ਨ ਐਕਟ ਅਤੇ ਪੰਜਾਬ ਲੈਂਡ ਰਿਕਾਰਡ ਮੈਨੂਅਲ ਵਿੱਚ ਖਸਰਾ ਗਿਰਦਾਵਰੀ ਦੀ ਦਰੁਸਤਗੀ ਦੇ ਨਿਯਮ ਦਰਜ ਕੀਤੇ ਗਏ ਹਨ। ਖਸਰਾ

ਗਿਰਦਾਵਰੀ ਨੂੰ ਦਰੁਸਤ ਕਰਨ ਦਾ ਢੰਗ ਤਰੀਕਾ **ਪੰਜਾਬ ਲੈਂਡ ਰਿਕਾਰਡ ਮੈਨੂਅਲ ਦੇ ਪੈਰਾ ਨੰਬਰ 9.9** ਵਿੱਚ ਦਰਜ ਕੀਤਾ ਹੋਇਆ ਹੈ।

ਜਦੋਂ ਕਿਸੇ ਵੀ ਸਮੇਂ ਕਿਸਾਨ ਵੀਰ ਨੂੰ ਇਹ ਗੱਲ ਪਤਾ ਲੱਗ ਜਾਵੇ ਕਿ ਜਿਸ ਜ਼ਮੀਨ ਦੀ ਕਾਸ਼ਤ ਉਹ ਕਰਦਾ ਹੈ ਉਸ ਗਿਰਦਾਵਰੀ ਕਿਸੇ ਹੋਰ ਦੇ ਨਾਂਅ ਤੇ ਦਰਜ ਹੈ ਤਾਂ ਉਹ ਹਲਕਾ ਪਟਵਾਰੀ ਪਾਸੋਂ ਆਪਣੀ ਜ਼ਮੀਨ ਦੀ ਨਕਲ ਜਮ੍ਹਾਂਬੰਦੀ ਅਤੇ ਨਕਲ ਖਸਰਾ ਗਿਰਦਾਵਰੀ ਲੈ ਕੇ ਇਹ ਦਰਖਾਸਤ ਤਹਿਸੀਲਾਰ ਨੂੰ ਦੇਵੇ ਕਿ ਮੇਰਾ ਇਹਨਾਂ ਇਹਨਾਂ ਨੰਬਰਾਂ ਤੇ ਕਬਜਾ ਹੈ ਅਤੇ ਉਹ ਖੁੱਦ ਇਹਨ੍ਹਾਂ ਨੰਬਰਾਂ ਦੀ ਕਾਸ਼ਤ ਕਰਦਾ ਹੈ ਪਰ ਉਨ੍ਹਾਂ ਨੰਬਰਾਂ ਦੀ ਮੌਕੇ ਉੱਪਰ ਗਿਰਦਾਵਰੀ ਕਿਸੇ ਹੋਰ ਦੇ ਨਾਂਅ ਤੇ ਹੋ ਰਹੀ ਹੈ। ਜਿਸ ਨੂੰ ਦਰੁਸਤ ਕਰਕੇ ਉਨ੍ਹਾਂ ਨੰਬਰਾਂ ਦੀ ਗਿਰਦਾਵਰੀ ਮੌਕੇ ਮੁਤਾਬਿਕ ਉਸ ਦੇ ਨਾਮ ਕੀਤੀ ਜਾਵੇ। ਤਹਿਸੀਲਦਾਰ ਇਸ ਦਰਖ਼ਾਸਤ ਨੂੰ ਸਬੰਧਤ ਨਾਇਬ- ਤਹਿਸੀਲਦਾਰ ਜਿਸ ਦੇ ਹਲਕੇ ਵਿੱਚ ਉਹ ਪਿੰਡ ਹੋਵੇਗਾ ਭੇਜ ਦੇਵੇਗਾ ਜਾਂ ਜੇਕਰ ਉਸ ਦੇ ਆਪਣੇ ਹਲਕੇ ਵਿੱਚ ਇਹ ਪਿੰਡ ਹੋਵੇਗਾ ਤਾਂ ਖੁੱਦ ਸੁਣਾਈ ਕਰੇਗਾ।

ਸੁਣਾਈ ਕਰਨ ਲਈ ਉਹ ਸੰਬੰਧਿਤ ਤਹਿਸੀਲਦਾਰ ਜਾਂ ਨਾਇਬ-ਤਹਿਸੀਲਦਾਰ ਉਨ੍ਹਾਂ ਵਿਅਕਤੀਆਂ ਨੂੰ ਵੀ ਮੌਕੇ ਤੇ ਬੁਲਾਏਗਾ ਜਿਨ੍ਹਾਂ ਦੇ ਨਾਂਅ ਖਸਰਾ ਗਿਰਦਾਵਰੀ ਵਿੱਚ ਗਲਤ ਦਰਜ ਹੋ ਗਏ ਸਨ।

ਖਸਰਾ ਗਿਰਦਾਵਰੀ ਦੇ ਖਾਨਾ ਨੰਬਰ 3 ਦੇ ਮੁਤਾਬਕ ਮਾਲਕੀ ਦਾ ਉਨ੍ਹਾਂ ਮਹੱਤਵ ਨਹੀਂ ਹੈ, ਜਿਨ੍ਹਾਂ ਖਾਨਾ ਨੰਬਰ-4 ਵਿੱਚ ਕਾਸ਼ਤਕਾਰ ਦਾ ਹੁੰਦਾ ਹੈ, ਕਿਉਂਕਿ ਖਸਰਾ ਗਿਰਦਾਵਰੀ ਹੀ ਇਕੱ ਅਜਿਹਾ ਦਸਤਾਵੇਜ਼ ਹੈ ਜੋ ਜ਼ਮੀਨ ਉੱਪਰ ਆਖਰੀ ਮੌਕੇ ਤੇ ਕਬਜ਼ੇ ਦੀ ਜਾਣਕਾਰੀ ਦਿੰਦਾ ਹੈ।

ਖਸਰਾ ਗਿਰਦਾਵਰੀ ਦਾ ਰਿਕਾਰਡ ਕਿਨ੍ਹਾਂ ਮਹੱਤਵਪੂਰਣ ਹੈ, ਇਸ ਦੀ ਜਾਣਕਾਰੀ **ਪੰਜਾਬ ਲੈਂਡ ਰਿਕਾਰਡ ਮੈਨੂਅਲ ਦੇ ਪੈਰਾ ਨੰਬਰ 9.9 ਤੋਂ 9.14** ਤੱਕ ਮਿਲਦੀ ਹੈ ਕਿ ਸਰਕਾਰ ਨੇ ਖਸਰਾ ਗਿਰਦਾਵਰੀ ਦੇ ਰਿਕਾਰਡ ਨੂੰ ਕਿੱਨ੍ਹਾਂ ਮਹੱਤਵ ਦਿੱਤਾ ਹੈ। ਅਤੇ ਇਸ ਤੋਂ ਹੋਣ ਵਾਲੀਆਂ ਗਲਤੀਆਂ ਤੋਂ ਕਿਵੇਂ ਬਚਿਆ ਜਾਵੇ।

ਪਟਵਾਰੀ ਦੀ ਮਦਦ ਨਾਲ ਹੇਠ ਲਿਖੇ ਤਰੀਕਿਆਂ ਨਾਲ ਇਨ੍ਹਾਂ ਗਲਤੀਆਂ ਤੋਂ ਬਚਿਆ ਜਾ ਸਕਦਾ ਹੈ:

1. ਹਲਕਾ ਪਟਵਾਰੀ ਆਪਣੀ ਡਾਇਰੀ ਵਿੱਚ ਉਹ ਸਾਰੇ ਖਸਰਾ ਨੰਬਰਾਂ ਦੇ ਵੇਰਵੇ ਦਰਜ ਕਰੇਗਾ ਜਿਨ੍ਹਾਂ ਵਿੱਚ ਵਾਹੀ ਦੇ ਕਬਜ਼ੇ ਤਬਦੀਲ ਹੋਏ ਹਨ ਜਾਂ ਚਕੌਤੇ ਠੇਕੇ ਵਿੱਚ ਕੋਈ ਤਬਦੀਲੀ ਹੋਈ ਹੈ ਅਤੇ ਪਟਵਾਰੀ ਇਹ ਲਿਸਟ ਫੀਲਡ ਕਾਨੂੰਨਗੋ ਦੇ ਦੌਰੇ ਸਮੇਂ ਉਸ ਦੇ ਅੱਗੇ ਪੇਸ਼ ਕਰੇਗਾ ਅਤੇ ਕੁੱਲ ਗਿਣਤੀ ਦੇ ਹੇਠ ਦਸਤਖ਼ਤ ਕਰੇਗਾ। ਪਰ ਜਿਨ੍ਹਾਂ ਤਬਦੀਲੀਆਂ ਦੇ ਸਬੰਧ ਵਿੱਚ ਇੰਤਕਾਲ ਦਰਜ ਕਰਨ ਦੀ ਜਰੂਰਤ ਹੋਵੇਗੀ ਉਨ੍ਹਾਂ ਨੂੰ ਡਾਇਰੀ ਵਿੱਚ ਦਰਜ ਨਹੀ ਕਰੇਗਾ।

2. ਜੇਕਰ ਹਲਕਾ ਪਟਵਾਰੀ ਨੇ ਗਿਰਦਾਵਰੀ ਵਿੱਚ ਪਹਿਲਾਂ ਹੋਈ ਐਂਟਰੀ ਨੂੰ ਬਦਲਣਾ ਹੋਵੇਗਾ ਤਾਂ ਉਹ ਉਸ ਨੂੰ ਆਪਣੀ ਡਾਇਰੀ ਵਿੱਚ ਦਰਜ ਕਰੇਗਾ। ਪਰ ਜੇਕਰ ਇੱਕ ਵਾਰ ਸਬੰਧਤ ਫ਼ਸਲ ਦਾ ਗੋਸ਼ਾਵਾਰ ਜਾਂ ਬਾਛ -ਪੇਪਰ ਬਣ ਜਾਵੇ ਜਾਂ ਦਰੁਸਤ ਹੋ ਜਾਵੇ ਤਾਂ ਉਸ ਵਿੱਚ ਕੋਈ ਤਬਦੀਲੀ ਦਰਜ ਨਹੀਂ ਕਰੇਗਾ। ਫ਼ੀਲਡ ਕਾਨੂੰਨਗੋ ਹਲਕਾ ਪਟਵਾਰੀ ਦੀ ਡਾਇਰੀ ਵਿੱਚ

ਦਰਜ ਤਬਦੀਲੀਆਂ ਦੀ ਪੜਤਾਲ ਬੜੇ ਧਿਆਨ ਨਾਲ ਕਰੇਗਾ। ਜੇਕਰ ਨਵੀਂ ਜਮ੍ਹਾਂਬੰਦੀ ਦੀ ਤਿਆਰੀ ਸਮੇਂ ਖਸਰਾ ਗਿਰਦਾਵੀ ਵਿੱਚ ਕੋਈ ਐਂਟਰੀ ਨਜ਼ਰ ਆ ਜਾਵੇ ਜੋ ਦਰੁਸਤ ਹੋਣੋ ਰਹਿ ਗਈ ਹੋਵੇ ਤਾਂ ਹਲਕਾ ਪਟਵਾਰੀ ਉਸ ਨੂੰ ਲਾਲ ਸਿਆਹੀ ਨਾਲ ਜਮ੍ਹਾਂਬੰਦੀ ਵਿੱਚ ਨੋਟ ਕਰੇਗਾ ਅਤੇ ਕਾਨੂੰਨਗੋ ਉਸ ਨੂੰ ਤਸਦੀਕ ਕਰੇਗਾ।

3. ਪੈਰਾ ਨੰਬਰ 9.9 ਵਿੱਚ 18 ਅਪ੍ਰੈਲ 1961 ਨੂੰ ਵਿੱਤ ਕਮਿਸ਼ਨਰ ਦਾ ਸਕੂਲਰ ਨੰਬਰ 2844-ਆਰ ਜੋੜਿਆ ਗਿਆ ਹੈ ਜਿਸ ਮੁਤਾਬਿਕ ਹਰ ਨਹਿਰੀ ਖੇਤਰ ਵਿੱਚ ਹਰ ਫ਼ਸਲ ਦੀ ਗਿਰਦਾਵਰੀ ਮੁਕੰਮਲ ਹੋਣ ਤੇ ਦੋਵੇਂ ਗਿਰਦਾਵਰੀ ਰਜ਼ਿਸਟਰਾਂ ਦਾ ਮਿਲਾਨ ਸਾਉਣੀ ਦੀ ਫ਼ਸਲ ਵਿੱਚ 15 ਨਵੰਬਰ ਤੱਕ ਅਤੇ ਹਾੜ੍ਹੀ ਦੀ ਫ਼ਸਲ ਵਿੱਚ 15 ਅਪ੍ਰੈਲ ਤੱਕ ਕਰਨਗੇ। ਮਾਲ ਪਟਵਾਰੀ ਸਾਰੀਆਂ ਤਬਦੀਲੀਆਂ ਦੇ ਮਿਲਾਨ ਨੂੰ ਆਪਣੇ ਰੋਜ਼ਨਾਮਚੇ ਵਿੱਚ ਦਰਜ ਕਰੇਗਾ ਅਤੇ ਨਹਿਰੀ ਪਟਵਾਰੀ ਇਸ ਉੱਪਰ ਤਸਦੀਕ ਵਜੋਂ ਆਪਣੇ ਦਸਤਖ਼ਤ ਕਰੇਗਾ

4. ਜੇਕਰ ਦੋਵਾਂ ਪਟਵਾਰੀਆਂ ਦੇ ਰਿਕਾਰਡ ਵਿੱਚ ਦਰਜ ਤਬਦੀਲੀ ਵਿੱਚ ਸਹਿਮਤੀ ਨਾ ਹੋਵੇ ਤਾਂ ਹਲਕੇ ਦਾ ਨਾਇਬ-ਤਹਿਸੀਲਦਾਰ ਅਤੇ ਨਹਿਰੀ ਮਹਿਕੇ ਦਾ ਜ਼ਿਲ੍ਹੇਦਾਰ (ਨਹਿਰੀ ਮਹਿਕੇ ਵਿੱਚ ਤਹਿਸੀਲਦਾਰ ਦੇ ਅਹੁਦੇ ਦੇ ਬਰਾਬਰ ਅਫ਼ਸਰ) ਮਿਲਕੇ ਆਪਣੇ ਉੱਪਰਲੇ ਅਫ਼ਸਰਾਂ ਦੀਆਂ ਹਦਾਇਤਾਂ ਮੁਤਾਬਿਕ ਹੱਲ ਕਰਦੇ ਹਨ।

ਨੋਟ:- ਗਿਰਦਾਵਰੀ ਨਾਲ ਸਬੰਧਤ ਵੱਖ ਵੱਖ ਨੁਕਤਿਆਂ ਬਾਰੇ ਸੱਪਸ਼ਟੀਕਰਨ ਦੇਣ ਵਾਸਤੇ ਹੇਠਾਂ ਕੁੱਝ ਸੁਆਲ ਜਵਾਬ ਲਿਖ ਰਹੇ ਹਾਂ ਤਾਕਿ ਚੰਗੀ ਤਰ੍ਹਾਂ ਇਸ ਨੂੰ ਸਮਝਿਆ ਜਾ ਸਕੇ ਅਤੇ ਹੱਕਦਾਰ ਨੂੰ ਇਸ ਤਰ੍ਹਾਂ ਦੇ ਮਾਮਲਿਆਂ ਦਾ ਨਿਪਟਾਰਾ ਕਰਵਾਉਣ ਵਿੱਚ ਸਹਾਇਤਾ ਅਤੇ ਜਾਣਕਾਰੀ ਮਿਲ ਸਕੇ:

01. ਪ੍ਰਸ਼ਨ: ਗਿਰਦਾਵਰੀ ਦਾ ਕੀ ਅਰਥ ਹੈ ਅਤੇ ਇਸਦੇ ਕਰਨ ਦਾ ਕੀ ਕਾਰਣ ਹੈ?

ਉੱਤਰ: ਹਰ ਖੇਤ ਵਿੱਚ ਬੀਜੀ ਹੋਈ ਫਸਲ ਨੂੰ ਕੱਟੇ ਜਾਣ ਤੋਂ ਪਹਿਲਾਂ ਉਸ ਦੀ ਹਾਲਤ ਨੂੰ ਦੇਖਕੇ ਪਟਵਾਰੀ ਦੁਆਰਾ ਖਸ਼ਰਾ ਗਿਰਦਾਵਰੀ ਰਜ਼ਿਸਟਰ ਵਿੱਚ ਦਰਜ ਕਰਨ ਨੂੰ ਗਿਰਦਾਵਰੀ ਕਹਿੰਦੇ ਹਨ, ਗਰਿਦਾਵਰੀ ਕਰਨ ਦੇ **ਦੋ ਮੁੱਖ ਕਾਰਣ** ਹਨ:

1. ਖੇਤ ਵਿੱਚ ਕਿਹੜੀ ਕਿਹੜੀ ਅਤੇ ਕਿੰਨੇ ਰਕਬੇ ਵਿੱਚ ਫਸਲ ਬੀਜੀ ਗਈ ਹੈ।
2. ਜ਼ਮੀਨ ਤੇ ਕਬਜਾ ਕਿਸ ਦਾ ਹੈ ਅਤੇ ਮੁਜਾਰਾ ਮਾਲਕ ਨੂੰ ਕੀ ਲਗਾਨ ਦਿੰਦਾ ਹੈ ਅਤੇ ਜੇ ਕਿਸੇ ਖਸ਼ਰਾ ਨੰਬਰ ਦੇ ਟੁਕੜੇ ਬਣ ਗਏ ਹਨ ਤਾਂ ਉਸ ਦੀ ਜਾਣਕਾਰੀ ਵੀ ਹਾਸਲ ਕੀਤੀ ਜਾਂਦੀ ਹੈ।

02. ਪ੍ਰਸ਼ਨ: ਗਿਰਦਾਵਰੀ ਵਿੱਚ ਤਰਫ ਜਾਂ ਪੱਤੀ ਦਾ ਨਾਂ ਕਿਸ ਤਰ੍ਹਾਂ ਲਿਖਿਆ ਜਾਂਦਾ ਹੈ?

ਉੱਤਰ: ਜਿਹੜੇ ਪਿੰਡ ਦੀ ਕਿਸਮ ਪੱਤੀਦਾਰ ਹੈ, ਉਹਨਾਂ ਪਿੰਡਾ ਵਿੱਚ ਹੀ ਪੱਤੀ ਦਾ ਨਾਂ ਖਾਨਾ ਨੰਬਰ 2 ਵਿੱਚ ਲਿਖਣਾ ਹੈ। ਪੱਤੀ ਭਾਵ ਪਿੰਡ ਦਾ ਇੱਕ ਹਿੱਸਾ। ਕਈ ਥਾਵਾਂ ਤੇ ਇਸ

ਨੂੰ ਅਗਵਾੜ ਵੀ ਆਖਿਆ ਜਾਂਦਾ ਹੈ, ਜਦੋਂ ਉਸ ਪੱਤੀ ਦੇ ਖੇਤ ਦਾ ਇੰਦਰਾਜ ਸ਼ੁਰੂ ਹੋ ਜਾਵੇ ਤਾਂ ਉਸ ਪੱਤੀ ਦਾ ਨਾਂ ਹੀ ਲਿਖਿਆ ਜਾਵੇਗਾ।

03. ਪ੍ਰਸ਼ਨ: ਜੇ ਇੱਕ ਖਸ਼ਰਾ ਨੰਬਰ ਵਿੱਚ ਇੱਕ ਤੋਂ ਵੱਧ ਵਿਅਕਤੀ ਕਾਸ਼ਤ ਕਰਦੇ ਹੋਣ ਤਾਂ ਗਿਰਦਾਵਰੀ ਨੂੰ ਲਿਖਣ ਦਾ ਕੀ ਢੰਗ ਹੈ?

ਉੱਤਰ: ਅਗਰ ਮੌਕੇ ਤੇ ਗਿਰਦਾਵਰੀ ਵੇਲੇ ਪਤਾ ਲੱਗੇ ਕਿ ਕਿਸੇ ਨੰਬਰ ਨੂੰ ਇੱਕ ਤੋਂ ਵੱਧ ਵਿਅਕਤੀ ਕਾਸ਼ਤ ਕਰਦੇ ਹਨ ਤਾਂ ਪਟਵਾਰੀ ਉਸ ਖੇਤ ਦਾ **ਨਕਸ਼ਾ ਖਸਰਾ** ਗਿਰਦਾਵਰੀ ਦੇ ਹਾਸ਼ੀਏ ਵਿੱਚ ਬਣਾਏਗਾ ਅਤੇ ਉਸ ਵਿੱਚ ਮੌਕੇ ਦੇ ਮੁਤਾਬਕ ਟੁਕੜੇ ਵੀ ਬਣਾਏਗਾ ਅਤੇ ਉਹਨਾਂ ਟੁਕੜਿਆਂ ਵਿੱਚ ਉਸ ਆਦਮੀਆਂ ਦੇ ਨਾਂ ਲਿਖੇਗਾ ਜਿਹੜਾ ਉਸ ਟੁਕੜੇ ਨੂੰ ਕਾਸ਼ਤ ਕਰਦਾ ਹੈ।

04. ਪ੍ਰਸ਼ਨ: ਖਸ਼ਰਾ ਗਿਰਦਾਵਰੀ ਵਿੱਚ ਗਲਤੀਆਂ ਨੂੰ ਰੋਕਣ ਲਈ ਕੀ ਕੀਤਾ ਜਾਂਦਾ ਹੈ?

ਉੱਤਰ: ਇਸ ਬਾਬਤ ਪਟਵਾਰੀ **ਫਰਦ ਰਫਤਾਰ** ਤਿਆਰ ਕਰਕੇ ਹਰ ਇੱਕ ਨੰਬਰਦਾਰ ਨੂੰ ਦੇਵੇਗਾ ਅਤੇ ਪਿੰਡ ਦੀ ਗਿਰਦਾਵਰੀ ਕਰਦੇ ਵੇਲੇ ਆਪਣੇ ਨਾਲ ਪਿੰਡ ਦਾ ਨੰਬਰਦਾਰ ਅਤੇ ਕਾਸ਼ਤਕਾਰਾਂ ਨੂੰ ਰੱਖੇਗਾ ਤਾਂਕਿ ਇਸ ਬਾਰੇ ਰੋਜ਼ਨਾਮਚਾ ਵਾਕਿਆਤੀ ਵਿੱਚ ਲਿਖੇ ਕਿ ਉਸ ਨਾਲ ਕਿਹੜਾ ਨੰਬਰਦਾਰ ਅਤੇ ਹੋਰ ਵਿਅਕਤੀ ਸਨ। ਨੰਬਰਦਾਰ ਦੇ ਦਸਖਤ ਰੋਜ਼ਨਾਮਚਾ ਵਾਕਿਆਤੀ ਵਿੱਚ ਕਰਵਾਉਣੇ ਚਾਹੀਦੇ ਹਨ।

05. ਪ੍ਰਸ਼ਨ: ਜੇ ਕਬਜਾ ਬਦਲ ਜਾਵੇ ਤਾਂ ਉਸ ਨੂੰ ਖਸ਼ਰਾ ਗਿਰਦਾਵਰੀ ਵਿੱਚ ਕਿਵੇਂ ਲਿਖਿਆ ਜਾਂਦਾ ਹੈ?

ਉੱਤਰ: ਜੇ ਕਬਜੇ ਵਿੱਚ ਤਬਦੀਲੀ ਸਬੰਧੀ ਮਾਲਕ ਪਹਿਲਾ ਅਤੇ ਨਵਾਂ ਕਾਸ਼ਤਕਾਰ ਸਹਿਮਤ ਹੋਣ ਜਾਂ ਅਦਾਲਤ ਦਾ ਹੁਕਮ ਹੋਵੇ ਤਾਂ ਇਸ ਹਾਲਤ ਵਿੱਚ ਹੀ ਹਲਕਾ ਪਟਵਾਰੀ ਇਸ ਦੀ ਤਬਦੀਲੀ ਕਰਦਾ ਹੈ ਅਤੇ ਇਸ ਦੀ ਰਿਪੋਰਟ ਰੋਜ਼ਨਾਮਚੇ ਵਿੱਚ ਦਰਜ ਕਰਦਾ ਹੈ। ਆਪਣੀ ਮਰਜੀ ਅਨੁੰਸਾਰ ਪਟਵਾਰੀ ਕੋਈ ਤਬਦੀਲੀ ਨਹੀਂ ਕਰ ਸਕਦਾ।

06. ਪ੍ਰਸ਼ਨ: ਖਸ਼ਰਾ ਗਿਰਦਾਵਰੀ ਵਿੱਚ ਖਰਾਬਾ ਕਿਸ ਨੂੰ ਕਹਿੰਦੇ ਹਨ?

ਉੱਤਰ: ਜਦੋਂ ਕੋਈ ਫਸਲ ਕਿਸੇ ਕੁਦਰਤੀ ਆਫਤ ਕਾਰਨ ਜਿਵੇਂ: ਹੜ੍ਹ, ਭਾਰੀ ਮੀਂਹ ਜਾਂ ਸੋਕੇ ਕਾਰਨ ਖਰਾਬ ਹੋ ਜਾਵੇ ਤਾਂ ਹਲਕਾ ਪਟਵਾਰੀ ਉਸ ਦੀ ਸਪੈਸ਼ਲ **ਗਿਰਦਾਵਰੀ** ਕਰਦਾ ਹੈ ਅਤੇ ਕਿਨ੍ਹਾਂ ਨੁਕਸਾਨ ਹੋਇਆ ਇਸ ਨੂੰ ਨਿਰਧਾਰਤ ਕਰਦਾ ਹੈ।

07. ਪ੍ਰਸ਼ਨ: ਪਟਵਾਰੀ ਕਾਸ਼ਤ ਅਤੇ ਲਗਾਨ ਦੀ ਤਬਦੀਲੀ ਕਿਹੜੀ ਕਿਹੜੀ ਹਾਲਤ ਵਿੱਚ ਕਰਸਕਦਾ ਹੈ?

ਉੱਤਰ: (1) ਪਟਵਾਰੀ ਕਾਸ਼ਤ ਅਤੇ ਲਗਾਨ ਦੀ ਤਬਦੀਲੀ ਤਦ ਹੀ ਕਰ ਸਕਦਾ ਹੈ ਜਦ ਦੋਵੇਂ ਧਿਰਾਂ ਰਾਜੀ ਹੋਣ ਅਤੇ ਜਾਂ ਕਿਸੇ ਅਦਾਲਤ ਵੱਲੋਂ ਤਬਦੀਲੀ ਦਾ ਹੁਕਮ ਹੋਇਆ

ਹੋਵੇ ਜੇਕਰ ਕੋਈ ਅਜਿਹੀ ਤਬਦੀਲੀ ਕਰਨੀ ਹੋਵੇ ਕਿ ਸਬੰਧਤ ਧਿਰਾਂ ਗਿਰਦਾਵਰੀ ਸਮੇਂ ਹਾਜਰ ਨਾ ਹੋਣ ਪਰ ਹੋਰ ਵਿਅਕਤੀ ਉਸ ਦੀ ਤਸਦੀਕ ਕਰਦੇ ਹੋਣ, ਤਦ ਉਸ ਦੀ ਤਬਦੀਲੀ ਕੀਤੀ ਜਾ ਸਕਦੀ ਹੈ। ਪਰ ਰੋਜ਼ਨਾਮਚੇ ਵਾਕਿਆਤੀ ਵਿੱਚ ਹਾਜਰ ਵਿਅਕਤੀਆਂ ਦਾ ਨਾਂ ਦਰਜ ਕੀਤਾ ਜਾਂਦਾ ਹੈ ਜੇ ਕਿਸੇ ਖਸ਼ਰਾ ਨੰਬਰ ਬਾਰੇ ਕਾਸ਼ਤ ਜਾਂ ਲਗਾਨ ਦਾ ਝੱਗੜਾ ਹੋਵੇ ਤਾਂ ਉਸ ਬਾਰੇ ਪਟਵਾਰੀ ਖਾਨਾ ਕਾਸ਼ਤ ਲਗਾਨ ਤੇ ਰੋਜ਼ਨਾਮਚਾ ਵਾਕਿਆਤੀ ਵਿੱਚ ਨੋਟ ਦੇਵੇਗਾ ਅਤੇ ਇਸ ਕਿਸਮ ਦੇ ਸਾਰੇ ਨੰਬਰਾਂ ਦੀ ਸੂਚੀ ਤਿਆਰ ਕਰਕੇ ਪੜਤਾਲ ਸਮੇਂ **ਕਾਨੂੰਗੋ ਹਲਕਾ** ਦੇ ਪੇਸ਼ ਕਰੇਗਾ ਤੇ ਹਲਕਾ ਕਾਨੂੰਗੋ ਹੁਕਮ ਲਈ ਇਹ ਸੂਚੀ ਅਗੇ **ਰੈਵਨਿਉ ਅਫਸਰ** ਨੂੰ ਭੇਜ ਦੇਵੇਗਾ।

(2) ਜਿਹਨਾਂ ਨੰਬਰਾਨ ਵਿੱਚ ਕਾਸ਼ਤ ਜਾਂ ਲਗਾਨ ਦੀ ਤਬਦੀਲੀ ਹੋਈ ਹੋਵੇ, ਤਾਂ ਲਗਾਨ ਤੇ ਕਾਸ਼ਤ ਦੇ ਖਸ਼ਰਾ ਨੰਬਰਾਨ ਦੀ ਅਲੱਗ ਅਲੱਗ ਸੂਚੀ ਤਿਆਰ ਕਰਕੇ ਰੋਜ਼ਨਾਮਚਾ ਵਾਕਿਆਤੀ ਵਿੱਚ ਦਰਜ ਕੀਤੀ ਜਾਵੇਗੀ ਅਤੇ ਕਾਨੂੰਗੋ ਹਲਕਾ ਆਪਣੀ ਪੜਤਾਲ ਵੇਲੇ ਇਨ੍ਹਾਂ ਦਾ ਮੁਕਾਬਲਾ ਕਰਕੇ ਆਪਣੇ ਦਸਖਤ ਕਰੇਗਾ।

(3) ਹਲਕਾ ਪਟਵਾਰੀ ਗਿਰਦਾਵਰੀ ਖਤਮ ਹੋਣ ਤੋਂ ਦਿਨ ਦੇ ਅੰਦਰ ਅੰਦਰ ਉਨ੍ਹਾਂ ਨਬਰਾਂਨ ਖਸ਼ਰਾ ਦੀ ਸੂਚੀ ਜਿਹਨਾਂ ਵਿੱਚ ਕਾਸ਼ਤ ਜਾਂ ਲਗਾਨ ਦੀ ਤਬਦੀਲੀ ਹੋਈ ਹੋਵੇ, ਗਰਾਮ ਪੰਚਾਇਤ ਨੂੰ ਦੇਵੇਗਾ।

08. **ਪ੍ਰਸ਼ਨ: ਬੰਜਰ ਜਦੀਦ** ਜ਼ਮੀਨ **ਕਿਹੜੀ ਹੁੰਦੀ ਹੈ?**

ਉੱਤਰ: ਜਿਸ ਜ਼ਮੀਨ ਉਪਰ ਪਿਛਲੇ ਪੰਜ ਸਾਲ ਤੋਂ ਕੁੱਝ ਨਾ ਬੀਜਿਆ ਗਿਆ ਹੋਵੇ ਉਸ ਨੂੰ **ਬੰਜਰ ਕਦੀਮ** ਕਿਹਾ ਜਾਂਦਾ ਹੈ। Paragraph 9.3 (x) (d) (e) (f)

09. **ਪ੍ਰਸ਼ਨ: ਗੈਰ ਮੁਮਕਿਨ** ਜ਼ਮੀਨ **ਕਿਹੜੀ ਹੁੰਦੀ ਹੈ?**

ਉੱਤਰ: (1) ਜਿਸ ਜ਼ਮੀਨ ਉਪਰ ਖੇਤੀ ਨਾ ਕੀਤੀ ਜਾਂਦੀ ਹੋਵੇ ਪਰ ਹੋਰ ਕੰਮਾਂ ਲਈ ਵਰਤੀ ਜਾਂਦੀ ਹੋਵੇ ਉਸ ਨੂੰ **ਗੈਰ ਮੁਮਕਿਨ** ਲਿਖਿਆ ਜਾਂਦਾ ਹੈ।

(2) ਜਿਹੜੀ ਜ਼ਮੀਨ ਸੜਕਾਂ ਲਈ ਵਰਤੀ ਜਾਂਦੀ ਹੋਵੇ ਉਸ ਨੂੰ **ਗੈਰ ਮੁਮਕਿਨ-ਸੜਕ** ਲਿਖਿਆ ਜਾਂਦਾ ਹੈ।

(3) ਜਿਹੜੀ ਜ਼ਮੀਨ ਅਬਾਦੀ ਲਈ ਵਰਤੀ ਜਾਂਦੀ ਹੋਵੇ ਉਸ ਨੂੰ **ਗੈਰ ਮੁਮਕਿਨ-ਅਬਾਦੀ** ਲਿਖਿਆ ਜਾਂਦਾ ਹੈ।

(4) ਜਿਹੜੀ ਜ਼ਮੀਨ ਚਰਾਂਦ ਲਈ ਵਰਤੀ ਜਾਂਦੀ ਹੋਵੇ ਉਸ ਨੂੰ **ਗੈਰ ਮੁਮਕਿਨ- ਚਰਾਂਦ** ਲਿਖਿਆ ਜਾਂਦਾ ਹੈ।

10. **ਪ੍ਰਸ਼ਨ: ਕੱਲ੍ਹਰ, ਥੂਰ, ਸੇਮ ਆਦਿ ਜ਼ਮੀਨ ਨੂੰ ਪਟਵਾਰੀ ਗਿਰਦਾਵਰੀ ਵਿੱਚ ਕਿਵੇਂ ਲਿਖਦਾ ਹੈ?**

ਉੱਤਰ: ਪਟਵਾਰੀ ਖਸ਼ਰਾ ਗਿਰਦਾਵਰੀ ਵਿੱਚ 'ਖ਼ਾਲੀ' ਸ਼ਬਦ ਦੇ ਨਾਲ ਵਜ੍ਹਾ **ਥੂਰ ਕਾਰਨ** ਜਾਂ **ਕੱਲ੍ਹਰ ਕਾਰਨ** ਲਿਖ ਦਿੰਦਾ ਹੈ। Paragraph 9.3 (h) (x)

11. **ਪ੍ਰਸ਼ਨ: ਜਿਹਨਾਂ ਖੇਤਾਂ ਵਿੱਚ ਮਾਲੀਏ ਦੀ ਮਾਫੀ ਹੋਈ ਹੋਵੇ, ਉਨ੍ਹਾਂ ਨੂੰ ਖਸ਼ਰਾ ਗਿਰਦਾਵਰੀ ਵਿੱਚ ਕਿਵੇਂ ਦਿਖਾਇਆ ਜਾਂਦਾ ਹੈ?**

ਉੱਤਰ: ਮਾਲੀਏ ਦੀ ਮਾਫੀ ਵਾਲੇ ਖਸ਼ਰਾ ਨੰਬਰਾਂ ਦੇ ਆਲੇ ਦੁਆਲੇ **ਲਾਲ ਦਾਇਰਾ** ਲਾ ਲਿਆ ਜਾਂਦਾ ਹੈ।

12. **ਪ੍ਰਸ਼ਨ: ਕੀ ਕਿਸੇ ਪੱਕੇ ਸਰਵੇ ਨਿਸ਼ਾਨ ਜਾਂ ਸਰਹੱਦ ਦੀ ਬੇਸ ਲਾਈਨ ਨੂੰ ਗਿਰਦਾਵਰੀ ਵਿੱਚ ਕਾਸ਼ਤ ਦਾ ਕੋਈ ਨੰਬਰ ਦਿੱਤਾ ਜਾਂਦਾ ਹੈ?**

ਉੱਤਰ: ਨਹੀਂ, ਇਸ ਤੋਂ ਅਗਲੇ ਨੰਬਰ ਨੂੰ ਜੋ ਇਸ ਦੇ ਨਾਲ ਲਗਦਾ ਹੋਵੇ, **ਸੁਰਖੀ ਨਾਲ** ਲਿਖਿਆ ਜਾਂਦਾ ਹੈ।

13. **ਪ੍ਰਸ਼ਨ: ਜੇਕਰ ਕਾਸ਼ਤਕਾਰ ਦੀ ਕੋਈ ਤਬਦੀਲੀ ਨਾ ਹੋਈ ਹੋਵੇ ਤਾਂ ਪਟਵਾਰੀ ਇਸ ਤਰ੍ਹਾਂ ਦੇ ਇੰਦਰਾਜ ਨੂੰ ਖਸ਼ਰਾ ਗਿਰਦਾਵਰੀ ਵਿੱਚ ਕਿਵੇਂ ਕਰਦਾ ਹੈ?**

ਉੱਤਰ: ਜੇ ਕਾਸ਼ਤ ਤਬਦੀਲੀ ਨਾ ਹੋਵੇ ਤਾਂ ਖਸ਼ਰਾ ਗਿਰਦਾਵਰੀ ਦੇ **ਖਾਨਾ ਕਾਸ਼ਤ** ਵਿੱਚ ਸਾਉਣੀ ਦੀ ਗਿਰਦਾਵਰੀ ਵੇਲੇ ਪਟਵਾਰੀ ਖੱਬੇ ਹੱਥ ਵਾਲੀ ਉਪਰਲੀ ਨੁੱਕਰ ਤੋਂ ਸੱਜੇ ਹੱਥ ਵਾਲੀ ਹੇਠਲੀ ਨੁੱਕਰ ਵੱਲ ਇੱਕ ਲਾਈਨ ਚ ਦਿੰਦਾ ਹੈ ਅਤੇ ਇਸ ਤਰ੍ਹਾਂ ਹਾੜੀ ਦੀ ਗਿਰਵਾਵਰੀ ਵੇਲੇ ਕਰਦਾ ਹੈ। Paragraph 9.3 (x)

14. **ਪ੍ਰਸ਼ਨ: ਕੀ ਪਟਵਾਰੀ ਝੱਗੜੇ ਵਾਲੇ ਇੰਦਰਾਜ ਨੂੰ ਖਸ਼ਰਾ ਗਿਰਦਾਵਰੀ ਵਿੱਚ ਬਦਲ ਸਕਦਾ ਹੈ?**

ਉੱਤਰ: ਪਟਵਾਰੀ ਝੱਗੜੇ ਵਾਲੇ ਇੰਦਰਾਜ ਨੂੰ ਆਪਣੇ ਆਪ ਨਹੀਂ ਬਦਲ ਸਕਦਾ, ਬਲਕਿ ਜੇਕਰ ਅਜਿਹੇ ਇੰਦਰਾਜ ਮਾਲਕ ਜਾਂ ਕਾਸ਼ਤਕਾਰ ਸਬੰਧੀ ਹੋਣ ਤਾਂ ਹਲਕਾ ਕਾਨੂੰਗੋ ਰਾਹੀਂ ਤਹਿਸੀਲਦਾਰ ਜਾਂ ਨਾਇਬ ਤਹਿਸੀਲਦਾਰ ਨੂੰ ਫੈਸਲੇ ਲਈ ਭੇਜੇਗਾ।

15. **ਪ੍ਰਸ਼ਨ: ਕੀ ਪਟਵਾਰੀ ਹਿਸਾਬਤ ਕਿਤਾਬਤ ਗਲਤੀਆਂ ਦੇ ਇੰਦਰਾਜ ਖਸ਼ਰਾ ਗਿਰਦਾਵਰੀ ਵਿੱਚ ਦਰੁਸਤ ਕਰ ਸਕਦਾ ਹੈ?**

ਉੱਤਰ: ਜੇਕਰ ਖਸ਼ਰਾ ਗਿਰਦਾਵਰੀ ਵਿੱਚ ਲਿਖੇ ਇੰਦਰਾਜ ਹਿਸਾਬਤ ਕਿਤਾਬਤ ਦੀ ਗਲਤੀ ਬਾਰੇ ਪਟਵਾਰੀ ਨੇ ਠੀਕ ਕਰਨਾ ਹੋਵੇ ਤਾਂ ਉਹ ਰੋਜ਼ਨਾਮਚਾ ਵਾਕਿਆਤੀ ਵਿੱਚ ਗੱਲਤ ਇੰਦਰਾਜਾਂ ਦੀ ਬਜਾਏ ਠੀਕ ਇੰਦਰਾਜ **ਸੁਰਖੀ ਨਾਲ ਲਿਖੇਗਾ** ਅਤੇ ਸਰੀਆਂ ਅਜਿਹੀਆਂ ਗਲਤੀਆਂ ਦਾ ਵੇਰਵਾ ਹਲਕਾ ਕਾਨੂੰਗੋ ਨੂੰ ਪੇਸ਼ ਕਰੇਗਾ ਅਤੇ ਬਾਛ ਪੇਪਰ ਬਣਾਉਣ ਤੋਂ ਪਹਿਲਾਂ ਹੀ ਇਸ ਤਰ੍ਹਾਂ ਦੇ ਇੰਦਰਾਜ ਠੀਕ ਕੀਤੇ ਜਾ ਸਕਦੇ ਹਨ।

16. **ਪ੍ਰਸ਼ਨ: ਜਿਸ ਸਾਲ ਨਵੀਂ ਜਮ੍ਹਾਂਬੰਦੀ ਬਣਨੀ ਹੋਵੇ ਉਸ ਸਾਲ ਹੱਕਦਾਰਾਂ ਨੂੰ ਗਿਰਦਾਵਰੀ ਸਬੰਧੀ ਕਿਹੜੀਆਂ ਗੱਲਾਂ ਦਾ ਧਿਆਨ ਰੱਖਣਾ ਚਾਹੀਦਾ ਹੈ?**

ਉੱਤਰ: ਕਿਉਂਕਿ ਨਵੀਂ ਜਮ੍ਹਾਂਬੰਦੀ ਵਿੱਚ ਆਖਰੀ ਫਸਲਾਂ ਦਾ ਇੰਦਰਾਜ ਆਉਂਦਾ ਹੈ, ਇਸ ਲਈ ਹੱਕਦਾਰਾਂ ਨੂੰ ਚਾਹੀਦਾ ਹੈ ਕਿ ਉਹ ਕਾਸ਼ਤ ਨਾਲ ਸਬੰਧਤ ਇੰਦਰਾਜ ਦੀ ਨਵੀਂ

ਜਮ੍ਹਾਂਬੰਦੀ ਬਣਨ ਤੋਂ ਪਹਿਲਾਂ ਤਸੱਲੀਕਰ ਲੈਣ ਅਤੇ ਪਟਵਾਰੀ ਕੋਲੋਂ ਗਿਰਦਾਵਰੀ ਆਪਣੀ ਹਾਜਰੀ ਵਿੱਚ ਕਰਵਾਉਣ ਅਤੇ ਉਸ ਦੀ ਨਕਲ ਜਰੂਰ ਲੈ ਲੈਣ।

17. ਪ੍ਰਸ਼ਨ: ਗੈਰ-ਮੁਮਕਿਨ ਜ਼ਮੀਨ ਦਾ ਦਖਲ ਕਿਵੇਂ ਦਿੱਤਾ ਜਾਂਦਾ ਹੈ ਅਤੇ ਉਸ ਨੂੰ ਖਸ਼ਰਾ ਗਿਰਦਾਵਰੀ ਵਿੱਚ ਕਿਵੇਂ ਦਰਜ ਕੀਤਾ ਜਾਂਦਾ ਹੈ?

ਉੱਤਰ: ਅਦਾਲਤ ਵਲੋਂ ਆਏ ਹੁਕਮ ਅਰਜਾਏ ਦੇ ਅਨੁਸਾਰ ਗੈਰ-ਮੁਮਕਿਨ ਜ਼ਮੀਨ ਦਾ ਦਖਲ ਉਸਦੇ ਆਲੇ ਦੁਆਲੇ ਚੱਕਰ ਲਾ ਕੇ ਡਿਗਰੀਦਾਰਾਂ ਨੂੰ ਦਿੱਤਾ ਜਾਂਦਾ ਹੈ ਅਤੇ ਹੁਕਮ ਅਦਾਲਤ ਜਿਸ ਰਾਹੀਂ ਤਬਦੀਲੀ ਇੰਦਰਾਜ ਬਾਬਤ ਮਲਕੀਅਤ ਵਾ ਲਗਾਨ ਹੋਵੇ ਦਾ ਜਿਕਰ ਲਾਲ ਸਿਆਹੀ ਨਾਲ ਦਰਜ ਕੀਤਾ ਜਾਂਦਾ ਹੈ।

18. ਪ੍ਰਸ਼ਨ: ਅਦਾਲਤ ਦੇ ਹੁਕਮ ਅਨੁਸਾਰ ਦਖਲ ਦਿੰਦੇ ਸਮੇਂ ਕਿਹੜੀਆਂ ਕਾਰਵਾਈਆਂ ਕੀਤੀਆਂ ਜਾਂਦੀਆਂ ਹਨ?

ਉੱਤਰ: ਡਿਗਰੀਦਾਰ ਅਦਾਲਤ ਤੋਂ ਇਜਰਾਏ ਕਰਵਾ ਕੇ ਵਾਰੰਟ ਦਖਲ ਜਾਰੀ ਕਰਾਉਂਦਾ ਹੈ ਜੋ ਉੱਪਰਲੇ ਮਾਲ ਅਧਿਕਾਰੀਆਂ ਵਲੋਂ ਹਲਕਾ ਕਾਨੂੰਗੋ ਨੂੰ ਅਦਾਲਤ ਵਲੋਂ ਨਿਸ਼ਚਤ ਤਰੀਖ ਦੇ ਅੰਦਰ-ਅੰਦਰ ਮੌਕੇ ਉੱਤੇ ਕਬਜਾ ਦੇਣ ਲਈ ਭੇਜਿਆ ਜਾਂਦਾ ਹੈ। ਕਾਨੂੰਗੋ ਹਲਕਾ, ਸਬੰਧਤ ਦਾਅਵੇਦਾਰਾਂ ਨੂੰ ਦਖਲ ਦੀ ਤਰੀਖ ਦੀ ਇਤਲਾਹ ਭੇਜਦਾ ਹੈ ਅਤੇ ਨਿਸ਼ਚਤ ਤਾਰੀਖ ਨੂੰ ਜੇਕਰ ਜ਼ਮੀਨ ਕਾਸ਼ਤ ਹੋਵੇ ਤਾਂ ਉਸ ਵਿੱਚ ਮੌਕੇ ਤੇ ਹਲ ਚਲਵਾ ਕੇ ਜੇ ਜ਼ਮੀਨ ਗੈਰ-ਮੁਮਕਿਨ ਹੋਵੇ ਤਾਂ ਜ਼ਮੀਨ ਦੇ ਆਲੇ ਦੁਆਲੇ ਚੱਕਰ ਲਾ ਕੇ ਕਬਜਾ ਦਿੰਦਾ ਹੈ। ਕਬਜਾ ਦਿੰਦੇ ਸਮੇਂ ਚੌਕੀਦਾਰ ਡਿਗਰੀਦਾਰ ਪਾਰਟੀ ਤੋਂ ਇਲਾਵਾ ਮੁਹਤਬਰ ਆਦਮੀ, ਜਿਵੇਂ ਕਿ ਨੰਬਰਦਾਰ, ਸਰਪੰਚ ਜਾਂ ਕੋਈ ਦੂਜੇ ਅਹੁਦੇਦਾਰਾਂ ਦਾ ਮੌਕੇ ਤੇ ਹੋਣਾ ਜਰੂਰੀ ਹੈ। ਫਿਰ ਕਾਨੂੰਗੋ ਵਾਰੰਟ ਦਾਖਲ ਦੀ ਪਿੱਠ ਉੱਤੇ ਕਾਰਵਾਈ ਦਖਲ ਹਾਜਰ ਵਿਅਕਤੀਆਂ ਦੇ ਨਾਮ ਜਿੱਥੇ ਦਖਲ ਦੀ ਕਾਰਵਾਈ ਲਿਖੀ ਗਈ ਹੋਵੇ, ਉਸ ਜਗ੍ਹਾ ਦਾ ਨਾਮ ਲਿਖਦਾ ਹੈ ਅਤੇ ਹਾਜਰ ਵਿਅਕਤੀਆਂ ਦੇ ਦਸਖਤ ਜਾਂ ਅਗੂੰਠਾ ਲਗਵਾ ਲੈਂਦਾ ਹੈ।

ਪਟਵਾਰੀ ਹਲਕਾ ਦਖਲ ਦੇਣ ਦੇ ਵਾਕੇ ਨੂੰ ਰੋਜ਼ਨਾਮਚਾ ਵਾਕਿਆਤੀ ਵਿੱਚ ਉਪਰੋਕਤ ਦਖਲ ਦੀ ਕਾਰਵਾਈ ਹੂਬਹੂ ਨਕਲ ਦਰਜ ਕਰਦਾ ਹੈ। ਦਖਲ ਦੇਣ ਤੋਂ ਬਾਅਦ ਪਿੰਡ ਵਿੱਚ ਚੌਕੀਦਾਰ ਰਾਹੀਂ, ਉਜਰਤ ਦੇ ਕੇ ਮੁਸ਼ਤਰੀ ਮੁਨਾਦੀ ਵੀ ਕਰਵਾਉਂਦਾ ਹੈ ਅਤੇ ਵਰੰਟ ਦਖਲ ਕਾਨੂੰਗੋ ਵੱਲੋਂ ਉਪਰਲੇ ਮਾਲ ਅਫਸਰ ਰਾਹੀਂ ਸਬੰਧਤ ਅਦਾਲਤ ਨੂੰ ਭੇਜ ਦਿੱਤਾ ਜਾਂਦਾ ਹੈ।

19. ਪ੍ਰਸ਼ਨ: ਜੇ ਮੌਕੇ ਉੱਤੇ ਫਸਲ ਖੜੀ ਹੋਵੇ ਤਾਂ ਦਖਲ ਕਾਰਵਾਈ ਵੇਲੇ ਹੋਰ ਕੀ ਕਰਨਾ ਹੁੰਦਾ ਹੈ?

ਉੱਤਰ: ਇਸ ਸਬੰਧ ਵਿੱਚ ਹਲਕਾ ਕਾਨੂੰਗੋ ਅਦਾਲਤ ਦੇ ਹੁਕਮ ਦੀ ਪਾਲਣਾ ਕਰਦਾ ਹੈ। ਜੇਕਰ ਅਦਾਲਤ ਨੇ ਸਪੱਸ਼ਟ ਤੌਰ ਤੇ ਕੋਈ ਹੁਕਮ ਨਾ ਦਿੱਤਾ ਗਿਆ ਹੋਵੇ ਤਾਂ ਉਹ ਅਦਾਲਤ

ਤੋਂ ਇਸ ਬਾਰੇ ਰਹਿਬਰੀ ਪ੍ਰਾਪਤ ਕਰਦਾ ਹੈ। ਅਦਾਲਤਜਾਂ ਤਾਂ ਫਸਲ ਕੱਟਣ ਪਿੱਛੋਂ ਕਬਜੇ ਦੇ ਹੁਕਮ ਦੁਬਾਰਾ ਭੇਜਦੀ ਹੈ ਜਾਂ ਖੜੀ ਫਸਲ ਦਾ ਮੁਆਵਜਾ ਨਿਰਧਾਰਤ ਕਰਵਾ ਕੇ ਅਤੇ ਡਿਗਰੀਦਾਰਾਂ ਤੋਂ ਅਦਾਲਤ ਵਿੱਚ ਜਮ੍ਹਾਂ ਕਰਵਾਕੇ ਫਸਲ ਸਮੇਤ ਕਬਜੇ ਦੇ ਹੁਕਮ ਜਾਰੀ ਕਰਦੀ ਹੈ। ਪਾਠਕਾਂ ਦੀ ਜਾਣਕਾਰੀ ਲਈ ਅਗਲੇ ਪੇਜ਼ ਤੇ ਖਸਰਾ ਗਿਰਦਾਵਰੀ ਦੇ ਨਮੂਨੇ ਦਿੱਤੇ ਜਾ ਰਹੇ ਹਨ:

ਨਕਲ ਖਸਰਾ ਗਿਰਦਾਵਰੀ ਪਿੰਡ XXX ਚੱਕ ਤਸ਼ਖੀਸ XXX ਤਹਿਸੀਲ XXX ਜ਼ਿਲ੍ਹਾ XXX

1	2	3	4	5	6	7	8	9	10	11	12
						ਸਾਉਣੀ ਸੰਨ 2011 ਹਾੜੀ ਸੰਨ 2012			ਸਾਉਣੀ ਸੰਨ 2013 ਹਾੜੀ ਸੰਨ 2014		
ਕ੍ਰਮ ਸੰਖਿਆ	ਨੰ ਤਰਫ ਖੇਤ ਜਾਂ ਖੂਹ	ਮਾਲਕ ਦਾ ਨਾਂ ਅਤੇ ਨੰਬਰ ਜਮਾਂਬੰਦੀ	ਕਾਸ਼ਤਕਾਰ ਦਾ ਨਾਂ ਅਤੇ ਖਤੌਨੀ ਨੰਬਰ	ਖੇਤਰਫਲ	ਪੁਰਾਣੀ ਜਮਾਂਬੰਦੀ ਅਨੁਸਾਰ ਜ਼ਮੀਨ ਦੀ	ਸਾਉਣੀ ਦੀ ਫਸਲ	ਹਾੜੀ ਦੀ ਫਸਲ	ਮਾਲਕੀ ਕਾਸ਼ਤ ਤੇ ਲਗਾਨ ਦੇ ਇੰਤਕਾਲ	ਸਾਉਣੀ ਦੀ ਫਸਲ	ਹਾੜੀ ਦੀ ਫਸਲ	ਮਾਲਕੀ ਕਾਸ਼ਤ ਤੇ ਲਗਾਨ ਦੇ ਇੰਤਕਾਲ
15// 14/3		ਧੰਨ ਕੌਰ ਧਿਵਾ ਲਾਲਸਿੰਘ ਪੁੱਤਰਾਨ ਮੇਲਾਸਿੰਘ ਖੇਵਟ ਨੰਬਰ-1	ਖੁਦਕਾਸ਼ਤ	5 - 2	ਖੁਦਕਾਸ਼ਤ	ਜ਼ੀਰੀ ਚਾਹੀ 5 - 2	ਕੱਣਕ ਚਾਹੀ 5 - 2		ਜ਼ੀਰੀ ਚਾਹੀ 5 - 2	ਕੱਣਕ ਚਾਹੀ 5 - 2	
18		ਉੱਪਰੋਕਤ	ਉੱਪਰੋਕਤ	8 - 0	ਖੁਦਕਾਸ਼ਤ	ਜ਼ੀਰੀ ਚਾਹੀ 8 - 0	ਕੱਣਕ ਚਾਹੀ 8 - 0		ਕੱਣਕ ਚਾਹੀ 8 - 0	ਕੱਣਕ 4 – 0 ਛੋਲੇ 4 - 0	
108// 4		ਉੱਪਰੋਕਤ	ਉੱਪਰੋਕਤ	4 - 0	ਖੁਦਕਾਸ਼ਤ	ਜ਼ੀਰੀ 2 – 0 ਚਾਰਾ 2 -0	ਕੱਣਕ 2 – 0 ਚਾਰਾ 2 - 0		ਕੱਣਕ 2 – 0 ਚਾਰਾ 2 - 0	ਕੱਣਕ 2 – 0 ਚਾਰਾ 2 - 0	
109// 11		ਉੱਪਰੋਕਤ	ਉੱਪਰੋਕਤ	2 - 5	ਖੁਦਕਾਸ਼ਤ	ਜ਼ੀਰੀ ਚਾਹੀ 2 - 5	ਕੱਣਕ ਚਾਹੀ 2 - 5		ਕੱਣਕ ਚਾਹੀ 2 - 5	ਕੱਣਕ ਚਾਹੀ 2 - 5	
			ਕਿੱਤੇ - 4	19 - 7							

ਦਸਤਖ਼ਤ ਪਟਵਾਰੀ

ਨਕਲ ਖਸਰਾ ਗਿਰਦਾਵਰੀ ਪਿੰਡ XXX ਚੱਕ ਤਸ਼ਖੀਸ XXX ਤਹਿਸੀਲ XXX ਜ਼ਿਲ੍ਹਾ XXX

1	2	3	4	5	6	7	8	9	10	11	12
ਕ੍ਰਮ ਸੰਖਿਆ	ਨੰ ਤਰਫ ਖੇਤ ਜਾਂ ਖੂਹ	ਮਾਲਕ ਦਾ ਨਾਂ ਅਤੇ ਨੰਬਰ ਜਮ੍ਹਾਂਬੰਦੀ	ਕਾਸ਼ਤਕਾਰ ਦਾ ਨਾਂ ਅਤੇ ਖਤੌਨੀ ਨੰਬਰ	ਖੇਤਰਫਲ	ਪੁਰਾਣੀ ਜਮ੍ਹਾਂਬੰਦੀ ਅਨੁਸਾਰ ਜ਼ਮੀਨ ਦੀ	ਸਾਉਣੀ ਸੰਨ 2015			ਵਿਸ਼ੇਸ ਕਥਨ		
						ਸਾਉਣੀ ਦੀ ਫਸਲ	ਹਾੜੀ ਦੀ ਫਸਲ	ਮਾਲਕੀ ਕਾਸ਼ਤ ਤੇ ਲਗਾਨ ਦੇ ਇੰਤਕਾਲ	ਖਰਾਬੇ ਦੀ ਹਾੜੀ ਦੀ ਗਿਰਦਾਵਰੀ - 2016		
15// 14/3		ਧੰਨ ਕੌਰ ਧਿਵਾ ਲਾਲਸਿੰਘ ਪੁੱਤਰਾਨ ਮੇਲਾਸਿੰਘ ਖੇਵਟ ਨੰਬਰ-1	ਖੁਦਕਾਸ਼ਤ	5 - 2	ਖੁਦਕਾਸ਼ਤ	ਜ਼ੀਰੀ ਚਾਹੀ 5 - 2	ਕੱਣਕ ਚਾਹੀ 5 - 2		ਕਣੱਕ ਦੀ ਫ਼ਸਲ ਤੇ 02 ਮਾਰਚ 2016 ਨੂੰ ਬਰਾਸ ਕਾਰਨ ਗੜ੍ਹੇਮਾਰ ਵੀ ਹੋਈ ਜਿਸ ਨਾਲ ਤਕਰੀਬਨ ਫ਼ਸਲ 85% ਤਬਾਹ ਹੋ ਗਈ ਹੈ		
18		ਉੱਪਰੋਕਤ	ਉੱਪਰੋਕਤ	8 - 0	ਖੁਦਕਾਸ਼ਤ	ਜ਼ੀਰੀ ਚਾਹੀ 8 - 0	ਕੱਣਕ ਚਾਹੀ 8 - 0		ਕਣੱਕ ਦੀ ਫ਼ਸਲ ਤੇ 02 ਮਾਰਚ 2016 ਨੂੰ ਬਰਾਸ ਕਾਰਨ ਗੜ੍ਹੇਮਾਰ ਵੀ ਹੋਈ ਜਿਸ ਨਾਲ ਤਕਰੀਬਨ ਫ਼ਸਲ 85% ਤਬਾਹ ਹੋ ਗਈ ਹੈ		
108// 4		ਉੱਪਰੋਕਤ	ਉੱਪਰੋਕਤ	4 - 0	ਖੁਦਕਾਸ਼ਤ	ਜ਼ੀਰੀ 2 – 0 ਚਾਰਾ 2 -0	ਕੱਣਕ 2 – 0 ਚਾਰਾ 2 - 0		ਕਣੱਕ ਦੀ ਫ਼ਸਲ ਤੇ 02 ਮਾਰਚ 2016 ਨੂੰ ਬਰਾਸ ਕਾਰਨ ਗੜ੍ਹੇਮਾਰ ਵੀ ਹੋਈ ਜਿਸ ਨਾਲ ਤਕਰੀਬਨ ਫ਼ਸਲ 95% ਤਬਾਹ ਹੋ ਗਈ ਹੈ		
109// 11		ਉੱਪਰੋਕਤ	ਉੱਪਰੋਕਤ	2 - 5	ਖੁਦਕਾਸ਼ਤ	ਜ਼ੀਰੀ ਚਾਹੀ 2 - 5	ਕੱਣਕ ਚਾਹੀ 2 - 5		ਕਣੱਕ ਦੀ ਫ਼ਸਲ ਤੇ 02 ਮਾਰਚ 2016 ਨੂੰ ਬਰਾਸ ਕਾਰਨ ਗੜ੍ਹੇਮਾਰ ਵੀ ਹੋਈ ਜਿਸ ਨਾਲ ਤਕਰੀਬਨ ਫ਼ਸਲ 99% ਤਬਾਹ ਹੋ ਗਈ ਹੈ		
			ਕਿੱਤੇ - 4	19 - 7							

ਦਸਤਖ਼ਤ ਪਟਵਾਰੀ

* * *

7

ਖਰਾਬਾ – 9.3

ਜਦੋਂ ਵੀ ਕਿਤੇ ਕਿਸਾਨਾਂ ਦੀ ਖੜ੍ਹੀ ਫ਼ਸ਼ਲ ਤੇ ਆਉਣ ਵਾਲੀਆਂ ਕੁਦਰਤੀ ਕਰੋਪੀਆਂ ਜਿਵੇਂ ਗੜ੍ਹੇ ਮਾਰ, ਹੜ੍ਹ, ਸੋਕਾ, ਟਿੱਡੀ ਦਲਾਂ ਆਦਿ ਦੀ ਮਾਰ ਨਾਲ ਹੋਈ ਫ਼ਸਲ ਦੀ ਤਬਾਹੀ ਨੂੰ ਮਹਿਕਮਾ ਮਾਲ ਦੀ ਭਾਸ਼ਾ ਵਿੱਚ **ਖਰਾਬਾ** ਕਹਿੰਦੇ ਹਨ।

ਜਦੋਂ ਵੀ ਕਦੇ ਸਰਕਾਰ ਨੇ ਕਿਸਾਨਾਂ ਨੂੰ ਕੁਦਰਤੀ ਕਰੋਪੀ ਦਾ ਸ਼ਿਕਾਰ ਹੁੰਦੇ ਦੇਖਿਆ ਤਾਂ ਉਸ ਨੇ ਕਿਸਾਨਾਂ ਦੀ ਸਹਾਇਤਾ ਲਈ **ਖਰਾਬੇ ਦੀ ਗਿਰਦਾਵਰੀ** ਦੀ ਵਿਵਸਥਾ ਦਾ ਪ੍ਰਬੰਧ ਕੀਤਾ ਜਾਂਦਾ ਹੈ।

ਪੰਜਾਬ ਲੈਂਡ ਰਿਕਾਰਡ **ਮੈਨੁਅਲ** ਦੇ **ਪੈਰਾ ਨੰਬਰ 9.3 (a)** ਕਾਲਮ **6 ਤੋਂ 9** ਤੱਕ ਖਰਾਬੇ ਦੀ ਗਿਰਦਾਵਰੀ ਦਾ ਜਿਕਰ ਆਉਂਦਾ ਹੈ। ਪੈਰਾ ਨੰਬਰ 9.3 ਅਨੁਸਾਰ ਮਾਲ ਦੇ ਰਿਕਾਰਡ ਵਿੱਚ ਇਹ ਗੱਲ ਲਿਆਉਣੀ ਜ਼ਰੂਰੀ ਹੈ ਕਿ ਬੀਜੀ ਹੋਈ ਫ਼ਸਲ ਵਿਚੋਂ ਕਿੰਨੀ ਪੱਕ ਗਈ ਹੈ ਅਤੇ ਕਿੰਨੀ ਫ਼ੇਲ੍ਹ ਹੋਈ ਹੈ। ਫ਼ੇਲ੍ਹ ਹੋਈ ਫ਼ਸਲ ਨੂੰ ਖਰਾਬਾ ਕਹਿੰਦੇ ਹਨ। ਜਦੋਂ ਕਦੇ ਵੀ ਫ਼ਸਲਾਂ ਤੇ ਕੁਦਰਤੀ ਤੇ ਗੈਰ- ਕੁਦਰਤੀ ਆਫ਼ਤਾਂ ਕਰਕੇ ਨੁਕਸਾਨ ਹੁੰਦਾ ਹੈ ਤਾਂ ਇਸ ਲਈ ਸਰਕਾਰ ਕਾਨੂੰਨ ਵਿੱਚ ਹੇਠ ਲਿਖੇ ਅਨੁਸਾਰ ਹਿਦਾਇਤਾਂ ਦੀ ਪਾਲਣਾਂ ਕਰਦੀ ਹੈ:

ਪਟਵਾਰੀ ਵਲੋਂ ਇਸ ਗਲ ਵੱਲ ਬੜੀ ਬਰੀਕੀ ਨਾਲ ਧਿਆਨ ਰੱਖਿਆ ਜਾਵੇ ਕਿ ਬਚੀ ਹੋਈ ਫ਼ਸਲ ਦੇ ਝਾੜ ਦੇ ਅਨੁਸਾਰ ਕਿਸ ਅਨੁਪਾਤ ਨਾਲ ਫ਼ਸਲ ਖਰਾਬ ਹੋਈ ਹੈ।

ਜੇਕਰ ਕਿਸੇ ਇੱਕ ਖ਼ਸਰਾ ਨੰਬਰ ਦੀ ਫ਼ਸਲ ਦਾ ਖਰਾਬਾ ਬਰੀਕੀ ਨਾਲ ਪੜਤਾਲ ਕਰਨ ਤੇ ਆਮ ਫ਼ਸਲ ਦੀ ਪੈਦਾਵਾਰ ਦੇ 75% ਤੋਂ ਨਹੀਂ ਵੱਧਦਾ ਤਾਂ ਉਸ ਦੀ ਗਿਣਤੀ ਇਸ ਤਰ੍ਹਾਂ ਹੋਵੇਗੀ।

ਉਦਾਹਣ ਦੇ ਤੌਰ ਤੇ ਮੰਨ ਲਵੋ ਕਿਸੇ ਖ਼ਸਰਾ ਨੰਬਰ ਵਿਚ 6 ਕਨਾਲ ਕਣਕ ਬੀਜੀ ਹੋਵੇ ਅਤੇ ਫ਼ਸਲ ਦੀ ਪੈਦਾਵਾਰ ਆਮ ਪੈਦਾਵਾਰ ਦੇ ਅਨੁਪਾਤ ਨਾਲ 75% ਤੋਂ ਘੱਟ ਹੋਵੇ ਤਾਂ ਖਰਾਬਾ ਇਸ ਤਰ੍ਹਾਂ ਗਿਣਿਆ ਜਾਵੇਗਾ। ਕਣਕ 4½ ਕਨਾਲ ਤੇ ਖਰਾਬਾ 1½ ਕਨਾਲ ਹੋਵੇਗਾ ਜੋ ਕਿ ਸੈਟਲਮੈਂਟ ਔਫੀਸਰ ਤੈਅ ਕਰੇਗਾ।

ਖਰਾਬੇ ਦੀ ਅਨੁਪਾਤ ਮਾਪਣ ਲਈ ਭਾਵੇਂ ਸਬੰਧਿਤ ਮਹਿਕਮਿਆਂ ਨੇ ਆਪਣੇ ਆਪਣੇ ਨਿਯਮ ਅਲੱਗ ਅਲੱਗ ਖੇਤਰਾਂ ਵਾਸਤੇ ਬਣਾਏ ਹਨ। ਪਰ ਮੁੱਖ ਨਿਯਮ ਫ਼ਸਲ ਦੀ ਔਸਤ ਪੈਦਾਵਾਰ ਨੂੰ 16 ਆਨੇ (ਪਹਿਲਾਂ ਇੱਕ ਰੁਪਏ 'ਚ 16 ਆਨੇ ਭਾਵ 64 ਪੈਸੇ ਹੁੰਦੇ ਸਨ) ਸੰਨ **1957** ਵਿੱਚ ਇੱਕ ਰੁਪਏ ਦੇ **100** ਪੈਸੇ ਨਿਯੁਕਤ ਕੀਤੇ ਗਏ ਅਤੇ ਇਸ ਹਿਸਾਬ ਨਾਲ ਗਿਣ ਕੇ ਖਰਾਬੇ ਦੀ ਔਸਤ ਕੱਢੀ ਜਾਂਦੀ ਹੈ। ਜਿਵੇਂ ਕਿ:

(ੳ) ਜੇਕਰ ਫ਼ਸਲ ਦੀ ਪੈਦਾਵਾਰ ਔਸਤ ਪੈਦਾਵਾਰ ਨਾਲੋਂ 12 ਆਨੇ (75%) ਤੋਂ ਵਧੇਰੇ ਹੋਵੇ ਤਾਂ ਕੋਈ ਖਰਾਬਾ ਨਹੀਂ?

(ਅ) ਜੇਕਰ ਫ਼ਸਲ ਦੀ ਪੈਦਾਵਾਰ ਔਸਤ ਪੈਦਾਵਾਰ ਨਾਲੋਂ 12 ਆਨੇ (75%) ਤੋਂ ਘੱਟ ਅਤੇ 8 ਆਨੇ (50%) ਤੋਂ ਵੱਧ ਹੋਵੇ ਤਾਂ ਖਰਾਬਾ ਬੀਜੀ ਫ਼ਸਲ ਦੇ ਖੇਤਰਫਲ ਦਾ ¼ ਹਿੱਸਾ ਹੋਵੇਗਾ। ਭਾਵ ਚੌਥਾ ਹਿੱਸਾ 25% ਹੋਵੇਗਾ।

(ੲ) ਜੇਕਰ ਫ਼ਸਲ ਦੀ ਪੈਦਾਵਾਰ ਔਸਤ ਪੈਦਾਵਾਰ ਨਾਲੋਂ 8 ਆਨੇ (50%) ਤੋਂ ਘੱਟ ਅਤੇ 4 ਆਨੇ (25%) ਤੋਂ ਵੱਧ ਹੋਵੇ ਤਾਂ ਖਰਾਬਾ ਬੀਜੀ ਫ਼ਸਲ ਦੇ ਖੇਤਰਫਲ ਦਾ ½ ਹਿੱਸਾ ਹੋਵੇਗਾ। ਭਾਵ ਚੌਥਾ ਹਿੱਸਾ 50% ਹੋਵੇਗਾ।

(ਸ) ਜੇਕਰ ਫ਼ਸਲ ਦੀ ਪੈਦਾਵਾਰ ਔਸਤ ਪੈਦਾਵਾਰ ਨਾਲੋਂ 4 ਆਨੇ (25%) ਤੋਂ ਵੱਧ ਨਾ ਹੋਵੇ ਤਾਂ ਖਰਾਬਾ ਸਾਰੀ ਬੀਜੀ ਫ਼ਸਲ ਦਾ ਗਿਣਿਆ ਜਾਵੇਗਾ। ਖਰਾਬਾ ਗਿਰਦਾਵਰੀ ਵਿੱਚ ਹੇਠ ਲਿਖੇ ਅਨੁਸਾਰ ਦਰਜ਼ ਕੀਤਾ ਜਾਂਦਾ ਹੈ:-

ਲੜੀ ਨੰਬਰ	ਫਸਲ ਦਾ ਖਰਾਬਾ	ਖਰਾਬੇ ਦੀ ਦਰ
01	1% ਤੋਂ 25% ਤੱਕ	25%
02	26% ਤੋਂ 50% ਤੱਕ	50%
03	51% ਤੋਂ 75% ਤੱਕ	75%
04	76% ਤੋਂ100% ਤੱਕ	100%

ਮੁਆਵਜ਼ੇ ਦੀ ਰਾਸ਼ੀ ਮੌਕੇ ਦੀ ਸਰਕਾਰ ਦੀਆਂ ਹਦਾਇਤਾਂ ਅਨੁਸਾਰ ਪ੍ਰਤੀ ਏਕੜ ਖਰਾਬੇ ਦੀ ਦਰ ਤੈਅ ਕੀਤੀ ਜਾਂਦੀ ਹੈ।

ਇਸ ਸਮੇਂ ਮੁਆਵਜ਼ੇ ਦੀ ਰਾਸ਼ੀ ਦੀ ਦਰ **30.1:** ਹਾੜੀ ਦੀ ਫਸਲ 2015 ਤੋਂ ਸਰਕਾਰ ਨੇ ਮੁਆਵਜ਼ੇ ਦੀ ਰਾਸ਼ੀ ਵਿੱਚ ਵਾਧਾ ਕੀਤਾ ਹੈ। ਇਸ ਸਮੇਂ ਮੁਆਵਜ਼ੇ ਦੀ ਦਰ ਹੇਠ ਲਿਖੇ ਅਨੁਸਾਰ ਹੈ:

ਲੜੀ ਨੰਬਰ	ਫਸਲ ਦਾ ਖਰਾਬਾ	ਤਹਿ ਕੀਤੀ ਨਵੀਂ ਮੁਆਵਜੇ ਦੀ ਰਾਸ਼ੀ		
		ਐਸ.ਡੀ.ਆਰ.ਐਫ	ਸਟੇਟ ਬਜਟ	ਕੁੱਲ ਰਾਹਤ
01	26% ਤੋਂ 50% ਤੱਕ	———	₹ 2000/-	₹ 2000/-
02	51% ਤੋਂ 75% ਤੱਕ	₹ 3600/-	———	₹ 3600/-
03	76% ਤੋਂ100% ਤੱਕ	₹ 3600/-	₹ 4400/-	₹ 8000/-

ਖਰਾਬੇ ਦੀ ਰਾਸ਼ੀ ਕਿਵੇਂ ਤੈਅ ਕੀਤੀ ਜਾਂਦੀ ਹੈ **30.2**:- ਇਸ ਬਾਰੇ ਇੱਕ ਉਦਾਹਰਣ ਦੇ ਕੇ ਸੱਮਝਾਇਆ ਗਿਆ ਹੈ:

ਖਸਰਾ ਨੰ:	ਬੀਜਿਆ ਰਕਬਾ	ਖਰਾਬ ਹੋਇਆ ਰਕਬਾ	ਪ੍ਰਤੀਸ਼ਤ ਖਰਾਬਾ	ਖਰਾਬੇ ਦੀ ਸ਼੍ਰੇਣੀ	ਮੁਆਵਜ਼ੇ ਦੀ ਰਾਸ਼ੀ ਪ੍ਰਤੀ ਏਕੜ
104//18	8-0	2-0	25%	1% ਤੋਂ 25% ਤੱਕ	ਕੋਈ ਰਾਸ਼ੀ ਨਹੀਂ
17	8-0	2-10	31.5%	26% ਤੋਂ 50% ਤੱਕ	₹ 2000/-
16	8-0	4-0	50%	26% ਤੋਂ 50% ਤੱਕ	₹ 2000/-
15	8-0	6-0	75%	51% ਤੋਂ 75% ਤੱਕ	₹ 3600/-
13	8-1	7-0	87.5%	76% ਤੋਂ100% ਤੱਕ	₹ 8000/-

ਗਿਰਦਾਵਰੀ ਕਰਨ ਵੇਲੇ ਇੱਕ ਹੋਰ ਗਲ ਦਾ ਧਿਆਨ ਰੱਖਣਾਂ ਹੁੰਦਾ ਹੈ ਕਿ ਜਿਸ ਖਸਰਾ ਨੰਬਰ ਦੀ ਗਿਰਦਾਵਰੀ ਕਰਨੀ ਹੁੰਦੀ ਹੈ ਉਸ ਖਾਨੇ ਵਿੱਚ ਜਿੰਨੀ ਫ਼ਸਲ ਖਰਾਬ ਹੋਈ ਹੋਵੇ ਉਸ ਫ਼ਸਲ (ਕਣਕ ਜਾਂ ਕੋਈ ਹੋਰ) ਖਰਾਬਾ ਅਤੇ ਜਿੰਨੀ ਫ਼ਸਲ ਬਚੀ ਹੋਵੇ ਉਸ ਫ਼ਸਲ ਪੁਖ਼ਤਾ ਸ਼ਬਦ ਪਟਵਾਰੀ ਵਲੋਂ ਲਿਖਣਾ ਜਰੂਰੀ ਹੋਵੇਗਾ। ਅਤੇ ਕਿਸਾਨ ਭਰਾਵਾਂ ਨੂੰ ਬੇਨਤੀ ਹੈ ਕਿ ਖਰਾਬੇ ਦੀ ਗਿਰਦਾਵਰੀ ਮੁਕੰਮਲ ਹੋਣ ਤੋਂ ਬਾਅਦ ਪਟਵਾਰੀ ਕੋਲੋਂ ਇਸ ਦੀ ਨਕਲ ਜਰੂਰ ਲੈ ਲਵੋ। ਤਾਂ ਕਿ ਤੁਹਾਨੂੰ ਮੁਆਵਜਾ ਲੈਣ ਵੇਲੇ ਕੋਈ ਤਕਲੀਫ ਨਾ ਆਵੇ।

ਨਹਿਰੀ ਇਲਾਕਿਆਂ ਵਿੱਚ ਖਰਾਬਾ: ਪੰਜਾਬ ਲੈਂਡ ਐਡਮਿਨਿਸਟ੍ਰੇਸ਼ਨ ਮੈਨੂਅਲ ਦੇ **ਧਾਰਾ ਨੰਬਰ 353** ਅਨੁਸਾਰ ਪੰਜਾਬ ਦੇ ਜਿਨ੍ਹਾਂ ਜਿਲ੍ਹਿਆਂ ਵਿੱਚ ਸਿੰਚਾਈ ਨਹਿਰ ਨਾਲ ਹੁੰਦੀ ਹੈ ਜਿਵੇਂ ਕਿ ਦਰਿਆਵਾਂ ਦਾ ਏਰੀਆ, ਕੰਡੀ ਦਾ ਏਰੀਆ ਉਨ੍ਹਾਂ ਲਈ ਖਰਾਬੇ ਦੇ ਸਬੰਧ ਵਿੱਚ ਨਵੇਂ ਨਿਯਮ ਬਣਾਏ ਹਨ ਜੋ ਕਿ **ਫਾਈਨੈਸ਼ੀਅਲ ਕਮਿਸ਼ਨਰ ਦੇ ਸਟੈਂਡਿੰਗ ਆਰਡਰ ਨੰਬਰ 61 ਨਹਿਰੀ ਦੇ ਪੈਰਾ ਨੰਬਰ 26 ਵਿੱਚ ਦਰਜ ਹਨ।**

ਖਰਾਬੇ ਦੀ ਪੜਤਾਲ: ਖਸਰਾ ਗਿਰਦਾਵਰੀ ਵਿੱਚ ਖਰਾਬੇ ਦੇ ਵੇਰਵੇ ਉਸ ਨੂੰ ਦਰਜ਼ ਕਰਨ ਵਾਲੇ ਪਾਸੋਂ ਬਹੁਤ ਹੀ ਇਮਾਨਦਾਰੀ, ਦਿਆਨਤਦਾਰੀ ਅਤੇ ਨਿਆਂ ਦੀ ਭਾਵਨਾ ਦੀ ਮੰਗ ਕਰਦੇ ਹਨ। ਹਲਕਾ ਪਟਵਾਰੀ ਦੁਆਰਾ ਕੀਤੇ ਗਏ ਇਸ ਮਹੱਤਵਪੂਰਨ ਕੰਮ ਨੂੰ ਉਚ ਪੜਤਾਲ ਅਧਿਕਾਰੀ ਬਹੁਤ ਹੀ ਧਿਆਨ ਨਾਲ ਪੜਤਾਲਦੇ ਹਨ। ਇਸ ਗਲ ਦਾ ਵੀ ਖਾਸ ਧਿਆਨ ਰੱਖਿਆ ਜਾਂਦਾ ਹੈ ਕਿ ਖਰਾਬੇ ਦੀ ਔਸਤ ਦੇਣਦਾਰੀ ਇਲਾਕੇ ਦੀ ਅਨੁਪਾਤਕ ਫ਼ਸਲ ਦੇ ਅਨੁਸਾਰ ਹੀ ਹੋਵੇ।

ਜਿਸ ਪਿੰਡ ਵਿੱਚ ਕੁਦਰਤੀ ਆਫਤ ਕਾਰਨ ਖਰਾਬੇ ਦੀ ਸਥਿਤੀ ਬਣੀ ਹੋਵੇ ਉਸ ਪਿੰਡ ਦੇ ਸਰਪੰਚ ਅਤੇ ਨੰਬਰਦਾਰ ਆਪਣੇ ਆਪਣੇ ਪਿੰਡ ਦੀ ਅਗਵਾਈ ਕਰਨ, ਤਹਿਸੀਲਦਾਰ ਅਤੇ ਡਿਪਟੀ ਕਮਿਸ਼ਨਰ ਨੂੰ ਆਪਣੇ ਇਲਾਕੇ ਦੇ ਸਬੰਧ ਵਿੱਚ ਜਾਣਕਾਰੀ ਦੇਣ, ਫਿਰ ਹਲਕਾ ਪਟਵਾਰੀ ਦੀ ਮਦਦ ਕਰਨ ਤਾਂ ਕਿ ਉਹ ਹਰ ਕਿਸਾਨ ਦੀ ਫ਼ਸਲ ਦੇ ਖਰਾਬੇ ਦੀ ਗਿਰਦਾਵਰੀ ਪੂਰੀ ਇਮਾਨਦਾਰੀ ਅਤੇ ਬਿਨਾਂ ਅਮੀਰ ਗਰੀਬ ਦੇ ਪੱਖਪਾਤ ਤੋ ਕਰਨ ਤਾਂ ਕਿ ਹਰ ਕਿਸਾਨ ਨੂੰ ਖਰਾਬੇ ਦਾ ਸਰਕਾਰ ਵਲੋਂ ਜਾਰੀ ਕੀਤਾ ਸਹੀ ਮੁਆਵਜਾ ਪੂਰੀ ਅਸਾਨੀ ਨਾਲ ਪ੍ਰਾਪਤ ਹੋ ਸਕੇ।

ਪ੍ਰਸ਼ਨ: ਖਰਾਬਾ ਕਿਸ ਨੂੰ ਕਿਹਾ ਜਾਂਦਾ ਹੈ?
ਉੱਤਰ: ਕੁਦਰਤੀ ਕਰੋਪੀਆਂ ਜਿਵੇਂ ਗੜ੍ਹੇ ਮਾਰ, ਹੜ੍ਹ, ਸੋਕਾ, ਟਿੱਡੀ ਦਲਾਂ ਆਦਿ ਦੀ ਮਾਰ ਨਾਲ ਹੋਈ ਫ਼ਸਲ ਦੀ ਤਬਾਹੀ ਨੂੰ ਮਹਿਕਮਾ ਮਾਲ ਦੀ ਭਾਸ਼ਾ ਵਿੱਚ ਖਰਾਬਾ ਕਹਿੰਦੇ ਹਨ।

ਪ੍ਰਸ਼ਨ: ਖਰਾਬੇ ਦੀ ਹਾਲਤ ਵਿੱਚ ਪਟਵਾਰੀ ਦੇ ਕੀ ਫਰਜ਼ ਹਨ?
ਉੱਤਰ: ਖਰਾਬੇ ਦੀ ਹਾਲਤ ਵਿੱਚ ਪਟਵਾਰੀ ਪਿੰਡ ਦੇ ਮੋਹਤਬਰ ਆਦਮੀਆਂ ਨੂੰ ਨਾਲ ਲੈ ਕੇ (ਨੰਬਰਦਾਰ, ਸਰਪੰਚ ਵਗੈਰਾ) ਪਿੰਡ ਦੇ ਪ੍ਰਭਾਵਿਤ ਏਰੀਏ ਦਾ ਦੌਰਾ ਕਰਕੇ ਨੁਕਸਾਨ ਦੇ ਮੋਟੇ ਤੌਰ ਤੇ ਅੰਕੜੇ ਇੱਕਠੇ ਕਰ ਮਾਲ ਮਹਿਕਮੇ ਦੇ ਉੱਚ-ਅਧਿਕਾਰੀਆਂ ਨੂੰ ਖਬਰ ਕਰਦਾ ਹੈ ਅਤੇ ਉਨ੍ਹਾਂ ਵੱਲੋਂ ਹੁੱਕਮ ਆਉਣ ਤੇ ਖਰਾਬੇ ਦੀ ਸਪੈਸ਼ਲ ਗਿਰਦਾਵਰੀ ਕਰਦਾ ਹੈ, ਤਾਂ ਕਿ ਸਰਕਾਰ ਨੂੰ ਫਸਲ ਦਾ ਸਹੀ ਅੰਦਾਜਾ ਲਗ ਸਕੇ।

ਪ੍ਰਸ਼ਨ: ਖਰਾਬੇ ਦੀ ਪੜਤਾਲ ਕੌਣ ਕਰਦਾ ਹੈ?
ਉੱਤਰ: ਖਰਾਬੇ ਦੀ ਪੜਤਾਲ ਕਰਨ ਵਾਸਤੇ ਮਾਲ ਮਹਿਕਮੇ ਦੇ ਉੱਚ-ਅਧਿਕਾਰੀ, ਫੀਲਡ ਕਾਨੂੰਗੋ, ਪਟਵਾਰੀ ਅਤੇ ਪਿੰਡ ਚੋਂ ਨੰਬਰਦਾਰ ਅਤੇ ਸਰਪੰਚ ਵਗੈਰਾ ਮੌਕੇ ਤੇ ਜਾ ਕੇ ਜਾਇਜਾ ਲੈਦੇਂ ਹਨ।

ਪ੍ਰਸ਼ਨ: ਪੂਰੇ ਖਰਾਬੇ ਦੀ ਹਾਲਤ ਕਿਸ ਨੂੰ ਕਹਿੰਦੇ ਹਨ?
ਉੱਤਰ: ਜੇਕਰ ਫ਼ਸਲ ਦੀ ਪੈਦਾਵਾਰ ਔਸਤ ਪੈਦਾਵਾਰ ਨਾਲੋਂ 4 ਆਨੇ (25%) ਤੋਂ ਵੱਧ ਨਾ ਹੋਵੇ ਤਾਂ ਖਰਾਬਾ ਸਾਰੀ ਬੀਜੀ ਫ਼ਸਲ ਦਾ ਗਿਣਿਆ ਜਾਵੇਗਾ।

* * *

8

ਇੰਤਕਾਲ

Land Administration Manual, Paragraphs 372 to 386 of chapter X and Paragraphs 279 to 282 of the settlement Mannual relate to the record of Mutation.

Punjab Land Record Mannual Para **7.1 Section 33 (3) & 34**: ਜਦੋਂ ਕੋਈ ਵਿਅਕਤੀ ਜ਼ਮੀਨ ਸਬੰਧੀ **ਬੈ, ਹਿਬਾ, ਤਬਾਦਲਾ, ਵਰਾਸਤ, ਪਟਾ, ਰਹਿਨ ਵਾ ਕਾਬਜ, ਆੜ ਰਹਿਨ** ਆਦਿ ਰਾਹੀਂ ਹੱਕ ਪ੍ਰਾਪਤ ਕਰਦਾ ਹੈ ਤਾਂ **ਮਾਲ ਦੇ ਰਿਕਾਰਡ ਦੀ ਸੋਧ ਲਈ ਪਟਵਾਰੀ ਇੰਤਕਾਲ ਦਰਜ ਕਰਦਾ ਹੈ।** ਜਦੋਂ ਪਟਵਾਰੀ ਇੰਤਕਾਲ ਦੇ ਸ਼ਜਰਾ ਨਸਬ ਵਿੱਚ ਤਬਦੀਲੀ ਦੀ ਐਂਟਰੀ ਕਰਦਾ ਹੈ ਤਾਂ ਉਹ ਉਸ ਰਜ਼ਿਸਟਰ ਤੇ ਪੈਨਸਲੀ ਨੋਟ ਲਿਖਦਾ ਹੈ। ਜਦੋਂ ਇੰਤਕਾਲ ਤਹਿਸੀਲਦਾਰ/ਨਾਇਬ ਤਹਿਸੀਲਦਾਰ ਦੁਆਰਾ ਮਨੰਜ਼ੂਰ ਕਰ ਦਿੱਤਾ ਜਾਂਦਾ ਹੈ ਤਾਂ ਉਸ ਪੈਨਸਲੀ ਨੋਟ ਨੂੰ ਮਿਟਾ ਕੇ ਲਾਲ ਸ਼ਿਆਹ ਨਾਲ ਨੋਟ ਲਿੱਖ ਦਿੱਤਾ ਜਾਂਦਾ ਹੈ ਤਾਂਕਿ ਅਗਲੀ ਨਵੀਂ ਜੰਮਾਂਬਦੀ ਵੇਲੇ ਰਿਕਾਰਡ ਵਿੱਚ ਤਬਦੀਲੀ ਕੀਤੀ ਜਾ ਸਕੇ। ਤਹਿਸੀਲ ਵਿੱਚ ਹੋਈਆਂ ਰਜ਼ਿਸਟਰੀਆਂ ਅਨੁਸਾਰ ਤਹਿਸੀਲ ਦਫਤਰ ਤੋਂ ਪਟਵਾਰੀ ਨੂੰ ਰਜ਼ਿਸਟਰੀ **ਪਰਚੇ** ਮਹੀਨੇ ਵਿੱਚ **ਦੋ ਵਾਰੀ** ਭੇਜੇ ਜਾਂਦੇ ਹਨ, ਜਿਨ੍ਹਾਂ ਦੇ ਅਧਾਰ ਤੇ ਪਟਵਾਰੀ ਨੇ ਇੰਤਕਾਲ ਦਰਜ ਕਰਕੇ ਇੱਕ ਮਹੀਨੇ ਦੇ ਅੰਦਰ ਅੰਦਰ ਰਜ਼ਿਸਟਰੀ ਪਰਚੇ ਵਾਪਸ ਕਰਨੇ ਹੁੰਦੇ ਹਨ। ਹੱਕ ਪ੍ਰਾਪਤ ਕਰਨ ਵਾਲਾ ਵੀ ਇੰਤਕਾਲ ਦਰਜ ਕਰਵਾ ਸਕਦਾ ਹੈ ਅਤੇ ਜਰੂਰੀ ਨਹੀਂ ਕਿ ਪਰਚਾ ਰਜ਼ਿਸਟਰੀ ਦੀ ਉਡੀਕ ਕੀਤੀ ਜਾਵੇ।

ਜਿਸ ਇੰਤਕਾਲ ਦੇ ਰਜ਼ਿਸਟਰ ਵਿੱਚ ਪਟਵਾਰੀ ਇੰਤਕਾਲ ਦਰਜ ਕਰਦਾ ਹੈ ਉਸ ਦੀਆਂ ਦੋ ਪੜ੍ਹਤਾਂ, ਪੜ੍ਹਤ-**ਪਟਵਾਰ** ਅਤੇ ਪੜ੍ਹਤ-**ਸਰਕਾਰ** ਹੁੰਦੀਆਂ ਹਨ। ਪਟਵਾਰੀ ਵਲੋਂ ਇੰਤਕਾਲ

ਦਰਜ ਕਰਨ ਪਿਛੋਂ ਇਲਾਕੇ ਦਾ ਗਿਰਦਾਵਰ ਕਾਨੂੰਗੋ ਇਸ ਇੰਤਕਾਲ ਵਿੱਚ ਲਿਖੇ ਇੰਦਰਾਜ ਦਾ ਮਾਲ ਦੇ ਰਿਕਾਰਡ ਨਾਲ ਮੁਕਾਬਲਾ ਕਰਦਾ ਹੈ। ਜਿਹੜੇ ਇੰਤਕਾਲ ਠੀਕ ਦਰਜ ਹੋਏ ਹੋਣ ਉਹ ਹਲਕੇ ਦੇ ਤਹਿਸੀਲਦਾਰ, ਨਾਇਬ-ਤਹਿਸੀਲਦਾਰ ਦੇ ਸਾਹਮਣੇ ਦੌਰੇ ਸਮੇਂ ਪੇਸ਼ ਕੀਤੇ ਜਾਂਦੇ ਹਨ। ਆਮ ਇਕੱਠ ਵਿੱਚ ਸਾਰੀਆਂ ਧਿਰਾਂ ਨੂੰ ਸੁਣਾਕੇ ਇੰਤਕਾਲ ਦਾ ਫੈਸਲਾ ਕੀਤਾ ਜਾਂਦਾ ਹੈ, ਹਦਾਇਤਾਂ ਅਨੁਸਾਰ ਬਿਨਾਂ ਝਗੜੇ ਵਾਲੇ ਇੰਤਕਾਲ ਦਾ ਫੈਸਲਾ **ਤਿੰਨ ਮਹੀਨੇ ਦੇ ਅੰਦਰ-ਅੰਦਰ** ਅਤੇ ਝੱਗੜੇ ਵਾਲੇ ਇੰਤਕਾਲ ਦਾ ਫੈਸਲਾ **ਛੇ ਮਹੀਨੇ ਦੇ ਅੰਦਰ-ਅੰਦਰ** ਹੋ ਜਾਣਾ ਚਾਹੀਦਾ ਹੈ।

ਪੰਜਾਬ ਭੌਂ ਮਾਲੀਆ ਐਕਟ 1887 ਦੀ ਧਾਰਾ 34 ਅਨੁਸਾਰ ਭੌਂ ਸਬੰਧੀ ਹੱਕ ਪ੍ਰਾਪਤ ਕਰਨ ਵਾਲੇ ਵਿਅਕਤੀ ਦਾ ਫਰਜ਼ ਹੈ ਕਿ ਉਹ ਪਟਵਾਰੀ ਨੂੰ ਸੂਚਨਾ ਦੇਵੇ। ਜੇ ਇਹ ਸੂਚਨਾ ਤਿੰਨ ਮਹੀਨਿਆਂ ਦੇ ਅੰਦਰ-ਅੰਦਰ ਨਾ ਦਿੱਤੀ ਜਾਵੇ ਤਾਂ ਹੱਕਦਾਰ ਤੇ ਜ਼ੁਰਮਾਨਾ ਲਗਾਇਆ ਜਾ ਸਕਦਾ ਹੈ। ਬੈ, ਹਿਬਾ, ਰਹਿਨ ਵਾ ਕਾਬਜ ਅਤੇ ਤਬਾਦਲੇ ਆਦਿਕ ਦੇ ਇੰਤਕਾਲ ਉਨਾਂ ਚਿਰ ਮਨਜ਼ੂਰ ਨਹੀਂ ਕੀਤੇ ਜਾਂਦੇ, ਜਿਨਾਂ ਚਿਰ ਤੱਕ ਮਾਲਕਾਨਾ ਜਾਂ ਕਤਈ ਕਬਜੇ ਤਬਦੀਲ ਨਾ ਹੋ ਜਾਣ। ਪਿੰਡਾਂ ਵਿੱਚ ਜਦੋਂ ਕੋਈ ਮੌਤ ਹੋ ਜਾਵੇ ਤਾਂ ਚੌਕੀਦਾਰ ਦੇ ਕੋਲ ਰੱਖੇ ਇੱਕ ਰਜ਼ਿਸਟਰ ਵਿੱਚ ਉਸਦਾ ਇੰਦਰਾਜ ਹੁੰਦਾ ਹੈ। ਲੋਕਾਂ ਨੂੰ ਇਸ ਗੱਲ ਦਾ ਧਿਆਨ ਰੱਖਣਾ ਚਾਹੀਦਾ ਹੈ ਕਿ ਕਿਸੇ ਵੀ

ਮੌਤ ਦਾ ਇੰਦਰਾਜ ਚੌਕੀਦਾਰ ਦੇ ਰਜ਼ਿਸਟਰ ਵਿੱਚ ਦਰਜ ਹੋਣ ਤੋਂ ਨਾ ਰਹਿ ਜਾਵੇ। ਪਟਵਾਰੀ ਦਾ ਫਰਜ਼ ਹੈ ਕਿ ਉਹ ਚੌਕੀਦਾਰ ਦੇ ਰਜ਼ਿਸਟਰ ਦਾ ਮਹੀਨੇ ਵਿੱਚ ਇੱਕ ਵਾਰੀ ਨਿਰੀਖਣ ਕਰੇ ਅਤੇ ਜੇ ਕਿਸੇ ਭੌਂ ਮਾਲਕ ਦੀ ਮੌਤ ਹੋ ਗਈ ਹੋਵੇ ਤਾਂ ਉਸ ਦੇ ਵਾਰਸਾਂ ਦੀ ਤਸਦੀਕ ਕਰਕੇ ਇੰਤਕਾਲ ਦਰਜ ਕਰੇ। ਜੇ ਮਰਨ ਵਾਲੇ ਦੀ ਕੋਈ ਵਸੀਅਤ ਨਾ ਹੋਵੇ ਤਾਂ ਵਰਾਸਤ ਦਾ ਇੰਤਕਾਲ ਕੁਦਰਤੀ ਵਾਰਸਾਂ ਦੇ ਨਾਂ ਦਰਜ ਕੀਤਾ ਜਾਂਦਾ ਹੈ। ਨਹੀਂ ਤਾਂ ਜਿਹੜੀ ਵਸੀਅਤ ਠੀਕ ਸਿੱਧ ਹੋਵੇ, ਉਸ ਅਨੁਸਾਰ ਵਾਰਸ ਤਸਦੀਕ ਕੀਤੇ ਜਾਂਦੇ ਹਨ। ਜਿਹੜੀ ਵਸੀਅਤ ਰਜਿਸਟਰਡ ਹੋਈ ਹੋਵੇ ਉਹ ਵੱਧ ਮੰਨਣਯੋਗ ਹੁੰਦੀ ਹੈ। ਜੇ ਇੰਤਕਾਲ ਤਸਦੀਕ ਹੋਣ ਤੋਂ ਪਿਛੋਂ ਅਤੇ ਨਵੀਂ ਜਮ੍ਹਾਂਬੰਦੀ ਬਣਨ ਤੋਂ ਪਹਿਲਾਂ ਕੋਈ ਨਵੇਂ ਤੱਥ ਸਾਹਮਣੇ ਆ ਜਾਣ ਜਾਂ ਕੋਈ ਗਲਤ ਦਿਸੇ ਤਾਂ ਫੈਸਲਾ ਕਰਨ ਵਾਲਾ ਅਧਿਕਾਰੀ ਜਾਂ ਉਸਦਾ

ਉਤਰਾ-ਅਧਿਕਾਰੀ ਕੁਲੈਕਟਰ **"ਡਿਪਟੀ ਕਮੀਸ਼ਨਰ"** ਦੀ ਆਗਿਆ ਲੈ ਕੇ ਉਸ ਇੰਤਕਾਲ ਦੇ ਹੁਕਮ ਦੀ ਨਜਰਸਾਨੀ ਕਰ ਸਕਦਾ ਹੈ। ਤਹਿਸੀਲਦਾਰ/ਨਾਇਬ-ਤਹਿਸੀਲਦਾਰ, ਦੇ ਇੰਤਕਾਲ ਸਬੰਧੀ ਹੁਕਮ ਦੇ ਵਿਰੁਧ 30 ਦਿਨਾਂ ਦੇ ਅੰਦਰ -ਅੰਦਰ ਕੁਲੈਕਟਰ ਦੀ ਅਦਾਲਤ ਵਿੱਚ ਅਪੀਲ ਕੀਤੀ ਜਾ ਸਕਦੀ ਹੈ। ਸਬ ਡਵੀਜਨ ਵਿੱਚ ਇਹ ਅਧਿਕਾਰ ਆਮ ਤੌਰ ਤੇ ਹਰ ਇੱਕ ਉੱਪ ਮੰਡਲ ਅਫਸਰ (SDM) ਕੋਲ ਹੁੰਦੇ ਹਨ।

ਵਰਾਸਤ ਸਬੰਧੀ ਇੰਤਕਾਲ ਇੱਕ ਬਹੁਤ ਹੀ ਅਹਿਮ ਵਿਸ਼ਾ ਹੈ ਅਤੇ ਇਸ ਸਬੰਧੀ ਵਿਸਥਾਰ ਨਾਲ ਚਰਚਾ ਅੱਗੇ ਜਾ ਕੇ ਕਰਾਂਗੇ। ਏਥੇ ਇਹ ਵੀ ਵਰਨਣਯੋਗ ਹੈ ਕਿ ਇਸ ਲਈ ਸਾਨੂੰ **ਵਰਾਸਤ** ਬਾਰੇ ਵੀ ਜਾਨਣ ਦੀ ਲੋੜ ਹੈ ਅਤੇ ਅਗਲਾ ਭਾਗ **"ਵਰਾਸਤ ਕੀ ਹੈ"** ਦਾ ਹੋਵੇਗਾ।

ਇੰਤਕਾਲਾਂ ਦੀਆਂ ਕਿਸਮਾਂ:

ਇੰਤਕਾਲਾਂ ਦੀਆਂ ਹੇਠ ਲਿੱਖੀਆਂ ਵੱਖ ਵੱਖ ਕਿਸਮਾਂ ਹਨ ਜਿਨ੍ਹਾਂ ਨੂੰ ਅੱਗੇ ਵਿਸਥਾਰ ਨਾਲ ਵਿਚਾਰਿਆ ਜਾਵੇਗਾ।

ਲੜੀ ਨੰਬਰ	ਇੰਤਕਾਲ ਦੀ ਕਿਸਮ	ਲੜੀ ਨੰਬਰ	ਇੰਤਕਾਲ ਦੀ ਕਿਸਮ
01	ਇੰਤਕਾਲ ਬੈ ਬਜ਼ਰੀਆ ਰਜ਼ਿਸਟਰੀ	14	ਇੰਤਕਾਲ ਵਰਾਸਤ (ਕੁਰਸੀਨਾਮਾ)
02	ਇੰਤਕਾਲ ਹਿਬਾਨਾਮਾ	15	ਇੰਤਕਾਲ ਵਰਾਸਤ (ਖਾਨਗੀ ਵਸੀਅਤ)
03	ਇੰਤਕਾਲ ਮੁਤਾਬਿਕ ਵਸੀਅਤ	16	ਇੰਤਕਾਲ ਅਖਰਾਜ ਨਾਮਾ
04	ਸਿਵਲ ਡਿਗਰੀ ਦੇ ਇੰਤਕਾਲ	17	ਇੰਤਕਾਲ ਪਟਾ ਨਾਮਾ
05	ਬਟਵਾਰਾ (ਤਬਾਦਲੇ) ਦਾ ਇੰਤਕਾਲ	18	ਇੰਤਕਾਲ ਪਟਾ ਨਾਮਾ ਮਨਸੂਖੀ
06	ਇੰਤਕਾਲ ਰਹਿਨ	19	ਇੰਤਕਾਲ ਤਬਾਦਲਾ
07	ਇੰਤਕਾਲ ਰਹਿਨ ਦਰ ਰਹਿਨ	20	ਇੰਤਕਾਲ ਤਬਾਦਲਾ (ਖਾਨਗੀ)
08	ਇੰਤਕਾਲ ਇਜਾਦੀ ਰਹਿਨ	21	ਇੰਤਕਾਲ ਤਬਾਦਲਾ (ਰਜਿਸਟਰਡ)
09	ਇੰਤਕਾਲ ਫਕ ਉਲ ਰਹਿਨ	22	ਇੰਤਕਾਲ ਤਕਸੀਮ
10	ਇੰਤਕਾਲ ਬੈ ਹੱਕ ਮੁਰਤਹਿਨੀ	23	ਇੰਤਕਾਲ ਤਕਸੀਮ ਖਾਨਗੀ
11	ਇੰਤਕਾਲ ਬੈ ਬਕਾਇਮੀ ਰਹਿਨ	24	ਇੰਤਕਾਲ ਤਕਸੀਮ ਰਾਹੀਂ ਮਾਲ ਅਫ਼ਸਰ
12	ਇੰਤਕਾਲ ਫਕ ਤਕਮੀਲੀ	25	ਇੰਤਕਾਲ ਤਬਦੀਲ ਮਲਕੀਅਤ ਅਦਾਲਤ
13	ਇੰਤਕਾਲ ਵਰਾਸਤ (ਰਜਿਸਟਰਡ ਵਸੀਅਤ)	26	ਤਬਦੀਲ ਮਲਕੀਅਤ ਅਦਾਲਤ (ਰਜ਼ਿਸਟਰੀ)

ਇਨ੍ਹਾਂ ਦੀ ਵਿਸਥਾਰਪੂਰਵਕ ਜਾਣਕਾਰੀ ਅਗਲੇ ਪੇਜ਼ ਤੇ ਇਸ ਪ੍ਰਕਾਰ ਹੈ:

1. **ਇੰਤਕਾਲ ਬੈ ਬਜ਼ਰੀਆ ਰਜ਼ਿਸਟਰੀ:** ਜਦੋਂ ਕੋਈ ਕਿਸਾਨ ਆਪਣੀ ਜ਼ਮੀਨ ਜਾਂ ਜ਼ਮੀਨ ਦਾ ਕੁੱਝ ਹਿੱਸਾ ਕਿਸੇ ਹੋਰ ਵਿਅਕਤੀ ਨੂੰ ਵੇਚਦਾ (ਬੈਅ) ਕਰਦਾ ਹੈ ਤਾਂ ਉਹ ਹਲਕਾ ਪਟਵਾਰੀ ਤੋਂ ਵੇਚੀ ਜਾਣ ਵਾਲੀ ਜ਼ਮੀਨ ਅਰਾਜੀ ਦੇ ਖਸਰਾ ਨਬੰਰਾਂ ਦੀ ਨਕਲ ਜਮ੍ਹਾਂਬੰਦੀ ਪ੍ਰਾਪਤ ਕਰਦਾ ਹੈ ਅਤੇ ਅਰਜ਼ੀ ਨਵੀਸ ਪਾਸ ਵੇਚੀ ਜਾਣ ਵਾਲੀ ਜ਼ਮੀਨ ਦੇ ਖਸਰਾ ਨੰਬਰ, ਰਕਬਾ, ਕੀਮਤ, ਰਸਤਾ, ਤਰਫ਼ਾਂ ਦਾ ਵੇਰਵਾ, ਖੂਹ, ਨਹਿਰੀ, ਜਾਂ ਟਿਊਬਵੈਲ ਅਤੇ ਹੋਰ ਵੇਰਵੇ ਸਮੇਤ ਹੁਕਮ ਦੇਵੇ ਕਿ ਲੋੜੀਂਦੀ ਸਰਕਾਰੀ ਫ਼ੀਸ ਜਮ੍ਹਾਂ ਕਰਵਾ ਕੇ ਅਸ਼ਟਾਮ ਖਰੀਦ ਕੇ ਉਨ੍ਹਾਂ ਉੱਪਰ ਰਜ਼ਿਸਟਰੀ (ਬੈਅ-ਨਾਮਾ) ਲਿਖਵਾਉਂਦਾ ਹੈ।

ਅਰਜ਼ੀ ਨਵੀਸ਼ ਰਜ਼ਿਸਟਰੀ ਦੀਆਂ ਦੋ ਪੜ੍ਹਤਾਂ ਤਿਆਰ ਕਰਦਾ ਹੈ। ਇੱਕ ਸਰਕਾਰੀ ਅਸ਼ਟਾਮ ਪੇਪਰਾਂ ਤੇ ਜੋ ਖਰੀਦਦਾਰ ਪਾਸ ਰਹਿੰਦੀ ਹੈ ਤੇ ਦੂਜੀ ਪੱਕੇ ਕਾਗਜਾਂ ਤੇ ਜੋ ਸਰਕਾਰ ਦੇ ਰਿਕਾਰਡ ਵਿੱਚ ਰਹਿੰਦੀ ਹੈ। ਅਰਜ਼ੀ ਨਵੀਸ਼ ਬਿਲਕੁੱਲ ਅੱਖਰ ਨਾਲ ਅੱਖਰ ਮਿਲਾ ਕੇ ਇਸ ਨੂੰ ਲਿਖਦਾ ਹੈ। ਫਿਰ ਸਾਰੀਆਂ ਧਿਰਾਂ ਨੂੰ ਪੜ੍ਹਕੇ ਸੁਣਾਉਂਦਾ ਹੈ ਅਤੇ ਸਾਰੀਆਂ ਧਿਰਾਂ (ਵੇਚਣ ਅਤੇ ਖਰੀਦਣ ਵਾਲੇ) ਦੇ ਦਸਤਖ਼ਤ ਅੰਗੂਠੇ ਲਗਵਾਉਂਦਾ ਹੈ ਜਿਸ ਨੂੰ ਇੱਕ ਨੰਬਰਦਾਰ ਤੇ ਇੱਕ ਜਾਂ ਇੱਕ ਤੋਂ ਵੱਧ ਅਗਵਾਹ ਤਸਦੀਕ ਕਰਦੇ ਹਨ।

ਅਰਜ਼ੀ ਨਵੀਸ਼ ਰਜ਼ਿਸਟਰੀ ਨੂੰ ਆਪਣੇ ਰਜ਼ਿਸਟਰ ਵਿੱਚ ਦਰਜ ਕਰਦਾ ਹੈ ਅਤੇ ਸਾਰੀਆਂ ਧਿਰਾਂ ਦੇ ਦੱਸਤਖ਼ਤ ਅੰਗੂਠੇ ਲਗਵਾਉਂਦਾ ਹੈ। ਅਰਜ਼ੀ ਨਵੀਸ ਦੁਆਰਾ ਲਿੱਖੀ ਹੋਈ ਰਜ਼ਿਸਟਰੀ ਨੂੰ **ਰਜਿਸਟਰਾਰ /ਸਬ- ਰਜਿਸਟਰਾਰ /ਜੁਆਇੰਟ ਰਜਿਸਟਰਾਰ** ਉਨ੍ਹਾਂ ਵਿਚੋਂ ਕੋਈ ਜੋ ਵੀ ਅਧਿਕਾਰੀ ਉਸ ਵਕਤ ਡਿਊਟੀ ਤੇ ਹੋਵੇ ਦੇ ਪੇਸ਼ ਕਰਦਾ ਹੈ ਅਤੇ ਉਹ ਅਧਿਕਾਰੀ ਪੰਜਾਬ ਲੈਂਡ ਰਿਕਾਰਡ ਮੈਨੂਅਲ ਦੇ ਪੈਰਾ ਨੰਬਰ 3.72 ਅਨੁਸਾਰ ਆਪਣੇ ਦਸਤਖ਼ੱਤ ਅਤੇ ਮੋਹਰ ਨਾਲ ਤਸਦੀਕ ਕਰਦਾ ਹੈ ਅਤੇ ਸਬੰਧਤ ਧਿਰਾਂ ਨਾਲ ਰਿਕਾਰਡ ਹਿੱਤ ਫੋਟੋ ਵੀ ਕਰਦਾ ਹੈ ਤਾਂਕਿ ਝੱਗੜਾ ਹੋਣ ਦੀ ਸੂਰਤ ਵਿੱਚ ਇਹਨਾਂ ਵਿਅਕਤੀਆਂ ਦੀ ਸਨਾਖਤ ਹੋ ਸਕੇ। ਜਿੰਨੀਆਂ ਵੀ ਰਜ਼ਿਸਟਰੀਆਂ ਤਸਦੀਕ ਹੋ ਜਾਣ ਉਹ ਹਰ ਮਹੀਨੇ ਜ਼ਿਲ੍ਹੇ ਦੇ ਦਫਤਰ ਕਾਨੂੰਗੋ ਨੂੰ ਭੇਜਦਾ ਹੈ ਜੋ ਉਹ ਅੱਗੇ ਸਬੰਧਿਤ ਕਾਨੂੰਗੋਆਂ ਨੂੰ ਭੇਜਦਾ ਹੈ ਜੋ ਅੱਗੇ ਇਨ੍ਹਾਂ ਨੂੰ ਅਲੱਗ-ਅਲੱਗ ਪਟਵਾਰੀਆਂ ਨੂੰ ਸਬਧਿੰਤ ਪਿੰਡਾ ਮੁਤਾਬਿਕ ਭੇਜਦਾ ਹੈ ਜਿਸ ਨੂੰ ਰਜ਼ਿਸਟਰੀ **ਪਰਚੇ** ਵੀ ਕਿਹਾ ਜਾਂਦਾ ਹੈ। ਅਤੇ ਹਲਕਾ ਪਟਵਾਰੀ ਇਹ ਰਿਕਾਰਡ ਮਿਲਣ ਤੇ ਉਸ ਦਾ ਇੰਤਕਾਲ ਦਰਜ ਕਰਦਾ ਹੈ ਅਤੇ ਹਲਕਾ ਕਾਨੂੰਗੋ ਤੋਂ ਤਸਦੀਕ ਕਰਵਾਕੇ ਸਬੰਧਿਤ ਤਹਿਸੀਲਦਾਰ ਪਾਸ ਮੰਨਜ਼ੂਰੀ ਲਈ ਪੇਸ਼ ਕਰਦਾ ਹੈ। ਤਹਿਸੀਲਦਾਰ ਸਬੰਧਿਤ ਧਿਰਾਂ ਜਾਂ ਉਨ੍ਹਾਂ ਦੇ ਮੁੱਖਤਿਆਰਾਂ ਨੂੰ ਬੁਲਾਉਂਦਾ ਹੈ ਅਤੇ ਜ਼ਮੀਨ ਦੇ ਕਬਜ਼ੇ ਦੇ ਵਟਾਂਦਰੇ ਬਾਰੇ ਸਰਸੀ ਪੁੱਛ-ਪੜਤਾਲ ਕਰਦਾ ਹੈ ਅਤੇ ਇੰਤਕਾਲ ਮੰਨਜ਼ੂਰ ਕਰ ਦਿੰਦਾ ਹੈ।

ਰਜਿਸਟਰਾਰ /ਸਬ- ਰਜਿਸਟਰਾਰ /ਜੁਆਇੰਟ ਰਜਿਸਟਰਾਰ ਇਨ੍ਹਾਂ ਚੋਂ ਕਿਸੇ ਵੀ ਅਧਿਕਾਰੀ ਦੁਆਰਾ ਤਸਦੀਕ ਕੀਤੀ ਗਈ ਰਜ਼ਿਸਟਰੀ ਦਾ ਇੰਤਕਾਲ ਮਨੰਜ਼ੂਰ ਕਰਨ ਦਾ ਪਾਬੰਦ ਹੁੰਦਾ ਹੈ। ਜੇਕਰ ਕੋਈ ਧਿਰ ਵਸੀਕੇ ਤੇ ਇਤਰਾਜ਼ ਕਰੇ ਤਾ ਸਬੰਧਿਤ ਤਹਿਸੀਲਦਾਰ/ ਨਾਇਬ-ਤਹਿਸੀਲਦਾਰ ਉਸ ਇੰਤਕਾਲ ਨੂੰ ਝੱਗੜੇ ਵਾਲਾ ਐਲਾਨ ਕੇ **ਸਹਾਇਕ ਕੁਲੈਕਟਰ** ਦੀ ਅਦਾਲਤ ਵਿੱਚ ਭੇਜ ਦਿੰਦਾ ਹੈ ਜੋ ਸਬੰਧਿਤ ਧਿਰਾਂ ਨੂੰ ਸੁਣ ਕੇ ਗਵਾਹੀਆਂ ਲੈ ਕੇ ਇੰਤਕਾਲ ਮਨਜ਼ੂਰ ਜਾਂ ਨਾ-ਮਨਜ਼ੂਰ ਕਰਦਾ ਹੈ। ਆਮ ਤੌਰ ਤੇ ਰੈਵਨਿਊ ਅਫਸਰ ਰਜਿਸਟਰਡ ਵਸੀਕੇ ਮੁਤਾਬਿਕ ਇੰਤਕਾਲ ਮੰਨਜ਼ੂਰ ਕਰਨ ਦੇ ਪਾਬੰਦ ਹੁੰਦੇ ਹਨ। ਪਰ ਜੇ ਕੋਈ ਧਿਰ ਇੰਤਕਾਲ ਦੇ ਮਨਜ਼ੂਰੀ ਹੁਕਮਾਂ ਨਾਲ ਸਹਿਮਤ ਨਾ ਹੋਣ ਤਾਂ ਉਹ **ਦਿਵਾਨੀ ਅਦਾਲਤ** ਵਿੱਚ ਚਾਰਾਜੋਈ ਕਰ ਸਕਦਾ ਹੈ।

ਇਹ ਇੱਕ ਨਿਸਚਿਤ ਕਾਨੂੰਨ ਹੈ ਕਿ ਕੋਈ ਵੀ ਵਿਅਕਤੀ ਸਾਂਝੇ ਖਾਤੇ ਵਿਚੋਂ ਆਪਣਾ ਹਿੱਸਾ ਵੇਚ ਸਕਦਾ ਹੈ ਅਤੇ ਉਨ੍ਹਾਂ ਨੰਬਰਾਂ ਦਾ ਇੰਤਕਾਲ ਕਰਵਾ ਸਕਦਾ ਹੈ ਜੋ ਉਸ ਦੇ ਕਬਜੇ ਵਿੱਚ ਹੋਣ।

ਜੇਕਰ ਕਿਸੇ ਬੈਅ ਦੀ ਰਜ਼ਿਸਟਰੀ (ਵਸੀਕਾ) ਵੇਚ ਸਮੇ ਪੂਰੀ ਰਕਮ ਨਾ ਦਿੱਤੀ ਜਾਵੇ ਅਤੇ ਨਿਸਚਿਤ ਸਮੇਂ ਉਹ ਰਹਿੰਦੀ ਰਕਮ ਨਾ ਦੇਵੇ ਤਾਂ ਇੰਤਕਾਲ ਮਨਜ਼ੂਰ ਹੋਣ ਤੋਂ ਰੁਕ ਸਕਦਾ ਹੈ। ਸਬੰਧਿਤ ਧਿਰ ਦਿਵਾਨੀ ਅਦਾਲਤ ਵਿੱਚ ਜਾ ਸਕਦੀ ਹੈ।

ਉਦਾਹਰਣ: ਪਾਠਕਾਂ ਦੀ ਜਾਣਕਾਰੀ ਹਿਤ ਇੰਤਕਾਲ ਬੈ ਬਜ਼ੀਰੀਆ ਰਜ਼ਿਸਟਰੀ ਦਾ ਨਮੂਨਾ ਪੇਜ਼ ਨੰਬਰ 132 ਤੇ ਦਰਜ਼ ਹੈ, ਜਿਸ ਅਨੁਸਾਰ ਅਮਰਦੀਪ, ਹਰਦੇਵ ਸਿੰਘ, ਸੇਵਾ ਸਿੰਘ ਪੁਤਰਾਨ ਹੀਰਾ ਸਿੰਘ ਆਪਣਾ ਇੱਕ ਕਿੱਲ੍ਹਾ ਜ਼ਮੀਨ 40,00,000/- ਰੁਪਏ (ਚਾਲੀ ਲੱਖ) ਵਿੱਚ ਕਰਤਾਰ ਸਿੰਘ, ਕੇਵਲ ਸਿੰਘ ਪੁੱਤਰਾਨ ਬੀਰ ਸਿੰਘ ਪਾਸ ਬੈ ਕਰ ਦਿੱਤੀ ਹੈ।

2. ਇੰਤਕਾਲ ਪੁੰਨ-ਹਿਬਾਨਾਮਾ: ਜੇ ਕੋਈ ਵਿਅਕਤੀ ਆਪਣੀ ਖੇਤੀਯੋਗ ਜ਼ਮੀਨ ਨੂੰ ਬਜ਼ਰੀਆ ਰਜ਼ਿਸਟਰੀ ਪੁੰਨ-ਹਿਬਾਨਾਮਾ ਜਾਂ ਪੁੰਨ ਹਿਬਾ ਕਿਸੇ ਦੂਸਰੇ ਵਿਅਕਤੀ, ਅਦਾਰੇ ਜਾਂ ਸੰਸਥਾ ਨੂੰ ਦਿੰਦਾ ਹੈ ਅਤੇ ਕਬਜ਼ਾ ਵੀ ਪੁੰਨ ਹਿਬਾ ਲੈਣ ਵਾਲੇ ਨੂੰ ਦਿੰਦਾ ਹੈ ਤਾਂ ਉਸ ਦਾ ਇੰਤਕਾਲ ਮਨਜ਼ੂਰ ਹੋ ਜਾਂਦਾ ਹੈ।

ਰਜਿਸਟਰਡ ਹਿਬਾ-ਨਾਮੇ ਦੇ ਇੰਤਕਾਲ ਤਸਦੀਕ ਕਰਨ ਸਮੇਂ ਇਤਰਾਜ਼ਾਂ ਉੱਪਰ ਵਿਚਾਰ ਨਹੀਂ ਕੀਤੀ ਜਾ ਸਕਦੀ ਅਤੇ ਨਾ ਹੀ ਡੂੰਘੇ ਕਾਨੂੰਨੀ ਨੁਕਤੇ ਵਿਚਾਰੇ ਜਾ ਸਕਦੇ ਹਨ। ਇੰਤਕਾਲ ਰਜਿਸਟਰਡ ਪੁੰਨ-ਹਿਬਾਨਾਮੇ ਅਨੁਸਾਰ ਠੀਕ ਮਨਜ਼ੂਰ ਹੋਇਆ ਹੈ। ਅਗਰ ਕਿਸੇ ਧਿਰ ਨੂੰ ਕੋਈ ਇਤਰਾਜ਼ ਹੋਵੇ ਤਾਂ ਉਹ ਦਿਵਾਨੀ ਅਦਾਲਤ ਦਾ ਰੁੱਖ ਕਰ ਸਕਦਾ ਹੈ।

ਜੇਕਰ ਪੁੰਨ-ਹਿਬਾ ਲਿਖਿਆ ਜਾਵੇ ਅਤੇ ਰਜਿਸਟਰਡ ਨਾ ਕਰਵਾਇਆ ਜਾਵੇ ਤਾਂ ਉਹ ਪੁੰਨ-ਹਿਬਾ ਦਰੁਸਤ ਨਹੀਂ ਮੰਨਿਆ ਜਾਵੇਗਾ।

ਜੇਕਰ ਪੁੰਨ-ਹਿਬੇ ਵਿੱਚ ਲਿਖੀਆਂ ਸ਼ਰਤਾਂ ਨੂੰ ਨਾ ਮੰਨਿਆ ਜਾਵੇ ਤਾਂ ਪੁੰਨ-ਹਿਬਾ ਕਰਾਉਣ ਵਾਲਾ ਵਿਅਕਤੀ ਪੁੰਨ-ਹਿਬੇ ਨੂੰ ਦਿਵਾਨੀ ਅਦਾਲਤ ਰਾਹੀਂ ਦਾਅਵਾ ਕਰਕੇ ਕਦੋਂ ਵੀ ਤੁੜਵਾ ਸਕਦਾ ਹੈ। ਪਰ ਪੁੰਨ-ਹਿਬਾ ਤੁੜਵਾਉਣ ਦੀ ਮਿਆਦ **12** ਸਾਲ ਹੈ। ਇਸ ਦੇ ਵਿੱਚ- ਵਿੱਚ ਪੁੰਨ-ਹਿਬਾ ਕਰਵਾਉਣ ਵਾਲਾ ਕਦੋਂ ਵੀ ਤੁੜਵਾ ਸਕਦਾ ਹੈ।

ਉਦਾਹਰਣ: ਪਾਠਕਾਂ ਦੀ ਜਾਣਕਾਰੀ ਹਿਤ **ਇੰਤਕਾਲ ਪੁੰਨ-ਹਿਬਾਨਾਮਾ** ਦਾ ਨਮੂਨਾ ਪੇਜ਼ ਨੰਬਰ 133 ਤੇ ਦਰਜ਼ ਹੈ, ਜਿਸ ਅਨੁਸਾਰ ਲਾਲ ਸਿੰਘ, ਮੱਘਰ ਸਿੰਘ ਪੁੱਤਰਾਨ ਰਾਮ ਸਿੰਘ ਪੁੱਤਰ ਕੇਹਰ ਸਿੰਘ ਨੇ ਆਪਣੀ ਜ਼ਮੀਨ ਵਿੱਚੋਂ 2-0 ਕਨਾਲ ਜਗ੍ਹਾ ਗੁਰਦੁਆਰ ਸਾਹਿਬ ਨੂੰ ਭੇਂਟ ਕੀਤੀ ਗਈ ਹੈ।

3. ਇੰਤਕਾਲ ਮੁਤਾਬਿਕ ਵਸੀਅਤ: ਜੇਕਰ ਕੋਈ ਵਿਅਕਤੀ ਆਪਣੇ ਮਰਨ ਤੋਂ ਪਹਿਲਾਂ ਆਪਣੀ ਖੇਤੀ ਯੋਗ ਜ਼ਮੀਨ ਦੀ ਰਜਿਸਟਰਡ ਵਸੀਅਤ ਆਪਣੇ ਕਿਸੇ ਪਰਵਾਰਕ ਮੈਂਬਰ ਜਾਂ ਕਿਸੇ ਹੋਰ ਵਿਅਕਤੀ ਦੇ ਹੱਕ ਵਿੱਚ ਕਰਵਾਉਂਦਾ ਹੈ ਤਾਂ ਵਸੀਅਤ ਕਰਵਾਉਣ ਵਾਲੇ ਵਿਅਕਤੀ ਦੀ ਮੌਤ ਤੋਂ ਮਗਰੋਂ ਉਸ ਦੀ ਜਾਇਦਾਦ ਦਾ ਇੰਤਕਾਲ ਉਸ ਵਿਅਕਤੀ ਦੇ ਨਾਂਅ ਦਰਜ ਹੋ ਕੇ ਮਨਜ਼ੂਰ ਹੋ ਸਕਦਾ ਹੈ ਕਿਉਂ ਕਿ ਵਸੀਅਤ ਰਜਿਸਟਰਡ ਹੈ ਅਤੇ ਰੈਵਨਿਊ ਅਫ਼ਸਰ ਰਜਿਸਟਰਡ ਵਸੀਅਤ ਦੇ ਅਧਾਰ ਤੇ ਇੰਤਕਾਲ ਤਸਦੀਕ ਕਰਨ ਲਈ ਪਾਬੰਦ ਹੁੰਦਾ ਹੈ।

ਜੇ ਕਰ ਵਸੀਅਤ ਕੱਚੀ ਹੋਵੇ ਭਾਵ ਰਜਿਸਟਰਡ ਨਾ ਹੋਈ ਹੋਵੇ ਜਿਸ ਨੂੰ ਖਾਨਗੀ ਵਸੀਅਤ ਵੀ ਕਹਿੰਦੇ ਹਨ ਨੂੰ ਜੇ ਰੈਵਨਿਊ ਅਫਸਰ ਉਸ ਵਸੀਅਤ ਨੂੰ ਥੋੜਾ ਜਿਹਾ ਵੀ ਸ਼ੱਕੀ ਸਮਝੇ ਤਾਂ ਉਹ ਅਣ-ਰਜਿਸਟਰਡ ਵਸੀਅਤ ਦੇ ਅਧਾਰ ਤੇ ਇੰਤਕਾਲ ਨਹੀਂ ਕਰੇਗਾ ਸਗੋਂ ਕੁਦਰਤੀ ਵਾਰਸਾਂ ਦੇ ਹੱਕ ਵਿੱਚ ਇੰਤਕਾਲ ਕਰ ਦੇਵੇਗਾ। ਜਾਂ ਉਹ ਇਤਰਾਜ ਕਰਤਾ ਧਿਰ ਨੂੰ ਕਹੇਗਾ ਕਿ ਉਹ ਪਹਿਲਾਂ ਦਿਵਾਨੀ ਅਦਾਲਤ ਵਿਚੋਂ ਵਸੀਅਤ ਦੇ ਸਹੀ ਹੋਣ ਦੀ ਡਿਗਰੀ ਪ੍ਰਾਪਤ ਕਰੇ ਫਿਰ ਇੰਤਕਾਲ ਆਪਣੇ ਹੱਕ ਵਿੱਚ ਕਰਵਾਏ।

4. **ਸਿਵਲ ਡਿਗਰੀ ਦੇ ਇੰਤਕਾਲ:** ਰੈਵਨਿਊ ਅਫ਼ਸਰ ਸਿਵਲ ਡਿਗਰੀ ਮੁਤਾਬਿਕ ਇੰਤਕਾਲ ਤਸਦੀਕ ਕਰਨ ਦਾ ਪਾਬੰਦ ਹੈ ਅਤੇ ਸਿਵਲ ਕੋਰਟ ਦੇ ਫੈਸਲੇ ਤੋਂ ਬਾਹਰ ਨਹੀਂ ਜਾ ਸਕਦਾ। ਜੇ ਕੋਈ ਧਿਰ ਸਿਵਲ ਡਿਗਰੀ ਵਾਲੇ ਇੰਤਕਾਲ ਤੇ ਇਤਰਾਜ ਕਰੇ ਤਾਂ ਉਸ ਨੂੰ ਮੰਨਿਆ ਨਹੀਂ ਜਾਵੇਗਾ। ਹਾਂ ਜੇਕਰ ਸਬੰਧਿਤ ਧਿਰ ਪਹਿਲੀ ਅਦਾਲਤ ਦੇ ਹੁਕਮਾਂ ਦੇ ਖਿਲਾਫ ਕੋਈ ਸਟੇਅ ਆਡਰ ਵਗੈਰਾ ਉਪਰਲੀ ਅਦਾਲਤ ਤੋਂ ਲਿਆਵੇ ਤਾਂ ਉਸ ਨੂੰ ਵਿਚਾਰਿਆ ਜਾ ਸਕਦਾ ਹੈ।

ਜੇਕਰ ਕੋਈ ਵਿਅਕਤੀ ਕਿਸੇ ਜਾਇਦਾਦ ਬਾਰੇ ਦੀਵਾਨੀ ਅਦਾਲਤ ਚੋਂ ਡਿਗਰੀ ਲੈ ਲੈਂਦਾ ਹੈ ਅਤੇ ਉਸ ਮੁਤਾਬਿਕ **12 ਸਾਲ ਦੇ ਅੰਦਰ-ਅੰਦਰ** ਉਸ ਦਾ ਇੰਤਕਾਲ ਨਹੀਂ ਕਰਵਾਉਂਦਾ ਤਾਂ ਉਸ ਦੀ ਮਿਆਦ ਲੰਘੀ ਤੋਂ ਰੈਵਨਿਊ ਅਫ਼ਸਰ ਇੰਤਕਾਲ ਤਸਦੀਕ ਕਰਨ ਤੋਂ ਮਨ੍ਹਾਂ ਕਰ ਸਕਦਾ ਹੈ।

ਪੰਜਾਬ ਲੈਂਡ ਰੈਵਨਿਊ ਐਕਟ 1887 ਦੇ ਸੈਕਸ਼ਨ 37 ਮੁਤਾਬਿਕ ਕਿਸੇ ਵੀ ਇੰਤਕਾਲ ਦੇ ਦਰਜ ਕਰਨ ਅਤੇ ਤਸਦੀਕ ਕਰਨ ਵਿੱਚ ਕੋਈ ਮਿਆਦ ਨਹੀਂ ਮਿੱਥੀ ਗਈ। ਰੈਵਨਿਊ ਅਫ਼ਸਰ ਕਿਸੇ ਇੰਤਕਾਲ ਨੂੰ ਦੇਰੀ ਦੇ ਅਧਾਰ ਤੇ ਰੱਦ ਨਹੀਂ ਕਰ ਸਕਦਾ। ਸਗੋਂ ਮਿਆਦ ਐਕਟ ਦੇ ਸੈਕਸ਼ਨ 5 ਦੇ ਅਧੀਨ ਮਿਆਦ ਵਧਾ ਸਕਦਾ ਹੈ।

5. **ਬਟਵਾਰਾ (ਤਬਾਦਲੇ) ਦਾ ਇੰਤਕਾਲ: ਪੰਜਾਬ ਲੈਂਡ ਰਿਕਾਰਡ ਮੈਨੂਅਲ ਦੇ ਪੈਰਾ ਨੰਬਰ 18.12:** ਜੇ ਕਰ ਬਟਵਾਰਾ ਪਟਵਾਰੀ ਦੀ ਮਦਦ ਨਾਲ ਕਰਨਾ ਹੋਵੇ ਤਾਂ ਪਟਵਾਰੀ ਨੂੰ ਬਟਵਾਰਾ ਕੀਤੇ ਜਾਣ ਵਾਲੀ ਵੱਖ ਵੱਖ ਭੌਂ ਦੀ ਕੀਮਤ ਸਬੰਧੀ ਇਸ ਦੀ ਦਰਜਾ ਬੰਦੀ ਕਰੇ ਅਤੇ ਦੋਨੋ ਧਿਰਾਂ ਇਸ ਦੀ ਕੀਮਤ ਦੀਆਂ ਗੱਲਾਂ ਆਪਸ ਵਿੱਚ ਨਿਪਟਾ ਸਕਦੀਆਂ ਹਨ। ਪਟਵਾਰੀ ਸਿਰਫ ਬਟਵਾਰਾ ਕੀਤੇ ਜਾਣ ਵਾਲੀ ਭੌਂ ਦਾ ਸਹੀ ਸਰਵੇਖਣ ਕਰਕੇ ਜਿਸ ਅਨੁਸਾਰ ਇਹ ਵੰਡ ਕੀਤੀ ਗਈ ਹੈ ਨੋਟ ਕਰਨ ਲਈ ਕਿਹਾ ਜਾਵੇ। ਇਸ ਸਬੰਧੀ ਪਟਵਾਰੀ ਨਕਸ਼ਾ ਬਣਾ ਕੇ ਫੀਲਡ ਕਾਨੂੰਗੋ ਪਾਸ ਪੇਸ਼ ਕੀਤਾ ਜਾਵੇ। ਫੀਲਡ ਕਾਨੂੰਗੋ ਇਸ ਦੀ ਧਿਆਨ ਨਾਲ ਪੜਤਾਲ ਕਰੇਗਾ ਕਿ ਹਰੇਕ ਧਿਰ ਨੂੰ ਸਹੀ ਹੱਕ ਮਿਲ ਰਿਹਾ ਹੈ। ਫੇਰ ਕਾਨੂੰਗੋ ਧਿਰਾਂ ਨੂੰ ਮੌਕੇ ਤੇ ਹੀ ਸੰਕੇਤ ਕਰਕੇ ਦਸੇਗਾ ਕਿ ਹਰੇਕ ਨੂੰ ਕਿਹੜੀ ਭੌਂ ਅਲਾਟ ਕੀਤੀ ਜਾਣੀ ਹੈ ਅਤੇ ਉਸ ਸਮੇਂ ਹਰੇਕ ਹਿੱਸੇਦਾਰ ਨੂੰ ਅਲਾਟ ਕੀਤੀ ਭੌਂ ਸਬੰਧੀ ਖਤੌਨੀ, ਜੋ ਉਸ ਨੇ ਆਪ ਤਸਦੀਕ ਕੀਤੀ ਹੋਵੇ ਦੇਵੇਗਾ। ਤਹਿਸੀਲਦਾਰ/ਨਾਇਬ ਤਹਿਸੀਲਦਾਰ ਨੂੰ ਰਿਕਾਰਡ ਨਾਲ ਪੇਸ਼ ਕੀਤੇ ਜਾਣ ਵਾਲਾ ਨਕਸ਼ਾ ਅਤੇ ਖਤੌਨੀ ਭੇਜਦੇ ਹੋਏ ਉਸਨੂੰ ਇਹ ਰਿਪੋਰਟ ਕਰਨੀ ਚਾਹੀਦੀ ਹੈ।

6. ਇੰਤਕਾਲ ਰਹਿਨ: ਜਦੋਂ ਕਿਸੇ ਮਾਲਕ ਨੂੰ ਪੈਸੇ ਦੀ ਖਾਸ ਜਰੂਰਤ ਹੋਵੇ ਪ੍ਰੰਤੂ ਆਪਣੀ ਜ਼ਮੀਨ ਨੂੰ ਵੇਚਣਾ ਨਹੀਂ ਚਾਹੁੰਦਾ ਤਾਂ ਅਜਿਹੀ ਸਥਿਤੀ ਵਿੱਚ ਜ਼ਮੀਨ ਮਾਲਕ ਆਪਣੀ ਜ਼ਮੀਨ ਨੂੰ ਕਿਸੇ ਹੋਰ ਵਿਅਕਤੀ ਪਾਸ ਮੁਕਰਰ ਸਮੇਂ ਲਈ ਅਤੇ ਮੁਕਰਰ ਰਾਸ਼ੀ ਲੈ ਕੇ ਰਹਿਨ ਕਰ ਦਿੰਦਾ ਹੈ ਰਹਿਨ ਕਰਨ ਵਾਲੇ ਨੂੰ ਰਹਿਨ ਅਤੇ ਰਹਿਨ ਲੈਣ ਵਾਲੇ ਨੂੰ ਮੁਰਤਹਿਨ ਕਿਹਾ ਜਾਂਦਾ ਹੈ। ਆਮ ਇਸ ਨੂੰ ਪੇਡੂੰ ਭਾਸ਼ਾ ਵਿੱਚ ਜ਼ਮੀਨ ਨੂੰ ਗਹਿਣੇ ਕਰਨਾ ਹੀ ਕਹਿੰਦੇ ਹਨ। ਅਜਿਹੀ ਸਥਿਤੀ ਵਿੱਚ ਮੁਰਤਹਿਨ ਰਹਿਨ ਦੀ ਰਕਮ ਅਦਾ ਕਰਕੇ ਜ਼ਮੀਨ ਨੂੰ ਆਪਣੇ ਕਬਜੇ ਵਿੱਚ ਕਰ ਲੈਂਦਾ ਹੈ ਅਤੇ ਫਿਰ ਉਸ ਉੱਪਰ ਆਪ ਕਾਸ਼ਤ ਕਰਦਾ ਹੈ।

ਉਦਾਹਰਣ: ਪਾਠਕਾਂ ਦੀ ਜਾਣਕਾਰੀ ਹਿਤ ਇੰਤਕਾਲ **ਇੰਤਕਾਲ** ਰਹਿਨ ਦਾ ਨਮੂਨਾ ਪੇਜ਼ ਨੰਬਰ 134 ਤੇ ਦਰਜ਼ ਹੈ, ਜਿਸ ਅਨੁਸਾਰ ਕਾਕਾ ਸਿੰਘ, ਰਾਮ ਸਿੰਘ ਪੁਤਰਾਨ ਭੂਰਾ ਸਿੰਘ ਆਪਣਾ ਇੱਕ ਕਿੱਲ੍ਹਾ ਜ਼ਮੀਨ 70,000/- ਰੁਪਏ (ਸੱਤਰ ਹਜ਼ਾਰ) ਵਿੱਚ ਤਾਰਾ ਸਿੰਘ ਚਰਨ ਸਿੰਘ ਪੁੱਤਰਾਨ ਮਿੱਤ ਸਿੰਘ ਪਾਸ ਰਹਿਨ ਕਰ ਦਿੱਤੀ ਹੈ। ਅਰਸਾ 2 ਸਾਲ ਵਾਸਤੇ।

7. ਇੰਤਕਾਲ ਰਹਿਨ ਦਰ ਰਹਿਨ: ਜਦੋਂ ਕਿਸੇ ਜ਼ਮੀਨ ਮਾਲਕ ਨੇ ਆਪਣੀ ਜ਼ਮੀਨ ਕਿਸੇ ਹੋਰ ਵਿਅਕਤੀ ਪਾਸ ਰਹਿਨ ਕੀਤੀ ਹੋਈ ਹੋਵੇ। ਪਰ ਜ਼ਮੀਨ ਮਾਲਕ ਨੂੰ ਪੈਸਿਆਂ ਦੀ ਜਰੂਰਤ ਹੋਵੇ ਅਤੇ ਜ਼ਮੀਨ ਮਾਲਕ ਮੁਕਰਰ ਸਮੇਂ ਵਿੱਚ ਅਤੇ ਮੁਕਰਰ ਰਕਮ ਵਿੱਚ ਵਾਧਾ ਕਰਨਾ ਚਾਹੁੰਦਾ ਹੋਵੇ ਪ੍ਰਤੂੰ ਮੁਰਤਹਿਨ ਸਹਿਮਤ ਨਾ ਹੋਵੇ ਤਾਂ ਜ਼ਮੀਨ ਮਾਲਕ ਪਹਿਲਾਂ ਰਹਿਨ ਕੀਤੀ ਹੋਈ ਜ਼ਮੀਨ ਨੂੰ ਕਿਸੇ ਹੋਰ ਵਿਅਕਤੀ ਪਾਸ ਵਾਧੂ ਰਕਮ ਲੈ ਕੇ ਅਤੇ ਸਮੇਂ ਵਿੱਚ ਵਾਧਾ ਕਰਕੇ ਰਹਿਨ ਦਰ ਰਹਿਨ ਕਰ ਸਕਦਾ ਹੈ। ਪਰ ਅਜਿਹੀ ਸਥਿਤੀ ਵਿੱਚ ਪਹਿਲੇ ਮੁਰਤਹਿਨ ਨੂੰ ਮੁਰਤਹਿਨ ਅੱਵਲ ਅਤੇ ਦੂਜੇ ਨੂੰ ਮੁਰਤਹਿਨ ਦੋਮ ਕਿਹਾ ਜਾਂਦਾ ਹੈ। ਮੁਰਤਹਿਨ ਅੱਵਲ ਦਾ ਮੁਕਰਰ ਕੀਤਾ ਸਮਾਂ ਪੂਰਾ ਹੋਣ ਤੇ ਮੁਰਤਹਿਨ ਦੋਮ ਮੁਰਤਹਿਨ ਅੱਵਲ ਨੂੰ ਰਹਿਨ ਦੀ ਰਕਮ ਅਦਾ ਕਰਕੇ ਜ਼ਮੀਨ ਦਾ ਕਬਜਾ ਹਾਸਲ ਕਰ ਲੈਂਦਾ ਹੈ।

ਉਦਾਹਰਣ: ਪਾਠਕਾਂ ਦੀ ਜਾਣਕਾਰੀ ਹਿਤ ਇੰਤਕਾਲ **ਇੰਤਕਾਲ** ਰਹਿਨ ਦਰ ਰਹਿਨ ਦਾ ਨਮੂਨਾ ਪੇਜ਼ ਨੰਬਰ 135 ਤੇ ਦਰਜ਼ ਹੈ, ਜਿਸ ਅਨੁਸਾਰ ਕਾਕਾ ਸਿੰਘ, ਰਾਮ ਸਿੰਘ ਪੁਤਰਾਨ ਭੂਰਾ ਸਿੰਘ ਆਪਣਾ ਇੱਕ ਕਿੱਲ੍ਹਾ ਜ਼ਮੀਨ 70,000/- ਰੁਪਏ (ਸੱਤਰ ਹਜ਼ਾਰ) ਵਿੱਚ ਤਾਰਾ ਸਿੰਘ ਚਰਨ ਸਿੰਘ ਪੁੱਤਰਾਨ ਮਿੱਤ ਸਿੰਘ ਪਾਸ ਰਹਿਨ ਕੀਤੀ ਹੋਈ ਸੀ, ਇੱਕ ਸਾਲ ਬਾਅਦ ਹੁੱਣ ਫੇਰ ਕਾਕਾ ਸਿੰਘ ਨੇ ਉਕਤ ਕਿੱਲ੍ਹਾ ਜ਼ਮੀਨ ਦੋ ਸਾਲ ਲਈ ਤਾਰਾ ਸਿੰਘ ਵਗੈਰਾ ਪਾਸ ਇੱਕ ਲੱਖ ਰੁਪਏ ਵਿੱਚ ਰਹਿਨ ਕਰ ਦਿੱਤੀ ਹੈ, ਪ੍ਰੰਤੂ ਵਿੱਚੋਂ 70,000/- ਰੁਪਏ ਤਾਰਾ ਸਿੰਘ ਪਾਸ ਹੀ ਛੱਡ ਦਿੱਤੇ ਹਨ ਜੋ ਕਿ ਸਮਾਂ ਆਉਣ ਤੇ ਹੀਰਾ ਸਿੰਘ ਵਗੈਰਾ ਨੂੰ ਅਦਾ ਕਰਕੇ ਜ਼ਮੀਨ ਦਾ ਕਬਜ਼ਾ ਹਾਸਲ ਕਰੇਗਾ। ਇੱਕ ਗਲ ਹੋਰ ਵਰਨਣ ਯੋਗ ਹੈ ਉਹ ਇਹ ਕਿ ਰਹਿਨ ਦਰ ਰਹਿਨ ਵਿੱਚ ਪਹਿਲੇ ਰਹਿਣਦਾਰ ਨੂੰ ਮੁਰਤਹਿਨ ਅੱਵਲ ਕਿਹਾ ਜਾਂਦਾ ਹੈ ਅਤੇ ਦੂਜੇ ਰਹਿਨਦਾਰ ਨੂੰ ਮੁਰਤਹਿਨ ਦੋਮ ਕਿਹਾ ਜਾਂਦਾ ਹੈ।

8. ਇਜਾਦੀ ਰਹਿਨ: ਜਦੋਂ ਦੋ ਧਿਰਾਂ ਵਿੱਚ ਆਪਸੀ ਸਹਿਮਤੀ ਨਾਲ ਪਹਿਲਾਂ ਹੋਈ ਰਹਿਨ ਦੀ ਰਕਮ ਵਿੱਚ ਵਾਧਾ ਕਰ ਲੈਣ ਤਾਂ ਅਜਿਹੀ ਰਜ਼ਿਸਟਰੀ ਨੂੰ ਇਜਾਦੀ ਰਹਿਨ ਕਿਹਾ ਜਾਂਦਾ ਹੈ।

ਇਸ ਦਾ ਇੰਤਕਾਲ ਨਹੀਂ ਹੁੰਦਾ ਸਿਰਫ ਰਪਟ ਰੋਜ਼ਨਾਮਚਾ ਵਿੱਚ ਦਰਜ ਕਰਕੇ ਜਮ੍ਹਾਂਬੰਦੀ ਦੇ ਖਾਨਾ ਵਿਸ਼ੇਸ ਕਥਨ ਵਿੱਚ ਲਾਲ ਸ਼ਿਆਹੀ ਨਾਲ ਹਵਾਲਾ ਦਰਜ ਹੁੰਦਾ ਹੈ।

9. ਇੰਤਕਾਲ ਫੱਕ ਉਲ ਰਹਿਨ**:** ਜਦੋਂ ਕਿਸੇ ਜ਼ਮੀਨ ਮਾਲਕ ਨੇ ਆਪਣੀ ਜ਼ਮੀਨ ਕਿਸੇ ਵਿਅਕਤੀ ਕੋਲ ਮੁਕਰਰ ਸਮੇਂ ਲਈ ਮੁਕਰਰ ਰਕਮ ਵਿੱਚ ਰਹਿਨ ਕੀਤੀ ਹੋਵੇ ਤਾਂ ਮੁਕਰਰ ਸਮਾਂ ਪੂਰਾ ਹੋਣ ਉਪ੍ਰੰਤ ਮਾਲਕ (ਰਹਿਨ) ਮੁਰਤਹਿਨ ਨੂੰ ਰਹਿਨ ਦੀ ਰਕਮ ਅਦਾ ਕਰਕੇ ਆਪਣੀ ਜ਼ਮੀਨ ਦਾ ਕਬਜਾ ਹਾਸਲ ਕਰਦਾ ਹੈ ਤਾਂ ਰਹਿਨ ਦੀ ਪਹਿਲਾਂ ਕੀਤੀ ਗਈ ਕਾਰਵਾਈ ਨੂੰ ਖਤਮ ਕਰਨ ਲਈ ਇੰਤਕਾਲ ਫੱਕ ਉਲ ਰਹਿਨ ਦਰਜ਼ ਕੀਤਾ ਜਾਂਦਾ ਹੈ।

ਉਦਾਹਰਣ: ਪਾਠਕਾਂ ਦੀ ਜਾਣਕਾਰੀ ਹਿਤ ਇੰਤਕਾਲ ਇੰਤਕਾਲ ਫੱਕ ਉਲ ਰਹਿਨ ਦਾ ਨਮੂਨਾ ਪੇਜ਼ ਨੰਬਰ 136 ਤੇ ਦਰਜ਼ ਹੈ, ਜਿਸ ਅਨੁਸਾਰ ਮੁਰਤਹਿਨ ਅੱਵਲ ਦਾ ਸਮਾਂ ਪੂਰਾ ਹੋਣ ਤੇ ਕਾਕਾ ਸਿੰਘ ਨੇ ਮੁਰਤਹਿਨ ਅੱਵਲ ਹੀਰਾ ਸਿੰਘ ਨੂੰ 50,000/- ਹਜਾਰ ਰੁਪਏ ਦੇ ਕੇ ਜ਼ਮੀਨ ਦਾ ਕਬਜ਼ਾ ਲਿਆ ਅਤੇ ਇੰਤਕਾਲ ਫੱਕ ਉਲ ਰਹਿਨ ਦਰਜ਼ ਕਰਵਾਇਆ। ਤਾਰਾ ਸਿੰਘ ਵਗੈਰਾ ਪਾਸ ਇੱਕ ਲੱਖ ਰੁਪਏ ਵਿੱਚ ਰਹਿਨ ਕਰ ਦਿੱਤੀ ਹੈ, ਪ੍ਰੰਤੂ ਵਿੱਚੋਂ 50,000/- ਰੁਪਏ ਤਾਰਾ ਸਿੰਘ ਪਾਸ ਹੀ ਛੱਡ ਦਿੱਤੇ ਹਨ ਜੋ ਕਿ ਸਮਾਂ ਆਉਣ ਤੇ ਹੀਰਾ ਸਿੰਘ ਵਗੈਰਾ ਨੂੰ ਅਦਾ ਕਰਕੇ ਜ਼ਮੀਨ ਦਾ ਕਬਜ਼ਾ ਹਾਸਲ ਕਰੇਗਾ। ਇੱਕ ਗਲ ਹੋਰ ਵਰਨਣ ਯੋਗ ਹੈ ਉਹ ਇਹ ਕਿ ਰਹਿਨ ਦਰ ਰਹਿਨ ਵਿੱਚ ਪਹਿਲੇ ਰਹਿਣਦਾਰ ਨੂੰ ਮੁਰਤਹਿਨ ਅੱਵਲ ਕਿਹਾ ਜਾਂਦਾ ਹੈ ਅਤੇ ਦੂਜੇ ਰਹਿਨਦਾਰ ਨੂੰ ਮੁਰਤਹਿਨ ਦੋਮ ਕਿਹਾ ਜਾਂਦਾ ਹੈ।

10. ਇੰਤਕਾਲ ਬੈ-ਹੱਕ ਮੁਰਤਹਿਨੀ**:** ਜਦੋਂ ਕਿਸੇ ਜ਼ਮੀਨ ਮਾਲਕ ਨੇ ਆਪਣੀ ਜ਼ਮੀਨ ਕਿਸੇ ਹੋਰ ਵਿਅਕਤੀ ਕੋਲ ਮੁਕਰਰ ਸਮੇਂ ਲਈ ਮੁਕਰਰ ਰਕਮ ਵਿੱਚ ਰਹਿਨ ਕੀਤੀ ਹੋਵੇ, ਪ੍ਰਤੂੰ ਮੁਕਰਰ ਮਿਤੀ ਤੋਂ ਪਹਿਲਾਂ ਹੀ ਮੁਤਰਹਿਨ (ਰਹਿਨ ਲੈਣ ਵਾਲਾ) ਰਹਿਨ ਦੀ ਰਕਮ ਵਸੂਲ ਕਰਕੇ ਜ਼ਮੀਨ ਮਾਲਕ ਨੂੰ ਜ਼ਮੀਨ ਵਾਪਸ ਕਰਨੀ ਚਾਹੁੰਦਾ ਹੋਵੇ ਅਤੇ ਜ਼ਮੀਨ ਮਾਲਕ ਰਹਿਨ ਦੀ ਰਕਮ ਵਾਪਸ ਕਰਨ ਤੋਂ ਅਸਮਰੱਥ ਹੋਵੇ ਤਾਂ ਅਜਿਹੀ ਸਥਿਤੀ ਵਿੱਚ ਮੁਰਤਹਿਨ ਆਪਣੇ ਰਹਿਨ ਦੇ ਹੱਕ ਕਿਸੇ ਤੀਜੇ ਵਿਅਕਤੀ ਨੂੰ ਬੈ ਕਰ ਦਿੰਦਾ ਹੈ ਤੇ ਆਪਣੇ ਪੈਸੇ ਵਸੂਲ ਕਰ ਲੈਂਦਾਂ ਹੈ ਤੇ ਜ਼ਮੀਨ ਦਾ ਕਬਜ਼ਾ ਅੱਗੇ ਉਸ ਵਿਅਕਤੀ ਨੂੰ ਦੇ ਦਿੱਤਾ ਜਾਂਦਾ ਹੈ। ਅਤੇ ਪਹਿਲਾ ਜ਼ਮੀਨ ਮਾਲਕ ਮਿਆਦ ਪੂਰੀ ਹੋਣ ਤੇ ਤੀਜੇ ਵਿਅਕਤੀ ਨੂੰ ਰਹਿਨ ਦੀ ਰਕਮ ਅਦਾ ਕਰਕੇ ਜ਼ਮੀਨ ਵਾਪਸ ਲੈਣ ਦਾ ਹੱਕਦਾਰ ਹੁੰਦਾ ਹੈ।

ਉਦਾਹਰਣ ਦੇ ਤੌਰ ਤੇ: ਪਾਠਕਾਂ ਦੀ ਜਾਣਕਾਰੀ ਲਈ ਅੱਗੇ ਦਿੱਤੇ ਇੰਤਕਾਲਾਂ ਦੇ ਉਦਾਹਰਣ ਵਿੱਚ ਇੰਤਕਾਲ ਨੰਬਰ 10 ਵਿੱਚ ਇਹ ਪੇਜ਼ ਨੰਬਰ 137 ਤੇ ਦਰਜ਼ ਕਰਕੇ ਵਿਖਾਇਆ ਗਿਆ ਹੈ।

ਜਿਸ ਵਿੱਚ ਕਾਕਾ ਸਿੰਘ ਪੁਤਰਾਨ ਭੂਰਾ ਸਿੰਘ ਨੇ ਖੇਵਟ ਨੰਬਰ ੀ ਖਤੌਨੀ ਨੰਬਰ 2/੬ ਵਿੱਚੋਂ ਖਸਰਾ ਨੰਬਰ 110//Λ ਰਕਬਾ ਕਨਾਲ ਪਹਿਲਾ ਹੀਰਾ ਸਿੰਘ ਪੁੱਤਰ ਨਾਮਾ ਸਿੰਘ ਪਾਸ ਰਕਮ ਬਦਲੇ 1,00,000/- (ਇੱਕ ਲੱਖ ਰੁਪਏ) ਅਰਸਾ 2 ਸਾਲ ਲਈ ਰਹਿਨ ਕੀਤਾ ਹੋਇਆ ਸੀ। ਹੁਣ ਇੱਕ ਸਾਲ ਬੀਤਣ ਬਾਅਦ ਕਾਕਾ ਸਿੰਘ ਨੇ ਬਾਕੀ ਰਹਿੰਦਾ ਇੱਕ ਸਾਲ ਦੇ ਰਹਿਨ

ਦੇ ਹੱਕ 1,00,000/- ਰੁਪਏ ਵਿੱਚ ਬਲਦੇਵ ਸਿੰਘ ਪੁੱਤਰ ਘੁੱਲਾ ਸਿੰਘ ਨੂੰ ਵੇਚ ਦਿੱਤੇ ਹਨ। ਭਾਵ ਮੁਰਤਹਿਨ ਤਬਦੀਲ ਹੋ ਚੁੱਕਾ ਹੈ। ਹੁੱਣ ਕਾਕਾ ਸਿੰਘ ਮੁਕਰਰ ਮਿਆਦ ਪੂਰੀ ਹੋਣ ਤੇ ਹੀਰਾ ਸਿੰਘ ਪੁੱਤਰ ਨਾਮਾ ਸਿੰਘ ਨੂੰ ਰਹਿਨ ਦੀ ਰਾਸ਼ੀ ਵਾਪਸ ਕਰੇਗਾ।

11. ਇੰਤਕਾਲ ਬੈ ਬਕਾਇਮੀ ਰਹਿਨ: ਜਦੋਂ ਕਿਸੇ ਮਾਲਕ ਨੇ ਆਪਣੀ ਜ਼ਮੀਨ ਕਿਸੇ ਹੋਰ ਵਿਅਕਤੀ ਕੋਲ ਰਹਿਨ ਕੀਤੀ ਹੋਵੇ ਪ੍ਰਤੂੰ ਹੋਰ ਪੈਸਿਆਂ ਦੀ ਖਾਤਰ ਮਾਲਕ ਆਪਣੀ ਜ਼ਮੀਨ ਨੂੰ ਬੈ ਕਰਨੀ ਚਾਹੁੰਦਾ ਹੋਵੇ ਅਤੇ ਮੁਰਤਹਿਨ ਵੀ ਹੋਰ ਪੈਸੇ ਦੇ ਕੇ ਖਰੀਦਣ ਨੂੰ ਤਿਆਰ ਨਾ ਹੋਵੇ ਤਾਂ ਅਜਿਹੀ ਸਥਿਤੀ ਵਿੱਚ ਜ਼ਮੀਨ ਮਾਲਕ ਕਿਸੇ ਤੀਜੇ ਵਿਅਕਤੀ ਨੂੰ ਆਪਣੀ ਜ਼ਮੀਨ ਬੈ ਕਰ ਸਕਦਾ ਹੈ। ਪ੍ਰਤੂੰ ਰਹਿਨ ਦੀ ਰਕਮ ਖਰੀਦਦਾਰ ਪਾਸ ਹੀ ਰਹੇਗੀ। ਜਦੋਂ ਰਹਿਨ ਦੀ ਮਿਆਦ ਪੂਰੀ ਹੋਣ ਤੇ ਖਰੀਦਦਾਰ ਮੁਰਤਹਿਨ ਨੂੰ ਬਾਕੀ ਰਕਮ ਅਦਾ ਕਰਕੇ ਕਬਜ਼ਾ ਹਾਸਲ ਕਰੇਗਾ।

ਉਦਾਹਰਣ ਦੇ ਤੌਰ ਤੇ: ਪਾਠਕਾਂ ਦੀ ਜਾਣਕਾਰੀ ਲਈ ਅੱਗੇ ਦਿੱਤੇ ਇੰਤਕਾਲਾਂ ਦੇ ਉਦਾਹਰਣ ਵਿੱਚ ਇੰਤਕਾਲ ਨੰਬਰ ਵਿੱਚ ਇਹ ਦਰਜ਼ ਕਰਕੇ ਵਿਖਾਇਆ ਗਿਆ ਹੈ। ਜਿਸ ਵਿੱਚ ਵਿੱਚ ਇੰਤਕਾਲ ਨੰਬਰ 5 ਅਨੁਸਾਰ ਖੇਵਟ ਖਤੌਨੀ 2/4 ਵਿੱਚੋਂ ਖਸਰਾ ਨੰਬਰ 110//8 ਰਕਬਾ 8-0 ਕਨਾਲ ਜੋ ਕਾਕਾ ਸਿੰਘ ਬਦਲੇ 1,00,000/-ਰੁਪਏ ਅਰਸਾ ਦੋ ਸਾਲ ਲਈ ਪਹਿਲਾਂ ਰਹਿਨ ਸੀ। ਹੁਣ ਰਹਿਨ ਦੀ ਮਿਆਦ ਪੂਰੀ ਹੋਣ ਤੋਂ ਪਹਿਲਾਂ ਹੀ ਕਾਕਾ ਸਿੰਘ ਨੇ ਆਪਣਾ ਰਕਬਾ 8-0 ਕਨਾਲ ਬਦਲੇ 12,00,000/- (ਬਾਰਾਂ ਲੱਖ) ਰੁਪਏ ਲਈ ਕੰਤਾ ਸਿੰਘ ਪੁਤਰਾਨ ਭੂਰਾ ਸਿੰਘ ਨੂੰ ਬੈ ਕਰ ਦਿੱਤਾ। ਬੈ ਦੀ ਰਕਮ ਵਿੱਚੋਂ 1,00,000/- (ਇੱਕ ਲੱਖ) ਰੁਪਏ ਆਪਣੇ ਪਾਸ ਰੱਖਕੇ ਬਾਕੀ 11,00,000/- (ਗਿਆਰਾਂ ਲੱਖ) ਰੁਪਏ ਅਦਾ ਕਰੇਗਾ। ਬਾਕੀ 1,00,000/- ਇੱਕ ਲੱਖ ਰੁਪਏ ਰਹਿਨ ਦੀ ਮਿਆਦ ਪੂਰੀ ਹੋਣ ਤੇ ਹੀਰਾ ਸਿੰਘ ਨੂੰ ਅਦਾ ਕਰਕੇ ਕਬਜ਼ਾ ਹਾਸਲ ਕਰੇਗਾ। ਇਹ ਪੇਜ਼ ਨੰਬਰ 138 ਤੇ ਦਰਜ਼ ਕਰਕੇ ਵਿਖਾਇਆ ਗਿਆ ਹੈ।

12. ਇੰਤਕਾਲ ਫੱਕ ਤਕਮੀਲੀ: ਜਦੋਂ ਕੋਈ ਮਾਲਕ ਆਪਣੀ ਕਿਸੇ ਹੋਰ ਵਿਅਕਤੀ ਨੂੰ ਰਹਿਨ ਕੀਤੀ ਹੋਵੇ ਅਤੇ ਮੁਰਤਹਿਨ ਉਸ ਜ਼ਮੀਨ ਨੂੰ ਰਹਿਨ ਪਾਸੋਂ ਮੁਲ ਖਰੀਦ ਲਵੇ। ਅਤੇ ਰਹਿਨ ਦੀ ਰਕਮ ਕੱਟ ਕੇ ਬਾਕੀ ਬੈ ਦੀ ਰਕਮ ਅਦਾ ਕਰਕੇ ਰਹਿਨ ਦਾ ਇੰਤਕਾਲ ਫੱਕ ਕਰਵਾਏ ਬਿਨ੍ਹਾਂ ਹੀ ਬੈ ਦਾ ਇੰਤਕਾਲ ਕਰਵਾ ਲਵੇ ਅਜਿਹੀ ਸਥਿਤੀ ਵਿੱਚ ਜਿਹੜਾ ਵਿਅਕਤੀ ਮੁਰਤਹਿਨ ਹੁੰਦਾ ਹੈ ਉਹੀ ਵਿਅਕਤੀ ਬਾਅਦ ਵਿੱਚ ਮੁਸਤਰੀ/ਮਾਲਕ ਬਣ ਜਾਂਦਾ ਹੈ।

ਉਦਾਹਰਣ ਦੇ ਤੌਰ ਤੇ: ਪਾਠਕਾਂ ਦੀ ਜਾਣਕਾਰੀ ਲਈ ਅੱਗੇ ਦਿੱਤੇ ਇੰਤਕਾਲਾਂ ਦੇ ਉਦਾਹਰਣ ਵਿੱਚ ਇੰਤਕਾਲ ਨੰਬਰ ਵਿੱਚ ਇਹ ਪੇਜ਼ ਨੰਬਰ 139 ਤੇ ਦਰਜ਼ ਕਰਕੇ ਵਿਖਾਇਆ ਗਿਆ ਹੈ। ਜਿਸ ਵਿੱਚ ਇੰਤਕਾਲ ਨੰਬਰ V ਅਨੁਸਾਰ ਕੰਤਾ ਸਿੰਘ ਪੁੱਤਰ ਭੂਰਾ ਸਿੰਘ ਮੁਸਤਰੀ/ ਮਾਲਕ ਨੇ ਆਪਣਾ ਰਕਬਾ ਹੀਰਾ ਸਿੰਘ ਪਾਸ ਰਹਿਨ ਸੀ 1,00,000/- ਇੱਕ ਲੱਖ ਰੁਪਏ ਵਿੱਚ। ਅਤੇ ਕੰਤਾ ਸਿੰਘ ਨੇ ਇਹ ਰਕਬਾ ਕਾਕਾ ਸਿੰਘ ਤੋਂ 13,00,000/- (ਤੇਰਾਂ ਲੱਖ

ਰੁਪਏ ਵਿੱਚ ਬੈ ਖਰੀਦ ਲਿਆ ਪਰ ਉਸ ਨੇ 1,00,000/- ਇੱਕ ਲੱਖ ਰਹਿਨ ਦਾ ਕੱਟਕੇ ਬਾਕੀ 12,00,000/- (ਬਾਰਾਂ ਲੱਖ) ਕਾਕਾ ਸਿੰਘ ਨੂੰ ਅਦਾ ਕਰ ਦਿੱਤੇ। ਹੁੱਣ ਕਿਉਂਕਿ ਮੁਸਤਰੀ ਅਤੇ ਮੁਰਤਹਿਨ ਇੱਕੋ ਵਿਅਕਤੀ ਕੰਤਾ ਸਿੰਘ ਪੁੱਤਰ ਭੂਰਾ ਸਿੰਘ ਹੀ ਹੈ। ਰਿਕਾਰਡ ਮੁਤਾਬਿਕ ਉਸ ਦੀ ਆਪਣੀ ਜ਼ਮੀਨ ਉਸ ਦੇ ਪਾਸ ਰਹਿਨ ਹੈ। ਇਸ ਲਈ ਰਿਕਾਰਡ ਦੀ ਦਰੁਸਤੀ ਲਈ ਇੰਤਕਾਲ ਫੱਕ ਉਲ ਤਕਮੀਲੀ ਦਰਜ਼ ਕਰਕੇ ਇਹ ਇੰਦਰਾਜ ਖਤਮ ਕੀਤਾ ਜਾਂਦਾ ਹੈ।

13. ਇੰਤਕਾਲ ਵਰਾਸਤ ਬਰੂਏ ਰਜਿਸਟਰਡ ਵਸੀਅਤ**:** ਜਦੋਂ ਕੋਈ ਵਿਅਕਤੀ ਆਪਣੀ ਜ਼ਮੀਨ ਜਾਇਦਾਦ ਸਬੰਧੀ ਸਬ ਰਜਿਸਟਰਾਰ/ਤਹਿਸੀਲਦਾਰ ਜਾਂ ਨਾਇਬ ਤਹਿਸੀਲਦਾਰ ਦੇ ਦਫਤਰ ਵਿੱਚ ਜਾ ਕੇ ਰਜਿਸਟਰਡ ਵਸੀਅਤ ਕਰਵਾ ਦੇਵੇ ਕਿ ਉਸ ਦੀ ਮੌਤ ਪਿੱਛੋਂ ਉਸ ਦੀ ਜ਼ਮੀਨ ਜਾਇਦਾਦ ਦਾ ਹੱਕਦਾਰ ਕੌਣ ਹੋਵੇਗਾ ਤਾਂ ਅਜਿਹੀ ਵਸੀਅਤ ਨੂੰ ਰਜਿਸਟਰਡ ਵਸੀਅਤ ਕਿਹਾ ਜਾਂਦਾ ਹੈ। ਵਸੀਅਤ ਕਰਨ ਵਾਲੇ ਦੀ ਮੌਤ ਉਪ੍ਰੰਤ ਉਸ ਵਿਅਕਤੀ ਦੀ ਵਸੀਅਤ ਮੁਤਾਬਿਕ ਪਟਵਾਰੀ ਇੰਤਕਾਲ ਦਰਜ਼ ਕਰਦਾ ਹੈ ਤੇ ਕਾਨੂੰਗੋ ਉਸ ਦੀ ਤਸਦੀਕ ਕਰਕੇ ਸਬ ਰਜਿਸਟਰਾਰ/ਤਹਿਸੀਲਦਾਰ ਜਾਂ ਨਾਇਬ ਤਹਿਸੀਲਦਾਰ ਦੇ ਦਫਤਰ ਵਿੱਚ ਪੇਸ਼ ਕਰਦਾ ਹੈ ਜੋ ਮਨੰਜ਼ੂਰ ਹੋਣ ਤੇ ਇੰਤਕਾਲ ਵਰਾਸਤ ਬਰੂਏ ਰਜਿਸਟਰਡ ਵਸੀਅਤ ਦਰਜ਼ ਕੀਤਾ ਜਾਂਦਾ ਹੈ।

ਉਦਾਹਰਣ ਦੇ ਤੌਰ ਤੇ: ਪਾਠਕਾਂ ਦੀ ਜਾਣਕਾਰੀ ਲਈ ਅੱਗੇ ਦਿੱਤੇ ਇੰਤਕਾਲਾਂ ਦੇ ਉਦਾਹਰਣ ਵਿੱਚ ਇੰਤਕਾਲ ਨੰਬਰ ਵਿੱਚ ਇਹ ਪੇਜ਼ ਨੰਬਰ 140 ਤੇ ਦਰਜ਼ ਕਰਕੇ ਵਿਖਾਇਆ ਗਿਆ ਹੈ। ਜਿਸ ਵਿੱਚ ਜਮ੍ਹਾਂਬੰਦੀ ਦੀ ਖੇਵਟ/ਖਤੌਨੀ 1/1 ਰਕਬਾ 68-. ਵਿੱਚ ਹਿੱਸੇਦਾਰ ਸ਼ਾਮ ਕੌਰ ਵਿਧਵਾ ਕਰਤਾਰ ਸਿੰਘ ਦੀ ਮੌਤ ਹੋਣ ਉਪਰੰਤ ਉਸ ਦੀ ਵਰਾਸਤ ਦਾ ਇੰਤਕਾਲ-9 ਅਨੁਸਾਰ ਰਜਿਸਟਰਡ ਵਸੀਅਤ ਦੇ ਅਨੁਸਾਰ ਬਹੱਕ ਦਾਰਾ ਸਿੰਘ ਹਿੱਸਾ ਰਕਬਾ 207- ਦਰਜ਼ ਕੀਤਾ ਗਿਆ। ਇੰਤਕਾਲ ਰਜ਼ਿਸਟਰ ਵਿੱਚ ਇੰਤਕਾਲ ਨੰਬਰ 9 ਦੇ ਪੇਜ਼ ਦੇ ਪਿਛਲੇ ਪਾਸੇ ਮੁਤਵਫੀ (ਮਰਨ ਵਾਲਾ) ਦੇ ਸਾਰੇ ਕਾਨੂੰਨੀ ਵਾਰਸਾਂ ਸਬੰਧੀ ਕੁਰਸੀਨਾਮਾ ਬਣਾ ਕੇ ਦਰਜ਼ ਕੀਤਾ ਗਿਆ ਜਿਸ ਨੂੰ ਪਿੰਡ ਦੇ ਨੰਬਰਦਾਰ ਵੱਲੋਂ ਤਸਦੀਕ ਕਰਦਾ ਹੈ ਕਿ ਦਰਜ਼ ਕੀਤੇ ਗਏ ਵਾਰਸਾਂ ਦੇ ਨਾਮ ਸਹੀ ਹਨ ਕਿਸੇ ਵਾਰਸ਼ ਦਾ ਨਾਮ ਛੁਪਾਇਆ ਨਹੀਂ ਗਿਆ। ਇੰਤਕਾਲ ਨੰਬਰ 9 ਅਨੁਸਾਰ ਸ਼ਾਮ ਕੌਰ ਦਾ ਪਤੀ ਪਹਿਲਾਂ ਹੀ ਮਰ ਚੁੱਕਾ ਹੈ। ਇਸ ਸਮੇਂ ਉਸ ਦੇ ਇੱਕ ਲੜਕਾ ਅਤੇ ਇੱਕ ਲੜਕੀ ਹੈ। ਪ੍ਰਤੂੰ ਰਜਿਸਟਰਡ ਵਸੀਅਤ ਅਨੁਸਾਰ ਸਿਰਫ ਉਸ ਦਾ ਲੜਕਾ ਹੀ ਜਾਇਦਾਦ ਦਾ ਵਾਰਸ਼ ਹੋਵੇਗਾ। ਮਾਲ ਅਫਸਰ ਛੱਡੇ ਗਏ ਕਾਨੂੰਨੀ ਵਾਰਸਾਂ ਨੂੰ ਸੁਣਨ ਦਾ ਮੌਕਾ ਦੇ ਕੇ ਬਾਅਦ ਵਿੱਚ ਇੰਤਕਾਲ ਮੰਨਜ਼ੂਰ ਕਰਦਾ ਹੈ।

14. ਇੰਤਕਾਲ ਵਰਾਸਤ ਬਰੂਏ ਕੁਰਸੀਨਾਮਾਂ**:** ਜਦੋਂ ਕੋਈ ਜ਼ਮੀਨ ਮਾਲਕ ਨੇ ਆਪਣੇ ਜੀਵਨ ਕਾਲ ਦੌਰਾਨ ਆਪਣੀ ਜਾਇਦਾਦ ਸਬੰਧੀ ਕੋਈ ਵਸੀਅਤ ਨਾਂ ਕੀਤੀ ਹੋਵੇ ਅਤੇ ਬਿਨ੍ਹਾਂ

ਵਸੀਅਤ ਕਰਾਏ ਉਸ ਦੀ ਮੌਤ ਹੋ ਜਾਵੇ ਤਾਂ ਅਜਿਹੇ ਮੁਤਵਫੀ ਦੀ ਜਾਇਦਾਦ ਸਬੰਧੀ ਉਸ ਦੀ ਵਰਾਸਤ ਦਾ ਇੰਤਕਾਲ ਹਿੰਦੂ ਵਰਾਸਤ ਐਕਟ ਅਨੁਸਾਰ ਪਹਿਲੀ ਸ਼੍ਰੇਣੀ ਦੇ ਵਾਰਸਾਂ ਦੇ ਨਾਂ ਦਰਜ਼ ਕੀਤਾ ਜਾਂਦਾ ਹੈ। ਅਗਰ ਉਸ ਦਾ ਪਹਿਲੀ ਸ਼੍ਰੇਣੀ ਦੇ ਵਾਰਸਾਂ ਵਿੱਚੋਂ ਕੋਈ ਜਿੰਦਾ ਨਾ ਹੋਵੇ ਤਾਂ ਦੂਜੀ ਸ਼੍ਰੇਣੀ ਦੇ ਵਾਰਸਾਂ ਦੇ ਨਾਂਮ ਇੰਤਕਾਲ ਦਰਜ਼ ਕੀਤਾ ਜਾਂਦਾ ਹੈ।

ਅਗਰ ਕੋਈ ਦੂਜੀ ਸ਼੍ਰੇਣੀ ਦੇ ਵਾਰਸਾਂ ਵਿੱਚੋਂ ਵੀ ਕੋਈ ਜਿੰਦਾ ਨਾ ਹੋਵੇ ਤਾ ਪੂਰਵਜਾ ਦੇ ਨਜ਼ਦੀਕ ਰਿਸਤੇਦਾਰਾਂ ਦੇ ਨਾਮ ਦਰਜ਼ ਹੁੰਦਾ ਹੈ। ਜੇਕਰ ਉੱਪਰੋਕਤ ਸ਼੍ਰੇਣੀਆਂ ਵਿੱਚੋਂ ਕੋਈ ਵੀ ਜਿੰਦਾ ਨਾ ਹੋਵੇ ਤਾਂ ਉਸ ਜ਼ਮੀਨ ਨੂੰ ਨਜੂਲ ਜ਼ਮੀਨ ਐਲਾਨ ਕੇ ਸਰਕਾਰ ਦੇ ਨਾਮ ਇੰਤਕਾਲ ਦਰਜ਼ ਕੀਤਾ ਜਾਂਦਾ ਹੈ।

ਇਹ ਪੇਜ਼ ਨੰਬਰ 144,145 ਤੇ ਦਰਜ਼ ਕਰਕੇ ਵਿਖਾਇਆ ਗਿਆ ਹੈ।

15. ਇੰਤਕਾਲ ਵਰਾਸਤ ਬਰੂਏ ਵਸੀਅਤ ਖਾਨਗੀ**:** ਜੱਦ ਕੋਈ ਵਿਅਕਤੀ ਆਪਣੇ ਜੀਵਨ ਕਾਲ ਦੌਰਾਨ ਆਪਣੀ ਜਾਇਦਾਦ ਸਬੰਧੀ ਘਰੇਲੂ ਵਸੀਅਤ ਲਿਖ ਜਾਵੇ ਕਿ ਉਸ ਦੀ ਮੌਤ ਤੋਂ ਬਾਅਦ ਉਸ ਦੀ ਜਾਇਦਾਦ ਦਾ ਕੌਣ ਮਾਲਕ ਹੋਵੇਗਾ ਪਰ ਉਸ ਨੂੰ ਤਹਿਸੀਲ ਵਿੱਚ ਰਜਿਸਟਰਡ ਨਾ ਕਰਾਵੇ ਅਜਿਹੀ ਵਸੀਅਤ ਨੂੰ ਖਾਨਗੀ ਵਸੀਅਤ ਕਹਿੰਦੇ ਹਨ। ਇਸ ਦਾ ਇੰਤਕਾਲ ਵੀ ਵਰਾਸਤ ਵੀ ਰਜਿਸਟਰਡ ਵਸੀਅਤ ਦੀ ਤਰ੍ਹਾਂ ਹੀ ਦਰਜ਼ ਕੀਤਾ ਜਾਂਦਾ ਹੈ। ਕੁਰਸੀਨਾਮੇ ਅਨੁਸਾਰ ਛੱਡੇ ਗਏ ਕਾਨੂੰਨੀ ਵਾਰਸਾਂ ਅਤੇ ਵਸੀਅਤ ਦੇ ਅਗਵਾਹਾਂ ਨੂੰ ਤਹਿਸੀਲਦਾਰ ਵੱਲੋਂ ਧਿਆਨ ਨਾਲ ਸੁਣਿਆ ਜਾਂਦਾ ਹੈ ਅਤੇ ਉਹਨਾਂ ਤੋਂ ਇਤਰਾਜਾਂ ਦੀ ਮੰਗ ਕੀਤੀ ਜਾਦੀ ਹੈ ਜੇ ਕਿਸੇ ਨੂੰ ਕੋਈ ਹੋਵੇ ਤਾਂ ਉਸ ਵਕਤ ਉਹ ਆਪਣਾਂ ਇੱਤਰਾਜ਼ ਲਿੱਖ ਕੇ ਜਾਂ ਬੋਲ ਕੇ ਕਰ ਸਕਦਾ ਹੈ ਜੇ ਕਿਸੇ ਨੂੰ ਕੋਈ ਇਤਰਾਜ਼ ਨਾ ਹੋਵੇ ਤਾਂ ਇੰਤਕਾਲ ਮੰਨਜ਼ੂਰ ਕਰ ਦਿੱਤਾ ਜਾਂਦਾ ਹੈ।

ਉਦਾਹਰਣ ਦੇ ਤੌਰ ਤੇ: ਪਾਠਕਾਂ ਦੀ ਜਾਣਕਾਰੀ ਲਈ ਅੱਗੇ ਦਿੱਤੇ ਇੰਤਕਾਲਾਂ ਦੇ ਉਦਾਹਰਣ ਵਿੱਚ ਇੰਤਕਾਲ ਨੰਬਰ 14 ਵਿੱਚ ਇਹ ਪੇਜ਼ ਨੰਬਰ 146,147 ਤੇ ਦਰਜ਼ ਕਰਕੇ ਵਿਖਾਇਆ ਗਿਆ ਹੈ। ਇਸ ਤਰ੍ਹਾਂ ਦੇ ਇੰਤਕਾਲ ਵਿੱਚ ਜਦੋਂ ਕੋਈ ਵਿਅਕਤੀ ਆਪਣੇ ਜੀਵਨ-ਕਾਲ ਵਿੱਚ ਬਿਨ੍ਹਾਂ ਵਸੀਅਤ ਕੀਤੇ ਉਸ ਦੀ ਮੌਤ ਹੋ ਜਾਂਦੀ ਹੈ ਤਾਂ ਉਸ ਦੀ ਜਾਇਦਾਦ ਕੁਰਸੀਨਾਮੇਂ ਅਨੁਸਾਰ ਉਸ ਦੇ ਵਾਰਸਾਂ ਵਿੱਚ ਵੰਡ ਦਿੱਤੀ ਜਾਂਦੀ ਹੈ। ਜਿਵੇਂ ਕਿ ਇੰਤਕਾਲ ਨੰਬਰ 14 ਵਿੱਚ ਸੁੰਦਰ ਸਿੰਘ ਮੁਤਵਫੀ ਦੀ ਜਾਇਦਾਦ ਉਸ ਦੇ ਕੁਦਰਤੀ ਵਾਰਸਾਂ ਵਿੱਚ ਵੰਡੀ ਜਾਵੇਗੀ।

16. ਇੰਤਕਾਲ ਅਖਰਾਜ ਨਾਮਾ**:** ਜਦੋ ਕੋਈ ਜਾਇਦਾਦ ਦਾ ਮਾਲਕ ਅਚਾਨਕ ਗਾਇਬ ਹੋ ਜਾਵੇ ਅਤੇ ਲਾਪਤਾ ਹੋਏ ਨੂੰ ਘੱਟੋ ਘੱਟ ਸੱਤ ਸਾਲ ਬੀਤ ਚੁੱਕੇ ਹੋਣ ਇਸ ਸਮੇਂ ਦੌਰਾਨ ਉਸ ਨੂੰ ਭਾਲਣ ਤੋਂ ਬਾਅਦ ਵੀ ਉਸ ਦੀ ਕੋਈ ਉਗ ਸੁਗ ਨਾ ਮਿਲਦੀ ਹੋਵੇ ਤਾਂ ਇਹ ਸਮਝ ਲਿਆ ਜਾਂਦਾ ਹੈ ਕਿ ਉਹ ਮਰ ਗਿਆ। ਗੁੰਮਸ਼ੁਦਾ ਵਿਅਕਤੀ ਦੇ ਵਾਰਸਾਂ ਵੱਲੋਂ ਸਬੰਧਤ ਐਸ.ਡੀ. ਐਮ/ਤਹਿਸੀਲਦਾਰ ਜਾਂ ਹਲਕਾ ਪਟਵਾਰੀ ਦੇ ਪਾਸ 7 ਸਾਲ ਦਾ ਸਮਾਂ ਗੁਜਰ ਜਾਣ ਤੋਂ ਬਾਅਦ ਦਰਖਾਸਤ ਦਿੱਤੀ ਜਾਂਦੀ ਹੈ।

ਦਰਖਾਸਤ ਦੇ ਨਾਲ ਕੁਦਰਤੀ ਵਾਰਸਾਂ ਦਾ ਜਿਕਰ ਕਰਦੇ ਹੋਏ ਬਿਆਨ ਹਲਫੀਆ ਅਤੇ **7** ਸਾਲ ਪੁਰਾਣੀ ਤਰੀਕ ਦੀ ਐਫ.ਆਈ.ਆਰ ਦੀ ਕਾਪੀ ਵੀ ਸ਼ਾਮਿਲ ਕੀਤੀ ਜਾਂਦੀ ਹੈ ਅਤੇ ਗੁੰਮਸ਼ੁਦਾ ਵਿਅਕਤੀ ਦੀ ਜਾਇਦਾਦ ਵਾਰਸਾਂ ਦੇ ਨਾਂਮ ਤਬਦੀਲ ਕਰਨ ਲਈ ਮੰਗ ਕੀਤੀ ਜਾਂਦੀ ਹੈ। ਐਸ.ਡੀ.ਐਮ ਦੀ ਪ੍ਰਵਾਨਗੀ ਉਪਰੰਤ ਇੰਤਕਾਲ ਅਖਰਾਜ ਨਾਮਾ ਵਾਰਸਾਂ ਦੇ ਨਾਮ ਦਰਜ਼ ਕੀਤਾ ਜਾਂਦਾ ਹੈ। ਮਾਲ ਅਫ਼ਸਰ ਵੱਲੋਂ ਤਸਦੀਕ ਕਰਨ ਉਪਰੰਤ ਫੈਸਲਾ ਕਰ ਦਿੱਤਾ ਜਾਂਦਾ ਹੈ। ਇਹ ਪੇਜ਼ ਨੰਬਰ 148,149 ਤੇ ਦਰਜ਼ ਕਰਕੇ ਵਿਖਾਇਆ ਗਿਆ ਹੈ।

17. ਇੰਤਕਾਲ ਪੱਟਾਨਾਮਾ**:** ਅਗਰ ਗ੍ਰਾਮ ਪੰਚਾਇਤ, ਸਰਕਾਰ ਜਾਂ ਗੈਰ ਸਰਕਾਰੀ ਸੰਸਥਾ ਜਾਂ ਕੋਈ ਆਮ ਵਿਅਕਤੀ ਆਪਣੀ ਜ਼ਮੀਨ ਕਿਸੇ ਵਿਅਕਤੀ ਵਿਸ਼ੇਸ ਜਾਂ ਸੰਸਥਾ ਨੂੰ ਕਿਸੇ ਮੁਕਰਰ ਮਿਆਦ ਸ਼ਰਤਾਂ ਅਤੇ ਮੁਕਰਰ ਸਲਾਨਾ ਰਕਮ ਚਕੌਤੇ ਦੇ ਰੂਪ ਵਿੱਚ ਤੈਅ ਕਰਕੇ ਦੇਵੇ ਭਾਂਵੇ ਇਹ ਖੇਤੀਬਾੜੀ ਜਾਂ ਹੋਰ ਕਿਸੇ ਕੰਮ ਲਈ ਜ਼ਮੀਨ ਦਾ ਕਬਜ਼ਾ ਹਾਸਲ ਕਰ ਲਵੇ। ਇਹੋ ਜਿਹੇ ਕੇਸਾਂ ਵਿੱਚ ਦੋਨਾਂ ਧਿਰਾਂ ਨੂੰ ਤਹਿਸੀਲ ਵਿੱਚ ਜਾ ਕੇ ਪੱਟੇ ਨਾਮੇ ਦੀ ਰਜ਼ਿਸਟਰੀ ਕਰਾਉਣੀ ਪਵੇਗੀ ਅਤੇ ਇਸ ਰਜ਼ਿਸਟਰੀ ਮੁਤਾਬਕ ਦਰਜ਼ ਕੀਤੇ ਇੰਤਕਾਲ ਨੂੰ ਇੰਤਕਾਲ ਪਟਾਨਾਮਾ ਕਹਿੰਦੇ ਹਨ। ਇਹ ਪੇਜ਼ ਨੰਬਰ 150,151 ਤੇ ਦਰਜ਼ ਕਰਕੇ ਵਿਖਾਇਆ ਗਿਆ ਹੈ।

18. ਇੰਤਕਾਲ ਪੱਟਾ ਮਨਸੂਖੀ**:** ਜਦੋਂ ਕਿਸੇ ਵਿਅਕਤੀ ਕੋਲ ਕਿਸੇ ਸੰਸਥਾ ਜਾਂ ਗ੍ਰਾਮ ਪੰਚਾਇਤ ਦੀ ਜ਼ਮੀਨ ਪੱਟੇ ਤੇ ਹੋਵੇ ਤਾਂ ਮੁਕਰਰ ਸਮਾਂ ਬੀਤ ਜਾਣ ਬਾਅਦ ਉਹ ਜ਼ਮੀਨ ਫਿਰ ਆਪਣੇ ਪੁਰਾਣੇ ਮਾਲਕ ਨੂੰ ਵਾਪਸ ਹੋ ਜਾਵੇਗੀ। ਪਟੇ ਦੀ ਵਾਪਸੀ ਦੇ ਇੰਤਕਾਲ ਨੂੰ ਪਟਾ ਮਨਸੂਖੀ ਕਿਹਾ ਜਾਂਦਾ ਹੈ।
ਇਹ ਪੇਜ਼ ਨੰਬਰ 152 ਤੇ ਦਰਜ਼ ਕਰਕੇ ਵਿਖਾਇਆ ਗਿਆ ਹੈ।

19. ਇੰਤਕਾਲ ਤਬਾਦਲਾ**:** ਜਦੋਂ ਦੋ ਧਿਰਾਂ ਆਪਸੀ ਸਹਿਮਤੀ ਨਾਲ ਆਪਣੀ ਜ਼ਮੀਨ ਇੱਕ ਦੂਜੇ ਨਾਲ ਬਦਲ ਲੈਣ ਅਤੇ ਮਾਲ ਮਹਿਕਮੇ ਦੇ ਰਿਕਾਰਡ ਵਿੱਚ ਕੀਤੀ ਗਈ ਇੰਤਕਾਲ ਵਿੱਚ ਤਬਦੀਲੀ ਨੂੰ ਤਬਾਦਲਾ ਕਿਹਾ ਜਾਂਦਾ ਹੈ। ਤਬਾਦਲੇ ਦੀਆਂ ਦੋ ਕਿਸਮਾਂ ਹਨ:

(ੳ) ਖਾਨਗੀ ਤਬਾਦਲਾ

(ਅ) ਰਜਿਸਟਰਡ ਤਬਾਦਲਾ

(ੳ) ਖਾਨਗੀ ਤਬਾਦਲਾ**:** ਜਦੋਂ ਦੋ ਧਿਰਾਂ ਆਪਣੀ ਜ਼ਮੀਨ ਦੇ ਤਬਾਦਲੇ ਸਬੰਧੀ ਸਮੇਂ-ਸਮੇਂ ਨਿਸਚਿਤ ਕੀਤੇ ਅਸ਼ਟਾਮ ਉੱਪਰ ਇਕਰਾਰਨਾਮਾ ਲਿਖ ਕੇ ਗਵਾਹਾਂ ਦੀ ਹਾਜ਼ਰੀ ਵਿੱਚ ਦਸਤਖਤ/ਅੰਗੂਠੇ ਲਗਾ ਲੈਣ ਪਰ ਇਹ ਤਹਿਸੀਲਦਾਰ/ਸਬ- ਰਜਿਸਟਰਾਰ ਪਾਸੋਂ ਰਜਿਸਟਰਡ ਨਾ ਕਰਵਾਉਣ ਤਾਂ ਇਸ ਨੂੰ ਤਬਾਦਲਾ ਖਾਨਗੀ ਕਿਹਾ ਜਾਂਦਾ ਹੈ। ਇਹ ਪੇਜ਼ ਨੰਬਰ 153 ਤੇ ਦਰਜ਼ ਕਰਕੇ ਵਿਖਾਇਆ ਗਿਆ ਹੈ।

(ਅ) ਰਜਿਸਟਰਡ ਤਬਾਦਲਾ**:** ਜਦੋਂ ਦੋ ਧਿਰਾਂ ਆਪਸੀ ਸਹਿਮਤੀ ਨਾਲ ਆਪਣੀ ਜ਼ਮੀਨ ਦਾ ਤਬਾਦਲਾ ਕਰਕੇ ਉਸ ਨੂੰ ਤਹਿਸੀਲਦਾਰ/ਸਬ- ਰਜਿਸਟਰਾਰ ਦੀ ਅਦਾਲਤ ਵਿੱਚ ਰਜਿਸਟਰਡ ਕਰਵਾਉਣ ਤਾਂ ਉਸ ਨੂੰ ਰਜਿਸਟਰਡ ਤਬਾਦਲਾ ਕਿਹਾ ਜਾਂਦਾ

ਹੈ। ਰਜਿਸਟਰਡ ਤਬਾਦਲਾ ਕਰਾਉਣ ਲਈ ਸਰਕਾਰ ਵੱਲੋਂ ਸਮੇਂ-ਸਮੇਂ ਤੇ ਤਹਿਸ਼ੁਦਾ ਅਸ਼ਟਾਮ ਡਿਊਟੀ ਲਗਦੀ ਹੈ ਜੋ ਜ਼ਮੀਨ ਦੇ ਕੁਲੈਕਟਰ ਰੇਟ ਅਨੁਸਾਰ ਤੈਅ ਹੁੰਦੀ ਹੈ ਪਰ ਬੈ ਦੀ ਰਜ਼ਿਸਟਰੀ ਨਾਲੋਂ ਕਾਫੀ ਘੱਟ ਹੁੰਦੀ ਹੈ। ਇਹ ਕਾਰਵਾਈ ਹੋਣ ਉਪਰੰਤ ਇੰਤਕਾਲ ਤਬਾਦਲਾ ਦਰਜ਼ ਕਰਕੇ ਤਹਿਸੀਲਦਾਰ ਦੇ ਪੇਸ਼ ਕੀਤਾ ਜਾਂਦਾ ਹੈ ਜੋ ਮੰਨਜ਼ੂਰ ਹੋਣ ਤੇ ਕਾਰਵਾਈ ਪੂਰੀ ਹੁੰਦੀ ਹੈ।

ਇਹ ਪੇਜ਼ ਨੰਬਰ 154 ਤੇ ਦਰਜ਼ ਕਰਕੇ ਵਿਖਾਇਆ ਗਿਆ ਹੈ।

20. ਇੰਤਕਾਲ ਤਕਸੀਮ: ਜਦੋਂ ਕਈ ਭਰਾਵਾਂ ਦੀ ਸਾਂਝੀ ਖੇਵਟ ਹੋਵੇ ਅਤੇ ਉਹ ਜ਼ਮੀਨ ਵੱਖ-ਵੱਖ ਟੱਕ ਬਣਾ ਕੇ ਆਪਣੀ ਆਪਣੀ ਜ਼ਮੀਨ ਵੰਡ ਕੇ ਆਪਸੀ ਸਹਿਮਤੀ ਨਾਲ ਇਕਰਾਰਨਾਮਾ ਲਿਖ ਕੇ ਮਾਲ ਰਿਕਾਰਡ ਵਿੱਚ ਅਮਲ ਵਿੱਚ ਲਿਆਉਣ ਲਈ ਉਸ ਇਕਰਾਰਨਾਮੇ ਨੂੰ ਹਲਕਾ ਪਟਵਾਰੀ ਪਾਸ ਇੰਤਕਾਲ ਦਰਜ਼ ਕਰਵਾਇਆ ਜਾਂਦਾ ਹੈ। ਕਾਨੂੰਗੋ ਹਲਕਾ ਵੱਲੋਂ ਤਸਦੀਕ ਕਰਨ ਤੇ ਮਾਲ ਅਫ਼ਸਰ ਵੱਲੋਂ ਮੰਨਜ਼ੂਰ ਕੀਤਾ ਜਾਂਦਾ ਹੈ। ਉਸ ਨੂੰ ਇੰਤਕਾਲ ਤਕਸ਼ੀਮ (ਭਰਾਵੀਂ ਵੰਡ) ਕਹਿੰਦੇ ਹਨ। ਇਹ ਤਰੀਕਾ ਕਿਸਾਨ ਭਰਾਵਾਂ ਲਈ ਬਹੁਤ ਲਾਹੇਵੰਦ ਹੈ ਕਿਉਂ ਕਿ ਅਦਾਲਤਾਂ ਦੇ ਚੱਕਰਾਂ ਅਤੇ ਸਮੇਂ ਦੀ ਬਚਤ ਹੁੰਦੀ ਹੈ। ਇਸ ਦੀਆਂ ਦੋ ਕਿਸਮਾਂ ਹੁੰਦੀਆਂ ਹਨ:

(ੳ) ਤਕਸੀਮ ਖਾਨਗੀ

(ਅ) ਤਕਸੀਮ ਵੱਲੋਂ ਮਾਲ ਅਫ਼ਸਰ

(ੳ) ਤਕਸੀਮ ਖਾਨਗੀ: ਸਾਂਝੀ ਖੇਵਟ ਦੇ ਹਿੱਸੇਦਾਰ ਜਾਂ ਪਰਿਵਾਰਕ ਮੈਂਬਰ ਆਪਸੀ ਸਹਿਮਤੀ ਨਾਲ ਆਪਣੀ ਜ਼ੀਨ ਦੇ ਵੱਖ-ਵੱਖ ਕੁਰੇ ਬਣਾ ਕੇ ਆਪਣੀ ਜ਼ਮੀਨ ਵੰਡ ਕੇ ਅੱਡੋ ਅੱਡ ਆਪਣੀ ਜ਼ਮੀਨ ਤੇ ਕਾਬਜ ਹੋ ਜਾਣ ਤਾਂ ਇਸ ਨੂੰ ਭਰਾਵੀਂ ਵੰਡ ਜਾਂ ਤਕਸੀਮ ਖਾਨਗੀ ਕਿਹਾ ਜਾਂਦਾ ਹੈ। ਇਸ ਨੂੰ ਇੱਕ ਇਕਰਾਰਨਾਮੇ ਤੇ ਲਿਖ ਕੇ ਸਾਰੀਆਂ ਧਿਰਾਂ ਦਸਤਖਤ/ਅੰਗੂਠਾ ਲਗਾ ਕੇ ਉਸ ਇਕਰਾਰਨਾਮੇ ਨੂੰ ਹਲਕਾ ਪਟਵਾਰੀ ਤੋਂ ਇੰਤਕਾਲ ਦਰਜ਼ ਕਰਨ ਵਾਸਤੇ ਕਿਹਾ ਜਾਂਦਾ ਹੈ। ਜਦੋਂ ਪਟਵਾਰੀ ਇੰਤਕਾਲ ਦਰਜ ਕਰ ਦਿੰਦਾ ਹੈ ਤਾਂ ਕਾਨੂੰਗੋ ਦੇ ਤਸਦੀਕ ਕਰਨ ਉਪਰੰਤ ਮਾਲ ਅਫ਼ਸਰ ਉਸ ਨੂੰ ਮੰਨਜ਼ੂਰ ਕਰਦਾ ਹੈ ਉਸ ਨੂੰ ਇੰਤਕਾਲ ਤਕਸੀਮ ਖਾਨਗੀ ਕਹਿੰਦੇ ਹਨ।

(ਅ) ਤਕਸੀਮ ਵੱਲੋਂ ਮਾਲ ਅਫ਼ਸਰ: ਤਕਸੀਮ ਦਾ ਇਹ ਤਰੀਕਾ ਬਹੁਤ ਹੀ ਪੇਚੀਦਾ, ਗੁਝੰਲਾਰ, ਲੰਬਾ ਅਤੇ ਸਮੇਂ ਦੀ ਬਰਬਾਦੀ ਵਾਲਾ ਹੈ। ਜਦੋਂ ਕਿਸੇ ਸਾਂਝੀ ਖੇਵਟ ਦੇ ਹਿੱਸੇਦਾਰ ਜਾਂ ਰਿਸ਼ਤੇਦਾਰ ਆਪਣੇ-ਆਪਣੇ ਹਿੱਸੇ ਦੀ ਜ਼ਮੀਨ ਵਾਹ ਰਹੇ ਹੋਣ ਪਰ ਉਨ੍ਹਾਂ ਵਿੱਚੋਂ ਕੁੱਝ ਹਿੱਸੇਦਾਰ ਤਕਸੀਮ ਕਰਾਉਣੀ ਚਾਹੁੰਦੇ ਹੋਣ ਪਰ ਕੁੱਝ ਕੁ ਨਹੀਂ ਜਾਣਿ ਕਿ ਤਕਸੀਮ ਤੇ ਆਪਸੀ ਸਹਿਮਤੀ ਨਹੀਂ ਬਣਦੀ ਤਾਂ ਅਜਿਹੀ ਸਥਿਤੀ ਵਿੱਚ ਜੋ ਹਿੱਸੇਦਾਰ ਤਕਸੀਮ ਕਾਉਣੀ ਚਾਹੁੰਦੇ ਹੋਣ ਉਹ ਹਲਕਾ ਪਟਵਾਰੀ ਜਾਂ ਫਰਦ ਕੇਂਦਰ ਤੋਂ ਆਪਣੀ ਜ਼ਮੀਨ ਦੀਆਂ ਫਰਦਾਂ ਲੈ ਕੇ ਮਾਲ ਅਫਸਰ ਦੀ ਅਦਾਲਤ ਵਿੱਚ ਤਕਸੀਮ ਕਰਾਉਣ ਲਈ ਅਰਜੀ ਦੇ ਸਕਦੇ ਹੋ। ਅਜਿਹੀ ਤਕਸੀਮ ਨੂੰ ਤਕਸੀਮ ਵਲੋਂ ਮਾਲ ਅਫਸਰ ਕਿਹਾ ਜਾਂਦਾ ਹੈ।

21. ਇੰਤਕਾਲ ਤਕਸੀਮ ਬਰੂਏ ਸੰਨਦ ਤਕਸੀਮ: ਇਹ ਅਦਾਲਤੀ ਤਕਸੀਮ ਦਾ ਅਖੀਰਲਾ ਪੜ੍ਹਾਅ ਹੈ। ਮਾਲ ਅਫਸਰ ਵੱਲੋਂ ਪੰਜਾਬ ਰਿਕਾਰਡ ਮੈਨੂਅਲ ਦਾ ਪੈਰਾ ਨੰਬਰ **21** ਦੇ ਅਧੀਨ ਪ੍ਰਾਪਤ ਹੋਈ ਤਕਸੀਮ ਦੀ ਅਰਜੀ ਉੱਤੇ ਤਕਸੀਮ ਦੀ ਕਾਰਵਾਈ ਮੁਕੰਮਲ ਹੋਣ ਤੇ ਮਾਲ ਅਫ਼ਸਰ ਵੱਲੋਂ

"ਸੰਨਦ ਤਕਸੀਮ" ਜਾਰੀ ਕੀਤੀ ਜਾਂਦੀ ਹੈ। ਫਿਰ **3** ਸਾਲ ਦੇ ਅੰਦਰ-ਅੰਦਰ ਜਦੋਂ ਹੋਰ ਇਤਰਾਜ਼ ਜਾਂ ਅਪੀਲਾਂ ਦਾ ਫੈਸਲਾ ਹੋਣ ਮਗਰੋਂ ਕਬਜ਼ਾ ਵਰੰਟ ਜ਼ਾਰੀ ਕੀਤਾ ਜਾਂਦਾ ਹੈ। ਵਰੰਟ ਕਬਜ਼ਾ ਮੁਤਾਬਿਕ ਕਾਰਵਾਈ ਕਬਜ਼ਾ ਹੋਣ ਉਪਰੰਤ ਹਲਕਾ ਪਟਵਾਰੀ ਵੱਲੋਂ ਸੰਨਦ ਦੇ ਮੁਤਾਬਿਕ ਇੰਤਕਾਲ ਤਕਸੀਮ ਸੰਨਦ ਦਰਜ਼ ਕੀਤਾ ਜਾਂਦਾ ਹੈ। ਕਾਨੂੰਗੋ ਹਲਕਾ ਵੱਲੋਂ ਉਸ ਦਾ ਮੁਕਾਬਲਾ ਕਰਕੇ ਤਸਦੀਕ ਕੀਤਾ ਜਾਂਦਾ ਹੈ। ਇਸ ਉਪਰੰਤ ਮਾਲ ਅਫ਼ਸਰ ਵੱਲੋਂ ਫੈਸਲਾ ਕੀਤਾ ਜਾਂਦਾ ਹੈ।

ਨੋਟ: ਪਾਠਕਾਂ ਦੀ ਜਾਣਕਾਰੀ ਹਿੱਤ ਜੋ ਅਸੀਂ ਉੱਪਰ ਵੱਖ-ਵੱਖ ਤਰ੍ਹਾਂ ਦੇ ਇੰਤਕਾਲਾਂ ਦਾ ਵੇਰਵਿਆਂ ਦੀ ਵਿਸਥਾਰ ਪੂਰਵਕ ਜਾਣਕਾਰੀ ਲੈ ਚੁੱਕੇ ਹਾਂ ਉਨ੍ਹਾਂ ਸਾਰੇ ਤਰ੍ਹਾਂ ਦੇ ਇੰਤਕਾਲਾਂ ਦੀ ਇੱਕ-ਇੱਕ ਕਾਪੀ ਨੰਬਰ ਵਾਰ ਅਗਲੇ ਪੇਜਾਂ ਤੇ ਦਿੱਤੀ ਜਾ ਰਹੀ ਹੈ:

ਪੰਜਾਬ ਲੈਂਡ ਰਿਕਾਰਡ ਮੈਨੂਅਲ ਦੇ ਪੈਰਾ ਨੰਬਰ 18.19 ਅਨੁਸਾਰ ਬਟਵਾਰੇ ਦੀ ਲਿਖਤ ਵਿੱਚ ਦਰਜ ਮਿਤੀ, ਜਿਸਨੂੰ ਬਟਵਾਰਾ ਲਾਗੂ ਹੋਣਾ ਹੋਵੇ ਤੋਂ ਮਗਰੋਂ ਜਿਨ੍ਹੀ ਛੇਤੀ ਹੋ ਸਕੇ ਪਟਵਾਰੀ ਨੂੰ ਬਟਵਾਰੇ ਦੇ ਫਲਸਰੂਪ ਹੋਈਆ ਸਾਰੀਆਂ ਤਬਦੀਲੀਆਂ ਆਪਣੇ ਇੰਤਕਾਲ ਰਜ਼ਿਸਟਰ ਵਿੱਚ ਦਰਜ ਕਰੇ। ਬਟਵਾਰੇ ਕਾਰਨ ਕਿਸੇ ਇੰਤਕਾਲ ਦੀ ਮੰਨਜ਼ੂਰੀ ਦੇਣ ਤੋਂ ਪਹਿਲਾਂ ਤਸਦੀਕ ਕਰਨ ਵਾਲਾ ਅਫ਼ਸਰ ਤੱਸਲੀ ਕਰੇਗਾ ਕਿ ਕਬਜਾ ਲੈ ਲਿਆ ਗਿਆ ਹੈ। ਫਿਰ ਤਸਦੀਕ ਕਰੇਗਾ।

ਇੰਤਕਾਲ ਦੀ ਨਕਲ ਦਾ ਫਾਰਮ: ਫਾਰਮ ਨੰਬਰ 15

ਇੰਤਕਾਲ ਦੀ ਨਕਲ ਪਿੰਡ---------------- ਹੱਦਬਸਤ ਨੰਬਰ----------------------- ਤਹਿਸੀਲ----------- ਜ਼ਿਲ੍ਹਾ------------ ਵਰਕਾ ਨੰਬਰ--------------														
1	2	3	4	5	6	7	8	9	10	11	12	13	14	15
ਪਿਛਲੀ ਜਮ੍ਹਾਂਬੰਦੀ ਜਾਂ ਸੱਭ ਤੋਂ ਅੰਤਲੇ ਇੰਤਕਾਲ ਦਾ ਇੰਦਾਜ ਜਿਸ ਦੀ ਸੋਧ ਲੋੜੀਂਦੀ ਹੈ							ਨਵਾਂ ਇੰਦਰਾਜ ਜੋ ਹੁੱਣ ਕਾਇਮ ਕੀਤਾ ਜਾਵੇਗਾ							
ਕ੍ਰਮ ਅੰਕ	ਪਹਿਲੀ ਜਮ੍ਹਾਂਬੰਦੀ ਦਾ ਖਾਤਾ ਨੰਬਰ	ਪਾਸੇ ਜਾਂ ਖੂਹ ਦਾ ਨਾਂ	ਮਾਲਕ ਦਾ ਨਾਂ ਤੇ ਵੇਰਵਾ	ਕਾਸ਼ਤਕਾਰ ਦਾ ਨਾਂ ਤੇ ਵੇਰਵਾ	ਖੇਤ ਦਾ ਨੰਬਰ ਨਾਂ ਰਕਬਾ ਤੇ ਭੌਂ ਦੀ ਦੀ ਕਿਸਮ	ਮਾਮਲਾ ਜਾਂ ਲਗਾਨ	ਨਵੀਂ ਜਮ੍ਹਾਂਬੰਦੀ ਦਾ ਖਾਤਾ ਨੰਬਰ	ਮਾਲਕ ਦਾ ਨਾਂ ਤੇ ਵੇਰਵਾ	ਕਾਸ਼ਤਕਾਰ ਦਾ ਨਾਂ ਤੇ ਵੇਰਵਾ	ਖੇਤ ਦਾ ਨੰਬਰ ਨਾਂ ਰਕਬਾ ਤੇ ਭੌਂ ਦੀ ਦੀ ਕਿਸਮ	ਮਾਮਲਾ ਜਾਂ ਲਗਾਨ	ਇੰਤਕਾਲ ਦੀ ਕਿਸਮ ਤੇ ਮਿਤੀ ਸਣੇ ਬੈ ਤੇ ਰਹਿਣ ਦੀ ਰਕਮ	ਦਾਖਲ ਖਾਰਜ ਦੀ ਫੀਸ	ਰਿਪੋਤਟ ਅਤੇ ਹੁਕਮ

ਨਕਲ ਦੀ ਉਜ਼ਰਤ ਵਜੋਂ ---------------------ਰੁਪਏ------------------------- ਪੈਸੇ
ਪ੍ਰਾਪਤ ਕੀਤੇ ਅਤੇ ਰਸੀਦ ਨੰਬਰ------------- ਮਿਤੀ--------------- ਨੂੰ---------------
ਨਕਲ ਸ੍ਰੀ---------------------------- ਪੁੱਤਰ ਸ੍ਰੀ-----------------------------------
ਹਸਤਾਖਰ ਪਟਵਾਰੀ
ਹਲਕਾ------------------------------

ਇੰਤਕਾਲ ਦਾ ਰਜ਼ਿਸਟਰ ਜਿਸ ਨੂੰ ਫਾਰਮ ਨੰ: **15** ਕਹਿੰਦੇ ਹਨ ਦਾ ਵੇਰਵਾ ਪੰਜਾਬ ਲੈਂਡ ਰੈਵੀਨਿਊ ਐਕਟ ਦੇ ਸੈਕਸ਼ਨ 33(3) ਅਤੇ 34 ਵਿੱਚ ਦਿੱਤਾ ਗਿਆ ਹੈ। ਇੰਤਕਾਲ ਰਜ਼ਿਸਟਰ ਵਿੱਚ ਇੰਤਕਾਲ ਫਾਰਮ 2 ਪੜ੍ਹਤਾਂ ਵਿੱਚ ਦਿੱਤਾ ਗਿਆ ਹੈ। ਇਸ ਦੇ 15 ਖਾਨੇ ਹੁੰਦੇ ਹਨ ਜੋ ਦੋਹੀਂ ਪਾਸੀਂ ਛਪੇ ਹੁੰਦੇ ਹਨ। ਰਜ਼ਿਸਟਰ ਦੇ ਉੱਪਰਲੇ ਹਿੱਸੇ ਨੂੰ ਪੜ੍ਹਤ ਪਟਵਾਰ ਅਤੇ ਥੱਲੜੇ ਹਿੱਸੇ ਨੂੰ ਪੜ੍ਹਤ ਸਰਕਾਰ ਕਹਿੰਦੇ ਹਨ ਜੋ ਮੰਨਜ਼ੂਰ ਹੋਣ ਤੋਂ ਬਾਅਦ ਕੱਟ ਕੇ ਤਹਿਸੀਲ ਵਿੱਚ ਭੇਜਿਆ ਜਾਂਦਾ ਹੈ। ਇਸ ਫਾਰਮ ਦੇ ਖਾਨਿਆਂ ਦਾ ਵੇਰਵਾ ਇਸ ਪ੍ਰਕਾਰ ਹੈ:

ਖਾਨਾ ਨੰਬਰ 1: ਇਸ ਵਿੱਚ ਇੰਤਕਾਲ ਦਾ ਸੀਰੀਅਲ ਨੰਬਰ ਲਿਖਿਆ ਹੁੰਦਾ ਹੈ।

ਖਾਨਾ ਨੰਬਰ 2: ਇਸ ਵਿੱਚ ਪੁਰਾਣੀ ਜਮ੍ਹਾਂਬੰਦੀ ਅਨੁਸਾਰ ਜਾਇਦਾਦ ਦਾ ਖਾਤਾ ਨੰਬਰ ਦਰਜ ਕੀਤਾ ਜਾਂਦਾ ਹੈ।

ਖਾਨਾ ਨੰਬਰ 3: ਇਸ ਵਿੱਚ ਇੰਤਕਾਲ ਵਾਲੀ ਜਾਇਦਾਦ ਕਿਸ ਤਰਫ਼ ਜਾਂ ਕਿਸ ਖੂਹ/ਟਿਊਬਵੈਲ ਉੱਪਰ ਵਾਕਿਆ ਹੈ।

ਖਾਨਾ ਨੰਬਰ 4: ਇਸ ਵਿੱਚ ਪੁਰਾਣੀ ਜਮ੍ਹਾਂਬੰਦੀ ਜਾਂ ਪੁਰਾਣੇ ਇੰਤਕਾਲ ਦੇ ਮੁਤਾਬਿਕ ਜਾਇਦਾਦ ਦੇ ਮਾਲਕ ਦਾ ਨਾਂਅ ਲਿਖਿਆ ਹੁੰਦਾ ਹੈ।

ਖਾਨਾ ਨੰਬਰ 5: ਇਸ ਖਾਨੇ ਵਿੱਚ ਕਾਸ਼ਤਕਾਰ ਮੌਕੇ ਉੱਪਰ ਵਾਹੁਣ ਵਾਲੇ ਦਾ ਨਾਂਅ ਅਤੇ ਵੇਰਵੇ ਦਰਜ ਹੁੰਦੇ ਹਨ।

ਖਾਨਾ ਨੰਬਰ 6: ਇਸ ਵਿੱਚ ਜਾਇਦਾਦ ਦਾ ਖੇਵਟ ਨੰਬਰ ਉਸ ਦਾ ਖੇਤਰਫਲ ਅਤੇ ਜ਼ਮੀਨ ਦੀ ਕਿਸਮ ਬਾਰੇ ਲਿਖਿਆ ਜਾਂਦਾ ਹੈ।

ਖਾਨਾ ਨੰਬਰ 7: ਇਸ ਵਿੱਚ ਜ਼ਮੀਨ ਦਾ ਮਾਮਲਾ ਜਾਂ ਲਗਾਨ ਜੋ ਵੀ ਹੋਵੇ, ਜਿਸ ਵੀ ਕਿਸਮ ਦਾ ਹੋਵੇ ਦਰਜ ਕੀਤਾ ਜਾਂਦਾ ਹੈ।

ਖਾਨਾ ਨੰਬਰ 8: ਇਸ ਖਾਨੇ ਤੋਂ ਇੰਤਕਾਲ ਦੇ ਫਾਰਮ ਦਾ ਦੂਜਾ ਹਿੱਸਾ ਸੁਰੂ ਹੁੰਦਾ ਹੈ। ਇਸ ਵਿੱਚ ਨਵੀਂ ਜਮ੍ਹਾਂਬੰਦੀ ਦਾ ਨੰਬਰ ਦਰਜ ਕੀਤਾ ਜਾਂਦਾ ਹੈ। ਇਹ ਖਾਨਾ ਉਨੀ ਦੇਰ ਤੱਕ ਖਾਲੀ ਰਹਿੰਦਾ ਹੈ ਜੱਦ ਤੱਕ ਨਵੀਂ ਜਮ੍ਹਾਂਬੰਦੀ ਹੋਂਦ ਵਿੱਚ ਨਹੀਂ ਆਉਂਦੀ।

ਖਾਨਾ ਨੰਬਰ 9: ਇਸ ਵਿੱਚ ਨਵੇਂ ਮਾਲਕ ਦਾ ਨਾਂਅ ਦਰਜ ਕੀਤਾ ਜਾਂਦਾ ਹੈ।

ਖਾਨਾ ਨੰਬਰ 10: ਇਸ ਖਾਨੇ ਵਿੱਚ ਕਾਸ਼ਤਕਾਰ ਮੌਕੇ ਉੱਪਰ ਵਾਹੁਣ ਵਾਲੇ ਦਾ ਨਾਂਅ ਅਤੇ ਵੇਰਵੇ ਦਰਜ ਹੁੰਦੇ ਹਨ।

ਖਾਨਾ ਨੰਬਰ 11: ਇਸ ਵਿੱਚ ਜਾਇਦਾਦ ਦਾ ਖੇਵਟ ਨੰਬਰ ਉਸ ਦਾ ਖੇਤਰਫਲ ਅਤੇ ਜ਼ਮੀਨ ਦੀ ਕਿਸਮ ਬਾਰੇ ਲਿਖਿਆ ਜਾਂਦਾ ਹੈ।

ਖਾਨਾ ਨੰਬਰ 12: ਇਸ ਵਿੱਚ ਜ਼ਮੀਨ ਦਾ ਮਾਮਲਾ ਜਾਂ ਲਗਾਨ ਜੋ ਵੀ ਹੋਵੇ, ਜਿਸ ਵੀ ਕਿਸਮ ਦਾ ਹੋਵੇ ਦਰਜ ਕੀਤਾ ਜਾਂਦਾ ਹੈ।

ਖਾਨਾ ਨੰਬਰ 13: ਇਸ ਖਾਨੇ ਵਿੱਚ ਇੰਤਕਾਲ ਦੀ ਕਿਸਮ ਜਿਵੇਂ ਵਰਾਸਤ, ਬੈ, ਜਰ-ਰਹਿਣ ਆਦਿ ਤਰੀਕ ਸਮੇਤ ਦਰਜ ਹੁੰਦੇ ਹਨ।

ਖਾਨਾ ਨੰਬਰ 14: ਇਸ ਇੰਤਕਾਲ ਫ਼ੀਸ ਦਰਜ ਕੀਤੀ ਜਾਂਦੀ ਹੈ।

ਖਾਨਾ ਨੰਬਰ 15: ਇਸ ਖਾਨੇ ਵਿੱਚ ਹਲਕਾ ਪਟਵਾਰੀ ਜਿਸ ਨੇ ਦਰਜ ਕੀਤਾ ਹੁੰਦਾ ਹੈ ਇੰਤਕਾਲ ਦੀ ਪੜਤਾਲ ਤੋਂ ਬਾਅਦ ਰਿਪੋਰਟ ਤੇ ਦਸਤਖੱਤ ਹੁੰਦੇ ਹਨ। ਇਸ ਤੋਂ ਬਾਅਦ ਪਟਵਾਰੀ ਇਸੇ ਤਰ੍ਹਾਂ ਇੰਤਕਾਲ ਦੀ ਕਾਂਊਟਰ ਫਾਈਲ ਜਾਂ ਪੜ੍ਹਤ ਸਰਕਾਰ ਵਿੱਚ ਭਰਦਾ ਹੈ ਅਤੇ ਦਸਤਖੱਤ ਕਰਦਾ ਹੈ। ਜਿਸ ਜ਼ਮੀਨ ਦੇ ਹਿੱਸੇ ਦਾ ਇੰਤਕਾਲ ਦਰਜ ਹੁੰਦਾ ਹੈ ਉਸ ਦਾ ਨਕਸ਼ਾ ਪਟਵਾਰੀ ਬਣਾਉਂਦਾ ਹੈ। ਜਿਸ ਨੂੰ ਤਤਿਮਾ ਅਰਾਜ਼ੀ ਕਹਿੰਦੇ ਹਨ। ਜੇਕਰ ਇੰਤਕਾਲ ਵਸੀਅਤ ਜਾਂ ਵਿਰਾਸਤ ਦਾ ਹੋਵੇ ਤਾਂ ਹਲਕਾ ਪਟਵਾਰੀ ਜਾਇਦਾਦ ਮਾਲਕ ਅਤੇ ਉਸ ਦੇ ਵਾਰਿਸਾਂ ਦਾ ਸ਼ਜਰਾ ਨਸਬ ਤਿਆਰ ਕਰਦਾ ਹੈ। ਜਿਸ ਤੋਂ ਪਤਾ ਲਗਦਾ ਹੈ ਕਿ ਇੰਤਕਾਲ ਕਰਵਾਉਣ ਵਾਲੇ ਦੇ ਕਿੰਨੇ ਵਾਰਸ ਸਨ ਅਤੇ ਕਿੰਨੇ ਜਿਉਂਦੇ ਹਨ ਜਾਂ ਕਿੰਨੇ ਮਰ ਚੁੱਕੇ ਹਨ, ਸਾਰੇ ਵੇਰਵੇ ਹਲਕਾ ਪਟਵਾਰੀ ਲਿਖਦਾ ਹੈ। ਇਸ ਤਰ੍ਹਾਂ ਉਹ ਸ਼ਜਰਾ ਨਸਬ ਪੜਤ ਦੇ ਪਿੱਛੇ ਲਿਖਦਾ ਹੈ। ਅਤੇ ਇਸ ਤਰ੍ਹਾਂ ਪੜਤ ਸਰਕਾਰ ਦੇ ਫਾਰਮ ਤੇ ਬਣਾਉਂਦਾ ਹੈ। ਦੋਵੇਂ ਇੰਤਕਾਲਾਂ (ਪੜਤ ਪਟਵਾਰ ਅਤੇ ਪੜਤ ਸਰਕਾਰ) ਦੇ ਸਾਰੇ ਵੇਰਵੇ ਅੱਖਰ-ਅੱਖਰ ਇੱਕ ਦੂਜੇ ਨਾਲ ਮਿਲਦੇ ਹੁੰਦੇ ਹਨ

ਇੰਤਕਾਲ ਦਰਜ ਕਰਨ ਸਬੰਧੀ ਹਦਾਇਤਾਂ **ਪੰਜਾਬ ਲੈਂਡ ਰਿਕਾਰਡ ਮੈਨੂਅਲ ਦੇ ਪੈਰਾ ਨੰਬਰ 7.1** ਵਿੱਚ ਦਰਜ ਹਨ:

ਜਦੋਂ ਹਲਕਾ ਪਟਵਾਰੀ ਇੰਤਕਾਲ ਦਰਜ ਕਰ ਲੈਂਦਾ ਹੈ ਤਾਂ ਸਬੰਧਿਤ ਜ਼ਾਇਦਾਦ ਦੇ ਵੇਰਵੇ ਜੋ ਜਮ੍ਹਾਂਬੰਦੀ ਵਿੱਚ ਦਰਜ ਹੁੰਦੇ ਹਨ, ਜਮ੍ਹਾਂਬੰਦੀ ਦੇ ਰਜਿਸਟਰ ਵਿੱਚ ਖਾਨਾ ਨੰਬਰ 12 ਵਿੱਚ ਇੰਤਕਾਲ ਦਾ ਨੰਬਰ ਉਸ ਦੀ ਕਿਸਮ ਅਤੇ ਹੋਰ ਵੇਰਵੇ ਪੈਨਸਲ ਨਾਲ ਦਰਜ ਕਰਦਾ ਹੈ।

ਇੰਤਕਾਲ ਮੰਨਜ਼ੂਰ ਹੋਣ ਤੋਂ ਬਾਅਦ ਇਹ ਪੈਨਸਲ ਵਾਲੀ ਲਿਖਤ ਮਿਟਾ ਕੇ ਲਾਲ ਸਿਆਹੀ ਨਾਲ ਲਿੱਖੀ ਜਾਂਦੀ ਹੈ। ਲਾਲ ਸਿਆਹੀ ਨਾਲ ਦਿੱਤੇ ਹੋਏ ਵੇਰਵੇ ਇਹ ਦਰਸਾਉਂਦੇ ਹਨ ਕਿ ਇਸ ਜ਼ਾਇਦਾਦ ਦਾ ਇੰਤਕਾਲ ਮਨਜ਼ੂਰ ਹੋ ਚੁੱਕਾ ਹੈ। ਜਦੋਂ ਨਵੀਂ ਜਮ੍ਹਾਂਬੰਦੀ 5 ਸਾਲ ਬਾਅਦ ਬਣਦੀ ਹੈ ਤਾਂ ਇਹ ਲਾਲ ਸਿਆਹੀ ਵਾਲਾ ਇੰਦਰਾਜ ਖਾਨਾ ਮਾਲਕੀ ਅਤੇ ਖਾਨਾ ਕਾਸ਼ਤ ਵਿੱਚ ਕਾਲੀ ਸ਼ਿਆਹੀ ਨਾਲ ਲਿਖ ਦਿੱਤਾ ਜਾਂਦਾ ਹੈ, ਜਿਸ ਤੋਂ ਪਤਾ ਲਗਦਾ ਹੈ ਕਿ ਇੰਤਕਾਲ ਰਾਹੀਂ

ਜ਼ਾਇਦਾਦ ਤਬਦੀਲ ਹੋ ਚੁੱਕੀ ਹੈ। ਜੇ ਕਿਸੇ ਗਲਤੀ ਨੂੰ ਦਰੁਸਤ ਕਰਨ ਲਈ ਦੁਬਾਰਾ ਇੰਤਕਾਲ ਦਰਜ ਨਹੀਂ ਕੀਤਾ ਜਾਂਦਾ ਤਾਂ ਇੰਤਕਾਲ ਦੇ ਖਾਨਾ ਨੰਬਰ 15 ਵਿੱਚ ਸ਼ਬਦ "ਬਦਰ" ਲਿਖ ਦਿੱਤਾ ਜਾਂਦਾ ਹੈ। ਇਸ ਸ਼ਬਦ ਤੋਂ ਪਤਾ ਚਲਦਾ ਹੈ ਕਿ ਇੰਤਕਾਲ ਦਰਜ ਕਰਨ ਵੇਲੇ ਕੋਈ ਗਲਤੀ ਹੋ ਗਈ ਸੀ, ਜਿਸ ਨੂੰ ਠੀਕ ਕਰਕੇ ਦੁਬਾਰਾ ਸਹੀ ਇੰਦਰਾਜ ਦਰਜ ਕੀਤਾ ਗਿਆ ਹੈ। ਜੇ ਕਰ ਗਲਤੀਆਂ ਇੱਕ ਤੋਂ ਵੱਧ ਹੋ ਜਾਣ ਤਾਂ ਇਨ੍ਹਾਂ ਨੂੰ "ਬਦਰ ਨੰਬਰ **1**" ਅਤੇ "ਬਦਰ ਨੰਬਰ **2**" ਆਦਿ ਲਿਖ ਦਿੱਤਾ ਜਾਂਦਾ ਹੈ।

ਇੰਤਕਾਲ ਦਰਜ ਹੋਣ ਤੋਂ ਲੈ ਕੇ ਮੰਨਜ਼ੂਰ ਹੋਣ ਤੱਕ ਸਰਕਾਰ ਵਲੋਂ ਕੁੱਝ ਹਦਾਇਤਾਂ ਜਾਰੀ ਕੀਤੀਆਂ ਗਈਆਂ ਹਨ, ਜਿਨ੍ਹਾਂ ਨੂੰ **ਪੰਜਾਬ ਲੈਂਡ ਰਿਕਾਰਡ ਮੈਨੂਅਲ ਦੇ ਪੈਰਾ ਨੰਬਰ 7.**4 ਵਿੱਚ ਦਰਜ ਕੀਤਾ ਗਿਆ ਹੈ ਜੋ ਇਸ ਪ੍ਰਕਾਰ ਹੈ:

1. ਸਾਰੇ ਇੰਤਕਾਲ ਪਟਵਾਰੀ ਦੁਆਰਾ ਦਰਜ਼ ਕੀਤੇ ਜਾਣਗੇ ਅਤੇ ਪਟਵਾਰੀ ਆਪਣੀ ਰਿਪੋਰਟ ਕਾਲਮ ਨੰਬਰ 15 ਵਿੱਚ ਲਿਖੇਗਾ ਅਤੇ ਨੰਬਰਦਾਰ ਇੰਤਕਾਲ ਵਿੱਚ ਦਰਜ਼ ਹਵਾਲੇ ਨੂੰ ਸ਼ਨਾਖਤ ਕਰੇਗਾ।
2. ਹਲਕਾ ਕਾਨੂੰਗੋ ਪਟਵਾਰੀ ਦੇ ਦਰਜ਼ ਕੀਤੇ ਇੰਤਕਾਲ ਸਬੰਧਿਤ ਦਸਤਾਵੇਜ਼ ਖੁਦ ਚੈਕ ਕਰੇਗਾ ਅਤੇ ਇੰਤਕਾਲ ਦੀਆਂ ਦੋਵਾਂ ਪੜਤਾਂ ਤੇ ਆਪਣੇ ਦਸਤਖਤ ਕਰੇਗਾ ਅਤੇ ਤਰੀਕ ਪਾਵੇਗਾ।
3. ਇਸ ਤੋਂ ਬਾਅਦ ਇੰਤਕਾਲ ਸਬੰਧਿਤ ਅਫਸਰ ਕੋਲ ਮਨਜ਼ੂਰੀ ਲਈ ਪੇਸ਼ ਕੀਤਾ ਜਾਂਦਾ ਹੈ। ਆਮ ਤੌਰ ਤੇ ਸਬੰਧਿਤ ਤਹਿਸੀਲਦਾਰ ਸਹਾਇਕ ਕੁਲੈਕਟਰ ਦਰਜਾ-1 ਜਾਂ ਨਾਇਬ ਤਹਿਸੀਲਦਾਰ ਸਹਾਇਕ ਕੁਲੈਕਟਰ ਦਰਜਾ-2 ਇੰਤਕਾਲ ਨੂੰ ਮਨਜ਼ੂਰ ਕਰਨ ਦਾ ਸਮਰੱਥ ਅਧਿਕਾਰੀ ਹੈ। ਜਿਸ ਨੂੰ ਰੈਵੀਨਿਊ ਅਫਸਰ ਵੀ ਕਿਹਾ ਜਾਂਦਾ ਹੈ।

   ਰੈਵੀਨਿਊ ਅਫਸਰ ਇੰਤਕਾਲ ਦੀ ਪੜ੍ਹਤ ਪਟਵਾਰ ਅਤੇ ਪੜ੍ਹਤ ਸਰਕਾਰ ਦੇ ਸਾਰੇ ਇੰਦਰਾਜਾਂ ਦਾ ਮੁਕਾਬਲਾ ਬੜੇ ਧਿਆਨ ਨਾਲ ਕਰਦਾ ਹੈ। ਉਹ ਦੋਵਾਂ ਧਿਰਾਂ ਨੂੰ ਆਪਣੇ ਸਾਹਮਣੇ ਬਲਾਉਂਦਾ ਹੈ ਅਤੇ ਨੰਬਦਾਰ ਤੋਂ ਉਨ੍ਹਾਂ ਦੀ ਸ਼ਨਾਖਤ ਕਰਵਾਉਂਦਾ ਹੈ ਅਤੇ ਇੰਤਕਾਲ ਹੋਣ ਯੋਗ ਜਾਇਦਾਦ ਦੇ ਕਬਜ਼ੇ ਬਾਰੇ ਧਿਰਾਂ ਤੋਂ ਪੁੱਛ-ਗਿੱਛ ਕਰਦਾ ਹੈ ਕਿ ਕਬਜਿਆਂ ਦਾ ਵਟਾਂਦਰਾ ਹੋ ਗਿਆ ਹੈ ਕਿ ਨਹੀਂ। ਰੈਵੀਨਿਊ ਅਫ਼ਸਰ ਆਮ ਇਕੱਠ ਵਿੱਚ ਇੰਤਕਾਲ ਵਾਲੀ ਭਾਸ਼ਾ ਵਿੱਚ ਆਪਣਾ ਸਾਰਾ ਹੁਕਮ ਇੰਤਕਾਲ ਉੱਪਰ ਲਿਖਦਾ ਹੈ ਅਤੇ ਆਪਣੇ ਦਸਤਖਤ ਸਮੇਤ ਤਰੀਖ ਕਰਦਾ ਹੈ।
4. ਰੈਵੀਨਿਊ ਅਫ਼ਸਰ ਆਪਣੇ ਹੱਥਾਂ ਨਾਲ ਪੜ੍ਹਤ ਸਰਕਾਰ ਉੱਪਰ ਵੀ ਆਪਣੇ ਹੁਕਮ ਦੇ ਖਾਸ ਹਿੱਸੇ ਲਿਖਦਾ ਹੈ ਅਤੇ ਇੰਤਕਾਲ ਹੋਏ ਰਕਬੇ ਦੇ ਖਸਰਾ ਨੰਬਰ ਅਤੇ ਉਸ ਦਾ ਕੁਲ ਰਕਬਾ ਲਿਖੇਗਾ ਜਿਸ ਨਾਲ ਇਹ ਇਬਾਰਤ ਲਿਖੀ ਜਾਵਗੀ ਕਿ ਇਹ ਰਕਬੇ ਦਾ ਇੰਤਕਾਲ ਮਨਜ਼ੂਰ ਹੈ।
5. ਜੇਕਰ ਰੈਵੀਨਿਊ ਅਫ਼ਸਰ ਕਿਸੇ ਇੰਤਕਾਲ ਨੂੰ ਨਾ ਮਨਜ਼ੂਰ ਕਰ ਦੇਵੇ ਤਾਂ ਉਹ ਆਪਣਾ ਹੁਕਮ ਪੜ੍ਹਤ ਸਰਕਾਰ ਅਤੇ ਪੜ੍ਹਤ ਪਟਵਾਰ ਉੱਪਰ ਦੋਵਾਂ ਇੰਦਰਾਜਾਂ ਨੂੰ ਮਿਲਾ ਕੇ ਲਿਖੇਗਾ ਅਤੇ ਆਪਣੇ ਦਸਤਖ਼ਤ ਕਰੇਗਾ।

6. ਜੇਕਰ ਵੇਚੀ ਗਈ ਜ਼ਮੀਨ ਦੇ ਨਾਲ ਸ਼ਾਮਲਾਤ ਦਾ ਕੁੱਝ ਹਿੱਸਾ ਵੀ ਵੇਚਿਆ ਗਿਆ ਹੋਵੇ ਤਾਂ ਇੰਤਕਾਲ ਮਨਜ਼ੂਰ ਕਰਨ ਸਬੰਧੀ ਰੈਵੀਨਿਊ ਅਫ਼ਸਰ **ਪੰਜਾਬ ਲੈਂਡ ਰਿਕਾਰਡ ਮੈਨੂਅਲ ਦੇ ਪੈਰਾ ਨੰਬਰ 7.19** ਦੇ ਅਨੁਸਾਰ ਕਾਰਵਾਈ ਕਰੇਗਾ ਅਤੇ ਸ਼ਾਮਲਾਤ ਦਾ ਰਕਬਾ ਇੰਤਕਾਲ ਦੇ ਰਕਬੇ ਵਿੱਚੋਂ ਖਾਰਜ ਕਰ ਦਿੱਤਾ ਜਾਵੇਗਾ।
7. ਹਲਕਾ ਪਟਵਾਰੀ ਜਿਸ ਜ਼ਾਇਦਾਦ ਦਾ ਇੰਤਕਾਲ ਹੋਣਾ ਹੋਵੇ ਉਸ ਸਬੰਧੀ ਘਟਨਾ ਵਾਪਰਨ ਤੋਂ ਬਾਅਦ ਇੱਕ ਮਹੀਨੇ ਦੇ ਅੰਦਰ-ਅੰਦਰ ਇੰਤਕਾਲ ਦਰਜ਼ ਕੇਰੇਗਾ ਅਤੇ ਜੇ ਇੰਤਕਾਲ ਝਗੜੇ ਵਾਲਾ ਨਾ ਹੋਵੇ ਤਾਂ ਘੱਟਨਾਂ ਵਾਪਰਨ ਦੇ ਤਿੰਨ ਮਹੀਨੇ ਅੰਦਰ-ਅੰਦਰ ਰੈਵੀਨਿਊ ਅਫ਼ਸਰ ਇੰਤਕਾਲ ਮਨਜ਼ੂਰ ਕਰੇਗਾ ਅਤੇ ਜੇ ਕਰ ਝਗੜੇ ਵਾਲਾ ਇੰਤਕਾਲ ਹੋਵੇ ਤਾਂ ਉਸ ਦਾ 6 ਮਹੀਨੇ ਦੇ ਅੰਦਰ-ਅੰਦਰ ਨਿਪਟਾਰਾ ਜ਼ਰੂਰੀ ਹੈ।
8. ਸਾਰੇ ਇੰਤਕਾਲ ਜੋ ਦੋ ਸਾਲਾਂ ਦੇ ਅੰਦਰ-ਅੰਦਰ ਤਸਦੀਕ ਨਹੀਂ ਹੋ ਜਾਂਦੇ ਤਾਂ ਇਹਨਾਂ ਨੂੰ ਤਿਮਾਹੀ-ਤਿਮਾਹੀ ਦੇ ਹਿਸਾਬ ਨਾਲ ਵੰਡਿਆ ਜਾਂਦਾ ਹੈ। ਪਟਵਾਰੀ ਵਲੋਂ ਹਰ ਤੀਜੇ ਮਹੀਨੇ ਤਸਦੀਕ ਹੋਣੋਂ ਰਹਿ ਗਏ ਇੰਤਕਾਲ ਦੀ ਲਿਸਟ ਤਹਿਸੀਲਦਾਰ ਅਤੇ ਨਾਇਬ ਤਹਿਸੀਲਦਾਰ ਨੂੰ ਦਿੱਤੀ ਜਾਂਦੀ ਹੈ ਜੋ ਉਨ੍ਹਾਂ ਦੀ ਤਸਦੀਕ ਦਾ ਪ੍ਰਬੰਧ ਕਰਦੇ ਹਨ। ਜੇ ਉਹ ਅਗਲੀ ਤਿਮਾਹੀ ਤੱਕ ਵੀ ਤਸਦੀਕ ਨਾ ਹੋਵੇ ਤਾਂ ਉਸ ਦੀ ਲਿਸਟ ਕੁਲੈਕਟਰ ਪਾਸ ਜਾਂਦੀ ਹੈ ਅਤੇ ਉਸ ਤੋਂ ਅਗਲੀ ਤਿਮਾਹੀ ਦੀ ਲਿਸਟ ਕਮਿਸ਼ਨਰ ਪਾਸ ਜਾਂਦੀ ਹੈ, ਜੋ ਰਹਿ ਗਏ ਇੰਤਕਾਲਾਂ ਦੀ ਤਸਦੀਕ ਬਾਰੇ ਜਿਵੇਂ ਵੀ ਹੋਵੇ ਮੁਨਾਸਬ ਹੁਕਮ ਕਰਦਾ ਹੈ।
9. ਇਸ ਤਰ੍ਹਾਂ ਇੰਤਕਾਲ ਦੋ ਸਾਲ ਦੇ ਅੰਦਰ-ਅੰਦਰ ਤਸਦੀਕ ਹੋਣਾ ਜ਼ਰੂਰੀ ਹੈ। ਇਹਨਾਂ ਪੜਾਵਾਂ ਵਿੱਚ ਦੀ ਲੰਘ ਕੇ ਇੰਤਕਾਲ ਤਸਦੀਕ ਹੁੰਦਾ ਹੈ। ਇਹ ਪ੍ਰਕਿਰਿਆ ਹਰ ਕਿਸਮ ਦੇ ਇੰਤਕਾਲ ਲਈ ਜ਼ਰੂਰੀ ਹੈ।

ਇੰਤਕਾਲਾਂ ਸਬੰਧੀ ਵਧੇਰੇ ਜਾਣਕਾਰੀ ਲਈ ਪ੍ਰਸ਼ਨ ਉੱਤਰ ਦਾ ਵੇਰਵਾ ਹੇਠਾਂ ਦਿੱਤਾ ਜਾਵੇਗਾ:

01. ਪ੍ਰਸ਼ਨ: ਇੰਤਕਾਲ ਕੀ ਹੁੰਦਾ ਹੈ?

ਉੱਤਰ: ਇੰਤਕਾਲ ਦਾ ਮਤਲਬ ਹੈ **ਮਾਲ ਮਹਿਕਮੇ ਦੇ ਭੌਂ ਰਿਕਾਰਡ ਵਿੱਚ ਹੱਕਾਂ ਦੀ ਤਬਦੀਲੀ।** ਇਹ ਸਿਰਫ ਇੰਤਕਾਲ ਰਾਹੀਂ ਹੀ ਕੀਤੀ ਜਾ ਸਕਦੀ ਹੈ। ਇਸ ਰਾਹੀਂ **ਪਰਤ-ਪਟਵਾਰ** ਅਤੇ **ਪਰਤ-ਸਰਕਾਰ** ਜਿਸ ਨੂੰ ਇੰਤਕਾਲ ਰਜ਼ਿਸਟਰ ਕਹਿੰਦੇ ਹਨ ਵਿੱਚ ਤਬਦੀਲੀ ਕੀਤੀ ਜਾਂਦੀ ਹੈ।

02. ਪ੍ਰਸ਼ਨ: ਇੰਤਕਾਲ ਵਿੱਚ ਨਵੇਂ ਹੱਕਦਾਰ ਨੂੰ ਕਿਹੜੇ ਕਿਹੜੇ ਕਾਰਨਾ ਕਰਕੇ ਹੱਕ ਤਬਦੀਲ ਹੁੰਦੇ ਹਨ?

ਉੱਤਰ: ਕਿਸੇ ਵੀ ਹੱਕਦਾਰ ਨੂੰ ਬੈ, ਤਬਾਦਲਾ, ਰਹਿਨ, ਪਟਾ ਨਾਮਾ, ਵਰਾਸਤ, ਤਕਸੀਮ ਜਾਂ ਕਿਸੇ ਅਦਾਲਤ ਵਲੋਂ ਡਿਗਰੀ ਦੇ ਹੁਕਮਾਂ ਕਰਕੇ ਨਵੇਂ ਹੱਕ ਤਬਦੀਲ ਹੁੰਦੀ ਹਨ।

03. ਪ੍ਰਸ਼ਨ: ਹੱਕਦਾਰਾਂ ਨੂੰ ਬੈ, ਤਬਾਦਲਾ, ਰਹਿਨ, ਪਟਾ ਨਾਮਾ, ਵਰਾਸਤ, ਤਕਸੀਮ ਆਦਿਕ ਦੇ ਇੰਤਕਾਲ ਕਦੋਂ ਅਤੇ ਕਿਸ ਕੋਲ ਦਰਜ ਕਰਵਾਉਣੇ ਚਾਹੀਦੇ ਹਨ?

ਉੱਤਰ: ਜਿਨ੍ਹਾਂ ਕੇਸਾਂ ਵਿੱਚ ਹੱਕ ਕਿਸੇ ਰਜਿਸਟਰੀ ਰਾਹੀਂ ਬਣ ਜਾਂਦੇ ਹਨ, ਉਨ੍ਹਾਂ ਵਿੱਚ ਪਟਵਾਰੀ ਦਾ ਫਰਜ ਬਣਦਾ ਹੈ ਕਿ ਉਹ ਪਰਚਾ ਰਜ਼ਿਸਟਰੀ ਦੇ ਤਹਿਸੀਲ ਤੋਂ ਪੁੱਜਣ ਤੇ ਇੱਕ ਮਹੀਨੇ ਦੇ ਅੰਦਰ-ਅੰਦਰ ਇੰਤਕਾਲ ਦਰਜ ਕਰੇ। ਹੱਕਦਾਰ ਵੀ ਆਪਣੇ ਵਲੋਂ ਇਹੋ ਜਿਹੇ ਕੇਸਾਂ ਵਿੱਚ ਅਸਲ ਰਜ਼ਿਸਟਰੀ ਪਟਵਾਰੀ ਨੂੰ ਵਿਖਾ ਕੇ ਇੰਤਕਾਲ ਦਰਜ ਕਰਵਾ ਸਕਦਾ ਹੈ। ਵਰਾਸਤ, ਤਕਸੀਮ, ਤਬਾਦਲਾ ਆਦਿਕ ਕੇਸਾਂ ਵਿੱਚ ਰਜ਼ਿਸਟਰੀ ਜਰੂਰੀ ਨਹੀਂ। ਇਸ ਤਰ੍ਹਾਂ ਦੇ ਤਬਾਦਲਾ ਹਕੂਕ ਦੇ ਇੰਤਕਾਲ, ਸਬੰਧਤ ਧਿਰਾਂ ਵਲੋਂ ਆਪਣੇ ਆਪ ਇੱਕ ਮਹੀਨੇ ਦੇ ਅੰਦਰ-ਅੰਦਰ ਪਟਵਾਰੀ ਕੋਲ ਦਰਜ ਕਰਵਾਉਣੇ ਚਾਹੀਦੇ ਹਨ ਪਰ ਜੇਕਰ ਤਬਾਦਲੇ ਵਿੱਚ ਕਿਸੇ ਧਿਰ ਦੀ ਜਮੀਨ ਨਗਰ ਪਾਲਿਕਾ ਦੀ ਹੱਦ ਅੰਦਰ ਸ਼ਾਮਲ ਹੋਵੇ ਤਾਂ ਤਬਾਦਲਾ ਨਾਮਾ ਰਜਿਸਟਰਡ ਕਰਾਉਣਾ ਜਰੂਰੀ ਹੈ।

04. ਪ੍ਰਸ਼ਨ: ਵਰਾਸਤ ਅਤੇ ਖਾਨਗੀ ਤਕਸੀਮ ਦੇ ਇੰਤਕਾਲ ਕਦੋਂ ਅਤੇ ਕਿਸ ਵਲੋਂ ਦਰਜ ਕਰਾਉਣੇ ਚਾਹੀਦੇ ਹਨ?

ਉੱਤਰ: ਵਰਾਸਤ ਅਤੇ ਖਾਨਗੀ ਤਕਸੀਮ ਸਬੰਧੀ ਕੋਈ ਪਰਚਾ ਰਜ਼ਿਸਟਰੀ ਤਹਿਸੀਲ ਵਿਚੋਂ ਨਹੀਂ ਆਉਂਦਾ, ਜਿਸ ਕਰਕੇ ਇਹਨਾਂ ਤਬਦੀਲੀਆਂ ਬਾਰੇ ਹੱਕਦਾਰਾਂ ਨੂੰ ਆਪ ਹੀ ਵਾਕਿਆਤ ਤੋਂ **ਤਿੰਨ ਮਹੀਨੇ ਦੇ ਅੰਦਰ-ਅੰਦਰ** ਪਟਵਾਰੀ ਕੋਲ ਜਾ ਕੇ ਇੰਤਕਾਲ ਦਰਜ ਕਰਵਾਉਣੇ ਚਾਹੀਦੇ ਹਨ।

05. ਪ੍ਰਸ਼ਨ: ਮੌਤ ਦਾ ਇੰਦਰਾਜ ਕਿੱਥੇ ਦਰਜ ਕਰਵਾਉਣਾ ਚਾਹੀਦਾ ਹੈ?

ਉੱਤਰ: ਮੌਤ ਦਾ ਇੰਦਰਾਜ ਪਿੰਡ ਦੇ **ਚੌਕੀਦਾਰ ਦੇ** ਰਜ਼ਿਸਟਰ ਵਿੱਚ ਦਰਜ ਕਰਾਉਣਾ ਹੁੰਦਾ ਹੈ। ਜੇ ਮੌਤ ਸ਼ਹਿਰ ਵਿੱਚ ਹੋਈ ਹੋਵੇ ਤਾਂ **ਨਗਰਪਾਲਿਕਾ ਜਾਂ ਨੋਟੀਫਾਈਡ ਕਮੇਟੀ** ਦੀ ਹੱਦ ਹੋਵੇ ਤਾਂ ਉਸ ਦੇ ਦਫਤਰ ਵਿੱਚ। ਜੇ ਮਰਨ ਵਾਲੇ ਦੇ ਨਾਂ ਕੋਈ ਜਾਇਦਾਦ ਹੋਵੇ ਤਾਂ ਮੌਤ ਤੋਂ **ਤਿੰਨ ਮਹੀਨੇ ਦੇ ਅੰਦਰ-ਅੰਦਰ** ਪਟਵਾਰੀ ਨੂੰ ਵੀ ਇਤਲਾਹ ਦਿਉ ਅਤੇ ਉਹ ਉਸ ਦੇ ਵਾਰਸਾਂ ਦੀ ਤਸਦੀਕ ਕਰਕੇ ਵਰਾਸਤ ਦਾ ਇੰਤਕਾਲ ਦਰਜ਼ ਕਰਦਾ ਹੈ।

06. ਪ੍ਰਸ਼ਨ: ਇੰਤਕਾਲ ਦਰਜ਼ **ਕੌਣ ਕਰਦਾ ਹੈ?**

ਉੱਤਰ: ਹਲਕਾ ਪਟਵਾਰੀ ਇੰਤਕਾਲ ਦਰਜ਼ ਕਰਦਾ ਹੈ।

07. ਪ੍ਰਸ਼ਨ: ਇੰਤਕਾਲ ਦੀ ਪੜਤਾਲ ਕੌਣ ਕਰਦਾ ਹੈ?

ਉੱਤਰ: ਪਰਵਾਰੀ ਦੁਆਰਾ ਪਹਿਲਾਂ ਦਰਜ਼ ਕੀਤੇ ਇੰਤਕਾਲਾਂ ਅਤੇ ਇੰਤਕਾਲ ਰਾਹੀਂ ਹੋਣ ਵਾਲੀ ਤਬਦੀਲੀ ਦੇ ਇੰਦਰਾਜ ਦੀ ਪੜ੍ਹਤਾਲ ਹਲਕਾ ਕਾਨੂੰਗੋ ਕਰਦਾ ਹੈ।

08. ਪ੍ਰਸ਼ਨ: ਇੰਤਕਾਲ ਮਨਜ਼ੂਰ ਕੌਣ ਕਰਦਾ ਹੈ?

ਉੱਤਰ: ਹਲਕੇ ਦਾ **ਤਹਿਸੀਲਦਾਰ ਜਾਂ ਨਾਇਬ** ਤਹਿਸੀਲਦਾਰ ਸਿਰਫ ਝੱਗੜਾ ਰਹਿਤ ਇੰਤਕਾਲ ਹੀ ਮਨਜ਼ੂਰ ਕਰਦੇ ਹਨ। ਝੱਗੜੇ ਵਾਲੇ ਜਾਂ ਬਿਨਾਂ ਰਜਿਸਟਰਡ ਵਸੀਅਤਾਂ ਸਬੰਧੀ ਵਰਾਸਤ ਦੇ ਇੰਤਕਾਲ, ਫੈਸਲੇ ਲਈ ਉੱਚ ਅਧਿਕਾਰੀ ਨੂੰ ਭੇਜੇ ਜਾਂਦੇ ਹਨ।

09. ਪ੍ਰਸ਼ਨ: ਇੰਤਕਾਲ ਕਿੰਨੇ ਸਮੇਂ ਵਿੱਚ ਮੁਕੰਮਲ/ਮਨਜ਼ੂਰ ਹੋ ਜਾਂਦੇ ਹਨ?

ਉੱਤਰ: ਮਾਲ ਮਹਿਕਮੇ ਵਲੋਂ ਹਦਾਇਤਾਂ ਅਨੁਸਾਰ ਬਿਨਾਂ ਝਗੜੇ ਵਾਲਾ ਇੰਤਕਾਲ ਵਾਕਿਆ ਤੋਂ ਤਿੰਨ ਮਹੀਨੇ ਦੇ ਅੰਦਰ-ਅੰਦਰ ਅਤੇ ਝਗੜੇ ਵਾਲਾ ਇੰਤਕਾਲ ਵਾਕਿਆ ਤੋਂ 6 ਮਹੀਨੇ ਦੇ ਅੰਦਰ-ਅੰਦਰ ਤਸਦੀਕ ਹੋ ਜਾਣਾ ਚਾਹੀਦਾ ਹੈ।

10. ਪ੍ਰਸ਼ਨ: ਜੇ ਕਰ ਇੰਤਕਾਲ ਗਲਤ ਤਸਦੀਕ ਹੋ ਜਾਵੇ ਤਾਂ ਉਸ ਨੂੰ ਠੀਕ ਕਰਾਉਣ ਲਈ ਕੀ ਤਰੀਕਾ ਹੈ?

ਉੱਤਰ: ਜੇ ਨਵੀਂ ਜਮ੍ਹਾਂਬੰਦੀ ਵਿੱਚ ਅਮਲ ਹੋਣ ਤੋਂ ਪਹਿਲਾਂ ਇਹ ਗਲਤੀ ਦਾ ਪਤਾ ਲੱਗ ਜਾਵੇ ਤਾਂ ਤਹਿਸੀਲਦਾਰ ਜਾਂ ਨਾਇਬ ਤਹਿਸੀਲਦਾਰ, ਜਿਲ੍ਹੇ ਦੇ ਕੁਲੈਕਟਰ ਦੀ ਮਨਜ਼ੂਰੀ ਲੈਣ ਉਪਰੰਤ ਗਲਤੀ ਨੂੰ ਠੀਕ ਕਰ ਸਕਦਾ ਹੈ।

11. ਪ੍ਰਸ਼ਨ: ਇੰਤਕਾਲ ਸਬੰਧੀ ਤਹਿਸੀਲਦਾਰ ਜਾਂ ਨਾਇਬ ਤਹਿਸੀਲਦਾਰ **ਦੇ ਹੁਕਮ ਦੇ ਖਿਲਾਫ ਕਿੰਨੇ ਸਮੇਂ ਦੇ ਵਿੱਚ ਅਤੇ ਕਿਸ ਕੋਲ ਅਪੀਲ ਕੀਤੀ ਜਾ ਸਕਦੀ ਹੈ?**

ਉੱਤਰ: ਹੁਕਮ ਦੀ ਮਿਤੀ ਤੋਂ 30 ਦਿਨਾਂ ਦੇ ਅੰਦਰ-ਅੰਦਰ ਕੁਲੈਕਟਰ ਕੋਲ ਅਪੀਲ ਕੀਤੀ ਜਾ ਸਕਦੀ ਹੈ।

12. ਪ੍ਰਸ਼ਨ: ਕੀ ਇੰਤਕਾਲ ਮਨਜ਼ੂਰ ਹੋਣ ਪਿਛੋਂ ਪਟਵਾਰੀ ਕੋਲ ਹੀ ਰਹਿੰਦਾ ਹੈ?

ਉੱਤਰ: ਰਜ਼ਿਸਟਰ ਇੰਤਕਾਲ ਦੋ ਪਰਤਾਂ ਵਿੱਚ ਹੁੰਦਾ ਹੈ, ਇੱਕ **ਪਰਤ-ਸਰਕਾਰ** ਅਤੇ ਦੂਜੀ **ਪਰਤ-ਪਟਵਾਰ** ਕਹਿੰਦੇ ਹਨ। ਪਰਤ-ਸਰਕਾਰ ਵਿੱਚ ਹਲਕਾ ਅਫਸਰ ਮਾਲ ਮੁਕੰਮਲ ਹੁਕਮ ਲਿਖਣ ਪਿਛੋਂ ਆਪਣੇ ਨਾਲ ਲੈ ਜਾਂਦਾ ਹੈ ਅਤੇ ਦੂਜੀ ਪਰਤ-ਪਟਵਾਰ ਵਿੱਚ ਹੁਕਮ ਸੰਖੇਪ ਰੂਪ ਵਿੱਚ ਆਪਣੀ ਕਲਮ ਨਾਲ ਦਰਜ਼ ਕਰਦਾ ਹੈ। ਦੌਰੇ ਤੋਂ ਵਾਪਸ ਆਉਣ ਤੇ ਹਲਕਾ ਮਾਲ ਅਧਿਕਾਰੀ ਪਰਤ-ਸਰਕਾਰ ਤਹਿਸੀਲ ਦਫਤਰ ਵਿੱਚ ਜਮ੍ਹਾਂ ਕਰਵਾ ਦਿੰਦਾ ਹੈ।

13. ਪ੍ਰਸ਼ਨ: ਪਟਵਾਰੀ ਇੰਤਕਾਲ ਦੇ ਵਾਕਿਆ ਦੀ ਤਸਦੀਕ ਕਿਸ ਕੋਲੋਂ ਕਰਵਾਉਂਦਾ ਹੈ, ਕੀ ਸਬੰਧਤ ਧਿਰ ਦੇ ਦਸਖਤ/ਅਗੂੰਠਾ ਇੰਤਕਾਲ ਦੇ ਰਜ਼ਿਸਟਰ ਉੱਤੇ ਲਗਵਾਉਣਾ ਜਰੂਰੀ ਹੈ?

ਉੱਤਰ: ਪਟਵਾਰੀ ਇੰਤਕਾਲ ਦੇ ਵਾਕਿਆ ਦੀ ਤਸਦੀਕ **ਖਾਨਾ ਨੰਬਰ 15** ਵਿੱਚ, **ਨੰਬਰਦਾਰ** ਕੋਲੋਂ ਉਸ ਦੀ ਮੋਹਰ ਜਾਂ ਦਸਖਤ/ਅਗੂੰਠਾ ਰਹੀਂ ਕਰਵਾਉਂਦਾ ਹੈ। **ਸਬੰਧਤ ਧਿਰ ਦੇ ਦਸਖਤ ਕਰਵਾਉਣਾ ਜਾਂ ਅਗੂੰਠਾ ਲਗਵਾਉਣਾ ਸਖਤ ਤੌਰ ਤੇ ਮਨ੍ਹਾ ਹੈ।**

14. ਪ੍ਰਸ਼ਨ: ਕੀ ਹਿਸਾਬਤ ਕਿਤਾਬਤ ਗਲਤੀਆਂ ਇੰਤਕਾਲ ਦੀ ਨਜ਼ਰਸਾਨੀ **ਕਰਨ ਤੋਂ ਬਗੈਰ ਠੀਕ ਕੀਤੀਆਂ ਜਾ ਸਕਦੀਆਂ ਹਨ?**

ਉੱਤਰ: ਹਾਂ, ਇਸ ਤਰ੍ਹਾਂ ਦੀਆਂ ਗਲਤੀਆਂ ਹਲਕਾ ਮਾਲ ਅਫਸਰ ਲਾਲ ਸਿਆਹੀ ਨਾਲ ਆਪਣੇ ਹੱਥੀਂ ਇੰਤਕਾਲ ਦੀਆਂ ਦੋਵੇਂ ਪਰਤਾਂ ਉੱਤੇ ਨਵੀਂ ਜੰਮ੍ਹਾਂਬੰਦੀ ਬਣਨ ਤੋਂ ਪਹਿਲਾਂ-ਪਹਿਲਾਂ ਫੁਟ ਨੋਟ ਰਾਹੀਂ ਠੀਕ ਕਰ ਸਕਦਾ ਹੈ।

15. ਪ੍ਰਸ਼ਨ: ਜੇਕਰ ਕੋਈ ਵਿਅਕਤੀ ਕਿਸੇ ਜਇਦਾਦ ਬਾਰੇ ਸਿਵਲ ਡਿਗਰੀ ਆਪਣੇ ਹੱਕ ਵਿੱਚ ਕਰਵਾ ਲੈਂਦਾ ਹੈ ਤਾਂ ਉਸ ਨੂੰ ਕਿੰਨੇ ਚਿਰ ਵਿੱਚ ਇੰਤਕਾਲ ਕਰਵਾ ਲੈਣਾ ਚਾਹੀਦਾ ਹੈ?

ਉੱਤਰ: ਕਿਉਂਕਿ **ਸਿਵਲ ਡਿਗਰੀ ਦੀ ਮਿਆਦ 12 ਸਾਲ** ਤੱਕ ਹੁੰਦੀ ਹੈ। ਅਗਰ ਕੋਈ ਵਿਅਕਤੀ ਸਿਵਲ ਡਿਗਰੀ ਦੀ ਮਿਆਦ ਲੰਘੀ ਤੋਂ ਇੰਤਕਾਲ ਕਰਵਾਉਣ ਚਾਹੰਦਾ ਹੈ ਤਾਂ ਰੈਵਨਿਊ ਅਫ਼ਸਰ ਇੰਤਕਾਲ ਤਸਦੀਕ ਕਰਨ ਤੋਂ ਮਨ੍ਹਾਂ ਕਰ ਸਕਦਾ ਹੈ।

16. ਪ੍ਰਸ਼ਨ: ਪਰਚਾ ਯਾਦਦਾਸ਼ਤ ਕੀ ਹੁੰਦਾ ਹੈ?

ਉੱਤਰ: ਰਜ਼ਿਸਟਰੀ ਕਲਰਕ ਰਜ਼ਿਸਟਰੀ ਵਿਚੋਂ ਇੱਕ ਨਿਸਚਿਤ ਫਾਰਮ ਵਿੱਚ ਵੇਰਵੇ ਭਰਦੇ ਹਨ, ਜਿਸ ਵਿੱਚ ਵੇਚਣ ਵਾਲੇ ਦਾ ਨਾਂ, ਖਰੀਦਣ ਵਾਲੇ ਦਾ ਨਾਂ, ਵੇਚੀ ਗਈ ਜਮੀਨ ਸਬੰਧੀ ਖੇਵਟ ਨੰਬਰ, ਖਸਰਾ ਨੰਬਰ ਤੇ ਰਕਬਾ ਜੋ ਵੀ ਰਜ਼ਿਸਟਰੀ ਵਿੱਚ ਲਿਖਿਆ ਹੁੰਦਾ ਹੈ, ਇਸ ਫਾਰਮ ਨੂੰ ਪਰਚਾ ਯਾਦਦਾਸ਼ਤ ਕਹਿੰਦੇ ਹਨ।

ਪਾਠਕਾਂ ਦੀ ਜਾਣਕਾਰੀ ਲਈ ਅਗਲੇ ਪੇਜ਼ ਤੇ ਇੰਤਕਾਲਾਂ ਦੇ ਨਮੂਨੇ ਦਿੱਤੇ ਗਏ ਹਨ।

ਨੋਟ: ਇਹ ਇੰਤਕਾਲ **ਬੈ ਬਜ਼ੀਰੀਆ ਰਜਿਸਟਰੀ** ਦਾ ਨਮੂਨਾ ਹੈ ਜੋ ਪਹਿਲਾਂ **ਪੇਜ਼ ਨੰ:108 ਅਤੇ ਲੜੀ ਨੰਬਰ 01** ਤੇ ਪੜ੍ਹ ਚੁੱਕੇ ਹਾਂ।

ਰਜਿਸਟਰ ਇੰਤਕਾਲ ਪਿੰਡ ਦਾ ਨਾਂ ਹੱਦਬਸਤ ਨੰਬਰ ਜ਼ਿਲ੍ਹਾ ਤਹਿਸੀਲ

1	2	3	4	5	6	7	8	9	10	11	12	13	14	15
			ਇੰਦਰਾਜ਼ ਜਮ੍ਹਾਂਬੰਦੀ ਪਿਛਲੀ, ਜਿਸ ਦੀ ਸੋਧ ਲੋੜੀਂਦੀ ਹੈ					**ਇੰਦਰਾਜ਼ ਜਦੀਦ ਜੋ ਹੁਣ ਕਾਇਮ ਕੀਤਾ ਜਾਵੇਗਾ**						
ਰੂੰਮ ਅੰਕ	ਪਿਛਲੀ ਜਮ੍ਹਾਂਬੰਦੀ ਦਾ ਖਾਤਾ ਨੰਬਰ	ਨਾਂ ਤਰਫ ਜਾਂ ਖੂਹ	ਮਾਲਕ ਦਾ ਵੇਰਵਾ	ਕਾਸ਼ਤਕਾਰ ਦਾ ਨਾਂ ਅਤੇ ਵੇਰਵਾ	ਨੰਬਰ ਤੇ ਨਾਂ, ਖੇਤ, ਰਕਬਾ ਅਤੇ ਕਿਸਮ ਜ਼ਮੀਨ	ਮਾਮਲਾ ਜਾਂ ਲਗਾਨ	ਨੰਬਰ ਖਾਤਾ ਜਮ੍ਹਾਂਬੰਦੀ ਜਦੀਦ	ਮਾਲਕ ਦਾ ਨਾਂ ਅਤੇ ਵੇਰਵਾ	ਕਾਸ਼ਤਕਾਰ ਦਾ ਨਾਂ ਅਤੇ ਵੇਰਵਾ	ਨੰਬਰ ਤੇ ਨਾਂ, ਖੇਤ, ਰਕਬਾ ਅਤੇ ਕਿਸਮ ਜ਼ਮੀਨ	ਮਾਮਲਾ ਜਾਂ ਲਗਾਨ	ਕਿਸਮ ਅਤੇ ਤਰੀਖ ਇੰਤਕਾਲ ਸਮੇਤ ਜਰ-ਬੈ ਜਾਂ ਜਰ-ਰਹਿਨ	ਫੀਸ ਦਾਖਲ ਖਾਰਜ	ਰਿਪੋਰਟ ਅਤੇ ਹੁਕਮ
1	1 1		ਅਮਰਦੀਪ ਸਿੰਘ, ਹਰਦੇਵ ਸਿੰਘ, ਸੇਵਾ ਸਿੰਘ ਪੁੱਤਰ ਹੀਰਾ ਸਿੰਘ ਬਾ-ਹਿੱਸਾ ਬਰਾਬਰ ਹੁਕਮ ਮਨਜ਼ੂਰ ਹੈ। ਦਸਤਖਤ ਸਹਾਇਕ ਕੁਲੈਕਟਰ ਦਰਜਾ-II (ਤਹਿਸੀਲਦਾਰ/ਨਾਇਬ ਤਹੀਸਲਦਾਰ)	ਖੁਦਕਾਸ਼ਤ	2/22 8-0 ਚਾਹੀ			ਕਰਤਾਰ ਸਿੰਘ, ਕੇਵਲ ਸਿੰਘ ਪੁੱਤਰਾਨ ਹਰਨਾਮ ਸਿੰਘ ਪੁੱਤਰ ਬੀਰ ਸਿੰਘ	ਖੁਦਕਾਸ਼ਤ	2/22 8-0 ਚਾਹੀ		ਬੈ ਬਰੂਏ ਵਸੀਕਾ ਨੰਬਰ ----- ਮਿਤੀ ------ ਬਦਲੇ ਰਕਮ 40,00,000/- (ਚਾਲੀ ਲੱਖ)		ਸ੍ਰੀਮਾਨ ਜੀ ਬਰੂਏ ਰਪਟ ਨੰਬਰ ------ ਮਿਤੀ ---- ਵਾਕਾ ਬੈ ਦਰਜ਼ ਕਰਕੇ ਪੇਸ਼ ਹੈ। ਦਸਤਖਤ ਪਟਵਾਰੀ ਮਿਤੀ ਮੁਕਾਬਲਾ ਕੀਤਾ ਗਿਆ ਇੰਦਰਾਜ ਠੀਕ ਹੈ। ਦਸਤਖਤ ਕਾਨੂੰਗੋ ਮਿਤੀ

ਇਹ **ਇੰਤਕਾਲ ਪੁੰਨ-ਹਿਬਾਨਾਮਾ** ਦਾ ਨਮੂਨਾ ਹੈ ਇਸ ਦੀ ਪੂਰੀ ਜਾਣਕਾਰੀ ਲਈ **ਪੇਜ਼ ਨੰ:** 109 - 110 **ਤੇ ਲੜੀ ਨੰ:** 02 ਵਿੱਚ ਦਰਜ ਹੈ।

ਰਜਿਸਟਰ ਇੰਤਕਾਲ ਪਿੰਡ ਦਾ ਨਾਂ ਹੱਦਬਸਤ ਨੰਬਰ ਜ਼ਿਲ੍ਹਾ ਤਹਿਸੀਲ

1	2	3	4	5	6	7	8	9	10	11	12	13	14	15
			ਇੰਦਰਾਜ਼ ਜਮ੍ਹਾਂਬੰਦੀ ਪਿਛਲੀ, ਜਿਸ ਦੀ ਸੋਧ ਲੋੜੀਂਦੀ ਹੈ					**ਇੰਦਰਾਜ਼ ਜਦੀਦ ਜੋ ਹੁਣ ਕਾਇਮ ਕੀਤਾ ਜਾਵੇਗਾ**						
ਕ੍ਰਮ ਅੰਕ	ਪਿਛਲੀ ਜਮ੍ਹਾਂਬੰਦੀ ਦਾ ਖਾਤਾ ਨੰਬਰ	ਨੰ ਤਰਫ ਜਾਂ ਪੱਤੀ	ਮਾਲਕ ਦਾ ਵੇਰਵਾ	ਕਾਸ਼ਤਕਾਰ ਦਾ ਨਾਂ ਅਤੇ ਵੇਰਵਾ	ਨੰਬਰ ਤੇ ਨਾਂ, ਖੇਤ, ਰਕਬਾ ਅਤੇ ਕਿਸਮ ਜ਼ਮੀਨ	ਮਾਮਲਾ ਜਾਂ ਲਗਾਨ	ਨੰਬਰ ਖਾਤਾ ਜਮ੍ਹਾਂਬੰਦੀ ਜਦੀਦ	ਮਾਲਕ ਦਾ ਨਾਂ ਅਤੇ ਵੇਰਵਾ	ਕਾਸ਼ਤਕਾਰ ਦਾ ਨਾਂ ਅਤੇ ਵੇਰਵਾ	ਨੰਬਰ ਤੇ ਨਾਂ, ਖੇਤ, ਰਕਬਾ ਅਤੇ ਕਿਸਮ ਜ਼ਮੀਨ		ਕਿਸਮ ਅਤੇ ਤਰੀਖ ਇੰਤਕਾਲ ਸਮੇਤ ਜਰ-ਬੈ ਜਾਂ ਜਰ-ਰਹਿਨ		ਰਿਪੋਰਟ ਅਤੇ ਹੁਕਮ
13	8 12		ਲਾਲ ਸਿੰਘ, ਮੱਘਰ ਸਿੰਘ ਪੁੱਤਰਾਨ ਰਾਮ ਸਿੰਘ ਪੁੱਤਰ ਕੇਹਰ ਸਿੰਘ ਬਹਿੱਸਾ ਬਰਾਬਰ ਹੁਕਮ ਮਨਜ਼ੂਰ ਹੈ। ਦਸਤਖਤ ਸਹਾਇਕ ਕੁਲੈਕਟਰ ਦਰਜਾ-II (ਤਹਿਸੀਲਦਾਰ/ਨਾਇਬ ਤਹੀਸਲਦਾਰ)	ਖੁਦਕਾਸ਼ਤ	6//13 8-0			ਗੁਰਦੁਆਰਾ ਸਾਹਿਬ ਪਿੰਡ ਮਹਿਮੇ ਵਾਲਾ ਮੋਗਾ (ਨਕਲੀ ਨਾਮ)	ਮਕਬੂਜਾ ਪ੍ਰਾਇਮਰੀ ਸਕੂਲ	6//13/2 2-0		ਇੰਤਕਾਲ ਹਿਬਾਨਾਮਾ ਵਸੀਕਾ ਨੰਬਰ------- ਮਿਤੀ-------		ਸ੍ਰੀਮਾਨ ਜੀ ਬਰੂਏ ਰਪਟ ਨੰਬਰ ------ ਮਿਤੀ ---- ਬਰੂਏ ਵਸੀਕਾ ਨੰਬਰ ਮਿਤੀ ਲਾਲ ਸਿੰਘ, ਮੱਘਰ ਸਿੰਘ ਪੁੱਤਰਾਨ ਰਾਮ ਸਿੰਘ ਪੁੱਤਰ ਕੇਹਰ ਸਿੰਘ ਨੇ 2-0 ਕਨਾਲ ਰਕਬਾ ਸਕੂਲ ਲਈ ਗੁਰਦੁਆਰਾ ਸਾਹਿਬ ਨੂੰ ਭੇਂਟ ਕੀਤੀ ਵਾਕਾ ਹਿਬਾਨਾਮਾ ਦਰਜ਼ ਕਰਕੇ ਪੇਸ਼ ਹੈ। ਦਸਤਖਤ ਪਟਵਾਰੀ ਮਿਤੀ ਮੁਕਾਬਲਾ ਕੀਤਾ ਗਿਆ ਇੰਦਰਾਜ ਠੀਕ ਹੈ। ਦਸਤਖਤ ਕਾਨੂੰਗੋ ਮਿਤੀ
				ਨੋਟ: ਇਹ **ਇੰਤਕਾਲ ਪੁੰਨ-ਹਿਬਾਨਾਮਾ** ਦਾ ਨਮੂਨਾ ਹੈ ਇਸ ਦੀ ਪੂਰੀ ਜਾਣਕਾਰੀ ਲਈ **ਪੇਜ਼ ਨੰ:** 109 - 110 **ਤੇ ਲੜੀ ਨੰ:** 02 ਵਿੱਚ ਦਰਜ ਹੈ।										

ਇਸ ਇੰਤਕਾਲ ਦਾ ਨੰਬਲ ਇੰਤਕਾਲ ਰਜਿਸਟਰ ਦਾ ਹੈ ਜੋ ਅਗਾਂ ਲਿਖੇ ਪੇਜ ਨੰਬਰ 100 ਅਤੇ ਜ਼ਰੀ ਨੰਬਰ 06 ਤੇ ਦਿਤਾਦਰ ਆਏ ਹਨ

1	2	3	4	5	6	7	8	9	10	11	12	13	14	15
	ਕਿਸਮੇ ਸੁਧਾਈ ਦਾ ਨਾਮ	ਵਸੀ ਜਾ ਭਰ ਨੰ	ਇੰਤਕਾਲ ਸਮ੍ਹਾਂਚੀ ਵਿਚਲੀ, ਜਿਸ ਦੀ ਸੌਂ ਰੈਜੀਟੀ ਦੇ	ਵਾਸਤਵਾਰ ਦਾ ਨਾਂ ਅਤੇ ਦੇਵਤਾ	ਇੰਤਕਾਲ ਨੰਬਰ 2									
ਖੋਲ੍ਹ ਖੇਤ	2/4		ਬਾਵਾ ਸਿੰਘ ਜਾਮ ਸਿੰਘ ਪੁੱਤਰਵਾਰ ਛੂਹਾ ਸਿੰਘ ਬਾਰਿੰਗ ਬਲਵਕ਼ਰ	ਮੁਵਕਾਰ ਬਾਵਾ ਸਿੰਘ ਹਿਸੋਦਾਰ	110// 8 8-0 ਚਾਰੀ			ਇੰਤਕਾਲ ਬੇਗਾ 4 ਬਲਕਾਰੂ	ਬਾਵਾ ਸਿੰਘ ਹਿਸੇਦਾਰ ਕਾਰਨ ਤਾਜਾ ਸਿੰਘ ਫਵਲ ਸਿੰਘ	110// 8 8-0 ਚਾਰੀ		ਬਲਕ ਬਚ੍ਹਤੇ ਦਮੀਨਾ 70,000/- ਅਵਲੇ	200 ਰੁਪਏ	ਟਾਸ਼ਵਰ ਪਟਵਾਰੀ ਨਿਹਤੀ
			ਗੁਕਮ ਮਲਮੂਦ ਤੇ ਟਾਸ਼ਵਰ ਸਹਾਇਕ ਕੁਲੈਕਟਰ ਟਦਮਾ-II / ਤਹਿਸੀਲਦਾਰ						ਪ੍ਰਦੁਕਾਰ ਨਿੱਤ ਸਿੰਘ ਬਾਰਿੰਗ ਬਲਵਕ਼ਰ ਮ੍ਰਤਬਲਿਕ ਪ੍ਰਵਰਾਨ੍ਹ ਮ੍ਰਤਬਲਿਕ			2 ਸਾਲ ਸਦੀ		ਮੁਕਬਲਕ ਕੌਤਾ ਕਿਲ੍ਹਾ ਇੰਤਕਾਲ ਨੰਬ ਦੀ ਟਾਸ਼ਵਰ ਕਾਨੂੰੰ ਨਿਤੀ

122

ਇਹ ਇੰਤਕਾਲ ਰਹਿਨ ਦਰ ਰਹਿਨ ਦਾ ਨਮੂਨਾ ਹੈ ਇਸ ਦੀ ਪੂਰੀ ਜਾਣਕਾਰੀ ਲਈ **ਪੇਜ਼ ਨੰ: 112 ਤੇ ਲੜੀ ਨੰ: 7 ਵਿੱਚ ਹੈ।**

ਰਜਿਸਟਰ ਇੰਤਕਾਲ | ਪਿੰਡ ਦਾ ਨਾਂ | ਹੱਦਬਸਤ ਨੰਬਰ | ਜ਼ਿਲ੍ਹਾ | ਤਹਿਸੀਲ

1	2	3	4	5	6	7	8	9	10	11	12	13	14	15
			ਇੰਦਰਾਜ਼ ਜਮ੍ਹਾਂਬੰਦੀ ਪਿਛਲੀ, ਜਿਸ ਦੀ ਸੋਧ ਲੋੜੀਂਦੀ ਹੈ					**ਇੰਦਰਾਜ਼ ਜਦੀਦ ਜੋ ਹੁਣ ਕਾਇਮ ਕੀਤਾ ਜਾਵੇਗਾ**						
ਰੁੰਮ ਅੰਕ	ਪਿਛਲੀ ਜਮ੍ਹਾਂਬੰਦੀ ਦਾ ਖਾਤਾ ਨੰਬਰ	ਨਾਂ ਤਰਫ ਜਾਂ ਖੂਹ	ਮਾਲਕ ਦਾ ਵੇਰਵਾ ਇੰਤਕਾਲ ਨੰਬਰ-2 ਰਹਿਨ ਮਨਜ਼ੂਰਸ਼ੁਦਾ ਹੁਣ ਰਹਿਨ ਦਰ ਹਿਨ ਇੰਤਕਾਲ ਨੰਬਰ - 3	ਕਾਸ਼ਤਕਾਰ ਦਾ ਨਾਂ ਅਤੇ ਵੇਰਵਾ	ਨੰਬਰ ਤੇ ਨਾਂ, ਖੇਤ, ਰਕਬਾ ਅਤੇ ਕਿਸਮ ਜ਼ਮੀਨ	ਮਾਮਲਾ ਜਾਂ ਲਗਾਨ	ਨੰਬਰ ਖਾਤਾ ਜਮ੍ਹਾਂਬੰਦੀ ਜਦੀਦ	ਮਾਲਕ ਦਾ ਨਾਂ ਅਤੇ ਵੇਰਵਾ	ਕਾਸ਼ਤ ਕਾਰ ਦਾ ਨਾਂ ਅਤੇ ਵੇਰਵਾ	ਨੰਬਰ ਤੇ ਨਾਂ, ਖੇਤ, ਰਕਬਾ ਅਤੇ ਕਿਸਮ ਜ਼ਮੀਨ	ਮਾਮਲਾ ਜਾਂ ਲਗਾਨ	ਕਿਸਮ ਅਤੇ ਤਰੀਖ ਇੰਤਕਾਲ ਸਮੇਤ ਜ਼ਰ-ਬੈ ਜਾਂ ਜ਼ਰ-ਰਹਿਨ	ਫੀਸ ਦਾਖਲ ਖਾਰਜ	ਰਿਪੋਰਟ ਅਤੇ ਹੁਕਮ
6	2/4		ਕਾਕਾ ਸਿੰਘ ਰਾਮ ਸਿੰਘ ਪੁਤਰਾਨ ਭੂਰਾ ਸਿੰਘ ਬਹਿੱਸਾ ਬਰਾਬਰ	ਬਰੂਏ ਇੰਤਕਾਲ ਰਹਿਨ ਨੰ: ਮਨਜ਼ੂਰਸ਼ੁ ਦਾ ਖੁਦਕਾਸ਼ਤ ਕਾਕਾ ਸਿੰਘ ਹਿੱਸੇਦਾਰ ਰਾਹਨ ਤਾਰਾ ਸਿੰਘ ਚਰਨ ਸਿੰਘ ਪੁੱਤਰਾਨ ਮਿੱਤ ਸਿੰਘ ਬਹਿੱਸਾ ਬਰਾਬਰ ਮੁਰਤਹਿਨ	110// 8 8-0 ਚਾਹੀ			ਕਾਕਾ ਸਿੰਘ ਹਿੱਸੇਦਾਰ ਰਾਹਨ ਤਾਰਾ ਸਿੰਘ ਚਰਨ ਸਿੰਘ ਪੁੱਤਰਾਨ ਮਿੱਤ ਸਿੰਘ ਬਹਿੱਸਾ ਬਰਾਬਰ ਮੁਰਤਹਿਨ ਅਵੱਲ ਹੀਰਾ ਸਿੰਘ ਕਾਲਾ ਸਿੰਘ ਪੁੱਤਰ ਨਾਮਾ ਸਿੰਘ ਮੁਰਤਹਿ ਦੋਮ ਖੁਦਕਾਸ਼ਤ ਮੁਤਰਹਿਨ ਅਵੱਲ		110// 8 8-0 ਚਾਹੀ		ਰਹਿਨ ਦਰ ਰਹਿਨ ਬਰੂਏ ਵਸੀਕਾ ਨੰਬਰ----- ਮਿਤੀ------ ਬਦਲੇ 100,000/- ਅਗਲੇ 2 ਸਾਲ ਲਈ		ਸ੍ਰੀਮਾਨ ਜੀ ਬੇਨਤੀ ਹੈ ਕਿ ਨੰਬਰ110// 8 (8-0) ਪਹਿਲਾਂ ਕਾਕਾ ਸਿੰਘ ਨੇ ਤਾਰਾ ਸਿੰਘ ਵਗੈਰਾ ਨੂੰ ਰੁਪਏ ਵਿੱਚ ਸਾਲ ਲਈ ਰਹਿਨ ਕੀਤਾ ਸੀ। ਹੁਣ ਦੁਬਾਰਾ ਕਾਕਾ ਸਿੰਘ ਨੇ ਇਹ ਰਕਬਾ ਇੱਕ ਸਾਲ ਬਾਅਦ ਹੀਰਾ ਸਿੰਘ ਵਗੈਰਾ ਨੂੰ ਰੁਪਏ ਵਿੱਚ ਰਹਿਨ ਕਰ ਦਿੱਤਾ ਹੈ। ਬਰੂਏ ਰਪਟ ਨੰਬਰ ------ ਮਿਤੀ ---- ਦਸਤਖਤ ਪਟਵਾਰੀ ਮਿਤੀ ਮੁਕਾਬਲਾ ਕੀਤਾ ਗਿਆ ਇੰਦਰਾਜ ਠੀਕ ਹੈ। ਦਸਤਖਤ ਕਾਨੂੰਗੋ ਮਿਤੀ
ਨੋਟ: ਬਰੂਏ ਇੰਤਕਾਲ ਰਹਿਨ ਨੰਬਰ -2 ਮਨਜ਼ੂਰਸ਼ੁਦਾ			ਹੁਕਮ ਮਨਜ਼ੂਰ ਹੈ ਦਸਤਖਤ ਸਹਾਇਕ ਕੁਲੈਕਟਰ ਦਰਜਾ-II /ਤਹਿਸੀਲਦਾਰ						ਨੋਟ:- **ਇਹ ਇੰਤਕਾਲ ਰਹਿਨ ਦਰ ਰਹਿਨ** ਦਾ ਨਮੂਨਾ ਹੈ ਇਸ ਦੀ ਪੂਰੀ ਜਾਣਕਾਰੀ ਲਈ **ਪੇਜ਼ ਨੰ: 112 ਤੇ ਲੜੀ ਨੰ: 7 ਵਿੱਚ ਹੈ।**					

ਇਹ ਇੰਤਕਾਲ ਫੱਕ ਉਲ ਰਹਿਨ ਦਾ ਨਮੂਨਾ ਹੈ ਇਸ ਦੀ ਪੂਰੀ ਜਾਣਕਾਰੀ ਲਈ ਪੇਜ਼ ਨੰ: 113 ਤੇ ਲੜੀ ਨੰ: 9 ਵਿੱਚ ਹੈ।

ਰਜਿਸਟਰ ਇੰਤਕਾਲ ਪਿੰਡ ਦਾ ਨਾਂ ਹੱਦਬਸਤ ਨੰਬਰ ਜ਼ਿਲ੍ਹਾ ਤਹਿਸੀਲ

1	2	3	4	5	6	7	8	9	10	11	12	13	14	15
			ਇੰਦਰਾਜ਼ ਜਮ੍ਹਾਂਬੰਦੀ ਪਿਛਲੀ, ਜਿਸ ਦੀ ਸੋਧ ਲੋੜੀਂਦੀ ਹੈ					ਇੰਦਰਾਜ਼ ਜਦੀਦ ਜੋ ਹੁਣ ਕਾਇਮ ਕੀਤਾ ਜਾਵੇਗਾ						
ਕ੍ਰੰਮ ਅੰਕ	ਪਿਛਲੀ ਜਮ੍ਹਾਂਬੰਦੀ ਦਾ ਖਾਤਾ ਨੰਬਰ	ਨਾਂ ਤਰਫ ਜਾਂ ਖੂਹ	ਮਾਲਕ ਦਾ ਵੇਰਵਾ	ਕਾਸ਼ਤਕਾਰ ਦਾ ਨਾਂ ਅਤੇ ਵੇਰਵਾ	ਨੰਬਰ ਤੇ ਨਾਂ, ਖੇਤ, ਰਕਬਾ ਅਤੇ ਕਿਸਮ ਜ਼ਮੀਨ	ਮਾਮਲਾ ਜਾਂ ਲਗਾਨ	ਨੰਬਰ ਖਾਤਾ ਜਮ੍ਹਾਂਬੰਦੀ ਜਦੀਦ	ਮਾਲਕ ਦਾ ਨਾਂ ਅਤੇ ਵੇਰਵਾ	ਕਾਸ਼ਤਕਾਰ ਦਾ ਨਾਂ ਅਤੇ ਵੇਰਵਾ	ਨੰਬਰ ਤੇ ਨਾਂ, ਖੇਤ, ਰਕਬਾ ਅਤੇ ਕਿਸਮ ਜ਼ਮੀਨ	ਮਾਮਲਾ ਜਾਂ ਲਗਾਨ	ਕਿਸਮ ਅਤੇ ਤਰੀਖ ਇੰਤਕਾਲ ਸਮੇਤ ਜਰ-ਬੈ ਜਾਂ ਜਰ-ਰਹਿਨ	ਫੀਸ ਦਾਖਲ ਖਾਰਜ	ਰਿਪੋਰਟ ਅਤੇ ਹੁਕਮ
6	2/4		ਕਾਕਾ ਸਿੰਘ ਰਾਮ ਸਿੰਘ ਪੁਤਰਾਨ ਭੂਰਾ ਸਿੰਘ ਬਹਿੱਸਾ ਬਰਾਬਰ ਹੁਕਮ ਮਨਜੂਰ ਹੈ ਦਸਤਖਤ ਸਹਾਇਕ ਕੁਲੈਕਟਰ ਦਰਜਾ-II /ਤਹਿਸੀਲਦਾਰ	ਬਰੂਏ ਇੰਤਕਾਲ ਰਹਿਨ ਨੰ:2 ਮਨਜੂਰਸ਼ੁਦਾ ਖੁਦਕਾਸ਼ਤ ਕਾਕਾ ਸਿੰਘ ਹਿੱਸੇਦਾਰ ਰਾਹਨ ਤਾਰਾ ਸਿੰਘ ਚਰਨ ਸਿੰਘ ਪੁੱਤਰਾਨ ਮਿੱਤ ਸਿੰਘ ਬਹਿੱਸਾ ਬਰਾਬਰ ਮੁਰਤਹਿਨ	110// 8 8-0 ਚਾਹੀ			ਇੰਦਰਾਜ ਖਾਨਾ 4 ਬਦਸਤੂਰ	ਕਾਕਾ ਸਿੰਘ ਹਿੱਸੇਦਾਰ ਰਾਹਨ ਹੀਰਾ ਸਿੰਘ ਪੁੱਤਰ ਨਾਮਾ ਸਿੰਘ ਮੁਰਤਹਿਨ ਬਦਲੇ 10,00000/ -ਖੁਦਕਾਸ਼ਤ ਮੁਰਤਹਿਨ	110// 8 8-0 ਚਾਹੀ		ਫੱਕ ਉਲ ਰਹਿਨ ਬਰੂਏ ਰਸੀਦ ਨੰਬਰ ਮਿਤੀ------ ਬਾਅਦਾਏ 50,000/- (ਪੰਜਾਹ ਹਜਾਰ)		ਸ੍ਰੀਮਾਨ ਜੀ ਬੇਨਤੀ ਹੈ ਕਿ ਹੀਰਾ ਸਿੰਘ ਪੁੱਤਰ ਨਾਮਾ ਸਿੰਘ ਵੱਲੋਂ ਤਾਰਾ ਸਿੰਘ ਪੁੱਤਰ ਮਿੱਤ ਸਿੰਘ ਨੂੰ 50,000/- ਰੁਪਏ ਅਦਾ ਕਰਕੇ ਰਕਬਾ ਫੱਕ ਕਰਾਇਆ ਗਿਆ ਹੈ। ਬਰੂਏ ਰਪਟ ਨੰਬਰ ------ ਮਿਤੀ ---- ਵਾਕਾ ਫੱਕ ਉਲ ਰਹਿਨ ਦਰਜ ਕਰਕੇ ਪੇਸ਼ ਹੈ। ਦਸਤਖਤ ਪਟਵਾਰੀ ਮਿਤੀ ਮੁਕਾਬਲਾ ਕੀਤਾ ਗਿਆ ਇੰਦਰਾਜ ਠੀਕ ਹੈ। ਦਸਤਖਤ ਕਾਨੂੰਗੋ ਮਿਤੀ
ਨੋਟ:- **ਇਹ ਇੰਤਕਾਲ ਫੱਕ ਉਲ ਰਹਿਨ ਦਾ ਨਮੂਨਾ ਹੈ ਇਸ ਦੀ ਪੂਰੀ ਜਾਣਕਾਰੀ ਲਈ ਪੇਜ਼ ਨੰ: 113 ਤੇ ਲੜੀ ਨੰ: 9 ਵਿੱਚ ਹੈ।**										ਨੋਟ: ਬਰੂਏ ਇੰਤਕਾਲ ਰਹਿਨ ਨੰਬਰ -2 ਅਤੇ ਇੰਤਕਾਲ ਰਹਿਨ ਦਰ ਰਹਿਨ-3 ਮਨਜ਼ੂਰਸ਼ੁਦਾ				

ਇੰਤਕਾਲ ਬੈ-ਹੱਕ ਮੁਰਤਹਿਨੀ ਪੇਜ਼ ਨੰਬਰ 114 ਲੜੀ ਨੰਬਰ 10

ਰਜਿਸਟਰ ਇੰਤਕਾਲ			ਪਿੰਡ ਦਾ ਨਾਂ			ਹੱਦਬਸਤ ਨੰਬਰ					ਜਿਲ੍ਹਾ			ਤਹਿਸੀਲ
1	2	3	4	5	6	7	8	9	10	11	12	13	14	15
			ਇੰਦਰਾਜ਼ ਜਮ੍ਹਾਂਬੰਦੀ ਪਿਛਲੀ, ਜਿਸ ਦੀ ਸੋਧ ਲੋੜੀਂਦੀ ਹੈ					ਇੰਦਰਾਜ਼ ਜਦੀਦ ਜੋ ਹੁਣ ਕਾਯੀਮ ਕੀਤਾ ਜਾਵੇਗਾ						
			ਮਾਲਕ ਦਾ ਵੇਰਵਾ	ਕਾਸ਼ਤਕਾਰ ਦਾ ਨਾਂ ਅਤੇ ਵੇਰਵਾ				ਮਾਲਕ ਦਾ ਨਾਂ ਅਤੇ ਵੇਰਵਾ	ਕਾਸ਼ਤਕਾਰ ਦਾ ਨਾਂ ਅਤੇ ਵੇਰਵਾ					
ਲੜ੍ਹ ਨੰ:	ਪਿਛਲੀ ਜਮ੍ਹਾਂਬੰਦੀ ਦਾ ਮਾਲਕ ਨੰਬਰ	ਨਾਂ ਤਰਫ਼ ਤੇ ਨਾਂ ਲਕ੍ਹ			ਨੰਬਰ ਤੇ ਨਾਂ, ਖੇਤ, ਰਕਬਾ ਅਤੇ ਕਿਸਮ ਜ਼ਮੀਨ	ਮਾਮਲਾ ਜਾਂ ਲਗਾਨ	ਨੰਬਰ ਮਾਮ ਜਮ੍ਹਾਂਬੰਦੀ ਸਹੇਤ		ਨੰਬਰ ਤੇ ਨਾਂ, ਖੇਤ, ਰਕਬਾ ਅਤੇ ਕਿਸਮ ਜ਼ਮੀਨ	ਮਾਮਲਾ ਜਾਂ ਲਗਾਨ	ਕਿਸਮ ਅਤੇ ਤਰੀਕ ਇੰਤਕਾਲ ਮਲ੍ਹੀਅਤ-ਰਲ-ਬਾ-ਦੇ-ਮਸ਼ਰ	ਫੈਸ ਮਾਲਸ ਮਾਲਸ	ਇਜ਼ਹਾਰ ਪਟੇ ਦਰਜ਼

| 6 | 2/4 | | ਕਾਕਾ ਸਿੰਘ ਰਾਮ ਸਿੰਘ ਪੁਤਰਾਨ ਭੂਰਾ ਸਿੰਘ ਬਹਿੱਸਾ ਬਰਾਬਰ | ਕਾਕਾ ਸਿੰਘ ਰਾਮ ਸਿੰਘ ਪੁਤਰਾਨ ਭੂਰਾ ਸਿੰਘ ਬਹਿੱਸਾ ਬਰਾਬਰ ਹੀਰਾ ਸਿੰਘ ਪੁੱਤਰ ਨਾਮਾ ਸਿੰਘ ਮੁਰਤਹਿਨ ਬਦਲੇ 10,00000/- ਖੁਦਕਾਸ਼ਤ ਮੁਰਤਹਿਨ | 110// 8 8-0 ਚਾਹੀ | | | ਇੰਦਰਾਜ ਖਾਨਾ 4 ਬਦਸਤੂਰ | ਕਾਕਾ ਸਿੰਘ ਹਿੱਸੇਦਾਰ ਰਹਿਨ ਬਲਦੇਵ ਸਿੰਘ ਪੁੱਤਰ ਖੁੱਲਾ ਸਿੰਘ ਮੁਰਤਹਿਨ ਬਦਲੇ 10,00000/- ਖੁਦਕਾਸ਼ਤ ਮੁਰਤਹਿਨ ਅਰਸਾ 2 ਸਾਲ | 110// 8 8-0 ਚਾਹੀ | ਬੈ ਹੱਕ ਮੁਰਤਹਿਨੀ ਬਰੂਏ ਫਸੀਕਾ ਰਸੀਦ ਨੰਬਰ ਮਿਤੀ------ ਬਦਲੇ 10,00000/- ਅਰਸਾ 2 ਸਾਲ | | ਸ੍ਰੀਮਾਨ ਜੀ ਰਪਟ ਨੰਬਰ ----- ਮਿਤੀ ---- ਅਨੁਸਾਰ ਹੀਰਾ ਸਿੰਘ ਪੁੱਤਰ ਨਾਮਾ ਸਿੰਘ ਆਪਣੇ ਰਹਿਨ ਦੇ ਹੱਕ ਬਲਦੇਵ ਸਿੰਘ ਪੁੱਤਰ ਖੁੱਲਾ ਸਿੰਘ ਨੂੰ ਵੇਚ ਦਿੱਤੇ ਹਨ। ਹੁਣ ਹੀਰਾ ਸਿੰਘ ਦੀ ਬਜਾਏ ਬਲਦੇਵ ਸਿੰਘ ਬਤੌਰ ਮੁਰਤਹਿਨ ਹੈ। ਵਾਕਾ ਬੈ-ਹੱਕ ਮੁਰਤਹਿਨੀ ਦਰਜ਼ ਕਰਕੇ ਪੇਸ਼ ਹੈ। ਦਸਤਖ਼ਤ ਪਟਵਾਰੀ ਮਿਤੀ ਮੁਕਾਬਲਾ ਕੀਤਾ ਗਿਆ ਇੰਦਰਾਜ ਠੀਕ ਹੈ। ਦਸਤਖ਼ਤ ਕਾਨੂੰਗੋ ਮਿਤੀ |

125

ਇਹ **ਇੰਤਕਾਲ ਬੈ ਬਕਾਇਮੀ ਰਹਿਨ** ਦਾ ਨਮੂਨਾ ਹੈ ਇਸ ਦੀ ਪੂਰੀ ਜਾਣਕਾਰੀ ਲਈ **ਪੇਜ਼ ਨੰ:114 ਤੇ ਲੜੀ ਨੰ: 11** ਵਿੱਚ ਹੈ।

ਰਜਿਸਟਰ ਇੰਤਕਾਲ ਪਿੰਡ ਦਾ ਨਾਂ ਹੱਦਬਸਤ ਨੰਬਰ ਜ਼ਿਲ੍ਹਾ ਤਹਿਸੀਲ

1	2	3	4	5	6	7	8	9	10	11	12	13	14	15
			ਇੰਦਰਾਜ਼ ਜਮ੍ਹਾਂਬੰਦੀ ਪਿਛਲੀ, ਜਿਸ ਦੀ ਸੋਧ ਲੋੜੀਂਦੀ ਹੈ					ਇੰਦਰਾਜ਼ ਜਦੀਦ ਜੋ ਹੁਣ ਕਾਇਮ ਕੀਤਾ ਜਾਵੇਗਾ						
ਨੰਬਰ ਅੰਕ	ਪਿਛਲੀ ਜਮ੍ਹਾਂਬੰਦੀ ਦਾ ਖਾਤਾ ਨੰਬਰ	ਨੰ ਤਰਫ ਜਾਂ ਪੱਤੀ	ਮਾਲਕ ਦਾ ਵੇਰਵਾ	ਕਾਸ਼ਤਕਾਰ ਦਾ ਨਾਂ ਅਤੇ ਵੇਰਵਾ ਬਰੂਏ ਇੰਤਕਾਲ ਬੈ ਹੱਕ ਮੁਰਤਹਿਨੀ-5	ਨੰਬਰ ਤੇ ਨਾਂ, ਖੇਤ, ਰਕਬਾ ਅਤੇ ਕਿਸਮ ਜ਼ਮੀਨ	ਮਾਮਲਾ ਜਾਂ ਲਗਾਨ	ਨੰਬਰ ਖਾਤਾ ਜਮ੍ਹਾਂਬੰਦੀ ਜਦੀਦ	ਮਾਲਕ ਦਾ ਨਾਂ ਅਤੇ ਵੇਰਵਾ	ਕਾਸ਼ਤਕਾਰ ਦਾ ਨਾਂ ਅਤੇ ਵੇਰਵਾ	ਨੰਬਰ ਤੇ ਨਾਂ, ਖੇਤ, ਰਕਬਾ ਅਤੇ ਕਿਸਮ ਜ਼ਮੀਨ	ਮਾਮਲਾ ਜਾਂ ਲਗਾਨ	ਕਿਸਮ ਅਤੇ ਤਰੀਖ ਇੰਤਕਾਲ ਸਮੇਤ ਜਰ-ਬੈ ਜਾਂ ਜਰ-ਰਹਿਨ	ਫੀਸ ਦਾਖਲ ਖਾਰਜ	ਰਿਪੋਰਟ ਅਤੇ ਹੁਕਮ
6	2/4		ਕਾਕਾ ਸਿੰਘ ਰਾਮ ਸਿੰਘ ਪੁਤਰਾਨ ਭੂਰਾ ਸਿੰਘ ਬਹਿੱਸਾ ਬਰਾਬਰ ਹੁਕਮ ਮਨਜ਼ੂਰ ਹੈ। ਦਸਤਖਤ ਸਹਾਇਕ ਕੁਲੈਕਟਰ ਦਰਜਾ-II (ਤਹਿਸੀਲਦਾਰ/ਨਾਇਬ ਤਹੀਸਲਦਾਰ)	ਕਾਕਾ ਸਿੰਘ ਰਾਮ ਸਿੰਘ ਪੁਤਰਾਨ ਭੂਰਾ ਸਿੰਘ ਬਹਿੱਸਾ ਬਰਾਬਰ ਹੀਰਾ ਸਿੰਘ ਪੁੱਤਰ ਨਾਮਾ ਸਿੰਘ ਮੁਰਤਹਿਨ ਬਦਲੇ 10,00000/- ਖੁਦਕਾਸ਼ਤ ਮੁਰਤਹਿਨ	110// 8 8-0 ਚਾਹੀ			ਇੰਦਰਾਜ ਖਾਨਾ 4 ਬਦਸਤੂਰ	ਕਾਕਾ ਸਿੰਘ ਹਿੱਸੇਦਾਰ ਬਾਇਆ ਕੰਤਾ ਸਿੰਘ ਪੁੱਤਰ ਭੂਰਾ ਸਿੰਘ ਮੁਸ਼ਤਰੀ ਵਾਨੀਜ਼ ਰਾਹਨ ਬਲਦੇਵ ਸਿੰਘ ਪੁੱਤਰ ਘੁੱਲਾ ਸਿੰਘ ਮੁਰਤਹਿਨ ਬਦਲੇ 10,00000/- ਖੁਦਕਾਸ਼ਤ ਮੁਰਤਹਿਨ	110// 8 8-0 ਚਾਹੀ		**ਬੈ ਬਕਾਇਮੀ** ਰਹਿਨ ਬਰੂਏ ਵਸੀਕਾ ਰਸੀਦ ਨੰਬਰ ਮਿਤੀ------ ਬਦਲੇ 120,0000/- (ਬਾਰਾਂ ਲੱਖ)		ਸ੍ਰੀਮਾਨ ਜੀ ਰਪਟ ਨੰਬਰ ------ ਮਿਤੀ ---- ਅਨੁਸਾਰ ਕਾਕਾ ਸਿੰਘ ਨੇ ਖਸਰਾ ਨੰਬਰ 110// 8 ਬਹੱਕ ਕੰਤਾ ਸਿੰਘ ਪੁੱਤਰ ਭੂਰਾ ਸਿੰਘ ਬਦਲੇ ਬੈ ਹੱਕ ਕਰ ਦਿੱਤਾ ਹੈ। ਲੱਖ ਕੰਤਾ ਸਿੰਘ ਪਾਸ ਛੱਡ ਕੇ ਬਾਕੀ ਵਸੂਲ ਕੀਤੇ। ਹੁਣ ਕੰਤਾ ਸਿੰਘ ਹੱਕ ਕਰਾਏਗਾ। ਵਾਕਾ ਬੈ ਬਕਾਇਮੀ ਰਹਿਨ ਦਰਜ ਕਰਕੇ ਪੇਸ਼ ਹੈ। ਦਸਤਖਤ ਪਟਵਾਰੀ ਮਿਤੀ ਮੁਕਾਬਲਾ ਕੀਤਾ ਗਿਆ ਇੰਦਰਾਜ ਠੀਕ ਹੈ। ਦਸਤਖਤ ਕਾਨੂੰਗੋ ਮਿਤੀ

ਇਹ **ਇੰਤਕਾਲ ਫੱਕ ਤਕਮੀਲੀ** ਦਾ ਨਮੂਨਾ ਹੈ ਇਸ ਦੀ ਪੂਰੀ ਜਾਣਕਾਰੀ ਲਈ **ਪੇਜ਼ ਨੰ: 115 ਤੇ ਲੜੀ ਨੰ: 12** ਵਿੱਚ ਹੈ।

ਰਜਿਸਟਰ ਇੰਤਕਾਲ ਪਿੰਡ ਦਾ ਨਾਂ ਹੱਦਬਸਤ ਨੰਬਰ ਜ਼ਿਲ੍ਹਾ ਤਹਿਸੀਲ

1	2	3	4	5	6	7	8	9	10	11	12	13	14	15
			ਇੰਦਰਾਜ਼ ਜਮ੍ਹਾਂਬੰਦੀ ਪਿਛਲੀ, ਜਿਸ ਦੀ ਸੋਧ ਲੋੜੀਂਦੀ ਹੈ					**ਇੰਦਰਾਜ਼ ਜਦੀਦ ਜੋ ਹੁਣ ਕਾਇਮ ਕੀਤਾ ਜਾਵੇਗਾ**						
ਰੂੰਮ ਅੰਕ	ਪਿਛਲੀ ਜਮ੍ਹਾਂਬੰਦੀ ਦਾ ਖਾਤਾ ਨੰਬਰ	ਨਾਂ ਤਰਫ ਜਾਂ ਖੂਹ	ਮਾਲਕ ਦਾ ਵੇਰਵਾ	ਕਾਸ਼ਤਕਾਰ ਦਾ ਨਾਂ ਅਤੇ ਵੇਰਵਾ ਬਰੂਏ ਇੰਤਕਾਲ -7	ਨੰਬਰ ਤੇ ਨਾਂ, ਖੇਤ, ਰਕਬਾ ਅਤੇ ਕਿਸਮ ਜ਼ਮੀਨ	ਮਾਮਲਾ ਜਾਂ ਲਗਾਨ	ਨੰਬਰ ਖਾਤਾ ਜਮ੍ਹਾਂਬੰਦੀ ਜਦੀਦ	ਮਾਲਕ ਦਾ ਨਾਂ ਅਤੇ ਵੇਰਵਾ	ਕਾਸ਼ਤਕਾਰ ਦਾ ਨਾਂ ਅਤੇ ਵੇਰਵਾ	ਨੰਬਰ ਤੇ ਨਾਂ, ਖੇਤ, ਰਕਬਾ ਅਤੇ ਕਿਸਮ ਜ਼ਮੀਨ	ਮਾਮਲਾ ਜਾਂ ਲਗਾਨ	ਕਿਸਮ ਅਤੇ ਤਰੀਖ ਇੰਤਕਾਲ ਸਮੇਤ ਜਰ-ਬੈ ਜਾਂ ਜਰ-ਰਹਿਨ	ਫੀਸ ਦਾਖਲ ਖਾਰਜ	ਰਿਪੋਰਟ ਅਤੇ ਹੁਕਮ
6	2/4		ਕਾਕਾ ਸਿੰਘ ਰਾਮ ਸਿੰਘ ਪੁਤਰਾਨ ਭੂਰਾ ਸਿੰਘ ਬਹਿੱਸਾ ਬਰਾਬਰ ਹੁਕਮ ਮਨਜ਼ੂਰ ਹੈ। ਦਸਤਖਤ ਸਹਾਇਕ ਕੁਲੈਕਟਰ ਦਰਜਾ-II (ਤਹਿਸੀਲਦਾਰ/ਨਾਇਬ ਤਹੀਸਲਦਾਰ)	ਕਾਕਾ ਸਿੰਘ ਰਾਮ ਸਿੰਘ ਪੁਤਰਾਨ ਭੂਰਾ ਸਿੰਘ ਹਿੱਸੇਦਾਰ ਬਾਇਆ ਕੰਤਾ ਸਿੰਘ ਪੁੱਤਰ ਭੂਰਾ ਸਿੰਘ ਮੁਸ਼ਤਰੀ ਵਾਨੀਜ਼ ਰਾਹਨ ਹੀਰਾ ਸਿੰਘ ਪੁੱਤਰ ਨਾਮਾ ਸਿੰਘ ਮੁਰਤਹਿਨ ਬਦਲੇ 10,00000/- ਖੁਦਕਾਸ਼ਤ ਮੁਰਤਹਿਨ	110// 8 8-0 ਚਾਹੀ			ਇੰਦਰਾਜ ਖਾਨਾ 4 ਬਦਸਤੂਰ	ਕਾਕਾ ਸਿੰਘ ਹਿੱਸੇਦਾਰ ਬਾਇਆ ਕੰਤਾ ਸਿੰਘ ਪੁੱਤਰ ਭੂਰਾ ਸਿੰਘ ਮੁਸ਼ਤਰੀ ਖੁਦਕਾਸ਼ਤ ਮੁਸ਼ਤਰੀ	110// 8 8-0 ਚਾਹੀ		**ਇੰਤਕਾਲ ਫੱਕ ਤਕਮੀਲੀ** ਦਰਜ਼ ਕਰਕੇ ਪੇਸ਼ ਹੈ। ਬਰੂਏ ਰਪਟ ਨੰ:--- ਮਿਤੀ------		ਸ੍ਰੀਮਾਨ ਜੀ ਰਪਟ ਨੰਬਰ ------ ਮਿਤੀ ---- ਅਨੁਸਾਰ ਖਸਰਾ ਨੰਬਰ 110// 8 ਪਹਿਲਾਂ ਰਹਿਨ ਹੀਰਾ ਸਿੰਘ ਪੁੱਤਰ ਨਾਮਾ ਸਿੰਘ ਪਾਸ 1 ਲੱਖ ਵਿੱਚ ਰਹਿਨ ਸੀ। ਰਹਿਨ ਦੀ ਰਕਮ ਕਟੀ ਜਾ ਚੁੱਕੀ ਹੈ। ਇਸ ਲਈ ਰਿਕਾਰਡ ਦਰੁਸਤੀ ਲਈ ਵਾਕਾ ਫੱਕ ਤਕਮੀਲੀ ਦਰਜ਼ ਕਰਕੇ ਪੇਸ਼ ਹੈ। ਦਸਤਖਤ ਪਟਵਾਰੀ ਮਿਤੀ ਮੁਕਾਬਲਾ ਕੀਤਾ ਗਿਆ ਇੰਦਰਾਜ ਠੀਕ ਹੈ। ਦਸਤਖਤ ਕਾਨੂੰਗੋ ਮਿਤੀ

ਇਹ **"ਇੰਤਕਾਲ ਬਰੂਏ ਰਜਿਸਟਰਡ ਵਸੀਅਤ"** ਦਾ ਨਮੂਨਾ ਹੈ ਇਸ ਦੀ ਪੂਰੀ ਜਾਣਕਾਰੀ ਲਈ **ਪੇਜ਼ ਨੰ: 116 ਤੇ ਲੜੀ ਨੰ: 13 ਵਿੱਚ ਦਰਜ਼ ਹੈ।**

ਰਜਿਸਟਰ ਇੰਤਕਾਲ ਪਿੰਡ ਦਾ ਨਾਂ ਹੱਦਬਸਤ ਨੰਬਰ ਜ਼ਿਲ੍ਹਾ ਤਹਿਸੀਲ

1	2	3	4	5	6	7	8	9	10	11	12	13	14	15
			ਇੰਦਰਾਜ਼ ਜਮ੍ਹਾਂਬੰਦੀ ਪਿਛਲੀ, ਜਿਸ ਦੀ ਸੋਧ ਲੋੜੀਂਦੀ ਹੈ					ਇੰਦਰਾਜ਼ ਜਦੀਦ ਜੋ ਹੁਣ ਕਾਇਮ ਕੀਤਾ ਜਾਵੇਗਾ						
ਕ੍ਰੰਮ ਅੰਕ	ਪਿਛਲੀ ਜਮ੍ਹਾਂਬੰਦੀ ਦਾ ਖਾਤਾ ਨੰਬਰ	ਨੰ: ਤਰਫ ਜਾਂ ਖੂਹ	ਮਾਲਕ ਦਾ ਵੇਰਵਾ ਬਰੂਏ ਇੰਤਕਾਲ ਨੰਬਰ-9 (ਇੰਤਕਾਲ ਰਜਿਸਟਰ ਵਿੱਚ ਨੰਬਰ)	ਕਾਸ਼ਤਕਾਰ ਦਾ ਨਾਂ ਅਤੇ ਵੇਰਵਾ	ਨੰਬਰ ਤੇ ਨਾਂ, ਖੇਤ, ਰਕਬਾ ਅਤੇ ਕਿਸਮ ਜ਼ਮੀਨ	ਮਾਮਲਾ ਜਾਂ ਲਗਾਨ	ਨੰਬਰ ਖਾਤਾ ਜਮ੍ਹਾਂਬੰਦੀ ਜਦੀਦ	ਮਾਲਕ ਦਾ ਨਾਂ ਅਤੇ ਵੇਰਵਾ	ਕਾਸ਼ਤਕਾਰ ਦਾ ਨਾਂ ਅਤੇ ਵੇਰਵਾ	ਨੰਬਰ ਤੇ ਨਾਂ, ਖੇਤ, ਰਕਬਾ ਅਤੇ ਕਿਸਮ ਜ਼ਮੀਨ	ਮਾਮਲਾ ਜਾਂ ਲਗਾਨ	ਕਿਸਮ ਅਤੇ ਤਰੀਖ ਇੰਤਕਾਲ ਸਮੇਤ ਸਰ-ਖੇ ਜਾਂ ਸਰ-ਰਹਿਨ		ਰਿਪੋਰਟ ਅਤੇ ਹੁਕਮ
1	1 1		ਸ਼ਾਮ ਕੋਰ ਵਿਧਵਾ ਕਰਤਾਰ ਸਿੰਘ ਪੁੱਤਰ ਗੁਰਦੀਪ ਸਿੰਘ 1/3 ਹਿੱਸਾ ਬਾਕੀ ਬਦਸਤੂਰ 2/3 ਹਿੱਸਾ ਹੁਕਮ ਮਨਜ਼ੂਰ ਹੈ। ਦਸਤਖਤ ਸਹਾਇਕ ਕੁਲੈਕਟਰ ਦਰਜਾ-II (ਤਹਿਸੀਲਦਾਰ/ਨਾਇਬ ਤਹੀਸਲਦਾਰ)	ਖੁਦਕਾਸ਼ਤ	ਸਾਲਮ ਖੇਵਟ 10 ਕਿੱਤੇ ਰਕਬਾ 68.00 ਚਾਹੀ 66.15 ਗੈ: ਮੁ: 1.05			ਕੁਲਦੀਪ ਸਿੰਘ ਪੁਤਰਾਨ ਕਰਤਾਰ ਸਿੰਘ ਪੁੱਤਰ ਗੁਰਦੀਪ ਸਿੰਘ ਬਹਿੱਸਾ 1/3 ਹਿੱਸਾ ਬਾਕੀ ਬਦਸਤੂਰ 2/3 ਹਿੱਸਾ	ਖੁਦਕਾਸ਼ਤ ਵ ਮਕਬੂਜਾ ਮਾਲਕਾਨ	ਸਾਲਮ ਖੇਵਟ 10 ਕਿੱਤੇ ਰਕਬਾ 68.00 ਚਾਹੀ 66.15 ਗੈ: ਮੁ: 1.05 **ਰਕਬਾ** **17.00**	ਮਾਮਲਾ 4.33	ਇੰਤਕਾਲ ਬਰੂਏ ਰਜਿਸਟਰਡ ਵਸੀਅਤ		ਸ੍ਰੀਮਾਨ ਜੀ ਬਰੂਏ ਰਪਟ ਨੰਬਰ ------ ਮਿਤੀ ---- ਵਾਕਾ ਵਰਾਸਤ ਸ਼ਾਮ ਕੌਰ ਮੁਤਵਫੀ ਬਰੂਏ ਰਜਿਸਟਰਡ ਵਸੀਅਤ ਨੰਬਰ ਮਿਤੀ ਦਰਜ਼ ਕਰਕੇ ਪੇਸ਼ ਹੈ। ਦਸਤਖਤ ਪਟਵਾਰੀ ਮਿਤੀ ਮੁਕਾਬਲਾ ਕੀਤਾ ਗਿਆ ਇੰਦਰਾਜ ਠੀਕ ਹੈ। ਦਸਤਖਤ ਕਾਨੂੰਗੋ ਮਿਤੀ

ਇਹ "**ਇੰਤਕਾਲ ਬਰੂਏ ਰਜਿਸਟਰਡ ਵਸੀਅਤ**" ਦਾ ਨਮੂਨਾ ਹੈ ਇਸ ਦੀ ਪੂਰੀ ਜਾਣਕਾਰੀ ਲਈ **ਪੇਜ਼ ਨੰ: 116 ਤੇ ਲੜੀ ਨੰ: 13 ਵਿੱਚ ਦਰਜ਼ ਹੈ।**

ਰਜਿਸਟਰ ਇੰਤਕਾਲ ਪਿੰਡ ਦਾ ਨਾਂ ਹੱਦਬਸਤ ਨੰਬਰ ਜ਼ਿਲ੍ਹਾ ਤਹਿਸੀਲ

1	2	3	4	5	6	7	8	9	10	11	12	13	14	15
			ਇੰਦਰਾਜ਼ ਜਮ੍ਹਾਂਬੰਦੀ ਪਿਛਲੀ, ਜਿਸ ਦੀ ਸੋਧ ਲੋੜੀਂਦੀ ਹੈ					**ਇੰਦਰਾਜ਼ ਜਦੀਦ ਜੋ ਹੁਣ ਕਾਇਮ ਕੀਤਾ ਜਾਵੇਗਾ**						
ਕ੍ਰਮ ਅੰਕ	ਪਿਛਲੀ ਜਮ੍ਹਾਂਬੰਦੀ ਦਾ ਖਾਤਾ ਨੰਬਰ	ਨਾਂ ਤਰਫ ਜਾਂ ਖੂਹ	ਮਾਲਕ ਦਾ ਵੇਰਵਾ	ਕਾਸ਼ਤਕਾਰ ਦਾ ਨਾਂ ਅਤੇ ਵੇਰਵਾ	ਨੰਬਰ ਤੇ ਨਾਂ, ਖੇਤ, ਰਕਬਾ ਅਤੇ ਕਿਸਮ ਜ਼ਮੀਨ	ਮਾਮਲਾ ਜਾਂ ਲਗਾਨ	ਨੰਬਰ ਖਾਤਾ ਜਮ੍ਹਾਂਬੰਦੀ ਜਦੀਦ	ਮਾਲਕ ਦਾ ਨਾਂ ਅਤੇ ਵੇਰਵਾ	ਕਾਸ਼ਤਕਾਰ ਦਾ ਨਾਂ ਅਤੇ ਵੇਰਵਾ	ਨੰਬਰ ਤੇ ਨਾਂ, ਖੇਤ, ਰਕਬਾ ਅਤੇ ਕਿਸਮ ਜ਼ਮੀਨ	ਮਾਮਲਾ ਜਾਂ ਲਗਾਨ	ਕਿਸਮ ਅਤੇ ਤਰੀਕ ਇੰਤਕਾਲ ਸਮੇਤ ਜਰ-ਬੈ ਜਾਂ ਜਰ-ਰਹਿਨ	ਫੀਸ ਦਾਖਲ ਖਾਰਜ	ਰਿਪੋਰਟ ਅਤੇ ਹੁਕਮ
ਇਹ "**ਇੰਤਕਾਲ ਬਰੂਏ ਰਜਿਸਟਰਡ ਵਸੀਅਤ**" ਦਾ ਨਮੂਨਾ ਹੈ ਇਸ ਦੀ ਪੂਰੀ ਜਾਣਕਾਰੀ ਲਈ **ਪੇਜ਼ ਨੰ: 116 ਤੇ ਲੜੀ ਨੰ: 13 ਵਿੱਚ ਦਰਜ਼ ਹੈ।** ਇਹ ਇੰਤਕਾਲ ਰਜਿਸਟਰ ਦਾ ਪਹਿਲਾ ਪੇਜ਼ ਭਾਵ (ਉੱਪਰਲਾ)ਵਰਕਾ ਹੈ। ਅਤੇ ਦੂਜਾ ਪੇਜ਼ ਜਿਸ ਤੇ ਕੁਰਸੀਨਾਮਾ ਬਣਿਆ ਹੁੰਦਾ ਹੈ ਇਹ ਪੇਜ਼ ਦਾ ਪਿਛਲਾ ਪਾਸਾ ਹੁੰਦਾ ਹੈ। Total 2 pages.					**ਕੁਰਸੀਨਾਮਾਂ** ਗੁਰਦੀਪ ਸਿੰਘ (ਪਹਿਲਾਂ ਫੌਤ) ਸ਼ਾਮ ਕੌਰ (ਮੁਵਤਫ਼ੀ) — ਕਰਤਾਰ ਸਿੰਘ (ਪਹਿਲਾਂ ਫੌਤ) ਕੁਲਦੀਪ ਸਿੰਘ ਬਲਵੀਰ ਕੌਰ ਮੈ ਤਸਦੀਕ ਕਰਦਾ ਹਾਂ ਕਿ ਕੁਰਸੀਨਾਮਾਂ ਦਰਸਤ ਹੈ। ਦਸਤਖਤ/ਅਗੂੰਠਾ ਨੰਬਰਦਾਰ/ਦੇਹ									ਬਲਵੀਰ ਕੌਰ ਨੇ ਬਿਆਨ ਹਲਫੀ ਦਿੱਤਾ ਹੈ ਕਿ ਸਾਡੀ ਮਾਤਾ ਸ਼ਾਮ ਕੌਰ ਨੇ ਮੇਰੇ ਭਰਾ ਕੁਲਦੀਪ ਸਿੰਘ ਦੇ ਨਾਮ ਰਜਿਸਟਰਡ ਵਸੀਅਤ ਕੀਤੀ ਹੈ। ਇਸ ਵਸੀਅਤ ਅਨੁਸਾਰ ਇੰਤਕਾਲ ਮਨਜੂਰ ਕਰ ਦਿੱਤਾ ਜਾਵੇ, ਮੈਨੂੰ ਕੋਈ ਇਤਰਾਜ ਨਹੀਂ ਹੋਵੇਗਾ। ਬਰੂਏ ਇੰਤਕਾਲ ਨੰਬਰ-9 (ਇੰਤਕਾਲ ਰਜਿਸਟਰ ਵਿੱਚ ਨੰਬਰ)

ਇਹ **ਇੰਤਕਾਲ ਵਰਾਸਤ ਬਰੂਏ ਰਜਿਸਟਰਡ** ਵਸੀਅਤ ਦਾ ਨਮੂਨਾ ਹੈ ਇਸ ਦੀ ਪੂਰੀ ਜਾਣਕਾਰੀ ਲਈ **ਪੇਜ਼ ਨੰ: 116 ਤੇ ਲੜੀ ਨੰ: 13 ਵਿੱਚ ਦਰਜ਼ ਹੈ।**

ਰਜਿਸਟਰ ਇੰਤਕਾਲ ਪਿੰਡ ਦਾ ਨਾਂ ਹੱਦਬਸਤ ਨੰਬਰ ਜ਼ਿਲ੍ਹਾ ਤਹਿਸੀਲ

1	2	3	4	5	6	7	8	9	10	11	12	13	14	15
			ਇੰਦਰਾਜ਼ ਜਮ੍ਹਾਂਬੰਦੀ ਪਿਛਲੀ, ਜਿਸ ਦੀ ਸੋਧ ਲੋੜੀਂਦੀ ਹੈ					**ਇੰਦਰਾਜ਼ ਜਦੀਦ ਜੋ ਹੁਣ ਕਾਇਮ ਕੀਤਾ ਜਾਵੇਗਾ**						
ਕ੍ਰਮ ਅੰਕ	ਪਿਛਲੀ ਜਮ੍ਹਾਂਬੰਦੀ ਦਾ ਖਾਤਾ ਨੰਬਰ	ਨਾਂ ਤਰਫ ਜਾਂ ਖੂਹ	ਮਾਲਕ ਦਾ ਵੇਰਵਾ ਬਰੂਏ ਇੰਤਕਾਲ ਨੰਬਰ-9 (ਇੰਤਕਾਲ ਰਜਿਸਟਰ ਵਿੱਚ ਨੰਬਰ)	ਕਾਸ਼ਤਕਾਰ ਦਾ ਨਾਂ ਅਤੇ ਵੇਰਵਾ	ਨੰਬਰ ਤੇ ਨਾਂ, ਖੇਤ, ਰਕਬਾ ਅਤੇ ਕਿਸਮ ਜ਼ਮੀਨ	ਮਾਮਲਾ ਜਾਂ ਲਗਾਨ	ਨੰਬਰ ਖਾਤਾ ਜਮ੍ਹਾਂਬੰਦੀ ਜਦੀਦ	ਮਾਲਕ ਦਾ ਨਾਂ ਅਤੇ ਵੇਰਵਾ	ਕਾਸ਼ਤਕਾਰ ਦਾ ਨਾਂ ਅਤੇ ਵੇਰਵਾ	ਨੰਬਰ ਤੇ ਨਾਂ, ਖੇਤ, ਰਕਬਾ ਅਤੇ ਕਿਸਮ ਜ਼ਮੀਨ	ਮਾਮਲਾ ਜਾਂ ਲਗਾਨ	ਕਿਸਮ ਅਤੇ ਤਰੀਖ ਇੰਤਕਾਲ ਸਮੇਤ ਜਰ-ਬੈ ਜਾਂ ਜਰ-ਰਹਿਨ	ਫੀਸ ਦਾਖਲ ਖਾਰਜ	ਰਿਪੋਰਟ ਅਤੇ ਹੁਕਮ
15	2/6		ਸ਼ਾਮ ਕੋਰ ਵਿਧਵਾ ਲਾਲ ਸਿੰਘ ਪੁਤਰ ਕਰਮ ਸਿੰਘ ⅓ ਹਿੱਸਾ ਬਾਕੀ ਬਦਸਤੂਰ ⅔	ਖੁਦਕਾਸ਼ਤ ਵ ਮਕਬੂਜਾ ਮਾਲਕਾਨ	ਸਾਲਮ ਖੇਵਟ ਕਿੱਤੇ 12 ਰਕਬਾ 60-0 ਚਾਹੀ ਗੈ: ਮੁ: 2-0	13-0		ਦਾਰਾ ਸਿੰਘ ਪੁੱਤਰ ਕਰਮ ਸਿੰਘ ⅓ ਹਿੱਸਾ ਬਾਕੀ ਬਦਸਤੂਰ ⅔	ਖੁਦਕਾਸ਼ਤ ਵ ਮਕਬੂਜਾ ਮਾਲਕਾਨ ਹਿੱਸਾ ਮੰਤਕਿਲ ⅓	ਸਾਲਮ ਖੇਵਟ ਕਿੱਤੇ 12 ਰਕਬਾ 60-0 ਚਾਹੀ ਗੈ: ਮੁ: 2-0 20-7	13-0	ਵਰਾਸਤ ਸ਼ਾਮ ਕੋਰ ਮੁਤਵਫੀ ਬਰੂਏ ਰਜਿਸਟਡ ਵਸੀਅਤ ਨੰਬਰ— ਮਿਤੀ— ਤਾਰੀਖ ਮੋਤ----	ਮਾਮਲਾ 4.33	ਸ੍ਰੀਮਾਨ ਜੀ ਬਰੂਏ ਰਪਟ ਨੰਬਰ ------ ਮਿਤੀ ---- ਵਾਕਾ ਵਰਾਸਤ ਸ਼ਾਮ ਕੋਰ ਮੁਤਵਫੀ ਬਰੂਏ ਰਜਿਸਟਡ ਵਸੀਅਤ ਨੰਬਰ ਮਿਤੀ ਦਰਜ ਕਰਕੇ ਪੇਸ਼ ਹੈ। ਦਸਤਖਤ ਪਟਵਾਰੀ ਮਿਤੀ
ਇਹ **ਇੰਤਕਾਲ ਵਰਾਸਤ ਬਰੂਏ ਰਜਿਸਟਰਡ** ਵਸੀਅਤ ਦਾ ਨਮੂਨਾ ਹੈ ਇਸ ਦੀ ਪੂਰੀ ਜਾਣਕਾਰੀ ਲਈ ਪੇਜ਼ ਨੰ: 116 ਤੇ ਲੜੀ ਨੰ: 13 ਵਿੱਚ ਦਰਜ਼ ਹੈ। ਇਹ ਇੰਤਕਾਲ ਰਜਿਸਟਰ ਦਾ ਪਹਿਲਾ ਪੇਜ਼ ਭਾਵ (ਉੱਪਰਲਾ)ਵਰਕਾ ਹੈ। ਅਤੇ ਦੂਜਾ ਪੇਜ਼ ਜਿਸ ਤੇ ਕੁਰਸੀਨਾਮਾ ਬਣਿਆ ਹੁੰਦਾ ਹੈ ਇਹ ਪੇਜ਼ ਪਿਛਲਾ ਪਾਸਾ ਹੁੰਦਾ ਹੈ। Total 2 pages.														ਮੁਕਾਬਲਾ ਕੀਤਾ ਗਿਆ ਇੰਦਰਾਜ ਠੀਕ ਹੈ। ਦਸਤਖਤ ਕਾਨੂੰਗੋ ਮਿਤੀ

ਇਹ **ਇੰਤਕਾਲ ਵਰਾਸਤ ਬਰੂਏ ਰਜਿਸਟਰਡ** ਵਸੀਅਤ ਦਾ ਨਮੂਨਾ ਹੈ ਇਸ ਦੀ ਪੂਰੀ ਜਾਣਕਾਰੀ ਲਈ **ਪੇਜ਼ ਨੰ: 116 ਤੇ ਲੜੀ ਨੰ: 13 ਵਿੱਚ ਦਰਜ਼ ਹੈ।**

ਰਜਿਸਟਰ ਇੰਤਕਾਲ ਪਿੰਡ ਦਾ ਨਾਂ ਹੱਦਬਸਤ ਨੰਬਰ ਜ਼ਿਲ੍ਹਾ ਤਹਿਸੀਲ

1	2	3	4	5	6	7	8	9	10	11	12	13	14	15
			ਇੰਦਰਾਜ਼ ਜਮ੍ਹਾਂਬੰਦੀ ਪਿਛਲੀ, ਜਿਸ ਦੀ ਸੋਧ ਲੋੜੀਂਦੀ ਹੈ					ਇੰਦਰਾਜ਼ ਜਦੀਦ ਜੋ ਹੁਣ ਕਾਈਮ ਕੀਤਾ ਜਾਵੇਗਾ						
ਕ੍ਰੰਮ ਅੰਕ	ਪਿਛਲੀ ਜਮ੍ਹਾਂਬੰਦੀ ਦਾ ਖਾਤਾ ਨੰਬਰ	ਨਾਂ ਤਰਫ ਜਾਂ ਖੂਹ	ਮਾਲਕ ਦਾ ਵੇਰਵਾ	ਕਾਸ਼ਤਕਾਰ ਦਾ ਨਾਂ ਅਤੇ ਵੇਰਵਾ	ਨੰਬਰ ਤੇ ਨਾਂ, ਖੇਤ, ਰਕਬਾ ਅਤੇ ਕਿਸਮ ਜ਼ਮੀਨ	ਮਾਮਲਾ ਜਾਂ ਲਗਾਨ	ਨੰਬਰ ਖਾਤਾ ਜਮ੍ਹਾਂਬੰਦੀ ਜਦੀਦ	ਮਾਲਕ ਦਾ ਨਾਂ ਅਤੇ ਵੇਰਵਾ	ਕਾਸ਼ਤਕਾਰ ਦਾ ਨਾਂ ਅਤੇ ਵੇਰਵਾ	ਨੰਬਰ ਤੇ ਨਾਂ, ਖੇਤ, ਰਕਬਾ ਅਤੇ ਕਿਸਮ ਜ਼ਮੀਨ	ਮਾਮਲਾ ਜਾਂ ਲਗਾਨ	ਕਿਸਮ ਅਤੇ ਤਰੀਕ ਇੰਤਕਾਲ ਸਮੇਤ ਜਰ-ਏ ਜਾਂ ਜਰ-ਰਹਿਨ	ਫੀਸ ਦਾਖਲ ਖਾਰਜ	ਰਿਪੋਰਟ ਅਤੇ ਹੁਕਮ
15	2/6		ਹੁਕਮ ਮਨਜ਼ੂਰ ਹੈ। ਦਸਤਖਤ ਸਹਾਇਕ ਕੁਲੈਕਟਰ ਦਰਜਾ-II (ਤਹਿਸੀਲਦਾਰ/ਨਾਇਬ ਤਹੀਸਲਦਾਰ)	ਕੁਰਸੀਨਾਮਾ ਕਰਮ ਸਿੰਘ (ਪਹਿਲਾਂ ਫੌਤ) ↓ ਧੰਨ ਕੌਰ (ਮੁਤਵਫੀ) ↓ ਦਾਰਾ ਸਿੰਘ — ਸ਼ਵਿੰਦਰ ਕੌਰ ਮੈਂ ਤਸਦੀਕ ਕਰਦਾ ਹਾਂ ਕਿ ਕੁਰਸੀਨਾਮਾਂ ਦਰੁਸਤ ਹੈ। ਦਸਤਖਤ/ਅੰਗੂਠਾ ਨੰਬਰਦਾਰ/ਦੇਹ									ਸ਼ਵਿੰਦਰ ਕੌਰ ਨੇ ਬਿਆਨ ਹਲਫੀਆ ਦਿੱਤਾ ਹੈ ਕਿ ਸਾਡੀ ਮਾਤਾ ਸ਼ਾਮ ਕੌਰ ਨੇ ਮੇਰੇ ਭਰਾ ਦਾਰਾ ਸਿੰਘ ਦੇ ਨਾਂ ਰਜਿਸਟਰਡ ਵਸੀਅਤ ਕੀਤੀ ਹੈ। ਇਸ ਤੇ ਮੈਨੂੰ ਕੋਈ ਇਤਰਾਜ਼ ਨਹੀਂ। ਇੰਤਕਾਲ ਵਸੀਅਤ ਅਨੁਸਾਰ ਮਨਜ਼ੂਰ ਕੀਤਾ ਜਾਵੇ।	

ਇਹ ਇੰਤਕਾਲ ਦਰਜਾਤ ਬਹੂਦੇ ਫ਼ਰਦੀ ਕਾਸ਼ਾਂ ਦਾ ਨਮੂਨਾ ਹੈ ਜਿਸ ਦੀ ਪੂਰੀ ਜਾਣਕਾਰੀ ਲਈ ਪੰਨਾ ਨੰ: 116 - 117 ਤੇ ਲੜੀ ਨੰ: 14 ਵਿੱਚ ਦਰਜ ਹੈ

ਤਸਮਾਨ ਇੰਤਕਾਲ	ਜਿਸਦਾ ਹੱਕ ਲਿਆ ਹੈ ਮਾਲਕ ਯਾ ਕਾਸ਼ਤ	ਕਿਸਮ ਹੱਕ ਹੱਕ ਜਾ ਰੁਗ	ਹਿੱਕ ਦਾ ਨਾਂ		ਗੋਦਕਾਰ ਨੰਬਰ			ਫ਼ਰਦ ਕਾਸ਼ਤ ਮੂਜਬ ਗਿਰਦਾਵਰੀ			ਨਿਮੂ			ਕੈਫ਼ੀਅਤ	ਤਰੀਕਸ਼
1	2	3	4	5	6	7	8	9	10	11	12	13	14	15
			ਇੰਤਕਾਲ ਨਮੂਦੰਦੀ ਪਿਛਲੀ, ਜਿਸ ਦੀ ਸੇਧ ਲੈਂਦੀ ਹੈ		ਏਕ ਹੱਕਰ, ਹੱਕ, ਰੁਗ ਨੇ ਤੇ ਹੱਕ ਰਕਬਾ	ਹੱਕਰ ਯਾ ਕਾਸ਼ਤ	ਹੱਕ ਰੁਗ ਮੂਜਬ ਗਿਰਦਾਵਰੀ	ਇੰਤਕਾਲ ਸਹੀਦ ਜੇ ਰੁਗ ਬਾਈਨੀ ਕੀਤਾ ਸਵੇਰਾ	ਕਾਸ਼ਤਕਾਰ ਦਾ ਨਾਂ ਅਤੇ ਵੇਰਵਾ	ਏਕ ਹੱਕਰ, ਹੱਕ, ਰੁਗ ਨੇ ਤੇ ਹੱਕ ਰਕਬਾ	ਹੱਕਰ ਯਾ ਕਾਸ਼ਤ	ਕਿਸਮ ਹੱਕ ਹੱਕ ਗਿਰਦਾ ਮੁਤਬੰਨਾ ਜ਼ਿਲਾ-ਰਕਬਾ ਹੱਕ ਜਾ ਰੁਗ-ਗਿਰਦਾ	ਹੱਕ ਰਕਬਾ ਯਾ	
ਲੱਖ ਨੰਬਰ	6/8	ਲੱਖ ਨੰ ਹੱਕਰ ਯਾ ਰੁਗ	ਸੁੰਦਰ ਸਿੰਘ ਪੁੱਤਰ ਤੇਜੂ ਸਿੰਘ ਪੁੱਤਰ ਰਲੀ ਸਿੰਘ ਪੁੱਤਰ ਕਰਮ ਸਿੰਘ ½ ਹਿੱਸਾ ਖਾਕੀ ਬਲਾਸਤੂਰ ½ ਹਿੱਸਾ ਚੁਕਮ ਮਨਜ਼ੂਰ ਹੈ ਦਾਸਤਖਤ ਸਾਲਿਕ ਕੁਲੈਕਟਰ ਦਰਜਾ-II (ਤਹਿਸੀਲਦਾਰ/ਨਾਇਬ ਤਹਿਸੀਲਦਾਰ)	ਮੂਵਲਸਰ ਦੇ ਸਰਕੂਨਾ ਸਾਸ਼ਕਾਰ	ਸਾਲਮ ਬੇਟ ਕਿਤੇ 8 ਰਕਬਾ 46-0 ਮਨਜ਼ੂਬਾ ਚਾਰੀ 45-2 ਕੈ: ਮੈ: 0-18	10.25	ਗਿਰਦਾ ਮੁਤਬੰਨੀ ਮੈਦਾ	1. ਪੱਕੇ ਬੇਦ ਮਾਤ ਦੇ 2. ਸਰਬਜੀਤ ਬੇਦ ਦੀਦਾਰ ਦੇ 3. ਰਾਜਾ ਸਿੰਘ 4. ਤੈਨ ਬੇਦ ਪੁੱਤਰੀ ਸੁੰਦਰ ਸਿੰਘ ਪੁੱਤਰ ਰਲੀ ਸਿੰਘ ਰਾ ਚਰ ਬਰਿੰਗ ਬਲਾਸਤ ½ ਹਿੰਗਾ ਖਾਕੀ ਬਲਾਸਤੂਰ ½ ਹਿੰਗਾ ਮੰਡਬਿਕ ½	ਸਾਸ਼ਕਾਰ ਦਾ ਨਾਂ ਅਤੇ ਵੇਰਵਾ	ਘੁਵਾਸਰ ਦੇ ਸਰਕੂਨਾ ਸਾਸ਼ਕਾਰ	ਸਾਲਮ ਬੇਟ ਕਿਤੇ 8 ਰਕਬਾ 46-0 ਮਨਜ਼ੂ ਆਚਾ ਰੀ 45-2 ਕੈ: ਮੈ: 0-18	10. 25	ਦਰਕਾਰ ਸੁੰਦਰ ਸਿੰਘ ਸੂਰਦੀ ਬੂਹੀ ਕਲਸੀਨਾ ਤਾਰੀਖ ਸੇਦ------		ਸੀਮਾਲ ਸੀ ਬੂਹੀ ਜਦਾਰ ਠੇਕਰ ----- ਵਿਦੀ ਤਾਰ ਦਰਕਾਰ ਸੁੰਦਰ ਸਿੰਘ ਸੂਰਦੀ ਬੁਏ ਦਰਕਾਰ ਤਰਕ ਕਰਕੇ ਪੇਸ਼ ਹੋ ਦਰਕਾਰ ਪਟਵਾਰੀ ਜਿੰਦਾ ਮੁਤਬੰਨਾ ਬੀਜਾ ਜ਼ਿਲਾ ਇੰਤਕਾਮ ਠੀਕ ਹੋ ਦਰਕਾਰ ਕਰੀਦੀ ਜ਼ਿੰਦਾ
										ਰਕਬਾ 23-0		ਸਮਝਾ 5.13		

132

ਇਹ ਇੰਤਕਾਲ ਦਰਜਾਤ ਬਹੁਤੇ ਰੂਮਜੀ ਨਾਮਾਂ ਦਾ ਨਮੂਨਾ ਹੈ ਜਿਸ ਦੀ ਪੂਰੀ ਮਾਡਰਵੀ ਨਕਲੀ ਪੇਜ ਨੰ: 116 - 117 ਤੇ ਫਰੀ ਨੰ: 14 ਵਿੱਚ ਦਰਜ ਹੈ।

1	2	3	4	5	6	7	8	9	10	11	12	13	14	15
ਰਜਿਸਟਰ ਇੰਤਕਾਲ			ਪਿੰਡ ਦਾ ਨਾਂ			ਹਲਕਾਦਾਰ ਨੰਬਰ				ਜਿਲ੍ਹਾ				ਤਹਿਸੀਲ

ਇਹ ਇੰਤਕਾਲ ਦਰਜਾਤ ਬਹੁਤੇ ਰੂਮਜੀ ਨਾਮਾਂ ਦਾ ਨਮੂਨਾ ਹੈ ਜਿਸ ਦੀ ਪੂਰੀ ਮਾਡਰਵੀ ਨਕਲੀ ਪੇਜ ਨੰ: 116 - 117 ਤੇ ਫਰੀ ਨੰ: 14 ਵਿੱਚ ਦਰਜ ਹੈ ਇਹ ਇੰਤਕਾਲ ਰਜਿਸਟਰ ਦਾ ਪਹਿਲਾ ਪੇਜ ਬਾਦ (ਉਪਰਲਾ) ਦਰਜ ਦੀ ਅਤੇ ਦੂਜਾ ਪੇਜ ਜਿਸ ਤੇ ਰੂਮਜੀਨਾਮਾ ਬਾਈਆ ਹੁੰਦਾ ਹੈ ਇਹ ਪੇਜ ਦਾ ਪਿਛਲਾ ਪਾਸਾ ਹੁੰਦਾ ਹੈ। Total 2 pages.

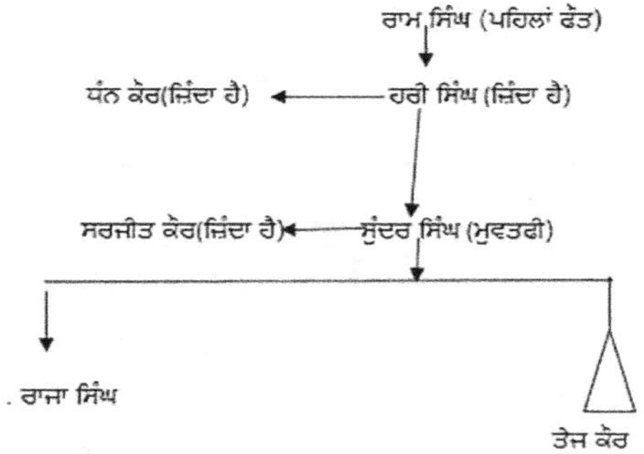

ਇਹ **ਇੰਤਕਾਲ ਵਰਾਸਤ ਬਰੂਏ ਵਸੀਅਤ ਖਾਨਗੀ** ਵਸੀਅਤ ਦਾ ਨਮੂਨਾ ਹੈ ਇਸ ਦੀ ਪੂਰੀ ਜਾਣਕਾਰੀ ਲਈ **ਪੇਜ਼ ਨੰ:117 ਤੇ ਲੜੀ ਨੰ: 15** ਵਿੱਚ ਦਰਜ਼ ਹੈ।

ਰਜਿਸਟਰ ਇੰਤਕਾਲ ਪਿੰਡ ਦਾ ਨਾਂ ਹੱਦਬਸਤ ਨੰਬਰ ਜ਼ਿਲ੍ਹਾ ਤਹਿਸੀਲ

1	2	3	4	5	6	7	8	9	10	11	12	13	14	15
			ਇੰਦਰਾਜ਼ ਜਮ੍ਹਾਂਬੰਦੀ ਪਿਛਲੀ, ਜਿਸ ਦੀ ਸੋਧ ਲੋੜੀਂਦੀ ਹੈ					**ਇੰਦਰਾਜ਼ ਜਦੀਦ ਜੋ ਹੁਣ ਕਾਇਮ ਕੀਤਾ ਜਾਵੇਗਾ**						
ਕ੍ਰੰਮ ਅੰਕ	ਪਿਛਲੀ ਜਮ੍ਹਾਂਬੰਦੀ ਦਾ ਖਾਤਾ	ਨੰ: ਤਰਫ ਜਾਂ ਖੂਹ	ਮਾਲਕ ਦਾ ਵੇਰਵਾ ਬਰੂਏ ਇੰਤਕਾਲ ਨੰਬਰ-15 (ਇੰਤਕਾਲ ਰਜਿਸਟਰ ਵਿੱਚ ਨੰਬਰ)	ਕਾਸ਼ਤਕਾਰ ਦਾ ਨਾਂ ਅਤੇ ਵੇਰਵਾ	ਨੰਬਰ ਤੇ ਨਾਂ, ਖੇਤ, ਰਕਬਾ ਅਤੇ ਕਿਸਮ ਜ਼ਮੀਨ	ਮਾਮਲਾ ਜਾਂ ਲਗਾਨ	ਨੰਬਰ ਖਾਤਾ ਜਮ੍ਹਾਂਬੰਦੀ ਜਦੀਦ	ਮਾਲਕ ਦਾ ਨਾਂ ਅਤੇ ਵੇਰਵਾ	ਕਾਸ਼ਤਕਾਰ ਦਾ ਨਾਂ ਅਤੇ ਵੇਰਵਾ	ਨੰਬਰ ਤੇ ਨਾਂ, ਖੇਤ, ਰਕਬਾ ਅਤੇ ਕਿਸਮ ਜ਼ਮੀਨ	ਮਾਮਲਾ ਜਾਂ ਲਗਾਨ	ਕਿਸਮ ਅਤੇ ਤਰੀਖ ਇੰਤਕਾਲ ਸਮੇਤ ਜਰ-ਬੈ ਜਾਂ ਜਰ-ਰਹਿਨ	ਫੀਸ ਦਾਖਲ ਖਾਰਜ	ਰਿਪੋਰਟ ਅਤੇ ਹੁਕਮ
10/1	3/5		ਸੰਤ ਕੌਰ ਵਿਧਵਾ ਰਾਮ ਸਿੰਘ ਪੁੱਤਰ ਹਰੀ ਸਿੰਘ ਪੁੱਤਰ ਦਲੀਪ ਸਿੰਘ ⅓ ਹਿੱਸਾ ਬਾਕੀ ਬਦਸਤੂਰ ⅔ ਹਿੱਸਾ ਹੁਕਮ ਮਨਜ਼ੂਰ ਹੈ। ਦਸਤਖਤ ਸਹਾਇਕ ਕੁਲੈਕਟਰ ਦਰਜਾ-II (ਤਹਿਸੀਲਦਾਰ/ਨਾਇਬ ਤਹੀਸਲਦਾਰ)	ਖੁਦਕਾਸ਼ਤ ਵ ਮਕਬੂਜਾ ਮਾਲਕਾਨ	ਸਾਲਮ ਖੇਵਟ ਕਿੱਤੇ 10 ਰਕਬਾ 53-6 ਚਾਹੀ 52-3 ਗੈ: ਮੁ: 1-3	10-0		ਦਲੀਪ ਸਿੰਘ ਬੂਟਾ ਸਿੰਘ ਪੁੱਤਰ ਹਰੀ ਸਿੰਘ ਪੁੱਤਰ ਦਲੀਪ ਸਿੰਘ ⅓ ਹਿੱਸਾ ਬਾਕੀ ਬਦਸਤੂਰ ⅔ ਹਿੱਸਾ	ਖੁਦਕਾਸ਼ਤ ਵ ਮਕਬੂਜਾ ਮਾਲਕਾਨ **ਹਿੱਸਾ ਮੰਤਕਿਲ ⅓**	ਸਾਲਮ ਖੇਵਟ ਕਿੱਤੇ 10 ਰਕਬਾ 53-6 ਚਾਹੀ 52-3 ਗੈ: ਮੁ: 1-3 **ਰਕਬਾ 17-15**	10-0	**ਵਰਾਸਤ ਸੰਤ ਕੌਰ ਮੁਤਵਫੀ ਬਰੂਏ ਵਸੀਅਤ ਖਾਨਗੀ** ਨੰਬਰ--- ਮਿਤੀ --- ਤਾਰੀਖ ਮੌਤ **ਮਾਮਲਾ 5.00**		ਸ੍ਰੀਮਾਨ ਜੀ ਬਰੂਏ ਰਪਟ ਨੰਬਰ ------ ਮਿਤੀ ---- ਵਾਕਾ ਵਰਾਸਤ ਸੰਤ ਕੌਰ ਮੁਤਵਫੀ ਬਰੂਏ ਖਾਨਗੀ ਵਸੀਅਤ ਦਰਜ਼ ਕਰਕੇ ਪੇਸ਼ ਹੈ। ਦਸਤਖਤ ਪਟਵਾਰੀ ਮਿਤੀ ਮੁਕਾਬਲਾ ਕੀਤਾ ਗਿਆ ਇੰਦਰਾਜ ਠੀਕ ਹੈ। ਦਸਤਖਤ ਕਾਨੂੰਗੋ ਮਿਤੀ

ਇਹ **ਇੰਤਕਾਲ ਵਰਾਸਤ ਬਰੂਏ ਵਸੀਅਤ ਖਾਨਗੀ** ਵਸੀਅਤ ਦਾ ਨਮੂਨਾ ਹੈ ਇਸ ਦੀ ਪੂਰੀ ਜਾਣਕਾਰੀ ਲਈ **ਪੇਜ਼ ਨੰ:117 ਤੇ ਲੜੀ ਨੰ: 15** ਵਿੱਚ ਦਰਜ਼ ਹੈ।

ਰਜਿਸਟਰ ਇੰਤਕਾਲ ਪਿੰਡ ਦਾ ਨਾਂ ਹੱਦਬਸਤ ਨੰਬਰ ਜ਼ਿਲ੍ਹਾ ਤਹਿਸੀਲ

1	2	3	4	5	6	7	8	9	10	11	12	13	14	15
			ਇੰਦਰਾਜ਼ ਜਮ੍ਹਾਂਬੰਦੀ ਪਿਛਲੀ, ਜਿਸ ਦੀ ਸੋਧ ਲੋੜੀਂਦੀ ਹੈ					**ਇੰਦਰਾਜ਼ ਜਦੀਦ ਜੋ ਹੁਣ ਕਾਈਮ ਕੀਤਾ ਜਾਵੇਗਾ**						
ਕ੍ਰਮ ਅੰਕ	ਪਿਛਲੀ ਜਮ੍ਹਾਂਬੰਦੀ ਦਾ ਖਾਤਾ ਨੰਬਰ	ਨਾਂ ਤਰਫ ਜਾਂ ਸ਼ੂਹ	ਮਾਲਕ ਦਾ ਵੇਰਵਾ	ਕਾਸ਼ਤਕਾਰ ਦਾ ਨਾਂ ਅਤੇ ਵੇਰਵਾ	ਨੰਬਰ ਤੇ ਨਾਂ, ਖੇਤ, ਰਕਬਾ ਅਤੇ ਕਿਸਮ ਜ਼ਮੀਨ	ਮਾਮਲਾ ਜਾਂ ਲਗਾਨ	ਨੰਬਰ ਖਾਤਾ ਜਮ੍ਹਾਂਬੰਦੀ ਜਦੀਦ	ਮਾਲਕ ਦਾ ਨਾਂ ਅਤੇ ਵੇਰਵਾ	ਕਾਸ਼ਤਕਾਰ ਦਾ ਨਾਂ ਅਤੇ ਵੇਰਵਾ	ਨੰਬਰ ਤੇ ਨਾਂ, ਖੇਤ, ਰਕਬਾ ਅਤੇ ਕਿਸਮ ਜ਼ਮੀਨ	ਮਾਮਲਾ ਜਾਂ ਲਗਾਨ	ਕਿਸਮ ਅਤੇ ਤਰੀਖ ਇੰਤਕਾਲ ਸਮੇਤ ਜਰ-ਬੈ ਜਾਂ ਜਰ-ਰਹਿਨ	ਫੀਸ ਦਾਖਲ ਖਾਰਜ	ਰਿਪੋਰਟ ਅਤੇ ਹੁਕਮ
														ਅਮਰਜੀਤ ਕੌਰ ਅਤੇ ਸੀਰਤ ਕੌਰ ਦੋਨਾਂ ਨੇ ਬਿਆਨ ਹਲਫੀਆ ਦਿੱਤਾ ਹੈ ਕਿ ਸਾਡੀ ਮਾਤਾ ਸੰਤ ਕੌਰ ਨੇ ਸਾਡੇ ਭਰਾ ਦਲੀਪ ਸਿੰਘ ਅਤੇ ਬੂਟਾ ਸਿੰਘ ਦੋਹਾਂ ਦੇ ਨਾਂ ਵਸੀਅਤ ਖਾਨਗੀ ਕੀਤੀ ਹੈ। ਇਸ ਤੇ ਸਾਨੂੰ ਕੋਈ ਇਤਰਾਜ਼ ਨਹੀਂ। ਇੰਤਕਾਲ ਵਸੀਅਤ ਅਨੁਸਾਰ ਮਨਜ਼ੂਰ ਕੀਤਾ ਜਾਵੇ। ਬਰੂਏ ਇੰਤਕਾਲ ਨੰਬਰ-15 (ਇੰਤਕਾਲ ਰਜਿਸਟਰ ਵਿੱਚ ਨੰਬਰ)

ਕੁਰਸੀਨਾਮਾ

ਮੈਂ ਤਸਦੀਕ ਕਰਦਾ ਹਾਂ ਕਿ ਕੁਰਸੀਨਾਮਾਂ ਦਰੁਸਤ ਹੈ।

ਦਸਤਖਤ/ਅੰਗੂਠਾ

ਨੰਬਰਦਾਰ/ਦੇਹ

ਇਹ **ਇੰਤਕਾਲ ਵਰਾਸਤ ਬਰੂਏ ਵਸੀਅਤ ਖਾਨਗੀ** ਵਸੀਅਤ ਦਾ ਨਮੂਨਾ ਹੈ ਇਸ ਦੀ ਪੂਰੀ ਜਾਣਕਾਰੀ ਲਈ **ਪੇਜ਼ ਨੰ:117 ਤੇ ਲੜੀ ਨੰ: 15** ਵਿੱਚ ਦਰਜ਼ ਹੈ। ਇਹ ਇੰਤਕਾਲ ਰਜਿਸਟਰ ਦਾ ਪਹਿਲਾ ਪੇਜ਼ ਭਾਵ (ਉੱਪਰਲਾ)ਵਰਕਾ ਹੈ। ਅਤੇ ਦੂਜਾ ਪੇਜ਼ ਜਿਸ ਤੇ ਕੁਰਸੀਨਾਮਾ ਬਣਿਆ ਹੁੰਦਾ ਹੈ ਇਹ ਪੇਜ਼ ਪਿਛਲਾ ਪਾਸਾ ਹੁੰਦਾ ਹੈ। Total 2 pages.

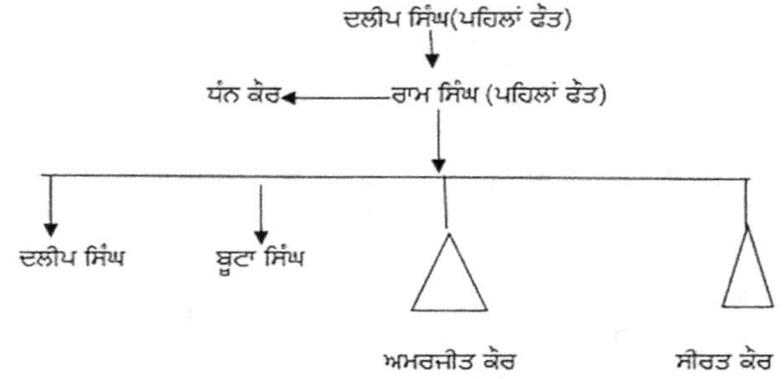

ਇਹ **ਇੰਤਕਾਲ ਅਖਰਾਜ ਨਾਮਾ** ਦਾ ਨਮੂਨਾ ਹੈ ਇਸ ਦੀ ਪੂਰੀ ਜਾਣਕਾਰੀ ਲਈ **ਪੇਜ਼ ਨੰ: 117-118** ਤੇ ਲੜੀ ਨੰ: **16** ਵਿੱਚ ਦਰਜ਼ ਹੈ।

			ਰਜਿਸਟਰ ਇੰਤਕਾਲ		ਪਿੰਡ ਦਾ ਨਾਂ			ਹੱਦਬਸਤ ਨੰਬਰ			ਜਿਲ੍ਹ				ਤਹਿਸੀਲ
1	2	3	4	5	6	7	8	9	10	11	12	13	14		15
			ਇੰਦਰਾਜ਼ ਜਮ੍ਹਾਂਬੰਦੀ ਪਿਛਲੀ, ਜਿਸ ਦੀ ਸੋਧ ਲੋੜੀਂਦੀ ਹੈ					ਇੰਦਰਾਜ਼ ਜਦੀਦ ਜੋ ਹੁਣ ਕਾਇਮ ਕੀਤਾ ਜਾਵੇਗਾ							
ਕ੍ਰਮ ਨੰਬਰ	ਪਿਛਲੀ ਜਮ੍ਹਾਂਬੰਦੀ ਦਾ ਖ਼ਾਨਾ ਦਰਜ	ਨੰ: ਤਰਫ ਜਾਂ ਖੂਹ	ਮਾਲਕ ਦਾ ਵੇਰਵਾ	ਕਾਸਤਕਾਰ ਦਾ ਨਾਂ ਅਤੇ ਵੇਰਵਾ	ਨੰਬਰ ਤੇ ਨਾਂ, ਖੇਤ, ਰਕਬਾ ਆਦਿ ਕਿਸਮ ਜ਼ਮੀਨ	ਮਾਲਕ ਜਾਂ ਰਕਬਾ	ਨੰਬਰ ਖ਼ਾਨਾ ਸਮੁੱਚੀ ਸਾਢੇ	ਮਾਲਕ ਦਾ ਨਾਂ ਅਤੇ ਵੇਰਵਾ	ਕਾਸਤਕਾਰ ਦਾ ਨਾਂ ਅਤੇ ਵੇਰਵਾ	ਨੰਬਰ ਤੇ ਨਾਂ, ਖੇਤ, ਰਕਬਾ ਆਦਿ ਕਿਸਮ ਜ਼ਮੀਨ	ਮਾਲਕ ਜਾਂ ਰਕਬਾ	ਕਿਸਮ ਤਫ਼ਸੀਲ ਤਰੀਕ ਇੰਦਰਾਜ ਸਨੇਹ-ਖ਼-ਥੋ ਜਾਂ ਸਹ-ਫ਼ੈਸਲਾ		ਵਿਚੋਲਾ ਅਤੇ ਹੁਕਮ
14	8/12		ਰਾਜਾ ਸਿੰਘ ਪੁਤਰ ਹਰਨੇਕ ਸਿੰਘ ਪੁੱਤਰ ਸੁੱਚਾ ਸਿੰਘ ½ ਹਿੱਸਾ ਬਾਕੀ ਬਦਸਤੂਰ ½ਹਿੱਸਾ	ਖੁਦਕਾਸ਼ਤ	ਸਾਲਮ ਮੋਵਟ ਕਿੱਟੇ 8 ਰਕਬਾ 41-3 ਚਾਹੀ 40-2 ਰੌ: ਮੁ: 1-1	10-0		ਕੀਰਤ ਕੋਰ ਪਤਨੀ ਵ ਰਾਮ ਸਿੰਘ, ਲਾਲ ਸਿੰਘ, ਧੰਨ ਕੋਰ ਪੁੱਤਰੀ ਰਾਜਾ ਸਿੰਘ ਹਰ ਚਾਰ ਹਿੱਸਾ ½ ਹਿੱਸਾ ਬਾਕੀ ਬਦਸਤੂਰ ½ਹਿੱਸਾ	ਖੁਦਕਾਸ਼ਤ	ਸਾਲਮ ਮੋਵਟ ਕਿੱਟੇ 8 ਰਕਬਾ 41-3 ਚਾਹੀ 40-2 ਰੌ: ਮੁ: 1-1 ਰਕਬਾ 20-11½	10-0	ਅਖਰਾਜਨਾਮਾ ਬਰੂਏ ਰਪਟ ਨੰਬਰ --- ਮਿਤੀ------- ਬਾ ਹੁਕਮ ਐਸ. ਡੀ. ਐਮ ਨੰ: -------- ਮਿਤੀ----- ਲਾਪਤਾ ਸਬੰਧੀ FIR ਨੰਬਰ----- ਮਿਤੀ--------		ਸ੍ਰੀਮਾਨ ਜੀ ਬਰੂਏ ਰਪਟ ਨੰਬਰ ----- ਮਿਤੀ ---- ਰਾਜਾ ਸਿੰਘ ਪੁਤਰ ਹਰਨੇਕ ਸਿੰਘ ਨੂੰ ਲਾਪਤਾ ਹੋਏ 7 ਸਾਲ ਤੇ ਗਏ ਹਨ। ਐਨਾ ਸਮਾਂ ਬੀਤਣ ਉਪਰੰਤ ਵੀ ਕੋਈ ਪਤਾ ਨਹੀ ਚਲਿਆ ਵਾਕਾ ਅਖਰਾਜਨਾਮਾ ਹੁਕਮ ਐਸ. ਡੀ. ਐਮ ਦਰਜ਼ ਕਰਕੇ ਪੇਸ਼ ਹੈ।
			ਹੁਕਮ ਮਨਜ਼ੂਰ ਹੈ। ਦਸਤਖ਼ਤ ਸਹਾਇਕ ਕੁਲੈਕਟਰ ਦਰਜਾ-II (ਤਹਿਸੀਲਦਾਰ/ਨਾਇਬ ਤਹੀਸਲਦਾਰ)							ਹਿੱਸਾ ਮੰਤਕਿਲ ½		ਮਾਮਲਾ 5.00			ਦਸਤਖ਼ਤ ਪਟਵਾਰੀ ਮਿਤੀ
					ਇਹ **ਇੰਤਕਾਲ ਅਖਰਾਜ ਨਾਮਾ** ਦਾ ਨਮੂਨਾ ਹੈ ਇਸ ਦੀ ਪੂਰੀ ਜਾਣਕਾਰੀ ਲਈ **ਪੇਜ਼ ਨੰ: 117-118 ਤੇ ਲੜੀ ਨੰ: 16** ਵਿੱਚ ਦਰਜ਼ ਹੈ। ਇਹ ਇੰਤਕਾਲ ਰਜਿਸਟਰ ਦਾ ਪਹਿਲਾ ਪੇਜ਼ ਭਾਵ (ਉੱਪਰਲਾ)ਵਰਕਾ ਹੈ। ਅਤੇ ਦੂਜਾ ਪੇਜ਼ ਜਿਸ ਤੇ ਕੁਰਸੀਨਾਮਾ ਬਣਿਆ ਹੁੰਦਾ ਹੈ ਇਹ ਪੇਜ਼ ਪਿਛਲਾ ਪਾਸਾ ਹੁੰਦਾ ਹੈ।									ਮੁਕਾਬਲਾ ਕੀਤਾ ਗਿਆ ਇੰਦਰਾਜ ਠੀਕ ਹੈ। ਦਸਤਖ਼ਤ ਕਾਨੂੰਗੋ ਮਿਤੀ

136

ਇਹ **ਇੰਤਕਾਲ ਅਖਰਾਜ ਨਾਮਾ** ਦਾ ਨਮੂਨਾ ਹੈ ਇਸ ਦੀ ਪੂਰੀ ਜਾਣਕਾਰੀ ਲਈ **ਪੇਜ਼ ਨੰ: 117-118 ਤੇ ਲੜੀ ਨੰ: 16** ਵਿੱਚ ਦਰਜ਼ ਹੈ।

ਰਜਿਸਟਰ ਇੰਤਕਾਲ ਪਿੰਡ ਦਾ ਨਾਂ ਹੱਦਬਸਤ ਨੰਬਰ ਜ਼ਿਲ੍ਹਾ ਤਹਿਸੀਲ

1	2	3	4	5	6	7	8	9	10	11	12	13	14	15
			ਇੰਦਰਾਜ਼ ਜਮ੍ਹਾਂਬੰਦੀ ਪਿਛਲੀ, ਜਿਸ ਦੀ ਸੋਧ ਲੋੜੀਂਦੀ ਹੈ					ਇੰਦਰਾਜ਼ ਜਦੀਦ ਜੋ ਹੁਣ ਕਾਇਮ ਕੀਤਾ ਜਾਵੇਗਾ						
ਰੂੰਮ ਅੰਕ	ਪਿਛਲੀ ਜਮ੍ਹਾਂਬੰਦੀ ਦਾ ਖਾਤਾ ਨੰਬਰ	ਨਾਂ ਤਰਫ ਸਾਂ ਖੂਹ	ਮਾਲਕ ਦਾ ਵੇਰਵਾ	ਕਾਸ਼ਤਕਾਰ ਦਾ ਨਾਂ ਅਤੇ ਵੇਰਵਾ	ਨੰਬਰ ਤੇ ਨਾਂ, ਖੇਤ, ਰਕਬਾ ਅਤੇ ਕਿਸਮ ਜ਼ਮੀਨ	ਮਾਮਲਾ ਜਾਂ ਲਗਾਨ	ਨੰਬਰ ਖਾਤਾ ਜਮ੍ਹਾਂਬੰਦੀ ਜਦੀਦ	ਮਾਲਕ ਦਾ ਨਾਂ ਅਤੇ ਵੇਰਵਾ	ਕਾਸ਼ਤਕਾਰ ਦਾ ਨਾਂ ਅਤੇ ਵੇਰਵਾ	ਨੰਬਰ ਤੇ ਨਾਂ, ਖੇਤ, ਰਕਬਾ ਅਤੇ ਕਿਸਮ ਜ਼ਮੀਨ	ਮਾਮਲਾ ਜਾਂ ਲਗਾਨ	ਕਿਸਮ ਅਤੇ ਤਰੀਖ ਇੰਤਕਾਲ ਸਮੇਤ ਜਰ-ਬੈ ਜਾਂ ਜਰ-ਰਹਿਨ	ਫੀਸ ਦਾਖਲ ਖਾਰਜ	ਰਿਪੋਰਟ ਅਤੇ ਹੁਕਮ
			ਇੰਤਕਾਲ ਅਖਰਾਜਨਾਮਾ ਨੰਬਰ - 24		ਕੁਰਸੀਨਾਮਾ ਹਰਨੇਕ ਸਿੰਘ (ਪਹਿਲਾਂ ਫੌਤ) ↓ ਕੀਰਤ ਕੌਰ ← ਰਾਜਾ ਸਿੰਘ (ਲਾਪਤਾ) ↓ ਰਾਮ ਸਿੰਘ ਲਾਲ ਸਿੰਘ ਧੰਨ ਕੌਰ ਮੈਂ ਤਸਦੀਕ ਕਰਦਾ ਹਾਂ ਕਿ ਕੁਰਸੀਨਾਮਾਂ ਦਰੁਸਤ ਹੈ। ਦਸਤਖਤ/ਅੰਗੂਠਾ ਨੰਬਰਦਾਰ/ਦੇਹ									

ਇਹ **ਇੰਤਕਾਲ ਪੱਟਾਨਾਮਾ** ਦਾ ਨਮੂਨਾ ਹੈ ਇਸ ਦੀ ਪੂਰੀ ਜਾਣਕਾਰੀ ਲਈ **ਪੇਜ਼ ਨੰ: 118 ਤੇ ਲੜੀ ਨੰ:** 17 ਵਿੱਚ ਦਰਜ਼ ਹੈ।

ਰਜਿਸਟਰ ਇੰਤਕਾਲ | ਪਿੰਡ ਦਾ ਨਾਂ | ਹੱਦਬਸਤ ਨੰਬਰ | ਜ਼ਿਲ੍ਹਾ | ਤਹਿਸੀਲ

1	2	3	4	5	6	7	8	9	10	11	12	13	14	15
			ਇੰਦਰਾਜ਼ ਜਮ੍ਹਾਂਬੰਦੀ ਪਿਛਲੀ, ਜਿਸ ਦੀ ਸੋਧ ਲੋੜੀਂਦੀ ਹੈ					**ਇੰਦਰਾਜ਼ ਜਦੀਦ ਜੋ ਹੁਣ ਕਾਇਮ ਕੀਤਾ ਜਾਵੇਗਾ**						
ਕ੍ਰੰਮ ਅੰਕ	ਪਿਛਲੀ ਜਮ੍ਹਾਂਬੰਦੀ ਦਾ ਖਾਤਾ ਨੰਬਰ	ਨਾਂ ਤਰਫ ਜਾਂ ਪੱਤੀ	ਮਾਲਕ ਦਾ ਵੇਰਵਾ	ਕਾਸ਼ਤਕਾਰ ਦਾ ਨਾਂ ਅਤੇ ਵੇਰਵਾ	ਨੰਬਰ ਤੇ ਨਾਂ, ਖੇਤ, ਰਕਬਾ ਅਤੇ ਕਿਸਮ ਜ਼ਮੀਨ	ਮਾਮਲਾ ਜਾਂ ਲਗਾਨ	ਨੰਬਰ ਖਾਤਾ ਜਮ੍ਹਾਂਬੰਦੀ ਜਦੀਦ	ਮਾਲਕ ਦਾ ਨਾਂ ਅਤੇ ਵੇਰਵਾ	ਕਾਸ਼ਤਕਾਰ ਦਾ ਨਾਂ ਅਤੇ ਵੇਰਵਾ	ਨੰਬਰ ਤੇ ਨਾਂ, ਖੇਤ, ਰਕਬਾ ਅਤੇ ਕਿਸਮ ਜ਼ਮੀਨ		ਕਿਸਮ ਅਤੇ ਤਰੀਖ ਇੰਤਕਾਲ ਸਮੇਤ ਜਰ-ਬੈ ਜਾਂ ਜਰ-ਰਹਿਨ		ਰਿਪੋਰਟ ਅਤੇ ਹੁਕਮ
13	1/1		ਲਾਲ ਸਿੰਘ, ਮੱਘਰ ਸਿੰਘ ਪੁੱਤਰਾਨ ਰਾਮ ਸਿੰਘ ½ ਹਿੱਸਾ ਬਾਕੀ ਬਦਸਤੂਰ ½ ਹਿੱਸਾ ਹੁਕਮ ਮਨਜ਼ੂਰ ਹੈ। ਦਸਤਖਤ ਸਹਾਇਕ ਕੁਲੈਕਟਰ ਦਰਜਾ-॥ (ਤਹਿਸੀਲਦਾਰ/ਨਾਇਬ ਤਹੀਸਲਦਾਰ)	ਖੁਦਕਾਸ਼ਤ	2//19 7-7 20 4-0 21 4-0 ਕਿੱਤੇ 3 15-7			ਇੰਦਰਾਜ਼ ਖਾਨਾ 4 ਬਦਸਤੂਰ	ਲਾਲ ਸਿੰਘ, ਮੱਘਰ ਸਿੰਘ ਪੁੱਤਰਾਨ ਰਾਮ ਸਿੰਘ ਹਿੱਸੇਦਾਰ ਪਟਾ ਕੁਨਿੰਦਾ ਮਲਕੀਅਤ ਸਿੰਘ ਕਾਕਾ ਸਿੰਘ ਪੁੱਤਰ ਰਾਮਾ ਸਿੰਘ ਬਹਿੱਸਾ ਬਰਾਬਰ ਪੱਟਾ ਗੁਰਿੰਦਾ ਅਰਸਾ 5 ਸਾਲ	2//19 7-7 20 4-0 21 4-0 ਕਿੱਤੇ 3 15-7		ਪਟਾਨਾਮਾ ਬਰੂਏ ਵਸੀਕਾ ਨੰਬਰ------- ਮਿਤੀ------- ਚਕੋਤਾ 60,000/- ਸਲਾਨਾ ਅਰਸਾ 5 ਸਾਲ		ਸ੍ਰੀਮਾਨ ਜੀ ਬਰੂਏ ਰਪਟ ਨੰਬਰ ------ ਮਿਤੀ ---- ਵਾਕਾ ਪਟਾਨਾਮਾ ਵੱਲੋ ਲਾਲ ਸਿੰਘ, ਮੱਘਰ ਸਿੰਘ ਬਹੱਕ ਮਲਕੀਅਤ ਸਿੰਘ ਕਾਕਾ ਸਿੰਘ ਪੁੱਤਰ ਰਾਮਾ ਸਿੰਘ ਬਾਬਤ ਅਰਸਾ 5 ਸਾਲ ਚਕੋਤਾ 60,000/- ਸਲਾਨਾ ਦਰਜ਼ ਕਰਕੇ ਪੇਸ਼ ਹੈ। ਦਸਤਖਤ ਪਟਵਾਰੀ ਮਿਤੀ ਮੁਕਾਬਲਾ ਕੀਤਾ ਗਿਆ ਇੰਦਰਾਜ ਠੀਕ ਹੈ। ਦਸਤਖਤ ਕਾਨੂੰਗੋ ਮਿਤੀ

ਨੋਟ:
ਇਹ **ਇੰਤਕਾਲ ਪੱਟਾਨਾਮਾ** ਦਾ ਨਮੂਨਾ ਹੈ ਇਸ ਦੀ ਪੂਰੀ ਜਾਣਕਾਰੀ ਲਈ **ਪੇਜ਼ ਨੰ: 118 ਤੇ ਲੜੀ ਨੰ:** 17 ਵਿੱਚ ਦਰਜ਼ ਹੈ।

ਇਹ **ਇੰਤਕਾਲ ਪੱਟਾਨਾਮਾ** ਦਾ ਨਮੂਨਾ ਹੈ ਇਸ ਦੀ ਪੂਰੀ ਜਾਣਕਾਰੀ ਲਈ **ਪੇਜ਼ ਨੰ: 118 ਤੇ ਲੜੀ ਨੰ: 17** ਵਿੱਚ ਦਰਜ਼ ਹੈ।

ਇੰਤਕਾਲ ਨੰਬਰ 28

ਤਤਿਮਾਂ

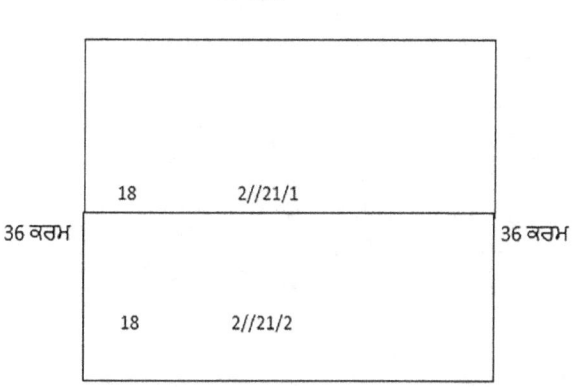

ਫੀਲਡ ਬੁੱਕ:	ਚੜਦਾ	ਲਹਿੰਦਾ	ਦੱਖਣ	ਪਹਾੜ	
2//21/1	18	18	40	40	4X 18 = 4-0
2//21/2		ਬਾਕੀ ਬਦਸਤੂਰ			4X18 = 4-0

Page – 02 (Back Side)

ਇਹ **ਇੰਤਕਾਲ ਪਟਾ ਮਨਸੂਖੀ** ਦਾ ਨਮੂਨਾ ਹੈ ਇਸ ਦੀ ਪੂਰੀ ਜਾਣਕਾਰੀ ਲਈ **ਪੇਜ਼ ਨੰ: 118 ਤੇ ਲੜੀ ਨੰ: 18** ਵਿੱਚ ਦਰਜ਼ ਹੈ।

ਰਜਿਸਟਰ ਇੰਤਕਾਲ ਪਿੰਡ ਦਾ ਨਾਂ ਹੱਦਬਸਤ ਨੰਬਰ ਜ਼ਿਲ੍ਹਾ ਤਹਿਸੀਲ

1	2	3	4	5	6	7	8	9	10	11	12	13	14	15
			ਇੰਦਰਾਜ਼ ਜਮ੍ਹਾਂਬੰਦੀ ਪਿਛਲੀ, ਜਿਸ ਦੀ ਸੋਧ ਲੋੜੀਂਦੀ ਹੈ					**ਇੰਦਰਾਜ਼ ਜਦੀਦ ਜੋ ਹੁਣ ਕਾਇਮ ਕੀਤਾ ਜਾਵੇਗਾ**						
ਕ੍ਰਮ ਅੰਕ	ਪਿਛਲੀ ਜਮ੍ਹਾਂਬੰਦੀ ਦਾ ਖਾਤਾ ਨੰਬਰ	ਨੰ ਤਰਫ ਜਾਂ ਪੱਤੀ	ਮਾਲਕ ਦਾ ਵੇਰਵਾ	ਕਾਸ਼ਤਕਾਰ ਦਾ ਨਾਂ ਅਤੇ ਵੇਰਵਾ ਇੰਤਕਾਲ ਨੰਬਰ-28 ਪਟਾਨਾਮਾ ਦੀ ਮਨਸੂਖੀ	ਨੰਬਰ ਤੇ ਨਾਂ, ਖੇਤ, ਰਕਬਾ ਅਤੇ ਕਿਸਮ ਜ਼ਮੀਨ	ਮਾਮਲਾ ਜਾਂ ਲਗਾਨ	ਨੰਬਰ ਖਾਤਾ ਜਮ੍ਹਾਂਬੰਦੀ ਜਦੀਦ	ਮਾਲਕ ਦਾ ਨਾਂ ਅਤੇ ਵੇਰਵਾ	ਕਾਸ਼ਤਕਾਰ ਦਾ ਨਾਂ ਅਤੇ ਵੇਰਵਾ	ਨੰਬਰ ਤੇ ਨਾਂ, ਖੇਤ, ਰਕਬਾ ਅਤੇ ਕਿਸਮ ਜ਼ਮੀਨ		ਕਿਸਮ ਅਤੇ ਤਰੀਖ ਇੰਤਕਾਲ ਜਿਵੇਂ ਜਰ-ਬੈ ਜਾਂ ਜਰ-ਰਹਿਨ		ਰਿਪੋਰਟ ਅਤੇ ਹੁਕਮ
13	1/1		ਲਾਲ ਸਿੰਘ, ਮੱਘਰ ਸਿੰਘ ਪੁੱਤਰਾਨ ਰਾਮ ਸਿੰਘ ½ ਹਿੱਸਾ ਬਾਕੀ ਬਦਸਤੂਰ ½ ਹਿੱਸਾ ਹੁਕਮ ਮਨਜ਼ੂਰ ਹੈ। ਦਸਤਖਤ	ਲਾਲ ਸਿੰਘ, ਮੱਘਰ ਸਿੰਘ ਪੁੱਤਰਾਨ ਰਾਮ ਸਿੰਘ ਬਰਾਬਰ ਹਿੱਸੇਦਾਰ ਪਟਾ ਕੁਨਿੰਦਾ ਮਲਕੀਅਤ ਸਿੰਘ ਕਾਕਾ ਸਿੰਘ ਪੁੱਤਰ ਰਾਮਾ ਸਿੰਘ ਬਹਿੱਸਾ ਬਰਾਬਰ ਸਲਾਨਾ ਚਕੋਤਾ 60,000/- ਅਰਸਾ 5 ਸਾਲ ਮਕਬੂਜਾ ਪੱਟਾ ਗੁਰਿੰਦਾ	2//19 7-7 20 4-0 21 4-0 ਕਿੱਤੇ 3 15-7			ਇੰਦਰਾਜ਼ ਖਾਨਾ 4 ਬਦਸਤੂਰ	ਲਾਲ ਸਿੰਘ, ਮੱਘਰ ਸਿੰਘ ਪੁੱਤਰਾਨ ਰਾਮ ਸਿੰਘ ਹਿੱਸੇਦਾਰ	2//19 7-7 20 4-0 21 4-0 ਕਿੱਤੇ 3 15-7		**ਪਟਾ ਮਨਸੂਖੀ ਬਰੂਏ ਰਪਟ** ਨੰਬਰ------- ਮਿਤੀ------- ਬਾਅਦ ਬੀਤਨੇ ਮਿਆਦ ਪਟਾਨਾਮਾ		ਸ੍ਰੀਮਾਨ ਜੀ ਬਰੂਏ ਰਪਟ ਨੰਬਰ ------ ਮਿਤੀ ---- ਮਿਆਦ ਪਟਾ ਖਤਮ ਹੋ ਚੁਕੀ ਹੈ। ਵਾਕਾ ਪਟਾ ਮਨਸੂਖੀ ਦਰਜ ਕਰਕੇ ਪੇਸ਼ ਹੈ। ਦਸਤਖਤ ਪਟਵਾਰੀ ਮਿਤੀ ਮੁਕਾਬਲਾ ਕੀਤਾ ਗਿਆ ਇੰਦਰਾਜ ਠੀਕ ਹੈ। ਦਸਤਖਤ ਕਾਨੂੰਗੋ ਮਿਤੀ
			ਸਹਾਇਕ ਕੁਲੈਕਟਰ ਦਰਜਾ-II (ਤਹਿਸੀਲਦਾਰ/ ਨਾਇਬ ਤਹੀਸਲਦਾਰ)	ਨੋਟ: ਇਹ **ਇੰਤਕਾਲ ਪਟਾ ਮਨਸੂਖੀ** ਦਾ ਨਮੂਨਾ ਹੈ ਇਸ ਦੀ ਪੂਰੀ ਜਾਣਕਾਰੀ ਲਈ **ਪੇਜ਼ ਨੰ: 118 ਤੇ ਲੜੀ ਨੰ: 18** ਵਿੱਚ ਦਰਜ਼ ਹੈ। ਇਹ ਇੰਤਕਾਲ ਰਜਿਸਟਰ ਦਾ ਪਹਿਲਾ ਪੇਜ਼ ਭਾਵ (ਉੱਪਰਲਾ)ਵਰਕਾ ਹੈ।										

ਸਿਵ ਖਾਨਗੀ ਤਬਾਦਲਾ ਸ਼ੈਲੀ 19 (8) ਪੈਜ ਨੰਬਰ 119 ਤੇ ਦਿਸਾਰਪੂਰਵਕ ਸਾਵਧਾਨੀ ਦੇ

1	2	3	4	5	6	7	8	9	10	11	12	13	14	15
	ਵਰਿਸਟਰੇਟ ਇੰਟਰਵਾਲ		ਪਿੰਡ ਦਾ ਨਾਂ	ਅੰਤਿਮ ਲੇਬਰ		ਤੰਦਰੁਸਤ ਲੇਬਰ				ਸਿੰਧੂ				ਮੈਰਿਜਸ
	ਸਿੱਖ ਮੈਰਿਜ਼ਿਜ ਦਾ ਚਾਰਟ	ਲੈਂ ਤਰੀ ਜਾਂ ਸੰਮ		ਕਾਸਤਕਾਰ ਦਾ ਨਾਂ ਅਤੇ ਦੇਵਣਾ				ਵਿੱਤਕਾਰ ਸਦੀਵ ਨੇ ਹੂਟ ਵਾਧੀਆ ਬੀਤਾ ਸਾਵੇਲਾ						ਖੇਡਣ ਅਤੇ ਦੇਵਣ
			ਵਿੱਤਕਾਰ ਸਮੁੱਖਤੀ ਖਿਡਲੀ, ਜਿਸ ਸੇਧ ਸੈਡੀਤੀ ਤੇ											
ਖੇਤ ਸੰਖ	9/13		ਮਾਸਕ ਦਾ ਦੇਵਣ	ਕਾਸਤਕਾਰ ਦਾ ਨਾਂ ਅਤੇ ਦੇਵਣਾ	ਅੰਤਿਮ ਮੈਰਜ ਖੇਤ ਤੇ ਨੰ, ਖੇਤ, ਖੇਤ ਲੇਬਰ ਖੇਤ ਫ਼	ਅੰਤਿਮ ਜਾਂ ਲੇਬਰ	ਲਹਿਸ ਖੇਤ ਮੂਹਿਆਂ ਦਾ ਖੇਤ	ਮਾਸਕ ਦਾ ਨਾਂ ਅਤੇ ਦੇਵਣ	ਕਾਸਤਕਾਰ ਦਾ ਨਾਂ ਅਤੇ ਦੇਵਣ	ਅੰਤਿਮ ਮੈਰਜ ਖੇਤ ਤੇ ਨੰ, ਖੇਤ, ਖੇਤ ਲੇਬਰ ਖੇਤ ਫ਼	ਅੰਤਿਮ ਜਾਂ ਸੰਖਰ	ਲੈਂ ਤਰੀ ਜਾਂ ਮੂਹ-ਕਿੱਤ ਜਿਸ ਖੇਤ ਤਰੀ ਸੰਖਰ ਵਿੱਤਕਾਰ	ਅੰਮ੍ਰਿਤਸਰ ਸ਼ੈਲੀ	ਖੀਮਲ ਸੀ ਸੂਹੀ ਚਪਟ ਲੇਬਰ —— ਸ਼ੈਲੀ ....
15		ਲੈਂ ਤਰੀ ਜਾਂ ਸੰਮ	ਲਾਲ ਸਿੰਘ ਦਲੀਪ ਸਿੰਘ ਸੇਨ ਸਿੰਘ ਪ੍ਰਤਾਪ ਵਤਨ ਸਿੰਘ ਪੂਤਰ ਬਾਵਾਸਿੰਘ ਬਹਿੰਗਾ ਬਾਵਬਰ		8/1 8-0			ਲਾਲ ਸਿੰਘ, ਖੇਤ ਸ਼ਾਹ ਪ੍ਰਤਾਪ ਵਨੀਤੀ ਸ਼ਾਹ ਪੂਤਰ ਲੇਖੂ ਰਾਮ ਬਹਿੰਗਾ ਬਾਵਬਰ	ਕਾਸਤਕਾਰ ਦਾ ਨਾਂ ਅਤੇ ਦੇਵਣ	ਪੂਰਤਮਸਰ	8/1 8-0		ਤਬਾਦਲਾ ਖਾਨਗੀ ਬੂਹੂਤੀ ਵਿਵਲਕਰਨਾ ਸ਼ੈਲੀ——		ਚਵਰ ਤਬਾਦਲਾ ਖਾਨਗੀ ਵਲਸ ਵਰਤੇ ਪੈਣ ਦੀ ਇੰਟਰਵਾਲ ਨੰਬਰ-30 ਤਬਾਦਲਾ ਪਦਰਬੀ ਸ਼ੈਲੀ
	12/16		ਲਾਲ ਰਾਮ, ਖੇਤ ਸ਼ਾਹ ਪ੍ਰਤਾਪ ਵਨੀਤੀ ਸ਼ਾਹ ਦਾ ਪੂਤਰ ਲੇਖੂ ਰਾਮ ਬਹਿੰਗਾ ਬਾਵਬਰ	ਪੂਰਤਮਸਰ ਤੁਰਤ ਅਕਸੂਲ ਦੀ ਤਬਾਦਲਾ ਸ਼ਾਇਕ ਤੁਲੇਕਰਤ ਤਰਜਾ- || (ਤਬਿਸਟ੍ਰੇਟਰ/ ਨਾਇਬ ਤਹਿਸਰਦਾਰ)	8//11 8-0			ਲਾਲ ਸਿੰਘ ਦਲੀਪ ਸਿੰਘ ਸੇਨ ਸਿੰਘ ਪ੍ਰਤਾਪ ਵਤਨਸਿੰਘ ਪੂਤਰ ਬਾਵਾਸਿੰਘ ਬਹਿੰਗਾ ਬਾਵਬਰ	ਪੂਰਤਮਸਰ	8//11 8-0			ਮੁਢਬਢਾ ਬੀਤਾ ਗਿਆ ਇੱਤਵਾਰ ਠੀਕ ਹੈ	ਤਬਾਦਲਾ ਖਾਨੂੰਥੀ ਸ਼ੈਲੀ

* * *

9

ਵਿਰਾਸਤ ਤੋਂ ਕੀ ਭਾਵ ਹੈ?

ਵਿਰਾਸਤ ਕੀ ਹੈ: **ਜਦੋਂ ਕਿਸੇ ਵਿਅਕਤੀ ਦੀ ਮੌਤ ਹੋ ਜਾਵੇ ਤਾਂ ਉਸ ਦੇ ਵਾਰਸ ਜਾਂ ਵਾਰਸਾਂ ਨੂੰ ਮੁਤਵਫੀ (ਮਰ ਚੁਕਾ ਵਿਅਕਤੀ) ਦੀ** ਜ਼ਮੀਨ **ਅਤੇ ਹੋਰ ਜਾਇਦਾਦ ਦਾ ਹੱਕ ਉਸ ਦੇ ਵਾਰਸ ਜਾਂ ਵਾਰਸਾਂ ਦੇ ਨਾਮ ਤਬਦੀਲ ਹੁੰਦਾ ਹੈ ਉਸ ਨੂੰ ਵਿਰਾਸਤ ਆਖਦੇ ਹਨ।**

ਅੱਜ ਦੁਨੀਆਂ ਦੇ ਤਕਰੀਬਨ ਸਾਰੇ ਦੇਸ਼ਾਂ ਵਿੱਚ ਵਿਰਾਸਤ ਨੂੰ ਕਾਨੂੰਨ ਅਨੁੰਸਾਰ ਮਾਨਤਾ ਮਿਲੀ ਹੋਈ ਹੈ। ਵਿਰਾਸਤੀ ਕਾਨੂੰਨ ਦੇ ਪੈਦਾ ਹੋਣ ਅਤੇ ਵੱਧਣ ਫੁੱਲਣ ਵਿੱਚ ਅਲੱਗ-ਅਲੱਗ ਦੇਸ਼ਾਂ ਦੇ ਧਰਮ ਨੇ ਬਹੁਤ ਮਹੱਤਪੂਰਨ ਯੋਗਦਾਨ ਪਾਇਆ ਹੈ। ਵਿਰਾਸਤ ਦਾ ਅਰਥ ਮਰਨ ਵਾਲੇ ਵਿਅਕਤੀ ਪਿੱਛੇ ਛੱਡੀ ਗਈ ਜ਼ਾਇਦਾਦ ਨੂੰ ਪ੍ਰਾਪਤ ਕਰਨਾ ਹੈ ਨਾ ਕਿ ਵਸੀਅਤ ਰਾਹੀਂ ਦਿੱਤੀ ਗਈ ਜ਼ਾਇਦਾਦ ਨੂੰ ਪ੍ਰਾਪਤ ਕਰਨਾ ਹੈ। ਅੱਜ ਦੇ ਨਵੇਂ ਯੁਗ ਵਿੱਚ ਵਿਰਾਸਤੀ ਕਾਨੂੰਨ ਨੂੰ ਦੋ ਹਿੱਸਿਆਂ ਵਿੱਚ ਵੰਡਿਆ ਗਿਆ ਹੈ। ਜਿਨ੍ਹਾਂ ਨੂੰ ਟੈਸਟਾਮੈਂਟਰੀ ਸਕਸ਼ੈਸ਼ਨ **(Testamentary Succession)** ਅਤੇ ਇਨਟੈਸਟੇਟੇ ਸਕਸ਼ੈਸ਼ਨ **(Intestate Succession)** ਕਿਹਾ ਜਾਂਦਾ ਹੈ।

ਟੈਸਟਾਮੈਂਟਰੀ ਸਕਸ਼ੈਸ਼ਨ **(Testamentary Succession):** ਪੁਰਾਤਨ ਸਮੇਂ ਵਸੀਅਤ ਦੀ ਉਹ ਅਹਿਮੀਅਤ ਨਹੀਂ ਸੀ ਜੋ ਅੱਜ ਦੇ ਸਮੇਂ ਵਿੱਚ ਹੈ। ਪਰ ਹੌਲੀ ਹੌਲੀ ਵਸੀਅਤ ਦੀ ਅਹਿਮੀਅਤ ਵੱਧਣ ਲਗੀ। ਇਸ ਟੈਸਟਾਮੈਂਟਰੀ ਸਕਸ਼ੈਸ਼ਨ ਨਾਮੀ ਕਾਨੂੰਨ ਦੁਆਰਾ ਕਿਸੇ ਵਿਅਕਤੀ ਦੁਆਰਾ ਵਸੀਅਤ ਕਰਕੇ ਛੱਡੀ ਜਾਇਦਾਦ ਇੱਕ ਵਿਅਕਤੀ ਜਾਂ ਬਹੁਤੇ ਵਿਅਕਤੀਆਂ ਨੂੰ ਵਸੀਅਤ ਅਨੁੰਸਾਰ ਵੰਡ ਦਿੱਤੀ ਜਾਂਦੀ ਸੀ ਭਾਵੇਂ ਵਸੀਅਤ ਦੇ ਤੱਥ ਚਲ ਰਹੇ ਰਿਤੀ ਰਿਵਾਜਾਂ ਦੇ ਉਲਟ ਹੀ ਕਿਉਂ ਨਾ ਹੋਣ ਤਾਂ ਵੀ ਵਸੀਅਤ ਦਾ ਸਤਿਕਾਰ ਕੀਤਾ ਜਾਂਦਾ ਸੀ।

ਇਨਟੈਸਟੇਟੇ ਸਕਸ਼ੈਸ਼ਨ **(Intestate Succession):** ਇਸ ਦਾ ਅਰਥ ਇਹ ਹੈ ਕਿ ਜੇਕਰ ਕੋਈ ਵਿਅਕਤੀ ਆਪਣੀ ਜ਼ਾਇਦਾਦ ਦੀ ਵਸੀਅਤ ਕਰਨ ਤੋਂ ਬਗੈਰ ਮਰ ਜਾਂਦਾ ਹੈ ਤਾ ਉਸ ਵਿਰਾਸਤ ਕਾਨੂੰਨੀ ਭਾਸ਼ਾ ਵਿੱਚ ਇਨਟੈਸਟੇਟ ਵਿਰਾਸਤ ਕਹਿੰਦੇ ਹਨ। ਇਸ ਦੇ ਅਧੀਨ

ਅਜਿਹੇ ਵਿਅਕਤੀ ਦੀ ਜ਼ਾਇਦਾਦ ਉਸ ਦੇ ਨਜਦੀਕੀ ਰਿਸ਼ਤੇਦਾਰ ਜਿਵੇਂ ਪੁੱਤਰਾਂ, ਕੁਆਰੀਆਂ ਧੀਆਂ, ਵਿਧਵਾ ਜਾਂ ਪੋਤਰਿਆਂ, ਦੋਹਤਿਆਂ ਦੇ ਹੱਕ ਵਿੱਚ ਵੰਡੀ ਜਾਂਦੀ ਸੀ। ਪਰ ਸ਼ਾਦੀਸੁਦਾ ਪੁੱਤਰੀਆਂ ਨੂੰ ਉਨ੍ਹਾਂ ਦੇ ਪਿਤਾ ਦੀ ਜ਼ਾਇਦਾਦ ਵਿੱਚੋਂ ਹਿੱਸਾ ਨਹੀਂ ਮਿਲਦਾ ਸੀ।

ਹੁੱਣ ਸਾਨੂੰ ਭਾਰਤੀ ਸਕਸ਼ੇਸ਼ਨ ਐਕਟ **1925** ਦੀ ਧਾਰਾ **5** ਦੀ ਜਾਣਕਾਰੀ ਹੋਣੀ ਜਰੂਰੀ ਹੈ। ਇਸ ਐਕਟ ਅਧੀਨ ਭਾਰਤੀ ਵਿਰਾਸਤ ਕਾਨੂੰਨ 1925 ਅੰਗਰੇਜ਼ ਦੇ ਰਾਜ ਵਿੱਚ ਵਿਰਾਸਤ ਸਬੰਧੀ 30 ਸਤੰਬਰ 1925 ਨੂੰ ਲਾਗੂ ਕੀਤਾ ਗਿਆ। ਇਸ ਮੁਤਾਬਿਕ ਭਾਰਤ ਵਿੱਚ ਵਸਣ ਵਾਲੀਆਂ ਦੋ ਕੌਮਾਂ ਹਿੰਦੂ ਅਤੇ ਮੁਸਲਮਾਨ ਹਨ ਅਤੇ ਇਨ੍ਹਾਂ ਹੋਰ ਧਰਮਾਂ ਨਾਲ ਜੁੜੇ ਹੋਏ ਕਬੀਲਿਆਂ ਦੀ ਵਿਰਾਸਤ ਸਬੰਧੀ ਨਿਯਮ ਸਥਾਪਤ ਕੀਤੇ ਗਏ। ਇੱਥੇ ਸਾਡੇ ਲਈ ਕਾਨੂੰਨ ਦੀ ਧਾਰਾ 5 ਨੂੰ ਸੱਮਝਣ ਦੀ ਲੋੜ ਹੈ।

ਭਾਰਤੀ ਸਕਸ਼ੇਸ਼ਨ ਐਕਟ **1925** ਦੀ ਧਾਰਾ **5** ਜਾਂ ਭਾਰਤੀ ਵਿਰਾਸਤ ਦੇ ਕਾਨੂੰਨ ਅਨੁੰਸਾਰ ਕਿਸੇ ਮਰ ਚੁੱਕੇ ਵਿਅਕਤੀ ਦੀ ਅੱਚਲ ਅਤੇ ਚੱਲ ਸੰਪਤੀ ਨਾਲ ਸਬੰਧਿਤ ਹੈ। ਇਸ ਕਾਨੂੰਨ ਦੀ ਧਾਰਾ 5 (1) ਦੇ ਮੁਤਾਬਿਕ ਕਿਸੇ ਭਾਰਤੀ ਵਿਅਕਤੀ ਦੀ ਅਚੱਲ ਜ਼ਾਇਦਾਦ ਦੀ ਵਿਰਾਸਤ ਭਾਰਤੀ ਕਾਨੂੰਨ ਮੁਤਾਬਿਕ ਹੀ ਜਾਵੇਗੀ, ਜਿੱਥੇ ਉਹ ਵਿਅਕਤੀ ਮਰਨ ਸਮੇਂ ਰਿਹਾਇਸ਼ ਰੱਖਦਾ ਸੀ। ਇਸ ਕਾਨੂਨ ਦੀ ਧਾਰਾ 5 (2) ਦੇ ਮੁਤਾਬਿਕ ਮ੍ਰਿਤਕ ਵਿਅਕਤੀ ਦੀ ਚੱਲ (ਜੋ ਵਸਤੂ ਬਾਹਰੀ ਬਲ ਲਗਾ ਕੇ ਇੱਕ ਥਾਂ ਤੋਂ ਦੂਜੇ ਥਾਂ ਲਿਜਾਈ ਜਾ ਸਕਦੀ ਹੋਵੇ ਉਸ ਨੂੰ ਚੱਲ ਸੰਪਤੀ ਕਹਿੰਦੇ ਹਨ।) ਸੰਪਤੀ ਦੀ ਵਿਰਾਸਤ ਦਾ ਨਿਪਟਾਰਾ ਉਸ ਦੇਸ਼ ਦੇ ਕਾਨੂੰਨ ਮੁਤਾਬਿਕ ਹੋਵੇਗਾ ਜਿੱਥੇ ਉਹ ਵਿਅਕਤੀ ਮਰਨ ਸਮੇਂ ਰਹਿੰਦਾ ਸੀ। ਕਿਉਂਕਿ ਇਹ ਵਿਰਾਸਤੀ ਕਾਨੂੰਨ 1925 ਵਿੱਚ ਬਣਿਆ ਸੀ ਜੋ ਕਿ ਅਜ਼ਾਦੀ ਤੋਂ 22 ਸਾਲ ਪਹਿਲਾਂ ਅਤੇ ਹਿੰਦੂ ਵਿਰਾਸਤੀ ਕਾਨੂੰਨ ਤੋਂ 31 ਸਾਲ ਪਹਿਲਾਂ ਬਣਿਆ ਸੀ, ਇਸ ਲਈ ਇਸ ਕਾਨੂੰਨ ਦੇ ਬਣਨ ਸਮੇਂ ਕਈ ਭਾਰਤੀਆਂ ਦੀਆਂ ਜ਼ਾਇਦਾਦਾਂ ਇੰਗਲੈਂਡ, ਭਾਰਤ ਅਤੇ ਹੋਰ ਦੇਸ਼ਾਂ ਵਿੱਚ ਹੁੰਦੀਆਂ ਸਨ। ਇਸੇ ਤਰ੍ਹਾਂ ਹੀ ਇੰਗਲੈਂਡ ਦੇ ਵਸਨੀਕ ਅੰਗਰੇਜਾਂ ਦੀਆਂ ਜ਼ਾਇਦਾਦਾਂ ਇੰਗਲੈਂਡ ਅਤੇ ਭਾਰਤ ਵਿੱਚ ਸਨ। ਇਸ ਲਈ ਉਨ੍ਹਾਂ ਜ਼ਾਇਦਾਦਾਂ ਦੀ ਵਿਰਾਸਤ ਦਾ ਫੈਸਲਾ ਹੇਠ ਲਿਖੇ ਅਨੁੰਸਾਰ ਹੁੰਦਾ ਸੀ:

1. ਜੇਕਰ ਕੋਈ ਵਿਅਕਤੀ ਭਾਰਤ ਦਾ ਮੂਲ ਨਿਵਾਸੀ ਹੋਵੇ ਅਤ ਉਸ ਦੀ ਚੱਲ ਜ਼ਾਇਦਾਦ ਭਾਰਤ, ਇੰਗਲੈਂਡ ਅਤੇ ਫਰਾਂਸ ਵਿੱਚ ਹੋਵੇ ਅਤੇ ਉਸ ਦੀ ਅਚੱਲ ਜ਼ਾਇਦਾਦ ਭਾਰਤ ਵਿੱਚ ਹੋਵੇ ਅਤੇ ਜੇਕਰ ਉਹ ਵਿਅਕਤੀ ਫਰਾਂਸ ਵਿੱਚ ਮਰ ਜਾਵੇ ਤਾਂ ਉਸ ਦੀ ਵਿਰਾਸਤ ਦਾ ਫੈਸਲਾ ਭਾਰਤੀ ਵਿਰਾਸਤ ਕਾਨੂੰਨ 1925 ਦੇ ਮੁਤਾਬਿਕ ਹੋਵੇਗਾ।

2. ਅਗਰ ਕਿਸੇ ਗੋਰਾ ਵਿਅਕਤੀ ਜੋ ਫਰਾਂਸ ਦਾ ਮੂਲ ਨਿਵਾਸੀ ਹੋਵੇ ਅਤੇ ਉਸ ਦੀ ਚੱਲ-ਅਚੱਲ ਜ਼ਾਇਦਾਦ ਭਾਰਤ ਵਿੱਚ ਹੋਵੇ ਅਤੇ ਉਸ ਦੀ ਮੌਤ ਭਾਰਤ ਵਿੱਚ ਹੋ ਜਾਵੇ ਤਾਂ ਉਸ ਦੀ ਚੱਲ ਜ਼ਾਇਦਾਦ ਦੀ ਵਿਰਾਸਤ ਫਰਾਂਸ ਦੇ ਕਾਨੂੰਨ ਅਨੁਸਾਰ ਹੋਵੇਗੀ ਅਤੇ ਅਚੱਲ ਜ਼ਾਇਦਾਦ ਦੀ ਵਿਰਾਸਤ ਭਾਰਤੀ ਕਾਨੂੰਨ ਅਨੁੰਸਾਰ ਹੋਵੇਗੀ।

ਹੁੱਣ ਕਿਉਂਕਿ ਭਾਰਤ ਨੂੰ ਅਜਾਦ ਹੋਇਆ 70 ਵਰ੍ਹੇ ਹੋ ਗਏ ਹਨ ਅਤੇ ਹਿੰਦੂ ਸਕਸ਼ੇਸ਼ਨ ਐਕਟ **1956** ਦੇ ਹੋਂਦ ਵਿੱਚ ਆਉਣ ਤੋਂ ਬਾਅਦ ਲੜਕੀਆਂ ਮਾਤਾ ਪਿਤਾ ਦੀ ਜ਼ਾਇਦਾਦ ਦੀ

ਵਿਰਾਸਤ ਵਿੱਚ ਵਾਰਿਸ ਨੰਬਰ ਇੱਕ ਵਿੱਚ ਆਉਂਦੀਆਂ ਹਨ ਅਤੇ ਇਸਤਰੀ ਇਸ ਐਕਟ ਦੀ ਧਾਰਾ 14 ਮੁਤਾਬਿਕ ਆਪਣੇ ਨਾਂਅ ਤੇ ਆਈ ਜਾਇਦਾਦ ਦੀ ਖੁਦ ਮੁਖਤਾਰ ਮਾਲਕ ਹੁੰਦੀ ਹੈ ਨਾ ਕਿ ਅਸੰਕ ਰੂਪ ਵਿੱਚ।

ਵਿਰਾਸਤ ਦੀਆਂ ਕਿਸਮਾਂ:

1. ਪਹਿਲੀ ਸ਼੍ਰੇਣੀ ਦੇ ਵਾਰਸ,

2. ਦੂਜੀ ਸ਼੍ਰੇਣੀ ਦੇ ਵਾਰਸ,

3. ਸਮ-ਪ੍ਰਿਤੀ ਵਾਰਸ,

4. ਨਿਕਟ ਵਰਤੀ ਰਿਸ਼ਤੇਦਾਰ,

5. ਇਸਤਰੀ ਦੀ ਵਰਾਸਤ ਦੇ ਵਾਰਸ,

ਪਹਿਲੀ ਸ਼੍ਰੇਣੀ ਦੇ ਵਾਰਸ:

ਹਿੰਦੂ ਵਰਾਸਤ ਐਕਟ 1956 ਦੀ ਧਾਰਾ 10 ਅਧੀਨ ਪਹਿਲੀ ਸ਼੍ਰੇਣੀ ਵਿੱਚ ਹੇਠ ਲਿਖੇ ਵਾਰਸ ਆਉਂਦੇ ਹਨ:

1. ਮਾਤਾ,
2. ਵਿਧਵਾ,
3. ਪੁੱਤਰੀ,
4. ਪੁੱਤਰ,
5. ਪਹਿਲਾਂ ਮਰ ਚੁੱਕੇ ਪੁੱਤਰ ਦੀ ਵਿਧਵਾ ਭਾਵ ਨੂੰਹ।
6. ਪਹਿਲਾਂ ਮਰ ਚੁੱਕੇ ਪੁੱਤਰ ਦਾ ਪੁੱਤਰ ਭਾਵ ਪੋਤਾ.
7. ਪਹਿਲਾਂ ਮਰ ਚੁੱਕੇ ਪੁੱਤਰ ਦੀ ਪੁੱਤਰੀ ਭਾਵ ਪੋਤੀ.
8. ਪਹਿਲਾਂ ਮਰ ਚੁੱਕੇ ਪੁੱਤਰ ਦਾ ਪੁੱਤਰ ਦੇ ਪੁੱਤਰ ਦੀ ਵਿਧਵਾ ਭਾਵ ਮੁਤਵਫੀ ਦੀ ਪੋਤ ਨੂੰਹ,
9. ਪਹਿਲਾਂ ਮਰ ਚੁੱਕੇ ਪੁੱਤਰ ਦਾ ਪੁੱਤਰ ਦੇ ਪਹਿਲਾਂ ਮਰ ਚੁੱਕੇ ਪੁੱਤਰ ਦਾ ਪੁੱਤਰ ਭਾਵ ਪੜੋਤਾ,
10. ਪਹਿਲਾਂ ਮਰ ਚੁੱਕੇ ਪੁੱਤਰ ਦਾ ਪੁੱਤਰ ਦੇ ਪਹਿਲਾਂ ਮਰ ਚੁੱਕੇ ਪੁੱਤਰ ਦੀ ਪੁੱਤਰੀ ਭਾਵ ਪੜੋਤੀ,
11. ਪਹਿਲਾਂ ਮਰ ਚੁਕੀ ਪੁੱਤਰੀ ਦਾ ਪੁੱਤਰ ਭਾਵ ਦੋਹਤਾ,
12. ਪਹਿਲਾਂ ਮਰ ਚੁਕੀ ਪੁੱਤਰੀ ਦੀ ਪੁੱਤਰੀ ਭਾਵ ਦੋਹਤੀ,

ਹਿੰਦੂ ਵਰਾਸਤ ਐਕਟ 1956 ਦੀ ਧਾਰਾ 10 ਅਨੁੰਸਾਰ ਅਗਰ ਕੋਈ ਵਿਅਕਤੀ ਮਰਨ ਤੋਂ ਪਹਿਲਾਂ ਆਪਣੀ ਕੋਈ ਵਸੀਅਤ ਨਹੀਂ ਕਰਦਾ ਤਾਂ ਉਸ ਦੀ ਜ਼ਮੀਨ/ਜ਼ਾਇਦਾਦ ਦੀ ਵੰਡ ਉਪਰਲੀ ਸ਼੍ਰੇਣੀ ਦੇ ਕ੍ਰਮ ਅਨੁਸਾਰ ਪਹਿਲੇ ਨੰਬਰ ਤੋਂ ਸੁਰੂ ਹੋ ਕੇ ਅੱਗੇ ਦੀ ਅੱਗੇ ਜਾਵੇਗੀ। ਉਦਾਹਰਣ ਦੇ ਤੌਰ ਤੇ ਅਗਰ ਨੰਬਰ ਇੱਕ ਵਾਲਾ ਵੀ ਮਰ ਚੁਕਿਆ ਹੈ ਤਾਂ ਫਿਰ ਨੰਬਰ ਦੋ ਵਾਲੇ ਵਾਰਸ ਨੂੰ ਦੇਖਿਆ ਜਾਵੇਗਾ। ਅਗਰ ਪਹਿਲੀ ਸ਼੍ਰੇਣੀ ਵਿਚੋਂ ਕੋਈ ਵੀ ਵਿਅਕਤੀ ਜਿੰਦਾ ਨਾਂ ਹੋਵੇ ਤਾਂ ਫਿਰ ਦੂਜੀ ਸ਼੍ਰੇਣੀ ਦੇ ਵਾਰਸਾਂ ਦਾ ਪਤਾ ਕੀਤਾ ਜਾਵੇਗਾ।ਪਹਿਲੀ ਸ਼੍ਰੇਣੀ ਦੇ ਵਾਰਸਾਂ ਅਨੂਸਾਰ ਕੁਰਸੀਨਾਮੇਂ ਦਾ ਨਮੂਨਾ:

ਲੜੀ ਨੰਬਰ	ਰਿਸ਼ਤਾ	ਨਾਮ
1	ਮਾਤਾ	ਧੰਨ ਕੌਰ
2	ਵਿਧਵਾ	ਰਾਮ ਕੌਰ
3	ਪੁੱਤਰ	ਰੁਲਦੂ ਸਿੰਘ ਨਰੈਣ ਸਿੰਘ(ਪਹਿਲਾਂ ਫੌਤ) ਰਾਮ ਸਿੰਘ (ਪਹਿਲਾਂ ਫੌਤ)
4	ਪੁੱਤਰੀ	ਸੁਰਜੀਤ ਕੌਰ ਚਰਨ ਕੌਰ (ਪਹਿਲਾਂ ਫੌਤ)

ਇਸ ਦਾ ਵੇਰਵਾ ਅਗਲੇ ਪੇਜ਼ ਤੇ ਕੁਰਸੀਨਾਮਾ ਤਿਆਰ ਕਰਕੇ ਦਿੱਤਾ ਜਾਵੇਗਾ:
ਅਗਲੇ ਪੇਜ਼ ਤੇ ਵਰਤੇ ਜਾਂਦੇ ਨਿਸ਼ਾਨਾਂ ਦਾ ਵੇਰਵੇ:

01	ਲੜਕੀ (ਪੁੱਤਰੀ)	
02	ਔਰਤ	

ਕੁਰਸੀਨਾਮੇਂ ਦਾ ਨਮੂਨਾ:

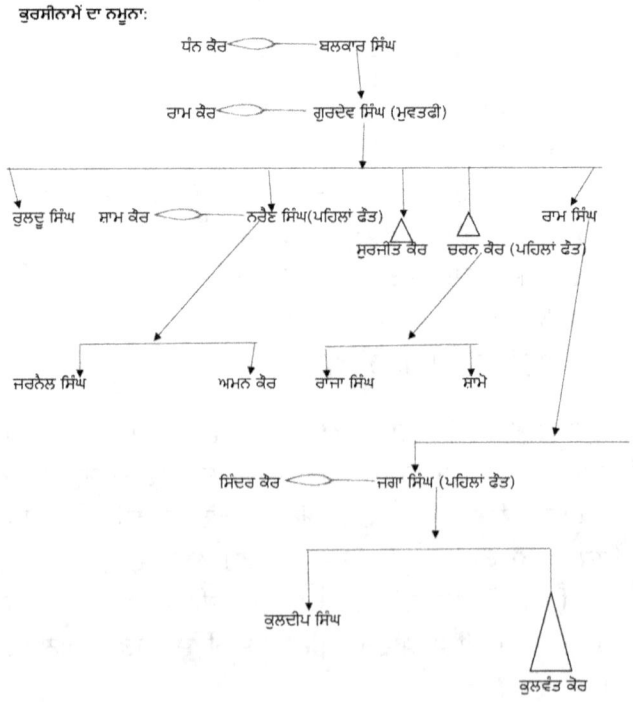

ਉਪਰੋਕਤ ਮੁਤਵਫੀ ਗੁਰਦੇਵ ਸਿੰਘ ਦਾ ਪੁੱਤਰ ਨਰੈਣ ਸਿੰਘ ਆਪਣੇ ਪਿਤਾ ਦੀ ਮੌਤ ਤੋਂ ਪਹਿਲਾਂ ਹੀ ਫੌਤ ਹੋ ਗਿਆ ਸੀ। ਉਸ ਦੇ ਵਾਰਸ਼ ਹੇਠ ਲਿਖੇ ਹਨ:

ਲੜੀ ਨੰਬਰ	ਰਿਸ਼ਤਾ	ਨਾਮ
1	ਵਿਧਵਾ	ਸ਼ਾਮ ਕੌਰ
2	ਪੁੱਤਰ	ਜਰਨੈਲ ਸਿੰਘ
3	ਪੁੱਤਰੀ	ਅਮਨ ਕੌਰ

ਮੁਤਵਫੀ ਗੁਰਦੇਵ ਸਿੰਘ ਦਾ ਪੁੱਤਰ ਰਾਮ ਸਿੰਘ ਆਪਣੇ ਪਿਤਾ ਦੀ ਮੌਤ ਤੋਂ ਪਹਿਲਾਂ ਹੀ ਫੌਤ ਹੋ ਗਿਆ ਸੀ। ਉਸ ਦੇ ਵਾਰਸ਼ ਹੇਠ ਲਿਖੇ ਹਨ:

ਲੜੀ ਨੰਬਰ	ਰਿਸ਼ਤਾ	ਨਾਮ
1	ਵਿਧਵਾ	ਸਿੰਦਰ ਕੌਰ
2	ਪੁੱਤਰ	ਕੁਲਦੀਪ ਸਿੰਘ
3	ਪੁੱਤਰੀ	ਕੁਲਵੰਤ ਕੋਰ

ਸਿੰਦਰ ਕੌਰ ਦਾ ਪਤੀ ਦਲੀਪ ਸਿੰਘ ਪਹਿਲਾਂ ਹੀ ਫੌਤ ਹੋ ਚੁੱਕਾ ਸੀ ਅਤੇ ਉਨ੍ਹਾਂ ਦੇ ਇੱਕ ਪੁੱਤਰ ਕੁਲਦੀਪ ਸਿੰਘ ਅਤੇ ਇੱਕ ਪੁੱਤਰੀ ਕੁਲਵੰਤ ਕੋਰ ਹੈ।

ਉਪਰੋਕਤ ਵਾਰਸਾਂ ਤੋਂ ਇਲਾਵਾ ਕੁੱਝ ਹੋਰ ਵੀ ਵਾਰਸ ਹਨ ਜਿਹੜੇ ਇਹਨਾਂ ਤੋਂ ਬਾਅਦ ਪਹਿਲੀ ਸ਼੍ਰੇਣੀ ਵਿੱਚ ਆਉਂਦੇ ਹਨ:

1. **ਗੋਦ ਲਿਆ ਗਿਆ ਪੁੱਤਰ:** ਇਹ ਪੁੱਤਰ ਵੀ ਸਕੇ ਪੁੱਤਰ ਦੀ ਤਰ੍ਹਾਂ ਹੀ ਜ਼ਮੀਨ/ਜ਼ਾਇਦਾਦ ਵਿੱਚ ਬਰਾਬਰ ਦਾ ਹਿੱਸੇਦਾਰ ਹੋਵੇਗਾ।
2. **ਗੋਦ ਲਈ ਗਈ** ਪੁੱਤਰੀ**:** ਇਸ ਦਾ ਹੱਕ ਵੀ ਸਕੇ ਪੁੱਤਰ ਦੀ ਤਰ੍ਹਾਂ ਹੋਵੇਗਾ।

1. **ਪਤੀ ਦੀ ਮੌਤ ਸਮੇਂ ਪਤਨੀ ਦਾ ਗਰਭਵਤੀ ਹੋਣਾ:** ਜੇਕਰ ਕਿਸੇ ਵਿਅਕਤੀ ਦੀ ਮੌਤ ਸਮੇਂ ਉਸ ਦੀ ਪਤਨੀ ਗਰਭਵਤੀ ਹੋਵੇ ਉਸ ਬੱਚੇ ਦਾ ਵੀ ਆਪਣੇ ਪਿਤਾ ਦੀ ਜ਼ਾਇਦਾਦ ਉਤੇ ਉੱਤਨਾ ਹੀ ਹੱਕ ਹੋਵੇਗਾ ਜਿਨ੍ਹਾਂ ਉਸ ਦੇ ਪਿਤਾ ਦੀ ਮੌਤ ਤੋਂ ਪਹਿਲਾ ਜਨਮੇ ਬੱਚੇ ਦਾ ਹੁੰਦਾ ਹੈ।
2. ਮਾਂ ਵੀ ਆਪਣੇ ਪੁੱਤਰ ਦੀ ਜ਼ਾਇਦਾਦ ਦੀ ਹੱਕਦਾਰ ਹੋਵੇਗੀ।
3. **ਪੂਰੇ ਖੂਨ ਦਾ ਰਿਸਤਾ:** ਜਦੋਂ ਦੋ ਜਾਣਿਆਂ ਦੇ ਮਾਤਾ ਪਿਤਾ ਇੱਕ ਹੋਣ ਉਸ ਨੂੰ **ਪੂਰੇ ਖੂਨ** ਦਾ ਰਿਸਤਾ ਕਹਿੰਦੇ ਹਨ ਭਾਵ ਸਕੇ ਭੈਣ ਭਰਾ।

सा---

4. **ਅੱਧੇ ਖੂਨ ਦਾ ਰਿਸ਼ਤਾ:** ਜਦੋਂ ਦੋ ਵਿਅਕਤੀਆਂ ਦਾ ਪਿਤਾ ਇੱਕ ਹੋਵੇ ਪਰ ਮਾਤਾ ਵੱਖ ਵੱਖ ਹੋਣ ਉਸ ਨੂੰ **ਅੱਧੇ ਖੂਨ ਦਾ ਰਿਸ਼ਤਾ** ਕਹਾਂਗੇ ਭਾਵ ਮਤਰੇਈ ਮਾਂ।

5. **ਗਰਭਸਜ ਦੇ ਖੂਨ ਦਾ ਰਿਸ਼ਤਾ:** ਜਦੋਂ ਦੋ ਵਿਅਕਤੀਆਂ ਦੀ ਮਾਤਾ ਇੱਕ ਹੋਵੇ ਪਰ ਪਿਤਾ ਵੱਖ ਵੱਖ ਹੋਣ ਤਾਂ ਇਸ ਤਰ੍ਹਾਂ ਦੇ ਰਿਸ਼ਤੇ ਨੂੰ **ਗਰਭਸਜ ਖੂਨ ਦਾ ਰਿਸ਼ਤਾ** ਕਹਿੰਦੇ ਹਨ।

ਦੂਜੀ ਸ਼੍ਰੇਣੀ ਦੇ ਵਾਰਸ:

ਹਿੰਦੂ ਵਰਾਸਤ ਐਕਟ **1956** ਦੀ ਧਾਰਾ **11** ਅਨੁਸਾਰ ਦੂਜੀ ਸ਼੍ਰੇਣੀ ਦੇ ਵਾਰਸਾਂ ਨੂੰ 9 ਭਾਗਾਂ ਵਿੱਚ ਵੰਡਿਆ ਗਿਆ ਹੈ। ਜੇਕਰ ਮੁਤਵਫੀ ਦੀ ਪਹਿਲੀ ਸ਼੍ਰੇਣੀ ਦੇ ਵਾਰਸਾਂ ਵਿੱਚੋਂ ਕੋਈ ਵੀ ਵਿਅਕਤੀ ਜਿੰਦਾ ਨਾ ਹੋਵੇ ਤਾਂ ਉਸ ਦੀ ਜਾਇਦਾਦ ਦੀ ਵੰਡ ਦੂਜੀ ਸ਼੍ਰੇਣੀ ਦੇ ਵਾਰਸਾਂ ਵਿੱਚ ਹੋਵੇਗੀ। ਹਿੰਦੂ ਜਾਇਜ ਵਿਆਹ ਦੀਆਂ ਕਾਨੂੰਨ ਅਨੁਸਾਰ ਪੰਜ ਸ਼ਰਤਾਂ ਹਨ:-

1. ਪਹਿਲੀ ਸ਼ਰਤ ਇਹ ਹੈ ਕਿ ਵਿਆਹ ਕਰਾਉਣ ਵਾਲੀ ਲੜਕੀ ਜਾਂ ਲੜਕੇ ਦੀ ਸ਼ਾਦੀ ਤੋਂ ਪਹਿਲਾਂ ਉਨ੍ਹਾਂ ਦਾ ਕੋਈ ਹੋਰ ਪਤੀ ਜਾਂ ਪਤਨੀ ਜਿੰਦਾ ਨਾ ਹੋਵੇ।

2. ਦੂਜੀ ਸ਼ਰਤ ਇਹ ਕਿ ਵਿਆਹ ਲਈ ਕੋਈ ਧਿਰ (ਲੜਕਾ ਜਾਂ ਲੜਕੀ) ਹੇਠ ਲਿਖੇ ਕਾਰਨਾਂ ਕਰਕੇ ਵਿਆਹ ਦੇ ਅਯੋਗ ਨਾ ਹੋਣ:

(ੳ) ਜੇਕਰ ਦੋਵਾਂ ਧਿਰਾਂ ਵਿੱਚੋਂ ਇੱਕ ਦਾ ਦਿਮਾਗ ਠੀਕ ਨਾ ਹੋਵੇ ਅਤੇ ਉਹ ਵਿਆਹ ਲਈ ਸਹਿਮਤੀ ਦੇਣ ਯੋਗ ਨਾ ਹੋਵੇ।

(ਅ) ਭਾਵੇਂ ਉਹ ਵਿਆਹ ਦੀ ਸਹਿਮਤੀ ਦੇਣ ਦੇ ਕਾਬਲ ਹੋਵੇ, ਪਰ ਉਸ ਨੂੰ ਦਿਮਾਗੀ ਬਿਮਾਰੀ ਇਸ ਹਾਲਤ ਤੱਕ ਹੋਵੇ ਕਿ ਉਹ ਬਚੇ ਪੈਦਾ ਕਰਨ ਯੋਗ ਨਾ ਹੋਵੇ।

(ੲ) ਜੇਕਰ ਉਸ ਨੂੰ ਰਹਿ-ਰਹਿ ਕੇ ਭਾਵ ਕਦੇ ਕਦਾਈ ਪਾਗਲਪਨ ਜਾਂ ਮਿਰਗੀ ਦੇ ਦੌਰੇ ਪੈਂਦੇ ਹੋਣ।

3. ਵਿਆਹ ਸਮੇਂ ਲੜਕੇ ਦੀ ਉਮਰ 21 ਸਾਲ ਅਤੇ ਲੜਕੀ ਦੀ ਉਮਰ 18 ਸਾਲ ਦੀ ਜਰੂਰ ਹੋਣੀ ਚਾਹੀਦੀ ਹੈ।

4. ਵਿਆਹ ਵਾਲੇ ਲੜਕਾ ਲੜਕੀ ਅਜਿਹੀ ਰਿਸ਼ਤੇਦਾਰੀ ਵਿੱਚੋਂ ਨਾ ਹੋਣ ਕਿ ਉਨ੍ਹਾਂ ਦਾ ਆਪਸ ਵਿੱਚ ਵਿਆਹ ਨਾ ਹੋ ਸਕਦਾ ਹੋਵੇ।

5. ਲੜਕਾ ਲੜਕੀ ਆਪਸ ਵਿੱਚ ਨਜ਼ਦੀਕੀ ਰਿਸ਼ਤੇਦਾਰ ਨਾ ਹੋਣ। ਇਹਨਾਂ ਉਪਰਲੀਆਂ ਪੰਜ ਸ਼ਰਤਾਂ ਵਿੱਚੋਂ ਸ਼ਰਤ ਨੰਬਰ 1 ਅਤੇ 3 ਦੀ ਉਲੰਘਣਾ ਕਰਕੇ ਕਰਵਾਇਆ ਗਿਆ ਵਿਆਹ ਨਜਾਇਜ ਮੰਨਿਆ ਜਾਵੇਗਾ। ਇਸ ਦਾ ਵੇਰਵਾ ਹਿੰਦੂ ਵਿਆਹ ਕਾਨੂੰਨ ਦੀ ਧਾਰਾ 5 ਅਤੇ 11 ਵਿੱਚ ਦਿੱਤਾ ਗਿਆ ਹੈ।

ਦੂਜੀ ਸ਼੍ਰੇਣੀ ਦੇ ਵਾਰਸ ਹੇਠ ਲਿਖੇ ਅਨੁਸਾਰ ਹਨ:
1. ਪਿਤਾ,
2. (ੳ) ਪੁੱਤਰ ਦਾ ਦੋਹਤਾ

(ਅ) ਪੁੱਤਰ ਦੀ ਦੋਹਤੀ
(ੲ) ਭਰਾ
(ਸ) ਭੈਣ

3. (ੳ) ਪੁੱਤਰੀ ਦਾ ਪੋਤਾ
(ਅ) ਪੁੱਤਰੀ ਦੀ ਪੋਤੀ
(ੲ) ਪੁੱਤਰੀ ਦਾ ਦੋਹਤਾ
(ਸ) ਪੁੱਤਰੀ ਦੀ ਦੋਹਤੀ

4. (ੳ) ਭਤੀਜਾ
(ਅ) ਭਤੀਜੀ
(ੲ) ਭਾਣਜਾ
(ਸ) ਭਾਣਜੀ

5. (ੳ) ਦਾਦਾ
(ਅ) ਦਾਦੀ

6. (ੳ) ਪਿਤਾ ਦੀ ਵਿਧਵਾ (ਮਤਰੇਈ ਮਾਂ)
(ਅ) ਭਰਾ ਦੀ ਵਿਧਵਾ

7. (ੳ) ਚਾਚਾ ਜਾਂ ਤਾਇਆ
(ਅ) ਭੂਆ

8. (ੳ) ਨਾਨਾ
(ਅ) ਨਾਨ

9. (ੳ) ਮਾਮਾ
(ਅ) ਮਾਮੀ

ਅਗਰ ਮਰਨ ਵਾਲੇ ਦੇ ਇਹਨਾਂ ਦੋਨਾਂ ਸ਼੍ਰੇਣੀਆਂ ਦੇ ਵਾਰਸਾਂ ਵਿਚੋਂ ਕੋਈ ਵੀ ਜਿੰਦਾ ਨਾ ਹੋਵੇ ਤਾਂ ਮੁਵਤਫੀ ਦੀ ਜ਼ਾਇਦਾਦ ਤੀਜੀ ਸ਼੍ਰੇਣੀ ਦੇ ਵਾਰਸਾ ਵਿੱਚ ਵੰਡੀ ਜਾਵੇਗੀ।

ਸਮ-ਪ੍ਰਿਤੀ ਵਾਰਸ:

ਹਿੰਦੂ ਵਰਾਸਤ ਐਕਟ 1956 ਦੀ ਧਾਰਾ 12 ਅਨੁਸਾਰ ਜਦੋਂ ਕਿਸੇ ਮੁਤਵਫੀ ਦਾ ਪਹਿਲੀ ਅਤੇ ਦੂਜੀ ਸ਼੍ਰੇਣੀ ਦਾ ਕੋਈ ਵੀ ਵਾਰਸ ਜਿੰਦਾ ਨਾ ਹੋਵੇ ਤਾਂ ਮੁਵਤਫੀ ਦੀ ਜ਼ਾਇਦਾਦ ਸਮ-ਪ੍ਰਿਤੀ ਵਾਰਸ ਭਾਵ ਇੱਕ ਹੀ ਖਾਨਦਾਨ ਗੋਤ ਅਤੇ ਵਡੇਰੇ ਦੀ ਔਲਾਦ ਵਿੱਚ ਵੰਡ ਦਿੱਤੀ ਜਾਵੇਗੀ।

ਸਮ-ਪ੍ਰਿਤੀ ਵਾਰਸਾਂ ਦੀਆਂ ਸ਼੍ਰੇਣੀਆਂ:
(ੳ) ਮੁਵਤਫੀ ਦੇ ਵੰਸ਼ ਵਿਚੋਂ ਜਿੰਦਾ ਵਾਰਸ,
(ਅ) ਮੁਵਤਫੀ ਦੇ ਪੂਰਵਜਾ ਵਿਚੋਂ ਜਿੰਦਾ ਵਾਰਸ,
(ੲ) ਮੁਵਤਫੀ ਦੇ ਸ਼ਰੀਕਾਂ ਵਿਚੋਂ ਜਿੰਦਾ ਵਾਰਸ

ਨਿਕਟ ਵਰਤੀ ਰਿਸ਼ਤੇਦਾਰ:
ਜਦੋਂ ਕਿਸੇ ਮੁਤਵਫੀ ਦਾ ਕੋਈ ਸਮ--ਪ੍ਰਿਤੀ ਵਾਰਸ ਵੀ ਨਾਂ ਹੋਵੇ ਤਾਂ ਮੁਵਤਫੀ ਦੀ ਜ਼ਾਇਦਾਦ ਦੇ ਹੱਕਦਾਰ ਉਸ ਦੇ ਨਿਕਟ ਵਰਤੀ ਰਿਸ਼ਤੇਦਾਰ ਹੋਣਗੇ।

ਨਿਕਟ ਵਰਤੀ ਰਿਸ਼ਤੇਦਾਰਾਂ ਦੀ ਪਰਿਭਾਸ਼ਾ**:** ਜਦੋਂ ਕਿਸੇ ਮੁਵਤਫੀ ਦੀ ਰਿਸ਼ਤੇਦਾਰੀ ਵਿੱਚ ਕੋਈ ਇਸਤਰੀ ਵੀ ਆਉਂਦੀ ਹੋਵੇ ਤਾਂ ਉਸ ਵਿਅਕਤੀ ਨੂੰ ਮੁਤਵਫੀ ਦਾ ਨਿਕਟ ਵਰਤੀ ਰਿਸ਼ਤੇਦਾਰ ਆਖਿਆ ਜਾਂਦਾ ਹੈ ।

ਨਿਕਟ ਵਰਤੀ ਰਿਸ਼ਤੇਦਾਰਾਂ ਦੀਆਂ ਸ਼੍ਰੇਣੀਆਂ:
(ੳ) ਨਿਕਟ ਵਰਤੀ ਪੂਰਵਜਾ ਵਿਚੋਂ ਕੋਈ ਰਿਸ਼ਤੇਦਾਰ,
(ਅ) ਨਿਕਟ ਵਰਤੀ ਵੰਸ਼ ਵਿਚੋਂ ਰਿਸ਼ਤੇਦਾਰ,
(ੲ) ਨਿਕਟ ਵਰਤੀ ਸ਼ਰੀਕਾਂ ਵਿੱਚੋਂ ਰਿਸ਼ਤੇਦਾਰ

ਸਮ-ਪ੍ਰਿਤੀ ਅਤੇ ਨਿਕਟ ਵਰਤੀ ਰਿਸ਼ਤੇਦਾਰਾਂ ਵਿੱਚ ਹਿੱਸੇ ਦੀ ਵੰਡ: ਸਮ-ਪ੍ਰਿਤੀ ਵਾਰਸਾਂ ਨੂੰ ਨਿਕਟ ਵਰਤੀ ਰਿਸ਼ਤੇਦਾਰਾਂ ਤੋਂ ਪਹਿਲ ਦਿੱਤੀ ਜਾਵੇਗੀ। **ਹਿੰਦੂ ਵਰਾਸਤ ਐਕਟ 1956 ਦੀ ਧਾਰਾ 12 ਅਨੁਸਾਰ** ਹੇਠ ਲਿਖੇ ਚਾਰ ਨਿਯਮ ਹਨ:

(ੳ) ਜੇਕਰ ਮੁਵਤਫੀ ਦੀ ਜ਼ਾਇਦਾਦ ਉੱਤੇ ਹੱਕ ਜਿਤਾਉਣ ਵਾਲੇ ਤਿੰਨ ਵੱਖ ਵੱਖ ਵਿਅਕਤੀ ਹੋਣ ਜਿਵੇਂ ਕਿ:

(i) ਮੁਤਵਫੀ ਦੀ ਵੰਸ਼ ਵਿਚੋਂ
(ii) ਮਵਤਫੀ ਦੇ ਪੂਰਵਜਾ ਵਿਚੋਂ
(iii) ਮੁਵਤਫੀ ਦੇ ਸ਼ਰੀਕੇ ਵਿਚੋਂ

ਅਜਿਹੀ ਸਥਿਤੀ ਵਿੱਚ ਪਹਿਲਾ ਹੱਕਦਾਰ ਪੂਰਵਜਾ ਹੋਣਗੇ। ਸ਼ਰੀਕ ਤੀਜੇ ਨੰਬਰ ਦੀ ਤਰਜੀਹ ਤੇ ਹੋਣਗੇ। ਜੇ ਕਰ ਸਾਰੇ ਵਿਅਕਤੀ ਮੁਵਤਫੀ ਦੇ ਵੰਸ਼ ਚੋਂ ਹੋਣ ਤਾਂ ਘੱਟ ਡਿਗਰੀ (ਪੀੜੀ) ਵਾਲੇ ਨੂੰ ਪਹਿਲ ਦਿੱਤੀ ਜਾਵੇਗੀ। ਜੇਕਰ ਸਾਰੇ ਵਿਅਕਤੀ ਇੱਕੋ ਡਿਗਰੀ ਦੇ ਹੋਣ ਤਾਂ ਉਨ੍ਹਾਂ ਸਾਰਿਆਂ ਵਿੱਚ ਬਰਾਬਰ ਜ਼ਾਇਦਾਦ ਵੰਡ ਦਿੱਤੀ ਜਾਵੇਗੀ। ਏਸੇ ਤਰੀਕੇ ਨਾਲ ਪੂਰਵਜਾ ਅਤੇ ਸ਼ਰੀਕਾਂ ਦੇ ਵਿੱਚ ਜ਼ਾਇਦਾਦ ਵੰਡੀ ਜਾਵੇਗੀ।

ਹਿੰਦੂ ਇਸਤਰੀ ਦੀ ਜ਼ਾਇਦਾਦ ਦੀ ਵਰਾਸਤ:
ਜਦੋਂ ਕੋਈ ਇਸਤ੍ਰੀ ਬਿਨ੍ਹਾਂ ਵਸੀਅਤ ਲਿਖੇ ਉਸ ਦੀ ਮੌਤ ਹੋ ਜਾਵੇ ਤਾਂ ਉਸ ਦੀ ਜ਼ਾਇਦਾਦ ਦੀ ਵੰਡ ਕਿਸ ਤਰ੍ਹਾਂ ਹੋਵੇਗੀ:

ਹਿੰਦੂ ਵਰਾਸਤ ਐਕਟ 1956 ਦੀ ਧਾਰਾ 15 (2) ਅਨੁਸਾਰ:
ਜਦੋਂ ਮੁਵਤਫੀ ਇਸਤ੍ਰੀ ਨੂੰ ਜ਼ਾਇਦਾਦ ਦੀ ਵਾਸਤ ਉਸ ਦੇ ਮਾਤਾ ਪਿਤਾ ਦੀ ਵਰਾਸਤ ਤੋਂ ਪ੍ਰਾਪਤ ਹੋਈ ਹੋਵੇ ਤਾਂ ਹੇਠ ਲਿਖੀਆਂ ਦੋ ਸ਼੍ਰੇਣੀਆਂ ਵਿੱਚ ਇਸ ਪ੍ਰਕਾਰ ਵੰਡਿਆ ਜਾਵੇਗਾ:

ਸ਼੍ਰੇਣੀ -I: (ੳ) ਪੁੱਤਰ
(ਅ) ਪੁੱਤਰੀਆਂ
(ੲ) ਪੋਤੇ, ਪੋਤੀਆਂ (ਜੇ ਕਰ ਪੁੱਤਰ ਦੀ ਮੌਤ ਹੋਈ ਹੋਵੇ)
(ਸ) ਦੋਹਤੇ, ਦੋਹਤੀਆਂ (ਜੇਕਰ ਪੁੱਤਰੀ ਦੀ ਮੌਤ ਹੋਈ ਹੋਵੇ)

ਸ਼੍ਰੇਣੀ -2: ਮੁਵਤਫੀ ਇਸਤ੍ਰੀ ਦੇ ਸ਼੍ਰੇਣੀ - I ਵਿੱਚੋਂ ਅਗਰ ਕੋਈ ਵੀ ਵਾਰਸ਼ ਜਿੰਦਾ ਨਾਂ ਹੋਵੇ ਤਾਂ ਉਸ ਜ਼ਾਇਦਾਦ ਨੂੰ ਉਸ ਦੇ ਪਿਤਾ ਦੀ ਸੱਮਝਕੇ ਉਸ ਦੇ ਕਾਨੂੰਨੀ ਵਾਰਸਾਂ ਵਿੱਚ ਵੰਡ ਦਿੱਤੀ ਜਾਵੇਗੀ।

ਜਦੋਂ **ਮੁਵਤਫੀ ਇਸਤ੍ਰੀ** ਨੂੰ ਉਸ ਦੇ ਪਤੀ ਜਾਂ ਸੁਹਰੇ ਵਲੋਂ ਪ੍ਰਾਪਤ ਹੋਈ ਜ਼ਾਇਦਾਦ ਦੀ ਵਰਾਸਤ ਇਸ ਪ੍ਰਕਾਰ ਹੋਵੇਗੀ।

ਸ਼੍ਰੇਣੀ -I: (ੳ) ਪੁੱਤਰ
(ਅ) ਪੁੱਤਰੀਆਂ
(ੲ) ਮਰ ਚੁਕੇ ਪੁੱਤਰ ਦੇ ਬੱਚੇ (ਪੋਤੇ, ਪੋਤੀਆਂ)
(ਅ) ਮਰ ਚੁੱਕੀ ਪੁੱਤਰੀ ਦੇ ਬੱਚੇ (ਦੋਹਤੇ, ਦੋਹਤੀਆਂ)

ਸ਼੍ਰੇਣੀ -2: ਜੇਕਰ ਸ਼੍ਰੇਣੀ 2 ਵਿੱਚ ਕੋਈ ਵਾਰਸ ਜਿੰਦਾ ਨਹੀਂ ਤਾਂ ਪਤੀ ਦੇ ਵਾਰਸਾਂ ਦੀ ਸਮੱਝ ਕੇ ਵਰਾਸਤ ਕਰ ਦਿੱਤੀ ਜਾਵੇਗੀ।

ਲਾਵਾਰਿਸ ਸੰਪਤੀ ਜਾਂ ਨਜ਼ੂਲ ਜਮੀਨ:
ਹਿੰਦੂ ਵਰਾਸਤ ਐਕਟ 1956 ਦੀ ਧਾਰਾ 29 ਅਨੁਸਾਰ ਅਗਰ ਕਿਸੇ ਹਿੰਦੂ ਪੁਰਸ਼/ਇਸਤ੍ਰੀ ਦੀ ਉਪਰ ਦਿੱਤੀਆਂ ਕਿਸੇ ਵੀ ਸ਼੍ਰੇਣੀ ਵਿੱਚੋਂ ਕੋਈ ਵੀ ਵਾਰਸ ਜਿੰਦਾ ਨਾ ਹੋਵੇ ਤਾਂ ਉਸ ਨੂੰ **ਲਾਵਾਰਿਸ ਸੰਪਤੀ ਜਾਂ** ਨਜ਼ੂਲ ਜ਼ਮੀਨ ਕਿਹਾ ਜਾਂਦਾ ਹੈ। **ਇਸ ਸੰਪਤੀ ਦੇ ਹਰ ਤਰ੍ਹਾਂ ਦੇ ਭਾਰ ਸਮੇਤ ਸਰਕਾਰ ਦੇ ਨਾਮ ਵਰਾਸਤ ਤਬਦੀਲ ਹੋ ਜਾਂਦੀ ਹੈ।**

ਵਿਰਾਸਤ ਨਾਲ ਸਬੰਧਤ ਵੱਖ ਵੱਖ ਨੁਕਤਿਆਂ ਬਾਰੇ ਸੱਪਸ਼ਟੀਕਰਨ ਦੇਣ ਵਾਸਤੇ ਹੇਠਾਂ ਕੁੱਝ ਸੁਆਲ ਜਵਾਬ ਲਿਖ ਰਹੇ ਹਾਂ ਤਾਕਿ ਚੰਗੀ ਤਰ੍ਹਾਂ ਇਸ ਨੂੰ ਸਮਝਿਆ ਜਾ ਸਕੇ ਅਤੇ ਹੱਕਦਾਰ ਨੂੰ ਇਸ ਤਰ੍ਹਾਂ ਦੇ ਮਾਮਲਿਆਂ ਦਾ ਨਿਪਟਾਰਾ ਕਰਵਾਉਣ ਵਿੱਚ ਸਹਾਇਤਾ ਅਤੇ ਜਾਣਕਾਰੀ ਮਿਲ ਸਕੇ:

ਪ੍ਰਸ਼ਨ: ਵਿਰਾਸਤ ਕਿਸ ਨੂੰ ਕਹਿੰਦੇ ਹਨ?

ਉੱਤਰ: ਵਿਰਾਸਤ ਦਾ ਅਰਥ ਹੈ ਮਰਨ ਵਾਲੇ ਵਿਅਕਤੀ ਦੀ ਆਪਣੇ ਪਿੱਛੇ ਛੱਡੀ ਜ਼ਾਇਦਾਦ ਦੀ ਮਾਲਕੀ ਉਸ ਦੇ ਵਾਰਿਸ਼ਾਂ ਦੇ ਨਾਂ ਤਬਦੀਲ ਹੋਣ ਨੂੰ ਵਿਰਾਸਤ ਆਖਿਆ ਜਾਂਦਾ ਹੈ।

ਪ੍ਰਸ਼ਨ: ਵਿਰਾਸਤ ਅਨੁਸਾਰ ਵਾਰਿਸ ਕਿੰਨੀ ਪ੍ਰਕਾਰ ਦੇ ਹੁੰਦੇ ਹਨ?

ਉੱਤਰ: ਵਿਰਾਸ ਅਨੁਸਾਰ ਇਸ ਦੀਆਂ ਹੇਠ ਲਿਖੀਆਂ ਸ਼੍ਰੇਣੀਆਂ ਹਨ:

1. ਪਹਿਲੀ ਸ਼੍ਰੇਣੀ ਦੇ ਵਾਰਸ,
2. ਦੂਜੀ ਸ਼੍ਰੇਣੀ ਦੇ ਵਾਰਸ,
3. ਸਮ-ਪ੍ਰਿਤੀ ਵਾਰਸ,
4. ਨਿਕਟ ਵਰਤੀ ਰਿਸ਼ਤੇਦਾਰ,
5. ਇਸਤਰੀ ਦੀ ਵਰਾਸਤ ਦੇ ਵਾਰਸ,

ਪ੍ਰਸ਼ਨ: ਕੀ ਗੋਦ ਲਿਆ ਬੱਚਾ ਵੀ ਕੁਦਰਤੀ ਔਲਾਦ ਦੀ ਤਰ੍ਹਾਂ ਤੁੱਹਾਡੀ ਵਿਰਾਸਤ ਵਿੱਚ ਬਰਾਬਰ ਦਾ ਹੱਕਦਾਰ ਹੋਵੇਗਾ?

ਉੱਤਰ: ਮੁਤਬੰਨਾ ਜੋ ਗੋਦ ਲਿਆ ਹੋਇਆ ਪੁੱਤਰ ਆਪਣੇ ਗੋਦ ਲੈਣ ਵਾਲੇ ਮਾਤਾ ਪਿਤਾ ਦਾ ਉਵੇਂ ਹੀ ਪਹਿਲੇ ਦਰਜੇ ਦਾ ਵਾਰਿਸ ਹੋਵੇਗਾ, ਜਿਵੇਂ ਉਨ੍ਹਾਂ ਦਾ ਆਪਣਾ ਕੁਦਰਤੀ ਪੁੱਤਰ ਹੋਵੇਗਾ। ਕਿਉਂਕਿ ਗੋਦ ਲਿਆ ਬੱਚਾ ਭਾਰਤੀ ਵਿਰਾਸਤ ਕਾਨੂੰਨ ਅਨੁਸਾਰ ਆਪਣੇ ਕੁਦਰਤੀ ਮਾਂ ਬਾਪ ਨਾਲੋਂ ਟੁੱਟ ਜਾਂਦਾ ਹੈ।

ਪ੍ਰਸ਼ਨ: ਕੀ ਵਿਰਾਸਤੀ ਦੀ ਮੌਤ ਸਮੇਂ ਉਸ ਦੀ ਪਤਨੀ ਗਰਭਵਤੀ ਹੋਵੇ ਤਾਂ ਉਸ ਦਾ ਉਹ ਬਚਾ ਵੀ ਉਸ ਦੀ ਵਿਰਾਸਤ ਵਿੱਚ ਬਰਾਬਰ ਦਾ ਹੱਕਦਾਰ ਹੋਵੇਗਾ?

ਉੱਤਰ: ਵਿਰਾਸਤੀ ਦੀ ਪਤਨੀ ਉਸ ਦੀ ਮੌਤ ਸਮੇਂ ਗਰਭਵਤੀ ਹੋਵੇ ਤਾਂ ਇਸ ਅਵੱਸਥਾ ਨੂੰ ਭਾਰਤੀ ਵਿਰਾਸਤ ਕਾਨੂੰਨ ਮੁਤਾਬਿਕ ਗਰਭ ਅਵੱਸਥਾ ਕਹਿੰਦੇ ਹਨ। ਅਜਿਹੀ ਸਥਿਤੀ ਵਿੱਚ ਇੰਤਕਾਲ ਦਰਜ ਹੋਣ ਤੋਂ ਪਹਿਲਾਂ ਮਹਿਕਮਾ ਮਾਲ ਦੇ ਅਫ਼ਸਰ ਨੂੰ ਇਹ ਦੱਸਣਾਂ ਜਰੂਰੀ ਹੁੰਦਾ ਹੈ ਤਾਂਕਿ ਉਹ ਇੰਤਕਾਲ ਨੂੰ ਉਸ ਬਚੇ ਦੇ ਜਨਮ ਤੱਕ ਰੋਕ ਦਿੰਦਾ ਹੈ ਕਿਉਂ ਕਿ ਭਾਰਤੀ ਵਿਰਾਸਤ ਦੇ ਕਾਨੂੰਨ ਅਨੁਸਾਰ ਉਹ ਬਰਾਬਰ ਦਾ ਹੱਕਦਾਰ ਹੁੰਦਾ ਹੈ।

ਪ੍ਰਸ਼ਨ: ਅਗਰ ਕੋਈ ਵਿਅਕਤੀ ਬਿਨ੍ਹਾਂ ਕਿਸੇ ਵਸੀਅਤ ਲਿਖੇ ਉਸ ਦੀ ਮੌਤ ਹੋ ਜਾਂਦੀ ਹੈ ਤਾਂ ਉਸ ਦੀ ਜਾਇਦਾਦ ਕਿਵੇਂ ਵੰਡੀ ਜਾਵੇਗੀ?

ਉੱਤਰ: ਅਗਰ ਕੋਈ ਵਿਅਕਤੀ ਬਿਨ੍ਹਾਂ ਵਸੀਅਤ ਕੀਤੇ ਮਰ ਜਾਂਦਾ ਹੈ ਤਾਂ ਉਸ ਦੀ ਜ਼ਾਇਦਾਦ ਹਿੰਦੂ ਵਿਰਾਸਤ ਐਕਟ ਦੀ ਧਾਰਾ ਦੇ ਅਨੁਸਾਰ ਚਾਰ ਤਰੀਕਿਆਂ ਨਾਲ ਉਸ ਦੇ ਵਾਰਿਸਾਂ ਵਿੱਚ ਵੰਡੀ ਜਾਵੇਗੀ:

ਪਹਿਲੀ ਸ਼੍ਰੇਣੀ ਦੇ ਵਾਰਸ਼: ਅਗਰ ਇਨ੍ਹਾਂ ਚੋ ਕੋਈ ਜਿੰਦਾ ਨਾਂ ਹੋਵੇ ਤਾਂ: ਦੂਜੀ ਸ਼੍ਰੇਣੀ ਦੇ ਵਾਰਸਾਂ ਵਿੱਚ ਵੰਡੀ ਜਾਵੇਗੀ, ਅਗਰ ਇਨ੍ਹਾਂ ਚੋ ਕੋਈ ਜਿੰਦਾ ਨਾਂ ਹੋਵੇ ਤਾਂ: ਤੀਜੀ ਸ਼੍ਰੇਣੀ ਦੇ ਵਾਰਸਾਂ ਵਿੱਚ

ਵੰਡੀ ਜਾਵੇਗੀ, ਅਗਰ ਇਨ੍ਹਾਂ ਚੋ ਕੋਈ ਜਿੰਦਾ ਨਾਂ ਹੋਵੇ ਤਾਂ: ਚੌਥੀ ਸ਼੍ਰੇਣੀ ਦੇ ਵਾਰਸਾਂ ਵਿੱਚ ਵੰਡੀ ਜਾਵੇਗੀ, ਅਗਰ ਇਨ੍ਹਾਂ ਚੋ ਕੋਈ ਜਿੰਦਾ ਨਾਂ ਹੋਵੇ ਤਾਂ: ਤਾਂ ਉਸ ਜ਼ਾਇਦਾਦ ਨੂੰ ਲਾ-ਵਾਰਿਸ਼ ਜਾਂ ਨਜ਼ੂਲ ਕਰਾਰ ਦੇ ਕੇ ਸਰਕਾਰ ਦੇ ਨਾਮ ਹੋ ਜਾਵੇਗੀ।

ਪ੍ਰਸ਼ਨ: ਕੀ ਮੰਦ-ਬੁੱਧੀ ਬਚਾ ਜਾਂ ਜਨਮ ਤੋਂ ਅਪਾਹਜ ਬਚਾ ਆਪਣੇ ਪਿਤਾ ਦੀ ਵਿਰਾਸਤ ਦਾ ਹੱਕਦਾਰ ਹੋਵੇਗਾ?

ਉੱਤਰ: ਹਿੰਦੂ ਵਿਰਾਸਤ ਐਕਟ **1956** ਦੇ ਸੈਕਸ਼ਨ **28** ਵਿੱਚ ਇਹ ਵਿਵਸਥਾ ਕੀਤੀ ਗਈ ਹੈ ਕਿ ਕਿਸੇ ਵੀ ਵਿਅਕਤੀ ਨੂੰ ਕਿਸੇ ਬਿਮਾਰੀ, ਮੰਦ-ਬੁੱਧੀ, ਅਪੰਗਤਾ ਦੇ ਅਧਾਰ ਤੇ ਚਾਹੇ ਉਹ ਕਿਸੇ ਵੀ ਤਰੀਕੇ ਦੀ ਹੋਵੇ ਉਸ ਨੂੰ ਵਿਰਾਸਤ ਦੇ ਹੱਕਾਂ ਤੋਂ ਵਾਂਝਿਆ ਨਹੀਂ ਕੀਤਾ ਜਾ ਸਕਦਾ।

* * *

10

ਵਸੀਅਤ ਤੋਂ ਕੀ ਭਾਵ ਹੈ?

ਵਸੀਅਤ ਇੱਕ ਅਰਬੀ ਭਾਸ਼ਾ ਦਾ ਸ਼ਬਦ ਹੈ, ਜਿਸ ਦਾ ਅਰਥ ਹੈ, ਆਪਣੇ ਮਰਨ ਪਿਛੋਂ ਧੰਨ ਸੰਪਦਾ ਬਾਬਤ ਨਸ਼ੀਹਤ ਕਰਨ ਦੀ ਲਿਖਤ ਹੈ। ਵਸੀਅਤ ਸ਼ਬਦ ਦੀ ਵਿਆਖਿਆ ਇਉਂ ਕੀਤੀ ਜਾਂਦੀ ਹੈ ਕਿ **"ਮਰਨ ਵਾਲੇ ਵਿਅਕਤੀ ਨੇ ਆਪਣੀ ਜ਼ਾਇਦਾਦ ਨੂੰ ਆਪਣੇ ਵਾਰਸਾਂ ਜਾਂ ਆਪਣੇ ਚਾਹੁਣ ਵਾਲਿਆਂ ਵਿੱਚ ਇਸ ਤਰ੍ਹਾਂ ਲਿਖਕੇ ਜਾਂ ਜ਼ੁਬਾਨੀ ਕਹਿ ਕੇ ਵੰਡਿਆ ਹੈ। ਵਸੀਅਤ ਨੂੰ ਮਰਨ ਵਾਲੇ ਦੀ ਆਖਰੀ ਇੱਛਾ ਵੀ ਕਿਹਾ ਜਾਂਦਾ ਹੈ।"**

ਕਿਸੇ ਵੀ ਵਿਅਕਤੀ ਦੀ ਮੌਤ ਤੋਂ ਬਾਅਦ ਉਸ ਦੀ ਵਰਾਸਤ ਕਿਸ ਦੇ ਨਾਂ ਤਬਦੀਲ ਹੋਵੇਗੀ ਇਹ ਉਸ ਦੁਆਰਾ ਤਿਆਰ ਕੀਤੀ ਵਸੀਅਤ ਤੇ ਨਿਰਭਰ ਕਰਦਾ ਹੈ। ਵਸੀਅਤ ਨੂੰ ਭਲੀ ਭਾਂਤ ਸਮੱਝਣ ਲਈ ਵਰਾਸਤ, ਵਿਰਾਸਤੀ ਕਾਨੂੰਨ ਅਤੇ ਵਿਰਾਸਤੀ ਪ੍ਰੰਪਰਾਵਾਂ ਨੂੰ ਸਮਝਣਾਂ ਬਹੁਤ ਜਰੂਰੀ ਹੈ, ਜੋ ਅਸੀਂ ਉੱਪਰ ਵਿਚਾਰ ਚੁੱਕੇ ਹਾਂ।

ਉਹ ਕਿਹੜੀਆਂ ਵਸਤਾਂ ਜਾਂ ਅਧਿਕਾਰ ਹਨ ਜੋ ਅਸੀਂ ਵਸੀਅਤ ਰਾਹੀਂ ਕਿਸੇ ਦੂਸਰੇ ਨੂੰ ਦੇ ਸਕਦੇ ਹਾਂ ਅਤੇ ਕਿਹੜੀਆਂ-ਕਿਹੜੀਆਂ ਵਸਤਾਂ ਜਾਂ ਅਧਿਕਾਰ ਹਨ ਜੋ ਅਸੀਂ ਵਸੀਅਤ ਰਾਹੀਂ ਕਿਸੇ ਹੋਰ ਨੂੰ ਨਹੀ ਦੇ ਸਕਦੇ। ਵਸੀਅਤ ਰਾਹੀਂ ਕਿੰਨ੍ਹਾਂ ਵਿਅਕਤੀਆਂ ਨੂੰ ਛੱਡਿਆ ਜਾ ਸਕਦਾ ਹੈ ਅਤੇ ਕਿਵੇਂ? ਇਸ ਬਾਰੇ ਵਿਸਥਾਰ ਨਾਲ ਅੱਗੇ ਵਿਚਾਰ ਕੀਤੀ ਜਾਵੇਗੀ।

ਇੱਕ ਹਿੰਦੂ ਆਪਣੀ ਕਿਸੇ ਵੀ ਜ਼ਾਇਦਾਦ ਨੂੰ ਆਪਣੀ ਮਰਜੀ ਨਾਲ ਖਰੀਦ ਅਤੇ ਵੇਚ ਸਕਦਾ ਹੈ। ਉਹ ਉਸ ਜ਼ਾਇਦਾਦ ਸਬੰਧੀ ਵਸੀਅਤ ਵੀ ਕਰ ਸਕਦਾ ਹੈ। ਹਿੰਦੂ ਵਿਰਾਸ਼ਤ ਐਕਟ **1956** ਬਣਨ ਤੋਂ ਪਹਿਲਾਂ ਮੁਸ਼ਤੱਰਕਾ ਜੱਦੀ ਜ਼ਾਇਦਾਦ ਦੀ ਵਸੀਅਤ ਨਹੀਂ ਸੀ ਕਰ ਸਕਦਾ, ਉਹ ਜਾਂ ਤਾਂ ਆਪਣੀ ਖਰੀਦੀ ਹੋਈ ਜ਼ਾਇਦਾਦ ਦੀ ਵਸੀਅਤ ਕਰ ਸਕਦਾ ਸੀ ਜਾਂ ਫਿਰ ਜੱਦੀ ਜ਼ਾਇਦਾਦ ਵਿੱਚ ਵੰਡ ਤੋਂ ਬਾਅਦ ਆਪਣੇ ਹਿੱਸੇ ਦੀ ਜ਼ਾਇਦਾਦ ਦੀ ਵਸੀਅਤ ਕਰ ਸਕਦਾ ਸੀ। ਪਰ ਹੁਣ ਹਿੰਦੂ ਵਿਰਾਸ਼ਤ ਐਕਟ **1956** ਦੇ ਸੈਕਸ਼ਨ **30** ਅਨੁਸਾਰ ਕੋਈ ਵੀ ਵਿਅਕਤੀ ਆਪਣੀ ਜੱਦੀ

ਜ਼ਾਇਦਾਦ ਵਿਚੋਂ ਆਪਣੇ ਬਣਦੇ ਹਿੱਸੇ ਦੀ ਵਸੀਅਤ ਕਰ ਸਕਦਾ ਹੈ। ਅਜਿਹੇ ਕੰਮਾਂ ਵਿੱਚ ਹਿੰਦੂ ਵਿਰਾਸ਼ਤ ਐਕਟ 1956 ਦੇ ਸੈਕਸ਼ਨ 6 ਅਤੇ ਸੈਕਸ਼ਨ 8 ਲਾਗੂ ਨਹੀਂ ਹੋਣਗੇ।

ਇਸ ਤਰ੍ਹਾਂ ਇੱਕ ਸਾਂਝੇ ਪਰਿਵਾਰ ਦੀ ਜੱਦੀ ਜ਼ਾਇਦਾਦ ਤੋਂ ਵੱਖ ਹੋਇਆ ਪਿਤਾ ਆਪਣੇ ਪੁੱਤਰ ਨੂੰ ਆਪਣੀ ਜੱਦੀ ਜ਼ਾਇਦਾਦ ਦੇ ਹਿੱਸੇ ਦੀ ਵਸੀਅਤ ਕਰ ਸਕਦਾ ਹੈ ਅਤੇ ਉਸ ਦੀ ਮੌਤ ਤੋਂ ਬਾਅਦ ਉਸ ਦਾ ਪੁੱਤਰ ਵਸੀਅਤ ਰਾਹੀਂ ਮਿਲੀ ਜ਼ਾਇਦਾਦ ਉਸ ਦੇ ਪੁੱਤਰ ਦੀ ਮਾਲਕੀ ਹੋਵੇਗੀ।

ਹੇਠ ਲਿਖੇ ਅਧਿਕਾਰ ਵਸੀਅਤ ਰਾਹੀਂ ਜਾਇਦਾਦ ਵਾਂਗ ਅੱਗੇ ਕਿਸੇ ਨੂੰ ਨਹੀਂ ਦਿੱਤੇ ਜਾ ਸਕਦੇ:

01. ਕਿਸੇ ਵੀ ਧਾਰਮਿਕ ਸੰਸਥਾ ਦੇ ਪ੍ਰਬੰਧ ਕਰਨ ਦੇ ਅਧਿਕਾਰ ਜਾਂ ਪੂਜਾ ਕਰਨ ਦੀ ਵਾਰੀ ਦੇ ਅਧਿਕਾਰ ਕਿਸੇ ਹੋਰ ਵਿਅਕਤੀ ਨੂੰ ਵਸੀਅਤ ਰਾਹੀਂ ਨਹੀਂ ਦਿੱਤੇ ਜਾ ਸਕਦੇ।
02. ਕਿਸੇ ਧਾਰਮਿਕ ਸਥਲ ਦੇ ਟਰੱਸਟੀ, ਟਰੱਸਟ ਜਾਂ ਮੈਨੇਜ਼ਰ (ਪ੍ਰਬੰਧਕ) ਦੀ ਨਿਯੁਕਤੀ ਕਰਨ ਦੇ ਅਧਿਕਾਰ ਕੋਈ ਕਿਸੇ ਨੂੰ ਵਸੀਅਤ ਰਾਹੀਂ ਨਹੀਂ ਦੇ ਸਕਦਾ।

ਜਿਵੇਂ ਕਿ ਭਾਰਤੀ ਵਿਰਾਸ਼ਤ ਐਕਟ **1925** ਦੇ ਸੈਕਸ਼ਨ **2** ਵਿੱਚ ਦਰਜ਼ ਹੈ ਕਿ ਵਸੀਅਤ ਦੇ ਅਰਥ ਦਾ ਵਰਨਣ ਇਸ ਪ੍ਰਕਾਰ ਹੈ ਕਿ "ਕਿਸੇ ਵਿਅਕਤੀ ਵੱਲੋਂ ਇਹ ਕਾਨੂੰਨੀ ਐਲਾਨ ਹੈ ਕਿ ਉਸ ਦੇ ਮਰਨ ਦੇ ਮਗਰੋਂ ਉਸ ਦੀ ਜ਼ਾਇਦਾਦ ਉਸ ਵੱਲੋਂ ਨਾਮਜ਼ਦ ਕੀਤੇ ਵਿਅਕਤੀ ਨੂੰ ਜਾਵੇਗੀ।"

ਉਹ ਵਿਅਕਤੀ ਜਿਨ੍ਹਾਂ ਨੂੰ ਵਸੀਅਤ ਰਾਹੀਂ ਛੱਡਿਆ ਜਾ ਸਕਦਾ ਹੈ:
ਕਿਸੇ ਵਿਅਕਤੀ ਦੀ ਜ਼ਾਇਦਾਦ ਉਸ ਦੀ ਮੌਤ ਤੋਂ ਬਾਅਦ ਉਸ ਦੇ ਕੁਦਰਤੀ ਵਾਰਸਾਂ ਨੂੰ ਜਾਵੇਗੀ ਜੇਕਰ ਉਹ ਵਸੀਅਤ ਰਾਹੀਂ ਜਾਂ ਕਿਸੇ ਹੋਰ ਢੰਗ ਤਰੀਕੇ ਰਾਹੀਂ ਇਸ ਤੋਂ ਵੰਚਿਤ ਨਾ ਕੀਤੇ ਗਏ ਹੋਣ ਅਤੇ ਜਾਂ ਕਿਸੇ ਹੋਰ ਵਿਅਕਤੀ ਨੂੰ ਨਾ ਦੇ ਦਿੱਤੇ ਗਏ ਹੋਣ। ਵਿਰਾਸਤੀ ਹੱਕ ਕਦੇ ਵੀ ਪਿੱਛੇ ਨਹੀਂ ਪਾਏ ਜਾ ਸਕਦੇ, ਇਹ ਜਰੂਰ ਹੀ ਕਿਸੇ ਨਾ ਕਿਸੇ ਨੂੰ ਦਿੱਤੇ ਜਾਣੇ ਹੁੰਦੇ ਹਨ। ਭਾਵ ਇਹ ਕਿ ਜਦੋਂ ਕੋਈ ਵਿਅਕਤੀ ਮਰ ਜਾਂਦਾ ਹੈ ਤਾਂ ਉਸ ਦੀ ਵਿਰਾਸਤ ਕਿਸੇ ਹੋਰ ਨੂੰ ਜਾਣੀ ਜਰੂਰੀ ਹੁੰਦੀ ਹੈ। ਜੇਕਰ ਮਰਨ ਵਾਲੇ ਦਾ ਕੋਈ ਵਾਰਸ਼ ਵਸੀਅਤ ਜਾਂ ਕਿਸੇ ਹੋਰ ਤਰੀਕੇ ਨਾਲ **2** ਸਾਲ ਦੇ ਸਮੇਂ ਦੇ ਵਿੱਚ ਅੱਗੇ ਨਹੀਂ ਆਉਂਦਾ ਤਾਂ ਸਬੰਧਿਤ ਪਟਵਾਰੀ, ਪਿੰਡ ਦੇ ਨੰਬਰਦਾਰ ਅਤੇ ਚੌਕੀਦਾਰ ਰਾਹੀਂ ਉਸ ਦੇ ਵਾਰਸਾਂ ਦੀ ਭਾਲ ਕਰਦਾ ਹੈ। ਅਤੇ ਉਸ ਦੇ ਵਾਰਸ਼ ਮਿਲ ਜਾਣ ਤੇ ਮਰਨ ਵਾਲੇ ਦੀ ਵਿਰਾਸਤ ਉਨ੍ਹਾਂ ਦੇ ਨਾਂ ਕਰ ਦਿੰਦਾ ਹੈ।

ਵਸੀਅਤ ਕਰਤਾ ਆਪਣੀ ਸਾਰੀ ਜ਼ਾਇਦਾਦ (ਭਾਂਵੇਂ ਜੱਦੀ ਹੋਵੇ ਜਾਂ ਉਸ ਦੁਆਰਾ ਖਰੀਦੀ ਗਈ ਹੋਵੇ) ਨੂੰ ਵਸੀਅਤ ਦੁਆਰਾ ਕਿਸੇ ਨੂੰ ਵੀ ਦੇ ਸਕਦਾ ਹੈ। ਵਸੀਅਤ ਕਰਤਾ ਆਪਣੀ ਜ਼ਾਇਦਾਦ ਦੀ ਵਸੀਅਤ ਕਰਨ ਸਮੇਂ ਕਿਸੇ ਵਿਅਕਤੀ ਨੂੰ ਵੱਧ ਜਾਂ ਘੱਟ ਜਾਇਦਾਦ ਦੇ ਸਕਦਾ ਹੈ ਅਤੇ ਕਿਸੇ ਨੂੰ ਬਿਲਕੁਲ ਵੰਚਿਤ ਵੀ ਕਰ ਸਕਦਾ ਹੈ।

ਜੇਕਰ ਪਤੀ-ਪਤਨੀ ਆਪਣੀਆਂ ਅੱਡ-ਅੱਡ ਜ਼ਾਇਦਾਦਾਂ ਆਪਣੇ ਅੱਡ-ਅੱਡ ਨਾਵਾਂ ਤੇ ਰੱਖਦੇ ਹੋਣ ਅਤੇ ਦੋਵੇਂ ਜਣੇ ਆਪਣੀਆਂ ਦੋਹਾਂ ਦੀਆਂ ਜ਼ਾਇਦਾਦਾਂ ਦੀ ਇੱਕ ਸਾਂਝੀ ਵਸੀਅਤ ਕਰਨ

ਅਤੇ ਉਹਨਾਂ ਵਿੱਚੋਂ ਜੇਕਰ ਇੱਕ ਦੀ ਪਹਿਲਾਂ ਮੌਤ ਹੋ ਜਾਵੇ ਤਾਂ ਉਸ ਮਰਨ ਵਾਲੇ ਦੇ ਹਿੱਸੇ ਵਾਲੀ ਵਸੀਅਤ ਉੱਪਰ ਹੀ ਅਮਲ ਹੋਵੇਗਾ ਸਾਰੀ ਜ਼ਾਇਦਾਦ ਤੇ ਨਹੀਂ। **ਵਸੀਅਤ ਦੀਆਂ ਕਈ ਕਿਸਮਾਂ ਹਨ ਜਿਨ੍ਹਾਂ ਨੂੰ ਵਿਸਥਾਰ ਨਾਲ ਅੱਗੇ ਵਰਨਣ ਕੀਤਾ ਜਾਵੇਗਾ:**

ਰਜਿਸਟਰਡ **ਵਸੀਅਤ:** ਜਦੋਂ ਕੋਈ ਵਿਅਕਤੀ ਆਪਣੀ ਜ਼ਾਇਦਾਦ ਸਬੰਧੀ ਗਵਾਹਾਂ ਦੀ ਹਾਜਰੀ ਉਪਰੰਤ ਵਸੀਅਤ ਤਹਿਸੀਲਦਾਰ/ਸਬ-ਰਜਿਸਟਰਾਰ ਦੀ ਅਦਾਲਤ ਵਿੱਚ ਉਸ ਵਸੀਅਤ ਨੂੰ ਰਜਿਸਟਰਡ ਕਰਵਾ ਦੇਵੇ ਤਾਂ ਅਜਿਹੀ ਵਸੀਅਤ ਨੂੰ ਰਜਿਸਟਰਡ ਵਸੀਅਤ ਕਹਿੰਦੇ ਹਨ।

ਜੇਕਰ **ਕੋਈ ਵਿਅਕਤੀ ਬਿਮਾਰ ਹੋਵੇ** ਅਤੇ ਤਹਿਸੀਲ ਵਿੱਚ ਜਾਣ ਤੋਂ ਅਸੱਮਰਥ ਹੋਵੇ ਪ੍ਰੰਤੂ ਆਪਣੀ ਜਾਇਦਾਦ ਦੀ ਵਸੀਅਤ ਰਜਿਸਟਰਡ ਕਰਵਾਉਣੀ ਚਾਹੁੰਦਾ ਹੋਵੇ ਤਾਂ ਉਸ ਦੀ ਅਰਜੀ ਉੱਤੇ **ਭਾਰਤੀ ਰਜਿਸਟਰੇਸ਼ਨ ਐਕਟ ਦੀ ਧਾਰਾ 38** ਤਹਿਤ ਤਹਿਸੀਲਦਾਰ**/ਨਾਇਬ-**ਤਹਿਸੀਲਦਾਰ ਉਸ ਵਿਅਕਤੀ ਦੇ ਘਰ ਜਾ ਕੇ ਵਸੀਅਤ ਰਜਿਸਟਰਡ ਕਰਦੇ ਹਨ।

ਖਾਨਗੀ ਵਸੀਅਤ: ਜਦੋਂ ਕੋਈ ਵਿਅਕਤੀ ਆਪਣੀ ਜ਼ਾਇਦਾਦ ਸਬੰਧੀ ਗਵਾਹਾਂ ਦੀ ਹਾਜਰੀ ਵਿੱਚ ਦਸਤਖਤ/ਅਗੂੰਠਾ ਲਗਾ ਦੇਵੇ ਕਿ ਮੇਰੀ ਮੌਤ ਤੋਂ ਬਾਅਦ (ਇਹ-ਇਹ ਵਿਅਕਤੀ) ਮੇਰੀ ਜ਼ਾਇਦਾਦ ਦੇ ਵਾਰਸ ਹੋਣਗੇ, ਪਰੰਤੂ ਉਸ ਨੂੰ ਰਜਿਸਟਰਡ ਨਾ ਕਰਾਵੇ ਉਸ ਨੂੰ ਖਾਨਗੀ ਵਸੀਅਤ ਕਿਹਾ ਜਾਂਦਾ ਹੈ।

ਮਨਸੂਖੀ ਵਸੀਅਤ: ਕੋਈ ਵਿਅਕਤੀ ਆਪਣੀ ਜਿੰਦਗੀ ਵਿੱਚ ਆਪਣੀ ਜ਼ਾਇਦਾਦ ਸਬੰਧੀ ਇੱਕ ਤੋਂ ਵੱਧ ਵਸੀਅਤਾਂ ਵੀ ਕਰ ਸਕਦਾ ਹੈ। ਪ੍ਰੰਤੂ ਜਦੋਂ ਇੱਕ ਤੋਂ ਬਾਅਦ ਦੂਜੀ ਵਸੀਅਤ ਲਿਖਦਾ ਹੈ ਤਾਂ ਪਹਿਲੀ ਵਸੀਅਤ ਨੂੰ ਮਨਸੂਖ ਕਰਦਾ ਹੈ ਭਾਵ ਰੱਦ ਕਰ ਦਿੱਤਾ ਜਾਂਦਾ ਹੈ ਅਤੇ ਅੰਤ ਵਿੱਚ ਆਖਰੀ ਵਸੀਅਤ ਹੀ ਲਾਗੂ ਹੁੰਦੀ ਹੈ।

ਵਸੀਅਤ ਲਿਖਦੇ ਸਮੇਂ ਹੇਠ ਲਿਖੀਆਂ ਗੱਲਾਂ ਨੂੰ ਜਰੂਰ ਧਿਆਨ ਵਿੱਚ ਰੱਖਿਆ ਜਾਵੇ:

1. ਵਸੀਅਤ ਦੇ ਅੰਤ ਵਿੱਚ ਵਸੀਅਤ ਕਰਤਾ ਦੇ ਦਸਤਖ਼ਤ ਜ਼ਰੂਰ ਹੋਣੇ ਚਾਹੀਦੇ ਹਨ ਅਤੇ ਤਰੀਕ ਵੀ ਲਿਖੀ ਜਾਵੇ। **ਜੇ ਵਸੀਅਤ ਕਰਤਾ (ਪੁਰਸ਼) ਅਨਪੜ੍ਹ ਹੋਵੇ ਤਾਂ ਖੱਬੇ ਹੱਥ ਦਾ ਅੰਗੂਠਾ** ਲਗਵਾਇਆ ਜਾਵੇ **ਜੇ ਵਸੀਅਤ ਕਰਤਾ ਔਰਤ ਹੋਵੇ ਤਾਂ ਸੱਜੇ ਹੱਥ ਦਾ ਅੰਗੂਠਾ** ਲਗਵਾਇਆ ਜਾਵੇ। ਉਸ ਵਲੋਂ ਅਧਿਕਾਰਤ ਵਿਅਕਤੀ ਦੇ ਉਸ ਦੇ ਸਾਹਮਣੇ ਦਸਤਖ਼ਤ ਕੀਤੇ ਜਾਣੇ ਚਾਹੀਦੇ ਹਨ।
2. ਜੇਕਰ ਵਸੀਅਤ ਕਈ ਸਫ਼ਿਆਂ ਵਿੱਚ ਲਿਖੀ ਹੋਵੇ ਤਾਂ ਹਰ ਸਫ਼ੇ ਦੇ ਅੰਤ ਵਿੱਚ ਵਸੀਅਤ ਕਰਤਾ ਦਸਤਖ਼ਤ ਜਾਂ ਅੰਗੂਠਾ ਲਗਾਵੇ।
3. ਵਸੀਅਤ ਦੇ ਅੰਤ ਵਿੱਚ ਵਸੀਅਤ ਕਰਤਾ ਵਸੀਅਤ ਦੇ ਗਵਾਹਾਂ ਦੀ ਹਾਜਰੀ ਵਿੱਚ ਦਸਤਖ਼ਤ ਜਾਂ ਅੰਗੂਠਾ ਲਗਾਵੇ ਅਤੇ ਦੂਜੇ ਗਵਾਹ ਵਸੀਅਤ ਕਰਤਾ ਦੀ ਵਸੀਅਤ ਅਤੇ ਉਸ ਦੇ ਦਸਤਖ਼ਤਾਂ ਨੂੰ ਤਸਦੀਕ ਕਰਨ ਲਈ ਆਪਣੇ ਆਪਣੇ ਦਸਤਖ਼ਤ ਕਰਨ। ਗਵਾਹਾਂ ਦੇ ਦਸਤਖ਼ਤਾਂ ਥੱਲੇ ਉਨ੍ਹਾਂ ਦਾ ਪੂਰਾ ਨਾਮ ਅਤੇ ਸਥਾਈ ਪਤਾ ਸਪੱਸ਼ਟ ਸ਼ਬਦਾਂ ਵਿੱਚ ਲਿਖਿਆ ਜਾਵੇ।
4. ਵਸੀਅਤ ਇੱਕ ਅਜਿਹੀ ਲਿਖਤ ਹੈ ਕਿ ਵਸੀਅਤ ਕਰਤਾ ਵਸੀਅਤ ਲਿਖਣ ਸਮੇਂ ਅਤੇ ਦਸਤਖ਼ਤ ਕਰਨ ਸਮੇਂ ਤੱਕ ਵਸੀਅਤ ਦੀ ਹੁੰਦੀ ਲਿਖਾਈ ਨੂੰ ਧਿਆਨ ਨਾਲ ਦੇਖ ਸਕੇ ਅਤੇ ਗਵਾਹਾਂ ਨੂੰ ਦਸਤਖ਼ਤ ਕਰਦੇ ਸਮੇਂ ਜਰੂਰ ਦੇਖ ਸਕੇ।

5. ਜੇ ਕਰ ਵਸੀਅਤ ਕਰਤਾ ਕਿਸੇ ਦੇ ਹੱਕ ਵਿੱਚ ਵਸੀਅਤ ਕਰਦਾ ਹੈ, ਉਹ ਵਿਅਕਤੀ ਵਸੀਅਤ ਦਾ ਗਵਾਹ ਨਹੀਂ ਬਣ ਸਕਦਾ। ਅਜਿਹਾ ਕਰਨਾ ਕਾਨੂੰਨੀ ਤੌਰ ਤੇ ਗਲਤ ਹੋਵੇਗਾ।
6. ਕਾਨੂੰਨ ਮੁਤਾਬਿਕ ਵਸੀਅਤ ਉੱਪਰ ਘੱਟ ਤੋਂ ਘੱਟ ਦੋ ਗਵਾਹਾਂ ਦੀ ਗਵਾਹੀ ਹੋਣੀ ਜਰੂਰੀ ਹੈ।
7. ਕਾਨੂੰਨ ਅਨੁਸਾਰ ਵਸੀਅਤ ਦਾ ਤਹਿਸੀਲਦਾਰ ਦੇ ਰਜਿਸਟਰਡ ਕਵਾਉਣਾ ਜਰੂਰੀ ਨਹੀਂ ਪਰ ਜੇਕਰ ਸੰਭਵ ਹੋ ਸਕੇ ਤਾਂ ਵਸੀਅਤ ਰਜਿਸਟਰਡ ਕਰਵਾ ਲੈਣੀ ਚਾਹੀਦੀ ਹੈ ਕਿਉਂਕਿ ਵਸੀਅਤ ਕਰਤਾ ਦੀ ਮੌਤ ਤੋਂ ਬਾਅਦ ਅਗਰ ਦੋ ਗਵਾਹਾਂ ਦੀ ਵੀ ਮੌਤ ਹੋ ਜਾਵੇ ਤਾਂ ਸਬ- ਰਜਿਸਟਰਾਰ ਅਤੇ ਉਸ ਦੇ ਦਫ਼ਤਰ ਦਾ ਰਿਕਾਰਡ ਵਸੀਅਤ ਨੂੰ ਸਾਬਤ ਕਰਨ ਵਿੱਚ ਮਦਦ ਕਰ ਸਕਦਾ ਹੈ।
8. ਵਸੀਅਤ ਕਰਤਾ ਵਸੀਅਤ ਕਰਨ ਦਾ ਅਧਿਕਾਰੀ ਹੋਵੇ, ਦਿਮਾਗੀ ਤੌਰ ਤੇ ਠੀਕ ਹੋਵੇ, ਪੂਰੀ ਤਰ੍ਹਾਂ ਤੰਦਰੁਸਤ ਹੋਵੇ, ਹਰ ਗਲ ਨੂੰ ਸਮਝਦਾ ਹੋਵੇ ਅਤੇ ਉਸ ਉੱਪਰ ਕੋਈ ਬਾਹਰੀ ਦਬਾਅ ਨਾ ਹੋਵੇ। ਉਹ ਆਪਣੀ ਸਾਰੀ ਜ਼ਾਇਦਾਦ ਦੇ ਵੇਰਵੇ ਜਾਣਦਾ ਤੇ ਸਮਝਦਾ ਹੋਵੇ। ਉਸ ਨੇ ਆਪਣੀ ਜ਼ਾਇਦਾਦ ਦਾ ਕਿੰਨਾ-ਕਿੰਨਾ ਹਿੱਸਾ ਕਿਸ ਨੂੰ ਦੇਣਾ ਹੈ ਇਸ ਬਾਰੇ ਪੂਰਾ ਗਿਆਨ ਹੋਵੇ।
9. ਜੇਕਰ ਵਸੀਅਤ ਹਸਪਤਾਲ ਵਿੱਚ ਲਿਖੀ ਗਈ ਹੋਵੇ ਤਾਂ ਵਸੀਅਤ ਕਰਤਾ ਦਾ ਇਲਾਜ ਕਰ ਰਿਹਾ ਡਾਕਟਰ ਐਮ.ਬੀ.ਬੀ.ਐਸ (M.B.B.S) ਦੀ ਡਿਗਰੀ ਤੋਂ ਘੱਟ ਨਾ ਹੋਵੇ, ਅਤੇ ਵਸੀਅਤ ਕਰਤਾ ਦੇ ਕੋਲ ਹਾਜ਼ਰ ਹੋਵੇ ਅਤੇ ਵਸੀਅਤ ਤੇ ਦਸਤਖੱਤ ਕਰੇ।

ਵਸੀਅਤ ਕਦੋਂ ਕਰਨੀ ਚਾਹੀਦੀ ਹੈ: ਵਸੀਅਤ ਕਰਨ ਦਾ ਕੋਈ ਨਿਸ਼ਚਿਤ ਸਮਾਂ ਜਾਂ ਉਮਰ ਨਹੀਂ ਹੈ। ਕੋਈ ਵੀ ਬਾਲਗ, ਸੱਮਝਦਾਰ ਵਿਅਕਤੀ ਆਪਣੀ ਜ਼ਾਇਦਾਦ ਬਾਰੇ ਜਦੋਂ ਚਾਹੇ ਵਸੀਅਤ ਕਰ ਸਕਦਾ ਹੈ। ਪਰ ਫਿਰ ਵੀ ਜਦੋਂ ਕੋਈ ਵਿਅਕਤੀ 50 ਤੋਂ 60 ਸਾਲ ਦੀ ਉਮਰ ਦੇ ਦਰਮਿਆਨ ਹੋਵੇ ਤਾਂ ਆਪਣੀ ਜ਼ਾਇਦਾਦ ਦੀ ਵਸੀਅਤ ਕਰ ਦੇਣੀ ਚਾਹੀਦੀ ਹੈ। ਜੇਕਰ ਕੋਈ ਵਿਅਕਤੀ ਆਪਣੀ ਵਸੀਅਤ ਆਪਣੇ ਬਚਿਆਂ ਦੇ ਨਾਂ ਕਰਕੇ ਮਰ ਜਾਂਦਾ ਹੈ ਪਰ ਉਸ ਦੇ ਮਰਨ ਸਮੇਂ ਉਸ ਦੀ ਪਤਨੀ ਗਰਭਵਤੀ ਸੀ ਅਤੇ ਬਚੇ ਦਾ ਜਨਮ ਉਸ ਦੀ ਮੌਤ ਤੋਂ ਬਾਅਦ ਹੁੰਦਾ ਹੈ, ਤਾਂ ਇਹਨਾਂ ਹਾਲਤਾਂ ਵਿੱਚ ਵਸੀਅਤ ਖਾਰਜ਼ ਹੋ ਜਾਵੇਗੀ ਭਾਂਵੇ ਉਹ ਰਜਿਸਟਰਡ ਹੀ ਕਿਉਂ ਨਾ ਹੋਵੇ। ਤੇ ਉਸ ਦੀ ਜ਼ਾਇਦਾਦ ਕੁਦਰਤੀ ਵਾਰਸਾਂ ਵਿੱਚ ਬਰਾਬਰ-ਬਰਾਬਰ ਵੰਡੀ ਜਾਵੇਗੀ। ਹਿੰਦੂ ਧਰਮ ਅਨੁੰਸਾਰ ਮੰਨੂ ਰਿਸ਼ੀ ਨੇ ਮਨੁੱਖੀ ਜੀਵਨ ਨੂੰ ਚਾਰ ਆਸ਼ਰਮਾਂ ਵਿੱਚ ਵੰਡਿਆ ਹੈ।

ਪਹਿਲਾ ਹੈ ਬ੍ਰਹਮਚਾਰੀ ਆਸ਼ਰਮ (ਜਨਮ ਤੋਂ **25** ਸਾਲ ਤੱਕ) ਇਹ ਮਨੁੱਖ ਦੇ ਖੇਲਣ ਕੁਦੱਣ ਦੀ ਉਮਰ ਹੁੰਦੀ ਹੈ ਅਤੇ ਇਸ ਵਿੱਚ ਵਿਦਿਆ ਪ੍ਰਾਪਤ ਕਰਦਾ ਹੈ।

ਦੂਜਾ ਹੈ ਗ੍ਰਹਿਸਤ ਆਸ਼ਰਮ (**25** ਸਾਲ ਤੋਂ **50** ਸਾਲ ਤੱਕ) ਇਸ ਵਿੱਚ ਸ਼ਾਦੀ ਕਰਨੀ ਬੱਚੇ ਪੈਦਾ ਕਰਨੇ, ਖੇਤੀ ਕਰਨੀ, ਵਿਉਪਾਰ ਕਰਨਾ, ਨੌਕਰੀ ਕਰਨੀ, ਆਪਣੇ ਪਿਤਾ ਪੁਰਖੀ ਕਾਰੋਬਾਰ ਨੂੰ ਵਧਾਉਣਾ।

ਤੀਜਾ ਹੈ ਵਾਣਪ੍ਰਸਥ ਆਸ਼ਰਮ (**50** ਸਾਲ ਤੋਂ **75** ਸਾਲ ਤੱਕ) ਇਸ ਅਵਸਥਾ ਵਿੱਚ ਆਪਣੇ ਪੈਦਾ ਕੀਤੇ ਬੱਚਿਆਂ ਦੇ ਸ਼ਾਦੀ-ਵਿਆਹ ਕਰਨੇ, ਬੱਚਿਆਂ ਨੂੰ ਪੜ੍ਹਾਉਣਾ ਅਤੇ ਕਾਰੋਬਾਰ ਵਿੱਚ

ਲਾਉਣਾ, ਹੌਲੀ-ਹੌਲੀ ਆਪਣੀ ਪਰਿਵਾਰਕ ਜਿੰਮੇਵਾਰੀਆਂ ਤੋਂ ਮੁਕਤ ਹੋਣ ਲਈ ਆਪਣੇ ਆਪ ਨੂੰ ਤਿਆਰ ਕਰਨਾ ਤੇ ਜਵਾਨ ਪੁੱਤਰਾਂ ਪੋਤਿਆਂ ਲਈ ਥਾਂ ਖਾਲੀ ਕਰਨਾ। ਅਸਲ ਵਿੱਚ ਇਹ ਉਮਰ ਵਸੀਅਤ ਕਰਨ ਲਈ ਯੋਗ ਉਮਰ ਹੈ।

ਚੌਥੀ ਅਵੱਸਥਾ ਹੈ ਸੰਨਿਆਸ ਆਸ਼ਰਮ (**75** ਸਾਲ ਤੋਂ ਮਰਨ ਤੱਕ) ਇਸ ਅਵੱਸਥਾ ਵਿੱਚ ਮਨੁੱਖ ਪ੍ਰਮਾਤਮਾ ਵੱਲ ਧਿਆਨ ਕਰਦਾ ਹੈ।

ਪਰ ਸਿੱਖ ਧਰਮ ਵਿੱਚ ਸਾਡੇ ਗੁਰੂ ਸਾਹਿਬਾਨਾਂ ਨੇ ਮਨੁੱਖੀ ਜੀਵਨ ਨੂੰ ਇੱਕ-ਰਾਤ ਨਾਲ ਤੁਲਨਾ ਕਰਦੇ ਹੋਏ ਚਾਰ ਹਿੱਸਿਆਂ ਵਿੱਚ ਵੰਡਿਆ ਹੈ। ਫਿਰ ਉਹਨਾਂ ਦੇ ਜੀਵਨ ਦੇ 100 ਸਾਲ ਨੂੰ ਦਸ-ਦਸ ਸਾਲ ਦੇ ਦਸਾਂ ਹਿੱਸਿਆਂ ਵਿੱਚ ਵੰਡਦੇ ਹੋਏ ਕਿਹਾ ਹੈ:

ਦਸ ਬਾਲਤਣਿ ਬੀਸ ਰਵਣਿ ਤੀਸਾ ਕਾ ਸੁੰਦਰੁ ਕਹਾਵੈ ॥
ਚਾਲੀਸੀ ਪੁਰੁ ਹੋਇ ਪਚਾਸੀ ਪਗੁ ਖਿਸੈ ਸਠੀ ਕੇ ਬੋਢੇਪਾ ਆਵੈ ॥
ਸਤਰਿ ਕਾ ਮਤਿਹੀਣੁ ਅਸੀਹਾਂ ਕਾ ਵਿਉਹਾਰੁ ਨਾ ਪਾਵੈ॥
ਨਵੈ ਕਾ ਸਿਹਜਾਸਣੀ ਮੂਲਿ ਨ ਜਾਣੈ ਅਪ ਬਲੁ॥
ਢੰਢੋਲਿਮੁ ਢੂਢਿਮ ਡਿਠੂ ਮੈ ਨਾਨਕ ਜਗੁ ਧੂਏ ਕਾ ਧਵਲ ਹਰ॥**3**॥ — (ਮਾਝ ਕੇ ਵਾਰ ਮ: ੧- ਅੰਗ **138**)

ਸਤਿਗੁਰੂ ਸ਼੍ਰੀ ਗੁਰੂ ਗ੍ਰੰਥ ਸ਼ਾਹਿਬ ਜੀ ਦੀ ਬਾਣੀ ਵਿੱਚ ਇਹ ਮਾਝ ਕੀ ਵਾਰ ਮ: ੧ ਅੰਗ **138** ਤੇ ਦਰਜ਼ ਹੈ।

ਸਤਿਗੁਰੂ ਫਰਮਾਉਂਦੇ ਹਨ ਕਿ **50** ਸਾਲ ਦੀ ਉਮਰ ਵਿੱਚ ਮਨੁੱਖ ਦਾ ਪੈਰ ਪਿੱਛੇ ਨੂੰ ਖਿਸਕਣ ਲੱਗ ਪੈਂਦਾ ਹੈ।

60 ਸਾਲ ਦੀ ਉਮਰ ਦੀ ਉਮਰ ਵਿੱਚ ਬੁਢੇਪਾ ਆ ਜਾਂਦਾ ਹੈ।

70 ਸਾਲ ਦੀ ਉਮਰ ਦੀ ਉਮਰ ਵਿੱਚ ਯਾਦਾਸਤ ਘੱਟਣ ਲੱਗਦੀ ਹੈ, ਭਾਵ ਚੇਤਾ ਭੁਲਦਾ ਰਹਿੰਦਾ ਹੈ।

80 ਸਾਲ ਦੀ ਉਮਰ ਦੀ ਉਮਰ ਵਿੱਚ ਉਸ ਨਾਲ ਕੋਈ ਲੈਣ ਦੇਣ ਨਹੀਂ ਕਰਦਾ।

90 ਸਾਲ ਦੀ ਉਮਰ ਦੀ ਉਮਰ ਵਿੱਚ ਕਮਜ਼ੋਰੀ ਬਹੁਤ ਆ ਜਾਂਦੀ ਹੈ ਅਤੇ ਸਾਹ ਵੀ ਔਖੇ ਆਉਂਦੇ ਹਨ।

100 ਸਾਲ ਦੀ ਉਮਰ ਤੱਕ ਪਹੁੰਚਦਿਆਂ ਮਨੁੱਖ ਧੂੰਏਂ ਦਾ ਪਹਾੜ ਬਣ ਜਾਂਦਾ ਹੈ।

ਇਸ ਲਈ ਹਰ ਵਿਅਕਤੀ ਨੂੰ ਚਾਹੀਦਾ ਹੈ ਕਿ ਉਹ ਆਪਣੇ 50 ਤੋਂ 60 ਵਰ੍ਹਿਆਂ ਦੀ ਉਮਰ ਵਿੱਚ ਆਪਣੀ ਜ਼ਾਇਦਾਦ ਬਾਰੇ ਵਸੀਅਤ ਬਣਾ ਦੇਵੇ।

ਵਸੀਅਤ ਵਿੱਚ ਇਹ ਵੀ ਲਿਖਣਾ ਚਾਹੀਦਾ ਹੈ ਕਿ ਵਸੀਅਤ ਕਰਤਾ ਜਿਨ੍ਹਾਂ ਚਿਰ ਜਿਉਂਦਾ ਰਹੇਗਾ ਆਪਣੀ ਜ਼ਾਇਦਾਦ ਦਾ ਮਾਲਕ ਤੇ ਕਾਬਜ਼ ਰਹੇਗਾ। ਉਸ ਦੀ ਮੌਤ ਤੋਂ ਬਾਅਦ ਜਿਸ ਦੇ ਹੱਕ ਵਿੱਚ ਵਸੀਅਤ ਹੈ ਉਹ ਮਾਲਕ ਹੋ ਜਾਵੇਗਾ। ਵਸੀਅਤ ਲਿਖਣ ਦਾ ਸਮਾਂ, ਸਥਾਨ, ਮਿਤੀ,

ਮਹੀਨਾ, ਸਾਲ ਆਦਿ ਲਾਜ਼ਮੀ ਲਿਖਣੇ ਚਾਹੀਦੇ ਹਨ। ਇਸ ਤੋਂ ਇਲਾਵਾ ਵਸੀਅਤ ਕਰਤਾ ਜੋ ਆਪਣੇ ਦਿਲ ਦੀ ਗੱਲ ਕਹਿਣਾ ਚਾਹੁੰਦਾ ਹੋਵੇ ਜਾਂ ਕਿਸੇ ਗਲ ਦੀ ਜਿੰਮੇਵਾਰੀ ਕਿਸੇ ਮੈਂਬਰ ਤੇ ਪਾਉਣੀ ਚਾਹੁੰਦਾ ਹੋਵੇ, ਕੋਈ ਦਾਨ ਜਾਂ ਕਰਜੇ ਦਾ ਲੈਣ-ਦੇਣ ਦੱਸਣਾ ਹੋਵੇ, ਵਸੀਅਤ ਵਿੱਚ ਲਿਖਵਾ ਸਕਦਾ ਹੈ।

ਕਈ ਵਿਅਕਤੀ ਅਜਿਹਾ ਸ਼ੱਕ ਪ੍ਰਗਟ ਕਰਦੇ ਹਨ ਕਿ ਜੇ ਉਨ੍ਹਾਂ ਵਸੀਅਤ ਕਰ ਦਿੱਤੀ ਤਾਂ ਉਨ੍ਹਾਂ ਦੀ ਸੇਵਾ ਸੰਭਾਲ ਨਹੀਂ ਹੋਣੀ ਇਹ ਧਾਰਨਾਂ ਬਿਲਕੁੱਲ ਗਲਤ ਹੈ, ਕਿਉਂਕਿ ਤੁੱਹਾਡੇ ਕੋਲ ਅਜਿਹੀ ਤਾਕਤ ਹੈ ਤੁਸੀਂ ਜਦੋਂ ਮਰਜੀ ਚਾਹੋ ਵਸੀਅਤ ਤੋੜ ਭਾਵ ਰੱਦ ਕਰ ਸਕਦੇ ਹੋ।

ਵਸੀਅਤ ਲਿਖਣ ਲਗਿਆਂ ਕੁੱਝ ਹੋਰ ਨੁਕਤੇ ਵੀ ਹਨ ਜਿਨ੍ਹਾਂ ਨੂੰ ਧਿਆਨ ਵਿੱਚ ਰੱਖਣਾ ਬਹੁਤ ਜਰੂਰੀ ਹੈ। ਭਾਵੇਂ ਇਨ੍ਹਾਂ ਦੀ ਕਾਨੂੰਨੀ ਤੌਰ ਤੇ ਕੋਈ ਜਰੂਰਤ ਨਹੀਂ ਪਰ ਇਹ ਨੁਕਤੇ ਵਸੀਅਤ ਨੂੰ ਸਾਬਤ ਕਰਨ ਵਾਸਤੇ ਸਹਾਈ ਹੋ ਸਕਦੇ ਹਨ:

1. ਵਸੀਅਤ ਨੂੰ ਤਸਦੀਕ ਕਰਨ ਵਾਲੇ ਅਗਵਾਹਾਂ ਦੀ ਉਮਰ ਹੋ ਸਕੇ ਤਾਂ ਵਸੀਅਤ ਕਰਤਾ ਤੋਂ ਘੱਟ ਹੋਵੇ।
2. ਕਾਨੂੰਨ ਮੁਤਾਬਿਕ ਤਾਂ ਵਸੀਅਤ ਉੱਪਰ ਦੋ ਗਵਾਹ ਦੀ ਜਰੂਰਤ ਹੈ ਪਰ ਜੇ ਕਰ ਤਿੰਨ ਗਵਾਹਾਂ ਦੀ ਗਵਾਹੀ ਪਵਾ ਲਈ ਜਾਵੇ ਤਾਂ ਚੰਗਾ ਹੁੰਦਾ ਹੈ।
3. ਕਾਨੂੰਨ ਅਨੁਸਾਰ ਵਸੀਅਤ ਰਜਿਸਟਰਡ ਕਰਾਉਣੀ ਜਰੂਰੀ ਨਹੀਂ, ਜੇਕਰ ਸੰਭਵ ਹੋ ਸਕੇ ਤਾਂ ਵਸੀਅਤ ਰਜਿਸਟਰਡ ਕਰਵਾ ਲੈਣੀ ਚਾਹੀਦੀ ਹੈ ਤਾਂਕਿ ਅਜਿਹੀ ਸਥਿਤੀ ਵਿੱਚ ਵਸੀਅਤ ਕਰਤਾ ਦੀ ਮੌਤ ਤੋਂ ਬਾਅਦ ਗਵਾਹਾਂ ਦੀ ਮੌਤ ਵੀ ਹੋ ਜਾਵੇ ਤਾਂ ਸਬ- ਰਜਿਸਟਰਾਰ ਅਤੇ ਉਸ ਦੇ ਦਫ਼ਤਰ ਦਾ ਰਿਕਾਰਡ ਉਸ ਨੂੰ ਸਾਬਤ ਕਰਨ ਵਿੱਚ ਸਹਾਈ ਹੁੰਦਾ ਹੈ।

ਵਸੀਅਤ ਨਾਲ ਸਬੰਧਤ ਵੱਖ ਵੱਖ ਨੁਕਤਿਆਂ ਬਾਰੇ ਸੱਪਸ਼ਟੀਕਰਨ ਦੇਣ ਵਾਸਤੇ ਹੇਠਾਂ ਕੁੱਝ ਸੁਆਲ ਜਵਾਬ ਲਿਖ ਰਹੇ ਹਾਂ ਤਾਕਿ ਚੰਗੀ ਤਰ੍ਹਾਂ ਇਸ ਨੂੰ ਸਮਝਿਆ ਜਾ ਸਕੇ ਅਤੇ ਹੱਕਦਾਰ ਨੂੰ ਇਸ ਤਰ੍ਹਾਂ ਦੇ ਮਾਮਲਿਆਂ ਦਾ ਨਿਪਟਾਰਾ ਕਰਵਾਉਣ ਵਿੱਚ ਸਹਾਇਤਾ ਅਤੇ ਜਾਣਕਾਰੀ ਮਿਲ ਸਕੇ:

ਪ੍ਰਸ਼ਨ: ਵਸੀਅਤ ਤੋਂ ਕੀ ਭਾਵ ਹੈ?
ਉੱਤਰ: ਵਸੀਅਤ ਇੱਕ ਉਹ ਮਹੱਤਵਪੂਰਨ ਦਸ਼ਤਾਵੇਜ਼ ਹੈ ਜਿਸ ਦੁਆਰ ਕੋਈ ਵੀ ਵਿਅਕਤੀ ਆਪਣੀ ਮੌਤ ਤੋਂ ਬਾਅਦ ਆਪਣੀ ਜ਼ਾਇਦਾਦ ਆਪਣੇ ਵਾਰਸਾਂ ਵਿੱਚ ਕਿਵੇਂ ਵੰਡਣੀਂ ਹੈ ਉਸ ਬਾਰੇ ਵਿਸਥਾਰ ਨਾਲ ਵੇਰਵਾ ਲਿਖਵਾਉਂਦਾ ਹੈ ਤਾਂਕਿ ਬਾਅਦ ਵਿੱਚ ਉਸ ਦੀ ਜਾਇਦਾਦ ਦੀ ਵੰਡ ਨੂੰ ਲੈ ਕੇ ਕੋਈ ਝੱਗੜਾ ਨਾ ਖੜ੍ਹਾ ਹੋ ਜਾਵੇ।

ਪ੍ਰਸ਼ਨ: ਵਸੀਅਤ ਕਿੰਨੀ ਪ੍ਰਕਾਰ ਦੀ ਹੁੰਦੀ ਹੈ?
ਉੱਤਰ: ਵਸੀਅਤ ਤਿੰਨ ਤਰ੍ਹਾਂ ਦੀ ਹੁੰਦੀ ਹੈ ਰਜਿਸਟਰਡ ਵਸੀਅਤ, ਖਾਨਗੀ ਵਸੀਅਤ ਅਤੇ ਮਨਸੂਖੀ ਵਸੀਅਤ। ਇਹਨਾਂ ਬਾਰੇ ਪਹਿਲਾਂ ਵਿਸਥਾਰ ਨਾਲ ਪੜ੍ਹ ਚੁੱਕੇ ਹਾਂ।

ਪ੍ਰਸ਼ਨ: ਵਸੀਅਤ ਕਦੋਂ ਕਰਨੀ ਚਾਹੀਦੀ ਹੈ?
ਉੱਤਰ: ਵਸੀਅਤ ਕਰਨ ਦਾ ਕੋਈ ਨਿਸਚਿਤ ਸਮਾਂ ਜਾਂ ਉਮਰ ਨਹੀਂ ਹੈ। ਕੋਈ ਵੀ ਬਾਲਗ, ਸੱਮਝਦਾਰ ਵਿਅਕਤੀ ਆਪਣੀ ਜ਼ਾਇਦਾਦ ਬਾਰੇ ਜਦੋਂ ਚਾਹੇ ਵਸੀਅਤ ਕਰ ਸਕਦਾ ਹੈ। ਪਰ ਫਿਰ ਵੀ ਜਦੋਂ ਕੋਈ ਵਿਅਕਤੀ 50 ਤੋਂ 60 ਸਾਲ ਦੀ ਉਮਰ ਦੇ ਦਰਮਿਆਨ ਹੋਵੇ ਤਾਂ ਆਪਣੀ ਜਾਇਦਾਦ ਦੀ ਵਸੀਅਤ ਕਰ ਦੇਣੀ ਚਾਹੀਦੀ ਹੈ।

ਪ੍ਰਸ਼ਨ: ਕੀ ਤੁੱਸੀਂ ਕਿਸੇ ਗੈਰ ਵਿਅਕਤੀ ਦੇ ਨਾਂਮ ਆਪਣੀ ਜਾਇਦਾਦ ਦੀ ਵਸੀਅਤ ਕਰ ਸਕਦੇ ਹੋ?
ਉੱਤਰ: ਹਾਂ ਤੁੱਸੀਂ ਆਪਣੀ ਜ਼ਾਇਦਾਦ ਦੀ ਵਸੀਅਤ ਕਿਸੇ ਵੀ ਵਿਅਕਤੀ ਦੇ ਨਾਂ ਕਰ ਸਕਦਾ ਹੋ ਸਿਰਫ ਆਪਣੀ ਜੱਦੀ ਜ਼ਾਇਦਾਦ ਨੂੰ ਛੱਡ ਕੇ।

ਪ੍ਰਸ਼ਨ: ਅਗਰ ਕੋਈ ਵਿਅਕਤੀ ਬਿਮਾਰ ਹੋਵੇ ਅਤੇ ਕੋਰਟ ਜਾਣ ਤੋਂ ਅਸਮਰੱਥ ਹੋਵੇ ਅਤੇ ਆਪਣੀ ਵਸੀਅਤ ਕਾਉਣੀ ਚਾਹੁਦਾ ਹੋਵੇ ਤਾਂ ਕਿਵੇਂ ਹੋਵੇਗੀ?
ਉੱਤਰ: ਜੇਕਰ **ਕੋਈ ਵਿਅਕਤੀ ਬਿਮਾਰ ਹੋਵੇ** ਅਤੇ ਤਹਿਸੀਲ ਵਿੱਚ ਜਾਣ ਤੋਂ ਅਸੱਮਰਥ ਹੋਵੇ ਪ੍ਰੰਤੂ ਆਪਣੀ ਜ਼ਾਇਦਾਦ ਦੀ ਵਸੀਅਤ ਰਜਿਸਟਰਡ ਕਰਵਾਉਣੀ ਚਾਹੁੰਦਾ ਹੋਵੇ ਤਾਂ ਉਸ ਦੀ ਅਰਜੀ ਉੱਤੇ **ਭਾਰਤੀ ਰਜਿਸਟਰੇਸ਼ਨ ਐਕਟ ਦੀ ਧਾਰਾ 38 ਤਹਿਤ ਤਹਿਸੀਲਦਾਰ/ਨਾਇਬ-ਤਹਿਸੀਲਦਾਰ** ਉਸ ਵਿਅਕਤੀ ਦੇ ਘਰ ਜਾ ਕੇ ਵਸੀਅਤ ਰਜਿਸ਼ਟਰਡ ਕਰਦੇ ਹਨ।

ਪ੍ਰਸ਼ਨ: ਕੀ ਵਸੀਅਤ ਰਜਿਸਟਰਡ ਕਰਾਉਣੀ ਜਰੂਰੀ ਹੈ?
ਉੱਤਰ: ਕਾਨੂੰਨ ਅਨੁਸਾਰ ਵਸੀਅਤ ਰਜਿਸ਼ਟਰਡ ਕਰਾਉਣੀ ਕੋਈ ਜਰੂਰੀ ਨਹੀਂ, ਪਰ ਫਿਰ ਵੀ ਕਰਾ ਲੈਣੀ ਚਾਹੀਦੀ ਹੈ, ਇਹ ਵਧੇਰੇ ਮੰਨਣਯੋਗ ਹੁੰਦੀ ਹੈ।

ਪ੍ਰਸ਼ਨ: ਕੀ ਵਸੀਅਤ ਕਰਕੇ ਅਖੀਰ ਵਿੱਚ ਦਸਤਖੱਤ ਜਾਂ ਅੰਗੂਠਾ ਲਗਾਉਣਾ ਜਰੂਰੀ ਹੈ?
ਉੱਤਰ: ਵਸੀਅਤ ਦੇ ਅੰਤ ਵਿੱਚ ਵਸੀਅਤ ਕਰਤਾ ਦੇ ਦਸਤਖ਼ਤ ਜ਼ਰੂਰ ਹੋਣੇ ਚਾਹੀਦੇ ਹਨ ਅਤੇ ਤਰੀਕ ਵੀ ਲਿਖੀ ਜਾਵੇ। ਜੇ ਵਸੀਅਤ ਕਰਤਾ (ਪੁਰਸ਼) ਅਨਪੜ੍ਹ ਹੋਵੇ ਤਾਂ ਖੱਬੇ ਹੱਥ ਦਾ ਅੰਗੂਠਾ ਲਗਵਾਇਆ ਜਾਵੇ ਜੇ ਵਸੀਅਤ ਕਰਤਾ ਔਰਤ ਹੋਵੇ ਤਾਂ ਸੱਜੇ ਹੱਥ ਦਾ ਅੰਗੂਠਾ ਲਗਵਾਇਆ ਜਾਵੇ। ਉਸ ਵਲੋਂ ਅਧਿਕਾਰਤ ਵਿਅਕਤੀ ਦੇ ਉਸ ਦੇ ਸਾਹਮਣੇ ਦਸਤਖ਼ਤ ਕੀਤੇ ਜਾਣੇ ਚਾਹੀਦੇ ਹਨ। ਜੇਕਰ ਵਸੀਅਤ ਕਈ ਸਫ਼ਿਆਂ ਵਿੱਚ ਲਿਖੀ ਹੋਵੇ ਤਾਂ ਹਰ ਸਫ਼ੇ ਦੇ ਅੰਤ ਵਿੱਚ ਵਸੀਅਤ ਕਰਤਾ ਦਸਤਖ਼ਤ ਜਾਂ ਅੰਗੂਠਾ ਲਗਾਵੇ।

ਪ੍ਰਸ਼ਨ: ਕੀ ਵਸੀਅਤ ਕਰਤਾ ਨੂੰ ਵਸੀਅਤ ਕਰਨ ਵੇਲੇ ਦਿਮਾਗੀ ਤੌਰ ਤੇ ਜਾਂ ਸਰੀਰਕ ਤੌਰ ਤੇ ਠੀਕ ਹੋਣਾ ਜਰੂਰੀ ਹੈ?
ਉੱਤਰ: ਵਸੀਅਤ ਕਰਤਾ ਵਸੀਅਤ ਕਰਨ ਦਾ ਅਧਿਕਾਰੀ ਹੋਵੇ, ਦਿਮਾਗੀ ਤੌਰ ਤੇ ਠੀਕ ਹੋਵੇ, ਪੂਰੀ ਤਰ੍ਹਾਂ ਤੰਦਰੁਸਤ ਹੋਵੇ, ਹਰ ਗਲ ਨੂੰ ਸਮਝਦਾ ਹੋਵੇ ਅਤੇ ਉਸ ਉੱਪਰ ਕੋਈ ਬਾਹਰੀ ਦਬਾਅ

ਨਾ ਹੋਵੇ। ਉਹ ਆਪਣੀ ਸਾਰੀ ਜ਼ਾਇਦਾਦ ਦੇ ਵੇਰਵੇ ਜਾਣਦਾ ਤੇ ਸਮਝਦਾ ਹੋਵੇ। ਉਸ ਨੇ ਆਪਣੀ ਜ਼ਾਇਦਾਦ ਦਾ ਕਿੰਨਾ-ਕਿੰਨਾ ਹਿੱਸਾ ਕਿਸ ਨੂੰ ਦੇਣਾ ਹੈ ਇਸ ਬਾਰੇ ਪੂਰਾ ਗਿਆਨ ਹੋਵੇ।

ਪ੍ਰਸ਼ਨ: ਕੀ ਵਸੀਅਤ ਕਰਤਾ ਇੱਕ ਤੋਂ ਵੱਧ ਵਸੀਅਤ ਕਰ ਸਕਦਾ ਹੈ?
ਉੱਤਰ: ਜਦੋਂ ਕੋਈ ਵਿਅਕਤੀ ਆਪਣੀ ਜਿੰਦਗੀ ਵਿੱਚ ਆਪਣੀ ਜ਼ਾਇਦਾਦ ਸਬੰਧੀ ਇੱਕ ਤੋਂ ਵੱਧ ਵਸੀਅਤਾਂ ਵੀ ਕਰ ਸਕਦਾ ਹੈ। ਪ੍ਰੰਤੂ ਜਦੋਂ ਇੱਕ ਤੋਂ ਬਾਅਦ ਦੂਜੀ ਵਸੀਅਤ ਲਿਖਦਾ ਹੈ ਤਾਂ ਪਹਿਲੀ ਵਸੀਅਤ ਨੂੰ **ਮਨਸੂਖ** ਕਰਦਾ ਹੈ ਭਾਵ ਰੱਦ ਕਰ ਦਿੱਤਾ ਜਾਂਦਾ ਹੈ। ਅਤੇ ਅੰਤ ਵਿੱਚ ਆਖਰੀ ਵਸੀਅਤ ਹੀ ਲਾਗੂ ਹੁੰਦੀ ਹੈ।

ਪ੍ਰਸ਼ਨ: ਕਾਨੂੰਨ ਅਨੁਸਾਰ ਵਸੀਅ ਤੇ ਘੱਟ ਤੋਂ ਘੱਟ ਕਿੰਨੇ ਗਵਾਹ ਹੋਣੇ ਜਰੂਰੀ ਹਨ?
ਉੱਤਰ: ਕਾਨੂੰਨ ਮੁਤਾਬਿਕ ਤਾਂ ਵਸੀਅਤ ਉੱਪਰ ਦੋ ਗਵਾਹ ਦੀ ਜਰੂਰਤ ਹੈ ਪਰ ਜੇ ਕਰ ਤਿੰਨ ਗਵਾਹਾਂ ਦੀ ਗਵਾਹੀ ਪਵਾ ਲਈ ਜਾਵੇ ਤਾਂ ਚੰਗਾ ਹੁੰਦਾ ਹੈ। ਵਸੀਅਤ ਨੂੰ ਤਸਦੀਕ ਕਰਨ ਵਾਲੇ ਅਗਵਾਹਾਂ ਦੀ ਉਮਰ ਹੋ ਸਕੇ ਤਾਂ ਵਸੀਅਤ ਕਰਤਾ ਤੋਂ ਘੱਟ ਹੋਵੇ।

ਪ੍ਰਸ਼ਨ: ਕੀ ਵਸੀਅਤ ਕਰਤਾ ਦੀ ਮੌਤ ਸਮੇਂ ਉਸ ਦੀ ਪਤਨੀ ਗਰਭਵਤੀ ਹੋਵੇ ਤਾਂ ਉਸ ਦਾ ਉਹ ਬਚਾ ਵੀ ਉਸ ਦੀ ਵਿਰਾਸਤ ਵਿੱਚ ਬਰਾਬਰ ਦਾ ਹੱਕਦਾਰ ਹੋਵੇਗਾ?
ਉੱਤਰ: ਵਸੀਅਤ ਕਰਤਾ ਦੀ ਪਤਨੀ ਉਸ ਦੀ ਮੌਤ ਸਮੇਂ ਗਰਭਵਤੀ ਹੋਵੇ ਤਾਂ ਇਸ ਅਵੱਸਥਾ ਨੂੰ ਭਾਰਤੀ ਵਿਰਾਸਤ ਕਾਨੂੰਨ ਮੁਤਾਬਿਕ ਗਰਭ ਅਵੱਸਥਾ ਕਹਿੰਦੇ ਹਨ। ਅਜਿਹੀ ਸਥਿਤੀ ਵਿੱਚ ਇੰਤਕਾਲ ਦਰਜ ਹੋਣ ਤੋਂ ਪਹਿਲਾਂ ਮਹਿਕਮਾ ਮਾਲ ਦੇ ਅਫ਼ਸਰ ਨੂੰ ਇਹ ਦੱਸਣਾਂ ਜਰੂਰੀ ਹੁੰਦਾ ਹੈ ਤਾਂਕਿ ਉਹ ਇੰਤਕਾਲ ਨੂੰ ਉਸ ਬਚੇ ਦੇ ਜਨਮ ਤੱਕ ਰੋਕ ਦਿੰਦਾ ਹੈ ਕਿਉਂ ਕਿ ਭਾਰਤੀ ਵਿਰਾਸਤ ਦੇ ਕਾਨੂੰਨ ਅਨੁਸਾਰ ਉਹ ਬਰਾਬਰ ਦਾ ਹੱਕਦਾਰ ਹੁੰਦਾ ਹੈ।

ਪਾਠਕਾਂ ਦੀ ਜਾਣਕਾਰੀ ਲਈ ਰਜਿਸ਼ਟਰਡ ਵਸੀਅਤ ਦਾ ਨਮੂਨਾ ਅਗਲੇ ਪੇਜ਼ ਤੇ ਦਿੱਤਾ ਜਾ ਰਿਹਾ ਹੈ:

ਵਸੀਅਤ ਨਾਮਾ (ਨਮੂਨਾ ਵਸੀਅਤ ਨਾਮਾ)
ਮੈ ਸ੍ਰ: ਸ਼ੇਰ ਸਿੰਘ (ਨਕਲੀ ਨਾਮ) ਪੁੱਤਰ ਕੇਹਰ ਸਿੰਘ ਪੁੱਤਰ ਹਰੀ ਸਿੰਘ ਉਮਰ ਤਕਰੀਬਨ ਸਾਲ ਵਾਸੀ ਬਾਘਾ ਪੁਰਾਣਾ (ਨਕਲੀ ਨਾਮ) ਤਹਿਸੀਲ ਮੋਗਾ, ਜ਼ਿਲ੍ਹਾ ਮੋਗਾ ਦਾ ਵਾਸੀ ਹਾਂ ਜੋ ਕਿ ਮੈ ਇਸ ਲਿਖਤ ਰਾਹੀਂ ਬਗੈਰ ਕਿਸੀ ਦਬਾਉ ਦੇ ਆਪਣੀ ਖੁਸ਼ੀ ਦੇ ਨਾਲ ਅਤੇ ਹੋਸ਼ੋ ਹਵਾਸ ਦੀ ਕਾਈਮੀ ਨਾਲ ਇਹ ਵਸੀਅਤ ਕਰਦਾ ਹਾਂ ਕਿ ਜਿਨ੍ਹਾਂ ਚਿਰ ਮੈਂ ਜਿਉਂਦਾ ਰਹਾਂਗਾ ਮਾਲਕ ਤੇ ਕਾਬਜ ਜਾਇਦਾਦ ਖੁਦ ਹੋਵਾਂਗਾ। ਮੇਰੇ ਮਰਨ ਦੇ ਬਾਅਦ ਮੇਰੀ ਜ਼ਾਇਦਾਦ ਹਰ ਕਿਸਮ ਜਰਈ ਵ ਸਕਨੀ ਮਨਕੂਲ ਵਗੈਰਾ ਵਗੈਰਾ ਮਨਕੂਲ ਜਰ ਨਕਦ ਬੈਂਕ ਬਾਲੈਂਸ ਆਦਿ ਵ ਮਾਲ ਅਸਾਡਾ ਘਰ ਦਾ ਵਾਕਿਆ ਬਾਘਾ ਪੁਰਾਣਾ ਤਹਿਸੀਲ ਤੇ ਜ਼ਿਲ੍ਹਾ ਮੋਗਾ ਤੇ ਹੋਰ ਜਿੱਥੇ ਕਿਤੇ ਵੀ ਭਾਰਤਵਰਸ਼

ਵਿੱਚ ਹੋਵੇਗੀ ਦਾ ਮਾਲਕ ਵਾ ਕਾਬਜ਼ ਮੇਰਾ ਲੜਕਾ ਨਛੱਤਰ ਸਿੰਘ ਪੁੱਤਰ ਸ਼ੇਰ ਸਿੰਘ ਪੁੱਤਰ ਕੇਹਰ ਸਿੰਘ ਵਾਸੀ ਬਾਘਾ ਪੁਰਾਣਾ ਤਹਿਸੀਲ ਤੇ ਜ਼ਿਲ੍ਹਾ ਮੋਗਾ ਹੋਵੇਗਾ।

ਮੇਰਾ ਇਕਲੌਤਾ ਲੜਕਾ ਮੇਰੀ ਪੂਰੀ ਸੇਵਾ ਕਰਦਾ ਹੈ ਤੇ ਮੇਰੀ ਹਰ ਪ੍ਰਕਾਰ ਦੀ ਆਗਿਆ ਮੰਨਦਾ ਹੈ। ਮੈ ਉਸ ਤੇ ਬਹੁਤ ਖੁਸ਼ ਹਾਂ। ਮੇਰੀ ਇੱਕ ਲੜਕੀ ਹੈ ਜਿਸਦੀ ਮੈ ਸ਼ਾਦੀ ਕਰ ਚੁੱਕਾ ਹਾਂ ਤੇ ਬਾਬਤ ਸ਼ਾਦੀ ਉਸ ਨੂੰ ਨਕਦੀ ਤੇ ਦਾਨ ਵਿੱਚ ਬਹੁਤ ਕੁੱਝ ਦੇ ਕਰ ਉਸ ਦੀ ਹੱਕਰਸੀ ਕਰ ਚੁੱਕਾ ਹਾਂ। ਉਹ ਆਪਣੇ ਸੱਸੁਰਾਲ ਵਿੱਚ ਖੁਸ਼ਹਾਲ ਆਬਾਦ ਹੈ। ਮੇਰੀ ਲੜਕੀ ਤੇ ਦੀਗਰ ਰਿਸ਼ਤੇਦਾਰ ਦਾ ਮੇਰੀ ਜਾਇਦਾਦ ਵਿੱਚ ਕੋਈ ਹੱਕ ਨਹੀਂ ਹੋਵੇਗਾ ਜੇਕਰ ਮੇਰੇ ਦੀਰਗ ਰਿਸ਼ਤੇਦਾਰ ਇਸ ਵਸੀਅਤ ਦੇ ਬਾਰੇ ਦਾਵਾ ਕਰਨਗੇ ਤਾਂ ਉਹਨਾਂ ਦਾ ਦਾਵਾ ਤੇ ਹੱਕ ਝੂਠਾ ਹੋਵੇਗਾ। ਇਹ ਮੇਰੀ ਪਹਿਲੀ ਤੇ ਆਖਰੀ ਵਸੀਅਤ ਹੈ। ਲਿਹਾਜਾ ਵਸੀਅਤ ਨਾਮਾ ਲਿਖ ਦਿੱਤਾ ਹੈ ਕਿ ਸਨੰਦ ਰਹੇ।

ਮਿਤੀ: **06/02/2018**

ਗਵਾਹਵਸੀਅਤ ਕਰਤਾ

* * *

11

ਮਹਿਕਮਾ ਮਾਲ ਦੇ ਅਫਸਰ ਅਤੇ ਅਧਿਕਾਰੀ

ਪੰਜਾਬ ਲੈਂਡ ਰੈਵੀਨਿਊ ਐਕਟ **1887** ਦੇ ਮੁਤਾਬਿਕ ਮਹਿਕਮਾ ਮਾਲ ਦੇ ਅਫਸਰਾਂ ਦੀ ਨਿਯੁਕਤੀ ਤੇ ਉਹਨਾਂ ਦੇ ਕੰਮ ਤੇ ਅਧਿਕਾਰ ਇਸ ਐਕਟ ਦੇ ਸੈਕਸ਼ਨ **6** ਤੋਂ **12** ਤੱਕ ਦਿੱਤੇ ਗਏ ਹਨ। ਪੰਜਾਬ ਲੈਂਡ ਰੈਵੀਨਿਊ ਐਕਟ **1887** ਦੇ ਸੈਕਸ਼ਨ **6 (1)** ਦੇ ਅਨੁਸਾਰ ਮਹਿਕਮਾ ਮਾਲ ਦੇ ਹੇਠ ਲਿਖੇ ਅਫਸਰ ਹੋਣਗੇ:

ਪੰਜਾਬ ਵਿੱਚ ਸੰਨ 2018 ਤੱਕ **5** ਡਵੀਜ਼ਨ **22** ਜ਼ਿਲ੍ਹੇ **82** ਤਹਿਸੀਲਾਂ ਅਤੇ **87** ਸਬ-ਤਹਿਸੀਲਾਂ ਹਨ।

ਜਿਨ੍ਹਾਂ ਦਾ ਪ੍ਰਬੰਧ ਚਲਾਉਣ ਵਾਸਤੇ ਇਹ ਹੇਠ ਲਿਖੇ ਅਫਸਰਾਂ ਦੀ ਜਿੰਮੇਵਾਰੀ ਹੈ:

1. ਵਿੱਤ ਕਮਿਸ਼ਨਰ (Financial Commissioner)
2. ਕਮਿਸ਼ਨਰ (Commissioner)
3. ਕੁਲੈਕਟਰ ਜਾਂ ਉੱਪ- ਕਮਿਸ਼ਨਰ (Collector or Deputy Commissioner)
4. ਸਹਾਇਕ ਕੁਲੈਕਟਰ ਦਰਜਾ ਪਹਿਲਾ (Assistant Collector 1st. Grade)
5. ਸਹਾਇਕ ਕੁਲੈਕਟਰ ਦਰਜਾ ਦੂਜਾ (Assistant Collector 2nd. Grade)

1. ਵਿੱਤ ਕਮਿਸ਼ਨਰ (Financial Commissioner): ਪੰਜਾਬ ਲੈਂਡ ਰੈਵੀਨਿਊ ਐਕਟ 1887 ਦੇ ਸੈਕਸ਼ਨ 7 ਮੁਤਾਬਿਕ ਰਾਜ ਸਰਕਾਰ ਰਾਜ ਵਿੱਚ ਇੱਕ ਜਾਂ ਇੱਕ ਤੋਂ ਵੱਧ ਕਮਿਸ਼ਨਰ ਨਿਯੁੱਕਤ ਕਰ ਸਕਦੀ ਹੈ। ਜਿੱਥੇ ਇੱਕ ਤੋਂ ਵੱਧ ਵਿੱਤ ਕਮਿਸ਼ਨਰ ਨਿਉਕਤ ਕੀਤੇ ਗਏ ਹੋਣ ਉੱਥੇ ਸਰਕਾਰ ਉਨ੍ਹਾਂ ਦੇ ਕੰਮਾਂ ਦੀ ਵੰਡ ਵੀ ਕਰਦੀ ਹੈ।

ਪੰਜਾਬ ਸਰਕਾਰ ਵਲੋਂ ਦੂਜਾ ਵਿੱਤ ਕਮਿਸ਼ਨਰ **ਪੰਜਾਬ ਕੋਰਟ ਐਕਟ ਦੇ ਸੈਕਸ਼ਨ 52** ਰਾਹੀਂ ਨਿਯੁੱਕਤ ਕੀਤਾ ਗਿਆ ਜਿਸ ਨੇ ਪਹਿਲੀ ਵਾਰ ਨਵੰਬਰ 1984 ਨੂੰ ਕੰਮ ਕਰਨਾ ਸ਼ੁਰੂ ਕੀਤਾ। ਉਸ ਦੀਆਂ ਸ਼ਕਤੀਆਂ ਵੀ ਪਹਿਲੇ ਵਿੱਤ ਕਮਿਸ਼ਨਰ ਦੇ ਬਰਾਬਰ ਹੀ ਰੱਖੀਆਂ ਗਈਆਂ। ਇਸ ਸਮੇਂ ਪੰਜਾਬ ਵਿੱਚ ਦੋ ਵਿੱਤ ਕਮਿਸ਼ਨਰ ਹਨ। ਇੱਕ ਵਿੱਤ ਕਮਿਸ਼ਨਰ ਮਾਲ ਅਤੇ ਦੂਜਾ ਵਿੱਤ ਕਮਿਸ਼ਨਰ ਡਿਵੈਲਪਮੈਂਟ।

ਵਿੱਤ ਕਮਿਸ਼ਨਰ ਦੀਆਂ ਸ਼ਕਤੀਆਂ:

ਅਜਿਹੇ ਬਹੁਤ ਸਾਰੇ ਮਾਮਲੇ ਹਨ ਜਿਨ੍ਹਾਂ ਵਿੱਚ **ਲੈਂਡ ਰੈਵੀਨਿਊ ਅਤੇ ਮੁਜ਼ਾਰਾ ਐਕਟ** ਵਿੱਤ ਕਮਿਸ਼ਨਰ ਨੂੰ ਅਧਿਕਾਰ ਦਿੰਦਾ ਹੈ ਕਿ ਉਹ ਅਜਿਹੇ ਮਾਮਲਿਆਂ ਨਾਲ ਨਿਪਟਣ ਲਈ ਨਿਯਮ ਅਤੇ ਉੱਪ-ਨਿਯਮ ਬਣਾ ਸਕਦਾ ਹੈ। ਪਰ ਵਿੱਤ ਕਮਿਸ਼ਨਰ ਵਲੋਂ ਬਣਾਏ ਨਿਯਮ ਉਨ੍ਹਾਂ ਚਿਰ ਲਾਗੂ ਨਹੀਂ ਹੋ ਸਕਦੇ ਜਿਨ੍ਹਾਂ ਚਿਰ ਰਾਜ ਸਰਕਾਰ ਉਨ੍ਹਾਂ ਨੂੰ ਮਨਜ਼ੂਰੀ ਨਹੀਂ ਦਿੰਦੀ।

ਵਿੱਤ ਕਮਿਸ਼ਨਰ, ਉਸ ਦੇ ਅਧੀਨ ਕਿਸੇ ਵੀ ਮਾਲ ਦੀ ਅਦਾਲਤ ਵਿੱਚ, ਕੋਈ ਵੀ ਕੇਸ, ਭਾਵੇਂ ਉਹ ਇੰਤਕਾਲ ਦਾ ਹੋਵੇ, ਤਕਸੀਮ ਦਾ ਹੋਵੇ ਜਾਂ ਕਿਸੇ ਵੀ ਕਿਸਮ ਦਾ ਹੋਵੇ ਅਤੇ ਕਿਸੇ ਵੀ ਸਟੇਜ ਤੇ ਹੋਵੇ, ਉਹ ਕਿਸੇ ਵੀ ਸਮੇਂ ਉਸ ਕੇਸ ਦਾ ਰਿਕਾਰਡ ਸਬੰਧਤ ਦਫਤਰ ਜਾਂ ਮਾਲ ਅਦਾਲਤ ਵਿਚੋਂ ਤਲਬ ਕਰ ਸਕਦਾ ਹੈ।

ਜੇਕਰ ਕਮਿਸ਼ਨਰ ਜਾਂ ਡਿਪਟੀ ਕਮਿਸ਼ਨਰ ਕਿਸੇ ਕੇਸ ਦੀ ਸੁਣਵਾਈ ਸਮੇਂ ਅਜਿਹਾ ਮਹਿਸੂਸ ਕਰਨ ਕਿ ਇਹ ਕੇਸ ਦੀ ਸੁਣਵਾਈ ਅਤੇ ਫੈਸਲਾ ਵਿੱਤ ਕਮਿਸ਼ਨਰ ਕਰੇ ਤਾਂ ਉਹ ਵੀ ਆਪਣੀਆਂ ਸਿਫ਼ਰਸਾਂ ਨਾਲ ਸਬੰਧਤ ਕੇਸ ਵਿੱਤ ਕਮਿਸ਼ਨਰ ਨੂੰ ਸੁਣਵਾਈ ਅਤੇ ਫੈਸਲੇ ਲਈ ਭੇਜ ਸਕਦੇ ਹਨ।

ਜੋ ਕੇਸ ਅਪੀਲਾਂ ਜਾਂ ਰੀਵੀਜਨ ਪਟੀਸ਼ਨਾਂ ਵਿੱਤ ਕਮਿਸ਼ਨ ਕੋਲ ਆਉਂਦੀਆਂ ਹਨ, ਉਹਨਾਂ ਦੇ ਫੈਸਲੇ ਵਿਰੁੱਧ ਰਾਜ ਸਰਕਾਰ (**ਵਿੱਤ ਸਕੱਤਰ**) ਪਾਸ ਅਪੀਲਾਂ ਹੋ ਸਕਦੀਆਂ ਹਨ ਜਾਂ **ਪੰਜਾਬ ਅਤੇ ਹਰਿਆਣਾ ਹਾਈ ਕੋਰਟ** ਵਿੱਚ ਰਿਟ ਪਟੀਸ਼ਨ ਪਾਈ ਜਾ ਸਕਦੀ ਹੈ।

2. ਕਮਿਸ਼ਨਰ (Commissioner):

ਪੰਜਾਬ ਲੈਂਡ ਰੈਵੀਨਿਊ ਐਕਟ ਦੇ ਸੈਕਸ਼ਨ 8 ਮੁਤਾਬਿਕ ਡਿਪਟੀ ਕਮਿਸ਼ਨਰ, ਸਹਾਇਕ ਕਮਿਸ਼ਨਰ ਅਤੇ ਵਧੀਕ ਕਮਿਸ਼ਨਰਾਂ ਦੀ ਨਿਯੁਕਤੀ ਦੇ ਅਧਿਕਾਰ ਰਾਜ ਸਰਕਾਰ ਪਾਸ ਹੁੰਦੇ ਹਨ।

ਕਮਿਸ਼ਨਰ ਵਿੱਤ ਕਮਿਸ਼ਨਰ ਵਲੋਂ, ਨਾਇਬ ਤਹਿਸੀਲਦਾਰਾਂ, ਕਾਨੂੰਨਗੋਆਂ ਅਤੇ ਪਟਵਾਰੀਆਂ ਦੀਆਂ ਨਿਯੁਕਤੀਆਂ ਸਬੰਧੀ ਬਣਾਏ ਗਏ ਨਿਯਮਾਂ ਜਾਂ ਉੱਪ-ਨਿਯਮਾਂ ਨੂੰ ਲਾਗੂ ਕਰਦਾ ਹੈ।

ਕਮਿਸ਼ਨਰ ਡਿਪਟੀ ਕਮਿਸ਼ਨਰਾਂ ਵੱਲੋਂ ਕੀਤੇ ਗਏ ਅਪੀਲਾਂ ਦੇ ਫੈਸਲੇ ਅਪੀਲ ਜਾਂ ਰਿਵੀਜਨ ਦੇ ਰੂਪ ਵਿੱਚ ਸੁਣਦਾ ਹੈ।

ਤਕਸੀਮ ਦੇ ਕੇਸਾਂ, ਇੰਤਕਾਲ ਦੇ ਕੇਸ, ਗਿਰਦਾਵਰੀ ਦੀ ਦਰੁਸੱਤਗੀ ਦੇ ਕੇਸ ਅਤੇ ਨੰਬਰਦਾਰੀ ਦੇ ਕੇਸਾਂ ਸਬੰਧੀ ਅਪੀਲ ਜਾਂ ਰਿਵੀਜਨਾਂ ਕਮਿਸ਼ਨਰ ਦੀ ਅਦਾਲਤ ਵਲੋਂ ਸੁਣੀਆਂ ਜਾਂਦੀਆਂ ਹਨ।

ਵਿਦੇਸ਼ਾ ਵਿੱਚ ਵਸਦੇ ਪੰਜਾਬੀਆਂ ਜਾਂ ਭਾਰਤ ਵਾਸੀਆਂ (ਐਨ.ਆਰ.ਆਈ) ਵਲੋਂ ਆਪਣੀ ਜਾਇਦਾਦ ਸਬੰਧੀ ਭੇਜੇ ਗਏ ਦਸਤਾਵੇਜ਼ ਜਾਂ ਮੁਖਤਿਆਰਨਾਮੇ ਜਿਨ੍ਹਾਂ ਨੂੰ ਪੰਜਾਬ ਦੀਆਂ

ਅਦਾਲਤਾਂ ਰਾਹੀਂ ਲਾਗੂ ਕਰਵਾਉਣਾ ਹੁੰਦਾ ਹੈ, ਉਹ ਸਾਰੇ ਦਸਤਾਵੇਜ ਸਬੰਧਤ ਕਮਿਸ਼ਨਰ ਦੇ ਦਫਤਰ ਵਲੋਂ ਦਰਜ਼ ਕਰਕੇ ਰਜਿਸ਼ਟਰਡ **ਕੀਤੇ ਜਾਂਦੇ ਹਨ। ਤਾਂ ਹੀ ਉਹ ਅਦਾਲਤਾਂ ਵਿੱਚ ਮੰਨਣਯੋਗ ਹੁੰਦੇ ਹਨ।**

ਕਮਿਸ਼ਨਰ ਦੇ ਹੁਕਮਾਂ ਵਿਰੁੱਧ ਅਪੀਲ ਜਾਂ ਰਿਵੀਜਨ ਵਿੱਤ ਕਮਿਸ਼ਨਰ ਦੀ ਅਦਾਲਤ ਵਲੋਂ ਸੁਣਈਆਂ ਜਾਦੀਆਂ ਹਨ।

1. ਕੁਲੈਕਟਰ ਜਾਂ ਉੱਪ- ਕਮਿਸ਼ਨਰ (Collector or Deputy Commissioner):

ਪੰਜਾਬ ਲੈਂਡ ਰੈਵੀਨਿਊ ਐਕਟ ਦੇ ਸੈਕਸ਼ਨ 8 ਮੁਤਾਬਿਕ **ਡਿਪਟੀ ਕਮਿਸ਼ਨਰ,** ਸਹਾਇਕ ਕਮਿਸ਼ਨਰ ਅਤੇ ਵਧੀਕ ਕਮਿਸ਼ਨਰਾਂ ਦੀ ਨਿਯੁੱਕਤੀ ਦੇ ਅਧਿਕਾਰ ਰਾਜ ਸਰਕਾਰ ਪਾਸ ਹੁੰਦੇ ਹਨ।

ਇਸ ਐਕਟ ਦੇ ਮੁਤਾਬਿਕ ਡਿਪਟੀ ਕਮਿਸ਼ਨਰ ਨੂੰ ਜ਼ਿਲ੍ਹੇ ਦੇ ਕੁਲੈਕਟਰ ਦੀਆਂ ਸ਼ਕਤੀਆਂ ਵੀ ਪ੍ਰਾਪਤ ਹੁੰਦੀਆਂ ਹਨ। ਅਸਲ ਵਿੱਚ ਡਿਪਟੀ ਕਮਿਸ਼ਨਰ ਜ਼ਿਲ੍ਹੇ ਦਾ ਮੁੱਖ ਅਫਸਰ ਅਤੇ ਰਾਜ ਸਰਕਾਰ/ਗਵਰਨਰ ਦਾ ਜ਼ਿਲ੍ਹੇ ਵਿੱਚ ਸਿੱਧਾ ਨੁਮਾਇੰਦਾ ਹੁੰਦਾ ਹੈ।

ਡਿਪਟੀ ਕਮਿਸ਼ਨਰ ਦੇ ਤੌਰ ਤੇ ਉਹ ਜ਼ਿਲ੍ਹੇ ਦੇ ਹਰ ਮਹਿਕਮੇ ਦਾ ਮੁਖੀ ਹੁੰਦਾ ਹੈ। ਉਹ ਜ਼ਿਲ੍ਹੇ ਦੇ ਸਾਰੇ ਮਹਿਕਮਿਆਂ ਦੇ ਉੱਚ-ਅਧਿਕਾਰੀਆਂ ਨਾਲ ਮਹੀਨੇ ਵਿੱਚ ਘੱਟੋ ਘੱਟ ਇੱਕ ਮੀਟਿੰਗ ਜਰੂਰ ਕਰਦਾ ਹੈ।

ਡਿਪਟੀ ਕਮਿਸ਼ਨਰ ਹਰ ਰੋਜ਼ ਕੁੱਝ ਸਮਾਂ ਜ਼ਿਲ੍ਹੇ ਦੇ ਲੋਕਾਂ, ਪਿੰਡ ਦੀਆਂ ਪੰਚਾਇਤਾਂ, ਸਭਾ ਸੁਸਾਈਟੀਆਂ ਅਤੇ ਕਮੇਟੀਆਂ ਨੂੰ ਨਿੱਜੀ ਤੌਰ ਤੇ ਮਿਲਣ ਲਈ ਰੱਖਦਾ ਹੈ।

ਜ਼ਿਲ੍ਹਾ ਮੈਜਿਸਰੇਟ ਦੇ ਅਧਿਕਾਰਾਂ ਦੀ ਵਰਤੋਂ ਕਰਦੇ ਹੋਏ ਡਿਪਟੀ ਕਮਿਸ਼ਨਰ ਜ਼ਿਲ੍ਹੇ ਵਿੱਚ ਅਮਨ ਕਾਨੂੰਨ ਦੀ ਵਿਵਸਥਾ ਦੀ ਨਿਗਰਾਨੀ ਕਰਦਾ ਅਤੇ ਉਸ ਨੂੰ ਬਰਕਰਾਰ ਰੱਖਦਾ ਹੈ।

ਕਿਸੇ ਵੀ ਹੰਗਾਮੀ ਹਾਲਤ ਵਿੱਚ ਜ਼ਿਲ੍ਹਾ ਮੈਜਿਸਰੇਟ, ਜ਼ਿਲ੍ਹੇ ਵਿੱਚ ਫੌਜਦਾਰੀ ਕਾਨੂੰਨ ਦੀ ਧਾਰਾ **144** ਲਾਗੂ ਕਰ ਸਕਦਾ ਹੈ, ਜਿਸ ਮੁਤਾਬਿਕ ਪੰਜ ਜਾਂ ਪੰਜ ਤੋਂ ਵੱਧ ਆਦਮੀ ਕਿਸੇ ਥਾਂ ਤੇ ਹਥਿਆਰਬੰਦ ਹੋ ਕੇ ਇੱਕਠੇ ਨਹੀਂ ਹੋ ਸਕਦੇ ਅਤੇ ਜ਼ਿਲ੍ਹੇ ਵਿੱਚ ਕੋਈ ਵੀ ਰਾਜਨੀਤਿਕ ਪਾਰਟੀ ਜਾਂ ਸੰਗਠਨ ਆਪਣੀਆਂ ਮੀਟਿੰਗਾਂ, ਜਲਸੇ ਜਲੂਸ ਆਦਿ ਨਹੀਂ ਕੱਢ ਸਕਦੇ।

2. ਸਹਾਇਕ ਕੁਲੈਕਟਰ ਦਰਜਾ ਪਹਿਲਾ/ ਐਸ.ਡੀ.ਐਮ:

ਐਸ. ਡੀ. ਐਮ (ਸਬ-ਡਵੀਜ਼ਨਲ ਮੈਜਿਸਟਰੇਟ) ਦੀ ਪਦਵੀ ਤੇ ਹੁੰਦਿਆਂ ਉਹ ਤਹਿਸੀਲ ਦੇ ਮੁੱਖ ਅਫਸਰ ਵਜੋਂ ਕੰਮ ਕਰਦਾ ਹੈ। ਉਹ ਤਹਿਸੀਲ ਵਿੱਚ ਅਮਨ ਕਾਨੂੰਨ ਦੀ ਰਖਵਾਲੀ ਕਰਦਾ ਹੈ। ਅਮਨ ਕਾਨੂੰਨ ਦੀ ਸਥਿਤੀ ਨੂੰ ਬਹਾਲ ਰੱਖਣ ਲਈ ਉਹ **ਫੌਜਦਾਰੀ ਕਾਨੂੰਨ** ਦੀ ਧਾਰਾ **107/151** ਦੀ ਵਰਤੋਂ ਕਰਦਾ ਹੈ। ਬਤੌਰ ਐਸ. ਡੀ. ਐਮ ਉਹ ਜ਼ਮੀਨੀ ਝੱਗੜੇ ਜਿੰਨ੍ਹਾਂ ਵਿੱਚ ਕਬਜੇ ਦੇ ਅਧਿਕਾਰ ਨੂੰ ਲੈ ਕੇ ਦੋ ਜਾਂ ਦੋ ਤੋਂ ਵੱਧ ਧਿਰਾਂ ਵਿੱਚ ਝੱਗੜਾ ਇਥੋਂ ਤੱਕ ਵੱਧ ਜਾਵੇ ਕਿ ਅਮਨ ਕਾਨੂੰਨ ਦੀ ਸਥਿਤੀ ਨੂੰ ਖ਼ਤਰਾ ਪੈਦਾ ਹੋ ਜਾਵੇ ਤਾਂ ਐਸ. ਡੀ. ਐਮ ਸਬੰਧਤ ਥਾਣੇ ਦੇ ਪੁਲਿਸ ਮੁੱਖੀ ਦੀ ਰਿਪੋਰਟ ਆਉਣ ਤੇ ਉਸ ਜ਼ਮੀਨ ਉੱਪਰ **ਫੌਜਦਾਰੀ ਕਾਨੂੰਨ ਦੀ**

ਧਾਰਾ 145-146 ਲਾਗੂ ਕਰਕੇ ਝਗੜੇ ਵਾਲੀ ਜ਼ਮੀਨ ਨੂੰ ਆਪਣੇ ਅਧਿਕਾਰ ਹੇਠ ਲੈ ਲੈਂਦਾ ਹੈ ਅਤੇ ਦੋਵਾਂ ਧਿਰਾਂ ਨੂੰ ਉਸ ਜਮੀਨ ਵਿੱਚ ਵੜਨ ਤੋਂ ਰੋਕ ਦਿੰਦਾ ਹੈ, ਜੇਕਰ ਜਮੀਨ ਵਿੱਚ ਕੋਈ ਫ਼ਸਲ ਖੜ੍ਹੀ ਹੋਵੇ ਤਾਂ ਉਹ ਫ਼ਸਲ ਨੂੰ ਕੁਰਕ ਕਰਕੇ ਤਹਿਸੀਲਦਾਰ ਨੂੰ ਉਸ ਜ਼ਮੀਨ ਤੇ ਦਫਾ **146** ਰਾਹੀਂ ਰਸ਼ੀਵਰ ਨਿਯੁਕਤ ਕਰ ਦਿੰਦਾ ਹੈ। ਤਹਿਸੀਲਦਾਰ ਉਸ ਫ਼ਸਲ ਨੂੰ ਕਟਵਾ ਕੇ ਉਸ ਨੂੰ ਮੰਡੀ ਵਿੱਚ ਵੇਚਦਾ ਹੈ ਅਤੇ ਰਕਮ ਸਰਕਾਰੀ ਖਜ਼ਾਨੇ ਵਿੱਚ ਜਮ੍ਹਾਂ ਕਰਵਾ ਦਿੰਦਾ ਹੈ। ਐਸ. ਡੀ. ਐਮ ਪਾਸ **ਫੌਜਦਾਰੀ ਕਾਨੂੰਨ ਦੀ ਦਫਾ 133** ਅਨੁਸਾਰ ਪ੍ਰਦੂਸ਼ਣ ਰੋਕਣ ਦੇ ਮੁੱਢਲੇ ਅਧਿਕਾਰ ਵੀ ਹੁੰਦੇ ਹਨ।

ਤਹਿਸੀਲਦਾਰ ਅਤੇ ਨਾਇਬ ਤਹਿਸੀਲਦਾਰ

ਪੰਜਾਬ ਵਿੱਚ ਸੰਨ 2018 ਤੱਕ **5 ਡਵੀਜ਼ਨ 22 ਜ਼ਿਲ੍ਹੇ 82** ਤਹਿਸੀਲਾਂ ਅਤੇ **87 ਸਬ-**ਤਹਿਸੀਲਾਂ ਹਨ। ਤਹਿਸੀਲ ਦੇ ਮੁਖੀ ਨੂੰ ਤਹਿਸੀਲਦਾਰ ਜਾਂ ਸਹਾਇਕ ਕੁਲੈਕਟਰ ਦਰਜਾ-**I** ਅਤੇ ਨਾਇਬ ਤਹਿਸੀਲਦਾਰ ਨੂੰ ਸਹਾਇਕ ਕੁਲੈਕਟਰ ਦਰਜਾ-**II** ਕਿਹਾ ਜਾਂਦਾ ਹੈ। ਇਹ ਦੋਨੇ ਅਫਸਰਾਂ ਕੋਲ ਤਹਿਸੀਲ ਦੇ ਮਾਲ ਸਬੰਧੀ ਕੰਮਾਂ ਦਾ ਇੰਚਾਰਜ ਹੁੰਦਾ ਹੈ।

ਪੰਜਾਬ ਲੈਂਡ ਐਡਮਿਸਟ੍ਰੇਸ਼ਨ ਮੈਨੂਅਲ ਦੇ ਪੈਰਾ ਨੰਬਰ 241 ਵਿੱਚ **ਤਹਿਸੀਲਦਾਰ/ਨੈਬ ਤਹਿਸੀਲਦਾਰ** ਦੇ ਕੰਮਾਂ ਦਾ ਵੇਰਵਾ ਦਰਜ ਕੀਤਾ ਗਿਆ ਹੈ:

1. ਤਹਿਸੀਲਦਾਰ ਹਰ ਰੋਜ਼ ਕੁੱਝ ਸਮਾਂ ਆਪਣੇ ਦਫਤਰ ਵਿੱਚ ਬੈਠ ਕੇ ਆਮ ਲੋਕਾਂ ਦੀਆਂ ਦੁੱਖ ਤਕਲੀਫਾਂ ਸੁਣਦਾ ਹੈ ਅਤੇ ਉਨ੍ਹਾਂ ਨੂੰ ਹਲ ਕਰਨ ਦੇ ਹਰ ਸੰਭਵ ਯਤਨ ਕਰਦਾ ਹੈ।
2. ਪਟਵਾਰੀ ਵਲੋਂ ਦਰਜ ਕੀਤੇ ਇੰਤਕਾਲਾਂ ਦੀ, ਗਿਰਦਾਵਰੀ ਕਾਨੂੰਨਗੋ ਵੱਲੋਂ ਮੁਕਾਬਲਾ ਕਰਨ ਉਪਰੰਤ ਹਲਕਾ ਮਾਲ ਅਧਿਕਾਰੀ (ਤਹਿਸੀਲਦਾਰ) ਫੈਸਲਾ ਕਰਦਾ ਹੈ। ਇਹ ਫੈਸਲਾ ਪਿੰਡ ਦੇ ਇਕੱਠ ਵਿੱਚ ਦੋਨਾਂ ਧਿਰਾਂ ਨੂੰ ਸੁਣ ਕੇ ਕੀਤਾ ਜਾਂਦਾ ਹੈ।
3. ਉਹਨਾਂ ਵਲੋਂ ਵੱਲੋਂ ਉਨ੍ਹਾਂ ਦੇ ਅਧੀਨ ਕਾਨੂੰਨਗੋਆਂ, ਪਟਵਾਰੀਆਂ ਦੇ ਕੰਮਾਂ ਦੀ ਪੜ੍ਹਤਾਲ ਕੀਤੀ ਜਾਂਦੀ ਹੈ ਅਤੇ ਗਿਰਦਾਵਰੀ ਦਰੁਸਤੀ ਦੇ ਕੇਸਾਂ ਦੇ ਫੈਸਲੇ ਵੀ ਕੀਤੇ ਜਾਂਦੇ ਹਨ।
4. ਸਾਉਣੀ ਜਾਂ ਵਾਧੂ ਸਾਉਣੀ, ਹਾੜ੍ਹੀ ਜਾ ਵਾਧੂ ਹਾੜ੍ਹੀ ਦੀ ਫਸਲਾਂ ਦੀ ਗਿਰਦਾਵਰੀ ਦੀ ਪੜਤਾਲ ਕੀਤੀ ਜਾਂਦੀ ਹੈ।
5. ਗਿਰਦਾਵਰੀ ਕਾਨੂੰਗੋਆਂ ਵੱਲੋਂ ਜੰਮ੍ਹਾਂਬੰਦੀਆਂ ਦੀ ਪੜਤਾਲ ਕਰਨ ਉਪਰੰਤ ਹਲਕਾ ਮਾਲ ਅਧਿਕਾਰੀ (ਤਹਿਸੀਲਦਾਰ) ਵਲੋਂ ਇਨ੍ਹਾਂ ਦੀ ਪੜਤਾਲ ਤੇ ਆਖੀਰ ਤਸਦੀਕ ਕੀਤੀ ਜਾਂਦੀ ਹੈ।
6. ਉਹ ਤਕਸੀਮ ਤੇ ਲਗਾਨ ਦੇ ਮੁਕੱਦਮਿਆਂ ਆਦਿਕ ਦਾ ਫੈਸਲਾ ਕਰਦੇ ਹਨ।
7. ਉਹ ਮਾਲ ਵਿਭਾਗ ਦੀ ਵਸੂਲੀ ਦਾ ਕੰਮ ਵੀ ਕਰਦੇ ਹਨ।
8. ਤਹਿਸੀਲਦਾਰ ਆਪਣੀ ਤਹਿਸੀਲ ਦੇ ਪਟਵਾਰੀਆਂ ਅਤੇ ਕਾਨੂੰਨਗੋਆਂ ਦੀ ਮਹੀਨੇ ਵਿੱਚ ਇੱਕ ਵਾਰ ਆਪਣੇ ਦਫਤਰ ਸਦ ਕੇ ਮੀਟਿੰਗ ਕੀਤੀ ਜਾਂਦੀ ਹੈ ਅਤੇ ਉਨ੍ਹਾਂ ਵਲੋਂ ਕੀਤੇ ਕੰਮਾਂ ਦੀ ਪੁੱਛ ਪੜਤਾਲ ਕੀਤੀ ਜਾਂਦੀ ਹੈ।

9. ਤਹਿਸੀਲਦਾਰ ਤਹਿਸੀਲ ਪੱਧਰ ਤੇ ਸਬ- ਰਜਿਸਟਰਾਰ ਦੇ ਦਫਤਰ ਵਿੱਚ ਬੈਠ ਕੇ ਰਜਿਸ਼ਟਰੀਆਂ ਅਤੇ ਹੋਰ ਰਜ਼ਿਸਟਰ ਹੋਣ ਯੋਗ ਵਸੀਕੇ ਜਿਵੇਂ ਕਿ ਵਸੀਅਤਾਂ ਆਦਿ ਰਜਿਸ਼ਟਰਡ ਕਰਦਾ ਹੈ ਅਤੇ ਪ੍ਰਾਪਤ ਹੋਈਆਂ ਫੀਸਾਂ ਨੂੰ ਸਰਕਾਰੀ ਖਜ਼ਾਨੇ ਵਿੱਚ ਜਮ੍ਹਾਂ ਕਰਵਾਉਂਦਾ ਹੈ।
10. ਤਹਿਸੀਲਦਾਰ ਨੂੰ ਤਹਿਸੀਲ ਵਿੱਚ ਉਹ ਸਾਰੇ ਅਧਿਕਾਰ ਪ੍ਰਾਪਤ ਹੁੰਦੇ ਹਨ ਜੋ ਡਿਪਟੀ ਕਮਿਸ਼ਨਰ ਨੂੰ ਜਿਲ੍ਹਾ ਪੱਧਰ ਤੇ ਹੁੰਦੇ ਹਨ।

ਤਹਿਸੀਲਦਾਰ ਜਾਂ ਨਾਇਬ ਤਹਿਸੀਲਦਾਰ ਵਲੋਂ ਪਟਵਾਰ ਹਲਕੇ ਦਾ ਦੌਰਾ ਅਤੇ ਚੈਕਿੰਗ:
ਤਹਿਸੀਲਦਾਰ/ਨਾਇਬ ਤਹਿਸੀਲਦਾਰ ਵਲੋਂ ਹਲਕਾ ਪਟਵਾਰੀ ਦੇ ਕੰਮ ਦਾ ਨਿਰੀਖਣ:

ਭਾਗ**-C** ਪੈਰਾ**-8.11:**
ਪੰਜਾਬ ਐਡਮਿਨਿਸ਼ਟਰੇਸਨ ਮੈਨੂਅਲ ਦੇ ਪੈਰਾ ਅਨੁਸਾਰ ਤਹਿਸੀਲਦਾਰ/ਨਾਇਬ ਤਹਿਸੀਲਦਾਰ ਲੈਂਡ ਰਿਕਾਰਡ ਦੀ ਚੈਕਿੰਗ ਦੇ ਸਬੰਧ ਵਿੱਚ ਹਲਕੇ ਵਿੱਚ ਜਾ ਕੇ ਹਰ ਪਟਵਾਰੀ ਅਤੇ ਕਾਨੂੰਗੋ ਦੇ ਕੀਤੇ ਕੰਮਾਂ ਦਾ ਮੁਆਇਨਾ ਕਰਦਾ ਹੈ**,** ਅਗਰ ਉਨ੍ਹਾਂ ਦੇ ਕੰਮ ਵਿੱਚ ਕੋਈ ਗਲਤੀ ਪਾਈ ਜਾਂਦੀ ਹੈ ਤਾਂ ਉਨ੍ਹਾਂ ਨੂੰ ਯੋਗ ਦਿਸ਼ਾ ਨਿਰਦੇਸ ਦਿੰਦਾ ਹੈ ਤਾਂਕਿ ਉਹ ਠੀਕ ਕੀਤੀ ਜਾ ਸਕੇ।

ਪੈਰਾ**-8.12** ਅਨੁਸਾਰ ਤਹਿਸੀਲਦਾਰ/ਨਾਇਬ ਤਹਿਸੀਲਦਾਰ ਨੂੰ ਇੱਕ ਡਾਇਰੀ ਆਪਣੇ ਕੋਲ ਰੱਖਣੀ ਹੁੰਦੀ ਹੈ ਜਿਸ ਵਿੱਚ ਆਪਣੇ ਪੜਤਾਲੀ ਦੌਰੇ ਦਾ ਵੇਰਵਾ ਦਰਜ਼ ਕਰਦਾ ਹੈ ਅਤੇ ਹਰ ਮਹੀਨੇ ਪਹਿਲੀ ਤਰੀਕ ਨੂੰ ਡਿਪਟੀ ਕਮਿਸ਼ਨਰ ਨੂੰ ਪੇਸ਼ ਕਰਦਾ ਹੈ।

ਪੈਰਾ**-8.13** ਅਨੁਸਾਰ ਤਹਿਸੀਲਦਾਰ/ਨਾਇਬ ਤਹਿਸੀਲਦਾਰ ਨੇ ਆਪਣੇ ਦੌਰੇ ਦੌਰਾਨ ਸਾਰੇ ਕਾਨੂੰਗੋਆਂ ਦੇ ਗਿਰਦਾਵਰੀਆਂ ਸਬੰਧੀ ਕੰਮ ਅਤੇ ਫਰਦ ਬਾਛ ਵਗੈਰਾ ਦੀ ਵੀ ਪੜਤਾਲ ਕੀਤੀ ਜਾਂਦੀ ਹੈ। ਇਹਨਾਂ ਨੇ ਆਪਣੇ ਦੌਰੇ ਦਾ ਰੂਟ ਇਸ ਤਰ੍ਹਾਂ ਬਣਾਉਂਦੇ ਹਨ ਕਿ ਸਾਰੇ ਦਫਤਰਾਂ ਵਿੱਚ ਅਸਾਨੀ ਨਾਲ ਜਾ ਸਕਣ। ਅਤੇ ਆਪਣੇ ਤਹਿਸੀਲ ਦੇ ਦਫਤਰ ਦੀ ਵੀ ਚੈਕਿੰਗ ਕਰਨੀ ਹੁੰਦੀ ਹੈ।

ਏਸੇ ਚੈਪਟਰ ਦੇ ਅਨੈਕਚਰ**-E** ਵਿੱਚ ਤਹਿਸੀਲਦਾਰ/ਨਾਇਬ ਤਹਿਸੀਲਦਾਰ ਨੇ ਇਨ੍ਹਾਂ ਇਨ੍ਹਾਂ ਗੱਲਾਂ ਦਾ ਖਿਆਲ ਰੱਖਣਾ ਜਰੂਰੀ ਹੁੰਦਾ ਹੈ:

1. ਮਾਲ ਅਧਿਕਾਰੀ ਨੇ ਅਕਤੂਬਰ ਤੋਂ ਅਪ੍ਰੈਲ ਦੇ ਅਖੀਰ ਤੱਕ ਕਿਨ੍ਹਾਂ ਸਮਾਂ ਆਪਣੇ ਦੌਰਿਆਂ ਤੇ ਬਿਤਾਇਆ ਅਤੇ ਉਨ੍ਹਾਂ ਦਾ ਕੀ ਕਾਰਨ ਸੀ। **(**ਪੰਜਾਬ ਐਡਮਿਨਿਸ਼ਟਰੇਸਨ ਮੈਨੂਅਲ ਦੇ ਪੈਰਾ**-244)**
2. ਉਸ ਨੇ ਆਪਣਾ ਦੌਰਾਂ ਇਸ ਯੋਜਨਾਂ ਬੱਧ ਢੰਗ ਨਾਲ ਬਣਾਇਆ ਸੀ ਜਿਸ ਨਾਲ ਉਹ ਵੱਧ ਤੋਂ ਵੱਧ ਹਲਕੇ ਕਵਰ ਕੀਤੇ ਹੋਣ। **(**ਪੰਜਾਬ ਐਡਮਿਨਿਸ਼ਟਰੇਸਨ ਮੈਨੂਅਲ ਦੇ ਪੈਰਾ**-245)**
3. ਉਸ ਨੇ ਇਸ ਗੱਲ ਦਾ ਵੀ ਧਿਆਨ ਰੱਖਣਾ ਹੁੰਦਾ ਹੈ ਕਿ ਹਲਕਾ ਪਟਵਾਰੀਆਂ ਦੀ ਵਰਤੋਂ ਕਿਤੇ ਤਹਿਸੀਲ ਦਫ਼ਤਰ ਵਿੱਚ ਜਮ੍ਹਾਂਬੰਦੀਆਂ ਤਿਆਰ ਕਰਨ ਵਾਸਤੇ ਤਾਂ ਨਹੀ ਲਾਏ ਅਤੇ ਉਸ ਦੇ ਦੌਰੇ ਦੌਰਾਨ ਫ਼ੀਲਡ ਕਾਨੂੰਗੋ ਉਸ ਦੇ ਨਾਲ ਸੀ।

4. ਉਸ ਨੇ ਜਿਹੜੇ ਇੰਤਕਾਲ ਅਜੇ ਪਾਸ ਨਹੀਂ ਹੋਵੇ ਉਨ੍ਹਾਂ ਦੀ ਪੜਤਾਲ ਕਰਕੇ ਜੂਨ ਤੋਂ ਪਹਿਲਾਂ-ਪਹਿਲਾਂ ਦਫ਼ਤਰ ਪਹੁੰਚਦੇ ਕੀਤੇ ਹਨ।
5. ਕੀ ਉਸ ਨੇ ਗਰਦੌਰੀਆਂ ਦੇ ਕੰਮ ਵੱਲ ਵੀ ਧਿਆਨ ਦਿੱਤਾ ਹੈ।
6. ਕੀ ਉਸ ਨੇ ਬੁਰਦਾ ਬਰਾਮਦਗੀ ਦੇ ਕੰਮ ਵੱਲ ਕਾਫੀ ਧਿਆਨ ਦਿੱਤਾ।
7. ਕੀ ਉਸ ਨੇ ਕਲ੍ਹਰ, ਥ੍ਹਰ, ਸੇਮ ਅਤੇ ਰੇਤ ਦੇ ਏਰੀਏ ਦਾ ਦੌਰਾ ਕੀਤਾ।
8. ਕੀ ਤਕਸੀਮ ਦੇ ਕੇਸਾਂ ਦੀ ਪੜਤਾਲ ਹੋਈ।

ਪ੍ਰਸ਼ਨ: ਵਿੱਤ ਕਮਿਸ਼ਨਰ ਦੇ ਹੁਕੱਮਾਂ ਵਿਰੁੱਧ ਅਪੀਲ ਕਿੱਥੇ ਕੀਤੀ ਜਾਂਦੀ ਹੈ?
ਉੱਤਰ: ਵਿੱਤ ਕਮਿਸ਼ਨਰ ਦੇ ਹੁਕੱਮਾਂ ਵਿਰੁੱਧ ਅਪੀਲ ਸਿਰਫ ਹਾਈਕੋਰਟ ਵਿੱਚ ਰਿਟ-ਪਟੀਸਨ ਲਾ ਕੇ ਕੀਤੀ ਜਾ ਸਕਦੀ ਹੈ।

ਪ੍ਰਸ਼ਨ: ਐਨ. ਆਰ. ਆਈ (N.R.I) ਵਲੋਂ ਬਾਹਰੋਂ ਭੇਜੇ ਦੱਸਤਾਵੇਜ਼ ਕਿੱਥੇ ਰਜਿਸ਼ਟਰਡ ਅਤੇ ਤਸਦੀਕ ਕਰਵਾਉਣਾ ਹੁੰਦਾ ਤਾਂ ਕਿ ਉਹ ਹਰ ਜਗ੍ਹਾ ਮੰਨਣਯੋਗ ਹੋਣ?
ਉੱਤਰ: ਵਿਦੇਸ਼ਾ ਵਿੱਚ ਵਸਦੇ ਪੰਜਾਬੀਆਂ ਜਾਂ ਭਾਰਤ ਵਾਸੀਆਂ (ਐਨ.ਆਰ.ਆਈ) ਵਲੋਂ ਆਪਣੀ ਜਾਇਦਾਦ ਸਬੰਧੀ ਭੇਜੇ ਗਏ ਦਸਤਾਵੇਜ਼ ਜਾਂ ਮੁਖਤਿਆਰਨਾਮੇ ਜਿਨ੍ਹਾਂ ਨੂੰ ਪੰਜਾਬ ਦੀਆਂ ਅਦਾਲਤਾਂ ਰਾਹੀਂ ਲਾਗੂ ਕਰਵਾਉਣਾ ਹੁੰਦਾ ਹੈ, ਉਹ ਸਾਰੇ ਦਸਤਾਵੇਜ ਸਬੰਧਤ ਕਮਿਸ਼ਨਰ ਦੇ ਦਫਤਰ ਵਲੋਂ ਦਰਜ਼ ਕਰਕੇ ਰਜਿਸ਼ਟਰਡ ਕੀਤੇ ਜਾਂਦੇ ਹਨ। ਤਾਂ ਹੀ ਉਹ ਅਦਾਲਤਾਂ ਵਿੱਚ ਮੰਨਣਯੋਗ ਹੁੰਦੇ ਹਨ।

ਪ੍ਰਸ਼ਨ: ਕਮਿਸ਼ਨਰ ਦੇ ਹੁੱਕਮਾਂ ਵਿਰੁਧ ਅਪੀਲ ਕਿੱਥੇ ਕੀਤੀ ਜਾਂਦੀ ਹੈ?
ਉੱਤਰ: ਕਮਿਸ਼ਨਰ ਦੇ ਹੁਕਮਾਂ ਵਿਰੁੱਧ ਅਪੀਲ ਜਾਂ ਰਿਵੀਜਨ ਵਿੱਤ ਕਮਿਸ਼ਨਰ ਦੀ ਅਦਾਲਤ ਵਲੋਂ ਸੁਣੀਆਂ ਜਾਦੀਆਂ ਹਨ।

ਪ੍ਰਸ਼ਨ: ਡਿਪਟੀ ਕਮਿਸ਼ਨਰ ਆਪਣੇ ਜ਼ਿਲ੍ਹੇ ਅੰਦਰ ਕਿਸੇ ਹੰਗਾਮੀ ਹਾਲਤ ਨਾਲ ਨਜਿੱਠਣ ਲਈ ਕੀ ਕਦਮ ਚੁੱਕਦਾ ਹੈ?
ਉੱਤਰ: ਡਿਪਟੀ ਕਮਿਸ਼ਨਰ ਕਿਸੇ ਵੀ ਹੰਗਾਮੀ ਹਾਲਤ ਵਿੱਚ ਜ਼ਿਲ੍ਹਾ ਮੈਜਿਸਰੇਟ, ਜ਼ਿਲ੍ਹੇ ਵਿੱਚ ਫੌਜਦਾਰੀ ਕਾਨੂੰਨ ਦੀ **ਧਾਰਾ 144** ਲਾਗੂ ਕਰ ਸਕਦਾ ਹੈ, ਜਿਸ ਮੁਤਾਬਿਕ ਪੰਜ ਜਾਂ ਪੰਜ ਤੋਂ ਵੱਧ ਆਦਮੀ ਕਿਸੇ ਥਾਂ ਤੇ ਹਥਿਆਰਬੰਦ ਹੋ ਕੇ ਇੱਕਠੇ ਨਹੀਂ ਹੋ ਸਕਦੇ ਅਤੇ ਜ਼ਿਲ੍ਹੇ ਵਿੱਚ ਕੋਈ ਵੀ ਰਾਜਨੀਤਿਕ ਪਾਰਟੀ ਜਾਂ ਸੰਗਠਨ ਆਪਣੀਆਂ ਮੀਟਿੰਗਾਂ, ਜਲਸੇ ਜਲੂਸ ਆਦਿ ਨਹੀਂ ਕੱਢ ਸਕਦੇ।

ਪ੍ਰਸ਼ਨ: ਐਸ.ਡੀ.ਐਮ ਬਤੌਰ ਸਹਾਇਕ ਕੁਲੈਕਟਰ ਆਪਣੀ ਤਹਿਸੀਲ ਵਿੱਚ ਅਮਨ ਕਾਨੂੰਨ ਨੂੰ ਬਣਾਈ ਰੱਖਣ ਲਈ ਕੀ ਕਰਦਾ ਹੈ?
ਉੱਤਰ: ਅਮਨ ਕਾਨੂੰਨ ਦੀ ਸਥਿਤੀ ਨੂੰ ਬਹਾਲ ਰੱਖਣ ਲਈ ਉਹ **ਫੌਜਦਾਰੀ ਕਾਨੂੰਨ ਦੀ ਧਾਰਾ 107/151** ਦੀ ਵਰਤੋਂ ਕਰਦਾ ਹੈ।

* * *

ਕਾਨੂੰਨਗੋ

ਪੰਜਾਬ ਲੈਂਡ ਰੈਵਨਿਊ ਐਕਟ ਦੇ ਅਧਿਆਏ ਤਿੰਨ ਅਤੇ ਸੈਕਸ਼ਨ 28 ਵਿੱਚ ਪੰਜਾਬ ਲੈਂਡ ਰਿਕਾਰਡ ਮੈਨੂਅਲ ਦੇ ਅਧਿਆਏ ਦੋ ਦੇ ਪੈਰਾ ਨੰਬਰ 2.21ਤੋਂ 2.67 ਤੱਕ ਅਤੇ ਪੰਜਾਬ ਲੈਂਡ ਐਡਮਿਸਟ੍ਰੇਸ਼ਨ ਮੈਨੂਅਲ ਦੇ ਅਧਿਆਏ 7 ਵਿੱਚ ਪੈਰਾ ਨੰਬਰ 264 ਤੋਂ 304 ਤੱਕ ਕਾਨੂੰਨਗੋ ਦੀ ਪਦਵੀ ਦਾ ਇਤਿਹਾਸ ਅਤੇ ਉਸ ਦੀ ਨਿਯੁੱਕਤੀ, ਉਸ ਦੇ ਅੱਡ ਅੱਡ ਅਹੁਦੇ, ਤੇ ਉਸ ਦਾ ਸਟਾਫ ਤੇ ਉਸ ਦੀ ਤਰਕੀ ਤੇ ਸੇਵਾ ਮੁਕਤੀ ਦੇ ਵੇਰਵੇ ਦਿੱਤੇ ਗਏ ਹਨ। ਹਰ ਇੱਕ ਜ਼ਿਲ੍ਹੇ ਦੇ ਮਾਲ ਮਹਿਕਮੇ ਵਿੱਚ ਇੱਕ ਹੈਡਕੁਆਟਰ ਤੇ ਜ਼ਿਲ੍ਹਾ ਕਾਨੂੰਗੋ, ਅਤੇ ਉਸ ਦਾ ਐਸਿਸਟੈਂਟ, ਤਹਿਸੀਲ ਲੈਵਲ ਤੇ ਦਫ਼ਤਰ ਕਾਨੂੰਗੋ ਜਾਂ ਸਦਰ ਕਾਨੂੰਗੋ ਅਤੇ ਪਟਵਾਰ ਹਲਕਿਆਂ ਵਿੱਚ ਫ਼ੀਲਡ ਕਾਨੂੰਗੋ ਹੁੰਦੇ ਹਨ। ਇੰਨ੍ਹਾਂ ਤੋਂ ਇਲਾਵਾ ਇੱਕ ਸਪੈਸ਼ਲ ਕਾਨੂੰਗੋ ਹੁੰਦਾਂ ਹੈ। ਆਮ ਤੌਰ ਤੇ **10** ਪਟਵਾਰੀਆਂ ਪਿੱਛੇ ਇੱਕ ਫ਼ੀਲਡ ਕਾਨੂੰਗੋ ਲਾਇਆ ਜਾਂਦਾ ਹੈ। ਸਪੈਸ਼ਲ ਕਾਨੂੰਗੋ ਸਿਰਫ ਆਦਲਤ ਦੇ ਕੇਸਾਂ ਵਿੱਚ ਰਿਕਾਰਡ ਲੈ ਕੇ ਜਾਣ ਦਾ ਕੰਮ ਹੀ ਕਰਦਾ ਹੈ।

ਪੈਰਾ **2.22** ਅਨੁਸਾਰ ਫ਼ੀਲਡ ਕਾਨੂੰਗੋ, ਜ਼ਿਲ੍ਹਾ ਕਾਨੂੰਗੋ ਅਤੇ ਸਪੈਸ਼ਲ ਕਾਨੂੰਗੋ ਨੂੰ ਇੱਕ ਇੱਕ ਚੱਪੜਾਸੀ ਦਿੱਤਾ ਜਾਂਦਾ ਹੈ।

ਪੈਰਾ **2.29** ਅਨੁਸਾਰ ਸਾਰੇ ਕਾਨੂੰਗੋਆਂ ਨੂੰ ਹਦਾਇਤ ਹੁੰਦੀ ਹੈ ਕਿ ਉਹਨਾਂ ਨੇ ਆਪਣੇ ਅਧਿਕਾਰ ਖੇਤਰ ਮੁਤਾਬਿਕ ਹੀ ਕੰਮ ਕਰਨਾ ਹੁੰਦਾ ਹੈ ਅਤੇ ਇਸ ਨੂੰ ਤਹਿਸੀਲਦਾਰ ਵਗੈਰਾ ਦਾ ਰੀਡਰ ਵਜੋਂ ਨਹੀਂ ਕੰਮ ਕਰ ਸਕਦਾ।

ਪਟਵਾਰੀ ਅਤੇ ਕਾਨੂੰਗੋ ਦੋ ਮਹਿਕਮਾ ਮਾਲ ਦੇ ਅਜਿਹੇ ਅਧਿਕਾਰੀ ਹਨ ਜਿਨ੍ਹਾਂ ਦਾ ਪਿੰਡ ਦੇ ਕਿਸਾਨਾਂ ਨਾਲ ਸਿੱਧਾ ਵਾਹ ਪੈਂਦਾ ਹੈ। ਅਤੇ ਆਮ ਭਾਸ਼ਾ ਵਿੱਚ ਕਿਸਾਨ ਕਾਨੂੰਨਗੋ ਨੂੰ ਕਾਨੂੰਗੋ ਹੀ ਕਹਿੰਦੇ ਹਨ। ਇਹਨਾਂ ਦੋਨਾਂ ਅਧਿਕਾਰੀਆਂ ਦੇ ਅਧਿਕਾਰ, ਡਿਊਟੀਆਂ ਅਤੇ ਫਰਜਾਂ ਨੂੰ ਸੱਮਝਣਾ ਹਰ ਕਿਸਾਨ ਲਈ ਜਰੂਰੀ ਹੈ ਤਾਂ ਜੋ ਹਰ ਕਿਸਾਨ ਇਹਨਾਂ ਤੋਂ ਸਹੀ ਕੰਮ ਲੈ ਸਕੇ। ਆਮ ਤੌਰ ਤੇ 20 ਪਟਵਾਰ ਹਲਕਿਆਂ ਤੇ ਇੱਕ ਕਾਨੂੰਗੋ ਹੁੰਦਾ ਹੈ ਅਤੇ 2 ਜਾਂ ਇਸ ਤੋਂ ਵੱਧ ਕਾਨੂੰਗੋਆਂ ਨੂੰ ਮਿਲਾਕੇ ਇੱਕ ਤਹਿਸੀਲ ਬਣਦੀ ਹੈ।

ਖਾਲਸਾਈ ਬੋਲੇ ਵਿੱਚ "ਖੂੰਡੇ" ਨੂੰ ਕਾਨੂੰਗੋ ਕਹਿੰਦੇ ਹਨ, ਜਿਸ ਦਾ ਅਰਥ ਹੈ ਜੇ ਤੈਨੂੰ ਨਿਯਮਾਂ (ਕਾਨੂੰਨਾਂ) ਦੀ ਸੱਮਝ ਨਹੀਂ ਆਉਂਦੀ ਤਾਂ ਫਿਰ ਕੱਢਾ (ਕਾਨੂੰਗੋ) ਭਾਵ ਖੂੰਡਾ।

ਅੰਗਰੇਜੀ ਰਾਜ ਵੇਲੇ ਕਾਨੂੰਗੋ ਅਤੇ ਪਟਵਾਰੀ ਨੂੰ **ਵਿਲੇਜ** ਆਫ਼ੀਸਰ ਕਿਹਾ ਜਾਂਦਾ ਸੀ।

ਪੰਜਾਬ ਲੈਂਡ ਐਡਮਿਸਟ੍ਰੇਸ਼ਨ ਮੈਨੂਅਲ ਦੇ ਪੈਰਾ 265 ਮੁਤਾਬਿਕ 1885 ਵਿੱਚ ਇਨ੍ਹਾਂ ਅਹੁੱਦਿਆਂ ਦੇ ਕੰਮਕਾਰ ਵਿੱਚ ਕੁੱਝ ਸੁਧਾਰ ਲਿਆਂਦਾ ਗਿਆ ਜਿਵੇਂ ਕਿ:

(ੳ) ਹਰ ਫ਼ਸਲ ਦੀ ਉੱਪਜ ਦਾ ਰਿਕਾਰਡ।

(ਅ) ਜਮੀਨ ਦੇ ਮਾਲਕੀ ਦੇ ਰਿਕਾਰਡ ਨੂੰ ਪੂਰਾ-ਪੂਰਾ ਸਹੀ ਤਿਆਰ ਰੱਖਣਾ ਅਤੇ ਇਸ ਲਈ ਲੋੜੀਂਦੇ ਇੰਤਕਾਲ ਕਰਨੇ।

(ੲ) ਹਰ ਇੱਕ ਫ਼ਸਲ ਦੀ ਪੈਦਾਵਾਰ, ਦੇ ਅੰਕੜੇ ਇੰਤਕਾਲਾਂ ਦੇ ਰਜ਼ਿਸਟਰ ਅਤੇ ਮਾਲਕਾਨਾ ਰਿਕਾਰਡ ਦੇ ਰਜ਼ਿਸਟਰਾਂ ਦੀ ਪੜਤਾਲ ਤੇ ਸੰਭਾਲ ਕਰਨੀ।

ਪੰਜਾਬ ਲੈਂਡ ਐਡਮਿਸਟ੍ਰੇਸ਼ਨ ਮੈਨੂਅਲ ਦੇ ਪੈਰਾ 293 ਮੁਤਾਬਿਕ ਕਾਨੂੰਗੋ ਦੇ ਸਟਾਫ਼ ਨੂੰ ਇਉਂ ਲੜੀਬੱਧ ਕੀਤਾ ਹੈ:

(ੳ) ਫੀਲਡ ਕਾਨੂੰਗੋ ਜਾਂ ਹਲਕਾ ਕਾਨੂੰਗੋ

(ਅ) ਤਹਿਸੀਲਦਾਰ ਦੇ ਦਫ਼ਤਰ ਦਾ ਦਫ਼ਤਰ ਕਾਨੂੰਗੋ

(ੲ) ਜ਼ਿਲ੍ਹਾ ਕਾਨੂੰਗੋ ਜਾਂ ਸਦਰ ਕਾਨੂੰਗੋ

ਇਨ੍ਹਾਂ ਦੀ ਗਿਣਤੀ ਦੀ ਹਰ ਜ਼ਿਲ੍ਹੇ ਵਿੱਚ ਵਾਧ ਘਾਟ ਕੇਵਲ ਰਾਜ ਸਰਕਾਰ ਹੀ ਕਰ ਸਕਦੀ ਹੈ। ਹਰ ਜ਼ਿਲ੍ਹੇ ਵਿੱਚ ਹੋਣ ਵਾਲੇ ਹਰ ਵਾਧੇ ਦੀ ਸਕੀਮ PLRM Page 2.22 ਕਮਿਸ਼ਨਰ, ਡਾਇਰੈਕਟਰ ਲੈਂਡ ਰਿਕਾਰਡ ਰਾਹੀਂ ਵਿੱਤ ਕਮਿਸ਼ਨਰ ਨੂੰ ਭੇਜਦਾ ਹੈ ਅਤੇ ਵਿੱਤ ਕਮਿਸ਼ਨਰ ਰਾਜ ਸਰਕਾਰ ਨੂੰ। ਹਰ ਇੱਕ ਜ਼ਿਲ੍ਹਾ ਕਾਨੂੰਗੋ ਦੇ ਨਾਲ ਘੱਟੋ-ਘੱਟ ਇੱਕ ਸ਼ਪੈਸਲ ਕਾਨੂੰਗੋ ਜਾਂ ਪਟਵਾਰੀ ਮੁਹਰਰ ਦੀ ਡਿਊਟੀ ਹੁੰਦੀ ਹੈ, ਤਾਂਕਿ ਉਹ ਮਹਿਕਮਾ ਮਾਲ ਦੇ ਰਿਕਾਰਡ ਨੂੰ ਅਦਾਲਤ ਵਿੱਚ ਪੇਸ਼ ਕਰਦੇ ਹਨ। ਹਰ ਫੀਲਡ ਕਾਨੂੰਗੋ, ਜ਼ਿਲ੍ਹਾ ਕਾਨੂੰਗੋ ਅਤੇ ਸਪੈਸ਼ਲ ਕਾਨੂੰਗੋ ਨੂੰ ਇੱਕ-ਇੱਕ ਚੱਪੜਾਸੀ ਦਿੱਤਾ ਜਾਂਦਾ ਹੈ।

ਜ਼ਿਲ੍ਹਾ ਕਾਨੂੰਗੋ ਜਾਂ (ਸਦਰ ਕਾਨੂੰਗੋ) ਦੇ ਕੰਮ:

ਜ਼ਿਲ੍ਹਾ ਕਾਨੂੰਗੋ ਆਪਣੇ ਜ਼ਿਲ੍ਹੇ ਨਾਲ ਸਬੰਧਿਤ ਸਾਰੇ ਕਾਨੂੰਗੋਆਂ ਅਤੇ ਪਟਵਾਰੀਆਂ ਵਲੋਂ ਕੀਤੇ ਗਏ ਕੰਮਾਂ ਦੇ ਵੇਰਵੇ ਅਤੇ ਆਪਣੇ-ਆਪਣੇ ਹਲਕੇ ਵਿਚੋਂ ਭੇਜੀਆਂ ਗਈਆਂ ਰਿਪੋਰਟਾ ਡਿਪਟੀ ਕਮਿਸ਼ਨਰ ਦੇ ਦਫਤਰ ਵਿੱਚ ਸਬੰਧਿਤ ਸਾਰੇ ਦਫਤਰਾਂ ਨੂੰ ਭੇਜਦਾ ਹੈ ਅਤੇ ਇਹਨਾਂ ਦੀ ਜਾਣਕਾਰੀ ਡਿਪਟੀ ਕਮਿਸ਼ਨਰ ਨੂੰ ਦਿੰਦਾ ਹੈ।

ਸਦਰ ਕਾਨੂੰਗੋ ਹਰ ਸਾਲ ਪਹਿਲੀ ਅਕਤੂਬਰ ਤੋਂ 30 ਅਪ੍ਰੈਲ ਤੱਕ ਹਰ ਮਹੀਨੇ ਘੱਟੋ-ਘੱਟ 15 ਦਿਨ ਅੱਡ-ਅੱਡ ਪਟਵਾਰ ਹਲਕੇ ਤੇ ਕਾਨੂੰਗੋ ਦੇ ਹਲਕਿਆਂ ਵਿੱਚ ਜਾ ਕੇ ਉਨ੍ਹਾਂ ਵਲੋਂ ਕੀਤੇ ਕੰਮਾਂ ਦੀ ਪੜਤਾਲ ਕਰਦਾ ਹੈ।

ਜਦੋਂ ਸਦਰ ਕਾਨੂੰਗੋ ਆਪਣੀ ਪੜਤਾਲ ਤੋਂ ਵਾਪਸ ਆਉਂਦਾ ਹੈ ਤਾਂ ਉਹ ਆਪਣੇ ਕੀਤੇ ਕੰਮ ਦੀ ਪੜਤਾਲ ਦੀ ਰਿਪੋਰਟ ਅਤੇ ਹੋਰ ਵੇਰਵੇ ਤਹਿਸੀਲਦਾਰ ਦੀ ਨਜਰ ਵਿੱਚ ਲਿਆ ਕੇ ਆਪਣੀ ਡਾਇਰੀ ਡਿਪਟੀ ਕਮਿਸ਼ਨਰ ਦੇ ਪੇਸ਼ ਕਰਦਾ ਹੈ।

ਸਦਰ ਕਾਨੂੰਗੋ ਹਰ ਤਹਿਸੀਲ ਦੇ ਹਰ ਕਾਨੂੰਗੋ ਦੇ ਬਕਾਇਆ ਇੰਤਕਾਲਾ ਦੀ ਲਿਸਟ ਤਿਆਰ ਕਰਦਾ ਹੈ ਅਤੇ ਉਸ ਲਿਸਟ ਨੂੰ ਡਿਪਟੀ ਕਮਿਸ਼ਨਰ ਨੂੰ ਪੇਸ਼ ਕਰਦਾ ਹੈ।

ਸਦਰ ਕਾਨੂੰਗੋ ਨੂੰ ਡਿਪਟੀ ਕਮਿਸ਼ਨਰ ਦੇ ਦਫ਼ਤਰ ਵਲੋਂ ਹਰ ਮਹੀਨੇ ਕੁੱਝ ਫੰਡ ਦਫ਼ਤਰ ਦੇ ਕੰਮਾਂ ਲਈ ਮਿਲਦਾ ਹੈ, ਜਿਸ ਦਾ ਪੂਰਾ ਹਿਸਾਬ ਸਦਰ ਕਾਨੂੰਗੋ ਰੱਖਦਾ ਹੈ।

ਸਦਰ ਕਾਨੂੰਗੋ ਆਪਣੇ ਟੂਰ ਸਮੇਂ ਹਰ ਪਿੰਡ ਦੇ ਜਨਮ ਤੇ ਮੌਤ ਰਜ਼ਿਸਟਰ ਦੀ ਚੈਕਿੰਗ ਕਰਦਾ ਹੈ ਜੇਕਰ ਰਜ਼ਿਸਟਰ ਵਿੱਚ ਕੋਈ ਗਲਤੀ ਹੋਵੇ ਤਾਂ ਇਸ ਦੀ ਸੂਚਨਾਂ ਡਿਪਟੀ ਕਮਿਸ਼ਨਰ ਨੂੰ ਜਰੂਰੀ ਕਾਰਵਾਈ ਵਾਸਤੇ ਭੇਜਦਾ ਹੈ।

ਸਦਰ ਕਾਨੂੰਗੋ ਕਈ ਤਰ੍ਹਾਂ ਦੇ ਰਜ਼ਿਸਟਰ ਤਿਆਰ ਕਰਦਾ ਹੈ ਜਿਵੇਂ ਕਿ ਫਲੱਡ, ਸੋਕਾ, ਖਰਾਬਾ, ਸਰਕਾਰੀ ਸਹਾਇਤਾ, ਸਰਕਾਰੀ ਕਰਜ਼ੇ ਆਦਿ ਦੇ ਰਜ਼ਿਸਟਰ।

ਸਦਰ ਕਾਨੂੰਗੋ ਆਪਣੇ ਜ਼ਿਲ੍ਹੇ ਦੇ ਪਟਵਾਰੀਆਂ ਦੀ ਸਿਨਿਉਰਿਟੀ ਲਿਸਟ ਵੀ ਤਿਆਰ ਕਰਕੇ ਆਪਣੇ ਪਾਸ ਰੱਖਦਾ ਹੈ।

ਸਦਰ ਕਾਨੂੰਗੋ ਜਦੋਂ ਨਵੀਆਂ ਜਮ੍ਹਾਂਬੰਦੀਆਂ ਬਣਦੀਆਂ ਹਨ ਤਾਂ ਹਰ ਪਿੰਡ ਦਾ ਰਕਬਾ, ਖੇਤੀਯੋਗ ਜਮੀਨ ਸਮੇਤ ਖਸਰਾ ਨੰਬਰ, ਖਤੌਨੀ ਨੰਬਰ ਅਤੇ ਜਮ੍ਹਾਂਬੰਦੀ ਨੰਬਰ ਸਾਲ ਆਦਿ ਦੇ ਸਾਰੇ ਵੇਰਵੇ ਰੱਖਦਾ ਹੈ।

ਜ਼ਿਲ੍ਹਾ ਕਾਨੂੰਗੋ, ਚੁਸਤ-ਦਰੁਸਤ, ਚੰਗੀ ਸੂਝ ਬੂਝ ਵਾਲਾ, ਕੰਮ ਵਿੱਚ ਮਾਹਰ, ਉੱਚੇ ਚਾਲ-ਚੱਲਣ ਵਾਲਾ ਅਤੇ ਅੰਗਰੇਜੀ ਦਾ ਪੂਰਾ ਗਿਆਨ ਰੱਖਣ ਵਾਲਾ ਵਿਅਕਤੀ ਹੋਣਾ ਚਾਹੀਦਾ ਹੈ।

ਤਹਿਸੀਲਦਾਰ ਦੇ ਦਫ਼ਤਰ ਦਾ **ਦਫਤਰ ਕਾਨੂੰਗੋ:**
ਦਫਤਰ ਕਾਨੂੰਗੋ ਤਹਿਸੀਲ ਪੱਧਰ ਤੇ ਤਹਿਸੀਲ ਦਫਤਰ ਵਿੱਚ ਹੁੰਦਾ ਹੈ। ਜੋ ਕੰਮ ਜ਼ਿਲ੍ਹਾ ਪੱਧਰ ਤੇ ਜ਼ਿਲ੍ਹਾ ਕਾਨੂੰਗੋ ਕਰਦਾ ਹੈ ਤਕਰੀਬਨ ਉਹੀ ਕੰਮ ਤਹਿਸੀਲ ਪੱਧਰ ਤੇ ਦਫਤਰ ਕਾਨੂੰਗੋ ਕਰਦਾ ਹੈ।

ਦਫਤਰ ਕਾਨੂੰਗੋ ਦੇ ਕੰਮ: (ਤਹਿਸੀਲ) ਦਫਤਰ ਕਾਨੂੰਗੋ ਦੇ ਕੰਮ **ਪੰਜਾਬ ਲੈਂਡ ਰਿਕਾਰਡ ਮੈਨੂਅਲ ਦੇ ਪੈਰਾ ਨੰਬਰ 2.54 ਤੋਂ 2.57 ਤੱਕ** ਦਰਜ ਕੀਤੇ ਹੋਏ ਹਨ:

1. ਦਫਤਰ ਕਾਨੂੰਗੋ ਤਹਿਸੀਲਦਾਰਾਂ ਦਾ ਰੈਵਨਿਊ ਕਲਰਕ ਹੁੰਦਾ ਹੈ। ਉਹ ਹਲਕਾ ਪਟਵਾਰੀਆਂ ਅਤੇ ਹਲਕਾ ਕਾਨੂੰਗੋਆਂ ਦੇ ਆਪਣੇ-ਆਪਣੇ ਹਲਕੇ ਵਿੱਚ ਕੀਤੇ ਖੇਤੀਬਾੜੀ ਦੇ ਕੰਮਾਂ ਅਤੇ ਉੱਨਤੀਆਂ ਬਾਰੇ ਰਿਪੋਰਟ ਤਹਿਸੀਲਦਾਰ ਨੂੰ ਦਿੰਦਾ ਹੈ। ਦਫਤਰ ਕਾਨੂੰਗੋ ਤੋਂ ਪ੍ਰਾਪਤ ਹੋਈਆਂ ਰਿਪੋਰਟਾ ਨੂੰ ਤਹਿਸੀਲਦਾਰ ਪੜਤਾਲ ਕਰਕੇ ਡਿਪਟੀ ਕਮਿਸ਼ਨਰ ਨੂੰ ਭੇਜਦਾ ਹੈ।
2. ਦਫ਼ਤਰ ਕਾਨੂੰਗੋ ਪਾਸ ਤਹਿਸੀਲ ਦੇ ਹਰ ਪਟਵਾਰੀ ਦੇ ਲੇਖੇ-ਜੋਖੇ ਦਾ ਰਿਕਾਰਡ ਹੁੰਦਾ ਹੈ। ਉਹ ਹਰੇਕ ਤਰ੍ਹਾਂ ਦੇ ਖਾਲੀ ਫਾਰਮ ਅਤੇ ਸਟੇਸ਼ਨਰੀ ਆਪਣੇ ਪਾਸ ਰੱਖਦਾ ਹੈ ਅਤੇ ਆਪਣੇ ਹਲਕੇ ਦੇ ਪਟਵਾਰੀ ਕਾਨੂੰਗੋਆਂ ਨੂੰ ਦਿੰਦਾ ਹੈ।
3. ਦਫਤਰ ਕਾਨੂੰਗੋ ਆਪਣੇ ਕੋਲ ਮਹਿਕਮਾਂ ਮਾਲ ਦੀਆਂ ਕਿਤਾਬਾਂ ਦਾ ਸੈੱਟ ਵੀ ਰੱਖਦਾ ਹੈ ਜਿਵੇਂ ਕਿ:

(ੳ) ਪੰਜਾਬ ਲੈਂਡ ਰਿਕਾਰਡ ਮੈਨੂਅਲ,
(ਅ) ਪੰਜਾਬ ਲੈਂਡ ਸੈਟਲਮੈਂਟ ਮੈਨੂਅਲ,
(ੲ) ਪੰਜਾਬ ਲੈਂਡ ਐਡਮਿਸਟ੍ਰੇਸ਼ਨ ਮੈਨੂਅਲ,
(ਸ) ਪੰਜਾਬ ਲੈਂਡ ਐਡਮਿਸਟ੍ਰੇਸ਼ਨ ਐਕਟ
(ਸ) ਵਿੱਤ ਕਮਿਸ਼ਨਰ ਦੇ ਚਲਦੇ ਹੁੱਕਮ
(ਹ) ਡਾਇਰੈਕਟਰ ਲੈਂਡ ਰਿਕਾਰਡ ਦੇ ਸਰਕੂਲਰਜ਼ ਤੇ ਹੋਰ

4. ਜ਼ਿਲ੍ਹਾ ਕਾਨੂੰਗੋ ਅਤੇ ਦਫ਼ਤਰ ਕਾਨੂੰਗੋ ਉਪਰਲੇ ਅਫ਼ਸਰਾਂ ਅਤੇ ਵਿੱਤ ਕਮਿਸ਼ਨਰ ਤੋਂ ਪ੍ਰਾਪਤ ਹੋਈਆਂ ਹਦਾਇਤਾਂ ਦੀਆਂ ਅਲੱਗ-ਅਲੱਗ ਫਾਈਲਾਂ ਬਣਾ ਕੇ ਰੱਖਦੇ ਹਨ।

ਜ਼ਿਲ੍ਹਾ ਕਾਨੂੰਗੋ (ਦਫ਼ਤਰ ਕਾਨੂੰਗੋ) ਵਲੋਂ ਪਟਵਾਰ ਹਲਕੇ ਦਾ ਦੌਰਾ ਅਤੇ ਚੈਕਿੰਗ:

ਜ਼ਿਲ੍ਹਾ ਕਾਨੂੰਗੋ ਲਗਾਤਾਰ ਆਪਣੇ ਸਰਕਲ ਅਧੀਨ ਆਉਂਦੇ ਪਟਵਾਰੀਆਂ ਅਤੇ ਹੋਰ ਕਾਨੂੰਗੋਆਂ ਪਾਸ ਦੌਰੇ ਕਰਦਾ ਰਹੇਗਾ। ਉਨ੍ਹਾਂ ਦੇ ਕੀਤੇ ਕੰਮਾਂ ਦੀ ਪੜਤਾਲ ਵੀ ਮੌਕੇ ਤੇ ਜਾ ਕੇ ਕਰੇਗਾ। ਸਿਰਫ ਸਤੰਬਰ ਦੇ ਮਹੀਨੇ ਵਿੱਚ ਹੀ ਉਹ ਦਫਤਰ ਰਹੇਗਾ ਬਾਕੀ ਸਾਰਾ ਟਾਈਮ ਆਪਣੇ ਏਰੀਏ ਦੇ ਦੌਰੇ ਹੀ ਕਰੇਗਾ। ਆਪਣੇ ਦੌਰੇ ਦੌਰਾਨ ਉਹ ਇਹਨਾਂ ਗੱਲਾਂ ਦੀ ਪੜਤਾਲ ਕਰੇਗਾ:

1. ਜੋ ਜਮ੍ਹਾਂਬੰਦੀਆਂ ਪਟਵਾਰੀ ਪਾਸ ਬਣ ਕੇ ਆਈਆਂ ਹੋਣ ਉਹਨਾਂ ਦੀ ਚੈਕਿੰਗ ਕਰੇਗਾ।
2. ਜ਼ਿਲ੍ਹਾ ਕਾਨੂੰਗੋ (ਦਫਤਰ ਕਾਨੂੰਗੋ) ਆਪਣੇ ਅਧੀਨ ਆਉਂਦੇ ਪਟਵਾਰੀਆਂ ਦੇ ਕੰਮਾਂ ਵਿੱਚ ਕੋਈ ਗਲਤੀਆਂ ਜਾਂ ਮਨਮਾਨੀਆਂ ਤੋਂ ਤਹਿਸੀਲਦਾਰ ਨੂੰ ਜਾਣੂ ਕਰਵਾਏਗਾ।
3. ਉਹ ਪਟਵਾਰੀ ਵਲੋਂ ਦਰਜ ਕੀਤੇ ਇੰਤਕਾਲਾਂ ਦੀ ਪੜਤਾਲ ਵੀ ਕਰੇਗਾ।
4. ਉਹ ਪਟਵਾਰੀ ਦੇ ਰੋਜ਼ਨਾਮਚੇ ਅਤੇ ਗਰਦੌਰੀਆਂ ਦੀ ਪੜਤਾਲ ਕਰੇਗਾ।
5. ਉਹ ਇਸ ਗਲ ਨੂੰ ਵੀ ਯਕੀਨੀ ਬਣਾਵੇਗਾ ਕਿ ਸਰਕਾਰ ਵਲੋਂ ਆਈ ਗਰਾਂਟ ਨੂੰ ਬਰਾਬਰ ਅਤੇ ਸਹੀ ਵਰਤਿਆ ਗਿਆ ਹੈ ਜਾਂ ਨਹੀਂ।
6. ਸਾਰੇ ਤਹਿਸੀਲ ਕਾਨੂੰਗੋਆਂ ਦੇ ਕੰਮਾਂ ਨੂੰ ਸਾਲ ਵਿੱਚ ਦੋ ਵਾਰ ਚੈਕ ਕਰੇਗਾ। (ਪੈਰਾਗ੍ਰਾਫ-8.19)
7. ਜ਼ਿਲ੍ਹੇ ਦੇ ਹਰ ਇੱਕ ਫ਼ੀਲਡ ਕਾਨੂੰਗੋ ਨੂੰ ਸਾਲ 'ਚ ਇੱਕ ਵਾਰ ਚੈਕ ਕਰਿਆ ਕਰੇਗਾ। (ਪੈਰਾਗ੍ਰਾਫ-8.17)
8. ਜ਼ਿਲ੍ਹਾ ਕਾਨੂੰਗੋ ਆਪਣੇ ਦੌਰੇ ਤੋਂ ਵਾਪਸ ਆ ਕੇ ਆਪਣੀ ਡਾਇਰੀ ਮਾਲ ਅਫ਼ਸਰ ਜਾਂ ਡਿਪਟੀ ਕਮਿਸ਼ਨਰ ਨੂੰ ਦੇਵੇਗਾ। ਡਿਪਟੀ ਕਮਿਸ਼ਨਰ ਉਸ ਨੂੰ ਧਿਆਨ ਨਾਲ ਪੜ੍ਹਕੇ ਜੋ-ਜੋ ਵੀ ਨੁਕਤੇ ਉਸ ਦੇ ਧਿਆਨ ਵਿੱਚ ਆਉਣ ਜਿਨ੍ਹਾਂ ਨੂੰ ਸੁਧਾਰਨ ਦੀ ਜ਼ਰੂਰਤ ਹੈ ਤਾਂ ਉਹ ਉਨ੍ਹਾਂ ਲਈ ਹੁਕਮ ਜ਼ਾਰੀ ਕਰੇਗਾ। (ਪੈਰਾਗ੍ਰਾਫ-2.61)
9. ਦਫਤਰ ਕਾਨੂੰਗੋ ਪਟਵਾਰੀ ਦੁਆਰਾ ਤਿਆਰ ਕੀਤਾ ਵਰਖਾ ਦਾ ਰਿਕਾਰਡ ਚੈਕ ਕਰਦਾ ਹੈ ਅਤੇ ਇਸ ਦਾ ਰਜ਼ਿਸਟਰ ਟਾਈਮ ਤੋਂ ਟਾਈਮ ਪੂਰਾ ਕੀਤਾ ਗਿਆ ਹੈ ਕਿ ਨਹੀਂ।
10. ਦਫਤਰ ਕਾਨੂੰਗੋ ਹਰ ਪਿੰਡ ਵਿੱਚ ਪੱਸ਼ੂਆਂ ਨੂੰ ਹੋਣ ਵਾਲੀਆਂ ਬਿਮਾਰੀਆਂ ਦਾ ਰਜ਼ਿਸਟਰ ਹਰ ਤਿੰਨ ਮਹੀਨੇ ਬਾਅਦ ਤਿਆਰ ਕੀਤਾ ਗਿਆ ਹੈ ਕਿ ਨਹੀਂ।

    ਫ਼ੀਲਡ ਕਾਨੂੰਗੋ **(ਹਲਕਾ ਕਾਨੂੰਗੋ) ਦੇ ਕੰਮ:** ਪੰਜਾਬ ਲੈਂਡ ਰਿਕਾਰਡ ਮੈਨੂਅਲ ਦੇ ਪੈਰਾ ਨੰਬਰ: **2.46** ਹਲਕਾ ਕਾਨੂੰਗੋ ਲਗਾਤਾਰ ਆਪਣੇ ਸਰਕਲ ਅਧੀਨ ਆਉਂਦੇ ਪਟਵਾਰੀਆਂ ਪਾਸ ਦੌਰੇ ਕਰਦਾ ਰਹੇਗਾ ਅਤੇ ਉਹਨਾਂ ਵਲੋਂ ਕੀਤੇ ਕੰਮਾਂ ਦੀ ਪੜਤਾਲ ਮੌਕੇ ਤੇ ਜਾ ਕੇ ਕਰੇਗਾ। ਉਹ ਸਿਰਫ ਸਤੰਬਰ ਦੇ ਮਹੀਨੇ ਵਿੱਚ ਤਹਿਸੀਲ ਹੈਡ ਕੁਆਟਰ ਵਿਖੇ ਠਹਿਰੇਗਾ ਅਤੇ ਜੋ ਜਮ੍ਹਾਂਬੰਦੀਆਂ ਪਟਵਾਰੀ ਪਾਸੋਂ ਬਣ ਕੇ ਆਇਆਂ ਹੋਣ ਉਨ੍ਹਾਂ ਦੀ ਚੈਕਿੰਗ ਕਰੇਗਾ। ਹਲਕਾ ਕਾਨੂੰਗੋ ਆਪਣੇ ਹਲਕੇ ਅਧੀਨ ਆਉਂਦੇ ਪਟਵਾਰੀਆਂ ਦੇ ਕੰਮਾਂ ਵਿੱਚ ਕੋਈ ਗਲਤੀਆਂ ਜਾਂ ਮਨਮਾਨੀਆਂ ਤੋਂ ਤਹਿਸੀਲਦਾਰ ਨੂੰ ਜਾਣੂ ਕਰਵਾਉਂਦਾ ਰਹੇਗਾ। ਉਹ ਪਟਵਾਰੀ ਵਲੋਂ ਦਰਜ ਕੀਤੇ ਇੰਤਕਾਲਾਂ ਦੀ

ਪੜਤਾਲ ਵੀ ਕਰੇਗਾ। ਉਹ ਤਹਿਸੀਲਦਾਰ ਵਲੋਂ ਜਾਰੀ ਹੋਈਆਂ ਹਦਾਇਤਾਂ ਵੀ ਹਲਕਾ ਪਟਵਾਰੀ ਕੋਲ ਪਹੁੰਚਾਵੇਗਾ ਜਿਹਾ ਕਿ **ਲੈਂਡ ਰਿਕਾਰਡ ਮੈਨੂਅਲ ਦੇ ਅਧਿਆਏ-2 ਵਿੱਚ ਪੈਰਾ ਨੰਬਰ 2.45 ਤੋਂ 2.53** ਤੱਕ ਦਿਖਾਇਆ ਗਿਆ ਹੈ।

ਪੈਰਾ ਨੰਬਰ 2.45 ਅਨੁਸਾਰ ਪਟਵਾਰੀ ਦੇ ਕੰਮ ਨੂੰ ਦੇਖੇਗਾ ਅਗਰ ਪਟਵਾਰੀ ਆਪਣੀ ਡਿਊਟੀ ਸਬੰਧੀ ਕੋਈ ਕੁਤਾਹੀ ਕਰਦਾ ਹੈ ਤਾਂ ਉਹ ਸਬੰਧਤ ਤਹਿਸੀਲਦਾਰ ਨੂੰ ਰਿਪੋਰਟ ਕਰੇਗਾ।

ਪੈਰਾ ਨੰਬਰ 2.47 ਅਨੁਸਾਰ ਉਹ ਪਟਵਾਰੀ ਦੁਆਰਾ ਦਰਜ ਕੀਤੇ ਇੰਤਕਾਲ, ਬਾਛ ਪੇਪਰ ਵਗੈਰਾ ਨੂੰ ਧਿਆਨ ਦੇਖੇਗਾ ਅਤੇ ਉਨ੍ਹਾਂ ਨੂੰ ਤਸਦੀਕ ਕਰੇਗਾ।

ਪੈਰਾ ਨੰਬਰ 2.48 ਅਨੁਸਾਰ ਉਹ ਮਹੀਨੇ ‘ਚ ਇੱਕ ਵਾਰ ਆਪਣੇ ਹਲਕੇ ਦੇ ਹਰ ਇੱਕ ਪਟਵਾਰੀ ਦੇ ਹਲਕੇ ‘ਚ ਜਾਵੇਗਾ ਅਤੇ ਇਹ ਦੇਖੇਗਾ ਕਿ ਜਮ੍ਹਾਂਬੰਦੀਆਂ ਵੇਲੇ ਸਿਰ ਤਿਆਰ ਹੋਈਆਂ ਹਨ ਜਾਂ ਨਹੀਂ।

ਪੈਰਾ ਨੰਬਰ 2.49 ਅਨੁਸਾਰ ਉਹ ਦੌਰੇ ਬਾਰੇ ਸਾਰੀ ਰਿਪੋਰਟ ਤਿਆਰ ਕਰਕੇ ਜ਼ਿਲ੍ਹਾ ਕਾਨੂੰਗੋ ਨੂੰ ਭੇਜੇਗਾ ਜੋ ਅੱਗੇ ਡਿਪਟੀ ਕਮਿਸ਼ਨਰ ਨੂੰ ਭੇਜੇਗਾ।

ਪੈਰਾ ਨੰਬਰ 2.50 ਅਨੁਸਾਰ ਅਗਸਤ ਦੇ ਅਖੀਰ ਵਿੱਚ ਜਮ੍ਹਾਂਬੰਦੀਆਂ ਦੀ ਰਿਪੋਰਟ ਦਫ਼ਤਰ ਭੇਜ ਦਿੱਤੀ ਜਾਂਦੀ ਹੈ ਅਤੇ ਫ਼ੀਲਡ ਕਾਨੂੰਗੋ ਸਤੰਬਰ ਦਾ ਮਹੀਨਾ ਪੂਰਾ ਦਫ਼ਤਰ ਵਿੱਚ ਹੀ ਰਹੇਗਾ।

ਫ਼ੀਲਡ ਕਾਨੂੰਗੋ ਤਹਿਸੀਲਦਾਰ ਦੇ ਹੁਕਮਾਂ ਅਨੁੰਸਾਰ ਜ਼ਮੀਨ ਦੀ ਨਿਸ਼ਾਨਦੇਹੀ ਵੀ ਕਰਦਾ ਹੈ। ਜੇ ਕਿਸੇ ਕਿਸਾਨ ਨੇ ਆਪਣੀ ਜ਼ਮੀਨ, ਵੱਟ, ਰਸਤੇ, ਖਾਲ, ਖੂਹ ਆਦਿ ਦੇ ਰਕਬੇ ਦੀ ਨਿਸ਼ਾਨਦੇਹੀ ਕਰਵਾਉਣੀ ਹੋਵੇ ਤਾਂ ਉਹ ਹਲਕਾ ਪਟਵਾਰੀ ਪਾਸੋਂ ਸਬੰਧਤ ਰਕਬੇ ਦੀ ਜਮ੍ਹਾਂਬੰਦੀ ਦੀ ਨਕਲ ਲੈ ਕੇ ਸਬੰਧਤ ਤਹਿਸੀਲਦਾਰ ਨੂੰ ਪੇਸ਼ ਕਰਦਾ ਹੈ ਅਤੇ ਤਹਿਸੀਲਦਾਰ ਉਸ ਦਰਖਾਸਤ ਨੂੰ ਦਸਤੀ ਜਾਂ ਡਾਕ ਰਾਹੀਂ ਫੀਲਡ ਕਾਨੂੰਗੋ ਨੂੰ ਭੇਜਦਾ ਹੈ ਅਤੇ ਫ਼ੀਲਡ ਕਾਨੂੰਗੋ, ਹਲਕਾ ਪਟਵਾਰੀ, ਚੌਕੀਦਾਰ, ਸਬੰਧਤ ਨੰਬਰਦਾਰ ਅਤੇ ਸਾਰੀਆਂ ਧਿਰਾਂ ਨੂੰ ਲੈ ਕੇ ਮੰਗ ਕੀਤੀ ਹੋਈ ਜ਼ਮੀਨ ਦੀ ਨਿਸ਼ਾਨਦੇਹੀ ਕਰਦਾ ਹੈ ਅਤੇ ਆਪਣੀ ਡਾਇਰੀ ਅਤੇ ਪਟਵਾਰੀ ਦੇ ਰੋਜ਼ਨਾਮਚੇ ਵਿੱਚ ਆਪਣੇ ਦਸਤਖ਼ਤਾਂ ਹੇਠ ਦਰਜ ਕਰਦਾ ਹੈ ਅਤੇ ਸਬੰਧਤ ਧਿਰਾਂ ਅਤੇ ਮੌਕੇ ਤੇ ਹਾਜ਼ਰ ਵਿਅਕਤੀਆਂ ਦੇ ਦਸਤਖ਼ਤ ਅੰਗੂਠੇ ਪਟਵਾਰੀ ਦੇ ਰਿਕਾਰਡ ਅਤੇ ਆਪਣੀ ਰਿਪੋਰਟ ਵਿੱਚ ਲਗਾਉਂਦਾ ਹੈ। ਜੇਕਰ ਕੋਈ ਧਿਰ ਕਾਨੂੰਗੋ ਦੀ ਰਿਪੋਰਟ ਨਾਲ ਸਹਿਮਤ ਨਾ ਹੋਵੇ ਤਾਂ ਆਪਣੇ ਇਤਰਾਜ਼ ਲਿਖਤੀ ਰੂਪ ਵਿੱਚ ਤਹਿਸੀਦਾਰ ਦੇ ਪੇਸ਼ ਕਰ ਸਕਦੀ ਹੈ ਅਤੇ ਤਹਿਸੀਲਦਾਰ ਜੇ ਉਸ ਧਿਰ ਦੇ ਇਤਰਾਜ਼ ਨੂੰ ਸਹੀ ਸਮਝੇ ਤਾਂ ਖ਼ੁਦ ਆਪਣੀ ਨਿਗਰਾਨੀ ਵਿੱਚ ਨਿਸ਼ਾਨਦੇਹੀ ਕਰਵਾਕੇ ਧਿਰਾਂ ਦੀ ਤਸੱਲੀ ਕਰਵਾਉਂਦਾ ਹੈ।

* * *

ਪਟਵਾਰੀ

ਪਟਵਾਰੀ ਸ਼ਬਦ ਬਹੁਤ ਪੁਰਾਣਾ ਹੈ ਇਹ ਸ਼ਬਦ ਸਾਨੂੰ ਚੌਧਵੀਂ ਸਦੀ **ਭਾਵ ਭਗਤ ਕਬੀਰ ਜੀ ਦੀ ਬਾਣੀ** ਵਿਚੋਂ ਵੀ ਮਿਲਦਾ ਹੈ ਜੋ **ਸ੍ਰੀ ਗੁਰੂ ਗ੍ਰੰਥ ਸਾਹਿਬ ਜੀ ਦੇ ਅੰਗ 793** ਉੱਪਰ **ਸੂਹੀ ਰਾਗੁ** ਵਿੱਚ **ਭਗਤ ਕਬੀਰ ਜੀ** ਦੀ ਬਾਣੀ ਵਿੱਚ ਇੰਜ ਦਰਜ਼ ਹੈ, ਭਗਤ ਕਬੀਰ ਜੀ ਲਿਖਦੇ ਹਨ:

ਹਰਿ ਕੇ ਲੋਗਾ ਮੋ ਕਉ ਨੀਤਿ ਡਸੈ ਪਟਵਾਰੀ ॥

ਪਟਵਾਰੀ ਸ਼ਬਦ ਦਾ ਅਰਥ ਹੈ **"ਪਿੰਡ ਦਾ ਪੱਤੀਵਾਰ ਹਿਸਾਬ-ਕਿਤਾਬ ਰੱਖਣ ਵਾਲਾ।"**

ਧਰਮਰਾਜ ਦੇ ਦੋ ਦੂਤਾਂ **ਚਿੱਤਰ** ਅਤੇ **ਗੁਪਤ** ਨੂੰ ਵੀ ਪਟਵਾਰੀ ਕਿਹਾ ਗਿਆ ਹੈ। ਇਤਿਹਾਸ ਵਿੱਚ ਸ੍ਰੀ ਗੁਰੂ ਨਾਨਕ ਦੇਵ ਜੀ ਦੇ ਪਿਤਾ ਮਹਿਤਾ ਕਾਲੂ ਜੀ ਵੀ ਪਟਵਾਰੀ ਸਨ।

ਮਹਿਕਮਾ ਮਾਲ ਵਿੱਚ ਪਟਵਾਰੀ ਦਾ ਅਹੁਦਾ ਬੜਾ ਮਹੱਤਵਪੂਰਨ ਹੈ। ਇਹ ਮਹਿਕਮਾ ਮਾਲ ਵਿੱਚ ਸੱਭ ਤੋਂ ਛੋਟਾ ਅਧਿਕਾਰੀ ਹੁੰਦਾ ਹੈ ਅਤੇ ਉਨਾ ਹੀ ਮਹੱਤਵਪੂਰਨ ਹੁੰਦਾ ਹੈ। ਪਟਵਾਰੀ ਦੇ ਅਹੁਦੇ ਬਾਰੇ ਇਹ ਕਿਹਾ ਗਿਆ ਹੈ ਕਿ ਸਰਕਾਰੀ ਮਸ਼ੀਨਰੀ ਵਿੱਚ ਚੱਲ ਰਹੀ ਮੁੱਖ ਗਰਾਰੀ ਦੀ ਚਾਬੀ ਪਟਵਾਰੀ ਹੈ। ਜੇ ਗਰਾਰੀ ਵਿੱਚ ਛੋਟੀ ਜਿਹੀ ਚਾਬੀ ਨਾ ਹੋਵੇ ਤਾਂ ਸਾਰੀ ਮਸ਼ਿਨਰੀ ਰੁਕ ਜਾਂਦੀ ਹੈ। ਇਸੇ ਤਰ੍ਹਾਂ ਮਹਿਕਮਾ ਮਾਲ ਵਿੱਚ ਪਟਵਾਰੀ ਦੀ ਪਦਵੀ ਹੈ। ਕਿਉਂਕਿ ਇਸ ਦਾ ਲੋਕਾਂ ਨਾਲ ਅਤੇ ਜਮੀਨ ਨਾਲ ਸਿੱਧਾ ਸਬੰਧ ਹੁੰਦਾ ਹੈ ਅਤੇ ਜਮੀਨ ਸਬੰਧੀ ਸਾਰਾ ਰਿਕਾਰਡ ਪਟਵਾਰੀ ਨੇ ਮੁੱਢ ਤੋਂ ਤਿਆਰ ਕਰਨਾ ਹੁੰਦਾ ਹੈ।

ਪੰਜਾਬ ਲੈਂਡ ਐਡਮਿਸਟ੍ਰੇਸ਼ਨ ਮੈਨੂਅਲ ਦੇ ਪੈਰਾ 264 ਵਿੱਚ ਦਰਜ ਹੈ ਕਿ ਜ਼ਿਲ੍ਹੇ ਵਿੱਚ ਮਹਿਕਮਾ ਮਾਲ ਦਾ ਕੰਮ ਪੂਰੀ ਤਰ੍ਹਾਂ ਮਜਬੂਤ ਕੀਤੇ ਪਟਵਾਰੀਆਂ ਦੇ ਸਟਾਫ ਤੋਂ ਬਿਨਾਂ ਚੱਲਣਾ ਮੁਸ਼ਕਿਲ ਹੀ ਨਹੀਂ ਬਲਕਿ ਅਸੰਭਵ ਹੈ।

1885 ਦੇ ਬੰਦੋਬਸਤ ਸਮੇਂ ਦੇ ਹਾਲਤਾਂ ਨੂੰ ਵਿਚਾਰ ਅਧੀਨ ਰੱਖਦੇ ਪਟਵਾਰੀ ਨੂੰ ਤਿੰਨ ਮਹੱਤਵਪੂਰਨ ਜ਼ਿੰਮੇਵਾਰੀਆਂ ਸੌਂਪੀਆਂ ਗਈਆਂ:

1. ਹਰ ਫ਼ਸਲ (ਹਾੜੀ-ਸਾਉਣੀ) ਦੀ ਪੈਦਾਵਾਰ ਦਾ ਸਾਰਾ ਰਿਕਾਰਡ ਰੱਖਣਾ।
2. ਇੰਤਕਾਲਾਂ ਦੇ ਰਿਕਾਰਡ ਨੂੰ ਪੂਰੀ ਤਰ੍ਹਾਂ ਦਰੁਸਤ ਰੱਖ ਕੇ ਮਾਲਕੀ ਦੇ ਰਿਕਾਰਡ ਨੂੰ ਆਖਰੀ ਤਰੀਕ ਤੱਕ ਸਹੀ ਰੱਖਣਾ।
3. ਹਰ ਫ਼ਸਲ ਦੀ ਗਿਰਦਾਵਰੀ ਕਰਕੇ ਅਤੇ ਇੰਤਕਾਲਾਂ ਅਤੇ ਮਾਲਕੀ ਦੇ ਰਿਕਾਰਡ ਨੂੰ ਸਹੀ ਰੱਖ ਕੇ ਜ਼ਮੀਨ ਸਬੰਧੀ ਸਾਰੇ ਅੰਕੜਿਆਂ ਦਾ ਬਿਓਰਾ ਤਿਆਰ ਕਰਨਾ।
4. ਇਸ ਤੋਂ ਮਗਰੋਂ ਮਹਿਕਮਾ ਮਾਲ ਦੇ ਕੰਮਾਂ ਨੂੰ ਸਹੀ ਢੰਗ ਨਾਲ ਚਲਾਉਣ ਲਈ ਪਟਵਾਰੀ ਦੀ ਸਰਵਿਸ ਲਈ ਜਨਵਰੀ **1966** ਨੂੰ ਇੱਕ ਨੋਟੀਫਿਕੇਸ਼ਨ "ਦੀ ਪੰਜਾਬ ਰੈਵਨਿਊ ਪਟਵਾਰਜ਼ ਕਲਾਸ **999** ਸਰਵਿਸ ਰੂਲ **1966**" ਜਾਰੀ ਕੀਤਾ ਗਿਆ। ਜਿਸ ਮੁਤਾਬਿਕ ਇੱਕ ਬੋਰਡ ਦਾ ਗਠਨ ਕੀਤਾ ਗਿਆ ਜੋ ਪਟਵਾਰੀਆਂ ਦੀ ਨਿਯੁੱਕਤੀ ਅਤੇ ਪਟਵਾਰੀਆਂ ਦੇ ਕੰਮਾਂ ਦੀ ਸਿਖਲਾਈ ਦੇਣ ਲਈ ਪਟਵਾਰ ਸਿਖਲਾਈ ਸਕੂਲ ਦੀ ਸਥਾਪਨਾਂ ਕੀਤੀ ਗਈ।

ਪਟਵਾਰ ਹਲਕਾ ਅਤੇ ਪਟਵਾਰੀ ਦਾ ਸਮਾਨ:

ਪੰਜਾਬ ਲੈਂਡ ਰਿਕਾਰਡ ਮੈਨੂਅਲ ਦੇ ਪੈਰਾ ਨੰਬਰ**: 3.1** ਅਨੁਸਾਰ:

ਪਟਵਾਰ ਹਲਕੇ ਦਾ ਅਰਥ ਹੈ ਉਹ ਵਾਹੀ ਯੋਗ ਖੇਤਰ ਜਿਸ ਵਿੱਚ ਪਟਵਾਰੀ ਨੇ ਹਰ ਸਾਲ ਫ਼ਸਲ ਦੀ ਪੈਦਾਵਾਰ ਦਾ ਰਿਕਾਰਡ ਤਿਆਰ ਕਰਨਾ ਹੁੰਦਾ ਹੈ। ਜ਼ਮੀਨ ਦੇ ਮਾਲਕਾਂ ਦੀ ਮਾਲਕੀ ਅਤੇ ਗਿਰਦਾਵਰੀ ਦਾ ਰਿਕਾਰਡ ਰੱਖਣਾ ਹੁੰਦਾ ਹੈ। ਪਟਵਾਰੀ ਕੋਲ ਉਸ ਪਟਵਾਰ ਹਲਕੇ ਦਾ

ਖੇਤਾਂ ਅਤੇ ਅਬਾਦੀ ਦਾ ਨਕਸ਼ਾ ਲੱਠੇ ਦੇ ਕੱਪੜੇ ਤੇ ਤਿਆਰ ਕੀਤਾ ਹੁੰਦਾ ਹੈ ਜਿਸ ਨੂੰ ਪਟਵਾਰ ਭਾਸਾ ਵਿੱਚ ਸ਼ਜਰਾ ਕਿਸ਼ਤਵਾਰ ਵੀ ਕਿਹਾ ਜਾਂਦਾ ਹੈ। ਨਕਸ਼ੇ ਵਿੱਚ ਹਰ ਪਿੰਡ ਦੀ ਜ਼ਮੀਨ ਨੂੰ ਮੁਸਤੀਲਾਂ (ਮੁਰੱਬੇ) ਵਿੱਚ ਵੰਡਿਆ ਹੁੰਦਾ ਹੈ। ਹਰ ਮੁਸਤੀਲ **25** ਏਕੜ ਦੀ ਹੁੰਦੀ ਹੈ। ਇਸ ਤੋਂ ਅੱਗੇ ਮਾਲਕੀ ਮੁਤਾਬਿਕ ਖਸਰਾ ਨੰਬਰ ਜਾਂ ਕਿੱਲ੍ਹਾ ਨੰਬਰ ਹੁੰਦੇ ਹਨ। ਇੱਕ ਕਾਸ਼ਤਕਾਰ ਥੱਲੇ ਜਿੰਨਾਂ ਰਕਬਾ ਆਉਂਦਾ ਹੈ ਉਸ ਨੂੰ ਖਤੌਨੀ ਨੰਬਰ ਕਹਿੰਦੇ ਹਨ।

ਪੰਜਾਬ ਲੈਂਡ ਰਿਕਾਰਡ ਮੈਨੂਅਲ ਦੇ ਪੈਰਾ ਨੰਬਰ**: 3.4** ਅਨੁਸਾਰ:

ਆਮ ਤੌਰ ਤੇ ਇੱਕ ਪਟਵਾਰ ਹਲਕੇ ਵਿੱਚ **4000** ਤੋਂ **5000** ਤੱਕ ਖਸਰਾ ਨੰਬਰ ਹੁੰਦੇ ਹਨ ਜਾ **1200** ਤੋਂ **1600** ਤੱਕ ਖਤੌਨੀ ਨੰਬਰ ਹੁੰਦੇ ਹਨ ਅਤੇ **4** ਤੋਂ **5** ਪਿੰਡ । ਹਲਕਾ ਨਿਸਚਿਤ ਕਰਦੇ ਸਮੇਂ ਹਲਕੇ ਦਾ ਖੇਤਰਫਲ (ਲੰਬਾਈ ਚੌੜਾਈ) ਨੂੰ ਧਿਆਨ ਵਿੱਚ ਰੱਖਿਆ ਜਾਂਦਾ ਹੈ ਤਾਂ ਜੋ ਪਟਵਾਰੀ ਜ਼ਮੀਨ ਦੇ ਹਰ ਟੁਕੜੇ ਦੀ ਅਸਾਨੀ ਨਾਲ ਨਿਗਰਾਨੀ ਕਰ ਸਕੇ।

ਹਰ ਪਟਵਾਰੀ ਨੂੰ ਸਰਵੇ ਸਬੰਧੀ ਸਾਜ਼ੋ ਸਮਾਨ ਸਪਲਾਈ ਕੀਤਾ ਜਾਂਦਾ ਹੈ:

(1) ਇੱਕ ਲੋਹੇ ਦਾ ਗਜ਼ – **3.69**

(2) ਅੱਡਾ – **3.70**

(3) ਇੱਕ ਲੋਹੇ ਦੀ ਜਰੀਬ ਤੇ **10** ਸੂਏ। **3.71**

(4) ਇੱਕ ਚਰਖੜੀ ਫੁਟਾ – **3.72**

(5) **12** ਜਾਂ **15** ਬਾਂਸ**,** ਜਿਨ੍ਹਾਂ ਨਾਲ ਝੰਡੀਆਂ ਲਗੀਆਂ ਹੋਣ – **3.73**

(6) ਇੱਕ ਪਿਤੱਲ ਦਾ ਪੈਮਾਨਾ – **3.69**

(7) ਇੱਕ ਬੋਰਡ **75 X 60** ਸੈਂਟੀਮੀਟਰ – **3.74**

ਪਹਾੜੀ ਇਲਾਕਿਆਂ ਵਿੱਚ ਬੋਰਡ ਦੀ ਥਾਂ ਇੱਕ ਮਸਤਾ ਅਤੇ ਸ਼ਿਸਤ ਦਿੱਤੀ ਜਾਂਦੀ ਹੈ।

ਪਟਵਾਰੀ ਕੋਲ ਉੱਕਤ ਸਮਾਨ ਤੋਂ ਇਲਾਵਾ ਹਰੇਕ ਪਿੰਡ ਦੇ ਬਸਤੇ ਵਿੱਚ ਨਿਯਮਾਂ ਅਨੁਸਾਰ ਹੇਠ ਲਿਖੇ ਕਾਗਜ਼ ਮੌਜੂਦ ਹੁੰਦੇ ਹਨ:

ਪੰਜਾਬ ਲੈਂਡ ਰਿਕਾਰਡ ਮੈਨੂਅਲ ਦੇ ਪੈਰਾ ਨੰਬਰ: **3.89 – 3.94** ਅਨੁਸਾਰ

01. ਚਾਲੂ ਬੰਦੋਬਸਤ ਦੀ ਮਿਸਲ ਅਤੇ ਨਕਸ਼ਾ ਪਰਤ ਪਟਵਾਰ
02. ਪਿਛਲੇ ਬੰਦੋਬਸਤ ਦੇ ਸਲਾਨਾ ਕਾਗਜ਼ ਜੋ ਪਟਵਾਰੀ ਪਾਸ ਰਹੇ ਹੋਣ
03. ਖਸਰਾ ਗਿਰਦਾਵਰੀ ਫਾਰਮ
04. ਜਮ੍ਹਾਂਬੰਦੀ ਅੰਤਕਾ ਸਮੇਤ
05. ਰਜ਼ਿਸਟਰ ਇੰਤਕਾਲ
06. ਸ਼ਜਰਾ ਕਿਸ਼ਤਵਾਰ
07. ਸ਼ਜਰਾ ਨਸਬ
08. ਰੋਜ਼ਨਾਮਚਾ
09. ਪਿੰਡ ਦੀਆਂ ਲਾਲ ਕਿਤਾਬਾਂ

10. ਕਾਗਜ਼ ਬੁਰਦੀ ਬਰਾਮਦੀ, ਜੇਕਰ ਹੋਵੇ
11. ਕਾਰਗੁਜ਼ਾਰੀ ਪੁਸਤਕ
12. ਸਰਵੇ ਦੇ ਸਮਾਨ ਦਾ ਰਜ਼ਿਸਟਰ
13. ਬਾਛ ਪੇਪਰ ਜਾਂ ਫਰਦ ਬਾਛ
14. ਹਵਾਲਾ ਪੁਸਤਕਾਂ ਅਤੇ ਹਦਾਇਤਾਂ ਦੀ ਮਿਸਲ

ਇਹ ਸਾਰੇ ਸਮਾਨ ਅਤੇ ਨਿਯਮਾਂ ਮੁਤਾਬਿਕ ਮੌਜੂਦ ਕਾਗਜਾਤ ਅਤੇ ਕਿਤਾਬਾਂ ਨਾਲ ਮਾਲ ਵਿਭਾਗ ਵਿੱਚ ਸੇਵਾ ਕਰਦੇ ਕਰਮਚਾਰੀ ਹਰ ਪਿੰਡ ਦੇ ਰਿਕਾਰਡ ਰੂਮ ਨੂੰ ਮੁਕੰਮਲ ਕਰਨ ਤੋਂ ਇਲਾਵਾ ਜ਼ਮੀਨ ਅਤੇ ਕਿਸਾਨੀ ਨਾਲ ਸਬੰਧਤ ਹਰ ਵਿਅਕਤੀ ਅਤੇ ਉਸ ਦੀ ਲੋੜ ਅਨੁਸਾਰ ਉਸ ਦਾ ਮਾਰਗ ਦਰਸਨ ਅਤੇ ਸੇਵਾ ਕੀਤੀ ਜਾਂਦੀ ਹੈ।

ਮਾਲ ਵਿਭਾਗ ਦੇ ਪਟਵਾਰ ਹਲਕਾ ਭਾਵ ਪਟਵਾਰਖਾਨੇ ਵਿਚੋਂ ਕੋਈ ਵੀ ਵਿਅਕਤੀ ਸਰਕਾਰੀ ਫ਼ੀਸ ਅਦਾ ਕਰਕੇ ਜਮ੍ਹਾਂਬੰਦੀ ਵਾ ਗਿਰਦਾਵਰੀ ਦੀਆਂ ਨਕਲਾਂ ਪ੍ਰਾਪਤ ਕਰ ਸਕਦਾ ਹੈ। ਜੇਕਰ ਕੋਈ ਵਿਅਕਤੀ ਜਮ੍ਹਾਂਬੰਦੀ ਜਾਂ ਗਿਰਦਾਵਰੀ ਦੀ ਨਕਲ ਪਟਵਾਰਖਾਨੇ ਤੋਂ ਨਹੀਂ ਲੈਣੀ ਚਾਹੁੰਦਾ ਤਾਂ ਉਹ ਜਿਲ੍ਹੇ ਦੇ ਰਿਕਾਰਡ ਰੂਮ ਵਿੱਚ ਸਰਕਾਰੀ ਫ਼ੀਸ ਜਮਾਂ ਕਰਾਕੇ ਲੋੜੀਂਦੀ ਨਕਲ ਪਰਤ ਸਰਕਾਰ ਤੋਂ ਪ੍ਰਾਪਤ ਕਰ ਸਕਦਾ ਹੈ।

ਹਰ ਪਟਵਾਰ ਹਲਕੇ ਦੇ ਘੇਰੇ ਵਿੱਚ ਆਉਣ ਵਾਲੀ ਜ਼ਮੀਨ ਦਾ ਨਕਸ਼ਾ ਲੱਠੇ ਦੇ ਕੱਪੜੇ ਤੇ ਬਣਿਆ ਹੁੰਦਾ ਹੈ, ਜਿਸ ਨੂੰ ਆਮ ਵਿਅਕਤੀ ਮੁਆਇਨਾ ਕਰਕੇ, ਆਪਣੀ ਜ਼ਮੀਨ ਦਾ ਨਕਸ਼ਾ, ਜ਼ਮੀਨ ਵਿੱਚੋਂ ਨਿਕਲੀਆਂ ਪੱਹੀਆਂ, ਸੂਆ, ਨਹਿਰ, ਸੜ੍ਹਕ ਆਦਿਕ ਦੀ ਤੱਸਲੀ ਕਰ ਸਕਦਾ ਹੈ। ਜੇ ਕਰ ਕਿਸੇ ਨਕਸ਼ੇ ਵਿੱਚ ਕਿਸੇ ਰੂੜੀ ਅਬਾਦੀ ਦਾ ਨੰਬਰ ਖਸਰਾ, ਜਾਂ ਨਕਸ਼ੇ ਦਾ ਚੰਗੀ ਤਰ੍ਹਾਂ ਪਤਾ ਨਾ ਚਲੇ ਤਾਂ ਤਹਿਸੀਲ ਦਫ਼ਤਰ ਵਿੱਚੋਂ ਉਸ ਦੀ ਨਕਲ ਪ੍ਰਾਪਤ ਕੀਤੀ ਜਾ ਸਕਦੀ ਹੈ।

ਰਿਕਾਰਡ ਰੂਮ ਅਤੇ ਰਿਕਾਰਡ ਦਾ ਮੁਆਇਨਾਂ ਕਰਨ ਸਬੰਧੀ:

ਹਰ ਜ਼ਿਲ੍ਹੇ ਅਤੇ ਤਹਿਸੀਲ ਦਫ਼ਤਰ ਵਿੱਚ ਰਿਕਾਰਡ ਰੂਮ ਹੁੰਦਾ ਹੈ। ਜਿਸ ਵਿੱਚ ਸਰਕਾਰੀ ਰਿਕਾਰਡ ਸੁਰੱਖਿਅਤ ਰੱਖਿਆ ਜਾਂਦਾ ਹੈ। ਜ਼ਿਲ੍ਹੇ ਦੇ ਰਿਕਾਰਡ ਰੂਮ ਵਿੱਚ ਰਿਕਾਰਡ ਤਹਿਸੀਲ ਵਾਰ ਅਤੇ ਤਹਿਸੀਲ ਦੇ ਰਿਕਾਰਡ ਰੂਮ ਵਿੱਚ ਪਿੰਡ ਵਾਰ ਰੱਖਿਆ ਜਾਂਦਾ ਹੈ। ਇਨ੍ਹਾਂ ਰਿਕਾਰਡ ਰੂਮਾਂ ਵਿੱਚ ਰਿਕਾਰਡ ਇਸ ਤਰ੍ਹਾਂ ਰੱਖਿਆ ਜਾਂਦਾ ਹੈ ਤਾਂ ਜੋ ਲੋੜ ਪੈਣ ਤੇ ਅਸਾਨੀ ਨਾਲ ਲੱਭਿਆ ਜਾ ਸਕੇ। ਸਾਰੀਆਂ ਮਿਸਲਾਂ ਜੋ ਰਿਕਾਰਡ ਕਮਰੇ ਵਿੱਚ ਆਉਂਦੀਆਂ ਹਨ, ਉਨ੍ਹਾਂ ਨੂੰ ਉਪਰੋਕਤ ਰਿਕਾਰਡ ਵਾਂਗ ਤਰਤੀਬ ਅਨੁੰਸਾਰ ਰੱਖਿਆ ਜਾਂਦਾ ਹੈ। ਲੋੜੀਦੇ ਰਿਕਾਰਡ ਦਾ ਮੁਆਇਨਾ ਕਰਨਾ ਉਸ ਦਫ਼ਤਰ ਦੇ ਮੁੱਖੀ ਦੇ ਨਿਯੰਤਰਣ ਦਾ ਕਾਰਜ ਹੈ, ਜਿਸ ਦਫ਼ਤਰ ਵਿੱਚ ਉਹ ਸੰਭਾਲ ਲਈ ਰੱਖੇ ਗਏ ਹਨ।

ਉਹ ਹਰ ਆਮ ਆਦਮੀ ਦੇ ਨਿਰੀਖਣ ਲਈ ਖੁੱਲ੍ਹੇ ਹਨ। ਰਿਕਾਰਡ ਦਾ ਨਿੱਰੀਖਣ ਫਿਕਸ ਸਰਕਾਰੀ ਫ਼ੀਸ ਜੰਮਾਂ ਕਰਾ ਕੇ ਮੁਖੀ ਦੀ ਹਾਜਰੀ ਵਿੱਚ ਕੀਤਾ ਜਾ ਸਕਦਾ ਹੈ। ਨਿਰੀਖਣ ਦੌਰਾਨ ਦਸਤਾਂਵੇਜਾਂ ਜਾਂ ਰਿਕਾਰਡ ਪੇਪਰਾਂ ਦੀ ਨਕਲ ਕਰਨ, ਪੈਨ ਨਾਲ ਕੁੱਝ ਲਿੱਖਣ ਅਤੇ ਸਿਆਹੀ

ਨਾਲ ਲੈ ਕੇ ਜਾਣ ਦੀ ਸੱਖਤ ਮਨਾਹੀ ਹੈ। ਨੋਟ ਲੈਣ ਲਈ ਸਿਰਫ਼ ਪੈਨਸਲ ਤੇ ਕਾਗਜ਼ ਹੀ ਵਰਤ ਸਕਦੇ ਹੋ।

ਰਿਕਾਰਡ ਰੂਮ ਵਿੱਚ ਵੱਚ ਮੁਸਾਵੀਆਂ ਨੂੰ ਲੋਹੇ ਦੀਆਂ ਅਲਮਾਰੀਆਂ ਵਿੱਚ ਸਿੱਧੀਆਂ ਰੱਖਿਆ ਜਾਂਦਾ ਹੈ, ਤਾਂ ਕਿ ਉਹ ਚੰਗੀ ਹਾਲਤ ਵਿੱਚ ਰਹਿਣ। ਰਿਕਾਰਡਾਂ ਦੇ ਨਿੱਰੀਖਣ ਲਈ ਬੇਨਤੀ ਪੱਤਰ ਲਿਖਤੀ ਤੌਰ ਤੇ ਦਿੱਤਾ ਜਾਵੇਗਾ, ਜਿਸ ਵਿੱਚ ਲੋੜੀਦੇਂ ਰਿਕਾਰਡ ਨੂੰ ਸਪੱਸ਼ਟ ਕੀਤਾ ਜਾਵੇਗਾ। ਹਰ ਰਿਕਾਰਡ ਜਿਸ ਦਾ ਨਿਰੀਖਣ ਲੋੜੀਦਾਂ ਹੈ, ਲਈ ਵੱਖਰੀ ਅਰਜੀ ਦਿੱਤੀ ਜਾਵੇਗੀ ਅਤੇ ਵੱਖਰੀ ਫ਼ੀਸ ਭਰੀ ਜਾਵੇਗੀ।

ਹਲਕਾ ਪਟਵਾਰੀ ਦੇ ਕੰਮ: **3.14**

1. ਜ਼ਿਲ੍ਹਾ ਕਾਨੂੰਗੋ ਵਲੋਂ ਆਏ ਰਜ਼ਿਸਟਰੀ ਪਰਚੇ ਦੇ ਰਿਕਾਰਡ ਅਨੁਸਾਰ ਇੰਤਕਾਲ ਅਤੇ ਵਰਾਸਤ ਦੇ ਇੰਤਕਾਲ ਦਰਜ ਕਰਨਾ: ਹਰ ਮਹੀਨੇ ਤਹਿਸੀਲ ਵਿੱਚੋਂ ਰਜ਼ਿਸਟਰੀ ਪਰਚਾ ਸਬੰਧਿਤ ਪਟਵਾਰੀ ਨੂੰ ਭੇਜਿਆ ਜਾਂਦਾ ਹੈ, ਜਿਸ ਵਿੱਚ ਜਿੰਨੀਆਂ ਵੀ ਰਜਿਸਟਰੀਆਂ ਬੈ ਹੋਈਆਂ ਉਨ੍ਹਾਂ ਦੀ ਵਿਸਥਾਰ ਪੂਰਵਕ ਜਾਣਕਾਰੀ ਹੁੰਦੀ ਹੈ ਅਤੇ ਜਿਸ ਦੇ ਅਧਾਰ ਤੇ ਪਟਵਾਰੀ ਇੰਤਕਾਲ ਦਰਜ ਕਰਦਾ ਹੈ।
2. ਹਰ ਛੇ ਮਹੀਨੇ ਬਾਅਦ ਖਸਰਾ ਗਿਰਦਾਵਰੀ ਦਾ ਰਿਕਾਰਡ ਤਿਆਰ ਕਰਨਾ: ਪੰਜਾਬ ਲੈਂਡ ਰਿਕਾਰਡ ਮੈਨੁਅਲ ਦੇ ਪੈਰਾ ਨੰਬਰ **9.1** ਦੇ ਮੁਤਾਬਿਕ ਹਲਕਾ ਪਟਵਾਰੀ ਸਾਲ ਵਿੱਚ ਦੋ ਵਾਰ ਗਿਰਦਾਵਰੀ ਹਾੜੀ ਅਤੇ ਸਾਉਣੀ ਕਰਦਾ ਹੈ। ਗਿਰਦਾਵਰੀ ਕਰਨ ਵੇਲੇ ਪਟਵਾਰੀ ਪਿੰਡ ਵਿੱਚ ਮੌਕੇ ਤੇ ਜਾ ਕੇ ਖੁਦ ਗਿਰਦਾਵਰੀ ਕਰਦਾ ਹੈ। ਉਸ ਦੇ ਨਾਲ ਪਿੰਡ ਦਾ ਨੰਬਰਦਾਰ ਅਤੇ ਉਹ ਧਿਰਾਂ ਜਿੱਥੇ ਗਿਰਦਾਵਰੀ ਹੋਣੀ ਹੋਵੇ ਮੌਕੇ ਤੇ ਹਾਜ਼ਰ ਹੁੰਦੀਆਂ ਹਨ ਤਾਂਕਿ ਕੋਈ ਗਲਤੀ ਦੀ ਗੁੰਜ਼ਾਇਸ ਨਾ ਰਹੇ। ਇਸ ਤੋਂ ਇਲਾਵਾ ਹਲਕਾ ਪਟਵਾਰੀ ਖਰਾਬੇ ਦੀ ਗਿਰਦੌਰੀ ਵੀ ਕਰਦਾ ਹੈ ਜੇ ਕੋਈ ਕੁਦਰਤੀ ਆਫ਼ਤ ਆਉਣ ਕਰਕੇ ਫ਼ਸਲ ਤਬਾਹ ਹੋ ਗਈ ਹੋਵੇ।
3. ਨਵੀਂ ਜਮ੍ਹਾਂਬੰਦੀ (ਪੰਜ ਸਾਲਾ) ਤਿਆਰ ਕਰਨਾ। ਸਾਰੀਆਂ ਤਬਦੀਲੀ ਦਾ ਇੰਦਰਾਜ ਯੋਗ ਥਾਂ ਉੱਪਰ ਕਰਨਾ: ਜਮ੍ਹਾਂਬੰਦੀ ਇੱਕ ਬਹੁਤ ਹੀ ਮਹੱਤਪੂਰਨ ਦਸਤਾਵੇਜ਼ ਹੈ ਜਿਸ ਦੀ ਜਾਣਕਾਰੀ ਹਰ ਜ਼ਮੀਨਦਾਰ ਨੂੰ ਹੋਣੀ ਬਹੁਤ ਜਰੂਰੀ ਹੈ। ਪੰਜਾਬ ਲੈਂਡ ਰਿਕਾਰਡ ਮੈਨੂਅਲ ਦੇ ਪੈਰਾ ਨੰਬਰ **7.40** ਵਿੱਚ ਜਮ੍ਹਾਂਬੰਦੀ ਦੇ ਫਾਰਮ ਨੂੰ ਦਰਸਾਇਆ ਗਿਆ ਹੈ। ਇਹ ਰਜ਼ਿਸਟਰ ਹਰ ਪੰਜ ਸਾਲ ਬਾਅਦ ਹਲਕਾ ਪਟਵਾਰੀ ਦੁਆਰਾ ਬਹੁਤ ਹੀ ਧਿਆਨ ਨਾਲ ਤਿਆਰ ਕੀਤਾ ਜਾਂਦਾ ਹੈ। ਨਵੀਂ ਜਮ੍ਹਾਂਬੰਦੀ ਤਿਆਰ ਕਰਨ ਵੇਲੇ ਜਿੰਨੀਆਂ ਵੀ ਤਬਦੀਲੀਆਂ ਪੁਰਾਣੀ ਜਮ੍ਹਾਂਬਦੀ ਵਿੱਚ ਲਾਲ ਸਿਆਹੀ ਨਾਲ ਲਿਖੇ ਇੰਦਰਾਜਾਂ ਨੂੰ ਧਿਆਨ ਵਿੱਚ ਰੱਖਦੇ ਹੋਏ ਅਤੇ ਇੰਤਕਾਲਾਂ ਵਿੱਚ ਮਾਲਕੀ ਦੇ ਰਿਕਾਰਡ ਦੀ ਤਬਦੀਲੀ ਜਾਂ ਬੈ ਰਜ਼ਿਸਟਰੀਆਂ ਰਾਹੀ ਨਵੇਂ ਮਾਲਕਾਂ ਦੀ ਮਾਲਕੀ ਦੇ ਰਿਕਾਰਡ ਬਹੁਤ ਹੀ ਧਿਆਨ ਨਾਲ ਹਲਕਾ ਪਟਵਾਰੀ ਦੁਆਰਾ ਨਵੀਂ ਜਮ੍ਹਾਂਬੰਦੀ ਵਿੱਚ ਦਰਜ ਕੀਤੇ ਜਾਂਦੇ ਹਨ ਤਾਂਕਿ ਕੋਈ ਗਲਤੀ ਨਾ ਰਹਿ ਜਾਵੇ।
4. ਕੁਦਰਤੀ ਕਰੋਪੀ ਜਿਵੇਂ ਹੜ੍ਹ, ਗੜ੍ਹੇ ਮਾਰ, ਸੋਕਾ ਅਤੇ ਹੋਰ ਕੁਦਰਤੀ ਆਫਤਾਂ ਕਰਕੇ ਕਿਸਾਨਾਂ ਦੀ ਫ਼ਸਲ ਤਬਾਹ (ਖਰਾਬਾ) ਹੋਣ ਕਰਕੇ ਸ਼ਪੈਸਲ ਗਿਰਦਾਵਰੀ ਕਰਨਾ: ਖਰਾਬੇ ਦੀ ਹਾਲਤ

ਵਿੱਚ ਹਲਕਾ ਪਟਵਾਰੀ ਖਰਾਬੇ ਦੀ ਗਿਰਦਾਵਰੀ ਵੀ ਕਰਦਾ ਹੈ ਜੇ ਕੋਈ ਕੁਦਰਤੀ ਆਫ਼ਤ ਆਉਣ ਕਰਕੇ ਫ਼ਸਲ ਤਬਾਹ ਹੋ ਗਈ ਹੋਵੇ।

5. ਹਲਕਾ ਪਟਵਾਰੀ ਆਪਣੀ ਡਾਇਰੀ ਵਿੱਚ ਉਹ ਸਾਰੇ ਖਸਰਾ ਨੰਬਰਾਂ ਦੇ ਵੇਰਵੇ ਦਰਜ ਕਰੇਗਾ ਜਿਨ੍ਹਾਂ ਵਿੱਚ ਵਾਹੀ ਦੇ ਕਬਜ਼ੇ ਤਬਦੀਲ ਹੋਏ ਹਨ ਜਾਂ ਚਕੌਤੇ ਠੇਕੇ ਵਿੱਚ ਕੋਈ ਤਬਦੀਲੀ ਹੋਈ ਹੈ: ਇਸ ਡਾਇਰੀ ਤੋਂ ਇਲਾਵਾ ਪਟਵਾਰੀ ਰੋਜ਼ਨਾਮਚਿਆਂ ਦੀਆਂ ਕਿਤਾਬਾਂ ਵੀ ਪੂਰੀਆਂ ਕਰਦਾ ਹੈ।
6. ਸ਼ਲਾਨਾ ਬਾਛ ਪੇਪਰ (ਫਰਦ ਬਾਛ) ਤਿਆਰ ਕਰਕੇ ਨੰਬਰਦਾਰ ਨੂੰ ਦੇਣਾ: ਪੰਜਾਬ ਲੈਂਡ ਰਿਕਾਰਡ ਮੈਨੂਅਲ ਦੇ ਪੈਰਾ ਨੰਬਰ **3.21** ਮੁਤਾਬਿਕ ਹਲਕਾ ਪਟਵਾਰੀ ਖਰੀਫ਼ ਗਿਰਦਾਵਰੀ ਬਣਨ ਤੋਂ ਬਾਅਦ ਫ਼ਰਦ ਬਾਛ ਤਿਆਰ ਕਰਦਾ ਹੈ ਜਿਸ ਵਿੱਚ ਪਿੰਡ ਦੇ ਕਿਸਾਨਾਂ ਦਾ ਗਰਦੌਰੀ ਮੁਤਾਬਿਕ ਮਾਮਲੇ ਦੀ ਲਿਸਟ ਹੁੰਦੀ ਹੈ ਜਿਸ ਨੂੰ ਬਾਛ ਪੇਪਰ ਜਾਂ ਫਰਦ ਬਾਛ ਕਿਹਾ ਜਾਂਦਾ ਹੈ, ਇਹ ਲਿਸਟ ਹਲਕਾ ਪਟਵਾਰੀ ਨੰਬਰਦਾਰ ਨੂੰ ਦਿੰਦਾ ਹੈ ਅਤੇ ਨੰਬਰਦਾਰ ਜ਼ਿਮੀਂਦਾਰਾਂ ਤੋਂ ਮਾਮਲਾ ਇੱਕਠਾ ਕਰਕੇ ਸਰਕਾਰੀ ਖ਼ਜਾਨੇ ਵਿੱਚ ਜਮ੍ਹਾਂ ਕਰਵਾ ਦਿੰਦਾ ਹੈ। ਅਗਰ ਕੋਈ ਮਾਮਲੇ ਵਿੱਚ ਵਾਧ ਘਾਟ ਹੋਵੇ ਤਾਂ ਉਸ ਨੂੰ ਰਬੀ ਗਿਰਦਾਵਰੀ ਵੇਲੇ ਪਟਵਾਰੀ ਵਲੋਂ ਠੀਕ ਕੀਤਾ ਜਾਂਦਾ ਹੈ।

ਪਰਚਾ ਬੁੱਕ: ਪੰਜਾਬ ਰਿਕਾਰਡ ਮੈਨੁਅਲ ਦੇ ਪੈਰਾ ਨੰਬਰ ਅਨੁੰਸਾਰ ਹਲਕਾ ਪਟਵਾਰੀ ਜ਼ਮੀਨਦਾਰ ਵੱਲੋਂ ਮੰਗ ਕਰਨ ਤੇ ਉਸ ਨੂੰ ਉਸ ਦੀ ਜ਼ਮੀਨ ਦੀ ਇੱਕ ਪਰਚਾ ਕਿਤਾਬ ਤਿਆਰ ਕਰਕੇ ਦੇਵੇਗਾ। ਜਿਸ ਵਿੱਚ ਉਸ ਜ਼ਮੀਨਦਾਰ ਦੀ ਸਾਰੀ ਜ਼ਮੀਨ ਦਾ ਵੇਰਵਾ ਨਕਸ਼ੇ ਸਮੇਤ ਬਣਿਆ ਹੁੰਦਾ ਹੈ। ਆਮ ਭਾਸ਼ਾ ਵਿੱਚ ਕਿਸਾਨ ਇਸ ਨੂੰ ਮੁਰੱਬੇਬੰਦੀ ਵਾਲੀ ਕਾਪੀ ਵੀ ਕਹਿੰਦੇ ਹਨ।

ਪੰਜਾਬ ਰਿਕਾਰਡ ਮੈਨੁਅਲ ਦੇ ਪੈਰਾ ਨੰਬਰ 3.23 ਅਨੁੰਸਾਰ ਹਲਕਾ ਪਟਵਾਰੀ ਹਰ ਸਾਲ ਉਸ ਨੂੰ ਚੈਕ ਕਰਕੇ ਉਸ ਉੱਪਰ ਦੱਸਤਖਤ ਕਰੇਗਾ ਅਤੇ ਇਸ ਦੀ ਕੋਈ ਫ਼ੀਸ ਨਹੀਂ ਲਈ ਜਾਵੇਗੀ।

ਚੈਪਟਰ – **XVI**: ਫੀਸ ਵਸੂਲਣ ਵਾਸਤੇ:

ਪੰਜਾਬ ਰਿਕਾਰਡ ਮੈਨੁਅਲ ਦੇ ਪੈਰਾ ਨੰਬਰ **3.48 (**ਲੈਂਡ ਰੈਵੀਨਿਊ ਰੂਲ **– 71)** ਅਨੁੰਸਾਰ ਰੈਵੀਨਿਊ ਰਿਕਾਰਡ ਦੀ ਨਕਲ ਲੈਣ ਵਾਸਤੇ ਹਲਕਾ ਪਟਵਾਰੀ ਹੇਠ ਦਿੱਤੇ ਚਾਰਟ ਅਨੁੰਸਾਰ ਫ਼ੀਸ ਵਸੂਲ ਕਰੇਗਾ।

ਲੜੀ ਨੰ:	ਕੰਮ ਦਾ ਵੇਰਵਾ	ਫੀਸ
01	ਜਮ੍ਹਾਂਬੰਦੀ ਦੀ ਨਕਲ	₹ 20/- ਇੱਕ ਪੇਜ਼ ਦੇ
02	ਫ਼ਰਦ ਬਦਰ ਦੀ ਨਕਲ	₹ 20/- ਇੱਕ ਪੇਜ਼ ਦੇ
03	ਇੰਤਕਾਲ ਦੀ ਨਕਲ	₹ 20/- ਇੱਕ ਪੇਜ਼ ਦੇ
04	ਪੈਡਿੰਗ ਪਏ ਇੰਤਕਾਲ ਦੀ ਨਕਲ	₹ 20/- ਇੱਕ ਪੇਜ਼ ਦੇ

ਲੜੀ ਨੰ:	ਕੰਮ ਦਾ ਵੇਰਵਾ	ਫੀਸ
05	ਖਸਰਾ ਗਿਰਦਾਵਰੀ	₹ 20/- ਇੱਕ ਪੇਜ਼ ਦੇ
06	ਰੋਜਨਾਮਚਾ ਵਾਕਿਆਤੀ	₹ 20/- ਇੱਕ ਪੇਜ਼ ਦੇ
07	ਫ਼ੀਲਡ ਬੁੱਕ	₹ 20/- ਇੱਕ ਪੇਜ਼ ਦੇ
08	ਪਿੰਡ ਦੀ ਨੋਟ ਬੁੱਕ (ਪੜ੍ਹਤਾਲ ਦੀ ਕਿਤਾਬ)	₹ 20/- ਇੱਕ ਪੇਜ਼ ਦੇ
09	ਫ਼ਰਦ ਤਕਸੀਮ	₹ 20/- ਇੱਕ ਪੇਜ਼ ਦੇ
10	ਪਰਚਾ ਬੁੱਕ (ਮੁਰੱਬੇਬੰਦੀ ਵਾਲੀ ਕਾਪੀ)	₹ 20/- ਇੱਕ ਪੇਜ਼ ਦੇ
11	ਕੋਈ ਵੀ ਖੇਤਾਂ ਦਾ ਨਕਸ਼ਾ ਬਣਾਉਣਾ ਹੋਵੇ।	₹ 20/- ਇੱਕ ਪੇਜ਼ ਦੇ
12	ਤਤਿਮਾ ਸ਼ਜਰਾ ਦੀ ਕਾਪੀ	₹ 20/- ਚਾਰ ਖੇਤਾਂ ਦੇ
13	ਪਿੰਡਾਂ ਵਿੱਚ ਪੈਨਸ਼ਨ ਧਾਰਕਾਂ ਦੀ ਲਿਸਟ ਦੀ ਕਾਪੀ	₹ 20/- ਇੱਕ ਪੇਜ਼ ਦੇ
(i)	ਫ਼ਰਦ ਬਾਛ ਜਾਂ ਬਾਛ ਪੇਪਰ ਦੀ ਕਾਪੀ	₹ 20/- ਇੱਕ ਪੇਜ਼ ਦੇ
(ii)	ਫ਼ਰਦ ਬਾਛ ਦਾ ਤਰੀਕਾ	₹ 20/- ਇੱਕ ਪੇਜ਼ ਦੇ
(iii)	ਵਾਜੀਬ-ਉਲ-ਅਰਜ਼ ਦੀ ਕਾਪੀ (Customary Laws)	₹ 20/- ਇੱਕ ਪੇਜ਼ ਦੇ

ਪੰਜਾਬ ਰਿਕਾਰਡ ਮੈਨੂਅਲ ਦੇ ਪੈਰਾ ਨੰਬਰ **3.48 B** ਅਨੁਸਾਰ ਉਪਰੋਕਤ ਸੇਵਾਵਾਂ ਦੇ ਬਦਲੇ ਪਟਵਾਰੀ ਜੋ ਫ਼ੀਸ ਪ੍ਰਾਪਤ ਕਰੇਗਾ ਉਸ ਦੀ ਪੱਕੀ ਰਸ਼ੀਦ ਕੱਟ ਕੇ ਦੇਵੇਗਾ ਅਤੇ ਇੱਕ ਕਾਪੀ ਆਪਣੇ ਪਾਸ ਰੱਖੇਗਾ।

ਪੰਜਾਬ ਰਿਕਾਰਡ ਮੈਨੂਅਲ ਦੇ ਪੈਰਾ ਨੰਬਰ **3.49** ਅਨੁਸਾਰ ਪਟਵਾਰੀ ਇਸ ਫ਼ੀਸ ਦਾ ਵੇਰਵਾ, ਖਸਰਾ ਨੰਬਰ ਅਤੇ ਖਾਤਾ ਨੰਬਰ ਸਮੇਤ ਆਪਣੀ ਡਾਇਰੀ ਵਿੱਚ ਨੋਟ ਕਰੇਗਾ।

ਇਸ ਪੈਰੇ ਅਨੁਸਾਰ ਉੱਪਰਲੇ ਰੇਟਾਂ ਦੇ ਚਾਰਟ ਦੀ ਇੱਕ -ਇੱਕ ਕਾਪੀ ਉਹ ਪਟਵਾਰਖਾਨੇ, ਪੰਚਾਇਤ ਘਰ ਅਤੇ ਹੋਰ ਸਾਂਝੀ ਥਾਂ ਤੇ ਲਾਵੇਗਾ। ਅਗਰ ਪਟਵਾਰੀ ਇਸ ਚਾਰਟ ਵਿੱਚ ਦਰਸਾਏ ਪੈਸਿਆਂ ਤੋਂ ਵੱਧ ਚਾਰਜ ਕਰੇਗਾ ਤਾਂ ਸ਼ਕਾਇਤ ਕਰਨ ਤੇ ਉਸ ਖਿਲਾਫ ਸਖਤ ਕਾਰਵਾਈ ਕੀਤੀ ਜਾ ਸਕਦੀ ਹੈ।

ਪੰਜਾਬ ਰਿਕਾਰਡ ਮੈਨੂਅਲ ਦੇ ਪੈਰਾ ਨੰਬਰ **3.18 (1)** ਅਨੁਸਾਰ ਹਲਕਾ ਪਟਵਾਰੀ ਦੀ ਇਹ ਜੁੰਮੇਵਾਰੀ ਬਣਦੀ ਹੈ ਕਿ ਆਪਣੇ ਹਲਕੇ ਦੇ ਪਿੰਡਾਂ ਵਿੱਚ ਕੋਈ ਗੈਰ-ਕਾਨੂੰਨੀ ਧੰਦਿਆਂ ਬਾਰੇ ਪ੍ਰਸ਼ਾਸਨ ਜਾਂ ਪੁਲੀਸ ਨੂੰ ਰਿਪੋਰਟ ਕਰੇ।

ਪਟਵਾਰੀ ਨੂੰ ਆਪਣੇ ਪਟਵਾਰ ਹਲਕੇ ਵਿੱਚ ਰਹਾਇਸ਼ ਰੱਖਣੀਂ ਜਰੂਰੀ ਹੈ। ਸਰਕਾਰ ਦੀ ਇਹ ਮਨਸ਼ਾ ਸੀ ਕਿ ਹਰ ਪਿੰਡ ਵਿੱਚ ਪਟਵਾਰਖਾਨਾ ਖੋਲਿਆ ਜਾਵੇ, ਜਿੱਥੇ ਪਟਵਾਰੀ ਆਪਣਾ ਸਮਾਨ ਅਤੇ ਰੈਵੀਨਿਊ ਰਿਕਾਰਡ ਰੱਖਦਾ ਹੈ।

ਪੰਜਾਬ ਵਿੱਚ ਨਹਿਰਾਂ ਨਿਕਲਣ ਨਾਲ ਜਦੋਂ ਨਹਿਰਾਂ ਸੰਚਾਈ ਦਾ ਸਾਧਨ ਬਣ ਗਈਆਂ ਤਾਂ ਨਹਿਰੀ ਪਾਣੀ ਦਾ ਹਿਸਾਬ-ਕਿਤਾਬ ਰੱਖਣ ਲਈ ਨਹਿਰੀ ਮਹਿਕਮਾਂ ਬਣਾਇਆ ਗਿਆ ਅਤੇ ਜਿਸ ਵਿੱਚ ਨਹਿਰੀ ਪਟਵਾਰੀ ਲਾਏ ਗਏ। ਇਹ ਨਹਿਰੀ ਪਟਵਾਰੀਆਂ ਦਾ ਮੇਨ ਕੰਮ ਇਹ ਸੀ ਕਿ ਕਿਨ੍ਹੀ ਜ਼ਮੀਨ ਨੂੰ ਨਹਿਰ ਦਾ ਪਾਣੀ ਲਗਦਾ ਹੈ ਉਸ ਦਾ ਹਿਸਾਬ-ਕਿਤਾਬ ਅਤੇ ਉਨ੍ਹਾਂ ਖੇਤਾਂ ਦੀ ਗਿਰਦਾਵਰੀ ਕਰਨੀ ਅਤੇ ਨਹਿਰੀ ਮਾਲੀਆ ਲਗਾਉਣ ਲਈ ਮਾਲ ਪਟਵਾਰੀ ਨੂੰ ਰਿਕਾਰਡ ਦੇਣਾ ਹੁੰਦਾ ਸੀ।

ਪਰ 1997-2002 ਵਿੱਚ ਜਦੋਂ ਅਕਾਲੀ ਸਰਕਾਰ ਬਣੀ ਤਾਂ ਇਸ ਨੇ ਪੰਜਾਬ ਦੇ ਕਿਸਾਨਾਂ ਲਈ ਬਿਜਲੀ ਦਾ ਬਿਲ ਅਤੇ ਨਹਿਰੀ ਪਾਣੀ ਦਾ ਮਾਮਲਾ ਮੁਆਫ਼ ਕਰ ਦਿੱਤਾ ਤਾਂ ਨਹਿਰੀ ਮਾਮਲੇ ਦੀ ਜਰੂਰਤ ਨਹੀਂ ਰਹੀ। ਇਸ ਲਈ ਨਹਿਰੀ ਪਟਵਾਰੀ ਦੀ ਅਸਾਮੀ ਨੂੰ ਖਤਮ ਕਰਕੇ ਉਨ੍ਹਾਂ ਸਾਰੇ ਨਹਿਰੀ ਪਟਵਾਰੀਆਂ ਨੂੰ ਮਾਲ ਮਹਿਕਮੇ ਦੇ ਪਟਵਾਰੀਆਂ ਨਾਲ ਰਲਾ ਦਿੱਤਾ।

ਪੰਜਾਬ ਸਰਕਾਰ ਦਾ ਇਹ ਫੈਸਲਾ ਕਾਨੂੰਨੀ ਅਤੇ ਆਰਥਿਕ ਪੱਖੋਂ ਠੀਕ ਨਹੀਂ ਹੈ। ਪਰ ਪੰਜਾਬ ਸਰਕਾਰ ਨੂੰ ਛੇਤੀ ਹੀ ਇਸ ਫੈਸਲੇ ਤੇ ਧਿਆਨ ਦੇਣ ਦੀ ਜਰੂਰਤ ਪਵੇਗੀ ਅਤੇ ਇੱਕ ਵਾਰ ਫਿਰ ਤੋਂ ਬਿਜਲੀ ਦੇ ਬਿਲ ਅਤੇ ਨਹਿਰੀ ਪਟਵਾਰੀ ਫਿਰ ਹੋਂਦ ਵਿੱਚ ਆਉਣਗੇ।

ਪਟਵਾਰ ਅਤੇ ਮਾਲ ਮਹਿਕਮੇ ਨਾਲ ਸਬੰਧਤ ਵੱਖ ਵੱਖ ਨੁਕਤਿਆਂ ਬਾਰੇ ਸੱਪਸ਼ਟੀਕਰਨ ਦੇਣ ਵਾਸਤੇ ਹੇਠਾਂ ਕੁੱਝ **ਸੁਆਲ ਜਵਾਬ** ਲਿਖ ਰਹੇ ਹਾਂ ਤਾਕਿ ਚੰਗੀ ਤਰ੍ਹਾਂ ਇਸ ਨੂੰ ਸਮਝਿਆ ਜਾ ਸਕੇ ਅਤੇ ਹੱਕਦਾਰ ਨੂੰ ਇਸ ਤਰ੍ਹਾਂ ਦੇ ਮਾਮਲਿਆਂ ਦਾ ਨਿਪਟਾਰਾ ਕਰਵਾਉਣ ਵਿੱਚ ਸਹਾਇਤਾ ਅਤੇ ਜਾਣਕਾਰੀ ਮਿਲ ਸਕੇ:

ਪ੍ਰਸ਼ਨ: ਹਲਕਾ ਪਟਵਾਰੀ ਇੰਤਕਾਲ ਕਦੋਂ ਦਰਜ ਕਰਦਾ ਹੈ?

ਉੱਤਰ: ਹਲਕਾ ਪਟਵਾਰੀ ਜਾਂ ਤਾਂ ਕਿਸੇ ਦੀ ਮੌਤ ਤੋਂ ਬਾਅਦ ਵਿਰਾਸਤ ਦਾ ਇੰਤਕਾਲ ਦਰਜ ਕਰਦਾ ਹੈ ਜਾਂ ਫਿਰ ਜਦੋਂ ਉਸ ਨੂੰ ਤਹਿਸੀਲ ਦਫ਼ਤਰੋਂ ਰਜਿਸਟਰੀ ਪਰਚਾ ਮਿਲਣ ਤੇ ਇੰਤਕਾਲ ਦਰਜ ਕਰਦਾ ਹੈ।

ਪ੍ਰਸ਼ਨ: ਹਲਕਾ ਪਟਵਾਰੀ ਆਪਣੀ ਡਾਇਰੀ ਵਿੱਚ ਕਿਹੜੀਆਂ - ਕਿਹੜੀਆਂ ਗੱਲਾਂ ਲਿਖਦਾ ਹੈ?

ਉੱਤਰ: ਹਲਕਾ ਪਟਵਾਰੀ ਆਪਣੀ ਡਾਇਰੀ ਵਿੱਚ ਉਹ ਸਾਰੇ ਖਸਰਾ ਨੰਬਰਾਂ ਦੇ ਵੇਰਵੇ ਦਰਜ ਕਰੇਗਾ ਜਿਨ੍ਹਾਂ ਵਿੱਚ ਵਾਹੀ ਦੇ ਕਬਜ਼ੇ ਤਬਦੀਲ ਹੋਏ ਹਨ ਜਾਂ ਚਕੌਤੇ ਠੇਕੇ ਵਿੱਚ ਕੋਈ ਤਬਦੀਲੀ ਹੋਈ ਹੈ: ਇਸ ਡਾਇਰੀ ਤੋਂ ਇਲਾਵਾ ਪਟਵਾਰੀ ਰੋਜ਼ਨਾਮਚਿਆਂ ਦੀਆਂ ਕਿਤਾਬਾਂ ਵੀ ਪੂਰੀਆਂ ਕਰਦਾ ਹੈ।

ਪ੍ਰਸ਼ਨ: ਕੀ ਹਲਕਾ ਪਟਵਾਰੀ ਫ਼ਰਦ ਬਦਰ ਤੋਂ ਬਗੈਰ ਕੋਈ ਗਲਤੀ ਆਪਣੇ ਆਪ ਠੀਕ ਕਰ ਸਕਦਾ ਹੈ?

ਉੱਤਰ: ਹਲਕਾ ਪਟਵਾਰੀ ਨੂੰ ਕੋਈ ਅਧਿਕਾਰ ਨਹੀਂ ਕਿ ਉਹ ਆਪਣੇ ਆਪ ਕਿਸੇ ਰਿਕਾਰਡ ਵਿੱਚ ਹੋਈ ਗਲਤੀ ਨੂੰ ਠੀਕ ਕਰ ਸਕੇ।

ਪ੍ਰਸ਼ਨ: ਹਲਕਾ ਪਟਵਾਰੀ ਜਮ੍ਹਾਂਬੰਦੀ ਵਿੱਚ ਹਿਸਾਬਤ ਕਿਤਾਬਤ ਗਲਤੀਆਂ ਦੀ ਦਰੁਸਤਗੀ ਕਿਵੇਂ, ਕਦੋਂ ਅਤੇ ਕਿਸ ਵਲੋਂ ਕੀਤੀ ਜਾ ਸਕਦੀ ਹੈ?

ਉੱਤਰ: 1. ਰੈਵਨਿਊ ਅਫਸਰ ਵਲੋਂ ਤਸਦੀਕ ਦੇ ਵੇਲੇ
2. ਫ਼ਰਦ ਬਦਰ ਰਾਹੀਂ
3. ਦੀਵਾਨੀ ਅਦਾਲਤ ਦੇ ਫੈਸਲੇ ਰਾਹੀਂ।

ਪ੍ਰਸ਼ਨ: ਜਿਹੜੀਆਂ ਗਲਤੀਆਂ ਫ਼ਰਦ ਬਦਰ ਰਾਹੀਂ ਠੀਕ ਨਹੀਂ ਹੋ ਸਕਦੀਆਂ, ਉਹ ਕਿਸ ਤਰ੍ਹਾਂ ਠੀਕ ਕਰਵਾਈਆਂ ਜਾ ਸਕਦੀਆਂ ਹਨ?

ਉੱਤਰ: ਫ਼ਰਦ ਬਦਰ ਰਾਹੀਂ ਸਿਰਫ ਹਿਸਾਬਤ ਕਿਤਾਬਤ ਗਲਤੀਆਂ ਹੀ ਠੀਕ ਕੀਤੀਆਂ ਜਾ ਸਕਦੀਆਂ ਹਨ। ਜਿਨ੍ਹਾਂ ਗਲਤੀਆਂ ਦਾ ਸਬੰਧ ਕਿਸੇ ਕਿਸਮ ਦੇ ਹੱਕਾਂ ਨਾਲ ਹੋਵੇ ਜਾਂ ਹਿੱਸਿਆਂ ਜਾਂ ਕਬਜਿਆਂ ਸਬੰਧੀ ਹੋਵੇ, ਉਹ ਦਿਵਾਨੀ ਅਦਾਲਤਾਂ ਰਾਹੀਂ ਹੀ ਠੀਕ ਕਰਵਾਈਆਂ ਜਾ ਸਕਦੀਆਂ ਹਨ।

ਪ੍ਰਸ਼ਨ: ਹਲਕਾ ਪਟਵਾਰੀ ਆਪਣਾ ਹਲਕਾ ਛੱਡ ਕੇ ਬਾਹਰ ਜਾਣ ਵੇਲੇ ਉਸ ਦੇ ਕੀ ਫਰਜ ਹਨ?

ਉੱਤਰ: ਜਦੋਂ ਪਟਵਾਰੀ ਆਪਣੇ ਹੈਡ-ਕੁਆਟਰ ਨੂੰ ਛੱਡੇ ਉਦੋਂ ਉਸ ਨੂੰ ਨੰਬਰ ਸ਼ੁਮਾਰ ਦੇ ਕੇ ਉਸ ਦਿਨ ਹਲਕੇ ਦੇ ਹੈਡ ਕੁਆਟਰ ਛੱਡਣ ਦਾ ਕਾਰਣ ਅਤੇ ਜਿਸ ਪਾਸੇ ਜਾਣਾ ਹੋਵੇ ਦਰਜ਼ ਕਰੇਗਾ ਅਤੇ ਇਹ ਰੋਜ਼ਨਾਮਚਾ ਪਿੰਡ ਦੇ ਸੀਨੀਅਰ ਨੰਬਰਦਾਰ ਪਾਸ ਰੱਖਕੇ ਹੈਡ ਕੁਆਟਰ ਨੂੰ ਛੱਡ ਸਕੇਗਾ ਅਗਰ ਨੰਬਰਦਾਰ ਹਾਜ਼ਰ ਨਾ ਹੋਵੇ ਤਾਂ ਰੋਜ਼ਨਾਮਚੇ ਨੂੰ ਪਿੰਡ ਦੇ ਸਰਪੰਚ ਕੋਲ ਰੱਖੇਗਾ। ਅਤੇ ਹੈਡ-ਕੁਆਟਰ ਵਾਪਸ ਆ ਕੇ ਰੋਜ਼ਨਾਮਚਾ ਆਪਣੇ ਪਾਸ ਰੱਖੇਗਾ।

ਪ੍ਰਸ਼ਨ: ਹਲਕਾ ਪਟਵਾਰੀ ਨਵੀਂ ਜਮ੍ਹਾਂਬੰਦੀ ਕਦੋਂ ਤਿਆਰ ਕਰਦਾ ਹੈ?

ਉੱਤਰ: ਹਰ ਪੰਜ ਸਾਲ ਬਾਅਦ ਨਵੀਂ ਜਮ੍ਹਾਂਬੰਦੀ ਤਿਆਰ ਕੀਤੀ ਜਾਂਦੀ ਹੈ।

ਪ੍ਰਸ਼ਨ: ਹਲਕਾ ਪਟਵਾਰੀ ਨਵੀਂ ਜਮ੍ਹਾਂਬੰਦੀ ਬਣਾਉਣ ਵੇਲੇ ਕਿਹੜੀਆਂ -ਕਿਹੜੀਆਂ ਗੱਲਾਂ ਦਾ ਖਿਆਲ ਰੱਖਦਾ ਹੈ?

ਉੱਤਰ: ਇੰਤਕਾਲ ਰਜ਼ਿਸਟਰ ਵਿੱਚ ਜਿਹੜੇ ਇੰਦਰਾਜ ਲਾਲ ਸਿਆਹੀ ਨਾਲ ਲਿਖੇ ਹੋਣ ਭਾਵ ਪਿਛਲੇ ਪੰਜ ਸਾਲਾਂ ਵਿੱਚ ਜੋ ਮਾਲਕੀ ਵਿੱਚ ਤਬਦੀਲੀਆਂ ਆਈਆਂ ਹੋਣ ਉਨ੍ਹਾਂ ਨੂੰ ਪੰਜ ਸਾਲਾਂ ਪਿਛੋਂ ਜਮ੍ਹਾਂਬੰਦੀ ਦੁਬਾਰਾ ਤਿਆਰ ਕੀਤੀ ਜਾਂਦੀ ਹੈ ਤਾਂ ਉਨ੍ਹਾਂ ਤਬਦੀਲੀਆਂ ਦਾ ਇੰਦਰਾਜ ਨਵੀਂ ਜਮ੍ਹਾਂਬੰਦੀ ਵਿੱਚ ਯੋਗ ਥਾਂ ਉੱਤੇ ਕਰ ਦਿੱਤਾ ਜਾਂਦਾ ਹੈ।

ਪ੍ਰਸ਼ਨ: ਖਸ਼ਰਾ ਗਿਰਦਾਵਰੀ ਪਟਵਾਰੀ ਸਾਲ ਵਿੱਚ ਕਿੰਨੀ ਵਾਰ ਕਰਦਾ ਹੈ? ਅਤੇ ਕਦੋਂ

ਉੱਤਰ: ਗਿਰਦਾਵਰੀ ਮੁੱਖ ਤੌਰ ਤੇ ਸਾਲ ਵਿੱਚ **ਦੋ ਵਾਰ** ਹੁੰਦੀ ਹੈ, ਜਿਸਦਾ ਵੇਰਵਾ ਹੇਠ ਲਿਖੇ ਅਨੁਸਾਰ ਹੈ:

1. ਹਾੜੀ (ਰਬੀ) ------------------------------ 01 ਮਾਰਚ ਤੋਂ 31 ਮਾਰਚ ਤੱਕ
2. ਸਾਉਣੀ (ਖਰੀਫ) ------------------------- 16 ਸਿਤੰਬਰ ਤੋਂ 15 ਅਕਤੂਬਰ ਤੱਕ

ਉਕਤ ਤੋਂ ਇਲਾਵਾ ਸਾਲ ਵਿੱਚ ਦੋ ਵਾਰੀ ਗਿਰਦਾਵਰੀ ਵਾਧੂ ਹਾੜੀ ਅਤੇ ਵਾਧੂ ਸਾਉਣੀ ਹੇਠ ਲਿਖੇ ਅਨੁਸਾਰ ਹੁੰਦੀ ਹੈ।

3. ਵਾਧੂ ਹਾੜੀ ---------------------------------- 01 ਮਈ ਤੋਂ 15 ਮਈ ਤੱਕ
4. ਵਾਧੂ ਸਾਉਣੀ -------------------------------- 01 ਦਸੰਬਰ ਤੋਂ 15 ਦਸੰਬਰ ਤੱਕ

ਪ੍ਰਸ਼ਨ: ਪਿੰਡ ਵਿੱਚ ਕੁਦਰਤੀ ਕਰੋਪੀ ਆਉਣ ਤੇ ਪਟਵਾਰੀ ਦੇ ਕੀ ਫਰਜ ਹਨ?
ਉੱਤਰ: ਪਿੰਡ ਵਿੱਚ ਕੁਦਰਤੀ ਕਰੋਪੀ ਭਾਵ ਗੜ੍ਹੇ-ਮਾਰ, ਹੜ੍ਹ, ਸੋਕਾ ਆਦਿ ਦੀ ਹਾਲਤ ਵਿੱਚ ਪਟਵਾਰੀ ਪਿੰਡ ਦੇ ਮੋਹਤਬਰ ਆਦਮੀਆਂ ਨੂੰ ਇੱਕਠੇ ਕਰਕੇ ਮੌਕੇ ਤੇ ਜਾ ਕੇ ਨੁਕਸਾਨ ਦਾ ਵੇਰਵਾ ਇੱਕਠਾ ਕਰਕੇ ਮਾਲ ਮਹਿਕਮੇ ਦੇ ਅਧਿਕਾਰੀਆਂ ਨੂੰ ਰਿਪੋਰਟ ਭੇਜਦਾ ਹੈ ਅਤੇ ਫਿਰ ਮਹਿਕਮੇ ਵਲੋਂ ਹੁਕਮ ਆਉਣ ਤੇ ਖਰਾਬੇ ਦੀ ਗਰਦੌਰੀ ਕੀਤੀ ਜਾਂਦੀ ਹੈ ਤਾਂ ਕਿ ਕਿਸਾਨਾਂ ਨੂੰ ਉਹਨਾਂ ਦੇ ਹੋਏ ਨੁਕਸਾਨ ਦਾ ਮੁਆਵਜਾ ਮਿਲ ਸਕੇ।

ਪ੍ਰਸ਼ਨ: ਪਟਵਾਰ ਹਲਕੇ ਤੋਂ ਕੀ ਭਾਵ ਹੈ?
ਉੱਤਰ: ਪਟਵਾਰ ਹਲਕੇ ਦਾ ਅਰਥ ਹੈ ਉਹ ਵਾਹੀ ਯੋਗ ਖੇਤਰ ਜਿਸ ਵਿੱਚ ਪਟਵਾਰੀ ਨੇ ਹਰ ਸਾਲ ਫ਼ਸਲ ਦੀ ਪੈਦਾਵਾਰ ਦਾ ਰਿਕਾਰਡ ਤਿਆਰ ਕਰਨਾ ਹੁੰਦਾ ਹੈ। ਜ਼ਮੀਨ ਦੇ ਮਾਲਕਾਂ ਦੀ ਮਾਲਕੀ ਅਤੇ ਗਿਰਦਾਵਰੀ ਦਾ ਰਿਕਾਰਡ ਰੱਖਣਾ ਹੁੰਦਾ ਹੈ।

ਪ੍ਰਸ਼ਨ: ਹਲਕਾ ਪਟਵਾਰੀ ਕੋਲ ਸ਼ਜਰਾ ਕਿਸ਼ਤਵਾਰ ਕਿਸ ਨੂੰ ਕਹਿੰਦੇ ਹਨ?
ਉੱਤਰ: ਪਟਵਾਰੀ ਕੋਲ ਉਸ ਪਟਵਾਰ ਹਲਕੇ ਦਾ ਖੇਤਾਂ ਅਤੇ ਅਬਾਦੀ ਦਾ ਨਕਸ਼ਾ ਲੱਠੇ ਦੇ ਕੱਪੜੇ ਤੇ ਤਿਆਰ ਕੀਤਾ ਹੁੰਦਾ ਹੈ ਜਿਸ ਨੂੰ ਪਟਵਾਰ ਭਾਸਾ ਵਿੱਚ ਸ਼ਜਰਾ ਕਿਸ਼ਤਵਾਰ ਵੀ ਕਿਹਾ ਜਾਂਦਾ ਹੈ। ਨਕਸ਼ੇ ਵਿੱਚ ਹਰ ਪਿੰਡ ਦੀ ਜ਼ਮੀਨ ਨੂੰ ਮੁਸਤਤੀਲਾਂ (ਮੁਰੱਬੇ) ਵਿੱਚ ਵੰਡਿਆ ਹੁੰਦਾ ਹੈ। ਹਰ ਮੁਸਤੀਲ **25** ਏਕੜ ਦੀ ਹੁੰਦੀ ਹੈ। ਇਸ ਤੋਂ ਅੱਗੇ ਮਾਲਕੀ ਮੁਤਾਬਿਕ ਖਸਰਾ ਨੰਬਰ ਜਾਂ ਕਿੱਲ੍ਹਾ ਨੰਬਰ ਹੁੰਦੇ ਹਨ। ਇੱਕ ਕਾਸ਼ਤਕਾਰ ਥੱਲੇ ਜਿੰਨਾਂ ਰਕਬਾ ਆਉਂਦਾ ਹੈ ਉਸ ਨੂੰ ਖਤੌਨੀ ਨੰਬਰ ਕਹਿੰਦੇ ਹਨ।

ਪ੍ਰਸ਼ਨ: ਪਟਵਾਰੀ ਕੋਲ ਫ਼ੀਲਡ ਬੁੱਕ ਤੋਂ ਕੀ ਭਾਵ ਅਤੇ ਇਸ ਵਿੱਚ ਕੀ ਕੀ ਵੇਰਵੇ ਹੁੰਦੇ ਹਨ?
ਉੱਤਰ: ਮਾਲ ਮਹਿਕਮੇ ਨਾਲ ਸਬੰਧਿਤ ਇਹ ਇੱਕ ਬਹੁਤ ਅਹਿਮ ਕਿਤਾਬ ਹੈ। ਮੌਕਿਆਂ ਤੇ ਪੈਮਾਇਸ ਜਾਂ ਤਕਸੀਮ ਕਰਦਿਆਂ ਹੋਈਆਂ**,** ਇਸ ਕਿਤਾਬ ਵਿੱਚ ਹਰ ਇੱਕ ਖੇਤ ਲਈ ਨਾਲੋ-ਨਾਲ ਇੰਦਰਾਜ ਕੀਤਾ ਜਾਂਦਾ ਹੈ**,** ਇਸ ਕਿਸਾਨਾਂ ਦੇ ਖੇਤਾਂ ਦਾ ਹਰ ਕਿਸਮ ਦਾ ਵੇਰਵਾ ਜਿਵੇਂ ਕਿ ਖੇਤ

ਦਾ ਖੇਤਰਫਲ, ਖੇਤ ਦੀਆਂ ਦਿਸਾਵਾਂ ਦਾ ਵੇਰਵਾ ਅਤੇ ਖੇਤਾਂ ਦਾ ਪੂਰਾ ਵਿਸਥਾਰ ਨਾਲ ਇਸ ਵਿੱਚ ਸਾਰੇ ਇੰਦਰਾਜ ਦਰਜ ਕੀਤੇ ਜਾਂਦੇ ਹਨ, ਜਿਵੇਂ ਕਿ ਇਸ ਦੇ ਨਾਮ ਤੋਂ ਹੀ ਸਾਫ ਹੋ ਜਾਂਦਾ ਹੈ ਕਿ ਇੱਕ ਕਿਸਾਨ ਇੱਕ ਇੱਕ ਖੇਤ ਦਾ ਵੱਖਰਾ ਵੱਖਰਾ ਵੇਰਵਾ ਵੀ ਹੁੰਦਾ ਹੈ ਅਤੇ ਨਿਸ਼ਾਨ ਦੇਹੀ ਵੇਲੇ ਫੀਲਡ ਕਾਨੂੰਗੋ ਇਸ ਬੁੱਕ ਨੂੰ ਨਾਲ ਰੱਖਦਾ ਹੈ। ਤਕਸੀਮ ਦੇ ਕੇਸਾਂ ਵਿੱਚ ਵੀ ਇਸ ਦੀ ਜਰੂਰਤ ਹੁੰਦੀ ਹੈ।

ਪ੍ਰਸ਼ਨ: ਹਲਕਾ ਪਟਵਾਰੀ ਵਲੋਂ ਤਿਆਰ ਕੀਤਾ ਜਾਂਦਾ ਸ਼ਜਿਰਾ ਤਤਿਮਾਂ ਤੋਂ ਕੀ ਭਾਵ ਹੈ ਅਤੇ ਇਹ ਕਦੋਂ ਤਿਆਰ ਕੀਤਾ ਜਾਂਦਾ ਹੈ?
ਉੱਤਰ: ਜਦੋਂ ਕਿਸੇ ਇੰਤਕਾਲ ਰਾਹੀਂ ਕਿਸੇ ਇੱਕ ਖਸਰਾ ਨੰਬਰ ਦਾ ਕੁੱਝ ਹਿੱਸਾ ਬੈ ਆਦਿਕ ਹੋ ਜਾਵੇ ਤਾਂ ਹਲਕਾ ਪਟਵਾਰੀ ਉਸ ਦੇ ਹਰ ਟੁੱਕੜੇ ਦਾ ਅਲਗ ਅਲੱਗ ਨਕਸ਼ਾ ਤਿਆਰ ਕਰਦਾ ਹੈ, ਅਤੇ ਉਸਦੀ ਫ਼ੀਲਡ ਬੁੱਕ ਤੇ ਲਿਖ ਕੇ ਰਿਕਾਰਡ ਮਾਲ ਵਿੱਚ ਅਮਲ ਕਰਨ ਨੂੰ ਤਤਿਮਾ ਸ਼ਜਿਰਾ ਕਹਿੰਦੇ ਹਨ।

ਪ੍ਰਸ਼ਨ: ਹਲਕਾ ਪਟਵਾਰੀ ਤਕਸੀਮ ਦੇ ਕੇਸਾਂ ਵਿੱਚ ਕਿਹੜੇ-ਕਿਹੜੇ ਨਕਸ਼ੇ ਤਿਆਰ ਕਰਦਾ ਹੈ?
ਉੱਤਰ: ਹਲਕਾ ਪਟਵਾਰੀ ਤਕਸੀਮ ਦੇ ਕੇਸਾਂ ਵਿੱਚ ਤਿੰਨ ਪ੍ਰਕਾਰ ਦੇ ਨਕਸ਼ੇ ੳ, ਅ ਅਤੇ ੲ ਤਿਆਰ ਕੀਤੇ ਜਾਂਦੇ ਹਨ।

* * *

ਪਿੰਡ ਦਾ ਚੌਧਰੀ -ਨੰਬਰਦਾਰ

ਪਿੰਡ ਦਾ ਨੰਬਰਦਾਰ ਸਰਕਾਰ ਵਲੋਂ ਨਿਯੁਕਤ ਆਲਾ ਦਰਜੇ ਦਾ ਨੀਮ ਸਰਕਾਰੀ ਅਧਿਕਾਰੀ ਹੈ ਅਤੇ ਮਹਿਕਮਾ ਮਾਲ ਵਿੱਚ ਇਸ ਦੀ ਵਿਸ਼ੇਸ ਥਾਂ ਅਤੇ ਹੈਸੀਅਤ ਹੈ। ਪੰਜਾਬ ਲੈਂਡ ਰੈਵਨਿਊ ਐਕਟ **1887** ਵਿੱਚ ਅਧਿਆਏ **3** ਸੈਕਸ਼ਨ **28** ਵਿੱਚ ਅਤੇ ਪੰਜਾਬ ਲੈਂਡ ਰੈਵਨਿਊ ਰੂਲਜ਼ **1909** ਦੇ ਰੂਲ **14** ਤੋਂ ਰੂਲ **30** ਤੱਕ ਪੰਜਾਬ ਲੈਂਡ ਐਡਮਿਸਟ੍ਰੇਸ਼ਨ ਮੈਨੂਅਲ ਦੇ ਪੈਰਾ ਨੰਬਰ **305** ਤੋਂ 348 ਤੱਕ ਪਿੰਡ ਦੇ ਨੰਬਰਦਾਰ ਦੀ ਨਿਯੁੱਕਤੀ ਉਸ ਦੇ ਕੰਮ ਅਤੇ ਅਧਿਕਾਰਾਂ ਦਾ ਵੇਰਵਾ ਬਹੁਤ ਵਿਸਥਾਰ ਨਾਲ ਕੀਤਾ ਗਿਆ ਹੈ।

ਨੰਬਰਦਾਰ ਦੀ ਪਦਵੀ ਤੋਂ ਪਹਿਲਾਂ ਪਿਡਾਂ ਵਿੱਚ ਜੈਲਦਾਰ, ਇਮਾਮਦਾਰ ਦੀਆਂ ਪੱਦਵੀਆਂ ਹੁੰਦੀਆਂ ਸਨ ਜੋ ਪੰਜਾਬ ਸਰਕਾਰ ਨੇ **23** ਜਨਵਰੀ **1964** ਨੂੰ ਖ਼ਤਮ ਕਰ ਦਿੱਤੀਆਂ ਗਈਆਂ।

ਨੰਬਰਦਾਰ ਪਿੰਡ ਦਾ ਉਹ ਵਿਅਕਤੀ ਹੈ ਜੋ ਪਿੰਡ ਦੇ ਹਰ ਵਿਅਕਤੀ ਨੂੰ ਉਸ ਦੇ ਪਰਿਵਾਰ ਨੂੰ ਅਤੇ ਉਸ ਦੇ ਬੱਚਿਆਂ ਤੱਕ ਨੂੰ ਨਿੱਜੀ ਤੌਰ ਤੇ ਜਾਣਦਾ ਹੁੰਦਾ ਹੈ। ਉਹ ਪਿੰਡ ਦੇ ਹਰ ਜਿਮੀਂਦਾਰ ਦੀ ਜਮੀਨ ਦੀ ਮਾਲਕੀ ਉਸ ਦੇ ਕਬਜੇ ਅਤੇ ਫ਼ਸਲ ਦੀ ਜਾਣਕਾਰੀ ਰੱਖਦਾ ਹੈ।

ਨੰਬਰਦਾਰ ਪਿੰਡ ਵਾਸੀਆਂ, ਪਟਵਾਰੀਆਂ, ਤਹਿਸੀਲ ਅਤੇ ਜ਼ਿਲ੍ਹੇ ਦੇ ਅਧਿਕਾਰੀਆਂ ਇਥੋਂ ਤੱਕ ਕਿ ਰਾਜ ਦੇ ਅਧਿਕਾਰੀਆਂ ਵਿੱਚ ਇੱਕ ਭਰੋਸੇ ਦੀ ਕੜੀ ਦਾ ਕੰਮ ਕਰਦਾ ਹੈ। ਨੰਬਰਦਾਰ ਵਲੋਂ ਕਿਸੇ ਵੀ ਲਿਖਤ ਉੱਪਰ ਪਾਈ ਗਈ ਗਵਾਹੀ ਜਾਂ ਵਿਅਕਤੀ ਬਾਰੇ ਕੀਤੀ ਗਈ ਤਸਦੀਕ ਨੂੰ

ਪੂਰੀ ਭਰੋਸੇ-ਯੋਗ ਅਤੇ ਸਹੀ ਮੰਨਿਆ ਜਾਂਦਾ ਹੈ। ਇਸੇ ਕਰਕੇ ਹੀ ਮਹਿਕਮਾ ਮਾਲ ਦੇ ਇੰਤਜਾਮ ਵਿੱਚ ਨੰਬਦਾਰ ਦੀ ਪੱਦਵੀ ਇੱਕ ਤਾਕਤਵਰ ਪਦਵੀ ਹੈ ਜੋ ਪੀੜ੍ਹੀ ਦਰ ਪੀੜ੍ਹੀ ਚੱਲਦੀ ਹੈ।

ਪੰਜਾਬ ਲੈਂਡ ਰੈਵਨਿਊ ਐਕਟ **1887** ਵਿੱਚ ਅਧਿਆਏ **3** ਸੈਕਸ਼ਨ **28** ਵਿੱਚ, ਪੰਜਾਬ ਲੈਂਡ ਰੈਵਨਿਊ ਰੂਲਜ਼ **1909** ਦੇ ਰੂਲ **14** ਅਤੇ ਪੰਜਾਬ ਲੈਂਡ ਐਡਮਿਸਟ੍ਰੇਸ਼ਨ ਮੈਨੂਅਲ ਦੇ ਪੈਰਾ ਨੰਬਰ 573 ਦੇ ਮੁਤਾਬਿਕ ਨੰਬਰਦਾਰ ਦੇ ਅਹੁਦੇ ਦੀ ਨਿਯੁੱਕਤੀ ਕੀਤੀ ਜਾਂਦੀ ਹੈ। ਰੂਲ ਨੰਬਰ **14:**

1. ਹਰ ਇੱਕ ਪਿੰਡ ਵਿੱਚ ਉਸ ਦੀ ਲੋੜ ਮੁਤਾਬਿਕ ਨੰਬਰਦਾਰਾਂ ਦੀ ਨਿਯੁੱਕਤੀ ਕੀਤੀ ਜਾਵੇਗੀ। ਕਿਸੇ ਵੀ ਪਿੰਡ ਵਿੱਚ ਇੱਕ ਵਾਰ ਜਦੋਂ ਨੰਬਦਾਰਾਂ ਦੀ ਜਿੰਨ੍ਹੀ ਗਿਣਤੀ ਮਨਜੂਰ ਹੋ ਗਈ, ਉਹ ਕਿਸੇ ਵੀ ਹਾਲਤ ਵਿੱਚ ਕਮਿਸ਼ਨਰ ਦੇ ਹੁੱਕਮਾਂ ਤੋਂ ਬਗੈਰ ਵਧਾਈ/ਘਟਾਈ ਨਹੀਂ ਜਾ ਸਕਦੀ।
2. ਜੇਕਰ ਕਿਸੇ ਪਿੰਡ ਵਿੱਚ ਸਰਕਾਰ ਦਾ ਇੰਨਾ ਵੱਡਾ ਹਿੱਸਾ ਹੋਵੇ ਕਿ ਨੰਬਰਦਾਰ ਦੀ ਪਦਵੀ ਦੀ ਜਰੂਰਤ ਹੈ ਤਾਂ ਉਸ ਖੇਤਰ ਲਈ ਨੰਬਰਦਾਰ ਦੀ ਨਿਯੁੱਕਤੀ ਉਸ ਜ਼ਮੀਨ ਅਤੇ ਪਿੰਡ ਦੇ ਬਾਕੀ ਹਿੱਸੇ ਲਈ ਨੰਬਰਦਾਰ ਪਿੰਡ ਦੇ ਜਿਮੀਂਦਾਰਾਂ ਵਿਚੋਂ ਹੀ ਨਿਯੁੱਕਤ ਕੀਤਾ ਜਾਵੇਗਾ।
3. ਜੇਕਰ ਕੋਈ ਪੱਟੇਦਾਰ ਜਿਸ ਪਾਸ ਸਰਕਾਰ ਦੀ ਕਿਸੇ ਗੈਰ-ਵਾਹੀਯੋਗ ਜਮੀਨ,ਜੰਗਲ ਆਦਿ ਦਾ ਪੱਟਾ ਹੋਵੇ ਤਾਂ ਉਹ ਪੱਟੇ ਸਮੇਂ ਤੱਕ ਉਸ ਜਮੀਨ ਜਾਂ ਖੇਤਰ ਦਾ ਨੰਬਰਦਾਰ ਵੀ ਹੋਵੇਗਾ। ਜਿਵੇ ਕਿ ਪੰਜਾਬ ਲੈਂਡ ਐਡਮਿਸਟ੍ਰੇਸ਼ਨ ਮੈਨੂਅਲ ਦੇ ਪੈਰਾ ਨੰਬਰ ਵਿੱਚ ਦਰਜ ਹੈ।

ਨੰਬਰਦਾਰ ਦਾ ਅਹੁਦਾ ਕੋਈ ਦਿਖਾਵੇ ਦਾ ਅਹੁਦਾ ਜਾਂ ਸਰਕਾਰ ਦੀ ਕਿਸੇ ਪ੍ਰਕਾਰ ਦੀ ਕੀਤੀ ਗਈ ਸੇਵਾ ਦੇ ਇਨਾਮ ਵਜੋਂ ਨਹੀਂ ਹੁੰਦਾ। ਨੰਬਰਦਾਰ ਦੀਆਂ ਆਪਣੇ ਇਲਾਕੇ ਦੇ ਕਿਸਾਨਾਂ ਪ੍ਰਤੀ ਬਹੁਤ ਜ਼ਿੰਮੇਵਾਰੀਆਂ ਹੁੰਦੀਆਂ ਹਨ। ਇਹ ਜਰੂਰੀ ਹੈ ਕਿ ਨੰਬਰਦਾਰ ਉਸੇ ਪਿੰਡ ਅਤੇ ਖੇਤਰ ਦਾ ਵਸਨੀਕ ਹੋਵੇ।

ਨੰਬਰਦਾਰ ਦੀ ਨਿਯੁਕਤੀ:

ਨੰਬਰਦਾਰ ਦੀ ਮੁਢੱਲੀ ਨਿਯੁੱਕਤੀ ਲਈ ਹੇਠ ਲਿਖੀਆਂ ਗੱਲਾਂ ਦਾ ਧਿਆਨ ਰੱਖਣਾ ਜ਼ਰੂਰੀ ਹੈ:-

1. ਉਸ ਦਾ ਪਿਤਾ ਪੁਰਖੀ ਦਾਅਵਾ।
2. ਉਸ ਪਿੰਡ ਵਿੱਚ ਉਮੀਦਵਾਰ ਦੀ ਜ਼ਾਇਦਾਦ ਜੋ ਜ਼ਮੀਨ ਦੇ ਮਾਮਲੇ ਵਿੱਚ ਵਸੂਲੀ ਲਈ ਸੁਰਖਿਅਤ ਹੋਵੇ।
3. ਉਸ ਨੇ ਜਾਂ ਉਸ ਦੇ ਪਰਵਾਰ ਨੇ ਦੇਸ਼ ਲਈ ਕੋਈ ਸੇਵਾ ਕੀਤੀ ਹੋਵੇ।
4. ਉਸ ਦਾ ਨਿੱਜੀ ਅਸਰ-ਰਸੂਖ, ਚਾਲ-ਚੱਲਣ, ਯੋਗਤਾ ਅਤੇ ਉਸ ਦੀ ਕਰਜ਼ੇ ਤੋਂ ਮੁਕਤੀ।
5. ਜਿਸ ਤਬਕੇ ਦੀ ਉਸ ਨੇ ਅਗਵਾਈ ਕਰਨੀ ਹੈ, ਉਸ ਦੀ ਪਿੰਡ ਵਿੱਚ ਗਿਣਤੀ ਅਤੇ ਅਹਿਮੀਅਤ।

ਜੇਕਰ ਨੰਬਰਦਾਰ ਦੇ ਅਹੁਦੇ ਲਈ ਇੱਕ ਤੋਂ ਵੱਧ ਉਮੀਦਵਾਰ ਹੋਣ ਤਾਂ ਉਸ ਦੀ ਨਿਯੁੱਕਤੀ ਲਈ ਹੇਠ ਲਿਖੇ ਤੱਤ ਹਨ:

(ੳ) ਉਮੀਦਵਾਰ ਕੋਲ ਕਿੰਨ੍ਹੀ ਜ਼ਮੀਨ ਹੈ।

(ਅ) ਉਮੀਦਵਾਰ ਦੀ ਉਮਰ ਕਿੰਨ੍ਹੀ ਹੈ।

(ੲ) ਉਮੀਦਵਾਰ ਦੀ ਵਿੱਦਿਅਕ ਯੋਗਤਾ ਕਿੰਨ੍ਹੀ ਹੈ।
(ਸ) ਉਮੀਦਵਾਰ ਕੋਲ ਹੋਰ ਕਿਹੜੀਆਂ-ਕਿਹੜੀਆਂ ਯੋਗਤਾਵਾਂ ਹਨ।

ਨੰਬਰਦਾਰ ਦੀ ਪਦਵੀ ਇੱਕ ਐਸੀ ਪਦਵੀ ਹੁੰਦੀ ਹੈ ਜਿਸ ਦੇ ਕੀਤੇ ਕੰਮਾਂ ਤੇ ਸਾਰੇ ਮਹਿਕਮੇ ਭਰੋਸਾ ਕਰਦੇ ਹਨ।

ਇਸ ਦਾ ਪਹਿਲਾ ਅਤੇ ਖਾਸ ਕੰਮ ਜਿਵੇਂ ਕਿ ਕਿਸੇ ਦਸਤਾਵੇਜ ਦੀ ਤਸਦੀਕ, ਰਜ਼ਿਸਟਰੀ ਕਰਾਉਣ (ਜ਼ਮੀਨ ਬੈਅ, ਗਹਿਣੇ, ਪੱਟਾਨਾਮਾ, ਹਿਬਾਨਾਮਾ, ਵਸੀਅਤ, ਮੁਖਤਿਆਰਨਾਮੇਂ, (ਆਮ-ਖਾਸ) ਤਕਾਵੀ ਅਤੇ ਹੋਰ ਦਸਤਾਵੇਜ਼ ਤਾਂ ਇਨ੍ਹਾਂ ਦੀ ਤਸਦੀਕ ਲਈ ਦੋ ਅਗਵਾਹਾ ਦੀ ਲੋੜ ਪੈਂਦੀ ਹੈ, ਜਿਨ੍ਹਾਂ ਵਿੱਚ ਪਹਿਲਾ ਮੁੱਖ-ਗਵਾਹ ਜਿਸ ਨੂੰ ਤਸਦੀਕ ਕਰਨ ਵਾਲਾ ਅਫ਼ਸਰ ਨਿੱਜੀ ਤੌਰ ਤੇ ਜਾਣਦਾ ਹੰਦਾ ਹੈ ਉਹ ਨੰਬਰਦਾਰ ਹੀ ਹੁੰਦਾ ਹੈ।

ਨੰਬਰਦਾਰ ਦਾ ਦੂਸਰਾ ਵੱਡਾ ਕੰਮ ਇਲਾਕੇ ਦੇ ਜਿਮੀਂਦਾਰਾਂ ਤੋਂ ਮਾਮਲਾ ਇੱਕਠਾ ਕਰਨਾ ਅਤੇ ਸਰਕਾਰ ਦੇ ਖਜ਼ਾਨੇ ਵਿੱਚ ਜ਼ਮ੍ਹਾਂ ਕਰਵਾਉਂਦਾ ਹੈ।

ਐਨ ਆਰ ਆਈ (ਪ੍ਰਵਾਸੀ ਭਾਰਤੀ) ਨੰਬਰਦਾਰ

ਪੰਜਾਬ ਸਰਕਾਰ ਦੇ ਰੈਵਨਿਊ ਅਤੇ ਮੁੜ-ਵਸ਼ੇਬਾ ਵਿਭਾਗ ਵਲੋਂ ਇਹ ਨਿਰਦੇਸ਼ ਨੰਬਰ ਜੀ. ਡੀ. ਆਰ **64**/ਪੀ. ਏ. /**171887**// ਐਸ. ਐਸ. **17** ਅਤੇ **28**/ਏ. ਐਮ. ਡੀ./**2003** ਮਿਤੀ **16** ਦਸੰਬਰ **2003** ਨੂੰ ਜਾਰੀ ਕੀਤੇ ਗਏ। ਜਿਸ ਮੁਤਾਬਿਕ ਪੰਜਾਬ ਲੈਂਡ ਰੈਵੀਨਿਊ (ਪਹਿਲੀ ਸੋਧ) ਰੂਲਜ਼ ਵਿੱਚ ਕਿਹਾ ਗਿਆ ਹੈ ਜਿਸ ਮੁਤਾਬਿਕ ਪੰਜਾਬ ਲੈਂਡ ਰੈਵੀਨਿਊ ਰੂਲਜ਼ 1909 ਵਿੱਚ ਰੂਲ 19 (ਸੀ) ਜੋੜਿਆ ਗਿਆ ਹੈ ਜਿਸ ਮੁਤਾਬਿਕ ਪ੍ਰਵਾਸੀ ਭਾਰਤੀਆਂ ਨੂੰ ਇੱਕ ਸੁਵਿਧਾ ਦਿੱਤੀ ਗਈ ਹੈ ਕਿ ਜਿਸ ਪਿੰਡ ਜਾ ਖਾਸ ਰੈਵੀਨਿਊ ਖਿੱਤੇ ਵਿੱਚ **20** ਜਾਂ ਇਸ ਤੋਂ ਜਿਆਦਾ ਪ੍ਰਵਾਸੀ ਭਾਰਤੀਆਂ ਦੀ ਜਾਇਦਾਦ ਹੋਵੇਗੀ ਉਨ੍ਹਾਂ ਪ੍ਰਵਾਸੀਆਂ ਵਿੱਚੋਂ ਇੱਕ ਆਨਰੇਰੀ ਨੰਬਰਦਾਰ ਨਿਯੁੱਕਤ ਕੀਤਾ ਜਾਵੇਗਾ।

ਇਹ ਨੋਟੀਫਿਕੇਸ਼ਨ 5 ਫਰਵਰੀ 2004 ਤੋਂ ਲਾਗੂ ਹੋਵੇਗਾ ਅਤੇ ਪ੍ਰਵਾਸੀ ਭਾਰਤੀ ਆਨਰੇਰੀ ਨੰਬਰਦਾਰ ਦੀ ਨਿਯੁੱਕਤੀ ਸਮੇਂ ਹੇਠ ਲਿਖੀਆਂ ਗੱਲਾਂ ਦਾ ਧਿਆਨ ਰੱਖਿਆ ਜਾਵੇਗਾ। ਇਸ ਦੇ ਸਬੰਧ 'ਚ ਸਰਕਾਰੀ ਚਿੱਠੀ ਦਾ ਉਤਾਰਾ ਅੱਗੇ ਦਿੱਤਾ ਗਿਆ ਹੈ:

(ੳ) ਉਸ ਨੇ ਜਾਂ ਉਸ ਦੇ ਪਰਵਾਰ ਨੇ ਦੇਸ਼ ਲਈ ਕੋਈ ਸੇਵਾ ਕੀਤੀ ਹੋਵੇ।
(ਅ) ਉਸ ਦਾ ਨਿੱਜੀ ਅਸਰ-ਰਸੂਖ, ਚਾਲ-ਚੱਲਣ, ਯੋਗਤਾ ਅਤੇ ਉਸ ਦੀ ਕਰਜ਼ੇ ਤੋਂ ਮੁਕਤੀ।
(ੲ) ਪਿੰਡ ਵਿੱਚ ਜਿੰਨੇ ਵੀ ਐਨ ਆਰ ਆਈਜ਼ ਰਹਿੰਦੇ ਹੋਣ ਉਨ੍ਹਾਂ ਵਿਚੋਂ ਉਸ ਐਕਸ ਐਨ ਆਰ ਆਈ ਨੂੰ ਪਹਿਲ ਦਿੱਤੀ ਜਾਵੇਗੀ ਜੋ ਇੱਕ ਸਾਲ ਵਿੱਚ ਘੱਟੋ-ਘੱਟ **9** ਮਹੀਨੇ ਭਾਰਤ ਵਿੱਚ ਰਹਿੰਦਾ ਹੋਵੇ।

ਨੰਬਰਦਾਰ ਨੂੰ ਹਟਾਇਆ ਜਾਣਾ:

(ੳ) ਜੇ ਕਰ ਉਸ ਨੂੰ ਇੱਕ ਸਾਲ ਜਾਂ ਇਸ ਤੋਂ ਵੱਧ ਕੋਈ ਹੋਰ ਵੱਡੀ ਸਜ਼ਾ ਕਰਕੇ ਜੇਲ੍ਹ ਭੇਜ ਦਿੱਤਾ ਗਿਆ ਹੋਵੇ।

(ਅ) ਜੇਕਰ ਉਹ ਉਸ ਤਹਿਸੀਲ ਜਿਸ ਵਿੱਚ ਉਹ ਰਹਿੰਦਾ ਸੀ ਅਤੇ ਜਿਸ ਜ਼ਮੀਨ ਦਾ ਉਹ ਮਾਲਕ ਸੀ ਉਸ ਤੇ ਆਪਣਾ ਅਧਿਕਾਰ ਅਤੇ ਕਬਜਾ ਗੁਆ ਚੁੱਕਾ ਹੋਵੇ।

(ੲ) ਜੇ ਉਹ ਬੇਹੱਦ ਕਰਜਾਈ ਹੋ ਜਾਵੇ।

(ਸ) ਜੇ ਉਹ ਪੱਕੇ ਤੌਰ ਤੇ ਆਪਣਾ ਮੁਲਖ ਛੱਡ ਕੇ ਬਾਹਰ ਚਲਾ ਗਿਆ ਹੋਵੇ।

(ਹ) ਜੇਕਰ ਉਹ ਆਪਣੀਆਂ ਜੁੰਮੇਵਾਰੀਆਂ ਪੂਰੀ ਤਰ੍ਹਾਂ ਨਾ ਨਿਭਾਉਂਦਾ ਹੋਵੇ ਜਾਂ ਨਿਭਾਉਣ ਦੇ ਯੋਗ ਨਾ ਹੋਵੇ।

* * *

ਪੰਜਾਬ ਸਰਕਾਰ
ਮਾਲ ਅਤੇ ਪੁਨਰਵਾਸ ਵਿਭਾਗ
(ਭੌਂ ਮਾਲੀਆ ਸ਼ਾਖਾ)

ਨ : 17/13/98-ਭਮ-4/1971

ਸੇਵਾ ਵਿਖੇ

1. ਪੰਜਾਬ ਰਾਜ ਦੇ ਸਮੂਹ ਮੰਡਲਾਂ ਦੇ ਕਮਿਸ਼ਨਰਜ਼ ।
2. ਪੰਜਾਬ ਰਾਜ ਦੇ ਸਮੂਹ ਜਿਲ੍ਹਿਆਂ ਦੇ ਡਿਪਟੀ ਕਮਿਸ਼ਨਰਜ਼ ।

ਚੰਡੀਗੜ੍ਹ, ਮਿਤੀ : 5.3.2004

ਵਿਸ਼ਾ : ਪੰਜਾਬ ਰਾਜ ਦੇ ਪਿੰਡਾਂ ਵਿੱਚ ਐਨ.ਆਰ.ਆਈ, ਨੰਬਰਦਾਰ ਨਿਯੁਕਤ ਕਰਨ ਬਾਰੇ ।

ਸ੍ਰੀ ਮਾਨ ਜੀ,

ਮੈਨੂੰ ਹਦਾਇਤ ਹੋਈ ਹੈ ਕਿ ਮੈਂ ਆਪ ਜੀ ਦਾ ਧਿਆਨ ਉਪਰੋਕਤ ਵਿਸ਼ੇ ਵੱਲ ਦਿਵਾਵਾਂ ਅਤੇ ਇਹ ਸੂਚਿਤ ਕਰਾਂ ਕਿ ਪੰਜਾਬ ਲੈਂਡ ਰੈਵੀਨਿਊ ਰੂਲਜ਼, 1909 ਦੀ ਅਧਿਸੂਚਨਾ ਨੰ: ਜੀ. ਐਸ.ਆਰ. 11/ਪੀ.ਏ.17/1887/ਐਸ.ਐਸ.17 ਐਂਡ 28/ ਅਮੈਂਡ (18)/2004 ਮਿਤੀ 5.2.2004 (ਕਾਪੀ ਨੱਥੀ ਹੈ) ਦੁਆਰਾ ਸੋਧ ਕੀਤੀ ਗਈ ਹੈ ਅਤੇ ਉਨ੍ਹਾਂ ਪਿੰਡਾਂ ਵਿੱਚ ਇਕ ਵਾਧੂ ਆਨਰੇਰੀ ਐਨ.ਆਰ.ਆਈ. ਨੰਬਰਦਾਰ ਨਿਯੁਕਤ ਕਰਨ ਦਾ ਉਪਬੰਧ ਕੀਤਾ ਗਿਆ ਹੈ । ਜਿਸ ਪਿੰਡ ਵਿੱਚ 20 ਐਨ.ਆਰ.ਆਈ ਪਰਿਵਾਰ ਮੌਜੂਦ ਹੋਣ । ਇਸ ਮੰਤਵ ਲਈ ਰੈਵੀਨਿਊ ਅਸਟੇਟ ਦੀ ਸ਼ਨਾਖਤ ਐਨ.ਆਰ.ਆਈ. ਵਿਭਾਗ ਪੰਜਾਬ ਸਰਕਾਰ ਦੀ ਸਲ੍ਹਾਹ ਨਾਲ ਮੰਡਲ ਕਮਿਸ਼ਨਰਾਂ ਵੱਲੋਂ ਕੀਤੀ ਜਾਵੇ ਅਤੇ ਉਸ ਉਪਰੰਤ ਸਮਰੱਥ ਅਧਿਕਾਰੀ ਵੱਲੋਂ ਨੰਬਰਦਾਰਾਂ ਦੀ ਵਿਧੀ ਅਨੁਸਾਰ ਨਿਯੁਕਤੀ ਕੀਤੀ ਜਾਵੇ ।

2. ਕੀਤੀ ਗਈ ਕਾਰਵਾਈ ਤੋਂ ਸਰਕਾਰ ਨੂੰ ਵੀ ਜਾਣੂ ਕਰਵਾਇਆ ਜਾਵੇ ।
3. ਇਸ ਪੱਤਰ ਦੀ ਪਹੁੰਚ ਰਸੀਦ ਭੇਜੀ ਜਾਵੇ ।

ਵਿਸ਼ਵਾਸ-ਪਾਤਰ

ਸਹੀ
ਅਧੀਨ ਸਕੱਤਰ ਮਾਲ (ਪ)

ਪਿੱਠ ਅੰਕਣ ਨੰ: 17/13/98-ਭਮ-4/1972 ਚੰਡੀਗੜ੍ਹ, ਮਿਤੀ : 5.3.2004

ਇਸ ਦਾ ਇਕ ਉਤਾਰਾ ਹੇਠ ਲਿਖਿਆਂ ਨੂੰ ਅਧਿਸੂਚਨਾ ਨੰ: ਜੀ.ਐਸ.ਆਰ 11/ਪੀ ਏ 17/1887/ਐਸ ਐਸ 17 ਐਂਡ 28/ਅਮੈਂਡ (18)/2004 ਮਿਤੀ 5.2.2004 ਦੀ ਕਾਪੀ ਸਮੇਤ ਸੂਚਨਾ ਅਤੇ ਯੋਗ ਕਾਰਵਾਈ ਲਈ ਭੇਜਿਆ ਜਾਂਦਾ ਹੈ : -

1. ਸੰਯੁਕਤ ਸਕੱਤਰ, ਪੰਜਾਬ ਸਰਕਾਰ, ਐਨ.ਆਰ.ਆਈਜ਼, ਮਾਮਲੇ ਵਿਭਾਗ, ਪੰਜਾਬ, ਚੰਡੀਗੜ੍ਹ ।
2. ਮੈਨੇਜਿੰਗ ਡਾਇਰੈਕਟਰ, ਐਨ.ਆਰ.ਆਈ. ਸਭਾ
   ਮਾਰਫਤ ਦਫਤਰ ਕਮਿਸ਼ਨਰ, ਜਲੰਧਰ ਮੰਡਲ, ਜਲੰਧਰ ।

ਸਹੀ
ਅਧੀਨ ਸਕੱਤਰ, ਮਾਲ (ਪ)

ਚੌਕੀਦਾਰ ਸਰਕਾਰ ਦਾ ਸੱਭ ਤੋਂ ਛੋਟਾ ਪਰ ਮਹੱਤਵਪੂਰਨ ਮੁਲਾਜ਼ਮ

ਹਰ ਪਿੰਡ ਵਿੱਚ ਸਰਕਾਰ ਵਲੋਂ ਨਿਯੁੱਕਤ ਕੀਤਾ ਬਹੁਤ ਹੀ ਮਹੱਤਵਪੂਰਨ ਵਿਅਕਤੀ ਹੈ ਜਿਸ ਨੂੰ ਚੌਕੀਦਾਰ ਕਿਹਾ ਜਾਂਦਾ ਹੈ। ਹਰ ਪਿੰਡ ਵਿੱਚ ਜਿਸ ਦੀ ਅਬਾਦੀ ਪੰਜਾਹ ਤੋਂ ਸੌ ਘਰ ਦੀ ਹੋਵੇ ਉਸ ਵਿੱਚ ਡਿਪਟੀ ਕਮਿਸ਼ਨਰ ਵਲੋਂ ਇੱਕ ਚੌਕੀਦਾਰ ਨਿਯੁੱਕਤ ਕੀਤਾ ਜਾਂਦਾ ਹੈ। ਪਰ ਆਮ ਤੌਰ ਤੇ ਇਹ ਰਿਵਾਜ ਹੈ ਕਿ ਪਿੰਡ ਵਿੱਚ ਜਿੰਨੇ ਨੰਬਰਦਾਰ ਹੋਣ ਉਨੇ ਹੀ ਚੌਕੀਦਾਰ ਹੁੰਦੇ ਹਨ। ਅਗਰ ਚੌਕੀਦਾਰਾਂ ਦੀ ਗਿਣਤੀ **5** ਜਾਂ ਇਸ ਤੋਂ ਵੱਧ ਹੋਵੇ ਤਾਂ ਉਨ੍ਹਾਂ ਵਿੱਚੋਂ ਇੱਕ ਨੂੰ ਲਿਆਕਤ ਮੁਤਾਬਿਕ ਮੁੱਖ ਚੌਕੀਦਾਰ ਬਣਾਇਆ ਜਾਂਦਾ ਹੈ।

ਚੌਕੀਦਾਰ ਦੇ ਕੰਮ:

1. ਚੌਕੀਦਾਰ ਦਾ ਮੁੱਖ ਕੰਮ ਇਹ ਹੈ ਕਿ ਉਹ ਪਿੰਡ ਵਿੱਚ ਜਨਮ ਅਤੇ ਮੌਤ ਦਾ ਰਜ਼ਿਸਟਰ ਵਿੱਚ ਜੰਮਣ ਵਾਲੇ ਬੱਚੇ ਅਤੇ ਮਰਨ ਵਾਲੇ ਵਿਅਕਤੀ ਦਾ ਰਿਕਾਰਡ ਦਰਜ ਕਰਦਾ ਹੈ ਅਤੇ ਹਰ **15** ਦਿਨ ਬਾਅਦ ਉਹ ਰਜ਼ਿਸਟਰ ਸਬੰਧਿਤ ਥਾਣੇ ਵਿੱਚ ਪੇਸ਼ ਕਰਦਾ ਹੈ ਜਿਸ ਦਾ ਇੰਦਰਾਜ ਸਬੰਧਿਤ ਥਾਣੇ ਦਾ ਅਫ਼ਸਰ ਆਪਣੇ ਰਿਕਾਰਡ ਵਿੱਚ ਦਰਜ ਕਰਦਾ ਹੈ ਅਤੇ ਹਰ ਸਾਲ ਬਾਅਦ ਇਹ ਰਿਕਾਰਡ ਤਹਿਸੀਲ ਹੈਡ ਕੁਆਟਰ ਦੇ ਸਿਵਲ ਹਸਪਤਾਲ ਵਿੱਚ ਭੇਜਿਆ ਜਾਂਦਾ ਹੈ ਜਿਥੋਂ ਹਰ ਵਿਅਕਤੀ ਆਪਣੀ ਲੋੜ ਮੁਤਾਬਿਕ ਜਨਮ ਅਤੇ ਮੌਤ ਦਾ ਸਰਟੀਫ਼ਿਕੇਟ ਮੰਗ ਕਰਨ ਤੇ ਮਾਮੂਲੀ ਜਿਹੀ ਸਰਕਾਰੀ ਫ਼ੀਸ ਲੈ ਕੇ ਜਾਰੀ ਕੀਤਾ ਜਾਂਦਾ ਹੈ।
2. ਪਿੰਡ ਦਾ ਚੌਕੀਦਾਰ ਅਤੇ ਨੰਬਰਦਾਰ ਪਿੰਡ ਵਿੱਚ ਹੋਣ ਵਾਲੀ ਹਰ ਘਟਨਾ ਉੱਪਰ ਨਜਰ ਰੱਖਦੇ ਹਨ ਅਤੇ ਪਿੰਡ ਵਿੱਚ ਕਿਸੇ ਤਰ੍ਹਾਂ ਦੀ ਕੋਈ ਵਾਰਦਾਤ ਹੋ ਜਾਵੇ ਤਾਂ ਉਸ ਦੀ ਰਿਪੋਰਟ ਸਬੰਧਿਤ ਥਾਣੇ ਨੂੰ ਤੁਰੰਤ ਭੇਜਦੇ ਹਨ।
3. ਪਿੰਡ ਵਿੱਚ ਹੋਣ ਵਾਲੇ ਝਗੜੇ, ਦੰਗੇ-ਫਸਾਦ ਜਿਸ ਨਾਲ ਪਿੰਡ ਦੇ ਅਮਨ ਨੂੰ ਖਤਰਾ ਹੋਵੇ ਤਾਂ ਉਸ ਦੀ ਰਿਪੋਰਟ ਸਬੰਧਿਤ ਥਾਣੇ ਨੂੰ ਤੁਰੰਤ ਭੇਜਦੇ ਹਨ।
   ਚੌਕੀਦਾਰ ਨੂੰ ਸਰਕਾਰ ਵਲੋਂ **150** ਰੁਪੈ ਪ੍ਰਤੀ ਮਹੀਨਾ ਤਨਖਾਹ ਮਿਲਦੀ ਹੈ ਅਤੇ ਮੁੱਖ ਚੌਕੀਦਾਰ ਨੂੰ **155** ਰੁਪੈ ਪ੍ਰਤੀ ਮਹੀਨਾ ਤਨਖਾਹ ਮਿਲਦੀ ਹੈ।

* * *

12

ਮਾਲ ਵਿਭਾਗ ਨਾਲ ਸਬੰਧਤ ਆਮ ਜਾਣਕਾਰੀ
ਮਾਲ ਰਿਕਾਰਡ ਦਾ ਮੁਆਇਨਾਂ ਅਤੇ ਨਕਲਾਂ

ਪਿੰਡ ਦਾ ਪਟਵਾਰੀ ਪਿੰਡ ਦੇ ਲੋਕਾਂ ਦਾ ਸਹਿਯੋਗੀ ਅਤੇ ਸੇਵਕ ਹੈ। ਮਾਲ ਦੇ ਰਿਕਾਰਡ ਨੂੰ ਸੁਰੱਖਿਅਤ ਰੱਖਣਾ ਉਸਦਾ ਫਰਜ਼ ਹੈ। ਕਿਸੇ ਅਦਾਲਤ ਜਾਂ ਉਚ ਅਧਿਕਾਰੀ ਦੇ ਹੁਕਮ ਤੋਂ ਬਗੈਰ ਉਸਨੂੰ ਰਿਕਾਰਡ ਵਿੱਚ ਤਬਦੀਲੀ ਕਰਨ ਦਾ ਕੋਈ ਅਖਤਿਆਰ ਨਹੀਂ। ਕਿਸੇ ਵੀ ਸ਼ਕ ਨੂੰ ਮਿਟਾਉਣ ਲਈ ਕੋਈ ਵੀ ਹੱਕਦਾਰ ਪਟਵਾਰੀ ਕੋਲ ਪਏ ਰਿਕਾਰਡ ਦਾ ਨਿਰੀਖਣ ਜਾਬਤਾ ਸਰਕਾਰੀ ਫੀਸ਼ ਅਦਾ ਕਰਕੇ ਦੇਖ ਸਕਦਾ ਹੈ ਅਤੇ ਕੋਈ ਵੀ ਇੰਦਰਾਜ ਨੋਟ ਕਰ ਸਕਦਾ ਹੈ। ਇਸ ਦਾ ਵੇਰਵਾ ਪੰਜਾਬ ਲੈਂਡ ਰਿਕਾਰਡ ਮੈਨੂਅਲ ਦੇ ਪੈਰਾ ਨੰਬਰ **3.48** ਵਿੱਚ ਕੀਤਾ ਹੋਇਆ ਹੈ।

ਜੇ ਕੋਈ ਵਿਅਕਤੀ ਪਟਵਾਰੀ ਦੇ ਰਿਕਾਰਡ ਵਿਚੋਂ ਕਿਸੇ ਇੰਦਰਾਜ਼ ਦੀ ਨਕਲ ਲੈਣੀ ਚਾਹੁੰਦਾ ਹੈ ਤਾਂ ਉਹ ਪਟਵਾਰੀ ਨੂੰ ਨਿਸਚਿਤ ਫ਼ੀਸ ਦੇ ਕੇ ਲੈ ਸਕਦਾ ਹੈ। ਫ਼ੀਸ ਦੇ ਬਦਲੇ ਪਟਵਾਰੀ ਉਸ ਵਿਅਕਤੀ ਨੂੰ ਆਪਣੇ ਹਸਤਾਖਰ ਕਰਕੇ ਰਸੀਦ ਦੇਵੇਗਾ ਅਤ ਇਸ ਸਬੰਧੀ ਇੰਦਰਾਜ ਰਜ਼ਿਸਟਰ ਉਜਰਤ ਨਕੂਲ ਅਤੇ ਰੋਜ਼ਨਾਮਚਾ ਵਾਕਿਆਤੀ ਵਿੱਚ ਦਰਜ ਕਰੇਗਾ। ਪੰਜਾਬ ਲੈਂਡ ਰਿਕਾਰਡ ਮੈਨੂਅਲ ਦੇ ਪੈਰਾ ਨੰਬਰ 3.48 ਮਾਲ ਰਿਕਾਰਡ ਦੀਆਂ ਨਕਲਾਂ ਲੈਣ ਲਈ ਜਾਂ ਉਸਦਾ ਮੁਆਇਨਾ ਕਰਨ ਲਈ ਵੱਖ ਵੱਖ ਫੀਸਾਂ ਨਿਸਚਿਤ ਕੀਤੀਆਂ ਗਈਆਂ ਹਨ।

ਮਾਲ ਮਹਿਕਮੇ ਨਾਲ ਸਬੰਧਤ ਵੱਖ ਵੱਖ ਤਰ੍ਹਾਂ ਦੀਆਂ ਜਾਣਕਾਰੀਆਂ ਜੋ ਬਹੁਤ ਅਹਿਮ ਹਨ, ਉਹ ਇਸ ਪ੍ਰਕਾਰ ਹਨ:

ਲਾਲ ਕਿਤਾਬ:

01. ਲਾਲ ਕਿਤਾਬ ਕਿਸ ਨੂੰ ਕਹਿੰਦੇ ਹਨ?

ਉੱਤਰ: ਲਾਲ ਕਿਤਾਬ ਇੱਕ ਰਜ਼ਿਸਟਰ ਹੁੰਦਾ ਹੈ, ਜਿਸ ਵਿੱਚ ਛੇ ਸਲਾਨਾ ਨਕਸ਼ੇ ਹੁੰਦੇ ਹਨ ਅਤੇ ਚਾਰ ਪੰਜ ਸਾਲਾ ਨਕਸ਼ੇ ਹੁੰਦੇ ਹਨ, ਇਨ੍ਹਾਂ ਨਕਸ਼ਿਆਂ ਤੋਂ ਪਿੰਡ ਦੇ ਸਾਰੇ ਵੇਰਵੇ ਦਾ ਪਤਾ ਚਲ ਸਕਦਾ ਹੈ ਅਤੇ ਹਰ ਪਿੰਡ ਵਿੱਚ ਇੱਕ ਇੱਕ ਲਾਲ ਕਿਤਾਬ ਰੱਖੀ ਜਾਂਦੀ ਹੈ। ਪਟਵਾਰੀ ਕੋਲ ਲਾਲ ਕਿਤਾਬ ਪੰਜਾਬੀ ਭਾਸ਼ਾ ਵਿੱਚ ਹੁੰਦੀ ਹੈ ਅਤੇ ਦਫਤਰ ਕਾਨੂੰਗੋ ਕੋਲ ਪੰਜਾਬੀ ਅਤੇ ਅੰਗਰੇਜੀ ਦੋਨਾਂ ਵਿੱਚ ਹੁੰਦੀ ਹੈ। ਦਫਤਰ ਕਾਨੂੰਗੋ ਦੇ ਪਾਸ ਪਿੰਡ ਵਾਰ ਲਾਲ ਕਿਤਾਬ ਤੋਂ ਇਲਾਵਾ ਕੁੱਲ ਤਹਿਸੀਲ ਦੀ ਲਾਲ ਕਿਤਾਬ ਵੀ ਵੱਖਰੀ ਰੱਖੀ ਜਾਂਦੀ ਹੈ।

ਫ਼ੀਲਡ ਬੁਕ:

ਪੰਜਾਬ ਲੈਂਡ ਰਿਕਾਰਡ ਮੈਨੂਅਲ ਦੇ ਪੈਰਾ ਨੰਬਰ **4.26**

ਉੱਤਰ: ਮਾਲ ਮਹਿਕਮੇ ਨਾਲ ਸਬੰਧ ਇਹ ਇੱਕ ਬਹੁਤ ਅਹਿਮ ਕਿਤਾਬ ਹੈ। ਮੌਕਿਆਂ ਤੇ ਪੈਮਾਇਸ ਜਾਂ ਤਕਸੀਮ ਕਰਦਿਆਂ ਹੋਈਆਂ, ਇਸ ਕਿਤਾਬ ਵਿੱਚ ਹਰ ਇੱਕ ਖੇਤ ਲਈ ਨਾਲੋ-ਨਾਲ ਇੰਦਰਾਜ ਕੀਤਾ ਜਾਂਦਾ ਹੈ, ਇਸ ਵਿੱਚ ਕਿਸਾਨਾਂ ਦੇ ਖੇਤਾਂ ਦਾ ਹਰ ਕਿਸਮ ਦਾ ਵੇਰਵਾ ਜਿਵੇਂ ਕਿ ਖੇਤ ਦਾ ਖੇਤਰਫਲ, ਖੇਤ ਦੀਆਂ ਦਿਸਾਵਾਂ ਦਾ ਵੇਰਵਾ ਅਤੇ ਖੇਤਾਂ ਦਾ ਪੂਰਾ ਵਿਸਥਾਰ ਨਾਲ ਇਸ ਵਿੱਚ ਸਾਰੇ ਇੰਦਰਾਜ ਦਰਜ਼ ਕੀਤੇ ਜਾਂਦੇ ਹਨ, ਜਿਵੇਂ ਕਿ ਇਸ ਦੇ ਨਾਮ ਤੋਂ ਹੀ ਸਾਫ ਹੋ ਜਾਂਦਾ ਹੈ ਕਿ ਇੱਕ ਕਿਸਾਨ ਦੇ ਇੱਕ ਇੱਕ ਖੇਤ ਦਾ ਵੱਖਰਾ ਵੱਖਰਾ ਵੇਰਵਾ ਵੀ ਹੁੰਦਾ ਹੈ ਅਤੇ ਨਿਸ਼ਾਨ ਦੇਹੀ ਵੇਲੇ ਫ਼ੀਲਡ ਕਾਨੂੰਗੋ ਇਸ ਬੁਕ ਨੂੰ ਨਾਲ ਰੱਖਦਾ ਹੈ। ਤਕਸੀਮ ਦੇ ਕੇਸਾਂ ਵਿੱਚ ਵੀ ਇਸ ਦੀ ਜਰੂਰਤ ਹੁੰਦੀ ਹੈ।

ਪੂਰੇ ਪਿੰਡ ਵਿੱਚ ਕੋਈ ਅਜਿਹੀ ਥਾਂ ਨਹੀਂ ਹੁੰਦੀ ਜੋ ਮਿਣਤੀ ਤੋਂ ਬਾਹਰ ਹੋਵੇ। ਸਿਰਫ ਲਾਲ ਲਕੀਰ ਅੰਦਰ ਵਾਲੇ ਰਕਬੇ ਦਾ ਕੋਈ ਰਿਕਾਰਡ ਨਹੀਂ ਹੁੰਦਾ। ਬਾਕੀ ਪਿੰਡ ਦਾ ਇੱਕ-ਇੱਕ ਨੰਬਰ ਖਸਰਾ ਭਾਵੇਂ ਉਹ ਰਕਬਾ ਮਾਲਕ ਦਾ ਹੋਵੇ ਜਾਂ ਪਿੰਡ ਦੇ ਸਾਂਝੇ ਕੰਮਾਂ ਲਈ ਜਿਵੇਂ ਸਕੂਲ, ਧਰਮਸ਼ਾਲਾ, ਪੰਚਾਇਤ ਘਰ, ਰਸਤੇ, ਸ਼ਮਸਾਨ ਘਾਟ, ਹੱਡਾ-ਰੋੜੀ ਆਦਿ ਲਈ ਵਰਤਿਆ ਜਾਂਦਾ ਹੋਵੇ, ਉਹ ਸਾਰੇ ਰਕਬੇ ਦੀ ਮਿਣਤੀ ਕਰਕੇ ਫ਼ੀਲਡ ਬੁੱਕ ਤਿਆਰ ਕੀਤੀ ਜਾਂਦੀ ਹੈ। ਜਿਸ ਵਿੱਚ ਹਰ ਇੱਕ ਖਸਰਾ ਨੰਬਰ ਦੀਆਂ ਦਿਸਾਵਾਂ ਦੀ ਲੰਬਾਈ ਅਤੇ ਚੌੜਾਈ ਦਰਸਾਈ ਜਾਂਦੀ ਹੈ। ਫਿਰ ਹਿਸਾਬ ਦੇ ਤਰੀਕੇ ਰਾਹੀਂ ਹਰ ਖੇਤ ਜਾਂ ਖਸਰਾ ਨੰਬਰ ਦਾ ਰਕਬਾ ਕੱਢ ਕੇ ਦਰਸਾਇਆ ਜਾਂਦਾ ਹੈ।

ਫ਼ੀਲਡ ਬੁਕ ਦੇ 5 ਖਾਨੇ ਇਸ ਪ੍ਰਕਾਰ ਹੁੰਦੇ ਹਨ:

1. ਖੇਤ ਦਾ ਨਾਮ **(ਖਸਰਾ ਨੰਬਰ)**
2. ਨੰਬਰ **2** ਵਿੱਚ ਖਾਤਾ ਖਤੌਨੀ
3. ਖਾਨਾ ਨੰਬਰ ਤਿੰਨ ਵਿੱਚ ਹਿਸਾਬ ਖੇਤਰਫਲ ਅਤੇ ਇਸਤਖਰਾਜ
4. ਖਾਨਾ ਨੰਬਰ **4** ਵਿੱਚ ਖੇਤਰਫਲ ਅਤੇ ਜ਼ਮੀਨ ਦੀ ਕਿਸਮ

5. ਖਾਨਾ ਨੰਬਰ **5** ਵਿੱਚ ਪੁਰਾਣਾ ਅਤੇ ਨਵਾਂ ਵੇਰਵਾ ਹੁੰਦਾ ਹੈ ਅਤੇ ਇਸ ਦੀ ਵਿਆਖਿਆ ਦੇ ਖਾਨੇ ਵਿੱਚ ਦਸਤੀ ਖੇਤ ਦਾ ਅਕਾਰ ਬਣਾਕੇ ਲੋੜ ਅਨੁਸਾਰ ਰੰਗ-ਸਾਜ਼ੀ ਦਿਖਾਈ ਜਾਂਦੀ ਹੈ ਅਤੇ ਲੋੜੀਦੀ ਵਿਆਖਿਆ ਕੀਤੀ ਜਾਂਦੀ ਹੈ।

ਪਾਠਕਾਂ ਦੀ ਸਹੂਲਤ ਵਾਸਤੇ ਫ਼ੀਲਡ ਬੁੱਕ ਦੇ ਨਮੂਨੇ ਅਤੇ ਇਸ ਨੂੰ ਪੜ੍ਹਨ ਦਾ ਢੰਗ ਹੇਠਾਂ ਦਿਖਾਇਆ ਗਿਆ ਹੈ:

ਨੋਟ: ਜਿਸ ਹਿਸਾਬ ਨਾਲ ਫ਼ੀਲਡ ਬੁੱਕ ਵਿੱਚ ਰਕਬਾ ਲਿਖਿਆ ਅਤੇ ਖੇਤਰਫਲ ਮਰਲਿਆਂ ਵਰਗ ਗਜ਼ਾਂ ਵਿੱਚ ਕਿਵੇਂ ਲਿਖਿਆ ਜਾਂਦਾ ਹੈ।

9 ਵਰਗ ਕਰਮ **= 1** ਮਰਲਾ
20 ਮਰਲੇ **= 1** ਕਨਾਲ
8 ਕਨਾਲ **= 1** ਏਕੜ

ਇੱਕ ਗੱਲ ਹੋਰ ਜੋ ਫ਼ੀਲਡ ਬੁੱਕ ਵਿੱਚ ਧਿਆਨ ਦੇਣ ਵਾਲੀ ਹੈ ਉਹ ਇਹ ਕਿ ਏਕੜ ਦੀਆਂ ਕਰਮਾਂ ਦੀ ਦਿਸ਼ਾ ਹੇਠ ਲਿਖੇ ਅਨੁਸਾਰ ਹੋਵੇਗੀ।

ਉੱਤਰ ਤੋਂ ਦੱਖਣ ਵੱਲ ਨੂੰ **36** ਕਰਮਾਂ ਹੁੰਦੀਆਂ ਹਨ ਅਤੇ ਪੂਰਬ ਤੋਂ ਪੱਛਮ ਵੱਲ ਨੂੰ **40** ਕਰਮਾਂ ਹੁੰਦੀਆਂ ਹਨ।

(36 Karam North to South & 40 Karam East to West)

ਇਹ ਫ਼ੀਲਡ ਬੱਕ ਜਿੱਥੇ ਮੁਰੱਬੇਬੰਦੀ ਕਨਾਲਾਂ ਅਤੇ ਮਰਲਿਆਂ ਦੇ ਹਿਸਾਬ ਨਾਲ ਹੋਵੇ ਤਾਂ ਸਾਰੇ ਪਿੰਡ ਨੂੰ ਪਹਿਲਾਂ ਮੁਸਤਤੀਲਾਂ (ਮੁਰੱਬਿਆਂ) ਵਿੱਚ ਵੰਡਿਆ ਜਾਂਦਾ ਹੈ। ਫਿਰ ਉਸ ਮੁਸਤਤੀਲ ਵਿੱਚ **1** ਤੋਂ **25** ਤੱਕ ਖਸਰਾ ਨੰਬਰ ਲਗਾਏ ਜਾਂਦੇ ਹਨ। ਅਜਿਹੀ ਮਿਣਤੀ ਵਿੱਚ ਖਸਰਾ ਨੰਬਰ ਦੇ ਉੱਪਰ ਮੁਸਤਤੀਲ (ਮੁਰੱਬਾ) ਨੰਬਰ ਲਾਲ ਸ਼ਿਆਹੀ ਨਾਲ ਲਿਖਿਆ ਜਾਂਦਾ ਹੈ।

ਉਦਾਹਰਣ ਵਜੋਂ: ਮੰਨ ਲਉ ਮੁਸਤਤੀਲ ਨੰਬਰ **113** ਹੈ ਅਤੇ ਇਸ ਵਿੱਚ ਕਿੱਲ੍ਹਾ ਨੰਬਰ **10** ਹੈ ਤਾਂ ਇਸ ਨੂੰ ਇਸ ਤਰ੍ਹਾਂ ਲਿਖਿਆ ਜਾਂਦਾ ਹੈ:

ਖਸਰਾ ਨੰਬਰ	ਰਕਬਾ
113//10 --------------------------------	**8.0**

ਫ਼ੀਲਡ ਬੁੱਕ ਵਿੱਚ ਜਦੋਂ ਰਕਬਾ ਕੱਢਿਆ ਜਾਂਦਾ ਹੈ ਤਾਂ ਉਸ ਵਿੱਚ ਕਰਮਾਂ ਨੂੰ ਕਰਮਾਂ ਨਾਲ ਗੁਣਾ ਕਰਕੇ ਵਰਗ ਕਰਮ ਪ੍ਰਾਪਤ ਕੀਤਾ ਜਾਂਦਾ ਹੈ ਅਤੇ ਵਰਗ ਕਰਮਾਂ ਨੂੰ ਤੇ ਤੱਕਸੀਮ ਕਰਕੇ ਕਨਾਲਾਂ ਮਰਲੇ ਆ ਜਾਂਦੇ ਹਨ।

36 ਕਰਮ **X 40** ਕਰਮ **= 1440** ਵਰਗ ਕਰਮ **÷ 9 = 160** ਮਰਲੇ **÷ 20 = 8-0** ਕਨਾਲਾਂ

ਫ਼ੀਲਡ ਬੁੱਕ ਬਹੁਤ ਹੀ ਮਹੱਤਵਪੂਰਨ ਕਿਤਾਬ ਹੈ, ਜਿਸ ਤੋਂ ਤੁਹਾਨੂੰ ਆਪਣੀ ਜ਼ਮੀਨ ਦੀ ਸਹੀ ਦਿਸ਼ਾ ਅਤੇ ਮਿਣਤੀ ਦਾ ਪਤਾ ਚਲਦਾ ਹੈ।

ਹੁਣ ਏਥੇ ਵੱਖ - ਵੱਖ ਪਿੰਡਾਂ ਦੀ ਫ਼ੀਲਡ ਬੁੱਕ ਨੂੰ ਵਿਸਥਾਰ ਨਾਲ ਵਿਚਾਰਾਂਗੇ:

1	2	3
ਨੰਬਰ ਖਸਰਾ	ਨੰਬਰ ਖਤੌਨੀ	ਇਸ਼ਤਖਰਾਜ ਰਕਬਾ ਪੂਰਬ ਪੱਛਮ ਦੱਖਣ ਉੱਤਰ
110// 9	802	8 ------ 8 10 8 X 8 ÷ 2 = 32 ਵਰਗ ਕਰਮ 32 ÷ 9 = 3 ਕਨਾਲ 5 ਮਰਲੇ
110// 10	802	36 36 6 6 36 X 6 = 216 ਵਰਗ ਕਰਮ 216 ÷ 9 = 24 ਮਰਲੇ 24 ÷ 20 = 1 ਕਨਾਲ 4 ਮਰਲੇ
110// 11	802	34 32 40 41 40(34 + 32) ÷ 2 = 1320 ਵਰਗ ਕਰਮ 1320 ÷ 9 = 147 ਮਰਲੇ 147 ÷ 20 = 7 ਕਨਾਲ 7 ਮਰਲੇ
110// 13	802	36 40 40 40 36 X 40 = 1440 ਵਰਗ ਕਰਮ 1440 ÷ 9 = 160 ਮਰਲੇ 160 ÷ 20 = 8 – 0 ਕਨਾਲ
110// 15	802	0 18 40 44 18 X 40 ÷ 2 = 360 ਵਰਗ ਕਰਮ 360 ÷ 9 = 40 ਮਰਲੇ 40 ÷ 20 = 2-0 ਕਨਾਲ
109// 14	711	32 6 40 47 40(32 + 6) ÷ 2 = 760 ਵਰਗ ਕਰਮ 760 ÷ 9 = 84 ਮਰਲੇ 84 ÷ 20 = 4 ਕਨਾਲ 4 ਮਰਲੇ
109// 16	711	36 36 40 40 36 X 40 = 1440 ਵਰਗ ਕਰਮ 1440 ÷ 9 = 160 ਮਰਲੇ 160 ÷ 20 = 8 -0 ਕਨਾਲ

4	5	6	7
ਰਕਬਾ ਕਨਾਲ ਮਰਲਾ	ਕੁਲ ਰਕਬਾ	ਭੌਂ ਦੀ ਕਿਸਮ	ਕੈਫੀਅਤ
3 – 5	**3 – 5**	ਚਾਹੀ	
1 – 4	**4**	ਚਾਹੀ	
7 – 7	**7 - 7**	ਚਾਹੀ	
8 – 8	**8 – 8**	ਚਾਹੀ	
2 – 0	**2 – 0**	ਚਾਹੀ	ਇਹ ਇੱਕ ਤਿਕੋਣ ਹੈ।
4 – 4	**4 – 4**	ਚਾਹੀ	
8 – 0	**8 – 0**	ਚਾਹੀ	

1	2	3
ਨੰਬਰ ਖਸਰਾ	ਨੰਬਰ ਖਤੌਨੀ	ਇਸ਼ਤਖਰਾਜ ਰਕਬਾ ਪੂਰਬ ਪੱਛਮ ਦੱਖਣ ਉੱਤਰ
109// 17 ਗੋਸ਼ਾ ੳ	711	36 36 9 9 36 X 9 = 324 ਵਰਗ ਕਰਮ 324 ÷ 9 = 36 ਮਰਲੇ 36 ÷ 20 = 1 ਕਨਾਲ 16 ਮਰਲੇ 18 ---- 18 25 18 X 18 = 162 ਵਰਗ ਕਰਮ 162 ÷ 9 = 18 ਮਰਲੇ
109// 18	711	18 34 37 40 37(18 + 34) ÷ 2 = 962 ਵਰਗ ਕਰਮ 962 ÷ 9 = 107 ਮਰਲੇ 107 ÷ 20 = 5 ਕਨਾਲ 7 ਮਰਲੇ
109// 20	714	36 36 37 37 36 X 37 = 1332 ਵਰਗ ਕਰਮ 1332 ÷ 9 = 148 ਮਰਲੇ 148 ÷ 20 = 7 ਕਨਾਲ 8 ਮਰਲੇ
109// 21	714	36 36 40 40 36 X 40 = 1440 ਵਰਗ ਕਰਮ 1440 ÷ 9 = 160 ਮਰਲੇ 160 ÷ 20 = 8 - 0 ਕਨਾਲ
112// 3	902	37 36 30 20 36(30 +20) ÷ 2 = 900 ਵਰਗ ਕਰਮ 900 ÷ 9 = 100 ਮਰਲੇ 100 ÷ 20 = 5-0 ਕਨਾਲ
112// 4	902	33 33 9 4 33(9+4) ÷ 2 = 214.5 ਵਰਗ ਕਰਮ 214.5 ÷ 9 = 23 ਮਰਲੇ ٧½ ਸਰਸਾਈ 23- 7½ ÷ 20 = 1 ਕਨਾਲ 4 ਮਰਲੇ

4	5	6	7
ਰਕਬਾ ਕਨਾਲ ਮਰਲਾ	**ਕੁਲ ਰਕਬਾ**	**ਭੌਂ ਦੀ ਕਿਸਮ**	**ਕੈਫੀਅਤ**
1 – 16 **0 – 18**	**2 – 14**	ਚਾਹੀ	ਖਸਰਾ ਨੰਬਰ **17** ਦਾ ਰਕਬਾ ਟੁੱਕੜਿਆਂ ਵਿੱਚ ਕੱਢਿਆ ਗਿਆ ਹੈ। ਦੂਜੇ ਟੁੱਕੜੇ ਦਾ ਗੋਸ਼ਾ ੳ ਦਰਸਾਇਆ ਗਿਆ ਹੈ।
5 – 7	**5 – 7**	ਚਾਹੀ	
7 – 8	**7 – 8**	ਚਾਹੀ	
8 – 0	**8 – 0**	ਚਾਹੀ	
5 – 0	**5 – 0**	ਚਾਹੀ	
1 – 4	**4**	ਗੈ:ਮੁ: ਸ਼ਮਸਾਨ ਘਾਟ	

1	2	3
ਨੰਬਰ ਖਸਰਾ	ਨੰਬਰ ਖਤੌਨੀ	ਇਸ਼ਤਖਰਾਜ ਰਕਬਾ ਪੂਰਬ ਪੱਛਮ ਦੱਖਣ ਉੱਤਰ
112// 5 ਗੋਸ਼ਾ ਅ	902	36 36 20 20 36 X 20 = 720 ਵਰਗ ਕਰਮ 720 ÷ 9 = 80 ਮਰਲੇ 80 ÷ 20 = 4-0 ਕਨਾਲ 36 9 33 20 20 (36+9)÷ 2 = 450 ਵਰਗ ਕਰਮ 450 ÷ 9 = 50 ਮਰਲੇ 50 ÷ 20 = 2 ਕਨਾਲ 10 ਮਰਲੇ
112// 6	902	9 0 23 15 15 X 9 ÷ 2 = 65.7 ਵਰਗ ਕਰਮ 65.7 ÷ 9 = 7 ਮਰਲੇ 5 ਸਰਸਾਈ
112// 7 ਗੋਸ਼ਾ ੲ	902	30 30 30 30 30 X 30 = 900 ਵਰਗ ਕਰਮ 900 ÷ 9 = 100 ਮਰਲੇ 100 ÷ 20 = 5 - 0 ਕਨਾਲ 6 16 15 30 6(30 +15) ÷ 2 = 135 ਵਰਗ ਕਰਮ 135 ÷ 9 = 15 ਮਰਲੇ
113// 10/2	796	4 4 38 38 4 X 38 = 152 ਵਰਗ ਕਰਮ 152 ÷ 9 = 16 ਮਰਲੇ 8 ਸਰਸਾਈ
113// 6/6	1877	4 4 40 40 4 X 40 = 160 ਵਰਗ ਕਰਮ 160 ÷ 9 = 17 ਮਰਲੇ 8 ਸਰਸਾਈ
113// 11	1877	36 36 38 38 36 X 38 = 1368 ਵਰਗ ਕਰਮ 1368 ÷ 9 = 152 ਮਰਲੇ 152 ÷ 20 = 7 ਕਨਾਲ 6 ਮਰਲੇ

4	5	6	7
ਰਕਬਾ ਕਨਾਲ ਮਰਲਾ	ਕੁਲ ਰਕਬਾ	ਭੌਂ ਦੀ ਕਿਸਮ	ਕੈਫੀਅਤ
4 – 0 **2 – 10**	**6 – 10**	**4 – 0** ਚਾਹੀ ਗੈ:ਮੁ: ਚਰਾਂਦ **2 – 10**	
0 – 7 – 5	**0 – 7 – 5**	ਚਾਹੀ	
5 – 0 **0 – 15**	**5 – 15**	ਚਾਹੀ	ਖਸਰਾ ਨੰਬਰ **7** ਦਾ ਰਕਬਾ ਟੁੱਕੜਿਆਂ ਵਿੱਚ ਕੱਢਿਆ ਗਿਆ ਹੈ। ਦੂਜੇ ਟੁੱਕੜੇ ਦਾ ਗੋਸ਼ਾ ਏ ਦਰਸਾਇਆ ਗਿਆ ਹੈ।
0 – 16 – 8	**0 – 16 – 8**	ਨਹਿਰੀ	
0 – 17 – 8	**0 – 17 – 8**	ਨਹਿਰੀ	
7 – 6	**7 – 6**	ਨਹਿਰੀ	

1	2	3			
ਨੰਬਰ ਖਸਰਾ	ਨੰਬਰ ਖਤੌਨੀ	ਇਸ਼ਤਖਰਾਜ ਰਕਬਾ			
		ਪੂਰਬ	ਪੱਛਮ	ਦੱਖਣ	ਉੱਤਰ
113// 15	1877	36 36 40 40 36 X 40 = 1440 ਵਰਗ ਕਰਮ 1440 ÷ 9 = 160 ਮਰਲੇ 160 ÷ 20 = 8 - 0 ਕਨਾਲ			
114// 14/2	1877	20 20 36 36 20 X 36 = 720 ਵਰਗ ਕਰਮ 720 ÷ 9 = 80 ਮਰਲੇ 80 ÷ 20 = 4-0 ਕਨਾਲ			
114// 7	1877	36 36 40 40 36 X 40 = 1440 ਵਰਗ ਕਰਮ 1440 ÷ 9 = 160 ਮਰਲੇ 160 ÷ 20 = 8 - 0 ਕਨਾਲ			
114// 4	1877	36 36 40 40 36 X 40 = 1440 ਵਰਗ ਕਰਮ 1440 ÷ 9 = 160 ਮਰਲੇ 160 ÷ 20 = 8 - 0 ਕਨਾਲ			
114//3/1		29 29 40 40 29 X 40 = 1160 ਵਰਗ ਕਰਮ 1160 ÷ 9 = 128 ਮਰਲੇ 8 ਸਰਸਾਈ 128.8 ÷ 20 = 6 ਕਨਾਲ 4 ਮਰਲੇ			
105//23/1		36 36 40 40 36 X 40 = 1440 ਵਰਗ ਕਰਮ 1440 ÷ 9 = 160 ਮਰਲੇ 160 ÷ 20 = 8 - 0 ਕਨਾਲ			
105//24/1		13 13 36 36 13 X 36 = 468 ਵਰਗ ਕਰਮ 468 ÷ 9 = 52 ਮਰਲੇ 52 ÷ 20 = 20 ਕਨਾਲ 6 ਮਰਲੇ			

4	5	6	7
ਰਕਬਾ ਕਨਾਲ ਮਰਲਾ	ਕੁਲ ਰਕਬਾ	ਭੌਂ ਦੀ ਕਿਸਮ	ਕੈਫੀਅਤ
8 – 0	8 – 0	ਨਹਿਰੀ	
4 – 0	4 – 0	ਨਹਿਰੀ	
8 – 0	8 – 0	ਨਹਿਰੀ	
8 – 0	8 – 0	ਨਹਿਰੀ	
6 – 4	6 – 4	ਨਹਿਰੀ	
8 – 0	8 – 0	ਨਹਿਰੀ	
2 – 6	2 – 6	ਨਹਿਰੀ	

1	2	3
ਨੰਬਰ ਖਸਰਾ	ਨੰਬਰ ਖਤੌਨੀ	ਇਸ਼ਤਖਰਾਜ ਰਕਬਾ ਪੂਰਬ ਪੱਛਮ ਦੱਖਣ ਉੱਤਰ
113// 20/1		10 10 22 22 10 X 22 = 220 ਵਰਗ ਕਰਮ 220 ÷ 9 = 24 ਮਰਲੇ 4 ਸਰਸਾਈ 24.4 ÷ 20 = 1 ਕਨਾਲ 2 ਮਰਲੇ
ਗੋਸ਼ਾ ੳ		8 8 8 8 8 X 8 = 64 ਵਰਗ ਕਰਮ 64 ÷ 9 = 7 ਮਰਲੇ 1 ਸਰਸਾਈ
90//14	16	9 0 23 15 15 X 9 = 67.5 ਵਰਗ ਕਰਮ 67.5 ÷ 9 = 7 ਮਰਲੇ 5 ਸਰਸਾਈ
90// 16	18	20 28 0 20 20 X 20 ÷ 2 = 200 ਵਰਗ ਕਰਮ 200 ÷ 9 = 22 ਮਰਲੇ 2 ਸਰਸਾਈ 22.2 ÷ 20 = 1 ਕਨਾਲ 2 ਮਰਲੇ
90// 8/1	11	36 36 40 40 36 X 40 = 1440 ਵਰਗ ਕਰਮ 1440 ÷ 9 = 160 ਮਰਲੇ 160 ÷ 20 = 8 - 0 ਕਨਾਲ
92// 1	13	34 34 37 37 34 X 37 = 1258 ਵਰਗ ਕਰਮ 1258 ÷ 9 = 140 ਮਰਲੇ 140 ÷ 20 = 7 - 0 ਕਨਾਲ
93// 2	1736	34 34 40 40 34 X 40 = 1360 ਵਰਗ ਕਰਮ 1360 ÷ 9 = 151 ਮਰਲੇ 151 ÷ 20 = 7 ਕਨਾਲ 11 ਮਰਲੇ

4	**5**	**6**	**7**
ਰਕਬਾ **ਕਨਾਲ ਮਰਲਾ**	**ਕੁਲ ਰਕਬਾ**	**ਭੌਂ ਦੀ ਕਿਸਮ**	**ਕੈਫੀਅਤ**
1 – 2 **0 – 7 – 0**	**1 – 9**	ਨਹਿਰੀ	ਖਸਰਾ ਨੰਬਰ **20/1** ਦਾ ਰਕਬਾ ਟੁੱਕੜਿਆਂ ਵਿੱਚ ਕੱਢਿਆ ਗਿਆ ਹੈ। ਦੂਜੇ ਟੁੱਕੜੇ ਦਾ ਗੋਸ਼ਾ ੳ ਦਰਸਾਇਆ ਗਿਆ ਹੈ।
0 – 7 – 5	**0 – 7 – 5**	ਚਾਹੀ	
1 – 2	**1 – 2**	ਚਾਹੀ	
8 – 0	**8 – 0**	ਚਾਹੀ	
7 – 0	**7 – 0**	ਚਾਹੀ	
7 – 11	**7 – 11**	ਚਾਹੀ	

1	2	3
ਨੰਬਰ ਖਸਰਾ	ਨੰਬਰ ਖਤੌਨੀ	ਇਸ਼ਤਖਰਾਜ ਰਕਬਾ ਪੂਰਬ ਪੱਛਮ ਦੱਖਣ ਉੱਤਰ
93// 3	1736	36 36 40 40 36 X 40 = 1440 ਵਰਗ ਕਰਮ 1440 ÷ 9 = 160 ਮਰਲੇ 160 ÷ 20 = 8-0 ਕਨਾਲ
93// 4	1740	36 36 40 40 36 X 40 = 1440 ਵਰਗ ਕਰਮ 1440 ÷ 9 = 160 ਮਰਲੇ 160 ÷ 20 = 8-0 ਕਨਾਲ
93// 5	1740	36 36 40 40 36 X 40 = 1440 ਵਰਗ ਕਰਮ 1440 ÷ 9 = 160 ਮਰਲੇ 160 ÷ 20 = 8-0 ਕਨਾਲ
93// 6	1740	36 36 40 40 36 X 40 = 1440 ਵਰਗ ਕਰਮ 1440 ÷ 9 = 160 ਮਰਲੇ 160 ÷ 20 = 8-0 ਕਨਾਲ
93// 7	1740	36 36 40 40 36 X 40 = 1440 ਵਰਗ ਕਰਮ 1440 ÷ 9 = 160 ਮਰਲੇ 160 ÷ 20 = 8-0 ਕਨਾਲ
88// 10	1601	3 3 38 38 40 40 40 40 37 31 00 06 155 155 155 ÷ 9 = 465 ਵਰਗ ਕਰਮ 465 ÷ 9 = 52 ਮਰਲੇ 52 ÷ 20 = 2 ਕਨਾਲ 12 ਮਰਲੇ

4	5	6	7
ਰਕਬਾ ਕਨਾਲ ਮਰਲਾ	ਕੁਲ ਰਕਬਾ	ਭੌਂ ਦੀ ਕਿਸਮ	ਕੈਫੀਅਤ
8 – 0	**8 – 0**	ਚਾਹੀ	
8 – 0	**8 – 0**	ਚਾਹੀ	
8 – 0	**8 – 0**	ਚਾਹੀ	
8 – 0	**8 – 0**	ਚਾਹੀ	
8 – 0	**8 – 0**	ਚਾਹੀ	
2 – 12	**2 – 12**	ਗੈ:ਮੁ: ਰਸਤਾ ਪਿੰਡ ਦਾ ਪੂਰਬੀ ਪਾਸਾ	

1	2	3
ਨੰਬਰ ਖਸਰਾ	ਨੰਬਰ ਖਤੌਨੀ	ਇਸ਼ਤਖਰਾਜ ਰਕਬਾ ਪੂਰਬ ਪੱਛਮ ਦੱਖਣ ਉੱਤਰ
70//11	1578	34 34 3 3 36 36 36 36 106 106 106 X 3 = 318 ਵਰਗ ਕਰਮ 318 ÷ 9 = 35 ਮਰਲੇ 35 ÷ 20 = 1 ਕਨਾਲ **15** ਮਰਲੇ
70// 12	1579	3 3 18 18 40 40 40 40 04 04 102____102 102 X 3 = 306 ਵਰਗ ਕਰਮ 306 ÷ 9 = 34 ਮਰਲੇ 34 ÷ 20 = 1 ਕਨਾਲ **14** ਮਰਲੇ
855// 8	**1150**	**36 36 40 40** **36 X 40 = 1440** ਵਰਗ ਕਰਮ **1440 ÷ 9 = 160** ਮਰਲੇ **160 ÷ 20 = 8-0** ਕਨਾਲ
855// 10	**1150**	**33 33 9 4** **33(9+4) ÷ 2 = 214.5** ਵਰਗ ਕਰਮ **214.5 ÷ 9 = 23** ਮਰਲੇ V½ ਸਰਸਾਈ **23- 7½ ÷ 20 = 1** ਕਨਾਲ **4** ਮਰਲੇ
855// 1/11	**1150**	**4 4 40 40** **4 X 40 = 160** ਵਰਗ ਕਰਮ **160 ÷ 9 = 17** ਮਰਲੇ **8** ਸਰਸਾਈ

4	5	6	7
ਰਕਬਾ ਕਨਾਲ ਮਰਲਾ	**ਕੁਲ ਰਕਬਾ**	**ਭੌਂ ਦੀ ਕਿਸਮ**	**ਕੈਫੀਅਤ**
1 – 15	**1 – 15**	ਗੈ:ਮੁ: ਰਸਤਾ ਪਿੰਡ ਦਾ ਉੱਤਰੀ ਪਾਸਾ	
1 – 14	**1 – 14**	ਗੈ:ਮੁ: ਰਸਤਾ ਪਿੰਡ ਦਾ ਪੱਛਮੀ ਪਾਸਾ	
8 – 0	**8 – 0**	ਚਾਹੀ	
1 – 4	**4**	ਗੈ:ਮੁ: ਸ਼ਮਸਾਨ ਘਾਟ	
0 – 17 – 8	**0 – 17 – 8**	ਨਹਿਰੀ	

1	2	3			
ਨੰਬਰ ਖਸਰਾ	ਨੰਬਰ ਖਤੌਨੀ	ਇਸ਼ਤਖਰਾਜ ਰਕਬਾ			
		ਪੂਰਬ	ਪੱਛਮ	ਦੱਖਣ	ਉੱਤਰ
870// 20	1210	36 36 40 40 36 X 40 = 1440 ਵਰਗ ਕਰਮ 1440 ÷ 9 = 160 ਮਰਲੇ 160 ÷ 20 = 8-0 ਕਨਾਲ			
870// 21		34 34 40 40 34 X 40 = 1360 ਵਰਗ ਕਰਮ 1360 ÷ 9 = 151 ਮਰਲੇ 151 ÷ 20 = 7 ਕਨਾਲ 11 ਮਰਲੇ			
552// 2/12 ਮਿਨ	1510	34 34 40 40 34 X 40 = 1360 ਵਰਗ ਕਰਮ 1360 ÷ 9 = 151 ਮਰਲੇ 151 ÷ 20 = 7 ਕਨਾਲ 11 ਮਰਲੇ			
552// 4/10	1510	20 28 0 20 20 X 20 ÷ 2 = 200 ਵਰਗ ਕਰਮ 200 ÷ 9 = 22 ਮਰਲੇ 2 ਸਰਸਾਈ 22.2 ÷ 20 = 1 ਕਨਾਲ 2 ਮਰਲੇ			
552// 8	1510	36 36 40 40 36 X 40 = 1440 ਵਰਗ ਕਰਮ 1440 ÷ 9 = 160 ਮਰਲੇ 160 ÷ 20 = 8-0 ਕਨਾਲ			
552// 2/24	1510	13 13 36 36 13 X 36 = 468 ਵਰਗ ਕਰਮ 468 ÷ 9 = 52 ਮਰਲੇ 52 ÷ 20 = 20 ਕਨਾਲ 6 ਮਰਲੇ			
552// 9	1510	36 36 40 40 36 X 40 = 1440 ਵਰਗ ਕਰਮ 1440 ÷ 9 = 160 ਮਰਲੇ 160 ÷ 20 = 8-0 ਕਨਾਲ			

4	5	6	7
ਰਕਬਾ ਕਨਾਲ ਮਰਲਾ	ਕੁਲ ਰਕਬਾ	ਭੌਂ ਦੀ ਕਿਸਮ	ਕੈਫੀਅਤ
8 – 0	8 – 0	ਚਾਹੀ	
7 – 11	7 – 11	ਚਾਹੀ	
7 – 11	7 – 11	ਚਾਹੀ	
1 – 2	1 – 2	ਚਾਹੀ	
8 – 0	8 – 0	ਚਾਹੀ	
2 – 6	2 – 6	ਚਾਹੀ	
8 – 0	8 – 0	ਚਾਹੀ	

1	2	3
ਨੰਬਰ ਖਸਰਾ	ਨੰਬਰ ਖਤੌਨੀ	ਇਸ਼ਤਖਰਾਜ ਰਕਬਾ ਪੂਰਬ ਪੱਛਮ ਦੱਖਣ ਉੱਤਰ
552//4/15	**1510**	**9 0 23 15** **15 X 9 = 67.5 ਵਰਗ ਕਰਮ** **67.5 ÷ 9 = 7 ਮਰਲੇ 5 ਸਰਸਾਈ**
820// 8 ਗੋਸ਼ਾ ਏ	240	**36 40 40 24** **36(40+24) ÷ 2 = 1152 ਵਰਗ ਕਰਮ** **1152 ÷ 9 = 128 ਮਰਲੇ** **128 ÷ 20 = 6 ਕਨਾਲ 8 ਮਰਲੇ** **40 12 0 30** **4½ X40 ÷ 2 = 90 ਵਰਗ ਕਰਮ** **90 ÷ 9 = 10 ਮਰਲੇ**
821// 7		**18 18 3 3** 36 36 34 36 02 36 36 36 36 22 <u>23</u> <u>00</u> 185 184 184½ X 3 = 553 ਵਰਗ ਕਰਮ 553 ÷ 9 = 61 ਮਰਲੇ 61 ÷ 20 = 3 ਕਨਾਲ **1** ਮਰਲਾ
822// 4		**36 36 40 40** **36 X 40 = 1440 ਵਰਗ ਕਰਮ** **1440 ÷ 9 = 160 ਮਰਲੇ** **160 ÷ 20 = 8–0 ਕਨਾਲ**
16	**20**	**16 16 10 10** **16 X 10 = 160 ਵਰਗ ਕਰਮ** **160 ÷ 9 = 17 ਮਰਲੇ 7 ਸਰਸਾਈ**

4	5	6	7
ਰਕਬਾ ਕਨਾਲ ਮਰਲਾ	ਕੁਲ ਰਕਬਾ	ਭੌਂ ਦੀ ਕਿਸਮ	ਕੈਫੀਅਤ
0 – 7 – 5	**0 – 7 – 5**	ਚਾਹੀ	
6 – 8 **0 – 10**	**6 – 18**	ਚਾਹੀ	ਅਧਾਰ = 40 ਲੰਬ = **4½**
3 – 1	**3 – 1**	ਗੈ:ਮੁ: ਰਸਤਾ ਪਿੰਡ ਦਾ ਦੱਖਣੀ ਪਾਸਾ	
8 – 0	**8 – 0**	ਚਾਹੀ	
0 – 18	**0 – 18**	ਗੈ:ਮੁ: ਡੰਗਰਾਂ ਦਾ ਹਸਪਤਾਲ (ਸ਼ਲੋਤਰਖਾਨਾ)	

1	2	3
ਨੰਬਰ ਖਸਰਾ	ਨੰਬਰ ਖਤੌਨੀ	ਇਸ਼ਤਖਰਾਜ ਰਕਬਾ ਪੂਰਬ ਪੱਛਮ ਦੱਖਣ ਉੱਤਰ
17	21	16 16 9 9 16 X 9 = 144 ਵਰਗ ਕਰਮ 144 ÷ 9 = 16 ਮਰਲੇ
18	18	16 16 9 9 16 X 9 = 144 ਵਰਗ ਕਰਮ 144 ÷ 9 = 16 ਮਰਲੇ
19	19	16 16 9 9 16 X 9 = 144 ਵਰਗ ਕਰਮ 144 ÷ 9 = 16 ਮਰਲੇ
20	17	16 16 9 9 16 X 9 = 144 ਵਰਗ ਕਰਮ 144 ÷ 9 = 16 ਮਰਲੇ
21	17	10 18 18 18 10 X 18 = 180 ਵਰਗ ਕਰਮ 180 ÷ 9 = 20 ਮਰਲੇ 20 ÷ 20 = 1 - 0 ਕਨਾਲ
22	1	10 10 18 19 10(18 +19) ÷ 2 = 185 ਵਰਗ ਕਰਮ 185 ÷ 9 = 20.5 ਮਰਲੇ 20.5 ÷ 20 = 1.1 ਕਨਾਲ
23	2	10 18 18 18 10 X 18 = 180 ਵਰਗ ਕਰਮ 180 ÷ 9 = 20 ਮਰਲੇ 20 ÷ 20 = 1 - 0 ਕਨਾਲ
24	3	10 18 18 18 10 X 18 = 180 ਵਰਗ ਕਰਮ 180 ÷ 9 = 20 ਮਰਲੇ 20 ÷ 20 = 1 - 0 ਕਨਾਲ

4	5	6	7
ਰਕਬਾ ਕਨਾਲ ਮਰਲਾ	**ਕੁਲ ਰਕਬਾ**	**ਭੌਂ ਦੀ ਕਿਸਮ**	**ਕੈਫੀਅਤ**
0 – 16	**0 – 16**	ਗੈ:ਮੁ: ਪੰਚਾਇਤ ਘਰ	
0 – 16	**0 – 16**	ਗੈ:ਮੁ: ਪਾਣੀ ਦੀ ਟੈਂਕੀ	
0 – 16	**0 – 16**	ਗੈ:ਮੁ: ਕਮਿਊਨਿਟੀ ਸੈਂਟਰ	
0 – 16	**0 – 16**	ਗੈ:ਮੁ: ਧਾਰਮਿਕ ਸਥਾਨ	
1 – 0	**1 – 0**	ਗੈ:ਮੁ: ਆਬਾਦੀ	
1 – 1	**1 – 1**	ਗੈ:ਮੁ: ਆਬਾਦੀ	
1 – 0	**1 – 0**	ਗੈ:ਮੁ: ਆਬਾਦੀ	
1 – 0	**1 – 0**	ਗੈ:ਮੁ: ਆਬਾਦੀ	

1	2	3
ਨੰਬਰ ਖਸਰਾ	ਨੰਬਰ ਖਤੌਨੀ	ਇਸ਼ਤਖਰਾਜ ਰਕਬਾ ਪੂਰਬ ਪੱਛਮ ਦੱਖਣ ਉੱਤਰ
25	4	13 13 18 18 13 X 18 = 234 ਵਰਗ ਕਰਮ 234 ÷ 9 = 26 ਮਰਲੇ 26 ÷ 20 = 1 ਕਨਾਲ 6 ਮਰਲੇ
26	18	5 5 18 18 5 X 18 = 90 ਵਰਗ ਕਰਮ 90 ÷ 20 = 10 ਮਰਲੇ
27	7	16 16 9 9 16 X 9 = 144 ਵਰਗ ਕਰਮ 144 ÷ 9 = 16 ਮਰਲੇ
28	8	16 16 9 9 16 X 9 = 144 ਵਰਗ ਕਰਮ 144 ÷ 9 = 16 ਮਰਲੇ
29	11	16 16 9 9 16 X 9 = 144 ਵਰਗ ਕਰਮ 144 ÷ 9 = 16 ਮਰਲੇ
30	10	16 16 9 9 16 X 9 = 144 ਵਰਗ ਕਰਮ 144 ÷ 9 = 16 ਮਰਲੇ
31	12	16 16 9 9 16 X 9 = 144 ਵਰਗ ਕਰਮ 144 ÷ 9 = 16 ਮਰਲੇ
32	14	16 16 9 9 16 X 9 = 144 ਵਰਗ ਕਰਮ 144 ÷ 9 = 16 ਮਰਲੇ
33	18	16 16 10 10 16 X 10 = 160 ਵਰਗ ਕਰਮ 160 ÷ 9 = 17 ਮਰਲੇ 7 ਸਰਸਾਈ

4	5	6	7
ਰਕਬਾ ਕਨਾਲ ਮਰਲਾ	ਕੁਲ ਰਕਬਾ	ਭੌਂ ਦੀ ਕਿਸਮ	ਕੈਫੀਅਤ
1 – 6	1 – 6	ਗੈ:ਮੁ: ਆਬਾਦੀ	
0 – 10	0 – 10	ਗੈ:ਮੁ: ਰਸਤਾ ਆਬਾਦੀ ਦੇਹ	
0 – 16	0 – 16	ਗੈ:ਮੁ: ਆਬਾਦੀ	
0 – 16	0 – 16	ਗੈ:ਮੁ: ਆਬਾਦੀ	
0 – 16	0 – 16	ਗੈ:ਮੁ: ਆਬਾਦੀ	
0 – 16	0 – 16	ਗੈ:ਮੁ: ਆਬਾਦੀ	
0 – 16	0 – 16	ਗੈ:ਮੁ: ਆਬਾਦੀ	
0 – 16	0 – 16	ਗੈ:ਮੁ: ਆਬਾਦੀ	
0 – 18	0 – 18	ਗੈ:ਮੁ: ਆਬਾਦੀ	

1	2	3			
ਨੰਬਰ ਖਸਰਾ	ਨੰਬਰ ਖਤੌਨੀ	ਇਸ਼ਤਖਰਾਜ ਰਕਬਾ			
		ਪੂਰਬ	ਪੱਛਮ	ਦੱਖਣ	ਉੱਤਰ
34	12	3 3 9 9 X 9 = 27 ਵਰਗ ਕਰਮ 29 ÷ 9 = 3 ਮਰਲੇ			
35	13	3 3 9 9 X 9 = 27 ਵਰਗ ਕਰਮ 29 ÷ 9 = 3 ਮਰਲੇ			
36	5	3 3 9 9 X 9 = 27 ਵਰਗ ਕਰਮ 29 ÷ 9 = 3 ਮਰਲੇ			
37	2	3 3 9 9 X 9 = 27 ਵਰਗ ਕਰਮ 29 ÷ 9 = 3 ਮਰਲੇ			
38	7	3 3 9 9 X 9 = 27 ਵਰਗ ਕਰਮ 29 ÷ 9 = 3 ਮਰਲੇ			
39	9	3 3 9 9 X 9 = 27 ਵਰਗ ਕਰਮ 29 ÷ 9 = 3 ਮਰਲੇ			
40	8	3 3 9 9 X 9 = 27 ਵਰਗ ਕਰਮ 29 ÷ 9 = 3 ਮਰਲੇ			
41	2	2 2 9 9 2 X 9 = 18 ਵਰਗ ਕਰਮ 18 ÷ 9 = 2 ਮਰਲੇ			
42	4	2 2 9 9 2 X 9 = 18 ਵਰਗ ਕਰਮ 18 ÷ 9 = 2 ਮਰਲੇ			

214

4	5	6	7
ਰਕਬਾ ਕਨਾਲ ਮਰਲਾ	ਕੁਲ ਰਕਬਾ	ਭੌਂ ਦੀ ਕਿਸਮ	ਕੈਫੀਅਤ
0 – 3	**0 – 3**	ਗੈ:ਮੁ: ਰੂੜੀ ਬਾਜੇ ਕੀ ਪਤੀ	
0 – 3	**0 – 3**	ਗੈ:ਮੁ: ਰੂੜੀ ਰੂਪੇ ਕੀ ਪਤੀ	
0 – 3	**0 – 3**	ਗੈ:ਮੁ: ਰੂੜੀ ਉਸੰਗ ਪਤੀ	
0 – 3	**0 – 3**	ਗੈ:ਮੁ: ਰੂੜੀ ਮਹਿਮੇ ਵਾਲਾ	
0 – 3	**0 – 3**	ਗੈ:ਮੁ: ਰੂੜੀ ਮਹਿਮੇ ਵਾਲਾ-**2**	
0 – 3	**0 – 3**	ਗੈ:ਮੁ: ਰੂੜੀ ਮਹਿਮੇ ਵਾਲਾ-**3**	
0 – 3	**0 - 3**	ਗੈ:ਮੁ: ਰੂੜੀ ਮੁਹੱਬਤ ਕੀ ਪਤੀ	
0 – 2	**0 – 2**	ਗੈ:ਮੁ: ਰੂੜੀ ਹਾਕਮ ਕੀ ਪਤੀ	
0 – 2	**0 – 2**	ਗੈ:ਮੁ: ਰੂੜੀ ਮਾਲੋ ਕੀ ਪਤੀ	

1	2	3
ਨੰਬਰ ਖਸਰਾ	ਨੰਬਰ ਖਤੌਨੀ	ਇਸ਼ਤਖਰਾਜ ਰਕਬਾ ਪੂਰਬ ਪੱਛਮ ਦੱਖਣ ਉੱਤਰ
43	8	2 2 9 9 2 X 9 = 18 ਵਰਗ ਕਰਮ 18 ÷ 9 = 2 ਮਰਲੇ
44	1	2 2 9 9 2 X 9 = 18 ਵਰਗ ਕਰਮ 18 ÷ 9 = 2 ਮਰਲੇ
45	6	2 2 9 9 2 X 9 = 18 ਵਰਗ ਕਰਮ 18 ÷ 9 = 2 ਮਰਲੇ
46	5	2 2 9 9 2 X 9 = 18 ਵਰਗ ਕਰਮ 18 ÷ 9 = 2 ਮਰਲੇ
47	8	2 2 9 9 2 X 9 = 18 ਵਰਗ ਕਰਮ 18 ÷ 9 = 2 ਮਰਲੇ
48	6	48 10 9 9 10 9 9 10 9 9 13 10 9 05 00 00 48 37 36 48(37+36) ÷ 2 = 1752 ਵਰਗ ਕਰਮ 1752 ÷ 9 = 195 ਮਰਲੇ 195 ÷ 20 = 9 ਕਨਾਲ 15 ਮਰਲੇ
49	2	2 2 9 9 2 X 9 = 18 ਵਰਗ ਕਰਮ 18 ÷ 9 = 2 ਮਰਲੇ

216

4	5	6	7
ਰਕਬਾ **ਕਨਾਲ ਮਰਲਾ**	**ਕੁਲ ਰਕਬਾ**	**ਭੌਂ ਦੀ ਕਿਸਮ**	**ਕੈਫੀਅਤ**
0 – 2	**0 – 2**	ਗੈ:ਮੁ: ਰੂੜੀ ਮਟਾਂ ਵਾਲਾ ਵੇਹੜਾ	
0 – 2	**0 – 2**	ਗੈ:ਮੁ: ਰੂੜੀ ਚਰਾਗੇ ਕਾ ਅਗਵਾੜ	
0 – 2	**0 – 2**	ਗੈ:ਮੁ: ਰੂੜੀ ਬੂਟਾ ਕੀ ਪਤੀ	
0 – 2	**0 – 2**	ਗੈ:ਮੁ: ਰੂੜੀ ਕੂਮੀ ਕਾ ਅਗਵਾੜ	
0 – 2	**0 – 2**	ਗੈ:ਮੁ: ਰੂੜੀ ਬੋਹਨਾ ਚੌਂਕ	
9 – 15	**9 – 15**	ਗੈ:ਮੁ: ਬਾਈਪਾਸ ਮਹਿਮੇ ਲਾਵਾ ਚੌਂਕ ਤੋਂ ਗਿੱਲ ਰੋੜ ਚੌਂਕ	
0 – 2	**0 - 2**	ਗੈ:ਮੁ: ਰੂੜੀ ਗਿੱਲ ਰੋੜ ਚੌਂਕ	

ਬੁਰਦਾ ਬਰਾਮਦੀ ਤੋਂ ਕੀ ਭਾਵ ਹੈ?

ਪੰਜਾਬ ਲੈਂਡ ਰਿਕਾਰਡ ਮੈਨੂਅਲ ਦੇ ਪੈਰਾ ਨੰਬਰ: 6.1 – 6.13
ਉੱਤਰ: ਜਿਹੜੀ ਜ਼ਮੀਨ ਕਿਸੇ ਦਰਿਆ, ਨਦੀ, ਨਾਲੇ ਆਦਿ ਦੇ ਪਾਣੀ ਦੇ ਵਹਾਓ ਨਾਲ ਬਰਬਾਦ ਹੋ ਜਾਵੇ ਤਾਂ ਉਸ ਨੂੰ ਬੁਰਦੀ ਕਹਿੰਦੇ ਹਨ ਅਤੇ ਜਿਹੜੀ ਜ਼ਮੀਨ ਦਰਿਆ ਆਦਿ ਤੋਂ ਨਿਕਲ ਕੇ ਖੇਤੀ ਯੋਗਹੋ ਜਾਵੇ ਤਾਂ ਉਸ ਨੂੰ ਬੁਰਦਾ ਬਰਾਮਦੀ ਕਹਿੰਦੇ ਹਨ।

ਜਿਹੜੇ ਪਿੰਡਾਂ ਦੀ ਜਮ੍ਹਾਂ ਸਥਾਈ ਮੁਸਤਕਿਲ ਹੋਵੇ ਅਤੇ ਦਰਿਆ ਜਾਂ ਨਦੀ ਨਾਲ ਬੁਰਦ ਜਾਂ ਬਰਾਮਦੀ ਹੁੰਦੀ ਹੋਵੇ ਉਹਨਾਂ ਪਿੰਡਾਂ ਵਿੱਚ ਮਾਮਲੇ ਨੂੰ ਘਟਾਉਣ ਜਾਂ ਵਧਾਉਣ ਲਈ ਇਹ ਕਾਰਵਾਈ ਕੀਤੀ ਜਾਂਦੀ ਹੈ।

6.4: ਦਫਤਰ ਕਾਨੂੰਗੋ ਉਨ੍ਹਾਂ ਪਿੰਡਾਂ ਦੀ ਲਿਸਟ ਤਿਆਰ ਕਰਦਾ ਹੈ ਜਿਨ੍ਹਾਂ ਦਾ ਨਦੀ ਦੇ ਪਾਣੀ ਨਾਲ ਜ਼ਮੀਨ ਦਾ ਨੁਕਸਾਨ ਹੁੰਦਾ ਹੈ। ਜੇ ਸਾਰਾ ਪਿੰਡ ਬੁਰਦ ਹੋ ਜਾਵੇ ਤਾਂ ਉਸ ਨੂੰ ਮਾਮਲੇ ਦੀ ਸੂਚੀ ਵਿਚੋਂ ਕੱਢ ਦਿੱਤਾ ਜਾਂਦਾ ਹੈ।

6.10: ਬੁਰਦਾ ਬਰਾਮਦੀ ਦੇ ਸਬੰਧ ਵਿੱਚ ਪੈਮਾਇਸ਼ ਦਾ ਕੰਮ ਹਾੜ੍ਹੀ ਦੀ ਗਿਰਦਾਵਰੀ ਤੋਂ ਬਾਅਦ ਕੀਤਾ ਜਾਂਦਾ ਹੈ। ਬੁਰਦੀ ਬਰਾਮਦੀ ਕਾਰਨ ਜੇ ਕਿਸੇ ਪਿੰਡ ਦਾ ਮਾਮਲਾ ਵਧਿਆ ਜਾਂ ਘਟਿਆ ਹੋਵੇ ਤਾਂ ਉਸ ਦਾ ਅਮਲ ਸਾਉਣੀ ਦੀ ਫ਼ਸਲ ਤੇ ਕੀਤਾ ਜਾਂਦਾ ਹੈ।

6.11: ਪਰ ਜੇ ਕੋਈ ਬੁਰਦ ਹੋਇਆ ਪਿੰਡ ਦੁਬਾਰਾ ਬਰਾਮਦ ਹੋ ਜਾਵੇ ਤਾਂ ਉਸ ਨਵੇਂ ਬਰਾਮਦ ਹੋਏ ਪਿੰਡ ਨੂੰ ਨਵਾਂ ਪਿੰਡ ਬਣਾ ਕੇ ਬੰਦੋਬਸਤ ਕੀਤਾ ਜਾਂਦਾ ਹੈ ਅਤੇ ਉਸ ਨੂੰ ਕਿਸ਼ਤ ਬੰਦੀ ਵਿੱਚ ਦਾਖਲ ਕਰਨ ਲਈ ਵਿੱਤ ਕਮਿਸ਼ਨਰ ਤੋਂ ਮਨਜ਼ੂਰੀ ਲਈ ਜਾਵੇਗੀ ਅਤੇ ਪਹਿਲਾਂ ਬੁਰਦ ਹੋਏ ਪਿੰਡ ਨੂੰ ਦੁਬਾਰਾ ਕਿਸ਼ਤ ਬੰਦੀ ਵਿੱਚ ਦਾਖਲ ਕਰ ਲਿਆ ਜਾਵੇਗਾ।

ਹਦਾਇਤਨਾਮਾ ਬੰਦੋਬਸਤ ਬਾਰੇ ਜਾਣਕਾਰੀ:

ਮਾਲਕ ਕਾਬਜ ਕੀ ਹੈ?
ਉੱਤਰ: ਪਿੰਡ ਦੇ ਅਜਿਹੇ ਜ਼ਮੀਨ ਮਾਲਕ ਜਿਨ੍ਹਾਂ ਦਾ ਪਿੰਡ ਦੀ ਕਿਸੇ ਵੀ ਸਾਮਲਾਤ ਜਾਂ ਸਾਂਝੀ ਜ਼ਮੀਨ ਵਿੱਚ ਹਿੱਸਾ ਨਾ ਹੋਵੇ ਉਸ ਨੂੰ ਮਾਲਕ ਕਾਬਜ ਕਹਿੰਦੇ ਹਨ। ਇਸ ਦੀ ਹੋਰ ਵਿਆਖਿਆ ਕੀਤੀ ਜਾਵੇ ਤਾਂ ਉਹ ਇਹ ਕਿ ਆਮ ਤੌਰ ਤੇ ਕੋਈ ਕਿਸਾਨ ਕਿਸੇ ਹੋਰ ਪਿੰਡ ਤੋਂ ਆ ਕੇ ਪਿੰਡ ਦੇ ਜੱਦੀ ਵਾਸੀ ਮਾਲਕਾਨ ਤੋਂ ਜ਼ਮੀਨ ਖਰੀਦਦਾ ਹੈ ਤਾਂ ਉਹ ਕਿਸਾਨ ਮਾਲਕ ਕਾਬਜ ਹੀ ਹੋਵੇਗਾ। ਇਹਨਾਂ ਮਾਲਕਾਨ ਨੂੰ ਅਸਲੀ ਵਾਸੀ ਮਾਲਕਾਨ ਤੋਂ ਬਾਅਦ ਜਮ੍ਹਾਂਬੰਦੀ ਵਿੱਚ ਦਰਜ ਕੀਤਾ ਜਾਂਦਾ ਹੈ, ਜਿਹਨਾਂ ਤੋਂ ਉਹਨਾਂ ਨੇ ਜ਼ਮੀਨ ਖਰੀਦੀ ਹੋਵੇ। ਆਮ ਪੇਂਡੂ ਭਾਸ਼ਾ ਵਿੱਚ ਇਹਨੂੰ ਬੜਗੋਤੇ ਵੀ ਕਿਹਾ ਜਾਂਦਾ ਹੈ, ਜਿਵੇਂ ਕਿ ਇੱਕ ਪਿੰਡ ਵਿੱਚ ਜੱਦੀ ਲੋਕਾਂ ਦਾ ਗੋਤ **AA** ਹੋਵੇ ਤੇ ਕੋਈ ਬਾਹਰਲੇ

ਪਿੰਡ ਦਾ ਕਿਸਾਨ ਜਿਸ ਦਾ ਗੋਤ **BB** ਹੋਵੇ ਉਹ **AA** ਦੇ ਪਿੰਡ ਜ਼ਮੀਨ ਖਰੀਦ ਕੇ ਉੱਥੇ ਰਹਿਣਾਂ ਸ਼ੁਰੂ ਕਰ ਦੇਵੇ ਤਾਂ **BB** ਗੋਤ ਵਾਲੇ ਨੂੰ ਬੜਗੋਤਾ ਆਖਿਆ ਜਾਵੇਗਾ।

ਮਸਾਹਤ ਤੋਂ ਕੀ ਭਾਵ ਹੈ?

ਉੱਤਰ: ਮਸਾਹਤ ਇੱਕ ਅਜਿਹੀ ਪੜ੍ਹਾਈ ਹੈ ਜਿਸ ਨਾਲ ਜ਼ਮੀਨ ਦਾ ਨਕਸ਼ਾ ਬਣਾਉਣਾ ਅਤੇ ਉਸ ਨਕਸ਼ੇ ਉਤੇ ਖੇਤਰਫਲ ਪ੍ਰਾਪਤ ਕਰਨਾ ਆ ਜਾਂਦਾ ਹੈ।

ਦੋਹਲੀ ਤੋਂ ਕੀ ਭਾਵ ਹੈ?

ਉੱਤਰ: ਇਹ ਇੱਕ ਬਹੁਤ ਹੀ ਪੁਰਾਣਾ ਰਿਵਾਜ਼ ਹੈ ਤੱਕਰੀਬਨ ਚੌਧਵੀਂ ਸਦੀ ਦਾ ਜੋ ਹੁੱਣ ਬਿੱਲਕੁਲ ਖਤਮ ਹੋ ਚੁਕਿਆ ਹੈ। ਇਸ ਰਿਵਾਜ ਮੁਤਾਬਿਕ ਜਦੋਂ ਵੀ ਕੋਈ ਮਰਨ ਦੇ ਕਰੀਬ ਹੁੰਦਾ ਸੀ ਤਦ ਉਹਨਾਂ ਵਿੱਚ ਜੇ ਕੋਈ ਵਿਅਕਤੀ ਬ੍ਰਾਹਮਣ ਨੂੰ ਆਪਣੇ ਅਖੀਰਲੇ ਸਮੇਂ ਜ਼ਮੀਨ ਦਾ ਟੁਕੜਾ ਦਾਨ ਕਰਦੇ ਸਨ ਪਰ ਉਹ ਬ੍ਰਾਮਣ ਨੂੰ ਇਹ ਜ਼ਮੀਨ ਦਾ ਟੁਕੜਾ ਕਾਸ਼ਤ ਕਰਨ ਲਈ ਦਾਨ ਦਿੰਦੇ ਸਨ ਪਰ ਮਾਲਕੀ ਹੱਕ ਆਪਣੇ ਪਾਸ ਹੀ ਰੱਖਦੇ ਸਨ, ਤਦ ਅਜਿਹੀ ਜ਼ਮੀਨ ਨੂੰ ਦੋਹਲੀ ਕਹਿੰਦੇ ਸਨ ਅਤੇ ਬ੍ਰਾਹਮਣ ਨੂੰ ਦੋਹਲੀਦਾਰ ਆਖਦੇ ਸਨ। ਦੋਹਲੀਦਾਰ ਨੂੰ ਜਮ੍ਹਾਂਬੰਦੀ ਵਿੱਚ ਉਸ ਮਾਲਕ ਦੀ ਖੇਵਟ ਵਿੱਚ ਸਭ ਤੋਂ ਅੰਤਲੇ ਖਾਨਾ ਕਾਸ਼ਤ ਵਿੱਚ ਦਰਜ ਕੀਤਾ ਜਾਂਦਾ ਹੈ।

ਸ਼ਜਰਾ ਕਿਸ਼ਤਵਾਰ ਕਿਸ ਨੂੰ ਕਹਿੰਦੇ ਹਨ?

ਪੰਜਾਬ ਲੈਂਡ ਰਿਕਾਰਡ ਮੈਨੂਅਲ ਦੇ ਪੈਰਾ ਨੰਬਰ: 4.30

ਉੱਤਰ: ਕੱਪੜੇ/ਲੱਠੇ ਉਪਰ ਬਣਿਆ ਤਰਤੀਬ-ਵਾਰ ਨਕਸ਼ਾ ਜਾਂ ਮੁਹਾਵੀ ਦੀ ਕਾਪੀ ਨੂੰ ਸ਼ਜਰਾ ਕਿਸ਼ਤਵਾਰ ਕਹਿੰਦੇ ਹਨ। ਹਰ ਪਟਵਾਰੀ ਇਸ ਦੀ ਵਰਤੋਂ ਕਰਦਾ ਹੈ। ਹਰ ਪਟਵਾਰ ਹਲਕੇ ਵਿੱਚ ਜ਼ਮੀਨ ਦਾ ਸ਼ਜਰਾ ਕਿਸ਼ਤਵਾਰ ਬਣਿਆ ਹੁੰਦਾ ਹੈ।

ਸ਼ਜਰਾ ਕਿਸ਼ਤਵਾਰ ਹਰ 10 ਸਾਲ ਬਾਅਦ ਨਵਾਂ ਤਿਆਰ ਕੀਤਾ ਜਾਂਦਾ ਹੈ ਅਤੇ ਇਸ ਨੂੰ ਤਿਆਰ ਕਰਨ ਵੇਲੇ ਇਸ ਤੇ ਤਰੀਕ ਪਾ ਦਿੱਤੀ ਜਾਂਦੀ ਹੈ। ਜਿਵੇਂ ਕਿ ਪਹਿਲਾਂ ਸ਼ਜਰਾ ਕਿਸ਼ਤਵਾਰ **1970** ਵਿੱਚ ਤਿਆਰ ਹੋਇਆ ਤਾਂ ਅਗਲਾ **1980** ਵਿੱਚ ਤਿਆਰ ਹੋਵੇਗਾ ਅਤੇ ਉਸ ਤੋਂ ਅਗਲਾ **1990** ਵਿੱਚ ਤਿਆਰ ਹੋਵੇਗਾ। ਪਰ ਕੁਲੈਕਟਰ ਇਸ ਨੂੰ ਪਹਿਲਾਂ ਵੀ ਤਿਆਰ ਕਰਵਾ ਸਕਦਾ ਹੈ ਜਿਵੇਂ ਕੁਲੈਕਟਰ ਦੇ ਹੁਕਮਾਂ ਦੁਆਰਾ ਨਵਾਂ ਸ਼ਜਰਾ ਕਿਸ਼ਤਵਾਰ **1990** ਦੀ ਥਾਂ **1984** ਨੂੰ ਤਿਆਰ ਕੀਤਾ ਗਿਆ ਤਾਂ ਅਗਲਾ ਸ਼ਜਰਾ ਕਿਸ਼ਤਵਾਰ ਉਸ ਤਰੀਕ ਤੋਂ ਦਸ ਸਾਲ ਬਾਅਦ ਤਿਆਰ ਹੋਵੇਗਾ ਭਾਵ **1994** ਵਿੱਚ ਤਿਆਰ ਹੋਵੇਗਾ।

ਤਤਿਮਾ ਸ਼ਜਰਾ ਕਿਸ ਨੂੰ ਕਹਿੰਦੇ ਹਨ?

ਪੰਜਾਬ ਲੈਂਡ ਰਿਕਾਰਡ ਮੈਨੂਅਲ ਦੇ ਪੈਰਾ ਨੰਬਰ: 4.23

ਉੱਤਰ: ਜਦੋਂ ਕਿਸੇ ਇੰਤਕਾਲ ਰਾਹੀਂ ਕਿਸੇ ਇੱਕ ਖਸਰਾ ਨੰਬਰ ਦਾ ਕੁੱਝ ਹਿੱਸਾ ਬੈ ਆਦਿਕ ਹੋ ਜਾਵੇ ਤਾਂ ਹਲਕਾ ਪਟਵਾਰੀ ਉਸ ਦੇ ਹਰ ਟੁੱਕੜੇ ਦਾ ਅਲਗ ਅਲੱਗ ਨਕਸ਼ਾ ਤਿਆਰ ਕਰਦਾ ਹੈ,

ਅਤੇ ਉਸਦੀ ਫ਼ੀਲਡ ਬੁੱਕ ਤੇ ਲਿਖ ਕੇ ਰਿਕਾਰਡ ਮਾਲ ਵਿੱਚ ਅਮਲ ਕਰਨ ਨੂੰ ਤਤਿਮਾ ਸ਼ਜਰਾ ਕਹਿੰਦੇ ਹਨ।

ਪੰਜਾਬ ਲੈਂਡ ਰਿਕਾਰਡ ਮੈਨੂਅਲ ਦੇ ਪੈਰਾ ਨੰਬਰ: **4.24:** ਇਸੇ ਤਰ੍ਹਾਂ ਜੋ ਸਾਂਝੇ ਖਾਤੇ ਦੇ ਹਿੱਸੇਦਾਰਾਨ ਨੇ ਪੱਕੇ ਤੌਰ ਤੇ ਜਿਸ ਖਸਰਾ ਨੰਬਰ ਨੂੰ ਆਪਸ ਵਿੱਚ ਵੰਡ ਕੇ ਵੱਖ ਵੱਖ ਕਾਸ਼ਤ ਕਰ ਲਈ ਹੋਵੇ, ਤਦ ਅਜਿਹੇ ਨੰਬਰ ਦੀ ਮੌਕੇ ਤੇ ਪੈਮਾਇਸ਼ ਕਰਕੇ ਕਾਗਜਾਤ ਮਾਲ ਵਿੱਚ ਅਮਲ ਕਰਕੇ ਵੱਖ ਵੱਖ ਨੰਬਰ ਬਣਾਏ ਜਾਂਦੇ ਹਨ।

ਤਤਿਮਾ ਸ਼ਜਰਾ ਕਿਸ ਤਰ੍ਹਾਂ ਬਣਾਇਆ ਜਾਂਦਾ ਹੈ:

ਪੰਜਾਬ ਲੈਂਡ ਰਿਕਾਰਡ ਮੈਨੂਅਲ ਦੇ ਪੈਰਾ ਨੰਬਰ: **4.23**

ਜਦੋਂ ਪਟਵਾਰੀ ਦੁਆਰਾ ਕੋਈ ਇੰਤਕਾਲ ਦਰਜ ਕੀਤਾ ਜਾਵੇ ਤਾਂ ਉਸ ਇੰਤਕਾਲ ਤੇ ਕਿਸੇ ਖਸਰਾ ਨੰਬਰ ਦਾ ਕੋਈ ਟੁਕੜਾ ਤਬਦੀਲ ਹੋਇਆ ਹੋਵੇ, ਤਾਂ ਪਟਵਾਰੀ ਇੰਤਕਾਲ ਦੀਆਂ ਦੋਵੇਂ ਪਰਤਾਂ ਵਿੱਚ ਉਸ ਖਸਰਾ ਨੰਬਰ ਨੂੰ ਬਣਾਏਗਾ ਅਤੇ ਨਵੇਂ ਟੁੱਕੜਿਆਂ ਦੀ ਵੰਡ ਨੂੰ ਲਾਲ ਸਿਆਹੀ ਨਾਲ ਲਾਈਨ ਲਗਾ ਕੇ ਜਾਹਰ ਕਰੇਗਾ ਅਤੇ ਇਹਨਾਂ ਟੁੱਕੜਿਆਂ ਦੀ ਫ਼ੀਲਡ ਬੁੱਕ ਵੀ ਲਿਖੀ ਜਾਵੇਗੀ। ਫ਼ੀਲਡ ਬੁੱਕ ਵਿੱਚ ਇਸ ਨੂੰ ਇਸ ਤਰ੍ਹਾਂ ਲਿਖਿਆ ਜਾਵੇਗਾ:

ਪੰਜਾਬ ਲੈਂਡ ਰਿਕਾਰਡ ਮੈਨੂਅਲ ਦੇ ਪੈਰਾ ਨੰਬਰ: 4.26

ਫ਼ੀਲਡ ਬੁੱਕ ਨੰਬਰ			**ਚੜ੍ਹਦਾ**	**ਲਹਿੰਦਾ**	**ਦੱਖਣ**	**ਪਹਾੜ**
ਪੁਰਾਣਾ ਖਸਰਾ ਨੰਬਰ	ਨਵਾਂ ਖਸਰਾ ਨੰਬਰ	ਰਕਬਾ ਬੈ	ਕਿਸਮ ਜਮੀਨ			

ਨਵੇਂ ਖਸਰਾ ਨਬਰਾਂ ਨੂੰ ਇੰਤਕਾਲ ਦੇ ਆਰਜੀ ਨੰਬਰ ਦਿੱਤਾ ਜਾਵੇਗਾ। ਜਿਵੇਂ ਕਿ ਖਸਰਾ ਨੰਬਰ **155** ਦੇ ਦੋ ਟੁਕੜੇ ਹੋ ਜਾਣ ਤਾਂ ਉਨ੍ਹਾਂ ਨੂੰ ਆਰਜੀ ਨੰਬਰ **155/1** ਅਤੇ **155/2** ਦਰਜ ਕੀਤਾ ਜਾਵੇਗਾ। ਇੰਤਕਾਲ ਤੇ ਤਤਿਮਾ ਬਣਾਉਣ ਵੇਲੇ ਏਸੇ ਨੰਬਰ ਨਾਲ ਲਗਦਾ ਨੰਬਰ ਬਣਾਉਣਾ ਚਾਹੀਦਾ ਹੈ।

ਉਦਾਹਰਣ: ਮੰਨ ਲਉ ਖਸਰਾ ਨੰਬਰ **10//6** ਰਕਬਾ **8-0** ਕਨਾਲ ਵਿੱਚੋਂ ਮਾਲਕ ਨੇ ਪੂਰਬ ਵਾਲੇ ਪਾਸੇ ਤੋਂ **2-0** ਕਨਾਲ ਰਕਬਾ ਤਬਦੀਲ ਕਰ ਦਿੱਤਾ ਹੈ। ਤਤਿਮਾਂ ਹੇਰ ਲਿਖੇ ਅਨੁਸਾਰ ਬਣਦਾ ਹੈ।

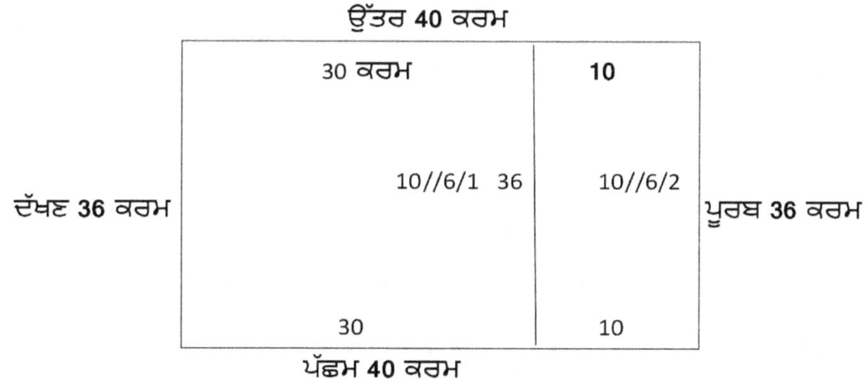

ਉੱਤਰ 40 ਕਰਮ

ਦੱਖਣ 36 ਕਰਮ   ਪੂਰਬ 36 ਕਰਮ

ਪੱਛਮ 40 ਕਰਮ

ਫੀਲਡ ਬੁੱਕ:- ਤਤਿਮੇ ਦੇ ਨਾਲ ਹੀ ਫੀਲਡ ਬੁੱਕ ਵੀ ਤਿਆਰ ਕੀਤੀ ਜਾਂਦੀ ਹੈ, ਜੋ ਇਸ ਪ੍ਰਕਾਰ ਹੈ:-

ਸਾਬਕਾ ਖਸਰਾ ਨੰਬਰ	ਹਾਲੀਆ ਨੰਬਰ ਖਸਰਾ	ਪੂਰਬ	ਪੱਛਮ	ਦੱਖਣ	ਉੱਤਰ	ਰਕਬਾ
10//6	10//6/1	36	36	30	30	36X30 ÷ 9 = 6-0
	10//6/2	36	36	10	10	36X10 ÷ 9=2-0

25.1 ਤਤਿਮਾਂ ਕੱਟਣ ਵੇਲੇ ਜੇਕਰ ਕਿਸੇ ਖੇਤ ਦੇ ਇੱਕ ਪਾਸੇ ਤੋਂ ਰਕਬਾ ਕੱਟਕੇ ਦੂਜੀ ਧਿਰ ਨੂੰ ਦੇਣਾ ਹੋਵੇ ਤਾਂ ਰਕਬੇ ਅਨੁਸਾਰ ਕਰਮਾਂ ਕੱਢਣ ਦਾ ਤਰੀਕਾ:-

ਉਦਾਹਰਣ ਨੰਬਰ 1: ਮੰਨ ਲਉ **40 X 30** ਕਰਮ ਦਾ ਖੇਤ ਹੈ ਇਸ ਦੇ ਪੂਰਬ (ਚੜਦੇ) ਪਾਸੇ ਤੋਂ **3** ਕਨਾਲ ਰਕਬਾ ਕੱਟਕੇ ਦੇਣਾ ਹੈ ਤਾਂ ਕਿੰਨੀਆਂ ਕਰਮਾਂ ਕੱਟੀਆਂ ਜਾਣਗੀਆਂ।

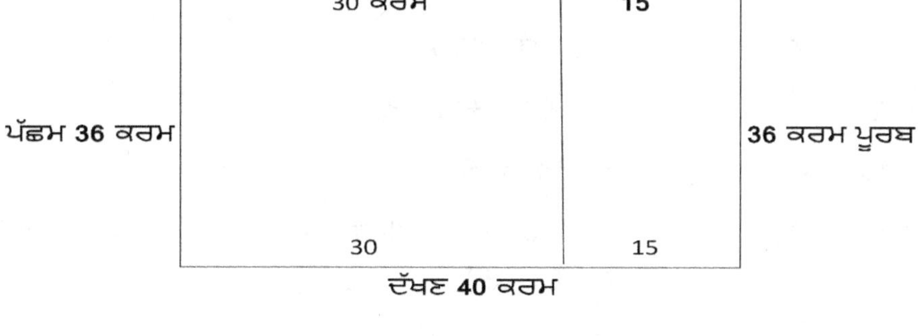

ਉੱਤਰ 40 ਕਰਮ

ਪੱਛਮ 36 ਕਰਮ   36 ਕਰਮ ਪੂਰਬ

ਦੱਖਣ 40 ਕਰਮ

ਰਕਬਾ ਜੋ ਦੇਣਾ ਹੈ	**= 3 ਕਨਾਲ**
ਮਰਲੇ	= 3 X 20 =60
ਵਰਗ ਕਰਮਾਂ	= 60 X9=540
ਕਰਮਾਂ ਜੋ ਦੇਣੀਆਂ	ਵਰਗ ਕਰਮਾਂ ÷ ਬਾਹੀ ਦੀ ਲੰਬਾਈ (ਜਿਸ ਪਾਸੇ ਤੋਂ ਕਰਮਾਂ ਕੱਟਣੀਆਂ ਹੋਣ)
	= 540 ÷ 36= **15 ਕਰਮਾਂ**
ਪੜਤਾਲ:	= 15X36 = **540 ਵਰਗ ਕਰਮਾਂ**
9 ਵਰਗ ਕਰਮ	= 1 ਮਰਲਾ
540 ਵਰਗ ਕਰਮ	= 540 ÷ 9 = **60 ਮਰਲੇ**
60 ਮਰਲੇ	= 60 ÷ 20 = **3 ਕਨਾਲ**

ਉਦਾਹਰਣ ਨੰਬਰ 2: ਅਗਰ ਕੋਈ ਕਿਲਾ 36 X 40 ਕਰਮ ਦੀ ਬਾਹੀ ਵਾਲਾ ਹੋਵੇ ਅਤੇ ਉਸ ਵਿੱਚੋਂ ਛਿੱਪਦੇ ਪਾਸੇ ਤੋਂ 2 ਕਨਾਲ 12 ਮਰਲੇ ਰਕਬਾ ਨਾਲ ਲਗਦੇ ਮਾਲਕ ਨੂੰ ਬੈ ਦੇਣਾ ਹੈ ਤਾਂ ਕਿੰਨੀਆਂ ਕਰਮਾਂ ਦਿੱਤੀਆਂ ਜਾਣਗੀਆਂ?

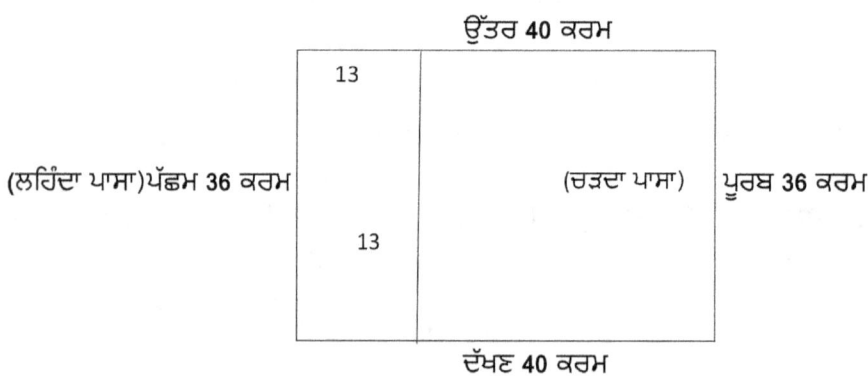

ਰਕਬਾ ਜੋ ਦੇਣਾ ਹੈ	**= 2 ਕਨਾਲ 12 ਮਰਲੇ**
ਮਰਲੇ	= (2X20) +12 =52
ਵਰਗ ਕਰਮਾਂ	= 52X9=468
ਕਰਮਾਂ ਜੋ ਦੇਣੀਆਂ	ਵਰਗ ਕਰਮਾਂ ÷ ਬਾਹੀ ਦੀ ਲੰਬਾਈ (ਜਿਸ ਪਾਸੇ ਤੋਂ ਕਰਮਾਂ ਕੱਟਣੀਆਂ ਹੋਣ)

222

= 468 ÷ 36= **13 ਕਰਮਾਂ**

ਪੜਤਾਲ: = 13X36 = **468 ਵਰਗ ਕਰਮਾਂ**

9 ਵਰਗ ਕਰਮ = 1 ਮਰਲਾ

540 ਵਰਗ ਕਰਮ = 468 ÷ 9 = **52 ਮਰਲੇ**

52 ਮਰਲੇ = 52 ÷ 20 = **2 ਕਨਾਲ 12 ਮਰਲੇ**

ਉਦਾਹਰਣ ਨੰਬਰ **3:** ਅਗਰ ਕਿਸੇ 40 X 36 ਕਰਮ ਦੇ ਕਿਲੇ ਦੇ ਚੜਦੇ (ਪੂਰਬ) ਵਾਲੇ ਪਾਸੇ ਤੋਂ 3 ਕਨਾਲ ਰਕਬਾ ਨਾਲ ਲਗਦੇ ਕਿਸਾਨ ਨੂੰ ਦੇਣਾ ਹੋਵੇ ਤਾਂ ਕਿੰਨੀਆਂ ਕਰਮਾਂ ਕੱਟੀਆਂ ਜਾਂਣਗੀਆਂ**?**

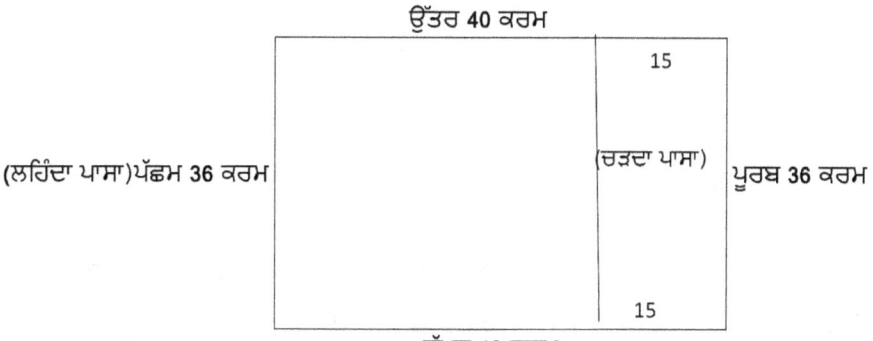

ਰਕਬਾ ਜੋ ਦੇਣਾ ਹੈ **= 3 ਕਨਾਲ**

ਮਰਲੇ .... = 3 X 20 =60

ਵਰਗ ਕਰਮਾਂ .... = 60 X 9=540

ਕਰਮਾਂ ਜੋ ਦੇਣੀਆਂ .... ਵਰਗ ਕਰਮਾਂ ÷ ਬਾਹੀ ਦੀ ਲੰਬਾਈ (ਜਿਸ ਪਾਸੇ ਤੋਂ ਕਰਮਾਂ ਕੱਟਣੀਆਂ ਹੋਣ)

= 540 ÷ 36= **15 ਕਰਮਾਂ**

ਪੜਤਾਲ: = 15X36 = **540 ਵਰਗ ਕਰਮਾਂ**

9 ਵਰਗ ਕਰਮ **= 1 ਮਰਲਾ**

540 ਵਰਗ ਕਰਮ = 540 ÷ 9 = **60 ਮਰਲੇ**

60 ਮਰਲੇ = 60 ÷ 20 = **3 ਕਨਾਲ**

ਉਦਾਹਰਨ ਨੰਬਰ 4: ਇੱਕ ਖੇਤ ਦੀਆਂ ਚਾਰੇ ਬਾਹੀਆਂ ਇੱਕੋ ਜਿਹੀਆਂ ਹਨ, 50 X 50 ਕਰਮ ਦੀਆਂ। ਇਸ ਖੇਤ ਦੇ ਉੱਤਰ (ਪਹਾੜ) ਵਾਲੇ ਪਾਸੇ ਤੋਂ 2-0 ਬਿੱਘੇ ਰਕਬਾ ਨਾਲ ਲਗਦੇ ਕਿਸਾਨ ਨੂੰ ਦੇਣਾ ਹੈ ਤਾਂ ਕਿੰਨੀਆਂ ਕਰਮਾਂ ਦਿੱਤੀਆਂ ਜਾਣਗੀਆਂ।

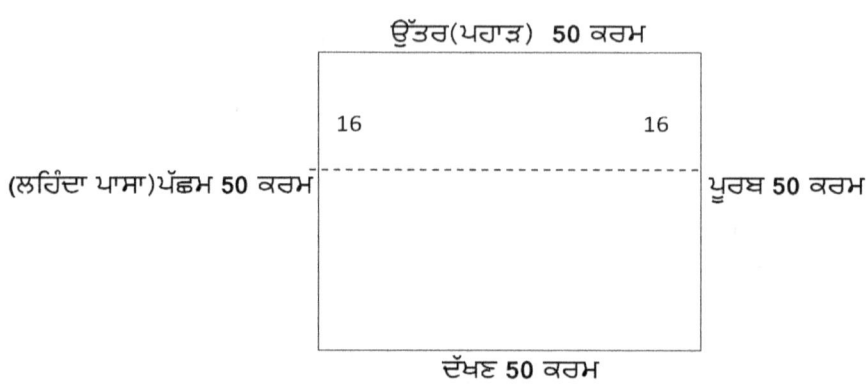

ਰਕਬਾ ਜੋ ਦੇਣਾ ਹੈ	= 2-0 ਬਿੱਘੇ
	= 2 X 20 = **40 ਵਿਸਵੇ**
	= 40 X 20 = **800 ਵਿਸਵਾਸੀਆਂ**

ਪਹਾੜ ਵਾਲੇ ਪਾਸੇ ਤੋਂ ਕਰਮਾਂ ਵਿੱਚ ਲੰਬਾਈ = **50 ਕਰਮਾਂ**

ਜਿਸ ਪਾਸੇ ਤੋਂ ਰਕਬਾ ਦੇਣਾ ਹੈ = ਵਿਸਵਾਸੀਆਂ ÷ ਬਾਹੀ ਦੀ ਲੰਬਾਈ ਜਿਸ ਪਾਸੇ ਤੋਂ ਰਕਬਾ ਦੇਣਾ ਹੈ

= 800 ÷ 50 = **16 ਕਰਮਾਂ**

ਪੜਤਾਲ:	ਲੰਬਾਈ = **50 ਕਰਮਾਂ**
	ਚੌੜਾਈ = **13 ਕਰਮਾਂ**
	= 50 X 13 = **800 ਵਰਗ ਕਰਮ**
	= 800 ÷ 20 = **40 ਵਿਸਵੇ**
	= 40 ÷ 20 = **2-0 ਬਿੱਘੇ**

ਪੰਜਾਬ ਲੈਂਡ ਰਿਕਾਰਡ ਮੈਨੂਅਲ ਦੇ ਪੈਰਾ ਨੰਬਰ: **18.12 – 18.13**

ਇੰਤਕਾਲ ਤਕਸੀਮ ਬਹੁਕਮ ਅਦਾਲਤ ਤਤੀਮਾ ਇੰਤਕਾਲ ਦੇ ਵਰਕਿਆਂ ਤੇ ਹੀ ਬਣਾਉਣਾ ਚਾਹੀਦਾ ਹੈ। ਇਹ ਤਕਸੀਮ ਦੇ ਮੁਕੱਦਮੇ ਦੀ ਫਾਈਲ ਨੂੰ ਵੇਖਕੇ ਬਣਾਏ ਜਾਣਗੇ। ਜਿਨਾਂ ਦੀ ਦਰੁਸਤੀ ਦਾ ਕਾਨੂੰਗੋ ਜੁੰਮੇਵਾਰ ਹੋਵੇਗਾ।

ਸ਼ਜਰਾ ਨਸਬ ਕਿਸ ਨੂੰ ਕਹਿੰਦੇ ਹਨ?

ਸ਼ਜਰਾ ਨਸਬ ਨੂੰ ਤਤਿਮਾ ਕੁਰਸੀਨਾਮਾਂ ਵੀ ਕਿਹਾ ਜਾਂਦਾ ਹੈ, ਇਹ ਆਮ ਤੌਰ ਤੇ ਜਦੋਂ ਕਿਸੇ ਵਿਅਕਤੀ ਦੀ ਮੌਤ ਹੋ ਜਾਵੇ ਅਤੇ ਉਹ ਆਪਣੀ ਜ਼ਾਇਦਾਦ ਦੀ ਕੋਈ ਵਸੀਅਤ ਨਾ ਬਣਾਵੇ ਤਾਂ ਉਸ ਦੀ ਜ਼ਾਇਦਾਦ ਦਾ ਇੰਤਕਾਲ ਪਟਵਾਰੀ ਕੁਰਸੀਨਾਮੇਂ ਦੇ ਹਿਸਾਬ ਨਾਲ ਸਾਰੇ ਕੁਦਰਤੀ ਵਾਰਸਾਂ ਦੇ ਨਾਂ ਕਰ ਦਿੰਦਾ ਹੈ।

ਜ਼ਰੀਬ ਕੀ ਹੁੰਦੀ ਹੈ ਅਤੇ ਕਿਸ ਕੰਮ ਆਂਉਦੀ ਹੈ?
ਪੰਜਾਬ ਲੈਂਡ ਰਿਕਾਰਡ ਮੈਨੂਅਲ ਦੇ ਪੈਰਾ ਨੰਬਰ: 3.71

ਉੱਤਰ: ਇਹ ਜ਼ਮੀਨ ਦੀ ਪੈਮਾਇਸ਼ ਕਰਨ ਸਮੇਂ ਜਾਂ ਨਿਸ਼ਾਨ ਦੇਹੀ ਕਰਨ ਸਮੇਂ ਇਹ ਸੱਭ ਤੋਂ ਮਹੱਤਵਪੂਰਨ ਸੰਦ ਹੈ। ਜ਼ਰੀਬ ਲੋਹੇ ਦੀਆਂ ਛੋਟੀਆਂ ਕੜੀਆਂ ਜੋੜ ਕੇ ਬਣਾਈ ਜਾਂਦੀ ਹੈ। ਕੜੀਆਂ ਦੇ ਸਿਰੇ ਗੋਲ ਹੁੰਦੇ ਹਨ ਜੋ ਲੋਹੇ ਦੇ ਛਲਿਆਂ ਨਾਲ ਆਪਸ ਵਿੱਚ ਜੁੜੇ ਹੁੰਦੇ ਹਨ ਅਤੇ ਲੋਹੇ ਦੀਆਂ ਨਰਮ ਕੜੀਆਂ ਦੀ ਬਣੀ ਹੁੰਦੀ ਹੈ। ਹਰ ਕਰਮ ਦੇ ਪਿੱਛੇ ਇੰਚ ਲੋਹੇ ਦਾ ਚੌਰਸ ਪੱਤਰਾ ਛੱਲੇ ਨਾਲ ਲੱਟਕਾਇਆ ਹੁੰਦਾ ਹੈ ਅਤੇ ਜ਼ਰੀਬ ਦੇ ਵਿੱਚਕਾਰ ਵਰਗ ਇੰਚ ਪਿੱਤਲ ਦਾ ਟੁੱਕੜਾ ਲਟਕਾਇਆ ਹੁੰਦਾ ਹੈ। ਇੰਦ ਦੀ ਕਰਮ ਵਾਲੀ ਜ਼ਰੀਬ ਵਿੱਚ ਕੜੀਆਂ ਅਤੇ ਛੋਟੀ ਵਿੱਚ ਕੜੀਆਂ ਹੁੰਦੀਆਂ ਹਨ। ਜ਼ਰੀਬ ਆਮ ਤੌਰ ਤੇ **10** ਕਰਮ ਜਾਂ **55** ਫੁੱਟ ਦੀ ਹੰਦੀ ਹੈ। ਪਰ ਮੀਟਰਿਕ ਪ੍ਰਨਲੀ ਅਨੁਸਾਰ ਜ਼ਰੀਬ **20** ਮੀਟਰ ਹੁੰਦੀ ਹੈ। ਜ਼ਰੀਬ ਦੇ ਦੋਵਾਂ ਸਿਰਿਆਂ ਤੇ ਕੁੰਡੇ ਹੁੰਦੇ ਹਨ, ਇਨ੍ਹਾਂ ਵਿੱਚੋਂ ਇੱਕ ਕੁੰਡੇ ਦੀ ਮੋਟਾਈ ਜ਼ਰੀਬ ਦੀ ਲੰਬਾਈ ਵਿੱਚ ਸਾਮਿਲ ਨਹੀਂ ਹੁੰਦੀ।

ਜ਼ਰੀਬ ਦੀ ਪਰਖ ਅਤੇ ਪੜਤਾਲ:
ਪੰਜਾਬ ਲੈਂਡ ਰਿਕਾਰਡ ਮੈਨੂਅਲ ਦੇ ਪੈਰਾ ਨੰਬਰ: 3.70

ਜਦੋਂ ਜ਼ਰੀਬ ਦੀ ਵਰਤੋਂ ਕਰਨੀ ਹੁੰਦੀ ਹੈ ਤਾਂ ਹਲਕਾ ਪਟਵਾਰੀ ਪਹਿਲਾਂ ਇਸ ਦੀ ਪਰਖ ਕਰਦਾ ਹੈ। ਜ਼ਰੀਬ ਦੀ ਪਰਖ ਕਰਨ ਤੋਂ ਪਹਿਲਾਂ ਪਟਵਾਰੀ ਸਾਫ਼ ਪੱਧਰੇ ਥਾਂ ਤੇ ਇੱਕ ਕਿਲਾ ਗੱਡਦਾ ਹੈ ਅਤੇ ਫਿਰ ਲੋਹੇ ਦੇ ਫੀਤੇ ਨਾਲ ਮਿਣਕੇ **55** ਫੁੱਟ ਦੀ ਦੂਰੀ ਤੇ ਦੂਜਾ ਕਿਲਾ ਗੱਡਦਾ ਹੈ। **(**ਅਗਰ ਜ਼ਰੀਬ **10** ਕਰਮ ਦੀ ਹੋਵੇ, ਕਈਂ ਥਾਈਂ ਜ਼ਰੀਬਦੀ ਮਿਣਤੀ ਘੱਟ ਵੱਧ ਵੀ ਹੁੰਦੀ ਹੈ। ਇਸ ਬਾਰੇ ਪਟਵਾਰੀ ਤੋਂ ਪਹਿਲਾਂ ਪੜਤਾਲ ਕਰ ਲੈਣੀ ਚਾਹੀਦੀ ਹੈ।**)** ਇਸ ਦੀ ਪਰਖ ਲਈ ਜ਼ਰੀਬ ਨੂੰ ਇੱਕ ਕੀਲੇ ਵਿੱਚ ਉਸ ਦਾ ਕੁੰਡਾ ਪਾ ਕੇ ਦੂਜੇ ਕੀਲੇ ਵੱਲ ਨੂੰ ਖਿਲਾਰਿਆ ਜਾਂਦਾ ਹੈ ਜੇਕਰ ਜ਼ਰੀਬ ਦਾ ਦੂਜਾ ਕੁੰਡਾ ਉਸ ਕੀਲੇ ਨੂੰ ਛੋਹੇ ਤਾਂ ਜ਼ਰੀਬ ਠੀਕ ਹੈ ਜੇ ਘੱਟ ਹੋਵੇ ਤਾਂ ਕੜੀਆਂ ਨੂੰ ਸਿੱਧਾ ਕਰਕੇ ਬਰਾਬਰ ਕਰ ਲਵੋ ਪਰ ਜੇਕਰ ਜ਼ਰੀਬ ਲੰਬੀ ਹੋਵੇ ਤਾਂ ਕੜੀਆਂ ਨੂੰ ਵਿੰਗਾ ਕਰਕੇ ਬਰਾਬਰ ਕਰ ਲਵੋ। ਜਿੱਥੇ ਜ਼ਰੀਬ ਪਰਖੀ ਜਾਂਦੀ ਹੈ ਉਹ ਆਮ ਕਿਸਾਨਾਂ ਦੀ ਭਾਸਾ ਵਿੱਚ ਉਸ ਨੂੰ ਅੱਡਾ ਕਹਿੰਦੇ ਹਨ।

ਸੂਆ ਕੀ ਹੁੰਦਾ ਹੈ?

ਉੱਤਰ: ਤਕਰੀਬਨ ਇੱਕ ਫੁੱਟ ਲੰਬੇ ਲੋਹੇ ਦਾ ਬਣਿਆ ਹੁੰਦਾ ਹੈ, ਪੈਮਾਇਸ਼ ਵਿੱਚ ਇਨ੍ਹਾਂ ਸੂਇਆਂ ਦੀ ਲੋੜ ਹੁੰਦੀ ਹੈ। ਜਦੋਂ ਜ਼ਰੀਬ ਮਿਣਤੀ ਲਈ ਵਿਛਾਈ ਜਾਂਦੀ ਹੈ ਤਾਂ ਜਰੀਬ ਦੇ ਕੁੰਡੇ ਦੇ ਸਿਰੇ

ਤੇ ਸੂਆ ਗੱਡ ਦੇਈਦਾ ਹੈ ਤੇ ਜਦੋਂ ਜ਼ਰੀਬ ਅੱਗੇ ਖਿੱਚੀਦੀ ਹੈ ਤਾਂ ਪਹਿਲਾ ਕੁੰਡਾ ਉਸ ਸੂਏ ਵਿੱਚ ਪਾ ਦਿੱਤਾ ਜਾਂਦਾ ਹੈ।

ਗਜ਼ ਕੀ ਹੁੰਦਾ ਹੈ? ਇਹ ਕਿਸ ਕੰਮ ਆਉਂਦਾ ਹੈ?

ਉੱਤਰ: ਗਜ਼ ਲੋਹੇ ਦਾ ਬਣਿਆ ਹੁੰਦਾ ਹੈ, ਇਸ ਦੀ ਲੰਬਾਈ ਇੱਕ ਕਰਮ ਹੁੰਦੀ ਹੈ ਭਾਵ **66** ਇੰਚ ਹੁੰਦੀ ਹੈ। ਪਰ ਹਰ ਇੱਕ ਪਟਵਾਰੀ ਪਾਸ ਦੋ ਗਜ਼ ਹੁੰਦੇ ਹਨ। ਮੀਟਰਕ ਗਜ ਇੱਕ ਮੀਟਰ ਭਾਵ **39.37** ਇੰਚ ਲੰਬਾ ਹੁੰਦਾ ਹੈ।

ਇਹ ਜ਼ਰੀਬ ਦੀ ਪਰਖ ਕਰਨ ਲਈ ਅੱਡਾ ਤਿਆਰ ਕਰਨ ਦੇ ਕੰਮ ਆਉਂਦਾ ਹੈ। ਪਟਵਾਰੀ ਇਨ੍ਹਾਂ ਦੀ ਸਹਾਇਤਾ ਨਾਲ ਦੋਹਾਂ ਗਜ਼ਾਂ ਨੂੰ ਇੱਕ ਦੂਜੇ ਦੇ ਅੱਗੇ ਰੱਖਕੇ ਦਸ ਗਜ਼ ਭਾਵ **55** ਫੁੱਟ ਜ਼ਮੀਨ ਮਿਣ ਲੈਂਦਾ ਹੈ ਅਤੇ ਫਿਰ ਜ਼ਰੀਬ ਨਾਲ ਉਸ ਥਾਂ ਨੂੰ ਨਾਪਦਾ ਹੈ, ਜੇ ਕੋਈ ਫਰਕ ਨਾ ਆਵੇ ਤਾਂ ਜ਼ਰੀਬ ਠੀਕ ਹੈ, ਨਹੀਂ ਤਾਂ ਗਲਤ ਹੈ।

ਪਟਵਾਰੀ ਦਾ ਅੱਡਾ ਕੀ ਹੁੰਦਾ ਹੈ?

ਪੰਜਾਬ ਲੈਂਡ ਰਿਕਾਰਡ ਮੈਨੂਅਲ ਦੇ ਪੈਰਾ ਨੰਬਰ 3.70

ਉੱਤਰ: ਪਟਵਾਰੀ ਉਸ ਵਲੋਂ ਵਰਤੇ ਜਾਣ ਵਾਲੇ ਕਰਮ ਜਾਂ ਮੀਟਰ ਦੀ ਲੰਬਾਈ ਵਾਲੇ ਲੋਹੇ ਦੇ ਗਜ਼ਾਂ ਦੀ ਸਹਾਇਤਾ ਨਾਲ ਜ਼ਰੀਬ ਦੀ ਲੰਬਾਈ ਠੀਕ ਰੱਖਣ ਲਈ ਹੇਠ ਲਿਖੇ ਢੰਗ ਨਾਲ ਅੱਡਾ ਤਿਆਰ ਕਰਦਾ ਹੈ:

ਪਟਵਾਰਖਾਨੇ ਵਿੱਚ ਜਿੱਥੇ ਪੱਧਰੀ ਤੇ ਸਖਤ ਜ਼ਮੀਨ ਤੇ ਦੋ ਲਕੜੀ ਦੇ ਕੀਲੇ, ਜੋ ਲੰਬਾਈ ਵਿੱਚ **18** ਇੰਚ ਤੋਂ ਘੱਟ ਨਾ ਹੋਣ। ਜੇ ਦਸ ਕਰਮ ਦੀ ਜ਼ਰੀਬ ਹੋਵੇ ਤਾਂ ਦਸ ਕਰਮ ਤੇ ਕੀਲੇ ਗੱਡ ਦੇਣੇ ਹਨ ਜੇ ਮੀਟਰਿਕ ਜ਼ਰੀਬ ਹੋਵੇ ਤਾਂ **20** ਮੀਟਰ ਤੇ ਕੀਲੇ ਗੱਡ ਕੇ ਅੱਡਾ ਤਿਆਰ ਕਰਦਾ ਹੈ। ਫਿਰ ਇੱਕ ਕੀਲੇ ਤੋਂ ਦੂਜੇ ਕੀਲੇ ਤੱਕ ਸੂਤ ਬੰਨਕੇ ਉਸ ਨਾਲ ਗਜ਼ ਰੱਖੇ ਗਾ ਜੋ ਇੱਕ ਸਿਰੇ ਤੋਂ ਸ਼ੁਰੂ ਹੋ ਕੇ ਉਹ ਦਸ ਗਜ ਰੱਖੇਗਾ ਜੋ ਦੂਜੇ ਸਿਰੇ ਕੀਲੇ ਦੇ ਅੰਦਰ ਟਕਰਾਵੇ। ਅੱਡਾ ਹਰ ਹਾਲਤ ਵਿੱਚ ਬਿਲਕੁਲ ਪੂਰਾ ਹੋਣਾ ਚਾਹੀਦਾ ਹੈ ਤਾਂ ਜੋ ਜ਼ਰੀਬ ਦੀ ਲੰਬਾਈ ਦੀ ਪਰਖ ਹੋ ਸਕੇ।

ਇੱਕ ਲਾਈਨ ਦੂਜੀ ਲਾਈਨ ਤੇ ਕਿਸ ਤਰਾਂ ਲੰਬ ਹੈ, ਅਤੇ ਇਸ ਦਾ ਕੀ ਅਰਥ ਹੈ?

ਉੱਤਰ: ਸੱਭ ਤੋਂ ਪਹਿਲਾਂ ਅਸੀਂ ਲੰਬ ਦਾ ਅਰਥ ਕਰੀਏ, ਲੰਬ **90°** ਦੇ ਕੋਣ ਨੂੰ ਕਹਿੰਦੇ ਹਨ। ਇਹ ਤਾਂ ਤੁਹਾਨੂੰ ਪਤਾ ਹੀ ਹੈ ਕਿ ਲਾਈਨ ਜ਼ਮੀਨ ਤੇ ਅਤੇ ਖਤ ਕਾਗਜ ਤੇ ਹੁੰਦਾ ਹੈ। ਜਦੋਂ ਕਿਸੇ ਸਿੱਧੀ ਲਾਈਨ ਤੇ ਦੂਜੀ ਲਾਈਨ ਇਸ ਤਰ੍ਹਾਂ ਗਿਰੇ ਕਿ ਉਸ ਦੇ ਦੋਨੇ ਪਾਸੇ ਇੱਕੋ ਜਿਹੇ ਬਰਾਬਰ ਕੋਣ ਬਣਦੇ ਹੋਣ ਭਾਵ ਦੋਨੇ ਕੋਣ **90°** ਦੇ ਹੋਣ ਕੋਈ ਵੱਧ ਜਾਂ ਘੱਟ ਨਾ ਹੋਵੇ ਉਸ ਨੂੰ ਲੰਬ ਕਹਿੰਦੇ ਹਨ।

ਕਰਾਸ ਦੀ ਸ਼ਕਲ ਅਤੇ ਬਣਤਰ ਕਿਹੋ ਜਿਹੀ ਹੁੰਦੀ ਹੈ ਅਤੇ ਇਹ ਕਿਸ ਤਰ੍ਹਾਂ ਵਰਤਿਆ ਜਾਂਦਾਂ ਹੈ?

ਉੱਤਰ: ਇਹ ਲੱਕੜ ਦੀ ਚੌਰਸ ਫੱਟੀ **18** ਇੰਚ ਵਰਗਾਕਾਰ ਹੁੰਦਾ ਹੈ ਇਸ ਦੇ ਥੱਲੇ ਇੱਕ ਡੰਡਾ ਯੋਗ ਉਚਾਈ ਦਾ ਤਕਰੀਬਨ **18** ਇੰਚ ਦਾ ਫਿੱਟ ਕੀਤਾ ਜਾਂਦਾ ਹੈ। ਆਮ ਕਿਸਾਨੀ ਭਾਸ਼ਾ ਵਿੱਚ

ਇਹ ਗੁਣੀਏ ਦਾ ਕੰਮ ਕਰਦਾ ਹੈ। ਅਤੇ ਇਸ ਦੀਆਂ ਫੱਟੀਆਂ ਦੇ ਉਪਰ ਵਿਚਕਾਰ ਇੱਕ ਝੱਰੀ ਹੁੰਦੀ ਹੈ। ਉਸ ਨੂੰ ਲਾਈਨ ਦੀ ਸੇਧ ਵਿੱਚ ਰੱਖ ਕੇ ਘੁੰਮਾ ਕੇ ਪਹਿਲਾਂ ਲਗੀਆਂ ਝੰਡੀਆਂ ਨੂੰ ਉਸ ਦੀ ਲਾਈਨ ਨਾਲ ਸਿੱਧੀਆਂ ਕਰ ਦੇਣਾ ਹੈ, ਇਹ ਕੰਮ ਇੱਕ ਅੱਖ ਮੀਚਕੇ ਹੁੰਦਾ ਹੈ, ਜਦੋਂ ਝੰਡੀਆਂ ਲਾਈਨ ਨਾਲ ਮਿਲ ਜਾਣ ਤਾਂ ਸਮਝੋ ਤੁੱਹਾਡੀ ਵੱਟ ਸਿੱਧੀ ਹੈ। ਇਸ ਥਾਂ ਤੇ ਜੋ ਮੌਕਾ ਉਪਰੋਕਤ ਤੇ ਲੰਬ (ਅਮੂਦ) ਗਿਰੇਗਾ।

ਮੁਰੱਬਾਬੰਦੀ ਕਿਸ ਤਰ੍ਹਾਂ ਤਿਆਰ ਹੁੰਦੀ ਹੈ?

ਉੱਤਰ: ਮੁਰੱਬਾਬੰਦੀ ਦਾ ਅਧਾਰ ਬੁਨਿਆਦੀ ਲਾਈਨ ਤੋਂ ਹੁੰਦਾ ਹੈ ਅਤੇ ਜਦ ਤੱਕ ਇਹ ਠੀਕ ਨਹੀਂ ਬਣਦੀ, ਓਨਾ ਚਿਰ ਮੁਰੱਬੇਬੰਦੀ ਠੀਕ ਨਹੀਂ ਹੋ ਸਕਦੀ। ਇਸ ਲਈ ਸਾਨੂੰ ਪਹਿਲਾਂ ਬੁਨਿਆਦੀ ਲਾਈਨ ਬਾਰੇ ਵਿਸਥਾਰ ਨਾਲ ਸਮਝਣਾ ਹੋਵੇਗਾ।

ਪੰਜਾਬ ਵਿੱਚ ਕਈ ਥਾਈਂ ਮੁਰੱਬੇਬੰਦੀ ਦੀ ਥਾਂ ਤੇ ਮੁਸਤਤੀਲ ਬੰਦੀ ਹੋਈ ਹੈ ਪਰ ਆਮ ਲੋਕਾਂ ਦੀ ਭਾਸ਼ਾ ਵਿੱਚ ਸਾਰੀ ਨੂੰ ਮੁਰੱਬੇਬੰਦੀ ਹੀ ਕਹਿੰਦੇ ਹਨ।

ਬੁਨਿਆਦੀ ਲਾਈਨ ਕੀ ਹੁੰਦੀ ਹੈ? ਅਤੇ ਉਸ ਨੂੰ ਬਣਾਉਣ ਵਿੱਚ ਕਿਹੜੀਆਂ ਕਿਹੜੀਆਂ ਗੱਲਾਂ ਦਾ ਖਿਆਲ ਰੱਖਣਾ ਚਾਹੀਦਾ ਹੈ?

ਉੱਤਰ: ਜ਼ਮੀਨ ਤੇ **100** ਕਰਮ ਭਾਵ **550** ਫੁੱਟ ਲੰਬੀ ਲਾਈਨ ਪਿੰਡ ਦੇ ਵਿੱਚਕਾਰ ਦੀ ਦੱਖਣੋਂ ਉੱਤਰ ਵੱਲ ਨੂੰ ਕਾਈਮ ਕੀਤੀ ਜਾਂਦੀ ਹੈ, ਇਸ ਨੂੰ ਬੁਨਿਆਦੀ ਲਾਈਨ ਆਖਦੇ ਹਨ। ਇਸ ਨੂੰ ਕਾਇਮ ਕਰਦੇ ਹੋਏ ਨਿਮਨ ਲਿਖਤ ਗੱਲਾਂ ਦਾ ਖਿਆਲ ਰੱਖਿਆ ਜਾਂਦਾ ਹੈ:

(ੳ) ਜ਼ਮੀਨ ਪੱਧਰੀ ਹੋਵੇ।

(ਅ) ਇਸ ਦੀ ਦਿਸ਼ਾ ਉੱਤਰ-ਦੱਖਣੀ ਹੋਵੇ।

(ੲ) ਇਸ ਦੀ ਸੇਧ ਵਿੱਚ ਕਰਮ ਤੱਕ ਕੋਈ ਰੁਕਾਵਟ ਨਾ ਹੋਵੇ।

(ਸ) ਇਸ ਦੇ ਦੋਵੇਂ ਸਿਰੇ ਅਣਵਾਹੀ ਜ਼ਮੀਨ ਵਿੱਚ ਹੋਣ।

ਬੁਨਿਆਦੀ ਲਾਈਨ ਦੀ ਕਾਇਮੀ ਕਿਸ ਤਰ੍ਹਾਂ ਕੀਤੀ ਜਾਂਦੀ ਹੈ? 4.7

ਉੱਤਰ: ਪਿੰਡ ਦੇ ਵਿੱਚਕਾਰ ਪੱਧਰੀ ਜ਼ਮੀਨ ਭਾਲ ਕੇ **200** ਕਰਮ ਦੇ ਅੰਤਰ ਤੇ ਦੋ ਝੰਡੀਆਂ ਦੋਨੋ ਸਿਰਿਆਂ ਤੇ ਗੱਡ ਦੇਵੋ। ਉਹਨਾਂ ਝੰਡੀਆਂ ਦੇ ਵਿਚਕਾਰ ਕਰਾਸ ਰੱਖ ਕੇ ਉੱਪਰ ਸਪਿਰਟ ਲੈਵਲ ਰੱਖ ਕੇ ਦੋਨੋਂ ਝੰਡੀਆਂ ਨੂੰ ਕਰਾਸ ਦੀ ਲਾਈਨ ਨਾਲ ਮਿਲਾਉ ਜਦੋਂ ਦੋਨੋਂ ਝੰਡੀਆ ਤੇ ਕਰਾਸ ਇੱਕ ਸੇਧ ਵਿੱਚ ਠੀਕ ਉੱਤਰੀ ਦਿਸ਼ਾ ਨੂੰ ਹੋਣ ਤਾਂ ਉਸ ਦੀ ਪੈਮਾਇਸ ਸਿੱਧੀ ਲਾਈਨ ਦੀ ਪੈਮਾਇਸ ਕਰਨ ਦੀ ਤਰ੍ਹਾਂ ਪੂਰੀ ਕੀਤੀ ਜਾਵੇ ਅਤੇ ਦੋਨਾਂ ਸਿਰਿਆਂ ਤੇ ਨਿਸ਼ਾਨ ਲਗਾ ਦਿੱਤੇ ਜਾਣ ਅਤੇ ਫੇਰ ਇਸ ਲਾਈਨ ਨੂੰ **200** ਕਰਮ ਉੱਤਰ ਵੱਲ ਅਤੇ **200** ਕਰਮ ਦੱਖਣ ਵੱਲ ਹੋਰ ਵਧਾਇਆ ਜਾਵੇ ਯਾਨੀ ਇਹ ਹੁਣ ਕੁਲ **600** ਕਰਮ ਇੱਕ ਲਾਈਨ ਬਣ ਜਾਵੇਗੀ।

ਬੁਨਿਆਦੀ ਲਾਈਨ ਤੋਂ ਮੁਰੱਬਾ ਕਿਸ ਤਰ੍ਹਾਂ ਤਿਆਰ ਕੀਤਾ ਜਾਂਦਾ ਹੈ?

ਉੱਤਰ: ਜਦੋਂ **200** ਕਰਮ ਤੇ ਦੋ ਨਿਸ਼ਾਨ ਲਗਾਏ ਹਨ ਤਾਂ ਉਹਨਾਂ ਨੂੰ ਚਾਂਦਾ ਆਖਦੇ ਹਨ। ਉਹਨਾਂ ਵਿਚੋਂ ਇੱਕ ਚਾਂਦੇ ਤੋਂ **200** ਕਰਮ ਦਾ ਇੱਕ ਲੰਬ (ਅਮੂਦ) ਪੂਰਬ ਜਾਂ ਪੱਛਮ ਦਿਸ਼ਾ ਨੂੰ

ਜਿਧਰ ਝੰਡੀਆਂ ਸਾਫ ਦਿਖਾਈ ਦਿੰਦੀਆਂ ਹੋਣ ਕਰਾਸ ਦੀ ਸਹਾਇਤਾ ਨਾਲ ਝੰਡੀਆਂ ਨੂੰ ਸਿਧਾ ਕਰਕੇ ਨਿਸ਼ਾਨ ਲਾ ਦੇਵੋ। ਇਸ ਨਾਲ ਇੱਕ ਮੁਰੱਬਾ ਕਾਇਮ ਹੋ ਜਾਵੇਗਾ। ਇਸ ਤਰ੍ਹਾਂ ਲਾਈਨ ਨੂੰ ਅੱਗੇ ਵਧਾਉਂਦੇ ਜਾਉ ਅਤੇ ਲੰਬ ਕੱਢਦੇ ਜਾਉ, ਇਸ ਤਰ੍ਹਾਂ ਸਾਰੇ ਪਿੰਡ ਦੀ ਜਮੀਨ ਮੁਰੱਬਿਆਂ ਵਿੱਚ ਵੰਡੀ ਜਾਵੇਗੀ।

ਇੱਥੇ ਇੱਕ ਗਲ ਧਿਆਨ ਰੱਖਣਯੋਗ ਹੈ ਕਿ ਕਈ ਥਾਂਈ ਮੁਰੱਬੇਬੰਦੀ ਮੁਸਤਤੀਲ ਬੰਦੀ ਦੇ ਹਿਸਾਬ ਨਾਲ ਹੋਈ ਹੈ।

ਮੁਸ਼ਤਤੀਲ 200 ਕਰਮ **X 180** ਕਰਮ ਦੀ ਪਰ ਮੁਰੱਬਾ **200** ਕਰਮ **X 200** ਕਰਮ ਦਾ ਹੁੰਦਾ ਹੈ।

ਫ਼ਰਦ ਬਾਛ: ਫ਼ਰਦ ਬਾਛ ਜਾਂ ਬਾਛ ਪੇਪਰ ਪਟਵਾਰੀ ਦੁਆਰਾ ਤਿਆਰ ਕੀਤੀ ਗਈ ਪਿੰਡ ਦੇ ਜ਼ਿਮੀਂਦਾਰਾਂ ਦੇ ਮਾਮਲੇ ਦੀ ਲਿਸਟ ਨੂੰ ਫ਼ਰਦ ਬਾਛ ਕਹਿੰਦੇ ਹਨ। ਫ਼ਰਦ ਬਾਛ ਖਰੀਫ ਗਿਰਦਾਵਰੀ ਤੋਂ ਬਾਅਦ ਤਿਆਰ ਕੀਤੀ ਜਾਂਦੀ ਹੈ। ਇਹ ਲਿਸਟ ਪਟਵਾਰੀ ਅੱਗੋਂ ਨੰਬਰਦਾਰ ਨੂੰ ਦਿੰਦਾ ਹੈ ਜੋ ਉਸ ਲਿਸਟ ਦੇ ਅਨੁਸਾਰ ਜ਼ਿਮੀਂਦਾਰਾਂ ਤੋਂ ਮਾਮਲਾ ਇਕੱਠਾ ਕਰਕੇ ਸਰਕਾਰੀ ਖਜਾਨੇ ਵਿੱਚ ਜਮ੍ਹਾਂ ਕਰਾਉਂਦਾ ਹੈ। ਅਗਰ ਕਿਸੇ ਮਾਮਲੇ ਵਿੱਚ ਕੋਈ ਵਾਧ ਘਾਟ ਹੋਵੇ ਤਾਂ ਉਹ ਰਬੀ ਗਿਰਦਾਵਰੀ ਵੇਲੇ ਠੀਕ ਕਰ ਲਈ ਜਾਂਦੀ ਹੈ। ਨੰਬਰਦਾਰ ਨੂੰ ਮਾਮਲਾ ਇਕੱਠਾ ਕਰਨ ਦੇ ਮਿਹਨਤਾਨੇ ਵਜੋਂ ਕੁੱਲ ਮਾਮਲੇ ਦੀ ਰੱਕਮ ਦਾ 5% ਦਿੱਤਾ ਜਾਂਦਾ ਹੈ ਜਿਸ ਨੂੰ ਆਮ ਭਾਸ਼ਾ ਵਿੱਚ ਪੰਜੋਤਰਾ ਕਿਹਾ ਜਾਂਦਾ ਹੈ।

ਜ਼ਿਲ੍ਹਾ ਰੈਵੀਨਿਊ ਦਫ਼ਤਰ ਦੇ ਰਿਕਾਰਡ ਦੀ ਤਿਮਾਹੀ ਚੈਕਿੰਗ: ਪੈਰਾ **– 8.15:** ਰੈਵੀਨਿਊ ਰਿਕਾਰਡ ਨੂੰ ਯੋਜਨਾਬੰਧ ਤਰੀਕੇ ਨਾਲ ਰੱਖਣ ਵਾਸਤੇ ਹਰ ਤਿੰਨ ਮਹੀਨੇ ਬਾਅਦ ਜਾਣੀਂ ਸਾਲ ਵਿੱਚ ਚਾਰ ਵਾਰ ਚੈਕਿੰਗ ਕੀਤੀ ਜਾਂਦੀ ਹੈ। ਜ਼ਿਲ੍ਹਾ ਕਾਨੂੰਗੋ ਅਤੇ ਸਹਾਇਕ ਜ਼ਿਲ੍ਹਾ ਕਾਨੂੰਗੋ ਦੋਨੋ ਉਸ ਦੇ ਰਿਕਾਰਡ ਠੀਕ ਰੱਖਣ ਲਈ ਜਿੰਮੇਵਾਰ ਹਨ। ਪੜ੍ਹਤਾਲ ਅਧਿਕਾਰੀ ਰਿਕਾਰਡ ਰੂਮ ਦੇ ਸਾਰੇ ਰਿਕਾਰਡ ਦੀ ਧਿਆਨ ਨਿੂਰੀਖਣ ਕਰਕੇ ਆਪਣੀ ਰਿਪੋਰਟ ਡਿਪਟੀ ਕਮਿਸ਼ਨਰ ਨੂੰ ਭੇਜਦਾ ਹੈ।

ਤਹਿਸੀਲ ਰੈਵੀਨਿਊ ਦਫ਼ਤਰ ਦੇ ਰਿਕਾਰਡ ਦੀ ਤਿਮਾਹੀ ਚੈਕਿੰਗ: ਪੈਰਾ **– 8.14:** ਤਹਿਸੀਲ ਦੇ ਰੈਵੀਨਿਊ ਰਿਕਾਰਡ ਰੂਮ ਦੀ ਚੈਕਿੰਗ ਹਰ ਛੇ ਮਹੀਨੇ ਬਾਅਦ ਹੁੰਦੀ ਹੈ। ਇਸ ਚੈਕਿੰਗ ਦੌਰਾਨ ਤਹਿਸੀਲ ਦੇ ਸਾਰੇ ਇੰਤਕਾਲਾਂ ਦਾ ਰਿਕਾਰਡ ਅਤੇ ਹੋਰ ਜਰੂਰੀ ਦਸਤਾਵੇਜਾਂ ਨੂੰ ਧਿਆਨ ਨਾਲ ਰੱਖਿਆ ਜਾਦਾ ਹੈ। ਮੁਸਾਵੀ ਰਜ਼ਿਸਟਰਾਂ ਨੂੰ ਲੱਕੜ ਜਾਂ ਸਟੀਲ ਦੀਆਂ ਅਲਮਾਰੀਆਂ ਵਿੱਚ ਸਿੱਧੇ ਰੱਖੇ ਜਾਂਦੇ ਹਨ। ਅਤੇ ਸਾਰੇ ਰਿਕਾਰਡ ਨੂੰ ਪੂਰੇ ਯੋਜਨਾਬੰਧ ਢੰਗ ਨਾਲ ਰੱਖਿਆ ਜਾਂਦਾ ਹੈ ਤਾਂਕਿ ਲੋੜ ਪੈਣ ਤੇ ਅਸਾਨੀ ਨਾਲ ਭਾਲਿਆ ਜਾ ਸਕੇ।

*** * ***

13

ਕਿਹੜੇ - ਕਿਹੜੇ ਕਾਰਨਾਂ ਕਰਕੇ ਅਤੇ ਕਿਵੇਂ ਮਾਲ ਮਹਿਕਮਾ ਤੁੱਹਾਡੀ ਜਾਇਦਾਦ ਕੁਰਕ ਕਰ ਸਕਦਾ ਹੈ?

ਜਦੋਂ ਕਿਸੇ ਸਰਕਾਰੀ ਜਾਂ ਅਰਧ ਸਰਕਾਰੀ ਅਦਾਰੇ ਪਾਸੋਂ ਕਿਸੇ ਜ਼ਿਮੀਂਦਾਰ ਨੇ ਆਪਣੀ ਜ਼ਮੀਨ ਉੱਪਰ ਕਰਜ਼ਾ (ਤਕਾਵੀ) ਆਦਿ ਲਿਆ ਹੋਵੇ ਤੇ ਉਹ ਮੋੜਨ ਤੋਂ ਅਸਮਰੱਥ ਹੋਵੇ ਤਾਂ ਅਜਿਹੇ ਕਰਜ਼ੇ ਦੇ ਬਕਾਏ ਦੀ ਰਕਮ ਅਤੇ ਜ਼ਮੀਨ ਦੇ ਮਾਮਲੇ ਦੀ ਰਕਮ ਨੂੰ ਜ਼ਿਲ੍ਹਾ ਕੁਲੈਕਟਰ ਪੰਜਾਬ ਲੈਂਡ ਰੈਵਨਿਊ ਐਕਟ, **1887** ਅਨੁੰਸਾਰ

ਏਰੀਅਰ ਆਫ ਲੈਂਡ ਰੈਵਨਿਊ ਘੋਸ਼ਿਤ ਕਰ ਦਿੱਤਾ ਜਾਂਦਾ ਹੈ। ਇਸ ਤੋਂ ਇਲਾਵਾ ਵੱਖ-ਵੱਖ ਅਦਾਲਤਾਂ ਵੱਲੋਂ ਹੋਏ ਜੁਰਮਾਨਿਆਂ ਆਦਿ ਰਕਮ ਦੇ ਬਕਾਏ ਵੀ ਇਸ ਵਿੱਚ ਜੋੜ ਦਿੱਤੇ ਜਾਂਦੇ ਹਨ।

ਮਾਲ ਅਧਿਕਾਰੀ ਪੰਜਾਬ ਲੈਂਡ ਰੈਵਨਿਊ ਐਕਟ, **1887** ਦੀ ਧਾਰਾ **67** ਅਨੁੰਸਾਰ **ਏਰੀਅਰ ਆਫ ਲੈਂਡ ਰੈਵਨਿਊ** ਘੋਸ਼ਿਤ ਹੋਈ ਰਕਮ ਦੇ ਬਕਾਏ ਨੂੰ ਹੇਠ ਲਿਖੇ ਢੰਗਾਂ ਦੁਆਰਾ ਵਸੂਲ ਕੀਤਾ ਜਾਂਦਾ ਹੈ:

1	ਵਸੂਲੀ ਨੋਟਿਸ ਜਾਰੀ ਕਰ ਸਕਦਾ ਹੈ । **(ਧਾਰਾ 68 ਅਧੀਨ)**
2	ਡੀਫਾਲਟਰ ਜ਼ਿਮੀਂਦਾਰ ਨੂੰ ਹਿਰਾਸਤ ਵਿੱਚ ਲੈ ਕੇ ਜੇਲ੍ਹ ਵੀ ਭੇਜ ਸਕਦਾ ਹੈ। **(ਧਾਰਾ 69 ਅਧੀਨ)**
3	ਡੀਫਾਲਟਰ ਜ਼ਿਮੀਂਦਾਰ ਦੀ ਚੱਲ ਜਾਇਦਾਦ ਜਿਵੇਂ ਖੜੀ ਫਸਲ ਨੂੰ ਵੇਚ ਸਕਦਾ ਹੈ। **(ਧਾਰਾ 70 ਅਧੀਨ)**

4	ਡੀਫਾਲਟਰ ਜ਼ਿਮੀਂਦਾਰ ਦੀ ਜ਼ਮੀਨ ਜਿਸ ਦੇ ਉੱਪਰ ਕਰਜ਼ਾ ਹੈ ਉਸ ਦੀ ਵਸੂਲੀ ਦੇ ਮਕਸਦ ਨਾਲ ਕਿਸੇ ਹੋਰ ਵਿਅਕਤੀ ਨੂੰ ਉਸ ਦੀ ਜ਼ਮੀਨ ਦਾ ਕਬਜ਼ਾ ਦੇ ਸਕਦਾ ਹੈ ਜਿਨ੍ਹਾਂ ਚਿਰ ਉਹ ਕਰਜ਼ੇ ਦੀ ਰਕਮ ਦੀ ਵਸੂਲੀ ਨਾ ਹੋ ਜਾਵੇ। **(ਧਾਰਾ 71 ਅਧੀਨ)**
5	ਕਰਜੇ ਵਾਲੀ ਜ਼ਮੀਨ ਕੁਲੈਕਟਰ ਦੀ ਮਨਜ਼ੂਰੀ ਨਾਲ ਕੁਰਕ ਵੀ ਕਰ ਸਕਦਾ ਹੈ। **(ਧਾਰਾ 72 ਅਧੀਨ)**
6	ਵਿੱਤ ਕਮਿਸ਼ਨਰ ਮਾਲ ਉਸ ਜ਼ਮੀਨ ਦੀ ਅਸੈਸਮੈਂਟ ਨੂੰ ਰੱਦ ਕਰ ਸਕਦਾ ਹੈ। **(ਧਾਰਾ 73 ਅਧੀਨ)**
7	ਕੁਲੈਕਟਰ ਅਤੇ ਕਮਿਸ਼ਨਰ ਦੀ ਮਨਜ਼ੂਰੀ ਲੈ ਕੇ ਜ਼ਮੀਨ ਨਿਲਾਮ ਕਰ ਸਕਦਾ ਹੈ। **(ਧਾਰਾ 75 ਅਧੀਨ)**
8	ਡੀਫਾਲਟਰ ਜ਼ਿਮੀਂਦਾਰ ਹੋਰ ਅਚੱਲ ਜਾਇਦਾਦ ਦੇ ਖਿਲਾਫ ਵੀ ਕਾਰਵਾਈ ਕਰ ਸਕਦਾ ਹੈ। **(ਧਾਰਾ 77 ਅਧੀਨ)**

01. ਵਸੂਲੀ ਨੋਟਿਸ ਜਾਰੀ ਕਰਨਾ: ਪੰਜਾਬ ਲੈਂਡ ਰੈਵਨਿਊ ਐਕਟ, **1887** ਦੀ ਧਾਰਾ **68** ਅਨੁਸਾਰ ਜਦ ਕਿਸੇ ਜ਼ਿਮੀਂਦਾਰ ਵੱਲ ਕਿਸੇ ਤਰ੍ਹਾਂ ਦੇ ਬਕਾਏ ਦੀ ਰਕਮ ਘੋਸ਼ਿਤ ਹੋ ਜਾਵੇ ਤਾਂ ਮਾਲ ਅਫ਼ਸਰ ਬਕਾਏ ਦੀ ਰਕਮ ਦੀ ਵਸੂਲੀ ਦੇ ਮੰਤਵ ਲਈ ਉਸ ਨੂੰ ਨੋਟਿਸ ਜਾਰੀ ਕਰਦਾ ਹੈ।

02. Defaulter ਜ਼ਿਮੀਂਦਾਰ (ਬਾਕੀਦਾਰ) ਨੂੰ ਹਿਰਾਸਤ ਵਿੱਚ ਲੈਣਾ ਅਤੇ ਜ਼ੇਲ੍ਹ ਭੇਜਣਾ:

(ੳ) ਜਦ ਕਿਸੇ ਵਿਅਕਤੀ ਵੱਲ ਕਿਸੇ ਤਰ੍ਹਾਂ ਦੇ ਸਰਕਾਰੀ ਬਕਾਏ ਦੀ ਰਕਮ **ਏਰੀਅਰ ਆਫ ਲੈਂਡ ਰੈਵਨਿਊ** ਘੋਸ਼ਿਤ ਹੋ ਜਾਵੇ ਤਾਂ ਮਾਲ ਅਧਿਕਾਰੀ ਬਕਾਏ ਦੀ ਰਕਮ ਵਸੂਲਣ ਦੇ ਮੰਤਵ ਨਾਲ ਉਸ ਦੇ ਵਰੰਟ ਜਾਰੀ ਕਰਕੇ ਪਲੀਸ ਦੀ ਮਦਦ ਨਾਲ ਉਸ ਨੂੰ ਮਾਲ ਅਫ਼ਸਰ ਦੇ ਅੱਗੇ ਪੇਸ਼ ਕੀਤਾ ਜਾਵੇ।

(ਅ) ਜਦੋਂ ਬਾਕੀਦਾਰ ਨੂੰ ਮਾਲ ਅਫ਼ਸਰ ਅੱਗੇ ਪੇਸ਼ ਕੀਤਾ ਜਾਂਦਾ ਹੈ ਤਾਂ ਕੁਲੈਕਟਰ ਜ਼ੇਲ੍ਹ ਅਧਿਕਾਰੀ ਨੂੰ ਹੁਕਮ ਕਰਦਾ ਹੈ ਕਿ ਇਸ ਨੂੰ ਜ਼ੇਲ੍ਹ ਰੱਖਿਆ ਜਾਵੇ, ਪਰ ਕੁਲੈਕਟਰ ਉਸ ਨੂੰ **30** ਦਿਨਾਂ ਤੋਂ ਵੱਧ ਜ਼ੇਲ੍ਹ ਵਿੱਚ ਨਹੀਂ ਰੱਖ ਸਕਦਾ।

(ੲ) ਪ੍ਰੰਤੂ ਜੇ **defaulter** ਔਰਤ, ਨਾਬਾਲਗ ਜਾਂ ਪਾਗਲ ਹੋਵੇ ਤਾਂ ਉਸ ਨੂੰ ਜ਼ੇਲ੍ਹ ਵਿੱਚ ਨਹੀਂ ਭੇਜਿਆ ਜਾ ਸਕਦਾ।

03. ਡੀਫਾਲਟਰ ਜ਼ਿਮੀਂਦਾਰ ਦੀ ਚੱਲ ਜ਼ਾਇਦਾਦ ਜਿਵੇਂ ਖੜੀ ਫਸਲ ਨੂੰ ਵੇਚ ਸਕਦਾ ਹੈ: ਪੰਜਾਬ ਲੈਂਡ ਰੈਵਨਿਊ ਐਕਟ, **1887** ਦੀ ਧਾਰਾ **70** ਦੇ ਅਧੀਨ:

(ੳ) ਜਦ ਕਿਸੇ **defaulter** ਦੀ ਕੋਈ ਜ਼ਾਇਦਾਦ **ਏਰੀਅਰ ਆਫ ਲੈਂਡ ਰੈਵਨਿਊ** ਘੋਸ਼ਿਤ ਹੋਣ ਉਪਰੰਤ ਮਾਲ ਅਧਿਕਾਰੀ **defaulter** ਦੀ ਚੱਲ ਜ਼ਾਇਦਾਦ, ਭਾਵ ਖੜੀ ਫ਼ਸਲ ਨੂੰ ਜ਼ਬਤ ਕਰਕੇ ਵੇਚ ਸਕਦਾ ਹੈ।

(ਅ) ਵੇਚਣ ਦਾ ਤਰੀਕਾ ਪੰਜਾਬ ਟੈਂਨੇਸੀ ਐਕਟ ਦੇ ਅਨੁਸਾਰ ਹੋਵੇਗਾ।

(ੲ) **Defaulter** ਦੇ ਪ੍ਰਵਾਰ ਲਈ ਬੀਜ ਲਈ, ਪਸ਼ੂਆਂ ਲਈ ਪੈਦਾਵਾਰ ਛੱਡਕੇ, ਬਾਕੀ ਜਿੰਨੀ ਵੀ ਕੁਲੈਕਟਰ ਯੋਗ ਸਮਝੇ ਵੇਚਣ ਤੋਂ ਛੋਟ ਦਿੱਤੀ ਜਾਵੇਗੀ।

04. ਡੀਫਾਲਟਰ ਜ਼ਿਮੀਂਦਾਰ ਦੀ ਜ਼ਮੀਨ ਜਿਸ ਦੇ ਉੱਪਰ ਕਰਜ਼ਾ ਹੈ ਉਸ ਦੀ ਵਸੂਲੀ ਦੇ ਮਕਸਦ ਨਾਲ ਕਿਸੇ ਹੋਰ ਵਿਅਕਤੀ ਨੂੰ ਉਸ ਦੀ ਜ਼ਮੀਨ ਦਾ ਕਬਜ਼ਾ ਦੇ ਸਕਦਾ ਹੈ:

(ੳ) ਜਦ ਕਿਸੇ **defaulter** ਦੀ ਕੋਈ ਜ਼ਾਇਦਾਦ **ਏਰੀਅਰ ਆਫ ਲੈਂਡ ਰੈਵਨਿਊ** ਘੋਸ਼ਿਤ ਹੋ ਜਾਵੇ ਤਾਂ ਕੁਲੈਕਟਰ ਪਿੰਡ ਵਿੱਚੋਂ ਕੋਈ ਹੋਰ ਵਿਅਕਤੀ ਜਿਹੜਾ ਉਸ ਦਾ ਕਰਜ਼ਾ ਭਰਨ ਨੂੰ ਤਿਆਰ ਹੋਵੇ ਤਾਂ ਉਸ ਨੂੰ ਜ਼ਮੀਨ ਦਾ ਕਬਜ਼ਾ ਦੇ ਸਕਦਾ ਹੈ।

(ਅ) ਇਹ ਤਬਦੀਲ ਕੀਤਾ ਕਬਜ਼ਾ ਜਾਂ ਤਾਂ ਖੇਤੀਬਾੜੀ ਦੇ ਸਾਲ ਦੇ ਅਖੀਰ ਤੱਕ, ਜਾਂ ਜਿਨਾਂ ਚਿਰ ਸਾਰਾ ਸਰਕਾਰੀ ਕਰਜ਼ਾ ਪੂਰਾ ਨਾ ਹੋ ਜਾਵੇ ਉਨਾਂ ਚਿਰ ਤੱਕ ਦੂਜਾ ਮਾਲਕ ਹੀ ਜ਼ਮੀਨ ਤੇ ਕਾਬਜ਼ ਰਹੇਗਾ। ਪਰ ਇਹ ਕਬਜ਼ੇ ਦੀ ਤਬਦੀਲੀ **5** ਸਾਲ ਤੋਂ ਵੱਧ ਨਹੀਂ ਹੋ ਸਕਦੀ।

(ੲ) ਕੁਲੈਕਟਰ ਇਸ ਤਰ੍ਹਾਂ ਦੇ ਕਬਜ਼ੇ ਦੀ ਤਬਦੀਲੀ ਦੀ ਰਿਪੋਰਟ ਵਿੱਤ ਕਮਿਸ਼ਨਰ ਮਾਲ ਨੂੰ ਦੇਵੇਗਾ। ਵਿੱਤ ਕਮਿਸ਼ਨਰ ਮਾਲ ਕਲੈਕਟਰ ਦੇ ਇਸ ਹੁੱਕਮ ਨੂੰ ਰੱਦ ਵੀ ਕਰ ਸਕਦਾ ਹੈ।

(ਸ) ਇਸ ਧਾਰਾ ਦੇ ਅਧੀਨ ਤਬਦੀਲ ਕੀਤੀ ਗਈ ਜ਼ਮੀਨ ਦੇ ਮਾਲਕ ਵੱਲੋਂ ਸਾਂਝੇ ਤੌਰ ਤੇ ਜਾਂ ਇੱਕਲੇ ਨੇ ਕੀਤੇ ਇੱਕਰਾਰਨਾਮੇ ਉੱਤੇ ਕੋਈ ਅਸਰ ਨਹੀਂ ਪਵੇਗਾ।

(ਹ) ਇਸ ਐਕਟ ਅਧੀਨ ਹੱਕ ਅਤੇ ਜੁੰਮੇਵਾਰੀਆਂ ਸਬੰਧੀ ਜਿਸ ਵਿਅਕਤੀ ਦੇ ਨਾਂ ਜ਼ਮੀਨ ਦਾ ਕਬਜ਼ਾ ਤਬਦੀਲ ਕੀਤਾ ਗਿਆ ਹੈ, ਉਸ ਦੀ ਉਹੀ ਪੁਜੀਸਨ ਹੋਵੇਗੀ ਜੋ ਪਹਿਲੇ ਮਾਲਕ ਦੀ ਸੀ।

(ਕ) ਜੇਕਰ ਤਬਦੀਲੀ ਕਿਸੇ ਮੁਕਰਰ ਮਿਆਦ ਲਈ ਹੋਵੇ ਤਾਂ ਮਿਆਦ ਪੂਰੀ ਹੋਣ ਤੇ ਕੁਲੈਕਟਰ ਵੱਲੋਂ ਭਾਰ ਮੁਕਤ ਕਰਕੇ ਜ਼ਮੀਨ ਪਹਿਲੇ ਜ਼ਮੀਨ ਮਾਲਕ ਨੂੰ ਵਾਪਸ ਕੀਤੀ ਜਾਵੇਗੀ।

05. ਜ਼ਮੀਨ ਜਾਂ ਜ਼ਾਇਦਾਦ ਨੂੰ ਕੁਰਕ ਕਰਨਾ:

(ੳ) ਜਦ ਕਿਸੇ **defaulter** ਦੀ ਕੋਈ ਜ਼ਾਇਦਾਦ **ਏਰੀਅਰ ਆਫ ਲੈਂਡ ਰੈਵਨਿਊ** ਘੋਸ਼ਿਤ ਹੋ ਜਾਵੇ ਤਾਂ ਕੁਲੈਕਟਰ ਕਿਸੇ ਵੀ ਸਮੇਂ ਉਸ ਜ਼ਾਇਦਾਦ ਜਾਂ ਜ਼ਮੀਨ ਨੂੰ ਕੁਰਕ ਕਰ ਸਕਦਾ ਹੈ ਅਤੇ ਆਪਣੇ ਕੰਟਰੋਲ ਜਾਂ ਨਿਯੁਕਤ ਕੀਤੇ ਵਿਅਕਤੀ ਨੂੰ ਕੰਟਰੋਲ ਦੇ ਸਕਦਾ ਹੈ।

(ਅ) ਕੁਲੈਕਟਰ ਜਾਂ ਨਿਯੁੱਕਤ ਕੀਤਾ ਵਿਅਕਤੀ ਉਹਨਾਂ ਕੰਮਾਂ ਲਈ ਜੁੰਮੇਵਾਰ ਹੋਵੇਗਾ ਜੋ ਮਾਲਕ ਅਤੇ ਟੈਨੈਂਟ ਵਿਚਕਾਰ ਹੋਣਗੇ ਅਤੇ ਜ਼ਮੀਨ ਦਾ ਪ੍ਰਬੰਧ, ਕਿਰਾਇਆ ਅਤੇ ਮੁਨਾਫਾ ਲੈਣ ਦਾ ਹੱਕਦਾਰ ਹੋਵੇਗਾ। ਜਦ ਤੱਕ ਉਸ ਤੇ ਕਰਜ਼ੇ ਦੀ ਰਕਮ ਪੂਰੀ ਨਾ ਹੋ ਜਾਵੇ ਅਤੇ ਉਸ ਤੋਂ ਬਾਅਦ ਇਸ ਦੇ ਪੁਰਾਣੇ ਮਾਲਕ ਨੂੰ ਜ਼ਮੀਨ ਵਾਪਸ ਕਰ ਦਿੱਤੀ ਜਾਂਦੀ ਹੈ।

(ੲ) ਜ਼ਮੀਨ ਦੇ ਪ੍ਰਬੰਧ ਤੋਂ ਬਾਅਦ ਮੁਨਾਫੇ ਵਿੱਚੋਂ ਜਿਹੜੀ ਰਕਮ ਬੱਚਤ ਹੋਵੇਗੀ, ਉਹ ਕਰਜ਼ੇ ਦੀ ਰਕਮ ਵਿੱਚ ਅਦਾ ਹੋਵੇਗੀ।

(ਸ) ਪੰਜ ਸਾਲ ਤੋਂ ਵੱਧ ਸਮੇਂ ਲਈ ਜ਼ਮੀਨ ਨੂੰ ਇੱਕ ਕਰਜ਼ੇ ਦੇ ਬਕਾਏ ਲਈ ਕੁਰਕ ਨਹੀਂ ਕੀਤਾ ਜਾ ਸਕਦਾ। ਜੇਕਰ ਬਕਾਏ ਦੀ ਰਕਮ ਜਲਦੀ ਪੂਰੀ ਹੋ ਜਾਵੇ ਤਾਂ ਜ਼ਮੀਨ ਪਹਿਲਾਂ ਹੀ ਛੱਡ ਦਿੱਤੀ ਜਾਵੇਗੀ। ਜੇਕਰ ਕੋਈ ਰਕਮ ਕਰਜ਼ੇ ਦੀ ਰਕਮ ਤੋਂ ਵੱਧ ਜਾਵੇ ਤਾਂ ਉਹ ਪਹਿਲੇ ਜ਼ਿਮੀਦਾਰ ਨੂੰ ਵਾਪਸ ਕਰ ਦਿੱਤੀ ਜਾਵੇਗੀ।

06. ਵਿੱਤ ਕਮਿਸ਼ਨਰ ਮਾਲ ਉਸ ਜ਼ਮੀਨ ਦੀ ਅਸੈਸਮੈਂਟ ਨੂੰ ਰੱਦ ਕਰ ਸਕਦਾ ਹੈ: ਜਦ ਕਿਸੇ **defaulter** ਦੀ ਕੋਈ ਜਾਇਦਾਦ **ਏਰੀਅਰ ਆਫ ਲੈਂਡ ਰੈਵਨਿਊ** ਘੋਸ਼ਿਤ ਹੋ ਜਾਵੇ ਤਾਂ ਪੰਜਾਬ ਲੈਂਡਰੈਵਨਿਊ ਐਕਟ **1887** ਦੀ ਧਾਰ **75** ਦੇ ਅਧੀਨ ਵਿੱਤ ਕਮਿਸ਼ਨਰ ਉਸ ਜ਼ਮੀਨ ਦੀ ਅਸੈਸਮੈਂਟ ਰੱਦ ਕਰ ਸਕਦਾ ਹੈ।

07. ਜ਼ਮੀਨ ਨੂੰ ਨਿਲਾਮ ਕਰਨਾ: ਪੰਜਾਬ ਲੈਂਡ ਰੈਵਨਿਊ ਐਕਟ **1887** ਦੀ ਧਾਰ **75** ਦੇ ਅਧੀਨ ਕਰਜ਼ੇ ਦੇ ਬਕਾਏ ਦੀ ਰਕਮ **ਏਰੀਅਰ ਆਫ ਲੈਂਡ ਰੈਵਨਿਊ** ਘੋਸ਼ਿਤ ਹੋਣ ਤੋਂ ਬਾਅਦ ਕਰਜ਼ੇ ਦੇ ਬਕਾਏ ਦੀ ਰਕਮ ਦੀ ਵਸੂਲੀ ਕਿਸੇ ਹੋਰ ਢੰਗ ਨਾਲ ਪੂਰੀ ਨਾ ਹੋ ਸਕਦੀ ਹੋਵੇ ਤਾਂ ਕੁਲੈਕਟਰ ਕਮਿਸ਼ਨਰ ਦੀ ਪ੍ਰਵਾਨਗੀ ਉਪਰੰਤ ਜ਼ਮੀਨ ਨੂੰ ਨਿਲਾਮ ਕੀਤਾ ਜਾ ਸਕਦਾ ਹੈ। ਪਰ ਕੁੱਝ ਹੇਠ ਲਿਖੇ ਕਾਰਨਾਂ ਕਰਕੇ ਜ਼ਮੀਨ ਨਿਲਾਮ ਨਹੀਂ ਹੋ ਸਕਦੀ:

(ੳ) ਜਦੋਂ ਉਹ ਜ਼ਮੀਨ ਪੰਜਾਬ ਲਾਅ ਐਕਟ, **1872** ਦੀ ਧਾਰਾ **35** ਅਧੀਨ ਜ਼ਮੀਨ ਕੋਰਟ ਆਫ਼ ਵਾਰਡਜ਼ ਦੇ ਅਧੀਨ ਹੋਵੇ।

(ਅ) ਜਦੋਂ ਜ਼ਮੀਨ ਧਾਰਾ **72** ਦੇ ਅਧੀਨ ਕੁਰਕ ਹੋਵੇ।

(ੲ) ਜਦੋਂ ਧਾਰਾ **73** ਦੇ ਅਧੀਨ ਜ਼ਮੀਨ ਦੀ ਅਸੈਸਮੈਂਟ ਰੱਦ ਹੋ ਚੁੱਕੀ ਹੋਵੇ।

08. ਡੀਫਾਲਟਰ ਜ਼ਿਮੀਂਦਾਰ ਦੀ ਹੋਰ ਅਚੱਲ ਜਾਇਦਾਦ ਦੇ ਖਿਲਾਫ ਵੀ ਕਾਰਵਾਈ ਕਰਨਾ:

(ੳ) ਪੰਜਾਬ ਲੈਂਡ ਰੈਵੀਨਿਊ ਐਕਟ **1887** ਦੀ ਧਾਰਾ **75** ਮੁਤਾਬਕ ਜੇਕਰ ਉੱਪਰੋਕਤ ਢੰਗਾਂ ਰਾਹੀਂ ਵਸੂਲੀ ਨਾ ਹੋ ਸਕੇ ਤਾਂ ਕੁਲੈਕਟ ਚਾਹੇ ਤਾਂ **defaulter** ਦੀ ਹੋਰ ਜ਼ਾਇਦਾਦ ਤੋਂ ਵੀ ਵਸੂਲੀ ਕਰ ਸਕਦਾ ਹੈ।

(ਅ) ਜਦੋਂ ਕੁਲੈਕਟਰ ਇਹ ਇਰਾਦਾ ਬਣਾ ਲਵੇ ਕਿ **defaulter** ਦੀ ਹੋਰ ਜ਼ਾਇਦਾਦ ਤੋਂ ਵਸੂਲੀ ਕੀਤੀ ਜਾਵੇ ਤਾਂ ਇਸ ਸਬੰਧੀ ਘੋਸ਼ਣਾਂ ਕਰਵਾਈ ਜਾਵੇਗੀ ਕਿ ਉਕਤ ਜ਼ਾਇਦਾਦ ਨੂੰ **defaulter** ਵੇਚ ਨਾ ਸਕੇ ਅਤੇ ਨਾ ਹੀ ਉਸ ਜ਼ਾਇਦਾਦ ਉੱਪਰ ਕੋਈ ਕਰਜ਼ਾ ਲੈ ਸਕੇ।

(ੲ) ਜੇਕਰ **defaulter** ਬਕਾਏ ਦੀ ਰਕਮ ਵਾਪਸ ਕਰ ਦਿੰਦਾ ਹੈ ਤਾਂ ਕੁਲੈਕਟਰ ਘੋਸ਼ਣਾਂ ਵਾਪਸ ਲੈ ਸਕਦਾ ਹੈ।

(ਸ) ਘੋਸ਼ਣਾਂ ਹੋਣ ਉਪਰੰਤ ਜੇਕਰ **defaulter** ਵੱਲੋਂ ਜ਼ਮੀਨ ਬੈ, ਹਿਬਾ, ਰਹਿਨ ਜਾਂ ਹੋਰ ਕਿਸੇ ਢੰਗ ਰਾਹੀਂ ਜ਼ਮੀਨ ਤਬਦੀਲ ਕੀਤੀ ਜਾਂਦੀ ਹੈ ਤਾਂ ਉਹ ਸਾਰੇ ਇੱਕਰਾਰਨਾਮੇ ਆਦਿਕ ਰੱਦ ਸਮਝੇ ਜਾਣਗੇ।

(ਹ) ਘੋਸ਼ਿਤ ਕੀਤੀ ਜ਼ਮੀਨ ਖਿਲਾਫ ਵੀ ਉਹੀ ਤਰੀਕਾ ਅਪਨਾਇਆ ਜਾਵੇਗਾ ਜਿਹੜਾ ਕਿ ਬਕਾਏ ਦੀ ਰਕਮ **ਏਰੀਅਰ ਆਫ ਲੈਂਡ ਰੈਵਨਿਊ** ਘੋਸ਼ਿਤ ਹੋਣ ਉਪਰੰਤ ਵਸੂਲੀ ਲਈ ਅਪਣਾਇਆ ਸੀ।

ਜੇਕਰ ਕੋਈ ਵਿਅਕਤੀ ਇੰਨਕਾਰ ਕਰੇ ਕਿ ਉਸ ਵੱਲ ਕੋਈ ਬਕਾਇਆ ਨਹੀ ਹੈ ਜਾਂ ਘੋਸ਼ਿਤ ਕੀਤਾ ਬਕਾਇਆ ਗਲਤ ਹੈ ਤਾਂ ਉਸ ਦੀ ਹੱਕਰਸੀ ਕਿਵੇਂ ਹੋਵੇਗੀ?

ਜਦੋਂ ਕਿਸੇ ਵਿਅਕਤੀ ਦੀ ਜ਼ਾਇਦਾਦ ਦੇ ਖਿਲਾਫ ਏਰੀਅਰ ਆਫ ਲੈਂਡ ਰੈਵਨਿਊ ਘੋਸ਼ਿਤ ਹੋ ਜਾਵੇ ਅਤੇ ਪੰਜਾਬ ਲੈਂਡ ਰੈਵੀਨਿਊ ਐਕਟ **1887** ਦੀ ਧਾਰਾ **67** ਦੇ ਤਹਿਤ ਵਸੂਲੀ ਕਾਰਵਾਈ ਸ਼ੁਰੂ ਹੋ ਜਾਵੇ ਪ੍ਰੰਤੂ ਮਾਲਕ ਇਸ ਬਕਾਏ ਤੋਂ ਇੰਨਕਾਰ ਕਰੇ ਕਿ ਉਸ ਵੱਲ ਕੋਈ ਬਕਾਇਆ ਨਹੀਂ ਹੈ ਇਹ ਘੋਸ਼ਿਤ ਕੀਤਾ ਗਿਆ ਬਕਾਇਆ ਗਲਤ ਹੈ ਤਾਂ ਉਹ ਪੰਜਾਬ ਲੈਂਡ ਰੈਵੀਨਿਊ ਐਕਟ **1887** ਦੀ ਧਾਰਾ **78** ਦੇ ਤਹਿਤ ਦਿਵਾਨੀ ਅਦਾਲਤ ਵਿੱਚ ਦਾਵਾ ਦਾਇਰ ਕਰ ਸਕਦਾ ਹੈ।

ਮਾਲ ਅਧਿਕਾਰੀ ਵੱਲੋਂ ਕਿਸੇ ਜ਼ਾਇਦਾਦ ਨੂੰ ਨਿਲਾਮੀ ਰਾਹੀਂ ਵੇਚਣ ਦਾ ਕੀ ਢੰਗ ਹੈ:
ਪੰਜਾਬ ਲੈਂਡ ਰੈਵੀਨਿਊ ਐਕਟ **1887** ਦੀ ਧਾਰਾ **79** ਅਨੁਸਾਰ ਲੈਂਡ ਰੈਵੀਨਿਊ ਘੋਸ਼ਿਤ ਹੋਈ ਰਕਮ ਦੇ ਬਕਾਏ ਦੀ ਵਸੂਲੀ ਕਰਨ ਦੇ ਮੰਤਵ ਨਾਲ **defaulter** ਦੀ ਜ਼ਾਇਦਾਦ ਨਿਲਾਮੀ ਰਾਹੀਂ ਵੇਚਣ ਦੇ ਹੇਠ ਲਿਖੇ ਤਰੀਕੇ ਅਪਨਾ ਸਕਦਾ ਹੈ:

(ੳ) ਵਿਕਰੀ ਲਈ ਘੋਸ਼ਣਾ: ਪੰਜਾਬ ਲੈਂਡ ਰੈਵੀਨਿਊ ਐਕਟ **1887** ਦੀ ਧਾਰਾ **79** ਅਨੁਸਾਰ ਜਦੋਂ ਕਿਸੇ **defaulter** ਦੀ ਜ਼ਾਇਦਾਦ ਵੇਚਣ ਸਬੰਧੀ ਕਮਿਸ਼ਨਰ ਤੋਂ ਪ੍ਰਵਾਨਗੀ ਮਿਲਣ ਉਪਰੰਤ ਕੁਲੈਕਟਰ ਨਿਲਾਮੀ ਰਾਹੀਂ ਵੇਚਣ ਸਬੰਧੀ ਤਰੀਖ, ਸਮਾਂ, ਸਥਾਨ ਅਤੇ ਵਸੂਲ ਕੀਤੀ ਜਾਣ ਵਾਲੀ ਰਕਮ ਦੀ ਘੋਸ਼ਣਾਂ ਕਰਦਾ ਹੈ। ਨਿਲਾਮੀ ਦਾ ਸਥਾਨ ਕੁਲੈਕਟਰ ਦਾ ਦਫ਼ਤਰ ਜਾਂ ਕੋਈ ਹੋਰ ਸਥਾਨ ਜੋ ਜਾਇਦਾਦ ਦੇ ਨੇੜੇ ਹੋਵੇ ਨਿਸਚਤ ਕੀਤਾ ਜਾ ਸਕਦਾ ਹੈ।

(ਅ) ਵਿਕਰੀ ਦੀ ਘੋਸ਼ਣਾ ਸਬੰਧੀ ਮੁਨਾਦੀ: ਪੰਜਾਬ ਲੈਂਡ ਰੈਵੀਨਿਊ ਐਕਟ **1887** ਦੀ ਧਾਰਾ **79** ਅਨੁਸਾਰ

- **(i)** ਵਿਕਰੀ ਦੀ ਘੋਸ਼ਣਾ ਦੀ ਇੱਕ ਕਾਪੀ **defaulter** ਨੂੰ ਦਿੱਤੀ ਜਾਵੇਗੀ ਅਤੇ ਉਸਦੀ ਇੱਕ ਕਾਪੀ ਤਹਿਸੀਲਦਾਰ ਦੇ ਨੋਟਿਸ ਬੋਰਡ ਤੇ ਲਾਈ ਜਾਵੇਗੀ।
- **(ii)** ਇੱਕ ਕਾਪੀ ਕੁਲੈਕਟਰ ਦੇ ਨੋਟਿਸ ਬੋਰਡ ਤੇ ਵੀ ਲਾਈ ਜਾਵੇਗੀ।
- **(iii)** ਇਸ ਤੋਂ ਇਲਾਵਾ ਵਿਕਰੀ ਦੀ ਘੋਸ਼ਣਾ ਸਬੰਧੀ ਪੰਜਾਬ ਲੈਂਡ ਰੈਵੀਨਿਊ ਐਕਟ **1887** ਦੀ ਧਾਰਾ **22** ਅਨੁੰਸਾਰ ਪਿੰਡ ਵਿੱਚ ਢੋਲ ਵਜਾ ਕੇ, ਜਾਂ ਕਿਸੇ ਹੋਰ ਢੰਗ ਰਾਹੀਂ ਮੁਨਾਦੀ ਕੀਤੀ ਜਾ ਸਕਦੀ ਹੈ।

(ੲ) ਵਿਕਰੀ ਦਾ ਸਮਾਂ ਅਤੇ ਢੰਗ: ਪੰਜਾਬ ਲੈਂਡ ਰੈਵੀਨਿਊ ਐਕਟ **1887** ਦੀ ਧਾਰਾ **82** ਅਨੁੰਸਾਰ:

- **(i)** ਵਿਕਰੀ ਕਿਸੇ ਐਤਵਾਰ ਜਾਂ ਛੁੱਟੀ ਵਾਲੇ ਦਿਨ ਨਹੀਂ ਕੀਤੀ ਜਾਵੇਗੀ। ਵਿਕਰੀ ਦੀ ਕਾਰਵਾਈ ਕੁਲੈਕਟਰ ਦੇ ਦਫਤਰ ਵਿੱਚ ਨੋਟਿਸ ਲੱਗਣ ਤੋਂ **30** ਦਿਨ ਬਾਅਦ ਹੀ ਕੀਤੀ ਜਾਵੇਗੀ।
- **(ii)** ਵਿਕਰੀ ਆਮ ਲੋਕਾਂ ਦੇ ਇਕੱਠ ਵਿੱਚ ਨਿਲਾਮੀ ਰਾਹੀਂ ਕੀਤੀ ਜਾਵੇਗੀ। ਇਹ ਵਿਕਰੀ ਕੁਲੈਕਟਰ ਜਾਂ ਨਿਯੁੱਕਤ ਕੀਤੇ ਮਾਲ ਅਧਿਕਾਰੀ ਦੁਆਰਾ ਹੀ ਕੀਤੀ ਜਾਵੇਗੀ।

(ਸ) ਵਿਕਰੀ ਨੂੰ ਮੁਲਤਵੀ ਕਰਨਾ: ਪੰਜਾਬ ਲੈਂਡ ਰੈਵੀਨਿਊ ਐਕਟ **1887** ਦੀ ਧਾਰਾ **83** ਅਨੁੰਸਾਰ**:** ਕੁਲੈਕਟਰ ਸਮੇਂ-ਸਮੇਂ ਤੇ ਵਿਕਰੀ ਮੁਲਤਵੀ ਵੀ ਕਰ ਸਕਦਾ ਹੈ।

(ਹ) ਵਿਕਰੀ ਤੇ ਰੋਕ: ਪੰਜਾਬ ਲੈਂਡ ਰੈਵੀਨਿਊ ਐਕਟ **1887** ਦੀ ਧਾਰਾ **84** ਅਨੁੰਸਾਰ **defaulter** ਜੇਕਰ ਨਿਲਾਮੀ ਦੀ ਕਾਰਵਾਈ ਪੂਰੀ ਹੋਣ ਤੋਂ ਪਹਿਲਾਂ ਕਿਸੇ ਵੀ ਸਮੇਂ **defaulter** ਮੌਕੇ ਤੇ ਬਕਾਏ ਦੀ ਰਕਮ ਜਮ੍ਹਾਂ ਕਰਵਾ ਦਿੰਦਾ ਹੈ ਤਾਂ ਵਿਕਰੀ ਤੇ ਰੋਕ ਲਗਾਈ ਜਾ ਸਕਦੀ ਹੈ।

(ਕ) ਸੱਭ ਤੋਂ ਵੱਧ ਬੋਲੀ ਦੇਣ ਵਾਲੇ ਵੱਲੋਂ ਬੋਲੀ ਦੀ ਰਕਮ ਜਮ੍ਹਾਂ ਕਰਾਉਣ ਦਾ ਤਰੀਕਾ: ਪੰਜਾਬ ਲੈਂਡ ਰੈਵੀਨਿਊ ਐਕਟ **1887** ਦੀ ਧਾਰਾ **85** ਅਨੁੰਸਾਰ ਜਦੋਂ ਕੋਈ ਵਿਅਕਤੀ ਨਿਲਾਮੀ ਦੇ ਦੌਰਾਨ ਸੱਭ ਤੋਂ ਵੱਧ ਬੋਲੀ ਦਿੰਦਾ ਹੈ ਤਾਂ ਉਹ ਬੋਲੀ ਦੀ ਰਕਮ ਦਾ **25%** ਮੌਕੇ ਤੇ ਮਾਲ ਅਫ਼ਸਰ ਕੋਲ ਜਮ੍ਹਾਂ ਕਰਵਾਏਗਾ ਅਤੇ ਬਾਕੀ ਰਕਮ ਉਸ ਨੇ **15** ਦਿਨ ਦੇ ਅੰਦਰ-ਅੰਦਰ ਜਮ੍ਹਾਂ ਕਰਉਣੀ ਹੋਵੇਗੀ। ਬੋਲੀ ਦੀ ਰਕਮ ਜਮ੍ਹਾਂ ਹੋਣ ਉਪਰੰਤ ਮਾਲ ਅਧਿਕਾਰੀ ਬੋਲੀਕਾਰ ਨੂੰ ਖਰੀਦਦਾਰ ਘੋਸ਼ਿਤ ਕਰ ਦੇਵੇਗਾ।

(ਖ) ਸੱਭ ਤੋਂ ਵੱਧ ਬੋਲੀ ਦੇਣ ਵਾਲੇ ਵੱਲੋਂ ਬੋਲੀ ਦੀ ਰਕਮ ਜਮ੍ਹਾਂ ਨਾ ਕਰਾਉਣ: ਪੰਜਾਬ ਲੈਂਡ ਰੈਵੀਨਿਊ ਐਕਟ **1887** ਦੀ ਧਾਰਾ **86** ਅਨੁੰਸਾਰ ਅਗਰ ਕੋਈ ਬੋਲੀਕਾਰ ਆਪਣੀ ਬੋਲੀ ਦੌਰਾਨ ਨਿਰਧਾਰਤ ਰਕਮ ਜਮ੍ਹਾਂ ਨਹੀਂ ਕਰ ਪਾਉਂਦਾ ਤਾਂ ਉਸ ਦੀ ਬੋਲੀ ਰੱਦ ਕਰਕੇ ਫੇਰ ਦੁਬਾਰਾ ਵਿਕਰੀ ਕੀਤੀ ਜਾਵੇਗੀ।

(ਗ) ਕਮਿਸ਼ਨਰ ਨੂੰ ਵਿਕਰੀ ਦੀ ਰਿਪੋਰਟ ਦੇਣਾ: ਪੰਜਾਬ ਲੈਂਡ ਰੈਵੀਨਿਊ ਐਕਟ **1887** ਦੀ ਧਾਰਾ **90** ਅਨੁੰਸਾਰ ਵਿਕਰੀ ਦੀ ਰਿਪੋਰਟ ਕੁਲੈਕਟਰ ਵੱਲੋਂ ਕਮਿਸ਼ਨਰ ਨੂੰ ਭੇਜੀ ਜਾਵੇਗੀ।

(ਘ) ਵਿਕਰੀ ਨੂੰ ਰੱਦ ਕਰਨ ਦੀ ਅਰਜ਼ੀ: ਪੰਜਾਬ ਲੈਂਡ ਰੈਵੀਨਿਊ ਐਕਟ **1887** ਦੀ ਧਾਰਾ **91** ਅਨੁੰਸਾਰ ਵਿਕਰੀ ਦੀ ਤਰੀਖ ਤੋਂ **30** ਦਿਨ ਦੇ ਅੰਦਰ-ਅੰਦਰ ਕਿਸੇ ਵੀ ਸਮੇਂ ਕਮਿਸ਼ਨਰ ਕੋਲ ਵਿਕਰੀ ਰੱਦ ਕਰਨ ਦੀ ਅਰਜ਼ੀ ਦਿੱਤੀ ਜਾ ਸਕਦੀ ਹੈ। ਪਰ ਉਸ ਦਾ ਕੋਈ ਖਾਸ ਕਾਰਨ ਅਰਜ਼ੀ ਵਿੱਚ ਸਪੱਸ਼ਟ ਕਰਨਾ ਹੋਵੇਗਾ ਕਿ ਮੁਨਾਦੀ ਦਾ ਢੰਗ ਸਹੀ ਨਹੀਂ ਸੀ ਵਗੈਰਾ ਵਗੈਰਾ।

(ਙ) ਵਿਕਰੀ ਦੀ ਪ੍ਰਵਾਨਗੀ ਅਤੇ ਰੱਦ ਕਰਨ ਦਾ ਹੁਕਮ: ਪੰਜਾਬ ਲੈਂਡ ਰੈਵੀਨਿਊ ਐਕਟ **1887** ਦੀ ਧਾਰਾ **92** ਅਨੁੰਸਾਰ ਵਿਕਰੀ ਹੋਣ ਤੋਂ **30** ਦਿਨ ਬੀਤਣ ਉਪਰੰਤ ਜੇਕਰ ਕੋਈ ਵਿਕਰੀ ਰੱਦ ਕਰਨ ਸਬੰਧੀ ਅਰਜ਼ੀ ਨਹੀਂ ਆਉਂਦੀ ਤਾਂ ਕਮਿਸ਼ਨਰ ਵਿਕਰੀ ਨੂੰ ਪ੍ਰਵਾਨ ਕਰਨ ਦਾ ਹੁਕਮ ਦਿੰਦਾ ਹੈ। ਪਰ ਜੇਕਰ ਕੋਈ ਅਰਜ਼ੀ ਆਈ ਹੋਵੇ ਤਾਂ ਉਹ ਵਿਕਰੀ ਰੱਦ ਵੀ ਕਰ ਸਕਦਾ ਹੈ।

(ਚ) ਦੁਬਾਰਾ ਬੋਲੀ ਰਾਹੀਂ ਵਿਕਰੀ ਦੀ ਘੋਸ਼ਣਾ: ਪੰਜਾਬ ਲੈਂਡ ਰੈਵੀਨਿਊ ਐਕਟ **1887** ਦੀ ਧਾਰਾ **94** ਅਨੁੰਸਾਰ ਅਗਰ ਕੋਈ ਵਿਅਕਤੀ ਪਹਿਲੀ ਬੋਲੀ ਦੀ ਰਕਮ ਦੇਣ ਤੋਂ ਅਸੱਮਰਥ ਹੋਵੇ ਤਾਂ ਉਸ ਨੂੰ ਰੱਦ ਕਰ ਦਿੱਤਾ ਜਾਂਦਾ ਹੈ ਅਤੇ ਨਵੀਂ ਵਿਕਰੀ ਸਬੰਧੀ ਘੋਸ਼ਣਾ ਕੀਤੀ ਜਾਂਦੀ ਹੈ।

(ਛ) ਵਿਕਰੀ ਦੀ ਪ੍ਰਵਾਨਗੀ ਉਪਰੰਤ ਖਰੀਦਦਾਰ ਨੂੰ ਕਬਜ਼ਾ ਅਤੇ ਵਿਕਰੀ ਸਰਟੀਫਿਕੇਟ ਜ਼ਾਰੀ ਕਰਨਾ: ਪੰਜਾਬ ਲੈਂਡ ਰੈਵੀਨਿਊ ਐਕਟ **1887** ਦੀ ਧਾਰਾ **95** ਅਨੁੰਸਾਰ

(1) ਵਿਕਰੀ ਦੀ ਪ੍ਰਵਾਨਗੀ ਮਿਲਣ ਉਪਰੰਤ ਕੁਲੈਕਟਰ ਵੱਲੋਂ ਖਰੀਦਦਾਰ ਨੂੰ ਖਰੀਦੀ ਗਈ ਜ਼ਮੀਨ ਦਾ ਕਬਜ਼ਾ ਦਿੱਤਾ ਜਾਵੇਗਾ ਅਤੇ ਵਿਕਰੀ ਦਾ ਸਰਟੀਫ਼ਿਕੇਟ ਜਾਰੀ ਕੀਤਾ ਜਾਵੇਗਾ।

(2) ਵਿਕਰੀ ਸਰਟੀਫਿਕੇਟ ਵਿੱਚ ਬਕਾਏ ਦੀ ਵਸੂਲੀ ਸਬੰਧੀ ਵੇਰਵਾ ਦਿੱਤਾ ਜਾਵੇਗਾ।

(3) ਕਿਸੇ ਵੀ ਵਿਅਕਤੀ ਦੁਆਰਾ ਖਰੀਦਦਾਰ ਦੇ ਖਿਲਾਫ ਕਿਸੇ ਵੀ ਅਦਾਲਤ ਵਿੱਚ ਕੀਤਾ ਗਿਆ ਮੁਕੱਦਮਾਂ ਖਾਰਜ਼ ਕੀਤਾ ਜਾਵੇਗਾ।

(4) ਵਿਕਰੀ ਦੀ ਪ੍ਰਵਾਨਗੀ ਉਪਰੰਤ ਜ਼ਾਇਦਾਦ ਤੋਂ ਪ੍ਰਾਪਤ ਹੋਣ ਵਾਲਾ ਮੁਨਾਫਾ/ਕਿਰਾਏ ਲਈ ਖਰੀਦਦਾਰ ਹੱਕਦਾਰ ਹੋਵੇਗਾ।

(ਜ) ਵਿਕਰੀ ਦੀ ਰਕਮ ਸਬੰਧੀ ਵੇਰਵੇ: ਪੰਜਾਬ ਲੈਂਡ ਰੈਵੀਨਿਊ ਐਕਟ **1887** ਦੀ ਧਾਰਾ **95** ਅਨੁੰਸਾਰ

(1) ਜੇਕਰ ਕਿਸੇ ਵਿਅਕਤੀ ਦੀ ਜ਼ਾਇਦਾਦ ਦੇ ਬਕਾਏ ਦੀ ਵਸੂਲੀ ਲਈ ਨਿਲਾਮੀ ਰਾਹੀਂ ਵੇਚੀ ਗਈ ਹੋਵੇ ਤਾਂ ਜੇਕਰ ਵਿਕਰੀ ਦੀ ਰਕਮ ਬਕਾਏ ਦੀ ਰਕਮ ਤੋਂ ਵੱਧ ਹੈ ਤਾਂ ਵਾਧੂ ਰਕਮ ਉਸ ਨੂੰ ਅਦਾ ਕੀਤੀ ਜਾਵੇਗੀ।

(2) ਅਗਰ ਵਿਕਰੀ ਦੀ ਰਕਮ ਬਕਾਏ ਦੀ ਰਕਮ ਤੋਂ ਘੱਟ ਹੈ ਤਾਂ **defaulter** ਦੀ ਹੋਰ ਜ਼ਾਇਦਾਦ ਤੋਂ ਪੂਰਾ ਕੀਤਾ ਜਾ ਸਕਦਾ ਹੈ।

***ਪਾਠਕਾਂ ਦੀ ਜਾਣਕਾਰੀ ਲਈ ਨਿਲਾਮੀ ਦੀ ਬੋਲੀ ਤੇ ਜ਼ਮੀਨ ਦੀ ਵਿਕਰੀ ਦੇ ਸਰਟੀਫ਼ਿਕੇਟ ਦਾ ਨਮੂਨਾ ਅਗਲੇ ਪੇਜ਼ ਤੇ ਦਿੱਤਾ ਜਾ ਰਿਹਾ ਹੈ:-

Annexture "B"

ਵਿਕਰੀ ਦਾ ਸਰਟੀਫ਼ਿਕੇਟ
(ਪੂਰਨ ਮਾਲਕੀ ਜਾਇਦਾਦ)

ਤਸਦੀਕ ਕੀਤਾ ਜਾਂਦਾ ਹੈ ਕਿ ਅਨੁਸੂਚੀ ਵਿੱਚ ਦੱਸੀ ਗਈ ਜਾਇਦਾਦ ਦੀ -------------- ਮਿਤੀ --------**20**---------------ਨੂੰ ਕੀਤੀ ਗਈ ਸੀਮਤ ਨਿਲਾਮੀ ਵਿੱਚ ਸ਼੍ਰੀ ਜੋਰਾ ਸਿੰਘ ਸੱਪੁਤਰ ਖੇਮਾ ਸਿੰਘ ਪੁੱਤਰਾਨ ਰੂੜਾ ਸਿੰਘ ਵਾਸੀ ਮਹਿਮਾ ਸਿੰਘ ਵਾਲਾ ਮੋਗਾ (ਨਕਲੀ ਨਾਂ) ਨੇ ਸੱਭ ਤੋਂ ਵੱਧ ਬੋਲੀ ਦੇਣ ਤੇ ਅਤੇ ਉਸ ਦੀ ਬੋਲੀ ਪ੍ਰਵਾਨ ਕੀਤੇ ਜਾਣ ਤੇ ਅਤੇ ਉਸ ਦੁਆਰਾ ਉਸ ਦਾ ਮੁਲ ਨਕਦੀ ਵਿੱਚ ਦੇਣ ਤੇ ----------- ਮਿਤੀ -------- ਤੋਂ ਉਕਤ ਜਾਇਦਾਦ ਦਾ ਖਰੀਦਦਾਰ ਹੋਣ ਦਾ ਐਲਾਨ ਕੀਤਾ ਜਾਂਦਾ ਹੈ।

ਸੀਮਤ ਬੋਲੀ ਵਿੱਚ ਖਰੀਦ ਹੋਈ ਜ਼ਮੀਨ ਜਾਂ ਉਸ ਦੇ ਕਿਸੇ ਹਿੱਸੇ ਨੂੰ ਖਰੀਦਦਾਰ ਖਰੀਦਣ ਦੀ ਮਿਤੀ ਤੋਂ ਵੀਹ ਸਾਲ ਤੱਕ, ਕਿਸੇ ਗੈਰ ਅਨੁਸੂਚਿਤ ਜਾਤੀ ਦੇ ਵਿਅਕਤੀ/ਵਿਅਕਤੀਆਂ ਕੋਲ ਉਪਰੋਕਤ ਸਮਾਂ ਲੰਘਣ ਤੱਕ ਮੁੰਤਕਿਲ, ਵੇਚ ਜਾਂ ਰਹਿਣ ਬਾ ਕਬਜ਼ਾ ਜਾਂ ਕਿਸੇ ਹੋਰ ਢੰਗ ਨਾਲ ਇੰਤਕਾਲ ਨਹੀਂ ਕਰ ਸਕੇਗਾ। ਪਰ ਜ਼ਮੀਨ ਦੇ ਸੁਧਾਰ ਕਰਨ ਲਈ ਸਰਕਾਰ ਜਾਂ ਅੱਰਧ-ਸਰਕਾਰੀ ਕਾਰਪੋਰੇਸ਼ਨ ਜਾਂ ਸਹਿਕਾਰੀ ਵਿੱਤੀ ਸੰਸਥਾ ਤੋਂ ਕਰਜ਼ਾ ਲੈਣ ਲਈ, ਖਰੀਦਦਾਰ, ਇਨ੍ਹਾਂ ਅਦਾਰਿਆਂ ਕੋਲ ਇਹ ਜ਼ਮੀਨ ਜਾਂ ਇਸ ਦਾ ਭਾਗ ਗਿਰਵੀ ਰੱਖ ਸਕੇਗਾ। ਇਸ ਸ਼ਰਤ ਦੀ ਉਲੰਘਣਾਂ ਕਰਨ ਤੇ ਇਹ ਸਰਟੀਫ਼ਿਕੇਟ ਦੁਆਰਾ ਮੁੰਤਕਿਲ ਕੀਤੀ ਹੋਈ ਜ਼ਮੀਨ ਵਾਪਸ ਲੈ ਲਈ ਜਾਵੇਗੀ।

-------------------------- --ਅੱਜ

ਮਿਤੀ --------------**20** ----------ਦੇ ਦਿਨ ਮੇਰੇ ਹਸਤਾਖਰ ਅਧੀਨ ਜਾਰੀ ਕੀਤਾ ਗਿਆ।

ਅਨੁਸੂਚੀ

ਹਸਤਾਖਰ--------------------

ਅਫ਼ਸਰ ਦਾ ਨਾਂਮ --------------------

ਅਫ਼ਸਰ ਦਾ ਅੱਹੁਦਾ ------------------

* * *

ਕਿਹੜੇ ਕਾਰਨਾਂ ਕਰਕੇ ਤੁੱਸੀਂ ਜ਼ਾਇਦਾਦ ਦੇ ਹੱਕ ਗੁਆ ਸਕਦੇ ਹੋ?

ਹੇਠ ਲਿਖੇ ਕਈ ਕਾਰਨ ਹਨ ਜਿਸ ਦੁਆਰਾ ਮੁਵਤਫੀ ਦੇ ਵਾਰਸ਼ ਉਸ ਦੀ ਹਾਸਲ ਕੀਤੀ ਜ਼ਾਇਦਾਦ ਦੇ ਹੱਕ ਗੁਆ ਦਿੰਦੇ ਹਨ। ਉਹ ਇਸ ਪ੍ਰਕਾਰ ਹਨ:

ਵਾਰਸਾਂ ਵੱਲੋਂ ਮੁਤਵਫੀ ਦਾ ਕਤਲ ਕਰ ਦੇਣਾ: ਹਿੰਦੂ ਵਿਰਾਸ਼ਤ ਐਕਟ, **1956** ਦੀ ਧਾਰਾ **25** ਦੇ ਅਨੁੰਸਾਰ ਦੋ ਤਰ੍ਹਾਂ ਦੇ ਕਤਲ ਆਉਂਦੇ ਹਨ:

(ੳ) ਜਦੋਂ ਕੋਈ ਵਾਰਸ ਆਪ ਇੱਕਲਾ ਹੀ ਮੁਤਵਫੀ ਦੀ ਜ਼ਾਇਦਾਦ ਹੱਥਿਆਉਣ ਦੀ ਖਾਤਰ ਮੁਤਵਫੀ ਦੇ ਹੋਰ ਵਾਰਸ ਦਾ ਕਤਲ ਕਰ ਦੇਵੇ ਜਾਂ ਸ਼ਹਿ ਦੇ ਕੇ ਕਿਸ਼ੇ ਹੋਰ ਤੋਂ ਕਤਲ ਕਰਵਾ ਦੇਵੇ ਤਾਂ ਅਜਿਹਾ ਮੁਤਵਫੀ ਦਾ ਵਾਰਸ ਜ਼ਾਇਦਾਦ ਵਿੱਚੋਂ ਹਿੱਸੇ ਦਾ ਹੱਕ ਗੁਆ ਬੈਠਦਾ ਹੈ।

(ਅ) ਜਦੋਂ ਕੋਈ ਵਾਰਸ ਜ਼ਾਇਦਾਦ ਨੂੰ ਜਲਦੀ ਪਾਉਣ ਦੀ ਖਾਤਰ ਮੁਤਵਫੀ ਦਾ ਖੁਦ ਕਤਲ ਕਰ ਦੇਵੇ ਜਾਂ ਕਿਸੇ ਤੋਂ ਕਰਵਾ ਦੇਵੇ ਤਾਂ ਅਜਿਹੀ ਸਥਿਤੀ ਵਿੱਚ ਅਜਿਹਾ ਵਾਰਸ ਮੁਤਵਫੀ ਦੀ ਜਾਇਦਾਦ ਦੇ ਹੱਕ ਗੁਆ ਦਿੰਦਾ ਹੈ।

ਧਰਮ ਬਦਲ ਲੈਣਾ: ਹਿੰਦੂ ਵਿਰਾਸ਼ਤ ਐਕਟ, **1956** ਦੀ ਧਾਰਾ **26** ਦੇ ਅਨੁੰਸਾਰ ਅਗਰ ਕੋਂਈ ਵਿਅਕਤੀ ਆਪਣਾ ਧਰਮ ਬਦਲ ਲੈਂਦਾ ਹੈ ਤਾਂ ਉਸ ਨੂੰ ਮੁਤਵਫੀ ਦੀ ਜ਼ਾਇਦਾਦ ਦੇ ਹੱਕ ਤੋਂ ਵਾਂਝਾ ਨਹੀਂ ਕੀਤਾ ਜਾ ਸਕਦਾ ਜਾਂ ਉਹ ਆਪਣਾ ਜ਼ਾਇਦਾਦ ਦਾ ਹੱਕ ਨਹੀਂ ਗੁਆਉਂਦਾ।

ਪਰ ਉਸ ਦੀ ਔਲਾਦ ਉਸ ਦੇ ਪਹਿਲੇ ਧਰਮ ਦੇ ਵਿੱਚ ਆਪਣੇ ਪਿਤਾ ਦੇ ਰਿਸ਼ਤੇਦਾਰਾਂ ਦੀ ਜਾਇਦਾਦ ਦੇ ਹੱਕਦਾਰ ਨਹੀਂ ਹੋਣਗੇ। ਬਸਰਤੇ ਕਿ ਉਹ ਬੱਚੇ ਵੀ ਵਿਰਾਸਤ ਸਮੇਂ ਆਪਣਾ ਧਰਮ ਬਦਲੀ ਕਰਕੇ ਆਪਣੇ ਬਾਪ ਦੇ ਪਹਿਲੇ ਧਰਮ ਨੂੰ ਅਪਣਾ ਚੁੱਕੇ ਹੋਣ।

ਜਦੋਂ ਕੋਈ ਵਾਰਸ ਮੁਤਵਫੀ ਦੀ ਜ਼ਾਇਦਾਦ ਵਿੱਚੋਂ ਆਪਣਾ ਹੱਕ ਗੁਆ ਦੇਵੇ ਤਾਂ ਵਿਰਾਸਤ ਕਿਵੇਂ ਹੋਵੇਗੀ: ਹਿੰਦੂ ਵਿਰਾਸ਼ਤ ਐਕਟ, **1956** ਦੀ ਧਾਰਾ **27** ਦੇ ਅਨੁੰਸਾਰ ਜਦੋਂ ਕੋਈ ਵਿਅਕਤੀ ਧਰਮ ਬਦਲਣ ਦੀ ਵਜ੍ਹਾ ਨਾਲ ਆਪਣਾ ਜ਼ਾਇਦਾਦ ਦਾ ਹੱਕ ਗੁਆ ਬੈਠੇ ਤਾਂ ਉਸ ਦੇ ਬਗੈਰ ਹੀ ਵਿਰਾਸਤ ਦੂਜੇ ਵਾਰਸਾਂ ਦੇ ਨਾਂ ਹੋ ਜਾਵੇਗੀ। ਇਹ ਅੱਗੇ ਕਈ ਪ੍ਰਕਾਰ ਦੀ ਹੁੰਦੀ ਹੈ:

(ੳ) ਜਦੋ ਕੋਈ ਹੱਕਦਾਰ ਆਪਣੀ ਮਰਜੀ ਨਾਲ ਆਪਣਾ ਜ਼ਾਇਦਾਦ ਦਾ ਹੱਕ ਛੱਡੇ: ਜਦੋਂ ਕੋਈ ਮੁਤਵਫੀ ਦਾ ਵਾਰਸ਼ ਆਪਣੀ ਮਰਜੀ ਨਾਲ ਆਪਣਾ ਹੱਕ ਦੂਜੇ ਵਾਰਸਾਂ ਲਈ ਛੱਡਣਾ ਚਾਹੁੰਦਾ ਹੋਵੇ ਤਾਂ ਉਸ ਨੂੰ ਇੱਕ ਹਲਫੀਆ ਬਿਆਨ ਦੇਣਾ ਪਵੇਗਾ ਤਾਂ ਹੀ ਉਹ ਆਪਣਾ ਜ਼ਾਇਦਾਦ ਦਾ ਹੱਕ ਛੱਡ ਸਕਦਾ ਹੈ, ਅਤੇ ਮੁਤਵਫੀ ਦੀ ਜ਼ਾਇਦਾਦ ਦੂਜੇ ਵਾਰਸਾਂ ਦੇ ਨਾਂ ਤਬਦੀਲ ਹੋ ਜਾਵੇਗੀ।

(ਅ) ਅਗਰ ਕੋਈ ਵਿਅਕਤੀ ਅਚਨਚੇਤ ਗੁੰਮ ਹੋ ਜਾਂਦਾ ਹੈ ਅਤੇ ਅਗਲੇ **7** ਸਾਲ ਤੱਕ ਉਸ ਦਾ ਕੋਈ ਪਤਾ ਨਹੀਂ ਚਲਦਾ ਤਾਂ ਉਹ ਵੀ ਮੁਤਵਫੀ ਦੀ ਜ਼ਾਇਦਾਦ ਦਾ ਹੱਕਦਾਰ ਨਹੀਂ ਰਹਿੰਦਾ।

ਬਿਮਾਰੀ ਜਾਂ ਅਪਵਿਤਰਤਾ: ਹਿੰਦੂ ਵਿਰਾਸ਼ਤ ਐਕਟ, **1956** ਦੀ ਧਾਰਾ **28** ਦੇ ਅਨੁੰਸਾਰ ਕਿਸੇ ਵੀ ਵਿਅਕਤੀ ਨੂੰ ਉਸ ਦੀ ਬਿਮਾਰੀ ਜਾਂ ਸ਼ਰੀਰਕ ਤੌਰ ਤੇ ਅਪਾਹਜ਼ ਹੋਣ ਕਰਕੇ ਮੁਤਵਫੀ ਦੀ ਜ਼ਾਇਦਾਦ ਜਿਸ ਦਾ ਉਹ ਕੁਦਰਤੀ ਵਾਰਸ਼ ਹੋਵੇ ਉਸ ਤੋਂ ਵਾਂਝਾ ਨਹੀਂ ਕੀਤਾ ਜਾ ਸਕਦਾ।

* * *

14

ਜ਼ਮੀਨ ਦੀਆਂ ਕਿਸਮਾਂ

ਜ਼ਮੀਨ ਦੀਆਂ ਕਿੰਨੀਆਂ ਕਿਸਮਾਂ ਹੁੰਦੀਆਂ ਹਨ?

ਉੱਤਰ: ਮਾਲ ਰਿਕਾਰਡ ਵਿੱਚ ਜ਼ਮੀਨ ਦੀਆਂ ਹੇਠ ਲਿਖੀਆਂ ਕਿਸਮਾਂ ਹੁੰਦੀਆਂ ਹਨ:

(1) ਮਜਰੂਆ – 7.51

(2) ਗੈਰ-ਮਜਰੂਆ – 7.50

(3) ਚਾਹੀ – 7.51

(4) ਨਹਿਰੀ – 7.51

(5) ਚਾਹੀ ਨਹਿਰੀ – 7.51

(6) ਨਹਿਰੀ ਚਾਹੀ – 7.51

(7) ਬਰਾਨੀ – 7.41(6)

(8) ਗੈਰ ਮੁਮਕਿਨ – 7.53

(9) ਬੰਜਦ ਜਦੀਦ – 7.41(6), 7.53

(10) ਬੰਜਰ ਕਦੀਮ – 9.1 Chapter – 10

(1) **ਮਜਰੂਆ:** ਇਹ ਉਹ ਜ਼ਮੀਨ ਜਿਸ ਨੂੰ ਪਾਣੀ ਦਿੱਤਾ ਜਾਂਦਾ ਹੈ ਅਤੇ ਇਸ ਦੀ ਸਿੰਚਾਈ ਕਿਹੜੇ-ਕਿਹੜੇ ਪਾਣੀ ਨਾਲ ਹੁੰਦੀ ਹੈ ਉਸ ਦੇ ਅਧਾਰ ਤੇ ਅੱਗੇ ਇਸ ਨੂੰ ਵੱਖਰੇ ਨਾਂਅ ਦਿੱਤੇ ਜਾਂਦੇ ਹਨ ਜਿਵੇਂ ਕਿ: ਨਹਿਰੀ, ਚਾਹੀ, ਚਾਹੀ ਨਹਿਰੀ, ਬਰਾਨੀ ਜਿਸ ਨੂੰ ਸਿਰਫ ਮੀਂਹ ਦਾ ਪਾਣੀ ਹੀ ਲਗਦਾ ਹੋਵੇ।

(2) **ਗੈਰ-ਮਜਰੂਆ:** ਜਿਸ ਜ਼ਮੀਨ ਉਪਰ ਖੇਤੀ ਹੀ ਨਾ ਕੀਤੀ ਜਾਂਦੀ ਹੋਵੇ ਉਸ ਨੂੰ ਗੈਰ-ਮਜਰੂਆ ਲਿਖਿਆ ਜਾਂਦਾ ਹੈ। ਜਿਸ ਜ਼ਮੀਨ ਉਪਰ ਪਿਛਲੇ ਪੰਜ ਸਾਲ ਤੋਂ ਕੁੱਝ ਨਾ ਬੀਜਿਆ ਗਿਆ ਹੋਵੇ ਉਸ ਨੂੰ ਬੰਜਰ ਕਦੀਮ ਲਿਖਿਆ ਜਾਂਦਾ ਹੈ। ਜਿਸ ਜ਼ਮੀਨ ਉਪਰ ਖੇਤੀ ਨਾ ਕੀਤੀ ਜਾਂਦੀ

ਹੋਵੇ ਪਰ ਹੋਰ ਕੰਮਾਂ ਲਈ ਵਰਤੀ ਜਾਂਦੀ ਹੋਵੇ ਉਸ ਨੂੰ ਗੈਰ ਮੁਮਕਿਨ ਲਿਖਿਆ ਜਾਂਦਾ ਹੈ। ਜਿਹੜੀ ਜ਼ਮੀਨ ਸੜਕਾਂ ਲਈ ਵਰਤੀ ਜਾਂਦੀ ਹੋਵੇ ਉਸ ਨੂੰ ਗੈਰ ਮੁਮਕਿਨ-ਸੜਕ ਲਿਖਿਆ ਜਾਂਦਾ ਹੈ। ਜਿਹੜੀ ਜ਼ਮੀਨ ਅਬਾਦੀ ਲਈ ਵਰਤੀ ਜਾਂਦੀ ਹੋਵੇ ਉਸ ਨੂੰ ਗੈਰ ਮੁਮਕਿਨ-ਅਬਾਦੀ ਲਿਖਿਆ ਜਾਂਦਾ ਹੈ। ਜਿਹੜੀ ਜ਼ਮੀਨ ਚਰਾਂਦ ਲਈ ਵਰਤੀ ਜਾਂਦੀ ਹੋਵੇ ਉਸ ਨੂੰ ਗੈਰ ਮੁਮਕਿਨ- ਚਰਾਂਦ ਲਿਖਿਆ ਜਾਂਦਾ ਹੈ।

(3) **ਚਾਹੀ:** ਜਿਹੜੀ ਜ਼ਮੀਨ ਨੂੰ ਖੂਹ ਜਾਂ ਟਿਊਬਵੈੱਲ ਦਾ ਪਾਣੀ ਲਗਦਾ ਹੋਵੇ।

(4) **ਨਹਿਰੀ:** ਜਿਹੜੀ ਜ਼ਮੀਨ ਨੂੰ ਸਿਰਫ ਨਹਿਰ ਦਾ ਪਾਣੀ ਹੀ ਲਗਦਾ ਹੋਵੇ।

(5) **ਚਾਹੀ ਨਹਿਰੀ:** ਜਿਹੜੀ ਜ਼ਮੀਨ ਨੂੰ ਜਿਆਦਾ ਪਾਣੀ ਖੂਹ ਜਾਂ ਟਿਊਬਵੈੱਲ ਦਾ ਲਗਦਾ ਹੋਵੇ ਅਤੇ ਕੁੱਝ ਪਾਣੀ ਨਹਿਰ ਦਾ ਲਗਦਾ ਹੋਵੇ।

(6) **ਨਹਿਰੀ ਚਾਹੀ:** ਜਿਹੜੀ ਜ਼ਮੀਨ ਨੂੰ ਜਿਆਦਾ ਪਾਣੀ ਨਹਿਰ ਦਾ ਲਗਦਾ ਹੋਵੇ ਅਤੇ ਕੁੱਝ ਪਾਣੀ ਖੂਹ ਜਾਂ ਟਿਊਬਵੈੱਲ ਦਾ ਲਗਦਾ ਹੋਵੇ।

(7) **ਬਰਾਨੀ:** ਜਿਹੜੀ ਜ਼ਮੀਨ ਨੂੰ ਸਿਰਫ ਬਰਸਾਤ ਦਾ ਪਾਣੀ ਹੀ ਲਗਦਾ ਹੋਵੇ। ਇਸ ਨੂੰ ਮਾਰੂ ਵੀ ਕਿਹਾ ਜਾਂਦਾ ਹੈ।

(8) **ਗੈਰ ਮੁਮਕਿਨ:** ਜਿਹੜਾ ਰਕਬਾ ਵਾਹੀਯੋਗ ਨਾ ਹੋਵੇ ਜਿਵੇਂ ਕਿ ਆਬਾਦੀ, ਰੂੜੀ, ਰਸਤੇ, ਸਕੂਲ, ਧਰਮਸਾਲਾ, ਪੰਚਾਇਤਘਰ, ਹਸਪਤਾਲ ਆਦਿ।

(9) **ਬੰਜਦ ਜਦੀਦ:** ਜਿਹੜੀ ਜ਼ਮੀਨ ਲਗਾਤਾਰ **3** ਫਸਲਾਂ ਤੋਂ ਖਾਲੀ ਰਹੇ ਤਾਂ ਚੌਥੀ ਫਸਲ ਦੀ ਗਿਰਦਾਵਰੀ ਸਮੇਂ ਉਸ ਜ਼ਮੀਨ ਨੂੰ ਬੰਜਰ ਜਦੀਦ ਲਿਖਿਆ ਜਾਂਦਾ ਹੈ।

(10) **ਬੰਜਰ ਕਦੀਮ:** ਜਿਹੜੀ ਜ਼ਮੀਨ ਲਗਾਤਾਰ **4** ਫਸਲਾਂ ਤੋਂ ਖਾਲੀ ਰਹੇ ਤਾਂ ਪੰਜਵੀਂ ਫਸਲ ਦੀ ਗਿਰਦਾਵਰੀ ਸਮੇਂ ਉਸ ਜ਼ਮੀਨ ਨੂੰ ਬੰਜਰ ਕਦੀਮ ਲਿਖਿਆ ਜਾਂਦਾ ਹੈ।

* * *

15

ਨਿਸ਼ਾਨਦੇਹੀ
18.14

ਜੇਕਰ ਕਿਸੇ ਵਿਅਕਤੀ ਨੇ ਆਪਣੀ ਜ਼ਮੀਨ ਦੀਆਂ ਹੱਦਾਂ ਬਾਰੇ ਨਿਸ਼ਾਨ ਦੇਹੀ ਲੈਣੀ ਹੋਵੇ ਤਾਂ ਸਵਾ ਰੁਪੱਏ ਦੀ ਕੋਰਟ ਫ਼ੀਸ ਲਾ ਕੇ ਪੱਕੇ ਕਾਗਜ ਤੇ ਦੋ ਪੜ੍ਹਤਾਂ ਵਿੱਚ ਬਿਨੈ ਪੱਤਰ ਮਾਲ ਅਧਿਕਾਰੀ ਨੂੰ ਲੈਂਡ ਰੈਵਨਿਊ ਐਕਟ **1887** ਦੀ ਧਾਰਾ **101** ਅਨੁਸਾਰ ਦੇਣੀ ਹੈ, ਜਿਸ ਦੀ ਇੱਕ ਪੜ੍ਹਤ ਰਜ਼ਿਸਟਰ ਵਿੱਚ ਦਰਜ ਕਰਕੇ ਹਲਕਾ ਮਾਲ ਅਧਿਕਾਰੀ ਸਬੰਧਤ ਫ਼ੀਲਡ ਕਾਨੂੰਗੋ ਨੂੰ ਭੇਜੇਗਾ। ਅਤੇ ਫੀਲਡ ਕਾਨੂੰਗੋ ਹਲਕਾ ਪਟਵਾਰੀ, ਚੌਕੀਦਾਰ, ਸਬੰਧਿਤ ਨੰਬਰਦਾਰ ਅਤੇ ਧਿਰਾਂ ਨੂੰ ਨਾਲ ਲੈ ਕੇ ਮੰਗ ਕੀਤੀ ਹੋਈ ਜ਼ਮੀਨ ਦੀ ਨਿਸ਼ਾਨਦੇਹੀ ਕਰਦਾ ਹੈ ਅਤੇ ਆਪਣੀ ਰਿਪੋਰਟ ਆਪਣੀ ਡਾਇਰੀ ਅਤੇ ਪਟਵਾਰੀ ਦੇ ਰੋਜ਼ਨਾਮਚੇ ਵਿੱਚ ਆਪਣੇ ਦਸਤਖਤਾਂ ਹੇਠ ਦਰਜ ਕਰਦਾ ਹੈ ਅਤੇ ਧਿਰਾਂ ਅਤੇ ਹਾਜਰ ਵਿਅਕਤੀਆਂ ਦੇ ਦਸਤਖਤ ਅੰਗੂਠੇ ਪਟਵਾਰੀ ਦੇ ਰਿਕਾਰਡ ਅਤੇ ਰਿਪੋਰਟ ਵਿੱਚ ਲਗਾਉਂਦਾ ਹੈ। ਫ਼ੀਲਡ ਕਾਨੂੰਗੋ ਦਾ ਫਰਜ਼ ਹੈ ਕਿ **45** ਦਿਨ ਦੇ ਦੇ ਅੰਦਰ-ਅੰਦਰ ਮੌਕੇ ਉੱਤੇ ਜਾ ਕੇ ਨਿਸ਼ਾਨਦੇਹੀ ਕਰੇ। ਹਲਕਾ ਮਾਲ ਅਧਿਕਾਰੀ ਦਰਖਾਸਤ ਦੇਣ ਵਾਲੇ ਨੂੰ ਆਪਣੇ ਕੋਲ ਹਾਜਰ ਹੋਣ ਲਈ ਇੱਕ ਤਰੀਖ ਦੇਵੇਗਾ ਤਾਂ ਜੋ ਉਹ ਉਸ ਤਰੀਖ ਤੇ ਮਾਲ ਅਧਿਕਾਰੀ ਨੂੰ ਸੂਚਿਤ ਕਰੇਗਾ ਕਿ ਉਸ ਦਾ ਕੰਮ ਹੋਇਆ ਹੈ ਕਿ ਨਹੀਂ। ਹਲਕਾ ਮਾਲ ਅਧਿਕਾਰੀ ਇਸ ਗਲ ਨੂੰ ਵੀ ਯਕੀਨੀ ਬਣਾਵੇਗਾ ਕਿ ਦਰਖਾਸਤ ਦੇਣ ਵਾਲੇ ਨੂੰ ਦੋ ਤੋਂ ਵੱਧ ਤਰੀਕਾਂ ਤੇ ਨਾ ਆਉਣਾ ਪਵੇ।

ਅਗਰ ਨਿਸ਼ਾਨਦੇਹੀ ਲੈਣ ਵੇਲੇ ਤੁਸੀਂ ਆਪਣੇ ਨਾਲ ਲਗਦੇ ਕਿਸਾਨਾਂ ਨੂੰ ਵੀ ਤਲਬ ਕਰਨਾ ਹੈ ਤਾਂ **75** ਪੈਸੇ ਦੀ ਟਿਕਟ ਲਾ ਕੇ ਤਲਬ ਕਰਨ ਲਈ ਤਲਬਾਨੇ ਦਾ ਫਾਰਮ ਵੀ ਲੱਗੇਗਾ।ਨਿਸ਼ਾਨਦੇਹੀ ਲੈਣ ਤੋਂ ਪਹਿਲਾਂ ਸਾਨੂੰ ਨਿਸ਼ਾਨਦੇਹੀ ਦੇ ਤਰੀਕਿਆਂ ਅਤੇ ਇਹ ਵੀ ਖਿਆਲ ਰੱਖਣਾਂ ਹੋਵੇ ਗਾ ਕਿ ਏਥੇ ਮੁਰੱਬੇਬੰਦੀ ਮੁਸਤਤੀਲ ਬੰਦੀ ਦੇ ਹਿਸਾਬ ਨਾਲ ਹੋਈ ਹੈ ਕਿ ਜਾਂ ਮੁਰੱਬੇਬੰਦੀ ਦੇ ਹਿਸਬ ਨਾਲ ਕਿਉਂਕਿ **ਮੁਸ਼ਤਤੀਲ 200** ਕਰਮ **X 180** ਕਰਮ ਦੀ ਹੁੰਦੀ ਹੈ, ਪਰ ਮੁਰੱਬਾ **200** ਕਰਮ **X**

200 ਕਰਮ ਦਾ ਹੁੰਦਾ ਹੈ। ਅਤੇ ਪਟਵਾਰੀ ਵਲੋਂ ਵਰਤੇ ਜਾਂਦੇ ਸੰਦਾ ਦੀ ਜਾਣਕਾਰੀ ਚੰਗੀ ਤਰ੍ਹਾਂ ਹੋਣੀ ਚਾਹੀਦੀ ਹੈ, ਤਾਂ ਹੀ ਅਸੀਂ ਇਹ ਸਾਰੇ ਕੰਮ ਨੂੰ ਚੰਗੀ ਤਰ੍ਹਾਂ ਸਮਝ ਸਕਦੇ ਹਾਂ।

ਨਿਸ਼ਾਨਦੇਹੀ ਦੀ ਦਰਖਾਸਤ ਦਾ ਨਮੂਨਾ ਇਸ ਪ੍ਰਕਾਰ ਹੈ:

ਸੇਵਾ ਵਿੱਖੇ,

ਸਹਾਇਕ ਕੁਲੈਕਟਰ ਦਰਜ਼ਾ – I,
ਤਹਿਸੀਲਦਾਰ,
ਮੋਗਾ।

ਵਿਸ਼ਾ: ਦਰਖਾਸਤ ਨਿਸ਼ਾਨਦੇਹੀ।
ਸ੍ਰੀ ਮਾਨ ਜੀ,

ਬੇਨਤੀ ਹੈ ਕਿ ਮੈ ਰਾਮ ਸਿੰਘ ਪੁੱਤਰ ਕਰਨੈਲ ਸਿੰਘ ਪੁੱਤਰ ਭੂਰਾ ਸਿੰਘ ਵਾਸੀ ਪਿੰਡ ਮਹੀਮੇ ਵਾਲਾ ਮੋਗਾ ਦੀ ਖੇਵਟ/ਖਤੌਨੀ ਨੰਬਰ **812** ਅਨੁਸਾਰ ਖੱਸਰਾ ਨੰਬਰ **110/12, 14, 15, 16, 17, 19, 20, 23, 24, 111/2/8** ਕਿੱਤੇ **10** ਰਕਬਾ **72** ਕਨਾਲ **14** ਮਰਲੇ ਦਾ ਮਾਲਕ ਵਾ ਖੁੱਦਕਾਸ਼ਤਦਾਰ ਹਾਂ।

ਸਾਡੇ ਖੇਤ ਦੀਆਂ ਹੱਦਾਂ/ਵਟਾਂ ਮਿੱਟ ਗਈਆਂ ਹਨ। ਮੈਨੂੰ ਸ਼ੱਕ ਹੈ ਕਿ ਸਾਡੇ ਉੱਤਰੀ ਪਾਸੇ ਦੇ ਖੇਤ ਦੇ ਮਾਲਕਾਂ ਨੇ ਮੇਰਾ ਰਕਬਾ ਆਪਣੇ ਖੇਤਾਂ ਵਿੱਚ ਰਲਾ ਲਿਆ ਹੈ। ਜਿਸ ਕਾਰਨ ਸਾਡਾ ਆਪਸ ਵਿੱਚ ਤਕਰਾਰ ਰਹਿੰਦਾ ਹੈ।

ਆਪ ਜੀ ਨੂੰ ਬੇਨਤੀ ਹੈ ਕਿ ਕ੍ਰਿਪਾ ਕਰਕੇ ਮੇਰੀ ਦਰਖਾਸਤ ਵਿੱਚ ਦਰਸਾਏ ਗਏ ਸਾਰੇ ਖੇਤਾਂ ਦੀ ਨਿਸ਼ਾਨਦੇਹੀ ਕੀਤੀ ਜਾਵੇ।

ਧੰਨਵਾਦ ਸਹਿਤ,

ਮਿਤੀ **------------**

ਆਪਜੀ ਦਾ ਵਿਸ਼ਵਾਸ ਪਾਤਰ,
ਦਸਤਖਤ/ਅੰਗੂਠਾ
ਰਾਮ ਸਿੰਘ

ਨੋਟ:- ਤਲਬਾਨਾ ਅਤੇ ਫ਼ਰਦ ਜ਼ਮ੍ਹਾਂਬੰਦੀ ਨਾਲ ਨੱਥੀ ਹੈ।

ਤਹਿਸੀਲਦਾਰ ਵੱਲੋਂ ਹੁਕਮ ਦਾ ਨਮੂਨਾ: 19.1.2

ਮੂਲ ਰੂਪ ਵਿੱਚ ਕਾਨੂੰਗੋ ਹਲਕਾ ਮੋਗਾ ਅਜੀਤ ਸਿੰਘ ਨੂੰ ਹਦਾਇਤ ਕੀਤੀ ਜਾਂਦੀ ਹੈ ਕਿ ਧਿਰਾਂ ਦੀ ਹਾਜ਼ਰੀ ਵਿੱਚ ਨਿਸ਼ਾਨਦੇਹੀ ਕਰਕੇ ਰਿਪੋਰਟ ਕੀਤੀ ਜਾਵੇ।

ਦਸਤਖਤ
ਸਹਾਇਕ ਕੁਲੈਕਟਰ ਦਰਜ਼ਾ – **I,**
ਤਹਿਸੀਲਦਾਰ,
ਮੋਗਾ।

ਕਾਨੂੰਗੋ ਵੱਲੋਂ ਹਲਕਾ ਪਟਵਾਰੀ ਰਾਹੀਂ ਇਤਲਾਹ ਨੋਟਿਸ: 19.1.3

ਕੁਲੈਕਟਰ ਦਰਜ਼ਾ – **I** ਦਾ ਹੁਕਮ ਮਿਲਣ ਉਪਰੰਤ ਕਾਨੂੰਗੋ ਪਟਵਾਰੀ ਨੂੰ ਹਦਾਇਤ ਕਰਦਾ ਹੈ ਕਿ ਉਹ ਸਬੰਧਤ ਧਿਰਾਂ ਨੂੰ ਚੌਂਕੀਦਾਰ ਰਾਹੀਂ ਇਤਲਾਹ ਕਰਾਵੇ ਕਿ ਪਹਿਲਾਂ ਤਹਿ ਕੀਤੀ ਤਾਰੀਖ ਨੂੰ ਨਿਸ਼ਾਨਦੇਹੀ ਵਾਸਤੇ ਹਾਜ਼ਰ ਰਹਿਣ।

ਇਤਲਾਹ ਦੇ ਨੋਟਿਸ ਦਾ ਨਮੂਨਾ:

ਵਿਸ਼ਾ: ਨੋਟਿਸ ਨਿਸ਼ਾਨਦੇਹੀ ਪਿੰਡ ਮਹੀਮੇ ਵਾਲਾ, ਮੋਗਾ।

ਵਲੋਂ

ਫ਼ੀਲਡ ਕਾਨੂੰਗੋ
ਬਨਾਮ
ਹਲਕਾ ਪਟਵਾਰੀ

ਦਰਖਾਸਤ: ਰਾਮ ਸਿੰਘ ਪੁੱਤਰਾਨ ਕਰਨੈਲ ਸਿੰਘ

ਖੇਵਟ/ ਖਤੌਨੀ:- **812**
ਖਸਰਾ ਨੰਬਰ:- **110/12, 14, 15, 16, 17, 19, 20, 23, 24, 111/2/8**
ਕਿਤੇ **10** ਰਕਬਾ **72** ਕਨਾਲ **14** ਮਰਲੇ

ਉਪਰੋਕਤ ਵਿਸ਼ੇ ਸਬੰਧੀ ਮਿਤੀ **-------** ਨੂੰ ਮੌਕਾ ਪਰ ਨਿਸ਼ਾਨਦੇਹੀ ਕੀਤੀ ਜਾਵੇਗੀ। ਇਸ ਲਈ ਦਰਖਾਸਤ ਕਰਤਾ ਅਤੇ ਇਸ ਖੇਵਟ ਨਾਲ ਲਗਦੇ ਸਾਰੇ ਮਾਲਕਾਨ ਨੂੰ ਮੌਕਾ ਪਰ ਹਾਜ਼ਰ ਰਹਿਣ ਲਈ ਇਤਲਾਹ ਕੀਤੀ ਜਾਵੇ। ਇਤਲਾਹ ਉਪਰੰਤ ਹਾਜ਼ਰ ਨਾ ਹੋਣ ਦੀ ਸੂਰਤ ਵਿੱਚ ਇੱਕ ਤਰਫਾ ਕਾਰਵਾਈ ਅਮਲ ਵਿੱਚ ਲਿਆਂਦੀ ਜਾਵੇਗੀ। ਉਹ ਆਪਣੇ ਨਫੇ ਨੁਕਸਾਨ ਦੇ ਖੁਦ ਜੁੰਮੇਵਾਰ ਹੋਣਗੇ।

ਦਸਤਖਤ
(ਫ਼ੀਲਡ ਕਾਨੂੰਗੋ)

ਪਟਵਾਰੀ ਵੱਲੋਂ ਹਦਾਇਤ ਦਾ ਨਮੂਨਾ:

ਮੂਲ ਰੂਪ ਵਿੱਚ ਚੌਕੀਦਾਰ ਪਿੰਡ ਮਹਿਮਾ ਸਿੰਘ ਵਾਲਾ ਮੋਗਾ ਨੂੰ ਭੇਜਕੇ ਹਦਾਇਤ ਕੀਤੀ ਜਾਂਦੀ ਹੈ ਕਿ ਹੁੱਕਮ ਦੀ ਪਾਲਣਾਂ ਹਿੱਤ ਮਿੱਤੀ ------- ਨੂੰ ਮੌਕਾ ਪਰ ਹਾਜ਼ਰ ਰਹਿਣ ਲਈ ਹੇਠ ਦਰਸਾਏ ਮਾਲਕਾਨ/ਕਾਸ਼ਤਕਾਰ ਨੂੰ ਇਤਲਾਹ ਕਰਾਈ ਜਾਵੇ।

ਦਸਤਖਤ

(ਹਲਕਾ ਪਟਵਾਰੀ)

ਤਲਬਨਾਮਾਂ ਅਨੁਸਾਰ ਨਾਮਾਂ ਦਾ ਵੇਰਵਾ ਜਿਹਨਾਂ ਦੀ ਇਤਲਾਹ ਹੋਣੀ ਹੈ:

ਲੜੀ ਨੰਬਰ	ਨਾਮ
1.	ਰਾਮ ਸਿੰਘ ਪੁੱਤਰ ਕਰਨੈਲ ਸਿੰਘ ਪੁੱਤਰ ਭੂਰਾ ਸਿੰਘ (ਦਰਖਾਸਤ ਕਰਤਾ)
2.	ਜਗਾ ਸਿੰਘ ਪੁਤਰਾਨ ਗੁਰਦਿਆਲ ਸਿੰਘ
3.	ਗੁਰਜੰਟ ਸਿੰਘ ਪੁੱਤਰਾਨ ਭੂਰਾ ਸਿੰਘ
4.	ਜੰਗਾ ਸਿੰਘ ਪੁੱਤਰਾਨ ਮੁੱਖਤਿਆਰ ਸਿੰਘ
5.	ਪ੍ਰਿਥੀ ਸਿੰਘ ਪੁਤੱਰਾਨ ਚੇਤ ਸਿੰਘ
6.	ਰੁਲਦੂ ਰਾਮ ਪੁੱਤਰ ਕ੍ਰਿਸ਼ਨ ਰਾਮ
7.	ਜਸਵੰਤ ਸਿੰਘ ਪੁੱਤਰਾਨ ਮੁੱਖਤਿਆਰ ਸਿੰਘ
8.	ਨੰਬਰਦਾਰ ਪਿੰਡ ਮਹਿਮਾ ਸਿੰਘ ਵਾਲਾ ਮੋਗਾ
9.	ਸਰਪੰਚ ਗਰਾਮ ਪੰਚਾਇਤ ਪਿੰਡ ਮਹਿਮਾ ਸਿੰਘ ਵਾਲਾ ਮੋਗਾ

ਚੌਕੀਦਾਰ ਦੀ ਇਤਲਾਹਾਂ ਤੋਂ ਬਾਅਦ ਰਿਪੋਰਟ: 19.1.5

ਹਲਕਾ ਪਟਵਾਰੀ ਵੱਲੋਂ ਹਦਾਇਤ ਮਿਲਣ ਉਪਰੰਤ ਚੌਕੀਦਾਰ ਸਬੰਧਤ ਧਿਰਾਂ ਨੂੰ ਇਤਲਾਹ ਕਰਵਾਕੇ ਉਸ ਦੀ ਰਿਪੋਰਟ ਹਲਕਾ ਪਟਵਾਰੀ ਨੂੰ ਭੇਜਦਾ ਹੈ। ਫਿਰ ਪਟਵਾਰੀ ਚੌਕੀਦਾਰ ਦੀ ਰਿਪੋਰਟ ਫ਼ੀਲਡ ਕਾਨੂੰਗੋ ਨੂੰ ਭੇਜ ਦਿੰਦਾ ਹੈ।

ਨਿਸ਼ਾਨਦੇਹੀ ਕਰਨ ਤੋਂ ਬਾਅਦ ਫ਼ੀਲਡ ਕਾਨੂੰਗੋ ਦੀ ਰਿਪੋਰਟ:

ਬਾਅਦਾਲਤ ਸਹਾਇਕ ਕੁਲੈਕਟਰ ਦਰਜਾ -1

ਤਹਿਸੀਲਦਾਰ

ਵਿਸ਼ਾ: ਰਿਪੋਰਟ ਨਿਸ਼ਾਨਦੇਹੀ

ਅੱਜ ਮਿੱਤੀ -------- ਨੂੰ ਪਹਿਲਾਂ ਤਹਿ ਕੀਤੀ ਤਰੀਕ ਦੇ ਪ੍ਰੋਗਰਾਮ ਅਨੁਸਾਰ ਬਾ-ਹੁਕਮ ਸਹਾਇਕ ਕੁਲੈਕਟਰ ਦਰਜ਼ਾ **-1** ਬਰੂਏ ਨਿਸ਼ਾਨਦੇਹੀ ਮੌਕਾ ਪਰ ਪਿੰਡ ਮਹਿਮਾ ਸਿੰਘ ਵਾਲਾ ਮੋਗਾ ਪੁਜਾ। ਹਲਕਾ ਪਟਵਾਰੀ ਮਹਿਕਮਾ ਰਿਕਾਰਡ ਵ ਸਮਾਨ ਪੈਮਾਇਸ਼ ਮੌਕਾ ਪਰ ਹਾਜਰ ਹੈ। ਧਿਰਾਂ ਨੂੰ ਚੌਕੀਂਦਾਰ ਰਾਹੀਂ ਹਲਕਾ ਪਟਵਾਰੀ ਮੌਕੇ ਪਰ ਹਾਜ਼ਰ ਰਹਿਣ ਲਈ ਇਤਲਾਹ ਪਰਚਾ ਭੇਜਿਆ

ਗਿਆ ਸੀ, ਧਿਰਾਂ ਮੌਕੇ ਪਰ ਹਾਜ਼ਰ ਹਨ। ਹਾਜਰੀ ਫਾਰਮ ਤੇ ਸਾਰੀਆਂ ਧਿਰਾਂ ਦੀ ਹਾਜ਼ਰੀ ਲਾ ਕੇ ਵੱਖਰੀ ਰਿਪੋਰਟ ਨਾਲ ਭੇਜੀ ਜਾ ਰਹੀ ਹੈ। ਧਿਰਾਂ ਦੀ ਹਾਜ਼ਰੀ ਵਿੱਚ ਜ਼ਰੀਬ ਦੀ ਸੋਧ ਕਰਕੇ ਧਿਰਾਂ ਦੀ ਤਸੱਲੀ ਕਰਵਾਈ ਗਈ। ਧਿਰਾਂ ਦੀ ਹਾਜ਼ਰੀ ਵਿੱਚ ਇਸ ਟੱਕ ਦੇ ਕੋਨੇ ਉੱਪਰ ਲੱਗੀ ਮੁਰੱਬਾ ਬੰਦੀ ਵਾਲੀ ਪੱਕੀ ਬੁਰਜੀ ਨੂੰ ਅਧਾਰ ਮੰਨ ਕੇ ਪੈਮਾਇਸ਼ ਸ਼ੁਰੂ ਕੀਤੀ ਗਈ। ਟੱਕ ਦੇ ਚੜਦੇ ਵਾਲੇ ਪਾਸੇ ਦੀ ਬੁਰਜੀ ਨੂੰ ਅਧਾਰ ਮੰਨ ਕੇ ਛਿੱਪਦੇ ਵੱਲ **40 + 40 + 40+ 40 +40 = 200** ਕਰਮਾਂ ਵਧਾ ਕੇ ਖਸਰਾ ਨੰਬਰ **110/12** ਦਾ ਉੱਤਰੀ ਕੋਨਾਂ ਕਾਇਮ ਕਰਕੇ ਝੰਡੀ ਲਾਈ ਗਈ। ਇਸ ਤੋਂ ਬਾਅਦ ਇਸ ਟੱਕ ਦੇ ਉੱਤਰੀ ਪਾਸੇ ਖਸਰਾ ਨੰਬਰ **110/1** ਦੇ ਉੱਤਰੀ ਚੜਦੇ ਕੋਨੇ ਉਪਰ ਲਗੀ ਬੁਰਜੀ ਨੂੰ ਅਧਾਰ ਮੰਨਕੇ ਪੈਮਾਇਸ਼ ਦੱਖਣ ਵੱਲ **36 +36 + 36 + 36 + 36 = 180** ਕਰਮ ਵਧਾ ਕੇ ਖਸਰਾ ਨੰਬਰ **110/1** ਦੇ ਉੱਤਰੀ ਛਿਪਦੇ ਕੋਨੇ ਉੱਪਰ ਲਗੀ ਝੰਡੀ ਨੂੰ ਚੈਕ ਅਤੇ ਸਹੀ ਕੀਤਾ ਗਿਆ, ਫਿਰ ਇਸ ਲਾਈਨ ਨੂੰ ਦੱਖਣ ਵੱਲ **36 + 36 + 36 + 20 = 128** ਕਰਮਾਂ ਵਧਾ ਕੇ ਸਿੱਧਾ ਚੈਕ ਕੀਤਾ ਗਿਆ ਜੋ ਸਹੀ ਪਾਇਆ ਗਿਆ। ਇਸ ਤਰ੍ਹਾਂ ਪੈਮਾਇਸ਼ ਨੂੰ ਅੱਗੇ ਪਿੱਛੇ ਵਧਾਕੇ ਖਸਰਾ ਨੰਬਰ **110/12, 14, 15, 16, 17, 19, 20, 23, 24, 111/2/8** ਕਿੱਤੇ **10** ਰਕਬਾ **72** ਕਨਾਲਾਂ **14** ਮਰਲੇ ਪੂਰੇ ਕਰਕੇ ਕੱਚੀਆਂ ਬੁਰਜ਼ੀਆਂ ਲਾਈਆਂ ਗਈਆਂ। ਮੌਕੇ ਪਰ ਖਸਰਾ ਨੰਬਰ **23, 24** ਦੇ ਦੱਖਣੀ ਪਾਸੇ **2.5 + 2.5 = 5.0** ਕਨਾਲਾ ਦੀ ਕਮੀ ਪਾਈ ਗਈ। ਕਨਾਲਾਂ ਰਕਬਾ ਖਸਰਾ ਨੰਬਰ **9/10** ਅਤੇ **10/11** ਦੇ ਮਾਲਕਾਂ ਨੇ ਆਪਣੇ ਖੇਤ ਵਿੱਚ ਰਲਾਇਆ ਹੋਇਆ ਸੀ। ਨਕਸ਼ਾ ਤਫਾਵਤ ਨਾਲ ਵੱਖਰਾ ਨੱਥੀ ਕੀਤਾ ਗਿਆ ਹੈ। ਧਿਰਾਂ ਨੇ ਨਿਸ਼ਾਨਦੇਹੀ ਨੂੰ ਸਹੀ ਮੰਨਿਆ। ਲਿਹਾਜਾ ਰਿਪੋਰਟ ਪੇਸ਼ ਹੈ।

ਮਿਤੀ **----------------**

ਦਸਤਖਤ	ਦਸਤਖਤ
(ਹਲਕਾ ਪਟਵਾਰੀ)	(ਫ਼ੀਲਡ ਕਾਨੂੰਗੋ)

ਫ਼ੀਲਡ ਕਾਨੂੰਗੋ ਵੱਲੋਂ ਤਿਆਰ ਕੀਤਾ ਨਕਸ਼ਾ ਤਫਾਵਤ:

ਇਹ ਨਕਸ਼ਾ ਫ਼ੀਲਡ ਕਾਨੂੰਗੋ ਵੱਲੋਂ ਨਿਸ਼ਾਨਦੇਹੀ ਦੇ ਦੌਰਾਨ ਤਿਆਰ ਕੀਤਾ ਜਾਂਦਾ ਹੈ ਅਤੇ ਇਸ ਨੂੰ ਕਾਨੂੰਗੋ ਆਪਣੀ ਰਿਪੋਰਟ ਦੇ ਨਾਲ ਨੱਥੀ ਕਰਦਾ ਹੈ। ਇਸ ਦਾ ਨਮੂਨਾ ਹੇਠਾਂ ਇਸ ਪ੍ਰਕਾਰ ਹੈ:

ਨਕਸ਼ਾ ਤਫਾਵਤ ਦਾ ਨਮੂਨਾ

ਨਕਸ਼ਾ ਤਫਾਵਤ ਬਾਬਤ ਨਿਸ਼ਾਨਦੇਹੀ ਦਰਖਾਸਤ ਰਾਮ ਸਿੰਘ ਪੁੱਤਰਾਨ ਕਰਨੈਲ ਸਿੰਘ ਪਿੰਡ ਮਹਿਮਾ ਸਿੰਘ ਵਾਲਾ ਮੋਗਾ।

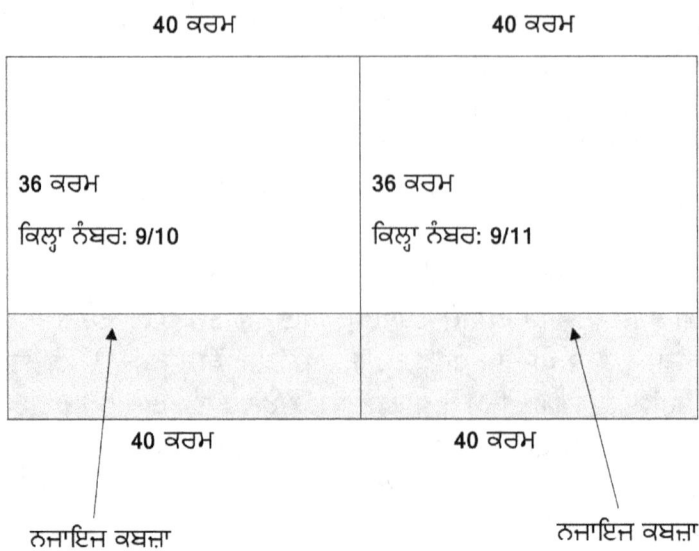

ਫ਼ੀਲਡ ਬੁੱਕ:

ਖਸਰਾ ਨੰਬਰ	ਚੜ੍ਹਦਾ	ਲਹਿੰਦਾ	ਦੱਖਣ	ਪਹਾੜ
9/10	**10**	**8**	**40**	**40 = 10 X 40 ÷ 8 = 2.5**
9/11	**10**	**8**	**40**	**40 = 10 X 40 ÷ 8 = 2.5**

ਕੁੱਲ ਰਕਬਾ**: 5** ਕਨਾਲ

ਨਿਸ਼ਾਨ ਦੇਹੀ ਦੇ ਮੌਕੇ ਪਰ ਹਾਜ਼ਰੀ ਦਾ ਫਾਰਮ 19.1.8

ਇਸ ਵਿੱਚ ਨਿਸ਼ਾਨਦੇਹੀ ਦੇ ਮੌਕੇ ਪਰ ਹਾਜ਼ਰ ਸਾਰੇ ਵਿਅਕਤੀਆਂ ਦੇ ਨਾਂਮ ਸ਼ਾਮਲ ਹੁੰਦੇ ਹਨ ਅਤੇ ਉਨ੍ਹਾਂ ਵਿਅਕਤੀਆਂ ਵੱਲੋਂ ਦਸਤਖਤ/ਅੰਗੂਠਾ ਲਗਾਇਆ ਜਾਂਦਾ ਹੈ। ਹਾਜ਼ਰੀ ਦਾ ਇਹ ਫਾਰਮ ਵੀ ਨਿਸ਼ਾਨਦੇਹੀ ਦੀ ਰਿਪੋਰਟ ਦਾ ਇੱਕ ਹਿੱਸਾ ਹੁੰਦਾ ਹੈ। ਅਤੇ ਇਸ ਫਾਰਮ ਦਾ ਉਤਾਰਾ ਇਸ ਪ੍ਰਕਾਰ ਹੈ:

ਲੜੀ ਨੰ:	ਨਿਸ਼ਾਨਦੇਹੀ ਮੌਕੇ ਹਾਜ਼ਰ ਵਿਅਕਤੀ ਦਾ ਨਾਂਮ	ਦਸਤਖਤ/ਅੰਗੂਠਾ
01	ਰਾਮ ਸਿੰਘ ਪੁੱਤਰ ਕਰਨੈਲ ਸਿੰਘ ਪੁੱਤਰ ਭੂਰਾ ਸਿੰਘ (ਦਰਖਾਸਤ ਕਰਤਾ)	
02	ਸਰਪੰਚ ਗਰਾਮ ਪੰਚਾਇਤ ਪਿੰਡ ਮਹਿਮਾ ਸਿੰਘ ਵਾਲਾ ਮੋਗਾ	
03	ਨੰਬਰਦਾਰ ਪਿੰਡ ਮਹਿਮਾ ਸਿੰਘ ਵਾਲਾ ਮੋਗਾ	

04	ਚੌਕੀਦਾਰ ਪਿੰਡ ਮਹਿਮਾ ਸਿੰਘ ਵਾਲਾ ਮੋਗਾ	
05	ਗੁਰਜੰਟ ਸਿੰਘ ਪੁੱਤਰਾਨ ਭੂਰਾ ਸਿੰਘ	
06	ਜਗਾ ਸਿੰਘ ਪੁਤਰਾਨ ਗੁਰਦਿਆਲ ਸਿੰਘ	
07	ਜੰਗਾ ਸਿੰਘ ਪੁੱਤਰਾਨ ਮੁੱਖਤਿਆਰ ਸਿੰਘ	
08	ਰੁਲਦੂ ਰਾਮ ਪੁੱਤਰ ਕ੍ਰਿਸ਼ਨ ਰਾਮ	
09	ਪ੍ਰਿਥੀ ਸਿੰਘ ਪੁਤੱਰਾਨ ਚੇਤ ਸਿੰਘ	
10	ਜਸਵੰਤ ਸਿੰਘ ਪੁੱਤਰਾਨ ਮੁੱਖਤਿਆਰ ਸਿੰਘ	

ਇਹ ਹਾਜ਼ਰੀ ਫਾਰਮ ਮੌਕਾ ਨਿਸ਼ਾਨਦੇਹੀ ਤੇ ਪੂਰਾ ਕਰਕੇ ਫ਼ੀਲਡ ਕਾਨੂੰਗੋ ਤਹਿਸੀਲਦਾਰ ਵਾਲੀ ਰਿਪੋਰਟ ਦੇ ਨਾਲ ਲਾਉਂਦਾ ਹੈ।

ਜ਼ਮੀਨ ਦੀ ਪੈਮਾਇਸ਼ ਸਬੰਧੀ ਸੰਦਾਂ ਦਾਂ ਵੇਰਵਾ:

ਪੰਜਾਬ ਮਾਲ ਵਿਭਾਗ ਵਲੋਂ ਹੇਠ ਲਿਖੇ ਅੰਦਾਜਿਆਂ ਨੂੰ ਵਰਤੋਂ ਵਿੱਚ ਲਿਆਦਾਂ ਜਾਂਦਾ ਹੈ:

ਰੇਖਾ, ਲਾਈਨ, ਲਕੀਰ: ਸਿੱਧੀ ਰੇਖਾ ਜਾਂ ਲਾਈਨ ਉਹ ਹੁੰਦੀ ਹੈ ਜੋ ਇੱਕ ਪਾਸੇ ਵਲ ਜਾਵੇ ਇਹ ਦੋ ਤਰ੍ਹਾਂ ਦੀ ਹੁੰਦੀ ਹੈ:

(1) ਸਿੱਧੀ ਲਕੀਰ

(2) ਵਿੰਗੀ ਟੇਢੀ ਲਕੀਰ

ਵੱਟ: ਜਿਹੜੀਆਂ ਖੇਤਾਂ ਦੀਆਂ ਹੱਦਾ ਕਾਇਮ ਕਰਨ ਲਈ ਬਣਾਈਆਂ ਜਾਂਦੀਆ ਹਨ। ਉਹਾਂ ਨੂੰ ਵੱਟਾਂ ਆਖਦੇ ਹਨ। ਨੁਕਤਾ: ਇਹ ਕਾਗਜ ਅਥਵਾ ਲੱਕੜ ਤੇ ਲੱਗੇ ਹੋਏ ਨਿਸ਼ਾਨ ਨੂੰ ਆਖਦੇ ਹਨ। ਅਸਲ ਵਿੱਚ ਇਹ ਕੋਈ ਜਗ੍ਹਾ ਨਹੀਂ ਘੇਰਦਾ, ਇਹ ਸਿਰਫ ਲਾਈਨਾਂ ਤੇ ਸ਼ਕਲਾਂ ਬਣਾਉਣ ਲਈ ਇਹ ਨਿਸ਼ਾਨ ਲਗਾਏ ਜਾਂਦੇ ਹਨ।

ਮੌਕਾ: ਨੁਕਤੇ ਵਾਂਗ ਜਮੀਨ ਉੱਤੇ ਬਣਾਏ ਨਿਸ਼ਾਨ ਨੂੰ ਮੌਕਾ ਕਹਿੰਦੇ ਹਨ।

ਸੇਹੱਦਾ: ਜਿੱਥੇ ਦੋ ਤੋਂ ਵੱਧ ਪਿੰਡਾਂ ਦੀਆਂ ਹੱਦਾਂ ਮਿਲਦੀਆਂ ਹੋਣ, ਉੱਥੇ ਪੱਥਰ ਲਗਾਇਆ ਜਾਂਦਾ ਹੈ।

ਮੁਤਵਾਜੀ ਖੱਤ ਜਾਂ ਵੱਟਾਂ: ਮੁਤਵਾਜੀ (ਸਮਾਨਅੰਤਰ) ਖਤ ਜਾਂ ਵੱਟਾਂ ਉਹ ਹਨ, ਜਿਨ੍ਹਾਂ ਨੂੰ ਭਾਵੇਂ ਕਿੰਨੀ ਦੂਰ ਤੱਕ ਲੈ ਜਾਵੋ ਇਹ ਆਪਸ ਵਿੱਚ ਨਹੀਂ ਮਿਲਣਗੀਆਂ।

ਚਾਂਦਾ: ਦੋ ਫੁੱਟ ਲੰਬਾ ਕਿੱਲਾ ਗੱਡ ਕੇ ਉਹਦੇ ਦੁਆਲੇ ਇੱਕ ਗੱਜ ਦੇ ਫਾਸਲੇ ਤੇ ਇੱਕ ਫੁੱਟ ਡੂੰਗੀ ਖਾਈ ਪੱਟ ਦਿੱਤੀ ਜਾਂਦੀ ਹੈ, ਉਸ ਨੂੰ ਚਾਂਦਾ ਆਖਦੇ ਹਨ। ਪਿਛੋਂ ਇੱਥੇ ਪੱਕੀ ਬੁਰਜੀ ਲਾ ਕੇ ਨਿਸ਼ਾਨ ਕਾਇਮ ਕੀਤਾ ਜਾਂਦਾ ਹੈ।

ਨਿਸ਼ਾਨਦੇਹੀ ਵਿੱਚ ਵਰਤੇ ਜਾਂਦੇ ਪੈਮਾਇਸ਼ ਦੇ ਸੰਦ:

ਸਜ਼ਰਾ: ਕਿਸੇ ਜ਼ਮੀਨ ਦੀਆਂ ਹੱਦਾਂ ਅਤੇ ਉਸਦੇ ਦੇ ਅੰਦਰਲੇ ਭਾਗਾਂ ਨੂੰ ਰੇਖਾਵਾਂ ਰਾਹੀਂ ਕਾਗਜ ਤੇ ਪਟਵਾਰੀ ਨਕਸ਼ਾ ਤਿਆਰ ਕਰਦਾ ਹੈ ਜਿਸ ਦੀ ਨਿਸ਼ਾਨ ਦੇਹੀ ਲੈਣੀ ਹੋਵੇ ਉਸ ਨਕਸ਼ੇ ਨੂੰ ਸਜ਼ਰਾ ਕਿਹਾ ਜਾਂਦਾ ਹੈ। ਸਜ਼ਰਾ ਪੈਮਾਨੇ ਨਾਲ ਬਣਾਇਆ ਜਾਂਦਾ ਹੈ ਅਤੇ ਮੌਕਿਆਂ ਤੇ ਵੱਟਾਂ ਤੇ ਫਾਸਲਿਆਂ ਨੂੰ ਜਰੀਬ ਨਾਲ ਮਿਣਿਆ ਜਾਂਦਾ ਹੈ। ਕਰਾਸ ਦੁਆਰਾ ਆਮੂਦ ਲੰਬ ਕੱਢ ਕੇ ਗਿਰਾਏ ਜਾਂਦੇ ਹਨ ਇਸ ਤਰ੍ਹ ਦੋ ਮੌਕਿਆਂ ਦੇ ਵਿੱਚਕਾਰ ਤੀਜਾ ਮੌਕਾ ਮਾਲੂਮ ਕੀਤਾ ਜਾਂਦਾ ਹੈ।

ਪੈਮਾਨਾ: ਮੌਕਿਆਂ ਦੇ ਫਾਸਲੇ ਨੂੰ ਜਿਸ ਤਰ੍ਹਾਂ ਨਾਲ ਨਕਸ਼ੇ ਤੇ ਪ੍ਰਗਟ ਕੀਤਾ ਜਾਂਦਾ ਹੈ ਉਸ ਨੂੰ ਸਕੇਲ ਦਾ ਪੈਮਾਨਾ ਕਹਿੰਦੇ ਹਨ। ਸਜ਼ਰਾ ਕਿਸ਼ਤਵਾਰ ਵਿੱਚ ਆਮ ਤੌਰ ਤੇ **40** ਕਰਮ ਪ੍ਰਤੀ ਇੰਚ ਦੀ ਸਕੇਲ ਨਾਲ ਤਿਆਰ ਹੁੰਦੇ ਹਨ। ਇਸ ਤਰ੍ਹਾਂ ਸਮਝ ਲਵੋ ਕਿ ਸਜ਼ਰੇ ਵਿੱਚ ਖਿਚੀ ਹੋਈ ਲਾਈਨ ਤਿੰਨ ਇੰਚ ਹੋਵੇ ਤਾਂ ਇਹ **120** ਕਰਮ ਨੂੰ ਪ੍ਰਗਟ ਕਰੇਗੀ। ਜੇਕਰ ਖੇਤ ਬਹੁਤ ਛੋਟੇ ਹੋਣ ਤਾਂ ਦੂਜੇਪੈਮਾਨੇ ਤੇ **20** ਕਰਮ ਪ੍ਰਤੀ ਇੰਚ ਦੇ ਹਿਸਾਬ ਨਾਲ ਬਣਾ ਲਏ ਜਾਂਦੇ ਹਨ।ਜੇ ਖੇਤ ਬਹੁਤ ਵੱਡੇ ਹੋਣ ਤਾਂ **80** ਕਰਮ ਪ੍ਰਤੀ ਇੰਚ ਰੱਖਿਆ ਜਾਂਦਾ ਹੈ। ਪਟਵਾਰੀ ਦਾ ਪੈਮਾਨਾ (ਫੁੱਟਾ) ਮਨਜ਼ੂਰ ਹੋਏਕਾਰਖਾਨੇ ਤੋਂ ਪਿੱਤਲ ਦਾ ਬਣਿਆ ਹੁੰਦਾ ਹੈ। ਧਾਤ ਦਾ ਰੰਗ ਚਮਕਦਾਰ ਨਹੀਂ ਹੋਣਾ ਚਾਹੀਦਾ। ਇੰਚ ਦੇ ਨਿਸ਼ਾਨ ਪੂਰੀ ਚੌੜਾਈ ਤੇ ਸਮਕੋਨ ਵਾਲੇ ਹੁੰਦੇ ਹਨ ਅਤੇ ਹਰ ਇੰਚ ਸਮਭਾਗਾਂ (ਹਿੱਸਿਆਂ) ਵਿੱਚ ਵੰਡਿਆ ਜਾਂਦਾ ਹੈ। ਇੱਕ ਹਿੱਸੇ ਦੇ ਦੋ ਕਰਮ ਬਣਦੇ ਹਨ। ਇਹ ਨਿਸ਼ਾਨ ਠੀਕ, ਸਾਫ ਅਤੇ ਡੂੰਘੇ ਹੋਣੇ ਚਾਹੀਦੇ ਹਨ। ਇਹ ਖਤਾਂ ਨੂੰ ਮਿਣਨ ਅਤੇ ਦਿੱਤੇ ਹੋਏ ਫਾਸਲਿਆਂ ਦੇ ਖਤ ਬਣਾਉਣ, ਆਮੂਦ (ਲੰਬ) ਕੱਢਣ, ਗਿਰਾਉਣ ਦੇ ਕੰਮ ਆਉਂਦਾ ਹੈ।

ਜ਼ਰੀਬ: ਪੰਜਾਬ ਲੈਂਡ ਰਿਕਾਰਡ ਮੈਨੂਅਲ ਦੇ ਪੈਰਾ ਨੰਬਰ: 3.68 & 3.71

ਇਹ ਜ਼ਮੀਨ ਦੀ ਪੈਮਾਇਸ਼ ਕਰਨ ਸਮੇਂ ਜਾਂ ਨਿਸ਼ਾਨ ਦੇਹੀ ਕਰਨ ਸਮੇਂ ਇਹ ਸੱਭ ਤੋਂ ਮਹੱਤਵਪੂਰਨ ਸੰਦ ਹੈ। ਜ਼ਰੀਬ ਲੋਹੇ ਦੀਆਂ ਛੋਟੀਆਂ ਕੜੀਆਂ ਜੋੜ ਕੇ ਬਣਾਈ ਜਾਂਦੀ ਹੈ। ਕੜ੍ਹੀਆਂ ਦੇ ਸਿਰੇ ਗੋਲ ਹੁੰਦੇ ਹਨ ਜੋ ਲੋਹੇ ਦੇ ਛਲਿਆਂ ਨਾਲ ਆਪਸ ਵਿੱਚ ਜੁੜੇ ਹੁੰਦੇ ਹਨ ਅਤੇ ਲੋਹੇ ਦੀਆਂ ਨਰਮ ਕੜੀਆਂ ਦੀ ਬਣੀ ਹੁੰਦੀ ਹੈ। ਹਰ ਕਰਮ ਦੇ ਪਿੱਛੇ ਇੰਚ ਲੋਹੇ ਦਾ ਚੌਰਸ ਪੱਤਰਾ ਛੱਲੇ ਨਾਲ ਲੱਟਕਾਇਆ ਹੁੰਦਾ ਹੈ ਅਤੇ ਜ਼ਰੀਬ ਦੇ ਵਿੱਚਕਾਰ **3 ਵਰਗ** ਇੰਚ ਪਿੱਤਲ ਦਾ ਟੁੱਕੜਾ ਲਟਕਾਇਆ ਹੁੰਦਾ ਹੈ। **66 ਇੰਚ** ਦੀ ਕਰਮ ਵਾਲੀ ਜ਼ਰੀਬ ਵਿੱਚ **8** ਕੜੀਆਂ ਅਤੇ ਛੋਟੀ ਵਿੱਚ **7 ਕੜੀਆਂ** ਹੁੰਦੀਆਂ ਹਨ। ਜ਼ਰੀਬ ਆਮ ਤੌਰ ਤੇ **10 ਕਰਮ** ਜਾਂ **55 ਫੁੱਟ** ਦੀ ਹੰਦੀ ਹੈ। ਪਰ ਮੀਟਰਿਕ ਪ੍ਰਣਲੀ ਅਨੁਸਾਰ ਜ਼ਰੀਬ **20** ਮੀਟਰ ਹੁੰਦੀ ਹੈ। ਜ਼ਰੀਬ ਦੇ ਦੋਵਾਂ ਸਿਰਿਆਂ ਤੇ ਕੁੰਡੇ ਹੁੰਦੇ ਹਨ, ਇਨ੍ਹਾਂ ਵਿੱਚੋਂ ਇੱਕ ਦੀ ਮੋਟਾਈ ਜ਼ਰੀਬ ਵਿੱਚ ਸਾਮਿਲ ਨਹੀਂ ਹੁੰਦੀ।

ਜ਼ਰੀਬ ਦੀ ਵਰਤੋਂ ਵੇਲੇ ਉਸ ਦੀ ਪਰਖ ਕਿਵੇਂ ਕਰਨੀ ਹੈ:

ਪੰਜਾਬ ਲੈਂਡ ਰਿਕਾਰਡ ਮੈਨੂਅਲ ਦੇ ਪੈਰਾ ਨੰਬਰ: 3.70

ਜਦੋਂ ਜ਼ਰੀਬ ਦੀ ਵਰਤੋਂ ਕਰਨੀ ਹੁੰਦੀ ਹੈ ਤਾਂ ਹਲਕਾ ਪਟਵਾਰੀ ਪਹਿਲਾਂ ਇਸ ਦੀ ਪਰਖ ਕਰਦਾ ਹੈ। ਜ਼ਰੀਬ ਦੀ ਪਰਖ ਕਰਨ ਤੋਂ ਪਹਿਲਾਂ ਪਟਵਾਰੀ ਸਾਫ਼ ਪੱਧਰੇ ਥਾਂ ਤੇ ਇੱਕ ਕਿਲਾ ਗੱਡਦਾ ਹੈ

ਅਤੇ ਫਿਰ ਲੋਹੇ ਦੇ ਫੀਤੇ ਨਾਲ ਮਿਣਕੇ ਫੁੱਟ ਦੀ ਦੂਰੀ ਤੇ ਦੂਜਾ ਕਿਲਾ ਗਡਦਾ ਹੈ। ਇਸ ਦੀ ਪਰਖ ਲਈ ਜ਼ਰੀਬ ਦੇ ਇੱਕ ਕੁੰਡੇ ਨੂੰ ਪਹਿਲੇ ਕੀਲੇ ਵਿੱਚ ਪਾ ਕੇ ਉਸ ਦਾ ਦੂਜਾ ਕੁੰਡਾ ਦੂਜੇ ਕੀਲੇ ਵੱਲ ਨੂੰ ਖਿਲਾਰਿਆ ਜਾਂਦਾ ਹੈ ਜੇਕਰ ਜ਼ਰੀਬ ਦਾ ਦੂਜਾ ਕੁੰਡਾ ਉਸ ਕੀਲੇ ਨੂੰ ਛੋਹੇ ਤਾਂ ਜ਼ਰੀਬ ਠੀਕ ਹੈ ਜੇ ਘੱਟ ਹੋਵੇ ਤਾਂ ਕੜੀਆਂ ਨੂੰ ਸਿੱਧਾ ਕਰਕੇ ਬਰਾਬਰ ਕਰ ਲਵੋ ਪਰ ਜੇਕਰ ਜ਼ਰੀਬ ਲੰਬੀ ਹੋਵੇ ਤਾਂ ਕੜੀਆਂ ਨੂੰ ਵਿੰਗਾ ਕਰਕੇ ਬਰਾਬਰ ਕਰ ਲਵੋ। ਜਿੱਥੇ ਜ਼ਰੀਬ ਪਰਖੀ ਜਾਂਦੀ ਹੈ ਉਹ ਆਮ ਕਿਸਾਨਾਂ ਦੀ ਭਾਸ਼ਾ ਵਿੱਚ ਉਸ ਨੂੰ ਅੱਡਾ ਕਹਿੰਦੇ ਹਨ।

ਅੱਡਾ: ਪੈਰਾ 3.70 ਪਟਵਾਰੀ ਨੂੰ ਉਸ ਵਲੋਂ ਵਰਤੇ ਜਾਣ ਵਾਲੇ ਕਰਮ ਜਾਂ ਮੀਟਰ ਦੀ ਲੰਬਾਈ ਵਾਲੇ ਲੋਹੇ ਦੇ ਗਜ਼ਾਂ ਦੀ ਸਹਾਇਤਾ ਨਾਲ ਜ਼ਰੀਬ ਦੀ ਲੰਬਾਈ ਠੀਕ ਰੱਖਣ ਲਈ ਹੇਠ ਲਿਖੇ ਢੰਗ ਨਾਲ ਅੱਡਾ ਤਿਆਰ ਕਰਦਾ ਹੈ: ਪਟਵਾਰਖਾਨੇ ਵਿੱਚ ਜਿੱਥੇ ਪੱਧਰੀ ਤੇ ਸਖਤ ਜਮੀਨ ਤੇ ਦੋ ਲਕੜੀ ਦੇ ਕੀਲੇ, ਜੋ ਲੰਬਾਈ ਵਿੱਚ **18** ਇੰਚ ਤੋਂ ਘੱਟ ਨਾ ਹੋਣ। ਜੇ ਦਸ ਕਰਮ ਦੀ ਜ਼ਰੀਬ ਹੋਵੇ ਤਾਂ ਦਸ ਕਰਮ ਤੇ ਕੀਲੇ ਗੱਡ ਦੇਣੇ ਹਨ, ਜੇ ਮੀਟਰਿਕ ਜ਼ਰੀਬ ਹੋਵੇ ਤਾਂ **20** ਮੀਟਰ ਤੇ ਕੀਲੇ ਗੱਡ ਕੇ ਅੱਡਾ ਤਿਆਰ ਕਰਦਾ ਹੈ। ਫਿਰ ਇੱਕ ਕੀਲੇ ਤੋਂ ਦੂਜੇ ਕੀਲੇ ਤੱਕ ਸੂਤ ਬੰਨਕੇ ਉਸ ਨਾਲ ਗਜ਼ ਰੱਖੇ ਗਾ ਜੋ ਇੱਕ ਸਿਰੇ ਤੋਂ ਸ਼ੁਰੂ ਹੋ ਕੇ ਉਹ ਦਸ ਗਜ ਰੱਖੇਗਾ ਜੋ ਦੂਜੇ ਸਿਰੇ ਕੀਲੇ ਦੇ ਅੰਦਰ ਟਕਰਾਵੇ। ਅੱਡਾ ਹਰ ਹਾਲਤ ਵਿੱਚ ਬਿਲਕੁੱਲ ਪੂਰਾ ਹੋਣਾ ਚਾਹੀਦਾ ਹੈ ਤਾਂ ਜੋ ਜ਼ਰੀਬ ਦੀ ਲੰਬਾਈ ਦੀ ਪਰਖ ਹੋ ਸਕੇ।

ਜ਼ਰੀਬ ਨਾਲ ਸਿੱਧੀ ਲਾਈਨ ਦੀ ਮਿਣਤੀ:

ਮਿਣਤੀ ਹਮੇਸ਼ਾ ਸਿੱਧੀ ਕੀਤੀ ਜਾਂਦੀ ਹੈ। ਜਿਸ ਸਿੱਧੀ ਲਾਈਨ ਦੀ ਨਿਸ਼ਾਨਦੇਹੀ ਵੇਲੇ ਮਿਣਤੀ ਦੀ ਲੋੜ ਹੋਵੇ, ਉਸ ਦੇ ਦੋਹਾਂ ਸਿਰਿਆਂ ਤੇ ਝੰਡੀਆਂ ਲਗਾਉ ਅਤੇ ਇੱਕ ਤੀਜੀ ਝੰਡੀ ਲਾਈਨ ਦੇ ਵਿਚਕਾਰ ਗੱਡੋ ਕਿ ਜੇ ਇੱਕ ਪਾਸਿਓਂ ਵੇਖਿਆ ਜਾਵੇ ਤਾਂ ਆਖਰੀ ਝੰਡੀ ਦੂਜੀ ਦੀ ਆਡ ਵਿੱਚ ਮਿਣਤੀ ਕਰਦਿਆਂ ਛੁਪ ਜਾਵੇ। ਦੋ ਆਦਮੀ ਜ਼ਰੀਬ ਨੂੰ ਸਿਰਿਆਂ ਤੋਂ ਖਿੱਚਣਗੇ ਅਤੇ ਤੀਜਾ ਆਦਮੀ ਇਸ ਨੂੰ ਵਿਚਕਾਰੋਂ ਚੱਕੇਗਾ ਤਾਂਕਿ ਜ਼ਰੀਬ ਰਗੜਦੀ ਹੋਈ ਨਾ ਚਲੇ। ਜ਼ਰੀਬ ਦੀ ਇੱਕ ਕੁੰਡੀ ਦੀ ਮੋਟਾਈ ਬਾਹਰ ਰਹੇ।

ਜ਼ਰੀਬ ਖਿੱਚਣ ਵਾਲੇ ਨੂੰ ਆਮ ਭਾਸ਼ਾ ਵਿੱਚ ਜ਼ਰੀਬਕਸ਼ ਕਿਹਾ ਜਾਂਦਾ ਹੈ। ਇੱਕ ਸਿਰੇ ਤੋਂ ਜ਼ਰੀਬ ਪੱਕੜ ਕੇ ਸਿੱਧੀ ਕਰਕੇ ਦੂਜਾ ਜ਼ਰੀਬਕਸ਼ ਉਸ ਨੂੰ ਦੂਜੇ ਸਿਰੇ ਤੋਂ ਪੱਕੜ ਕੇ ਝੱਟਕੇਗਾ ਅਤੇ ਵੇਖੇਗਾ ਕਿ ਕੋਈ ਕੜੀ ਉਲਝੀ ਹੋਈ ਤਾਂ ਨਹੀਂ ਜੇ ਉਲਝੀ ਹੋਈ ਹੋਵੇ ਤਾਂ ਉਸ ਨੂੰ ਠੀਕ ਕਰੇਗਾ। ਹੁੱਣ ਪਹਿਲਾ ਜ਼ਰੀਬਕਸ਼ ਦੋ ਝੰਡੀਆਂ ਦੀ ਸੇਧ ਵਿੱਚ ਖੜਾ ਹੋਕੇ ਇਸ ਤਰ੍ਹਾਂ ਕੁੰਡੇ ਨੂੰ ਸੂਏ ਨਾਲ ਲਗਾਏਗਾ ਅਤੇ ਮੂੰਹੋਂ ਇੱਕ ਕਹੇਗਾ, ਹੁੱਣ ਦੂਜਾ ਜ਼ਰੀਬ ਖਿੱਚ ਕੇ ਅੱਗੇ ਲੈ ਜਾਵੇਗਾ। ਜਦੋਂ ਉਹ ਜ਼ਰੀਬਕਸ਼ ਸੂਏ ਤੇ ਪੁੱਜੇਗਾ ਤਾਂ ਉਹ ਕਹੇਗਾ ਬਸ। ਫਿਰ ਉਹ ਜ਼ਰੀਬ ਦੇ ਕੁੰਡੇ ਨੂੰ ਸੂਏ ਵਿੱਚ ਇਸ ਤਰ੍ਹਾਂ ਪਾਏਗਾ ਕਿ ਸੂਆ ਆਪਣੀ ਥਾਂ ਤੋਂ ਨਾ ਹਿਲੇ। ਉਹ ਆਪਣੇ ਦੋਵੇਂ ਪੈਰ ਕੁੰਡੇ ਦੇ ਦੋਵੇਂ ਪਾਸੇ ਰੱਖ ਕੇ ਖਲੋ ਜਾਵੇਗਾ ਅਤੇ ਅਗਲਾ ਜ਼ਰੀਬਕਸ਼ ਮੂੰਹੋਂ ਕਹੇਗਾ ਦੋ। ਇਸ ਤਰ੍ਹਾਂ ਜਦੋਂ ਦਸਵਾਂ ਸੂਆ ਲਾਇਆ ਜਾਵੇਗਾ ਅਤੇ ਪਿਛਲਾ ਜ਼ਰੀਬਕਸ਼ ਨੌਵੇਂ ਸੂਏ ਤੇ ਪੁੱਜੇਗਾ। ਲਾਈਨ ਦੇ ਆਖਰੀ ਮੌਕਿਆਂ ਤੱਕ ਜਿੰਨੀਆਂ ਪੂਰੀਆਂ ਜਰੀਬਾਂ ਹੋਣ ਉਸ ਨੂੰ **10** ਨਾਲ ਗੁਣਾ ਕਰ ਲਵੋ ਉਹ ਤੁਹਾਡੀਆਂ ਪੂਰੀਆਂ ਕਰਮਾਂ ਆ ਜਾਣਗੀਆਂ।

ਝੰਡੀ: ਸਿੱਧੇ ਬਾਂਸ ਦੀ **10** ਫੁੱਟ ਲੰਬੀ ਹੁੰਦੀ ਹੈ। ਮੁਰੱਬਾ ਜਾਂ ਮੁਸਤਤੀਲ ਬੰਦੀ ਦੇ ਕੰਮ ਵਾਸਤੇ ਕੁੱਝ ਛੋਟੀਆਂ ਝੰਡੀਆਂ **15** ਇੰਚ ਲੰਬੀਆਂ ਹੋਣੀਆਂ ਚਾਹੀਦੀਆਂ ਹਨ। ਇਸ ਦੇ ਹੇਠਲੇ ਸਿਰੇ ਤੇ ਸਮ ਲੱਗੀ ਹੁੰਦੀ ਹੈ। ਅਤੇ ਰੰਗਦਾਰ ਫਰੇਰਾ ਲੱਗਾ ਹੁੰਦਾ ਹੈ। ਤਾਂਕਿ ਝੰਡੀ ਦੂਰੋਂ ਨਜਰ ਆ ਸਕੇ। ਝੰਡੀ ਨੂੰ ਪੈਰ ਜੋੜਕੇ ਪੈਰ ਦੇ ਅਗੂੰਠਿਆਂ ਵਿੱਚ ਦੀ ਸਿੱਧੀ ਗੱਡਣੀ ਹੈ।

ਸੂਆ: ਪੈਰਾ 3.73 ਤਕਰੀਬਨ ਇੱਕ ਫੁੱਟ ਲੰਬੇ ਲੋਹੇ ਦਾ ਬਣਿਆ ਹੁੰਦਾ ਹੈ**,** ਪੈਮਾਇਸ਼ ਵਿੱਚ ਇਨ੍ਹਾਂ ਸੂਇਆਂ ਦੀ ਲੋੜ ਹੁੰਦੀ ਹੈ। ਜਦੋਂ ਜ਼ਰੀਬ ਮਿਣਤੀ ਲਈ ਵਿਛਾਈ ਜਾਂਦੀ ਹੈ ਤਾਂ ਜ਼ਰੀਬ ਦੇ ਕੁੰਡੇ ਦੇ ਸਿਰੇ ਤੇ ਗੱਡ ਦੇਈਦਾ ਹੈ ਤੇ ਜਦੋਂ ਜ਼ਰੀਬ ਅੱਗੇ ਖਿੱਚੀਦੀ ਹੈ ਤਾਂ ਪਹਿਲਾ ਕੁੰਡਾ ਉਸ ਸੂਏ ਵਿੱਚ ਪਾ ਦਿੱਤਾ ਜਾਂਦਾ ਹੈ।

ਗਜ਼: ਪੈਰਾ 3.69 ਗਜ਼ ਲੋਹੇ ਦਾ ਬਣਿਆ ਹੁੰਦਾ ਹੈ**,** ਇਸ ਦੀ ਲੰਬਾਈ ਇੱਕ ਕਰਮ ਹੁੰਦੀ ਹੈ ਭਾਵ **66** ਇੰਚ ਹੁੰਦੀ ਹੈ। ਪਰ ਹਰ ਇੱਕ ਪਟਵਾਰੀ ਪਾਸ ਦੋ ਗਜ਼ ਹੁੰਦੇ ਹਨ। ਮੀਟਰਕ ਗਜ ਇੱਕ ਮੀਟਰ ਭਾਵ **39.37** ਇੰਚ ਲੰਬਾ ਹੁੰਦਾ ਹੈ।

ਕਰਾਸ: ਪੈਰਾ 3.72 ਇਹ ਲੱਕੜ ਦੀ ਚੌਰਸ ਫੱਟੀ **18** ਇੰਚ ਵਰਗਾਕਾਰ ਹੁੰਦਾ ਹੈ ਇਸ ਦੇ ਥੱਲੇ ਇੱਕ ਡੰਡਾ ਯੋਗ ਉਚਾਈ ਦਾ ਤਕਰੀਬਨ **18** ਇੰਚ ਦਾ ਫਿੱਟ ਕੀਤਾ ਜਾਂਦਾ ਹੈ। ਆਮ ਕਿਸਾਨੀ ਭਾਸ਼ਾ ਵਿੱਚ ਇਹ ਗੁਣੀਏ ਦਾ ਕੰਮ ਕਰਦਾ ਹੈ। ਅਤੇ ਇਸ ਦੀਆਂ ਫੱਟੀਆਂ ਦੇ ਉਪਰ ਵਿਚਕਾਰ ਇੱਕ ਝੱਰੀ ਹੁੰਦੀ ਹੈ। ਉਸ ਨੂੰ ਲਾਈਨ ਦੀ ਸੇਧ ਵਿੱਚ ਰੱਖ ਕੇ ਘੁੰਮਾ ਕੇ ਪਹਿਲਾਂ ਲਗੀਆਂ ਝੰਡੀਆਂ ਨੂੰ ਉਸ ਦੀ ਲਾਈਨ ਨਾਲ ਸਿੱਧੀਆਂ ਕਰ ਦੇਣਾ ਹੈ**,** ਇਹ ਕੰਮ ਇੱਕ ਅੱਖ ਮੀਚਕੇ ਹੁੰਦਾ ਹੈ**,** ਜਦੋਂ ਝੰਡੀਆਂ ਲਾਈਨ ਨਾਲ ਮਿਲ ਜਾਣ ਤਾਂ ਸਮਝੋ ਤੁੱਹਾਡੀ ਵੱਟ ਸਿੱਧੀ ਹੈ। ਇਸ ਥਾਂ ਤੇ ਜੋ ਮੌਕਾ ਉਪਰੋਕਤ ਤੇ ਲੰਬ (ਅਮੂਦ) ਗਿਰੇਗਾ।

ਨੋਟ: ਨਿਸ਼ਾਨ ਦੇਹੀ ਕਰਨ ਵੇਲੇ ਇਸ ਗਲ ਦਾ ਖਾਸ ਖਿਆਲ ਰੱਖਿਆ ਜਾਵੇ ਕਿ ਜਿਹੜੇ ਮੁਰੱਬਾ ਪੱਥਰ ਮੁਰੱਬੇ ਦੇ ਚਾਰੇ ਨੁਕੱਰਾਂ ਤੇ ਲੱਗੇ ਹੁੰਦੇ ਹਨ ਉਹ ਦੂਜੇ ਨਾਲ ਲਗਦੇ ਮੁਰੱਬਿਆਂ ਨਾਲ ਸਾਂਝੇ ਹੁੰਦੇ ਹਨ,ਅਤੇ ਜਦੋਂ ਇਨ੍ਹਾਂ ਤੋਂ ਮਿਣਤੀ ਸ਼ੁਰੂ ਕਰਨੀ ਹੈ ਤਾਂ ਜ਼ਰੀਬ ਦਾ ਕੁੰਡਾ ਪੱਥਰ ਦੇ ਸੈਂਟਰ ਚ ਰੱਖਕੇ ਮਿਣਤੀ ਸ਼ੁਰੂ ਕਰਨੀ ਹੈ, ਨਾਂ ਕਿ ਉਸ ਦੀ ਸਾਈਡ ਤੋਂ।

ਨੋਟ: ਪੰਜਾਬ ਸਰਕਾਰ ਮਾਲ ਪੁਨਰਵਾਸ ਤੇ ਡਿਜਾਸਟਰ ਮੈਨੇਜਮੈਂਟ ਵਿਭਾਗ (ਭੌਂ ਮਾਲੀਆ ਸ਼ਾਖ਼ਾ) ਦੇ ਮੀਮੋ ਨੰਬਰ 10/05/2012 - ਭ:ਮ: - 2/25/94 ਦੁਆਰਾ ਮਿਤੀ 01/12/2017 ਨੂੰ ਰਾਜ ਵਿੱਚ ਨਿਸ਼ਾਨਦੇਹੀ ਦੀ ਸੇਵਾ ਨੂੰ ਰਾਈਟ ਟੂ ਸਰਵਿਸ ਐਕਟ**, 2011** ਵਿੱਚ ਸ਼ਾਮਿਲ ਕੀਤਾ ਗਿਆ ਹੈ ਜਿਸ ਦਾ ਨਿਪਟਾਰਾ ਨਿਸ਼ਾਨਦੇਹੀ ਦੀ ਅਪਲੀਕੇਸ਼ਨ ਦੇਣ ਤੋਂ **45** ਦਿਨਾਂ ਦੇ ਅੰਦਰ ਅੰਦਰ ਕਰਨਾ ਨਿਰਧਾਰਤ ਕੀਤਾ ਹੋਇਆ ਹੈ। ਇਸ ਆਰਡਰ ਦੁਆਰਾ ਹੁਣ ਸਾਨੂੰ ਨਿਸ਼ਾਨਦੇਹੀ ਵਾਸਤੇ ਖੜ੍ਹੀ ਫ਼ਸਲ ਦੇ ਕੱਟਣ ਤੱਕ ਇੰਤਜਾਰ ਨਹੀਂ ਕਰਨਾ ਪੈਦਾਂ। ਅੱਜ ਦੇ ਵਿਗਿਆਨਿਕ ਯੁਗ ਵਿੱਚ ਹੁਣ ਖੜੀ ਫ਼ਸਲ ਦੀ ਨਿਸ਼ਾਨਦੇਹੀ **Electronic Total Station** ਦੇ ਰਾਹੀ ਸੰਭਵ

ਹੋ ਗਈ ਹੈ। ਤੁਸੀਂ ਕਦੇ ਵੀ ਨਿਸ਼ਾਨਦੇਹੀ ਲੈ ਸਕਦੇ ਹੋ। ਇਸ ਆਧੁਨਿਕ ਯੰਤਰ ਨਾਲ 2.6 ਮੀਟਰ ਦੀ ਉਚਾਈ ਤੱਕ (ਗੰਨੇ ਦੀ ਖੜੀ ਫ਼ਸਲ) ਵਿੱਚ ਵੀ ਬਹੁਤ ਘੱਟ ਸਮੇ ਵਿੱਚ ਨਿਸ਼ਾਨਦੇਹੀ ਕੀਤੀ ਜਾ ਸਕਦੀ ਹੈ। ਪਰੰਤੂ ਆਧੁਨਿਕ ਯੰਤਰ ਨਾਲ ਨਿਸ਼ਾਨਦੇਹੀ ਦੇਣ ਵਿੱਚ ਹੋਣ ਵਾਲੇ ਖਰਚੇ ਨੂੰ ਮੁੱਖ ਰੱਖਦਿਆਂ ਸਰਕਾਰ ਨੇ ਪੰਜਾਬ ਰੈਵੀਨਿਊ ਐਕਟ ਦੀ ਧਾਰਾ **101-** ਏ ਤਹਿਤ ਮਿਲੇ ਅਧਿਕਾਰਾਂ ਦੀ ਵਰਤੋਂ

ਕਰਦਿਆਂ ਹੇਠ ਲਿਖੇ ਅਨੁਸਾਰ ਨਿਸ਼ਾਨਦੇਹੀ ਦੀ ਫੀਸ ਨਿਰਧਾਰਤ ਕਰਨ ਦਾ ਫੈਸਲਾ ਲਿਆ ਹੈ:

1 ਏਕੜ ਤੋਂ 5 ਏਕੜ ਤੱਕ	500/- ਰੁਪਏ
5 ਏਕੜ ਤੋਂ 25 ਏਕੜ ਤੱਕ	2000/- ਰੁਪਏ
25 ਏਕੜ ਤੋਂ ਵਧੇਰੇ	5000/- ਰੁਪਏ

ਪੰਜਾਬ ਸਰਕਾਰ ਦੀ ਉਸ ਚਿੱਠੀ ਦਾ ਉਤਾਰਾ ਅਗਲੇ ਪੇਜ਼ ਤੇ ਇਸ ਪ੍ਰਕਾਰ ਹੈ:-

ਪੰਜਾਬ ਸਰਕਾਰ
ਮਾਲ ਪੁਨਰਵਾਸ ਤੇ ਡਿਜਾਸਟਰ ਮੈਨੇਜਮੈਂਟ ਵਿਭਾਗ
(ਭੌਂ ਮਾਲੀਆ ਸ਼ਾਖਾ)

ਸੇਵਾ ਵਿਖੇ

ਪੰਜਾਬ ਰਾਜ ਦੇ ਸਮੂਹ,
ਕਮਿਸ਼ਨਰ ਅਤੇ ਡਿਪਟੀ ਕਮਿਸ਼ਨਰ,

ਮੀਮੋ ਨੰ: 10/5/2012-ਭ:ਮ:-2/ 25194
ਚੰਡੀਗੜ੍ਹ,ਮਿਤੀ: 1-12-2017

ਵਿਸ਼ਾ:- Demarcation using Electronic Total Station and Collection of User Charges.

-.-

ਰਾਜ ਵਿੱਚ ਨਿਸ਼ਾਨਦੇਹੀ ਦੀ ਸੇਵਾ ਨੂੰ ਰਾਈਟ ਟੂ ਸਰਵਿਸ ਐਕਟ, 2011 ਵਿੱਚ ਸ਼ਾਮਲ ਕੀਤਾ ਗਿਆ ਹੈ ਜਿਸਦਾ ਨਿਪਟਾਰਾ 45 ਦਿਨਾਂ ਦੇ ਅੰਦਰ-ਅੰਦਰ ਕਰਨਾ ਨਿਰਧਾਰਿਤ ਕੀਤਾ ਹੋਇਆ ਹੈ। ਇਹ ਵੇਖਣ ਵਿੱਚ ਆਇਆ ਹੈ ਕਿ ਨਿਸ਼ਾਨਦੇਹੀ ਲਈ ਪ੍ਰਾਪਤ ਹੋਈਆਂ ਪ੍ਰਤੀਬੇਨਤੀਆਂ ਨੂੰ ਕਈ ਕਾਰਨਾਂ ਕਰਕੇ ਮੈਨੂਅਲੀ ਤੌਰ ਤੇ ਸਮੇਂ-ਸਿਰ ਨਿਪਟਾਉਣ ਵਿੱਚ ਔਕੜ ਪੇਸ਼ ਆਉਂਦੀ ਹੈ, ਜਿਵੇਂ ਕਿ ਖੜੀ ਫਸਲ ਵਿੱਚ ਨਿਸ਼ਾਨਦੇਹੀ ਕੀਤੀ ਜਾਣੀ ਸੰਭਵ ਨਹੀਂ ਹੁੰਦੀ। ਪਰੰਤੂ ਅੱਜ ਦੇ ਵਿਗਿਆਨਕ ਯੁੱਗ ਵਿੱਚ ਹਰ ਔਕੜ ਆਧੁਨਿਕ ਤਕਨੀਕੀ ਯੰਤਰਾਂ ਰਾਹੀਂ ਸੰਭਵ ਹੋ ਗਈ ਹੈ, ਜਿਨਾਂ ਵਿੱਚ Electronic Total Station ਰਾਹੀਂ ਨਿਸ਼ਾਨਦੇਹੀ ਕਰਨਾ ਵੀ ਸ਼ਾਮਲ ਹੈ। ਇਸ ਆਧੁਨਿਕ ਯੰਤਰ ਨਾਲ 2.6 ਮੀਟਰ ਦੀ ਉਚਾਈ ਤੱਕ (ਗੰਨੇ ਦੀ ਖੜੀ ਫਸਲ ਵਿੱਚ ਵੀ) ਬਹੁੱਤ ਹੀ ਘੱਟ ਸਮੇਂ ਵਿੱਚ ਨਿਸ਼ਾਨਦੇਹੀ ਕੀਤੀ ਜਾ ਸਕਦੀ ਹੈ। ਪਰੰਤੂ ਆਧੁਨਿਕ ਯੰਤਰ ਨਾਲ ਨਿਸ਼ਾਨਦੇਹੀ ਦੇਣ ਵਿੱਚ ਹੋਣ ਵਾਲੇ ਖਰਚੇ ਨੂੰ ਮੁੱਖ ਰੱਖਦਿਆਂ ਵਿੱਤੀ ਕਮਿਸ਼ਨਰ ਮਾਲ ਵੱਲੋਂ ਉਨ੍ਹਾਂ ਨੂੰ ਪੰਜਾਬ ਲੈਂਡ ਰੈਵੀਨਿਊ ਐਕਟ, 1887 ਦੀ ਧਾਰਾ 101-ਏ ਤਹਿਤ ਮਿਲੇ ਅਧਿਕਾਰਾਂ ਦੀ ਵਰਤੋਂ ਕਰਦਿਆਂ ਹੇਠ ਲਿਖੇ ਅਨੁਸਾਰ ਨਿਸ਼ਾਨਦੇਹੀ ਫੀਸ ਨਿਰਧਾਰਿਤ ਕਰਨ ਦਾ ਫੈਸਲਾ ਲਿਆ ਗਿਆ ਹੈ:-

5 ਏਕੜ ਤੱਕ	5,00/- ਰੁਪਏ
5 ਏਕੜ ਤੋਂ 25 ਏਕੜ ਤੱਕ	2,000/- ਰੁਪਏ
25 ਏਕੜ ਤੋਂ ਵੱਧ	5,000/- ਰੁਪਏ

ਚੱਲਦਾ ਪੰਨਾ...2

ਕਿਸਾਨਾਂ ਦੇ ਜ਼ਮੀਨੀ ਮਸਲਿਆਂ ਦਾ ਹੱਲ ਅਤੇ ਮਾਲ ਮਹਿਕਮੇ ਦੀ ਜਾਣਕਾਰੀ

ਨਿਸ਼ਾਨਦੇਹੀ ਲਈ ਪ੍ਰਾਪਤ ਹੋਈਆਂ ਪ੍ਰਤੀਬੇਨਤੀਆਂ ਨਾਲ ਉਕਤ ਦਰਸਾਏ ਅਨੁਸਾਰ ਨਿਸ਼ਾਨਦੇਹੀ ਫੀਸ ਪ੍ਰਾਪਤ ਕੀਤੀ ਜਾਵੇ। ਇਸਦੇ ਨਾਲ ਹੀ ਇਹ ਵੀ ਸਪੱਸ਼ਟ ਕੀਤਾ ਜਾਂਦਾ ਹੈ ਕਿ ਇਹ ਫੀਸ Electronic Total Station and Manual ਦੋਵਾਂ ਤਰੀਕਿਆਂ ਨਾਲ ਦਿੱਤੀ ਜਾਣ ਵਾਲੀ ਨਿਸ਼ਾਨਦੇਹੀ ਤੇ ਇੱਕਸਾਰ ਲਾਗੂ ਹੋਵੇਗੀ।

3. ਇਸ ਵਿਧੀ ਰਾਹੀਂ ਪ੍ਰਾਪਤ ਹੋਈ ਸਮੁੱਚੀ ਫੀਸ ਪੰਜਾਬ ਲੈਂਡ ਰਿਕਾਰਡ ਸੋਸਾਇਟੀ ਦੇ ਖਾਤੇ ਵਿੱਚ ਜਮਾਂ ਕਰਵਾਈ ਜਾਵੇ ਤਾਂ ਜੋ ਇਸ ਰਕਮ ਨਾਲ ਲੋੜ ਅਨੁਸਾਰ Electronic Total Station ਯੰਤਰ ਖਰੀਦੇ ਜਾ ਸਕਣ ਅਤੇ ਉਨਾਂ ਦੇ ਰੱਖ-ਰਖਾਵ ਤੇ ਇਨਾਂ ਦੀ ਵਰਤੋਂ ਲਈ ਮਾਲ ਸਟਾਫ ਨੂੰ ਟਰੇਨਿੰਗ ਆਦਿ ਦੇਣ ਲਈ ਵਰਤਿਆ ਜਾ ਸਕੇ।

4. ਇਹ ਹਦਾਇਤਾਂ ਆਪਣੇ ਅਧੀਨ ਸਮੂਹ ਸਬੰਧਤ ਸਟਾਫ ਦੇ ਧਿਆਨ ਵਿੱਚ ਲਿਆ ਦਿੱਤੀਆਂ ਜਾਣ ਅਤੇ ਇਨਾਂ ਦੀ ਇੰਨ-ਬਿੰਨ ਪਾਲਣਾ ਯਕੀਨੀ ਬਣਾਈ ਜਾਵੇ।

ਸਕੱਤਰ ਮਾਲ (ਗ)

ਪਿ:ਅੰ:ਨੰ: 10/5/2012-ਭ:ਮ:-2/ 25195 ਚੰਡੀਗੜ੍ਹ, ਮਿਤੀ: 1-12-2012

ਉਪਰੋਕਤ ਦਾ ਉਤਾਰਾ ਡਾਇਰੈਕਟਰ ਲੈਂਡ ਰਿਕਾਰਡ ਪੰਜਾਬ, ਕਪੂਰਥਲਾ ਰੋਡ, ਜਲੰਧਰ ਨੂੰ ਸੂਚਨਾ ਤੇ ਲੋੜੀਂਦੀ ਕਾਰਵਾਈ ਹਿੱਤ ਭੇਜਿਆ ਜਾਂਦਾ ਹੈ।

ਸਕੱਤਰ ਮਾਲ (ਗ)

ਕਾਪੀ: ਇੱਕ ਕਾਪੀ ਇੰਚਾਰਜ, ਕੰਪਿਊਟਰ ਸੈਲ ਨੂੰ ਵਿਭਾਗ ਦੀ ਵੈਬਸਾਈਟ ਤੇ ਤੁਰੰਤ ਅਪਲੋਡ ਕਰਨ ਹਿੱਤ।

ਜਿੱਥੇ ਨਿਸ਼ਾਨਦੇਹੀ ਤੇ ਧਿਰਾਂ ਦੀ ਸਹਿਮਤੀ ਨਾ ਬਣਦੀ ਹੋਵੇ ਤਾਂ:

ਪੰਜਾਬ ਸਰਕਾਰ ਭੌਂ ਮਾਲੀਆ ਸ਼ਾਖਾ ਦੇ ਪੱਤਰ ਮਿਤੀ 10/05/2012 ਜਿਸ ਦੀ ਕਾਪੀ ਉੱਪਰ ਦਿੱਤੀ ਗਈ ਹੈ ਅਨੁਸਾਰ ਨਿਸ਼ਾਨਦੇਹੀ ਦੇ ਕਈ ਕੇਸਾਂ ਵਿੱਚ ਮਾਲ ਅਧਿਕਾਰੀਆਂ ਵੱਲੋਂ ਨਿਸ਼ਾਨਦੇਹੀ ਦੇਣ ਦੇ ਬਾਵਜੂਦ ਧਿਰਾਂ ਵੱਲੋਂ ਨਿਸ਼ਾਨਦੇਹੀ ਨਾਲ ਸਹਿਮਤੀ ਪ੍ਰਗਟ ਨਹੀਂ ਕੀਤੀ ਜਾਂਦੀ ਅਤੇ ਦੁਬਾਰਾ ਫਿਰ ਨਿਸ਼ਾਨਦੇਹੀ ਦੀ ਦਰਖਾਸਤ ਦੇ ਦਿੱਤੀ ਜਾਂਦੀ ਹੈ। ਪਰ ਫਿਰ ਵੀ ਸਮੱਸਿਆ ਦਾ ਕੋਈ ਹੱਲ ਨਹੀਂ ਨਿਕਲਦਾ।

ਅਜਿਹੀ ਸਥਿਤੀ ਵਿੱਚ ਸਰਕਾਰ ਵੱਲੋਂ ਫੈਸਲਾ ਲਿਆ ਗਿਆ ਹੈ ਕਿ ਜੇਕਰ ਦਰਖਾਸਤ ਕਰਤਾ ਵੱਲੋਂ ਪ੍ਰਾਈਵੇਟ The Dolite (Total Station) ਇਲੈਕਟ੍ਰੋਨਿਕਸ ਡਿਵਾਈਸ ਰਾਹੀਂ ਨਿਸ਼ਾਨਦੇਹੀ ਕਰਾਉਣ ਦੀ ਮੰਗ ਕੀਤੀ ਜਾਵੇ। ਇਸ ਲਈ (Total Station) ਨਾਲ ਸਪੰਰਕ

ਕਰਕੇ ਨਿਸ਼ਾਨਦੇਹੀ ਕੀਤੀ ਜਾ ਸਕਦੀ ਹੈ। ਪ੍ਰਾਈਵੇਟ ਏਜੰਸੀ ਦਾ ਸਾਰਾ ਖਰਚਾ ਦਰਖਾਸਤ ਕਰਤਾ ਤੋਂ ਵਸੂਲ ਹੋਵੇਗਾ। ਪ੍ਰਾਈਵੇਟ (Total Station) ਰਾਹੀਂ ਕੀਤੀ ਨਿਸ਼ਾਨਦੇਹੀ ਨੂੰ ਸਬੰਧਤ ਪਟਵਾਰੀ, ਕਾਨੂੰਗੋ ਅਤੇ ਮਾਲ ਅਧਿਕਾਰੀ ਵੱਲੋਂ ਤਸਦੀਕ ਕੀਤਾ ਜਾਵੇਗਾ।

ਅਗਰ ਫਿਰ ਵੀ ਧਿਰਾਂ ਦੀ ਸਹਿਮਤੀ ਨਹੀਂ ਬਣਦੀ ਤਾਂ ਦਰਖਾਸਤ ਕਰਤਾ ਅਦਾਲਤ ਦਿਵਾਨੀ ਦਾ ਦਰਵਾਜ਼ਾ ਖੜ੍ਹਕਾ ਸਕਦਾ ਹੈ।

ਸਾਂਝੀ ਖੇਵਟ ਦੀ ਨਿਸ਼ਾਨਦੇਹੀ:

ਜੇਕਰ ਸਾਂਝੀ ਖੇਵਟ ਹੋਵੇ ਤਾਂ ਨਿਸ਼ਾਨਦੇਹੀ ਦੀ ਦਰਖਾਸਤ ਸਾਰੇ ਮਾਲਕਾਂ ਵੱਲੋਂ ਦਿੱਤੀ ਜਾਂਦੀ ਹੈ। ਪ੍ਰੰਤੂ ਜੇਕਰ ਧਿਰਾਂ ਦਾ ਆਪਸ ਵਿੱਚ ਰਕਬਾ ਘੱਟ ਵੱਧ ਹੋਣ ਸਬੰਧੀ ਝਗੜਾ ਹੋਵੇ ਤਾਂ ਸੱਭ ਤੋਂ ਪਹਿਲਾਂ ਸਾਂਝੀ ਖੇਵਟ ਦੀ ਤਕਸੀਮ ਕਰਵਾਈ ਜਾਵੇ ਅਤੇ ਤਕਸੀਮ ਤੋਂ ਬਾਅਦ ਹੀ ਮਾਲਕ ਆਪਣੇ ਰਕਬੇ ਦੀ ਨਿਸ਼ਾਨਦੇਹੀ ਕਰਵਾ ਸਕਦਾ ਹੈ।

ਨਿਸ਼ਾਨਦੇਹੀ ਨਾਲ ਸਬੰਧਤ ਵੱਖ ਵੱਖ ਨੁਕਤਿਆਂ ਬਾਰੇ ਸੱਪਸ਼ਟੀਕਰਨ ਦੇਣ ਵਾਸਤੇ ਹੇਠਾਂ ਕੁੱਝ ਸੁਆਲ ਜਵਾਬ ਲਿਖ ਰਹੇ ਹਾਂ ਤਾਕਿ ਚੰਗੀ ਤਰ੍ਹਾਂ ਇਸ ਨੂੰ ਸਮਝਿਆ ਜਾ ਸਕੇ ਅਤੇ ਹੱਕਦਾਰ ਨੂੰ ਇਸ ਤਰ੍ਹਾਂ ਦੇ ਮਾਮਲਿਆਂ ਦਾ ਨਿਪਟਾਰਾ ਕਰਵਾਉਣ ਵਿੱਚ ਸਹਾਇਤਾ ਅਤੇ ਜਾਣਕਾਰੀ ਮਿਲ ਸਕੇ:

ਪ੍ਰਸ਼ਨ: ਨਿਸ਼ਾਨ ਦੇਹੀ ਦੀ ਦਰਖਾਸਤ ਕਿਸ ਨੂੰ ਦੇਣੀ ਹੈ ਅਤੇ ਕਿੰਨੀ ਫੀਸ ਲਗਦੀ ਹੈ?

ਉੱਤਰ: ਕਿਸੇ ਵਿਅਕਤੀ ਨੇ ਆਪਣੀ ਜ਼ਮੀਨ ਦੀਆਂ ਹੱਦਾਂ ਬਾਰੇ ਨਿਸ਼ਾਨ ਦੇਹੀ ਲੈਣੀ ਹੋਵੇ ਤਾਂ ਸਵਾ ਰੁਪੱਏ ਦੀ ਕੋਰਟ ਫ਼ੀਸ ਲਾ ਕੇ ਪੱਕੇ ਕਾਗਜ ਤੇ ਦੋ ਪੜ੍ਹਤਾਂ ਵਿੱਚ ਬਿਨੈ ਪੱਤਰ ਮਾਲ ਅਧਿਕਾਰੀ ਨੂੰ ਲੈਂਡ ਰੈਵਨਿਊ ਐਕਟ **1887** ਦੀ ਧਾਰਾ **101** ਅਨੁਸਾਰ ਦੇਣੀ ਹੈ, ਜਿਸ ਦੀ ਇੱਕ ਪੜ੍ਹਤ ਰਜਿਸਟਰ ਵਿੱਚ ਦਰਜ ਕਰਕੇ ਹਲਕਾ ਮਾਲ ਅਧਿਕਾਰੀ ਸਬੰਧਤ ਫ਼ੀਲਡ ਕਾਨੂੰਗੋ ਨੂੰ ਭੇਜੇਗਾ। ਫ਼ੀਲਡ ਕਾਨੂੰਗੋ ਦਾ ਫਰਜ਼ ਹੈ ਕਿ **45** ਦਿਨ ਦੇ ਦੇ ਅੰਦਰ-ਅੰਦਰ ਮੌਕੇ ਉੱਤੇ ਜਾ ਕੇ ਨਿਸ਼ਾਨਦੇਹੀ ਕਰੇ।

ਪ੍ਰਸ਼ਨ: ਨਿਸ਼ਾਨਦੇਹੀ ਲੈਣ ਤੋਂ ਪਹਿਲਾਂ ਕਿਹੜੇ-ਕਿੜੇ ਦਸੱਤਾਵੇਜ਼ ਇੱਕਠੇ ਕਰਨ ਜੀ ਜਰੂਰਤ ਹੈ?

ਉੱਤਰ: ਨਿਸ਼ਾਨਦੇਹੀ ਲੈਣ ਤੋਂ ਪਹਿਲਾਂ ਜਿਸ ਜ਼ਮੀਨ ਦੀ ਨਿਸ਼ਾਨਦੇਹੀ ਲੈਣੀ ਹੈ ਉਸ ਦੀ ਜਮ੍ਹਾਂਬੰਦੀ ਦੀ ਨਕਲ ਪਟਵਾਰੀ ਤੋਂ ਲੈਣੀ ਜਰੂਰੀ ਹੈ, ਤਾਂਕਿ ਸਾਨੂੰ ਆਪਣੇ ਰਕਬੇ ਬਾਰੇ ਪੂਰਾ ਗਿਆਨ ਹੋਵੇ।

ਪ੍ਰਸ਼ਨ: ਨਿਸ਼ਾਨਦੇਹੀ ਲੈਣ ਵੇਲੇ ਅਗਰ ਤੁਸੀਂ ਆਪਣੇ ਨਾਲ ਲਗਦੇ ਕਿਸਾਨਾਂ ਨੂੰ ਮੌਕੇ ਤੇ ਤਲਬ ਕਰਨਾ ਹੈ ਤਾਂ ਕੀ ਕਾਰਵਾਈ ਕਰਨੀ ਪਵੇਗੀ?

ਉੱਤਰ: ਅਗਰ ਨਿਸ਼ਾਨਦੇਹੀ ਲੈਣ ਵੇਲੇ ਤੁੱਸੀਂ ਆਪਣੇ ਨਾਲ ਲਗਦੇ ਕਿਸਾਨਾਂ ਨੂੰ ਵੀ ਤੱਲ੍ਹਬ ਕਰਨਾ ਹੈ ਤਾਂ **75** ਪੈਸੇ ਦੀ ਟਿੱਕਟ ਲਾ ਕੇ ਤਲਬ ਕਰਨ ਲਈ ਤਲਬਾਨੇ ਦਾ ਫਾਰਮ ਵੀ ਲੱਗੇਗਾ।

ਪ੍ਰਸ਼ਨ: ਕੀ ਨਿਸ਼ਾਨਦੇਹੀ ਦੇਣ ਵਾਸਤੇ ਸਰਕਾਰ ਨੇ ਕੋਈ ਸਮੇਂ ਦੀ ਸੀਮਾ ਨਿਸ਼ਚਿਤ ਕੀਤੀ ਹੈ?

ਉੱਤਰ: ਪੰਜਾਬ ਸਰਕਾਰ ਮਾਲ ਪੁਨਰਵਾਸ ਤੇ ਡਿਜਾਸਟਰ ਮੈਨੇਜਮੈਂਟ ਵਿਭਾਗ (ਭੌਂ ਮਾਲੀਆ ਸ਼ਾਖ਼ਾ) ਦੇ ਮੀਮੋ ਨੰਬਰ 1005/2012/ - ਭ:ਮ: - 2/25/94 ਦੁਆਰਾ ਮਿਤੀ 01/12/2017 ਨੂੰ ਰਾਜ ਵਿੱਚ ਨਿਸ਼ਾਨਦੇਹੀ ਦੀ ਸੇਵਾ ਨੂੰ ਰਾਈਟ ਟੂ ਸਰਵਿਸ ਐਕਟ, **2011** ਵਿੱਚ ਸ਼ਾਮਿਲ ਕੀਤਾ ਗਿਆ ਹੈ ਜਿਸ ਦਾ ਨਿਪਟਾਰਾ ਨਿਸ਼ਾਨਦੇਹੀ ਦੀ ਅਪਲੀਕੇਸ਼ਨ ਦੇਣ ਤੋਂ **45** ਦਿਨਾਂ ਦੇ ਅੰਦਰ ਅੰਦਰਕਰਨਾ ਨਿਰਧਾਰਤ ਕੀਤਾ ਹੋਇਆ ਹੈ।

ਪ੍ਰਸ਼ਨ: ਕੀ ਨਿਸ਼ਾਨਦੇਹੀ ਦੀ ਕਾਰਵਾਈ ਕਬਜ਼ਾ ਲੈਣ ਲਈ ਹੁੰਦੀ ਹੈ?

ਉੱਤਰ: ਜੀ ਨਹੀਂ, ਨਿਸ਼ਾਨਦੇਹੀ ਦਾ ਮਤਲਬ ਤਾਂ ਸਿਰਫ ਸ਼ਜਰਾ ਲੱਠੇ ਦੇ ਉੱਤੇ ਦਿਖਾਏ ਗਏ ਖਸਰਾ ਨੰਬਰਾਂ ਨੂੰ ਮੌਕੇ ਉੱਤੇ ਉਨ੍ਹਾਂ ਮੁਤਾਬਿਕ ਕਾਇਮ ਕਰਨਾਂ ਹੁੰਦਾ ਹੈ। ਇਸ ਨਾਲ ਕਿਸੇ ਦੇ ਹੱਕਾਂ ਵਿੱਚ ਕੋਈ ਤਬਦੀਲੀ ਨਹੀਂ ਹੁੰਦੀ।

ਪ੍ਰਸ਼ਨ: ਜੇ ਕਾਨੂੰਗੋ ਰਾਹੀਂ ਦਿੱਤੀ ਗਈ ਨਿਸ਼ਾਨਦੇਹੀ ਨਾਲ ਤਸੱਲੀ ਨਾ ਹੋਵੇ ਤਾਂ ਕੀ ਕੀਤਾ ਜਾ ਸਕਦਾ ਹੈ?

ਉੱਤਰ: ਇਸ ਤਰ੍ਹਾਂ ਦੀ ਹਾਲਤ ਵਿੱਚ ਤਹਿਸੀਲਦਾਰ/ਨਾਇਬ ਤਹਿਸੀਲਦਾਰ ਨੂੰ ਅਰਜੀ ਦੇਣੀ ਚਾਹੀਦੀ ਹੈ, ਜਿਸ ਵਿੱਚ ਨਿਸ਼ਾਨਦੇਹੀ ਸਬੰਧੀ ਆਪਣੇ ਇਤਰਾਜ ਲਿਖਣੇ ਚਾਹੀਦੇ ਹਨ। ਤਹਿਸੀਲਦਾਰ ਉਹਨਾਂ ਇਤਰਾਜਾਂ ਤੇ ਵਿਚਾਰ ਕਰਕੇ, ਜੇ ਠੀਕ ਹੋਣ ਤਾਂ ਫਿਰ ਉਹ ਖੁਦ ਜਾਂ ਕਮਿਸ਼ਨ ਨਿਯੁਕਤ ਕਰਕੇ ਉਸਦੀ ਦੁਬਾਰਾ ਨਿਸ਼ਾਨਦੇਹੀ ਕਰਦੇ ਹਨ।

ਪ੍ਰਸ਼ਨ: ਜੇ ਨਿਸ਼ਾਨਦੇਹੀ ਲੈਣ ਤੋਂ ਪਿੱਛੋਂ ਕਿਸੇ ਧਿਰ ਦਾ ਰਕਬਾ ਦੂਜੀ ਧਿਰ ਦੇ ਕਬਜੇ ਵਿੱਚ ਸਾਬਤ ਹੋਵੇ ਪਰ ਉਹ ਧਿਰ ਉਸ ਨੂੰ ਛੱਡਣ ਨੂੰ ਤਿਆਰ ਨਾ ਹੋਵੇ ਤਾਂ ਕੀ ਕਰਨਾਂ ਚਾਹੀਦਾ ਹੈ?

ਉੱਤਰ: ਨਿਸ਼ਾਨਦੇਹੀ ਦੇਣ ਵਾਲਾ ਅਧਿਕਾਰੀ ਜਾਂ ਕਮਿਸ਼ਨ ਮੌਕੇ ਤੇ ਕਬਜ਼ਾ ਨਹੀਂ ਦਿਵਾ ਸਕਦਾ। ਜੇ ਦੋਵੇਂ ਧਿਰਾਂ ਰਜਾਮੰਦ ਹੋਣ ਤਾਂ ਕਬਜਾ ਦਿੱਤਾ ਜਾ ਸਕਦਾ ਹੈ, ਪਰ ਜੇ ਦੂਜੀ ਧਿਰ ਕਬਜ਼ਾ ਨਹੀਂ ਛੱਡਦੀ ਤਾਂ ਤੁੱਹਾਨੂੰ ਦੀਵਾਨੀ ਅਦਾਲਤ ਵਿੱਚ ਦਾਵਾ ਕਰਨਾ ਪਵੇਗਾ।

ਪ੍ਰਸ਼ਨ: ਇਲੈਕਟਰੌਨਿਕ ਤਕਨੀਕ ਨਾਲ ਨਿਸ਼ਾਨਦੇਹੀ ਤੋਂ ਕੀ ਭਾਵ ਹੈ?

ਉੱਤਰ: ਹੁੱਣ ਸਾਨੂੰ ਨਿਸ਼ਾਨਦੇਹੀ ਵਾਸਤੇ ਖੜ੍ਹੀ ਫ਼ਸਲ ਦੇ ਕੱਟਣ ਤੱਕ ਇੰਤਜਾਰ ਨਹੀਂ ਕਰਨਾ ਪੈਂਦਾਂ। ਅੱਜ ਦੇ ਵਿਗਿਆਨਿਕ ਯੁਗ ਵਿੱਚ ਹੁਣ ਖੜੀ ਫ਼ਸਲ ਦੀ ਨਿਸ਼ਾਨਦੇਹੀ **Electronic Total Station** ਦੇ ਰਾਹੀ ਸੰਭਵ ਹੋ ਗਈ ਹੈ। ਤੁਸੀਂ ਕਦੇ ਵੀ ਨਿਸ਼ਾਨਦੇਹੀ ਲੈ ਸਕਦੇ ਹੋ। ਇਸ ਆਧੁਨਿਕ ਯੰਤਰ ਨਾਲ 2.6 ਮੀਟਰ ਦੀ ਉਚਾਈ ਤੱਕ (ਗੰਨੇ ਦੀ ਖੜੀ ਫ਼ਸਲ) ਵਿੱਚ ਵੀ ਬਹੁਤ ਘੱਟ ਸਮੇ ਵਿੱਚ ਨਿਸ਼ਾਨਦੇਹੀ ਕੀਤੀ ਜਾ ਸਕਦੀ ਹੈ।

ਪ੍ਰਸ਼ਨ: ਨਿਸ਼ਾਨਦੇਹੀ ਲੈਣ ਤੋਂ ਪਹਿਲਾਂ ਸਾਨੂੰ ਕੀ ਕੀ ਜਾਣਕਾਰੀ ਹਾਸਲ ਕਰਨ ਦੀ ਜਰੂਰਤ ਹੈ?

ਉੱਤਰ: ਨਿਸ਼ਾਨਦੇਹੀ ਲੈਣ ਤੋਂ ਪਹਿਲਾਂ ਸਾਨੂੰ ਨਿਸ਼ਾਨਦੇਹੀ ਦੇ ਤਰੀਕਿਆਂ ਅਤੇ ਇਹ ਵੀ ਖਿਆਲ ਰੱਖਣਾਂ ਹੋਵੇਗਾ ਕਿ ਏਥੇ ਮੁਰੱਬੇਬੰਦੀ ਮੁਸਤਤੀਲ ਬੰਦੀ ਦੇ ਹਿਸਾਬ ਨਾਲ ਹੋਈ ਹੈ ਕਿ ਜਾਂ ਮੁਰੱਬੇਬੰਦੀ

ਦੇ ਹਿਸਬ ਨਾਲ ਕਿਉਂਕਿ **ਮੁਸ਼ਤਤੀਲ 200** ਕਰਮ **X 180** ਕਰਮ ਦੀ ਹੁੰਦੀ ਹੈ, ਪਰ ਮੁਰੱਬਾ **200** ਕਰਮ **X 200** ਕਰਮ ਦਾ ਹੁੰਦਾ ਹੈ।

ਪ੍ਰਸ਼ਨ: ਨਿਸ਼ਾਨਦੇਹੀ ਕਰਨ ਦੀ ਜਿੰਮੇਵਾਰੀ ਕਿਸ ਅਧਿਕਾਰੀ ਦੀ ਹੁੰਦੀ ਹੈ?
ਉੱਤਰ: ਜਦੋਂ ਤਹਿਸੀਲਦਾਰ ਦੇ ਦਫ਼ਤਰ ਨਿਸ਼ਾਨਦੇਹੀ ਦੀ ਅਰਜ਼ੀ ਦਿੱਤੀ ਜਾਂਦੀ ਹੈ ਤਾਂ ਤਹਿਸੀਲਦਾਰ ਉਸ ਅਰਜ਼ੀ ਨੂੰ ਸਬੰਧਿਤ ਫ਼ੀਲਡ ਕਾਨੂੰਗੋ ਨੂੰ ਨਿਸ਼ਾਨ ਦੇਹੀ ਵਾਸਤੇ ਭੇਜਦਾ ਹੈ ਅਤੇ ਫਿਰ ਫੀਲਡ ਕਾਨੂੰਗੋ **45** ਦਿਨ ਦੇ ਅੰਦਰ-ਅੰਦਰ ਨਿਸ਼ਾਨਦੇਹੀ ਦੀ ਕਾਰਵਾਈ ਨੂੰ ਮੁਕੰਮਲ ਕਰਦਾ ਹੈ।

ਪ੍ਰਸ਼ਨ: ਨਿਸ਼ਾਨਦੇਹੀ ਲੈਦੇਂ ਸਮੇਂ ਜਰੀਬ ਸਬੰਧੀ ਕੀ ਧਿਆਨ ‘ਚ ਰੱਖਣ ਦੀ ਲੋੜ ਹੁੰਦੀ ਹੈ?
ਉੱਤਰ: ਜ਼ਰੀਬ ਖਿੱਚਣ ਵਾਲੇ ਨੂੰ ਆਮ ਭਾਸਾ ਵਿੱਚ ਜ਼ਰੀਬਕਸ਼ ਕਿਹਾ ਜਾਂਦਾ ਹੈ। ਇੱਕ ਸਿਰੇ ਤੋਂ ਜਰੀਬ ਪੱਕੜ ਕੇ ਸਿੱਧੀ ਕਰਕੇ ਦੂਜਾ ਜ਼ਰੀਬਕਸ਼ ਉਸ ਨੂੰ ਦੂਜੇ ਸਿਰੇ ਤੋਂ ਪੱਕੜ ਕੇ ਝੱਟਕੇਗਾ ਅਤੇ ਵੇਖੇਗਾ ਕਿ ਕੋਈ ਕੜੀ ਉਲਝੀ ਹੋਈ ਤਾਂ ਨਹੀਂ ਜੇ ਉਲਝੀ ਹੋਈ ਹੋਵੇ ਤਾਂ ਉਸ ਨੂੰ ਠੀਕ ਕਰੇਗਾ।

ਪ੍ਰਸ਼ਨ: ਨਿਸ਼ਾਨਦੇਹੀ ਦੀ ਮਿਣਤੀ ਸੁਰੂ ਕਰਨ ਵੇਲੇ ਮੁਰੱਬੇਬੰਦੀ ਵਾਲੇ ਪੱਥਰ ਤੋਂ ਕਿਵੇਂ ਨਿਸ਼ਾਨਦੇਹੀ ਸ਼ੁਰੂ ਕਰਨੀ ਹੈ?
ਉੱਤਰ: ਨਿਸ਼ਾਨ ਦੇਹੀ ਕਰਨ ਵੇਲੇ ਇਸ ਗਲ ਦਾ ਖਾਸ ਖਿਆਲ ਰੱਖਿਆ ਜਾਵੇ ਕਿ ਜਿਹੜੇ ਮੁਰਬਾ ਪੱਥਰ ਮੁਰੱਬੇ ਦੇ ਚਾਰੇ ਨੁਕੱਰਾਂ ਤੇ ਲੱਗੇ ਹੁੰਦੇ ਹਨ ਉਹ ਦੂਜੇ ਨਾਲ ਲਗਦੇ ਮੁਰੱਬਿਆਂ ਨਾਲ ਸਾਂਝੇ ਹੁੰਦੇ ਹਨ,ਅਤੇ ਜਦੋਂ ਇਨ੍ਹਾਂ ਤੋਂ ਮਿਣਤੀ ਸ਼ੁਰੂ ਕਰਨੀ ਹੈ ਤਾਂ ਜਰੀਬ ਦਾ ਕੁੰਡਾ ਪੱਥਰ ਦੇ ਸੈਂਟਰ ਚ ਰੱਖਕੇ ਮਿਣਤੀ ਸ਼ੁਰੂ ਕਰਨੀ ਹੈ, ਨਾਂ ਕਿ ਉਸ ਦੀ ਸਾਈਡ ਤੋਂ।

ਪ੍ਰਸ਼ਨ: ਨਿਸ਼ਾਨਦੇਹੀ ਦੀ ਪ੍ਰਕ੍ਰਿਆ ਖਤਮ ਹੋਣ ਤੇ ਮਾਲ ਅਧਿਕਾਰੀ ਦੀ ਕੀ ਜਿੰਮੇਵਾਰੀ ਹੁੰਦੀ ਹੈ?
ਉੱਤਰ: ਨਿਸ਼ਾਨਦੇਹੀ ਹੋਣ ਤੋਂ ਬਾਅਦ ਫੀਲਡ ਕਨੂੰਗੋ ਸਾਰੀਆਂ ਧਿਰਾਂ ਤੋਂ ਆਪਣੀ ਡਾਇਰੀ ਜਾਂ ਪੇਪਰ ਤੇ ਸਹਿਮਤੀ ਲਈ ਦਸਤਖੱਤ ਜਾਂ ਅੰਗੂਠੇ ਲਗਵਾਉਂਦਾ ਹੈ।

* * *

16

ਤਕਸੀਮ (ਵੰਡ)

ਤਕਸੀਮ (ਵੰਡ) ਕਿਸਾਨਾਂ ਲਈ ਬਹੁਤ ਹੀ ਅਹਿਮ ਅਤੇ ਬਹੁਤ ਹੀ ਪੇਚੀਦਾ ਮਸਲਾ ਹੈ, ਅਤੇ ਹਰ ਕਿਸਾਨ ਨੂੰ ਇਸ ਦੀ ਸਮਝ ਹੋਣੀ ਬਹੁਤ ਜਰੂਰੀ ਹੈ। ਇੱਕ ਸਰਵੇ ਮੁਤਾਬਿਕ ਜ਼ਮੀਨਾਂ ਦੇ ਤਕਸੀਮ ਸਬੰਧੀ ਕੇਸ ਅਦਾਲਤ ਦਿਵਾਨੀ ਵਿੱਚ ਸੱਭ ਤੋਂ ਵੱਧ ਚਲ ਰਹੇ ਹਨ ਕੁੱਲ ਕੇਸਾਂ ਦਾ **70%** ਤਕਸੀਮ ਦੇ ਕੇਸ ਹਨ।

ਪੰਜਾਬ ਲੈਂਡ ਰਿਕਾਰਡ ਮੈਨੂਅਲ ਦੇ ਪੈਰਾ ਨੰਬਰ 18.2 ਮੁਤਾਬਿਕ ਤਕਸੀਮ ਦੇ ਕੇਸ ਦਿਵਾਨੀ ਅਦਾਲਤਾਂ ਦੇ ਅਧਿਕਾਰ ਖੇਤਰ ਵਿੱਚ ਨਹੀਂ ਆਉਂਦੇ।: **ਭੋਂ ਮਾਲੀਆ ਐਕਟ ਧਾਰਾ 158 (2) 7** ਅਤੇ **8** ਇਨ੍ਹਾਂ ਦੀ ਸੁਣਵਾਈ ਉਸ ਮਾਲ ਅਫ਼ਸਰ ਦੁਆਰਾ ਕੀਤੀ ਜਾਂਦੀ ਹੈ, ਜਿਸ ਦਾ ਰੁਤਬਾ ਸਹਾਇਕ ਕੁਲੈਕਟਰ ਦਰਜਾ ਪਹਿਲਾ ਤੋਂ ਘੱਟ ਨਾ ਹੋਵੇ। ਤਕਸੀਮ ਸਬੰਧੀ ਬਿਨੈ ਪੱਤਰ ਸਿਰਫ਼ ਉਸ ਅਧਿਕਾਰੀ ਨੂੰ ਲੈਣੇ ਚਾਹੀਦੇ ਹਨ, ਜੋ ਤਕਸੀਮ ਦੇ ਕੇਸ ਸੁਣਨ ਲਈ ਅਧਿਕਾਰਤ ਹੋਵੇ। ਯੋਗਤਾ ਪ੍ਰਾਪਤ ਅਫ਼ਸਰ ਜਿਸ ਨੂੰ ਇਹ ਬਿਨੈ ਪੱਤਰ ਪੇਸ਼ ਕੀਤਾ ਗਿਆ ਹੋਵੇ ਜਾਂ ਤਾਂ ਉਹ ਸਾਰੇ ਕੇਸ ਦੀ ਸੁਣਵਾਈ ਆਪ ਕਰੇ ਜਾ ਉਪ੍ਰੋਕਤ ਐਕਟ ਦੀ ਧਾਰਾ ਅਨੁਸਾਰ ਕਿਸੇ ਛੋਟੇ ਦਰਜੇ ਦੇ ਮਾਲ ਅਫ਼ਸਰ ਨੂੰ ਪੜਤਾਲ ਅਤੇ ਰਿਪੋਰਟ ਹਿੱਤ ਭੇਜ ਸਕਦਾ ਹੈ।ਮਹਿਕਮਾ ਮਾਲ ਲਈ ਵੀ ਇਹ ਇੱਕ ਬਹੁਤ ਮਹੱਤਵਪੂਰਨ ਵਿਸ਼ਾ ਹੈ। ਤਕਸੀਮ ਦੀ ਕਾਰਵਾਈ ਕਾਫ਼ੀ ਲੰਮੀ ਕਾਰਵਾਈ ਹੁੰਦੀ ਹੈ, ਜਿਸ ਦੇ ਕਈ ਪੜਾਅ ਹੁੰਦੇ ਹਨ। ਇਹਨਾਂ ਸਾਰੇ ਪੜਾਅਵਾਂ ਦੀ ਜਾਣਕਾਰੀ ਦਾ ਹੋਣਾ ਕਿਸਾਨ ਲਈ ਬਹੁਤ ਜਰੂਰੀ ਹੈ।

ਪੰਜਾਬ ਲੈਂਡ ਰੈਵਨਿਊ ਐਕਟ 1887 ਦੇ ਅਧਿਆਏ IX ਸੈਕਸ਼ਨ 110 ਤੋਂ 126 ਤੱਕ ਤਕਸੀਮ ਦੀ ਕਾਰਵਾਈ ਨਾਲ ਸਬੰਧਤ ਹੈ। ਇਹਨਾਂ ਸੈਕਸ਼ਨਾਂ ਵਿੱਚ ਖੇਤੀਬਾੜੀ ਹੇਠ ਜ਼ਮੀਨ ਦੀ ਤਕਸੀਮ

ਦੇ ਪੂਰੇ ਵਿਸਥਾਰ ਸਹਿਤ ਵੇਰਵੇ ਦਿੱਤੇ ਗਏ ਹਨ। ਜਿਨ੍ਹਾਂ ਦੀ ਜਾਣਕਾਰੀ ਕਿਸਾਨ ਵੀਰਾਂ ਲਈ ਅਤਿ ਜਰੂਰੀ ਹੈ। ਜ਼ਮੀਨ ਦੀ ਵੰਡ ਸਬੰਧੀ ਇਸ ਦੇ ਸਿੱਟਿਆਂ ਤੋਂ ਅਣਜਾਣ ਪੰਜਾਬ ਦੇ ਕਿਸਾਨਾਂ ਵਿੱਚ ਵੰਡ ਨੂੰ ਜਰੂਰੀ, ਨਾ ਟਾਲੀ ਜਾਣ ਵਾਲੀ ਕਾਰਵਾਈ ਹੈ। ਮੇਰੀ ਹਰ ਕੋਸ਼ਿਸ਼ ਹੋਵੇਗੀ ਕਿ ਇਸ ਪੁਸਤਕ ਵਿੱਚ ਇਸ ਵਿਸ਼ੇ ਤੇ ਵੱਧ ਤੋਂ ਵੱਧ ਜਾਣਕਾਰੀ ਅਤੇ ਸਰਲ ਤਰੀਕੇ ਨਾਲ ਕਿਸਾਨ ਭਰਾਵਾਂ ਨੂੰ ਸੱਮਝਾਇਆ ਜਾ ਸਕੇ।

ਤਕਸੀਮ ਦੇ ਵੱਖ ਵੱਖ ਕਾਨੂੰਨੀ ਪਹਿਲੂਆਂ ਬਾਰੇ ਵਿਚਾਰ ਕਰਨ ਤੋਂ ਪਹਿਲਾਂ ਇਹ ਵਿਚਾਰੀਏ ਕਿ ਤਕਸੀਮ ਦੀ ਜਰੂਰਤ ਕਿਸਾਨ ਨੂੰ ਕਿਉਂ ਪੈਂਦੀ ਹੈ:

(ੳ) ਜਦੋਂ ਇੱਕ ਖੇਵਟ ਦੇ ਮਾਲਕ ਦੀ ਜ਼ਮੀਨ ਦੀ ਵਿਰਾਸਤ ਉਸ ਦੇ ਹੱਕੀ ਵਾਰਸਾਂ ਦੇ ਨਾਂਅ ਤਬਦੀਲ ਹੋ ਜਾਵੇ ਅਤੇ ਉਸ ਤੋਂ ਬਾਅਦ ਅਗਲੇ ਮਾਲਕਾਂ ਦੇ ਨਾਂਅ ਇਸ ਦੇ ਮਾਲਕੀ ਦੇ ਰਿਕਾਰਡ ਵਿੱਚ ਆ ਜਾਣ ਭਾਵ ਇੱਕ ਪਿਉ ਦੀ ਵਿਰਾਸਤ ਉਸ ਦੇ ਤਿੰਨ ਪੁੱਤਰ ਤੇ ਦੋ ਧਿਆਂ ਦੇ ਨਾਂਅ ਤਬਦੀਲ ਹੋ ਜਾਵੇ। ਤਾਂ ਇਸ ਦਾ ਮਤਲਬ ਇਹ ਹੋਇਆ ਕਿ ਇੱਕ ਕਿਸਾਨ ਦੀ ਜ਼ਮੀਨ ਤਿੰਨ ਪੁੱਤਰ + ਦੋ ਪੁਤਰੀਆਂ ਪੰਜ ਜਾਣਿਆਂ ਦੇ ਨਾਂਅ ਹੋ ਗਈ। ਇਸ ਤਰ੍ਹਾਂ ਪੀੜ੍ਹੀ ਦਰ ਪੀੜ੍ਹੀ ਕਈ ਮਾਲਕ ਇੱਕ ਖੇਵਟ ਵਿੱਚ ਆ ਜਾਂਦੇ ਹਨ। ਜਦੋਂ ਅਲੱਗ-ਅਲੱਗ ਹਿੱਸਿਆਂ ਦੇ ਇੱਕੋ ਖੇਵਟ ਵਿੱਚ ਕਈ ਮਾਲਕ ਹੋ ਜਾਣ ਤਾਂ ਉਹ ਸਾਰੇ ਪਰਵਾਰਿਕ ਮੈਂਬਰ ਆਪੋ ਆਪਣੇ ਹਿੱਸਿਆਂ ਨੂੰ ਆਪੋ ਵਿੱਚ ਵੰਡ ਕੇ ਵਾਹੁੰਦੇ ਰਹਿੰਦੇ ਹਨ। ਪਰ ਇੱਥੇ ਇਹ ਵਰਨਣਯੋਗ ਹੈ ਕਿ ਇਹ ਸਿਰਫ ਭਰਾਵੀਂ ਵੰਡ ਹੀ ਹੈ, ਕਾਨੂੰਨੀ ਤੌਰ ਤੇ ਇਸ ਨੂੰ ਕੋਈ ਮਾਨਤਾ ਨਹੀਂ ਜਿਨ੍ਹਾਂ ਚਿਰ ਇਹ ਤਕਸੀਮ ਦੀ ਦਰਖਾਸਤ ਨਹੀਂ ਦਿੰਦੇ। ਦਰਅਸਲ ਮੇਰੇ ਖਿਆਲ ਅਨੁੰਸਾਰ ਸੱਭ ਤੋਂ ਵੱਡੀ ਗਲਤੀ ਕਿਸਾਨ ਵੀਰ ਏਥੇ ਕਰਦੇ ਹਨ ਜਿਹੜੇ ਉਹ ਭਰਾਵੀਂ ਵੰਡ ਆਪਸ ਵਿੱਚ ਕਰਕੇ ਜ਼ਮੀਨ ਤੇ ਆਪੋ ਆਪਣਾ ਕਬਜਾ ਕਰ ਲੈਂਦੇ ਹਨ ਪਰ ਕਿਸਾਨ ਭਰਾਵੋ ਇਸ ਨੂੰ ਕੋਈ ਕਾਨੂੰਨੀ ਮਾਨਤਾ ਨਹੀਂ ਮਿਲਦੀ ਜਿਨਾਂ ਚਿਰ ਤੁਸੀਂ ਤਕਸੀਮ ਦੀ ਦਰਖਾਸਤ ਮਹਿਕਮਾ ਮਾਲ ਨੂੰ ਨਹੀਂ ਦਿੰਦੇ। ਇਸ ਲਈ ਕਿਸਾਨਾਂ ਨੂੰ ਚਾਹੀਦਾ ਹੈ ਕਿ ਜਦੋਂ ਭਰਾਵੀਂ ਵੰਡ ਆਪਸ ਵਿੱਚ ਹੋ ਜਾਵੇ ਤਾਂ ਉਸ ਨੂੰ ਕਾਨੂੰਨੀ ਅਮਲ ਵਿੱਚ ਲਿਆਉਣ ਲਈ ਮਹਿਕਮਾ ਮਾਲ ਕੋਲ ਦਰਖਾਸਤ ਦਿੱਤੀ ਜਾਵੇ ਤਾਂਕਿ ਭੌਵਿਖ ਵਿੱਚ ਸਾਂਝੇ ਖਾਤਿਆਂ ਦੀ ਕੋਈ ਸਮੱਸਿਆ ਖੜੀ ਨਾ ਹੋਵੇ।

ਸਾਂਝੇ ਖਾਤਿਆਂ ਭਾਵ ਮੁਸਤੱਰਕੇ ਖਾਤੇ ਵਿੱਚ ਜਦੋਂ ਕਿਸੇ ਇੱਕ ਹਿੱਸੇਦਾਰ ਨੇ ਆਪਣੇ ਹਿੱਸੇ ਦੀ ਜ਼ਮੀਨ ਬੈ ਜਾਂ ਗਹਿਣੇ ਕਰਨੀ ਹੁੰਦੀ ਹੈ ਜਾਂ ਵਟਾਂਦਰਾ ਕਰਨਾ ਹੁੰਦਾ ਹੈ ਜਾਂ ਕਰਜ਼ਾ ਲੈਣ ਹੋਵੇ ਤਾਂ ਉਸ ਸਮੇਂ ਉਸ ਮਾਲਕ ਨੂੰ ਆਪਣੇ ਹਿੱਸੇ ਨੂੰ ਗਹਿਣੇ ਆਦਿਕ ਕਰਨ ਵਿੱਚ ਤੱਕਲੀਫ ਹੁੰਦੀ ਹੈ। ਕਿਉਂਕਿ ਉਹ ਖਾਨਾ ਮਾਲਕੀ ਵਿੱਚ ਕੋਈ ਖਾਸ ਨੰਬਰ ਨਾ ਕਿਸੇ ਨੂੰ ਵੇਚ ਸਕਦਾ ਹੈ ਅਤੇ ਨਾ ਹੀ ਉਸ ਉੱਪਰ ਕਰਜ਼ਾ ਵਗੈਰਾ ਲੈ ਸਕਦਾ ਹੈ ਅਤੇ ਨਾ ਹੀ ਉਹ ਤਬਾਦਲਾ ਕਰ ਸਕਦਾ ਹੈ। ਇਸ ਲਈ ਉਸ ਨੂੰ ਸਾਰੇ ਮੁਸਤੱਰਕੇ ਖਾਤਿਆਂ ਵਿਚੋਂ ਆਪਣਾ ਹਿੱਸਾ ਕੱਢਣਾਂ ਪੈਂਦਾ ਹੈ। ਇਸ ਲਈ ਉਹ ਹਲਕਾ ਪਟਵਾਰੀ ਤੋਂ ਜ਼ਮੀਨ ਦੀ ਜ਼ਮ੍ਹਾਂਬੰਦੀ ਦੀ ਨਕਲ ਲੈ ਕੇ ਮਹਿਕਮਾ ਮਾਲ ਕੋਲ ਤਕਸੀਮ ਦੀ ਦਰਖਾਸਤ ਦੇ ਸਕਦਾ ਹੈ।

ਮੁਸਤਰਕੇ (ਸਾਂਝੇ) ਖਾਤੇ ਵਿੱਚ ਸੱਭ ਤੋਂ ਵੱਡੀ ਮੁਸਕਲ ਨਹਿਰੀ ਪਾਣੀ ਦੀ ਵਾਰੀ, ਮੋਟਰ ਦੀ ਬਿਜਲੀ ਦਾ ਕੁਨੈਕਸ਼ਨ ਲੈਣ ਸਬੰਧੀ ਮੁਸ਼ਕਿਲ ਅਤੇ ਸਾਂਝੀਆਂ ਵੱਟਾ ਦੀ ਮਿਣਤੀ ਦਾ ਰੌਲਾ

ਰੱਪਾ ਜੋ ਬਾਅਦ ਵਿੱਚ ਕਤਲਾਂ ਤੱਕ ਵੀ ਵੱਧ ਜਾਂਦਾ ਹੈ ਜੋ ਲੰਮੇ ਅਤੇ ਮਹਿੰਗੇ ਮੁਕੱਦਮਿਆਂ ਦਾ ਕਾਰਣ ਬਣਦੀ ਹੈ।

(ਅ) ਜਦੋਂ ਇੱਕ ਖੇਵਟ ਦੇ ਕਈ ਮਾਲਕ ਹੋ ਜਾਣ ਅਤੇ ਉਨ੍ਹਾਂ ਵਿਚੋਂ ਇੱਕ ਹਿੱਸੇਦਾਰ ਉਸ ਖੇਵਟ ਵਿਚੋਂ ਆਪਣੇ ਹਿੱਸੇ ਦੀ ਜ਼ਮੀਨ ਵੇਚ ਦੇਣ ਅਤੇ ਨਵੇਂ ਖਰੀਦਦਾਰ ਉਸ ਖੇਵਟ ਵਿੱਚ ਹਿੱਸੇਦਾਰ ਬਣ ਜਾਣ ਤਾਂ ਇਸ ਤਰ੍ਹਾਂ ਹੋਣ ਨਾਲ ਇੱਕ ਖੇਵਟ ਵਿੱਚ ਇੱਕ ਪਰਿਵਾਰ ਦੀ ਬਜਾਏ ਕਈ ਪਰਿਵਾਰ ਸ਼ਾਮਿਲ ਹੋ ਜਾਂਦੇ ਹਨ, ਅਤੇ ਉੱਪਰੋਕਤ ਦਸੇ ਕਾਰਨਾਂ ਕਰਕੇ ਲੜਾਈ-ਝੱਗੜੇ ਹੋਰ ਵੀ ਵੱਧ ਜਾਂਦੇ ਹਨ ਜੋ ਜਿਆਦਾ ਗੰਭੀਰ ਰੂਪ ਧਾਰ ਲੈਂਦੇ ਹਨ।

(ੲ) ਜਦੋਂ ਇੱਕ ਖੇਵਟ ਵਿੱਚ ਕਈ ਮਾਲਕ ਹੋਣ ਅਤੇ ਉਨ੍ਹਾਂ ਵਿੱਚੋਂ ਕਈਆਂ ਨੇ ਆਪਣੇ ਹਿੱਸੇ ਦੀ ਜ਼ਮੀਨ ਅਲੱਗ-ਅਲੱਗ ਵਿਅਕਤੀਆਂ ਪਾਸ ਵਾਹੀ ਲਈ ਹਿੱਸੇ ਠੇਕੇ ਤੇ ਦਿੱਤੀ ਹੋਵੇ। ਜਿਨ੍ਹਾਂ ਵਿਅਕਤੀਆਂ ਨੂੰ ਜ਼ਮੀਨ ਹਿੱਸੇ ਠੇਕੇ ਤੇ ਦਿੱਤੀ ਹੋਵੇ, ਉਨ੍ਹਾਂ ਨੂੰ ਮੁਜ਼ਾਰੇ ਕਿਹਾ ਜਾਂਦਾ ਹੈ। ਜੇਕਰ ਗਿਰਦਾਵਰੀ ਮੁਜ਼ਾਹਰਿਆਂ ਦੇ ਨਾਂ ਹੋ ਜਾਵੇ ਅਤੇ ਲਗਾਤਾਰ ਕਈ ਸਾਲ ਹੁੰਦੀ ਰਹੇ ਤਾਂ ਉਹ ਮੁਜ਼ਾਹਰੇ ਗ਼ੈਰ ਮੌਰੂਸੀ ਦੀ ਹੈਸੀਅਤ ਅਖਤਿਆਰ ਕਰ ਜਾਂਦੇ ਹਨ, ਜਿਨ੍ਹਾਂ ਨੂੰ ਜ਼ਮੀਨ ਵਿੱਚੋਂ ਸੌਖੇ ਤਰੀਕੇ ਨਾਲ ਕੱਢਿਆ ਨਹੀਂ ਜਾ ਸਕਦਾ, ਕਾਨੂੰਨੀ ਕਾਰਵਾਈ ਹੀ ਕਰਨੀ ਪੈਂਦੀ ਹੈ। ਇਨ੍ਹਾਂ ਹਾਲਤਾਂ ਵਿੱਚ ਮੁਜ਼ਾਹਰਿਆਂ ਅਤੇ ਦੂਜੇ ਮਾਲਕਾਂ ਵਿੱਚ ਉਪਰੋਕਤ ਝੱਗੜੇ ਹੋਣ ਦਾ ਖਤਰਾ ਅਤੇ ਨਾਜਾਇਜ਼ ਕਬਜ਼ਿਆਂ ਦੇ ਖ਼ਤਰੇ ਵੀ ਵੱਧ ਜਾਂਦੇ ਹਨ।

(ਸ) **ਪੰਜਾਬ ਲੈਂਡ ਰੈਵਨਿਊ ਐਕਟ 1887,** ਪੰਜਾਬ ਲੈਂਡ ਸੈਟਲਮੈਂਟ ਐਕਟ ਅਤੇ ਪੰਜਾਬ ਐਡਮਨਿਸਟ੍ਰੇਸ਼ਨ ਮੈਨੂਅਲ ਦੇ ਮੁਤਾਬਿਕ ਆਮ ਪਿੰਡਾਂ ਵਿੱਚ ਸਾਂਝੀਆਂ ਥਾਵਾਂ ਜਿਵੇਂ ਚਰਾਂਦਾ ਆਦਿ ਲਈ ਪਿੰਡ ਦੀ ਸਾਂਝੀ ਜ਼ਮੀਨ ਜਾਂ ਕਿਸੇ ਇੱਕ ਪੱਤੀ (ਅਗਵਾੜ) ਦੀ ਜ਼ਮੀਨ ਵਿਚੋਂ ਸਾਂਝੀ ਜ਼ਮੀਨ ਕਿਸੇ ਖਾਸ ਮੱਕਸਦ ਲਈ ਛੱਡੀ ਜਾਂਦੀ ਸੀ। ਜਿਸਨੂੰ ਸ਼ਾਮਲਾਟ ਦੇਹ, ਸ਼ਾਮਲਾਤ ਪੱਤੀ ਅਤੇ ਮੁਸਤੱਰਕਾ ਮਾਲਕਾਨ ਦੇ ਨਾਂਅ ਦਿੱਤੇ ਗਏ ਸਨ। ਇਹ ਸਾਂਝੀ ਜਮੀਨ ਪਿੰਡ ਦੀਆਂ ਲੋੜਾਂ ਲਈ ਛੱਡੀ ਗਈ ਹੁੰਦੀ ਸੀ। ਜੋ ਹੁਣ ਸਮਾਂ ਬੀਤਣ ਨਾਲ ਜ਼ਮੀਨ ਦੀ ਘਾਟ ਆਉਣ ਤੇ ਅਤੇ ਜ਼ਮੀਨਾਂ ਦੇ ਮੁੱਲ ਬਹੁਤ ਵੱਧ ਜਾਣ ਕਾਰਣ ਲੋਕਾਂ ਵਲੋਂ ਇਹਨ੍ਹਾਂ ਸਾਂਝੀਆਂ ਜਮੀਨਾਂ ਤੇ ਨਾਜਾਇਜ਼ ਕਬਜ਼ੇ ਹੋਣ ਨਾਲ ਸਾਂਝੀ ਜਾਇਦਾਦ ਦੀ ਤਕਸੀਮ ਦੀ ਲੋੜ ਪੈਂਦੀ ਹੈ।

(ਹ) ਜ਼ਮੀਨ ਦੀ ਤਕਸੀਮ ਦੀ ਲੋੜ ਇਸ ਲਈ ਪੈਂਦੀ ਹੈ ਕਿ ਕਈ ਵਾਰ ਮੁਸਤੱਰਕਾ ਮਾਲਕਾਨ ਵਿੱਚੋਂ ਇੱਕ ਜਾਂ ਕੁੱਝ ਮਾਲਕ ਦੂਜੇ ਮਾਲਕਾਂ ਨੂੰ ਧੋਖੇ ਵਿੱਚ ਰੱਖ ਕੇ ਜਾਂ ਮਹਿਕਮਾ ਮਾਲ ਦੇ ਅਫਸਰਾਂ ਨਾਲ ਮਿਲ ਕੇ ਆਪਣੇ ਹਿੱਸੇ ਤੋਂ ਵੱਧ ਜ਼ਮੀਨ ਵੇਚ ਦਿੰਦੇ ਹਨ ਜਾਂ ਉਸੇ ਜਮੀਨ ਦੀ ਦੂਜੀ ਤਰਫ ਤੋਂ ਜਿਹੜੀ ਉਹਨਾਂ ਦੇ ਕਬਜ਼ੇ ਚ ਨਹੀਂ ਹੁੰਦੀ ਵੇਚ ਦਿੰਦੇ ਹਨ। ਉਸ ਸਮੇਂ ਖਰੀਦਦਾਰ ਅਤੇ ਬਾਕੀ ਮਾਲਕਾਂ ਵਿੱਚ ਝੱਗੜੇ ਹੋ ਜਾਂਦੇ ਹਨ।

(ਕ) ਸਾਂਝੇ ਖਾਤੇ ਵਿੱਚ ਖਾਤੇਦਾਰ ਦੇ ਤਕਸੀਮ ਦੇ ਹੱਕ ਕਦੇ ਵੀ ਖਤਮ ਨਹੀਂ ਹੁੰਦੇ ਭਾਂਵੇ ਉਸ ਦਾ ਕਬਜ਼ਾ ਵੀ ਨਾ ਹੋਵੇ ਜਾਂ ਉਹ ਲੰਮੇ ਸਮੇਂ ਤੋਂ ਪਿੰਡ ਤੋਂ ਬਾਹਰ ਹੀ ਕਿਉਂ ਨਾ ਰਹਿੰਦਾ ਹੋਵੇ ਉਸ ਦੇ ਤਕਸੀਮ ਦੇ ਹੱਕ ਹਮੇਸ਼ਾ ਰਹਿੰਦੇ ਹਨ। ਸਾਂਝੇ ਖਾਤੇ ਵਾਲਾ ਕੋਈ ਵੀ ਵਿਅਕਤੀ ਕਿਸੇ ਵੇਲੇ ਵੀ ਤਕਸੀਮ ਦੀ ਅਰਜੀ ਦੇ ਸਕਦਾ ਹੈ।

ਇਹ ਕੁੱਝ ਮੋਟੇ ਮੋਟੇ ਕਾਰਨ ਹਨ ਜੋ ਤਕਸੀਮ ਦਾ ਕਾਰਨ ਬਣਦੇ ਹਨ। ਪਰ ਮੇਰੀ ਕਿਸਾਨ ਭਰਾਵਾਂ ਨੂੰ ਇਹੀ ਅਪੀਲ ਹੈ ਕਿ ਜਿੰਨੀ ਛੇਤੀ ਹੋ ਸਕੇ ਆਪਣੀ ਜ਼ਮੀਨ ਦੀ ਤਕਸ਼ੀਮ ਕਰਵਾ ਲਵੋ ਤਾਂ ਕਿ ਫਿਰ ਤੁਹਾਡੇ ਤੇ ਬਾਅਦ ਵਿੱਚ ਕੋਈ ਝੱਗੜੇ ਦਾ ਕਾਰਣ ਨਾ ਬਣੇ ਅਤੇ ਇਹ ਤੁੱਹਾਡੇ ਬੱਚਿਆਂ ਦੇ ਹਿਤ ਵਿੱਚ ਵੀ ਹੈ।

ਮੇਰੀ ਸਰਕਾਰ ਨੂੰ ਇਹ ਅਪੀਲ ਵੀ ਹੈ ਕਿ ਇਸ ਨੂੰ ਹੋਰਨਾਂ ਕੰਮਾਂ ਵਾਂਗ ਇਸ ਸੇਵਾ ਨੂੰ ਰਾਈਟ ਟੂ ਸਰਵਿਸ ਐਕਟ, **2011** ਵਿੱਚ ਸ਼ਾਮਿਲ ਕੀਤਾ ਜਾਵੇ ਅਤੇ ਤਕਸ਼ੀਮ ਦੇ ਕੇਸਾਂ ਦੇ ਨਿਪਟਾਰੇ ਦਾ ਟਾਈਮ ਨਿਸ਼ਚਿੱਤ ਕੀਤਾ ਜਾਵੇ। ਤਾਂ ਕਿ ਕਿਸਾਨਾਂ ਨੂੰ ਇੱਕ ਬਹੁਤ ਵੱਡੀ ਰਾਹਤ ਮਿਲ ਸਕੇ। ਅਤੇ ਦਿਵਾਨੀ ਅਦਾਲਤਾਂ ਤੋਂ ਬੇ-ਲੋੜਾ ਮੁਕੱਦਮਿਆਂ ਦਾ ਬੋਝ ਘੱਟ ਕੀਤਾ ਜਾ ਸਕੇ।

ਤਕਸੀਮ ਤਕਸੀਮ ਦੀਆਂ ਕਿਸ਼ਮਾਂ:

ਹੁੱਣ ਅਸੀਂ ਤਕਸੀਮ ਕਿਵੇਂ ਕਰਾਈ ਜਾਵੇ ਇਸ ਬਾਰੇ ਵਿਚਾਰ ਚਰਚਾ ਕਰਾਂਗੇ। ਜ਼ਮੀਨ ਦੀ ਤਕਸੀਮ ਦੇ ਦੋ ਹੇਠ ਲਿਖੇ ਢੰਗ ਹਨ:

(i) ਆਪਸੀ ਸਹਿਮਤੀ ਨਾਲ ਤਕਸੀਮ (ਭਰਾਵੀਂ ਵੰਡ)

(ii) ਤਕਸੀਮ ਦਾ ਕੇਸ ਕਰਕੇ।

ਆਪਸੀ ਸਹਿਮਤੀ ਨਾਲ ਤਕਸੀਮ (ਭਰਾਵੀਂ ਵੰਡ):

ਜੇ ਕਰ ਕੋਈ ਪ੍ਰਵਾਰ ਭਰਾਵੀਂ ਵੰਡ ਰਾਹੀਂ ਆਪਣੀ ਜ਼ਮੀਨ ਦੀ ਆਪਣੇ-ਆਪ ਵੰਡ ਕਰ ਲੈਂਦੇ ਹਨ ਅਤੇ ਉਸ ਦੀ ਲਿਖਤ ਕਰ ਲੈਦੇਂ ਹਨ, ਤਾਂ ਉਹ ਸਬੰਧਿਤ ਤਹਿਸੀਲਦਾਰ ਦੇ ਦਰਖਾਸਤ ਦੇ ਸਕਦੇ ਹਨ ਅਤੇ ਉਸ ਨੂੰ ਰਜਿਸਟਰਡ ਕਰਾਕੇ ਵੱਖ ਵੱਖ ਇੰਤਕਾਲ ਕਰਵਾ ਸਕਦੇ ਹਨ। ਇਸ ਨੂੰ **ਪ੍ਰਾਈਵੇਟ ਪਾਰਟੀਸ਼ਨ** ਵੀ ਕਿਹਾ ਜਾਂਦਾ ਹੈ। ਜਿਵੇਂ ਕਿ ਪੰਜਾਬ ਲੈਂਡ ਰਿਕਾਰਡ ਮੈਨੁਅਲ ਦੇ ਪੈਰਾ ਨੰਬਰ **18.1** ਵਿੱਚ ਦਰਜ਼ ਹੈ ਕਿ ਆਪਸੀ ਸਹਿਮਤੀ ਨਾਲ ਤਕਸੀਮ ਲਈ ਦਰਖਾਸਤ ਦੇਣ ਦੀ ਆਮ ਤੌਰ ਤੇ ਕੋਈ ਜਰੂਰਤ ਨਹੀਂ ਹੁੰਦੀ, ਸਗੋਂ ਦੋਵੇਂ ਧਿਰਾਂ ਜਿਨ੍ਹਾਂ ਵਿੱਚ ਤਕਸੀਮ ਜਾਂ ਵੰਡ ਕੀਤੀ ਜਾਣ ਵਾਲੀ ਜ਼ਮੀਨ ਦੇ ਨੰਬਰ ਅਤੇ ਰਕਬੇ ਦੀ ਆਪਸੀ ਸਹਿਮਤੀ ਨਾਲ ਇੱਕ ਲਿਖਤ ਕਰ ਲੈਂਦੇ ਹਨ। ਉਸ ਲਿਖਤ ਵਿੱਚ ਹਰ ਇੱਕ ਹਿੱਸੇਦਾਰ ਨੂੰ ਜੋ-ਜੋ ਰਕਬਾ ਅਤੇ ਨੰਬਰ ਦਿੱਤੇ ਗਏ ਹੁੰਦੇ ਹਨ। ਉਸ ਹਿੱਸੇਦਾਰ ਦਾ ਨਾਂ ਲਿਖ ਕੇ ਉਸ ਦੇ ਨਾਂ ਅੱਗੇ ਲਿਖ ਦਿੱਤੇ ਜਾਂਦੇ ਹਨ। ਲਿਖਤ ਕਰਨ ਲੱਗਿਆਂ ਇਹ ਖਿਆਲ ਰੱਖਣਾ ਜਰੂਰੀ ਹੁੰਦਾ ਹੈ ਕਿ ਹਰ ਇੱਕ ਹਿੱਸੇਦਾਰ ਦਾ ਇੱਕ-ਇੱਕ ਬਲਾਕ ਜਾਂ ਕੂਰਾਅ ਬਣੇ।

ਜੇ ਇਹ ਸੰਭਵ ਨਾ ਹੋਵੇ ਤਾਂ ਇੱਕ ਦੋ ਤੋਂ ਵੱਧ ਕੂਰਏ ਵੀ ਬਣ ਸਕਦੇ ਹਨ। ਪਰ ਇਸ ਤੇ ਸਾਰੀਆਂ ਧਿਰਾਂ ਦੀ ਮਨਜੂਰੀ ਹੋਣੀ ਜਰੂਰੀ ਹੈ। ਲਿਖਤ ਕਰਨ ਲੱਗਿਆਂ ਹਰ ਇੱਕ ਧਿਰ ਦਾ ਮੋਟਰ, ਖੂਹ, ਖਾਲ, ਆੜ, ਰਸਤਾ ਅਤੇ ਦਰੱਖਤਾਂ ਆਦਿ ਦਾ ਖਿਆਲ ਰੱਖਣਾਂ ਜਰੂਰੀ ਹੁੰਦਾ ਹੈ।

ਸਾਰੀਆਂ ਧਿਰਾਂ ਜਦੋ ਕਿਸੇ ਗਲ ਤੇ ਸਹਿਮਤ ਹੋ ਜਾਣ ਤਾਂ ਇੱਕ ਲਿਖਤ ਕਰ ਲਈ ਜਾਂਦੀ ਹੈ (ਜੋ ਹੁੱਣ ਆਮ ਤੌਰ ਤੇ ਇੱਕਰਾਰਨਾਮੇ ਦੇ ਅਸ਼ਟਾਮ ਉੱਪਰ ਕੀਤੀ ਜਾਂਦੀ ਹੈ ਤਾਂ ਕਿ ਕੋਈ

ਹਿੱਸੇਦਾਰ ਬਾਅਦ ਵਿੱਚ ਮੁੱਕਰ ਨਾ ਸਕੇ) ਜਾਂ ਤਕਸੀਮ ਦੇ ਲਿਖੇ ਹੋਏ ਇਕਰਾਰਨਾਮੇ ਨੂੰ ਸਾਰੀਆਂ ਧਿਰਾਂ ਸਬੰਧਿਤ ਤਹਿਸੀਲਦਾਰ ਨੂੰ ਇੱਕ ਦਰਖਾਸਤ ਲਗਾਕੇ ਉਸ ਨਾਲ ਪੇਸ਼ ਕਰਦੀਆਂ ਹਨ ਕਿ ਸਾਰੀਆਂ ਧਿਰਾਂ ਦੀ ਆਪਸੀ ਸਹਿਮਤੀ ਨਾਲ ਜ਼ਮੀਨ ਦੀ ਵੰਡ ਹੋ ਗਈ ਹੈ। ਇਸ ਸਬੰਧੀ ਹਲਕਾ ਪਟਵਾਰੀ ਨੂੰ ਇੰਤਕਾਲ ਦਰਜ ਕਰਨ ਲਈ ਕਿਹਾ ਜਾਂਦਾ ਹੈ। ਤਹਿਸੀਲਦਾਰ ਦਰਖਾਸਤ ਆਉਣ ਤੇ ਸਾਰੀਆਂ ਧਿਰਾਂ ਦੀ ਹਾਜਰੀ ਵਿੱਚ ਤਕਸੀਮ ਦੇ ਸਾਰੇ ਤੱਥਾਂ ਦੀ ਘੋਖ ਕਰਕੇ ਕਿ ਤਕਸੀਮ ਸਹੀ ਹੋਈ ਹੈ ਤਾਂ ਹਲਕਾ ਪਟਵਾਰੀ ਨੂੰ ਹੁਕਮ ਦਿੰਦਾ ਹੈ ਕਿ ਐਕਟ ਦੀ ਧਾਰਾ **119-122** ਦੀ ਕਾਰਵਾਈ ਕਰਦੇ ਹੋਏ ਤਕਸੀਮ ਦਾ ਇੰਤਕਾਲ ਦਰਜ ਕਰੇ।

ਜਿਵੇਂ ਕਿ ਪੰਜਾਬ ਲੈਂਡ ਰਿਕਾਰਡ ਮੈਨੂਅਲ ਦੇ ਪੈਰਾ ਨੰਬਰ 7.1 ਅਤੇ ਪੰਜਾਬ ਰੈਵੀਨਿਊ ਐਕਟ ਦੇ ਸੈਕਸ਼ਨ 33-34 ਵਿੱਚ ਦਰਜ ਹੈ। ਹਲਕਾ ਪਟਵਾਰੀ ਇੰਤਕਾਲ ਦਰਜ ਕਰਕੇ ਨਵੇਂ ਅਤੇ ਪੁਰਾਣੇ ਮਾਲਕਾਂ ਦਾ ਵੇਰਵਾ ਦਰਜ ਕਰਦਾ ਹੈ ਅਤੇ ਇਸ ਨੂੰ ਪੜ੍ਹਤਾਲ ਅਤੇ ਤਸਦੀਕ ਲਈ ਹਲਕਾ ਕਾਨੂੰਗੋ ਦੇ ਪੇਸ਼ ਕਰਦਾ ਹੈ। ਜੋ ਪੜਤਾਲ ਤੋਂ ਬਾਅਦ ਆਪਣਾ ਸਹਿਮਤੀ ਨੋਟ ਇੰਤਕਾਲ ਉੱਪਰ ਦਿੰਦਾ ਹੈ। ਜਿਸ ਨੂੰ ਹਲਕਾ ਪਟਵਾਰੀ ਮਨਜ਼ੂਰੀ ਲਈ ਆਪਣੇ ਹਲਕੇ ਦੇ ਤਹਿਸੀਲਦਾਰ ਜਾਂ ਨਾਇਬ ਤਹਿਸੀਲਦਾਰ ਦੇ ਪੇਸ਼ ਕਰਦਾ ਹੈ। ਇਸ ਤਰ੍ਹਾਂ ਕੀਤੀ ਗਈ ਤਕਸੀਮ ਨੂੰ ਭਰਾਵੀਂ ਵੰਡ ਕਿਹਾ ਜਾਂਦਾ ਹੈ।

ਤਹਿਸੀਲਦਾਰ ਇੰਤਕਾਲ ਮਨਜ਼ੂਰ ਕਰਨ ਸਮੇਂ ਇਸ ਗਲ ਦਾ ਖਾਸ ਧਿਆਨ ਰੱਖਦਾ ਹੈ ਕਿ ਇਸ ਤੇ ਸਾਰੀਆਂ ਧਿਰਾਂ ਸਹਿਮਤ ਹਨ ਜਾਂ ਇਹਨਾਂ ਵਿਚੋਂ ਕਿਸੇ ਇੱਕ ਜਾਂ ਵੱਧ ਧਿਰਾਂ ਨੂੰ ਕੋਈ ਸਿਕਵਾ ਜਾਂ ਗਿਲਾ ਤਾਂ ਨਹੀਂ। ਹਰ ਇੱਕ ਨੂੰ ਮਾਲਕੀ ਹੱਕ ਬਰਾਬਰ ਮਿਲੇ ਹਨ। ਹਰ ਧਿਰ ਦੇ ਵਾਹੀ ਹੇਠ ਕਬਜੇ ਦੇ ਹਿੱਸੇ ਨੂੰ ਧਿਆਨ ਵਿੱਚ ਰੱਖਿਆ ਗਿਆ ਹੈ। ਜੇਕਰ ਕੋਈ ਧਿਰ ਕੀਤੀ ਗਈ ਭਰਾਵੀਂ ਵੰਡ ਤੇ ਕੋਈ ਇਤਰਾਜ ਕਰਦੀ ਹੈ ਤਾਂ ਤਹਿਸੀਲਦਾਰ ਇੰਤਕਾਲ ਨੂੰ ਮਨਜ਼ੂਰ ਕਰਨ ਤੋਂ ਮਨ੍ਹਾ ਕਰ ਸਕਦਾ ਹੈ ਅਤੇ ਤਕਸੀਮ ਦੀ ਅਗਲੀ ਕਾਰਵਾਈ **ਪੰਜਾਬ ਰੈਵੀਨਿਊ ਐਕਟ ਦੇ ਸੈਕਸ਼ਨ 123** ਅਨੁਸਾਰ ਸ਼ੁਰੂ ਕਰ ਦਿੰਦਾ ਹੈ ਜਿਸ ਮੁਤਾਬਿਕ ਸਬੰਧਿਤ ਧਿਰ (ਜਿਸ ਨੇ ਭਰਾਵੀਂ ਵੰਡ ਤੇ ਇਤਰਾਜ ਕੀਤਾ ਹੁੰਦਾ ਹੈ) ਉਸ ਪਾਸ ਆਪਣੀ ਮਰਜੀ ਪੇਸ਼ ਕਰਦੀ ਹੈ ਅਤੇ ਰੈਵੀਨਿਊ ਅਫਸਰ ਖੁਦ ਤਕਸੀਮ ਕੀਤੀ ਗਈ ਜ਼ਾਇਦਾਦ ਜਾਂ ਅਰਾਜੀ ਦੇ ਤਕਸੀਮ ਦੇ ਢੰਗਾਂ ਦੀ ਨਿਯਮ ਅਨੁਸਾਰ ਪੜਤਾਲ ਕਰਦਾ ਹੈ ਜੇਕਰ ਉਹ ਇਹ ਸਮਝੇ ਕਿ ਇਤਰਾਜ ਗਲਤ ਹਨ ਅਤੇ ਭਰਾਵੀਂ ਵੰਡ ਠੀਕ ਹੋਈ ਹੈ ਤਾਂ ਉਹ ਤਕਸੀਮ ਦੇ ਇੰਤਕਾਲ ਨੂੰ ਮਨਜ਼ੂਰ ਕਰ ਦਿੰਦਾ ਹੈ।

ਉਪਰੋਕਤ ਵਰਨਣ ਤੋਂ ਬਾਅਦ ਮੇਰਾ ਖਿਆਲ ਹੈ ਕਿ ਕਿਸਾਨ ਭਰਾਵਾਂ ਨੂੰ ਇਸ ਗਲ ਦੀ ਪੂਰੀ ਜਾਣਕਾਰੀ ਮਿਲ ਗਈ ਹੋਵੇਗੀ ਕਿ ਭਰਾਵੀਂ ਵੰਡ ਕਰਨ ਸਮੇਂ ਤੁੱਹਾਨੂੰ ਕਿਨਾ ਸੁਚੇਤ ਰਹਿਣ ਦੀ ਲੋੜ ਹੈ। ਭਰਾਵੀਂ ਵੰਡ ਕਰੋ, ਪਰ ਵੰਡ ਲਿਖਤੀ ਹੋਵੇ, ਸਾਰੀਆਂ ਧਿਰਾਂ ਦੀ ਸਹਿਮਤੀ ਹੋਵੇ, ਹਲਕਾ ਪਟਵਾਰੀ ਪਾਸੋਂ ਰਿਪੋਰਟ ਕੀਤੀ ਹੋਵੇ ਅਤੇ ਫਿਰ ਤਹਿਸੀਲਦਾਰ ਪੇਸ਼ ਹੋ ਕੇ ਵੰਡ ਮਨਜ਼ੂਰ ਕੀਤੀ ਹੋਵੇ।

ਕਿਸਾਨ ਭਰਾਵੋ ਤਕਸੀਮ ਦੇ ਮਮਲੇ ਚ **"ਚਲ ਹੋਊ", "ਫਿਰ ਕਰ ਲਵਾਂਗੇ", "ਚਲ ਕੋਈ ਗਲ ਨੀ" "ਭਰਾਵੀਂ ਗੱਲ ਐ ਤੇ ਭਰਾਵਾਂ ਨਾਲ ਕਾਹਦੀ ਵੰਡ", "ਕਿਧਰ ਚਲੇ ਐ"** ਆਦਿ ਅਜਿਹੇ ਵਿਚਾਰ ਛੱਡ ਦਿਉ। ਜਮਾਨਾ ਬੜੀ ਤੇਜੀ ਨਾਲ ਬਦਲ ਰਿਹਾ ਹੈ, ਜ਼ਮੀਨ ਜਾਇਦਾਦ

ਦੇ ਮਾਮਲੇ ਵਿੱਚ ਕੋਈ ਕਿਸੇ ਦਾ ਭਰਾ ਨਹੀਂ ਜਦੋਂ ਇਸ ਮਸਲੇ ਤੇ ਸੱਮਸਿਆ ਖੜ੍ਹੀ ਹੁੰਦੀ ਹੈ ਤਾਂ ਉਹੀ ਭਰਾ ਸੱਭ ਤੋਂ ਅੱਗੇ ਹੁੰਦਾ ਹੈ ਤੁੱਹਾਡਾ ਵਿਰੋਧ ਕਰਨ ਵਾਲਿਆਂ ਵਿੱਚ, ਅੱਜ ਕਲ ਕੰਪਿਊਟਰ ਦਾ ਯੁਗ ਹੈ, ਤੁੱਹਾਡੀਆਂ ਜ਼ਮੀਨਾਂ ਦਾ ਰਿਕਾਰਡ ਕੰਪਿਊਟਰਾਂ ਵਿੱਚ ਦਰਜ ਹੋ ਰਿਹਾ ਹੈ ਜੇ ਕੋਈ ਗਲਤੀ ਰਹਿ ਗਈ ਤਾਂ ਉਸ ਨੂੰ ਦਰੁਸਤ ਕਾਉਣਾ ਸੌਖਾ ਨਹੀਂ ਇਸ ਲਈ ਭਰਾਵੀਂ ਵੰਡ ਦਾ ਤਾਂ ਹੀ ਫਾਇਦਾ ਹੈ ਜੇ ਉਹ ਮਹਿਕਮਾ ਮਾਲ ਦੇ ਰਿਕਾਰਡ ਵਿੱਚ ਦਰਜ ਹੋਵੇ।

ਮਾਲ ਮਹਿਕਮੇ ਦੀ ਅਦਾਲਤ ਰਾਹੀਂ ਜ਼ਮੀਨ ਦੀ ਵੰਡ:

ਹੁੱਣ ਅਸੀਂ ਵਿਚਾਰਾਂਗੇ ਕਿ ਅਦਾਲਤ ਰਾਹੀਂ ਕੀ ਕੀ ਪੜਾਅ ਹਨ, ਕੌਣ ਕੌਣ ਤਕਸੀਮ ਦੀ ਦਰਖਾਸਤ ਦੇ ਸਕਦਾ ਹੈ ਅਤੇ ਤਕਸੀਮ ਦੀ ਦਰਖਾਸਤ ਕਿਵੇਂ ਅਤੇ ਕਿੱਥੇ ਦੇਣੀ ਚਾਹੀਦੀ ਹੈ?

ਤਕਸੀਮ ਦੀ ਦਰਖਾਸਤ ਲਈ ਸੱਭ ਤੋਂ ਵੱਡਾ ਨੁਕਤਾ ਇਹ ਕਿ ਸਾਂਝੇ ਖਾਤੇ ਵਿੱਚੋਂ ਕੋਈ ਇੱਕ ਜਾਂ ਇੱਕ ਤੋਂ ਵੱਧ ਵਿਅਕਤੀ ਆਪਣੇ ਹਿੱਸੇ ਆਉਂਦੀ ਜ਼ਮੀਨ ਨੂੰ ਵੱਖ ਕਰਵਾਉਣ ਲਈ ਤਕਸੀਮ ਦੀ ਦਰਖਾਸਤ ਦੇ ਸਕਦੇ ਹਨ, ਜੋ ਉਨ੍ਹਾਂ ਦੇ ਹਿੱਸੇ ‘ਚ ਮੁਸ਼ਤਰਕੇ ਖਾਤੇ ਵਿੱਚੋਂ ਆਉਂਦੀ ਹੈ।

ਇਹ ਦਰਖਾਸਤ ਸਬੰਧਿਤ ਤਹਿਸੀਲਦਾਰ ਦੇ ਪੇਸ਼ ਕਰਨੀ ਹੁੰਦੀ ਹੈ। ਜਦ ਪਰਿਵਾਰ ਦਾ ਮੁੱਖੀ ਸਵਰਗਵਾਸ ਹੋ ਜਾਂਦਾ ਹੈ ਤਾਂ ਉਸ ਦੀ ਜਮੀਨ ਦੀ ਮਾਲਕੀ ਉਸ ਦੇ ਵਾਰਿਸ਼ਾਂ ਨੂੰ ਕਾਨੂੰਨ ਤੌਰ ਤੇ ਮਿਲ ਜਾਂਦੀ ਹੈ। ਇਸ ਤਰ੍ਹਾਂ ਇੱਕ ਇੱਕ ਖਾਤੇ ਵਿੱਚ ਕਈ-ਕਈ ਮਾਲਕ ਹਿੱਸੇਦਾਰ ਵਜੋਂ ਆ ਜਾਂਦੇ ਹਨ। ਇਸ ਨੂੰ ਮਹਿਕਮਾ ਮਾਲ ਦੀ ਭਾਸ਼ਾ ‘ਚ ਮੁਸ਼ਤਰਕਾ ਖਾਤਾ ਕਿਹਾ ਜਾਂਦਾ ਹੈ। ਮੁਸ਼ਤੱਰਕੇ ਖਾਤੇ ਵਿੱਚ ਕਈ ਤਰੀਕਿਆਂ ਨਾਲ ਮਾਲਕ ਸਾਮਲ ਹੁੰਦੇ ਰਹਿੰਦੇ ਹਨ, ਜੋ ਹੇਠ ਲਿਖੇ ਅਨੁਸਾਰ ਹਨ:

(ੳ) ਵਿਰਾਸਤ: ਜਦ ਪਰਿਵਾਰ ਦਾ ਮੁੱਖੀ ਸਵਰਗਵਾਸ ਹੋ ਜਾਂਦਾ ਹੈ ਤਾਂ ਉਸ ਦੀ ਜਮੀਨ ਦੀ ਮਾਲਕੀ ਉਸ ਦੇ ਵਾਰਿਸ਼ਾਂ ਨੂੰ ਕਾਨੂੰਨ ਤੌਰ ਤੇ ਮਿਲ ਜਾਂਦੀ ਹੈ। ਇਸ ਤਰ੍ਹਾਂ ਇੱਕ ਇੱਕ ਖਾਤੇ ਵਿੱਚ ਕਈ-ਕਈ ਮਾਲਕ ਹਿੱਸੇਦਾਰ ਵਜੋਂ ਆ ਜਾਂਦੇ ਹਨ।

(ਅ) ਬੈਨਾਮਾ: ਜੇਕਰ ਕੋਈ ਹਿੱਸੇਦਾਰ ਆਪਣੇ ਹਿੱਸੇ ਵਿੱਚੋਂ ਕੁੱਝ ਹਿੱਸਾ ਅੱਗੇ ਕਿਸੇ ਹੋਰ ਵਿਅਕਤੀ ਜਾਂ ਵਿਅਕਤੀਆਂ ਨੂੰ ਬੈ ਕਰ ਦੇਵੇ ਤਾਂ ਨਵੇਂ ਖਰੀਦਦਾਰ/ਖਰੀਦਦਾਰਾਂ ਦਾ ਨਾਂ ਖਾਨਾ ਮਾਲਕੀ ਵਿੱਚ ਆ ਜਾਵੇਗਾ।

(ੲ) ਤਬਾਦਲਾ (ਵਟਾਂਦਰਾ): ਜੇਕਰ ਸਾਂਝੇ ਖਾਤੇ ਦਾ ਕੋਈ ਵਿਅਕਤੀ ਆਪਣਾ ਕੁੱਝ ਹਿੱਸਾ ਜਾਂ ਸਾਰੇ ਹਿੱਸੇ ਦਾ ਤਬਾਦਲਾ ਕਿਸੇ ਬਾਹਰਲੇ ਵਿਅਕਤੀ/ਵਿਅਕਤੀਆਂ ਨਾਲ ਕਰ ਲੈਂਦਾ ਹੈ ਤਾਂ ਉਹਨਾਂ ਦਾ ਨਾਂ ਵੀ ਮਾਲਕੀ ਦੇ ਖਾਨੇ ਵਿੱਚ ਆ ਜਾਵੇਗਾ ਅਤੇ ਹੋਰ ਵੀ ਕਈ ਕਾਰਨਾਂ ਕਰਕੇ ਮਾਲਕੀ ਖਾਨੇ ਵਿੱਚ ਆਉਂਦੇ ਰਹਿੰਦੇ ਹਨ। ਪੁਰਾਣੇ ਮੁਜ਼ਾਰੇ ਜਿਹੜ੍ਹੇ ਕਾਫੀ ਦੇਰ ਤੋਂ ਇਸ ਜ਼ਮੀਨ ਦੇ ਕਾਸ਼ਤਕਰ ਹੋਣ ਵਗੈਰਾ।

ਤਕਸੀਮ ਦੀ ਦਰਖਾਸਤ ਕਿਵੇਂ ਦੇਣੀ ਹੈ:

ਕੋਈ ਵੀ ਜ਼ਮੀਨ ਮਾਲਕ ਸਾਂਝੇ ਖਾਤੇ ਵਿੱਚ ਆਪਣੀ ਹਿੱਸੇਦਾਰੀ ਜਾਂ ਕਬਜ਼ੇ ਵਾਲੀ ਜ਼ਮੀਨ ਨੂੰ ਅੱਡ ਕਰਨ ਵਾਸਤੇ ਮਹਿਕਮਾ ਮਾਲ ਦੇ ਅਫ਼ਸਰ ਤਹਿਸੀਲਦਾਰ ਨੂੰ ਤਕਸੀਮ ਲਈ ਦਰਖਾਸਤ

ਦੇ ਸਕਦਾ ਹੈ। ਤਕਸੀਮ ਦੀ ਦਰਖਾਸਤ ਲੈਣ ਸਮੇਂ ਮਹਿਕਮਾ ਮਾਲ ਦਾ ਅਫ਼ਸਰ ਹੇਠ ਲਿਖੀਆਂ **ਤਿੰਨ ਗੱਲਾਂ** ਦਾ ਧਿਆਨ ਰੱਖੇਗਾ:-

(ੳ) ਦਰਖਾਸਤ ਦੇਣ ਦੀ ਤਰੀਕ ਨੂੰ ਦਰਖਾਸਤ ਦੇਣ ਵਾਲੇ ਦਾ ਹਿੱਸਾ ਪੰਜਾਬ ਲੈਂਡ ਰੈਵੀਨਿਊ ਦੇ ਅਧਿਆਏ- **4** ਦੇ (ਮਾਲਕੀ ਦੇ ਰਿਕਾਰਡ ਜਮ੍ਹਾਂਬੰਦੀ ਅਤੇ ਗਿਰਦਾਵਰੀ) ਵਿੱਚ ਦਰਜ ਹੈ ਅਤੇ ਉਸ ਨਾਲ ਸਬੰਧਿਤ ਹੈ।

(ਅ) ਦਰਖ਼ਾਸਤ ਦੇਣ ਵਾਲੇ ਦੇ ਹੱਕ ਅਤੇ ਹਿੱਸਾ ਦੀਵਾਨੀ ਅਦਾਲਤ ਦੀ ਡਿਗਰੀ ਰਾਹੀਂ ਉਸ ਦੇ ਹੱਕ ਵਿੱਚ ਹੋ ਚੁੱਕੇ ਹਨ ਅਤੇ ਦਰਖਾਸਤ ਦੇਣ ਵਾਲੇ ਦਿਨ ਉਸ ਦਰਖਾਸਤੀ ਦੇ ਨਾਂਅ 'ਤੇ ਸਨ।

(ੲ) ਤਕਸੀਮ ਵਿੱਚ ਸਬੰਧਿਤ ਸਾਰੀਆਂ ਧਿਰਾਂ ਵੱਲੋਂ ਇਸ ਗੱਲ ਦੀ ਲਿਖਤੀ ਪੁਸ਼ਟੀ ਹੋ ਜਾਵੇ ਕਿ ਦਰਖ਼ਾਸਤ ਦੇਣ ਵਾਲੇ ਦਾ ਹਿੱਸਾ ਤਕਸ਼ੀਮ ਵਾਲੀ ਅਰਾਜ਼ੀ (ਜਾਇਦਾਦ) ਵਿੱਚ ਬਣਦਾ ਹੈ।

ਇੱਥੇ ਇਹ ਗਲ ਯਾਦ ਰੱਖਣਯੋਗ ਹੈ ਕਿ ਕਿਸੇ ਵਾਹੀ ਯੋਗ ਜ਼ਮੀਨ ਦੀ ਤਕਸੀਮ ਲਈ ਜਿੱਥੇ ਕੋਈ ਮਾਲਕੀ ਦਾ ਝੱਗੜਾ ਜਾਂ ਅਧਿਕਾਰਾਂ ਦਾ ਝੱਗੜਾ ਨਾ ਹੋਵੇ ਤਾਂ ਉਸ ਜ਼ਮੀਨ ਦੀ ਦਰਖ਼ਾਸਤ ਕਿਸੇ ਦਿਵਾਨੀ ਅਦਾਲਤ ਵਿੱਚ ਉਨ੍ਹਾਂ ਚਿਰ ਨਹੀਂ ਚੱਲ ਸਕਦੀ ਜਿਨ੍ਹਾਂ ਚਿਰ ਮਾਲ ਮਹਿਕਮੇ ਵਲੋਂ ਉਸ ਦੀ ਅਪੀਲ ਨੂੰ ਖਾਰਜ਼ ਨਾ ਕੀਤਾ ਗਿਆ ਹੋਵੇ। ਸੋ ਇਹ ਦਰਖਾਸਤ ਪਹਿਲਾਂ ਮਹਿਕਮਾ ਮਾਲ ਹੀ ਸੁਣੇਗਾ।

ਤਕਸੀਮ ਦੀ ਅਰਜੀ ਦੇਣ ਵੇਲੇ ਇਹ ਜਰੂਰੀ ਹੈ ਕਿ ਦੋਵਾਂ ਧਿਰਾਂ ਦਾ ਇੱਕੋ ਜਿਹਾ ਅਧਿਕਾਰ ਹੋਵੇ ਜਾਂ ਦੋਵੇਂ ਮਾਲਕ ਹੋਣ ਅਤੇ ਜਾਂ ਦੋਵੇਂ ਮੁਜ਼ਾਰੇ ਹੋਣ। ਕੋਈ ਮੁਜ਼ਾਰਾ ਕਿਸੇ ਮਾਲਕ ਦੇ ਖਿਲਾਫ ਤਕਸੀਮ ਦੀ ਦਰਖਾਸਤ ਨਹੀਂ ਦੇ ਸਕਦਾ ਅਤੇ ਨਾ ਹੀ ਕੋਈ ਮਾਲਕ ਮਜ਼ਾਰੇ ਖਿਲਾਫ ਤਕਸੀਮ ਦੀ ਦਰਖ਼ਾਸਤ ਦੇ ਸਕਦਾ ਹੈ।

ਨੋਟ: ਅਬਾਦੀ ਦੇ ਵਿਚਲੀ ਜ਼ਾਇਦਾਦ ਜੇਕਰ ਕੋਈ ਸਾਂਝੀ ਹਿੱਸੇਦਾਰੀ ਦੀ ਮਾਲਕੀ ਹੋਵੇ ਤਾਂ ਉਸ ਦੀ ਵੰਡ ਦੀ ਦਰਖਾਸਤ ਤਹਿਸੀਲਦਾਰ ਦੀ ਅਦਾਲਤ ਵਿੱਚ ਨਹੀਂ ਜਾਵੇਗੀ ਸਗੋਂ ਉਸ ਅਰਾਜ਼ੀ ਦੀ ਵੰਡ ਲਈ ਅਦਾਲਤ ਦਿਵਾਨੀ ਵਿੱਚ ਦਾਅਵਾ ਕਰਨਾ ਹੋਵੇਗਾ।

ਪੰਜਾਬ ਲੈਂਡ ਰੈਵੀਨਿਊ ਐਕਟ ਦੇ ਧਾਰਾ-111 ਵਿੱਚ ਇਹ ਖਾਸ ਤੌਰ ਤੇ ਦਰਜ ਹੈ ਕਿ ਕੇਵਲ ਜ਼ਮੀਨ ਦੇ ਮੁਸ਼ਤਰਕਾ ਮਾਲਕਾਨ **(Joint Owner of Land)** ਹੀ ਜ਼ਮੀਨ ਦੀ ਵੰਡ ਕਰਵਾ ਸਕਦੇ ਹਨ। ਪਰ ਇਸ ਦੇ ਨਾਲ ਇੱਕ ਹੋਰ ਸ਼ਬਦ ਹੈ ਭੂਮੀ ਮਾਲਕ **(Land Owner)**। ਇਨ੍ਹਾਂ ਦੋਵਾਂ ਸ਼ਬਦਾਂ ਵਿੱਚ ਫਰਕ ਹੈ ਅਤੇ ਇਸ ਨੂੰ ਸੱਮਝਣਾਂ ਸਾਡੇ ਲਈ ਅਤਿ ਜਰੂਰੀ ਹੈ।

ਮੁਸ਼ਤਰਕਾ ਮਾਲਕਾਨ (Joint Owner of Land): ਦਾ ਮਤਲਬ ਹੈ ਜਿਹੜੀ ਜ਼ਮੀਨ ਉਸ ਨੂੰ ਬਜ਼ਰੀਆਂ ਵਿਰਾਸਤ ਤਬਦੀਲ ਹੋ ਕੇ ਮਿਲੀ ਹੈ ਭਾਵ ਜੱਦੀ ਜਾਇਦਾਦ ਤੋਂ ਹੈ।

ਭੂਮੀ ਮਾਲਕ (Land Owner): ਮਾਲਕ ਜ਼ਮੀਨ ਉਹ ਹੁੰਦੇ ਹਨ ਜਿਹੜੇ ਜ਼ਮੀਨ ਦੀ ਹਿੱਸੇਦਾਰੀ ਵਿੱਚੋਂ ਕੁੱਝ ਹਿੱਸਾ ਖਰੀਦ ਕੇ ਮਾਲਕ ਬਣੇ ਹੋਣ। ਉਨ੍ਹਾਂ ਨੂੰ ਮਾਲਕ ਜ਼ਮੀਨ **(Land Owner)** ਕਿਹਾ ਗਿਆ ਹੈ।

ਤਕਸੀਮ ਦੀ ਦਰਖਾਸਤ ਵਾਸਤੇ ਜ਼ਰੂਰੀ ਦੱਸਤਾਵੇਜ:

ਜਿਨ੍ਹਾਂ ਕਿਸਾਨ ਵੀਰਾਂ ਨੇ ਆਪਣੇ ਹਿੱਸੇ ਦੀ ਜ਼ਮੀਨ ਦੀ ਵੰਡ ਸਾਂਝੇ ਖਾਤੇ ਵਿਚੋਂ ਅਲੱਗ ਕਰਵਾਉਣੀ ਹੋਵੇ ਤਾਂ ਉਹ ਸੱਭ ਤੋਂ ਪਹਿਲਾਂ ਪਟਵਾਰੀ ਕੋਲ ਜਾ ਕੇ ਉਸ ਪਾਸੋਂ ਹੇਠ ਲਿਖੇ ਦਸਤਾਵੇਜ਼ਾਂ ਦੀ ਮੰਗ ਕਰੇ:

(ੳ) ਕੁੱਲ ਅਰਾਜ਼ੀ (ਜ਼ਮੀਨ) ਦੀ ਅਖੀਰਲੀ ਜਾਂ ਮੌਜੂਦਾ ਜਮ੍ਹਾਂਬੰਦੀ ਦੀ ਨਕਲ।
(ਅ) ਕੁੱਲ ਅਰਾਜ਼ੀ (ਜ਼ਮੀਨ) ਦੀ ਅਖੀਰਲੀ ਜਾਂ ਮੌਜੂਦਾ ਖਸਰਾ ਗਿਰਦਾਵਰੀ ਦੀ ਨਕਲ।
(ੲ) ਨਕਸ਼ਾ "ੳ" ਹਲਕਾ ਪਟਵਾਰੀ ਪਾਸੋਂ ਫਾਰਮ ਨੰਬਰ-73 ਤੇ ਬਣਵਾਏ।

ਉੱਪਰੋਕਤ ਦੱਸਤਾਵੇਜ਼ ਪਟਵਾਰੀ ਤੋਂ ਪ੍ਰਾਪਤ ਕਰਕੇ ਉਨ੍ਹਾਂ ਨੂੰ ਮਹਿਕਮਾ ਮਾਲ ਦੇ ਤਹਿਸੀਲਦਾਰ ਦੇ ਦਫ਼ਤਰ ਦਰਖਾਸਤ ਦੇ ਨਾਲ ਪੇਸ਼ ਕਰੇ। ਤਕਸੀਮ ਦੀ ਦਰਖਾਸਤ ਲਿੱਖਣ ਦਾ ਢੰਗ ਅਗਲੇ ਪੈਰੇ ਵਿੱਚ ਦਸਿਆ ਜਾਵੇਗਾ।

ਤਕਸੀਮ ਦੀ ਦਰਖਾਸਤ ਕਿਵੇਂ ਤਿਆਰ ਕਰਨੀ ਹੈ:

ਉੱਪਰੋਕਤ ਚਾਰੇ ਦੱਸਤਾਵੇਜ਼ ਇੱਕਠੇ ਕਰਕੇ ਫਿਰ ਤਕਸੀਮ ਦੀ ਦਰਖਾਸਤ ਤਿਆਰ ਕੀਤੀ ਜਾਂਦੀ ਹੈ। ਵੈਸੇ ਤਾਂ ਇਹ ਕਿਸੇ ਅਰਜੀ ਨਵੀਸ਼ ਤੋਂ ਵੀ ਲਿਖਵਾਈ ਜਾ ਸਕਦੀ ਹੈ। ਪਰ ਫਿਰ ਵੀ ਕਿਸਾਨਾਂ ਦੀ ਸਹੂਲਤ ਵਾਸਤੇ ਦਰਖਾਸਤ ਦਾ ਨਮੂਨਾ ਅਤੇ ਇਸ ਬਾਰੇ ਆਮ ਜਾਣਕਾਰੀ ਇਸ ਪ੍ਰਕਾਰ ਹੈ:

1. ਸੱਭ ਤੋਂ ਪਹਿਲਾਂ ਉੱਪਰ ਉਸ ਅਦਾਲਤ ਦਾ ਨਾਂਅ ਲਿਖਣਾ ਚਾਹੀਦਾ ਹੈ,
2. ਜੋ ਵਿਅਕਤੀ ਤਕਸੀਮ ਦੀ ਦਰਖਾਸਤ ਦੇ ਰਿਹਾ ਹੈ ਉਸ ਦਾ ਨਾਂਅ, ਉਮਰ, ਪਿਤਾ ਦਾ ਨਾਂਅ, ਦਾਦੇ ਦਾ ਨਾਂਅ, ਪਿੰਡ, ਡਾਕਖਾਨਾ, ਤਹਿਸੀਲ, ਜ਼ਿਲ੍ਹੇ ਦਾ ਨਾਂਅ ਲਿਖਣਾ ਹੁੰਦਾ ਹੈ।
3. ਦਰਖਾਸਤ ਦੇਣ ਵਾਲੇ ਨੂੰ ਮਹਿਕਮਾ ਮਾਲ ਦੀ ਭਾਸ਼ਾ ਵਿੱਚ ਦਰਖਾਸਤੀ ਕਿਹਾ ਜਾਂਦਾ ਹੈ।
4. ਉਸ ਤੋਂ ਅੱਗੇ ਬਨਾਮ ਅਤੇ ਉਸ ਦੇ ਥੱਲੇ ਉਨ੍ਹਾਂ ਸਾਰੀਆਂ ਧਿਰਾਂ ਦੇ ਨਾਂਅ ਅਤੇ ਪਤੇ ਦੱਸਣੇ ਹੁੰਦੇ ਹਨ।
5. ਇਸ ਤੋਂ ਉਪਰੰਤ ਦਰਖ਼ਾਸਤ ਦੇ ਵਿਸ਼ੇ ਵਜੋਂ ਲਿਖਣਾ ਹੁੰਦਾ ਹੈ ਕਿ ਇਹ ਦਰਖਾਸਤ ਹੇਠ ਲਿਖੀ ਅਰਾਜ਼ੀ ਦੀ ਤਕਸੀਮ ਲਈ ਹੈ ਜਿਸ ਵਿੱਚ ਦਰਖਾਸਤੀ ਦਾ ਹਿੱਸਾ (ਕਨਾਲਾਂ ਵਿੱਚ ਲਿਖਕੇ) ਬਣਦਾ ਹੈ ਲਿਖੋ।
6. ਫਿਰ ਸਾਰੀ ਜ਼ਮੀਨ ਦੀ ਜਮ੍ਹਾਂਬੰਦੀ ਮੁਤਾਬਿਕ ਖਸਰਾ ਨੰਬਰ ਬ-ਮਹਿ (ਸਮੇਤ) ਰਕਬੇ ਦੇ ਲਿਖਣੇ ਹੁੰਦੇ ਹਨ। ਜਮ੍ਹਾਂਬੰਦੀ ਮੁਤਾਬਿਕ ਖੇਵਟ ਨੰਬਰ ਅਤੇ ਖਤੌਨੀ ਨੰਬਰ ਵੀ ਲਿਖਣੇ ਹੁੰਦੇ ਹਨ ਅਤੇ ਇਹ ਦੱਸਣਾ ਹੁੰਦਾ ਹੈ ਕਿ ਇਹ ਕਿਸ ਸਾਲ ਦੀ ਹੈ ਅਤੇ ਕਿਹੜੇ ਪਿੰਡ ਦੀ ਹੈ।

7. ਜੇਕਰ ਦਰਖਾਸਤ ਤਕਸੀਮ ਵਿੱਚ ਆਪਣਾ ਬਣਦਾ ਹਿੱਸਾ ਪਹਿਲਾਂ ਦੱਸ ਦਿੱਤਾ ਜਾਵੇ ਤਾਂ ਅੱਗੇ ਤਕਸੀਮ ਦੀ ਕਾਰਵਾਈ ਵਿੱਚ ਸੌਖ ਰਹਿੰਦੀ ਹੈ।
8. ਇਸ ਤੋਂ ਥੱਲੇ ਤਕਸੀਮ ਦੀ ਮੰਗ ਕਿਉਂ ਕੀਤੀ ਗਈ ਹੈ ਦੇ ਕਾਰਣ ਸੰਖੇਪ ਰੂਪ ਵਿੱਚ ਦੱਸਣੇ ਹੁੰਦੇ ਹਨ।
   ਆਮ ਤੌਰ ਤੇ ਤਕਸੀਮ ਦੇ ਕਾਰਨ ਹੇਠ ਦਿੱਤੇ ਤਕਸੀਮ ਦੀ ਦਰਖਾਸਤ ਦੇ ਪ੍ਰੋਫਾਰਮੇ ਮੁਤਾਬਿਕ ਹੀ ਹੁੰਦੇ ਹਨ। ਪਰ ਜੇਕਰ ਇਨ੍ਹਾਂ ਤੋਂ ਇਲਾਵਾ ਕੋਈ ਹੋਰ ਕਾਰਨ ਹੋਵੇ ਤਾਂ ਉਹ ਵੀ ਤਕਸੀਮ ਦੀ ਦਰਖਾਸਤ ਵਿੱਚ ਲਿਖ ਦੇਣਾ ਚਾਹੀਦਾ ਹੈ।

ਤਕਸੀਮ ਦੀ ਦਰਖਾਸਤ ਦਾ ਨਮੂਨਾ (ਪ੍ਰੋਫਾਰਮਾਂ) ਇਸ ਪ੍ਰਕਾਰ ਹੈ:

ਬਾ ਅਦਾਲਤ ਜਨਾਬ ਤਹਿਸੀਲਦਾਰ ਸਾਹਿਬ, ਬਾ-ਅਖਤਿਆਰ ਸਹਾਇਕ ਕੁਲੈਕਟਰ ਦਰਜਾ ਪਹਿਲਾ ਫਰੀਦਕੋਟ (ਦਰ ਮਾਮਲਾਤ ਤਕਸੀਮ ਅਰਾਜ਼ੀ)

ਬਲਦੇਵ ਸਿੰਘ ਉਮਰ **62** ਸਾਲ ਪੁੱਤਰ ਕਰਤਾਰ ਸਿੰਘ ਪੁੱਤਰ ਕਰਨੈਲ ਸਿੰਘ ਵਾਸੀ ਪਿੰਡ ਅਤੇ ਡਾਕਖਾਨਾ ਪਿਪਲੀ, ਜ਼ਿਲ੍ਹਾ ਫਰੀਦਕੋਟ।(ਨਕਲੀ ਨਾਮ)

——— ਦਰਖਾਸਤੀ (ਸਾਇਲ)

ਬਨਾਮ

1. ਹਰਚੰਦ ਸਿੰਘ ਪੁੱਤਰ ਕਰਤਾਰ ਸਿੰਘ (ਨਕਲੀ ਨਾਮ)
2. ਹਰਨੇਕ ਸਿੰਘ ਪੁੱਤਰ ਕਰਤਾਰ ਸਿੰਘ (ਨਕਲੀ ਨਾਮ)
3. ਗੁਰਤੇਜ ਸਿੰਘ ਪੁੱਤਰ ਕਰਤਾਰ ਸਿੰਘ (ਨਕਲੀ ਨਾਮ)

ਸਾਰੇ ਵਾਸੀਅਨ ਪਿੰਡ ਅਤੇ ਡਾਕਖਾਨਾ ਪਿਪਲੀ, ਤਹਿਸੀਲ ਵਾ ਜ਼ਿਲ੍ਹਾ ਫਰੀਦਕੋਟ। (ਨਕਲੀ ਨਾਮ)

——— ਦੂਜੀ ਧਿਰ (ਮਸੂਲ ਅਲੈਹਮ)

ਦਰਖਾਸਤ ਜ਼ੇਰੇ ਧਾਰਾ **111** ਮੁਤਾਬਿਕ ਪੰਜਾਬ ਲੈਂਡ ਰੈਵੀਨਿਊ ਐਕਟ ਬਾਬਤ ਤਕਸੀਮ ਅਰਾਜ਼ੀ **540** ਕਨਾਲ ਜਿਸ ਵਿੱਚ ਦਰਖਾਸਤੀ ਦਾ ਹਿੱਸਾ **135** ਕਨਾਲ ਬਣਦਾ ਹੈ ਜੋ ਖੱਸਰਾ ਨੰਬਰ (ਇੱਥੇ ਜਮ੍ਹਾਂਬੰਦੀ ਮੁਤਾਬਿਕ ਸਾਰੇ ਨੰਬਰ ਲਿਖੋ), ਖੇਵਟ ਨੰਬਰ **239** (ਜੋ ਜਮ੍ਹਾਂਬੰਦੀ ਵਿੱਚ ਹੋਵੇ), ਖਤੌਨੀ ਨੰਬਰ (ਜੋ ਜਮ੍ਹਾਂਬਦੀ ਮੁਤਾਬਿਕ ਹੋਵੇ) ਮੁਤਾਬਿਕ ਜਮ੍ਹਾਂਬੰਦੀ ਸਾਲ ——— ਵਾਕਿਆ ਰਕਬਾ ਪਿੰਡ ਪਿਪਲੀ, ਤਹਿਸੀਲ ਅਤੇ ਜ਼ਿਲ੍ਹਾ ਫਰੀਦਕੋਟ।

ਸ੍ਰੀ ਮਾਨ ਜੀ

ਦਰਖਾਸਤੀ ਹੇਠ ਲਿਖੇ ਅਨੁਸਾਰ ਬੇਨਤੀ ਕਰਦਾ ਹੈ।

1. ਇਹ ਕਿ ਉਪਰੋਕਤ ਦੱਸੀ ਅਰਾਜ਼ੀ **(**ਜ਼ਮੀਨ**)** ਦਰਖ਼ਾਸਤੀ ਅਤੇ ਦੂਜੀ ਧਿਰ ਦੀ ਮੁਸ਼ਤੱਰਕਾ ਮਾਲਕੀ ਹੈ (ਸਾਂਝਾ ਖਾਤਾ ਹੈ) ਇਸ ਵਿੱਚ ਦਰਖਾਸਤੀ ¼ ਹਿੱਸੇ ਦਾ ਮਾਲਕ ਹੈ ਅਤੇ ਦੂਜੀ ਧਿਰ ¾ ਹਿੱਸੇ ਦੀਆਂ ਮਾਲਕ ਹਨ। ਨਕਲ ਜਮ੍ਹਾਂਬੰਦੀ ਸਾਲ -------- ਤੋਂ ਸਾਲ ----- ਨਾਲ ਨੱਥੀ ਕੀਤੀ ਗਈ ਹੈ।
2. ਇਹ ਕਿ ਦਰਖਾਸਤ ਵਾਲੀ ਅਰਾਜ਼ੀ ਧਿਰਾਂ ਵਿੱਚ ਸਾਂਝੀ ਹੋਣ ਕਰਕੇ ਧਿਰਾਂ ਵਿੱਚ ਹਰ ਸਮੇਂ ਝੱਗੜਾ ਰਹਿੰਦਾ ਹੈ। ਇਸ ਲਈ ਸਾਰੀ ਜ਼ਮੀਨ ਦੀ ਤਕਸੀਮ ਹੋਣੀ ਲਾਜ਼ਮੀ ਹੈ ਤਾਂ ਕਿ ਧਿਰਾਂ ਵਿੱਚ ਝੱਗੜਾ ਖ਼ਤਮ ਹੋ ਜਾਵੇ।
3. ਇਹ ਕਿ ਸਾਰੀ ਜ਼ਮੀਨ ਦੀ ਤਕਸੀਮ ਧਿਰਾਂ ਦੇ ਕਬਜ਼ੇ ਬਹਾਲ ਰੱਖ ਕੇ ਕੀਤੀ ਜਾਵੇ ਅਤੇ ਦਰਖਾਸਤੀ ਨੂੰ ਕੁੱਲ ਜ਼ਮੀਨ ਵਿੱਚੋਂ ਉਸ ਦੇ ਬਣਦੇ ਹਿੱਸੇ ਦਾ ਕੁਰਾਅ ਬਣਾ ਕੇ ਦਿੱਤਾ ਜਾਵੇ। ਵੰਡ ਕਰਦੇ ਸਮੇਂ ਮੌਜੂਦਾ ਆੜ-ਖਾਲ ਅਤੇ ਰੱਸਤਿਆਂ ਨੂੰ ਹੂ-ਬਹੂ ਕਾਇਮ ਰੱਖਿਆ ਜਾਵੇ।
4. ਇਹ ਕਿ ਤਕਸੀਮ ਕਰਦੇ ਸਮੇਂ ਟਿਊਬਵੈਲ**,** ਬੋਰ**,** ਮੋਟਰਾਂ ਅਤੇ ਦਰੱਖਤਾਂ ਦਾ ਵੀ ਖਿਆਲ ਰੱਖਿਆ ਜਾਵੇ। ਤਕਸੀਮ ਕਰਦੇ ਸਮੇਂ ਮੁਰੱਬੇਬੰਦੀ ਦੇ ਨਿਯਮ ਨੂੰ ਧਿਆਨ ਵਿੱਚ ਰੱਖਿਆ ਜਾਵੇ ਅਤੇ ਵਾਧਾ-ਘਾਟਾ ਨਾਲ ਲਗਦੀ ਜ਼ਮੀਨ ਵਿਚੋਂ ਪੂਰਾ ਕੀਤਾ ਜਾਵੇ।
5. ਇਹ ਕਿ ਉੱਪਰੋਕਤ ਅਰਾਜ਼ੀ ਪਿੰਡ ਪਿਪਲੀ ਵਿੱਖੇ ਵਾਕਿਆ ਹੈ। ਇਸ ਲਈ ਮਾਣਯੋਗ ਅਦਾਲਤ ਨੂੰ ਮੌਜੂਦਾ ਦਰਖਾਸਤ ਸੁਣਨ ਅਤੇ ਤਕਸੀਮ ਕਰਨ ਦਾ ਅਧਿਕਾਰ ਹੈ।

ਲਿਹਾਜ਼ਾ ਬੇਨਤੀ ਹੈ ਕਿ ਉਪਰੋਕਤ ਤੇ ਅਰਾਜ਼ੀ ਦੀ ਤਕਸੀਮ ਕੀਤੀ ਜਾਵੇ ਅਤੇ ਧਿਰਾਂ ਨੂੰ ਵੱਖ-ਵੱਖ ਕੁਰੇ ਦਿੱਤੇ ਜਾਣ।

——— ਦਰਖਾਸਤੀ (ਸਾਇਲ)

ਇਸ ਦਰਖਾਸਤ ਨੂੰ **ਪੱਕੇ ਕਾਗਜ਼** ਉੱਪਰ ਟਾਈਪ ਕਰਵਾ ਕੇ ਉਸ ਉੱਪਰ **10 ਰੁਪਏ ਦੀ ਅਦਾਲਤੀ ਫ਼ੀਸ** ਦੀ ਟਿਕਟ ਲਗਾ ਕੇ ਇੱਕ ਫਾਈਲ ਕਵਰ ਵਿੱਚ ਸਾਰੇ ਦੱਸਤਾਵੇਜਾਂ ਨੂੰ ਬੰਨ ਕੇ ਸਬੰਧਿਤ ਤਹਿਸੀਲਦਾਰ ਦੇ ਪੇਸ਼ ਕਰਨਾ ਹੁੰਦਾ ਹੈ। ਤਹਿਸੀਲਦਾਰ ਦਰਖਾਸਤ ਦੀ ਪੜਤਾਲ ਤੋਂ ਬਾਅਦ ਦੂਜੀਆਂ ਧਿਰਾਂ ਨੂੰ ਅਦਾਲਤ ਵਿੱਚ ਪੇਸ਼ ਹੋਣ ਲਈ ਆਪਣੀ ਅਦਾਲਤ ਵਲੋਂ ਨੋਟਿਸ ਜਾਰੀ ਕਰਦਾ ਹੈ ਕਿ ਇਸ ਤਰੀਕ ਨੂੰ ਅਦਾਲਤ ਵਿੱਚ ਪੇਸ਼ ਹੋਕੇ ਤਕਸੀਮ ਦੀ ਕਾਰਵਾਈ ਵਿੱਚ ਸ਼ਾਮਿਲ ਹੋਣ।

ਜੇਕਰ ਅਦਾਲਤ ਦੇ ਸੰਮਨ ਪ੍ਰਾਪਤ ਕਰਕੇ ਕੋਈ ਧਿਰ ਅਦਾਲਤ ਵਿੱਚ ਹਾਜਰ ਨਹੀਂ ਹੁੰਦੀ ਤਾਂ ਅਦਾਲਤ ਉਸ ਧਿਰ ਵਿਰੁਧ ਇੱਕ ਤਰਫਾ ਕਾਰਵਾਈ ਕਰ ਸਕਦੀ ਹੈ। ਭਾਵ ਉਸ ਦੀ ਗੈਰ-ਹਾਜ਼ਰੀ ਲਗਾ ਕੇ ਤਕਸੀਮ ਦੀ ਕਾਰਵਾਈ ਅੱਗੇ ਤੋਰ ਸਕਦੀ ਹੈ।

ਜੇਕਰ ਕੋਈ ਵਿਅਕਤੀ ਜਾਣ ਬੁੱਝ ਕੇ ਸੰਮਨ ਲੈਣ ਤੋਂ ਇਨਕਾਰੀ ਹੋਵੇ ਤਾਂ ਅਦਾਲਤ ਉਨ੍ਹਾਂ ਦੇ ਵਿਰੁਧ ਮੁਨਾਦੀ ਦੇ ਹੁਕਮ ਜਾਰੀ ਕਰਦੀ ਹੈ। ਮੁਨਾਦੀ ਹੋਣ ਤੋਂ ਬਾਅਦ ਵੀ ਜੇਕਰ ਕੋਈ ਧਿਰ ਹਾਜਰ ਨਾ ਹੋਵੇ ਤਾਂ ਉਸ ਦੀ ਗੈਰ-ਹਾਜ਼ਰੀ ਲਗਾ ਕੇ ਤਕਸੀਮ ਦੀ ਕਾਰਵਾਈ ਅੱਗੇ ਤੋਰ ਸਕਦੀ ਹੈ।

ਇੱਥੇ ਇਹ ਵਰਨਣ-ਯੋਗ ਹੈ ਕਿ ਜੇ ਤਕਸੀਮ ਦੇ ਸਾਰੇ ਜਰੂਰੀ ਪੜ੍ਹਾਅ ਤੇ ਧਿਰਾਂ ਨੂੰ ਸੁਣਵਾਈ ਦਾ ਪੂਰਾ-ਪੂਰਾ ਮੌਕਾ ਦੇ ਕੇ ਮੁਕੰਮਲ ਕਰ ਲਏ ਜਾਣ ਤਾਂ ਕੋਈ ਵੀ ਧਿਰ ਸੰਨਦ ਤਕਸੀਮ

ਬਣਾਉਣ ਅਤੇ ਜਾਰੀ ਕਰਨ ਉੱਪਰ ਕੋਈ ਇਤਰਾਜ਼ ਪੇਸ਼ ਨਹੀਂ ਕਰ ਸਕਦੀ ਕਿਉਂਕਿ ਸੰਨਦ ਤਕਸੀਮ ਜਾਰੀ ਕਰਨ ਦੇ ਨਾਲ ਹੀ ਤਕਸੀਮ ਦੀ ਕਾਰਵਾਈ ਮੁਕੰਮਲ ਹੋ ਜਾਂਦੀ ਹੈ।

ਤਕਸੀਮ ਵਿੱਚ ਨਕਸ਼ਾ "ੳ" ਜਾਂ ਨਕਸ਼ਾ ਅਲਿਫ਼ ਕੀ ਹੈ?

ਜਦੋਂ ਤਕਸੀਮ ਦੀ ਦਰਖਾਸਤ ਤਹਿਸੀਲਦਾਰ ਦੀ ਅਦਾਲਤ ਵਿੱਚ ਦਾਖਲ ਹੁੰਦੀ ਹੈ ਤਾਂ ਤਹਿਸੀਲਦਾਰ ਹਲਕਾ ਪਟਵਾਰੀ ਨੂੰ ਹੁਕਮ ਕਰਦਾ ਹੈ ਕਿ ਉਹ ਤਕਸੀਮ ਵਾਲੀ ਅਰਾਜ਼ੀ (ਜ਼ਮੀਨ) ਦਾ ਨਕਸ਼ਾ "ੳ" ਜਮ੍ਹਾਂਬੰਦੀ, ਗਿਰਦੌਰੀ ਤੇ ਨਕਸ਼ਾ ਕਿੱਲ੍ਹਾ ਵਾਰ ਨਾਲ ਹੀ ਬਣਾ ਕੇ ਭੇਜਣ।

ਨਕਸ਼ਾ "ੳ" ਉਹ ਫਾਰਮ ਹੈ ਜਿਸ ਵਿੱਚ ਵੰਡ ਲਈ ਦਿੱਤੇ ਗਏ ਬਿਨੈ-ਪੱਤਰ ਵਿੱਚ ਕੁਲ ਜ਼ਮੀਨ ਦਾ ਰਕਬਾ ਅਤੇ ਜਮ੍ਹਾਂਬੰਦੀ ਦੇ ਖਾਨਾ ਮਾਲਕੀ ਵਿੱਚ ਆਏ ਹਿੱਸੇਦਾਰਾਂ ਦੇ ਹਿੱਸੇ ਅਤੇ ਉਨ੍ਹਾਂ ਦੇ ਕਬਜ਼ੇ ਵਿੱਚ ਆਏ ਰਕਬੇ ਦੇ ਵੇਰਵੇ ਦਰਜ ਹੁੰਦੇ ਹਨ। ਇਸ ਫਾਰਮ ਵਿੱਚ ਇਹ ਵੀ ਦਰਜ ਹੁੰਦਾ ਹੈ ਕਿ ਕੁੱਲ ਰਕਬੇ ਵਿੱਚ ਹਰੇਕ ਹਿੱਸੇਦਾਰ ਦਾ ਕਿਨ੍ਹਾ ਹਿੱਸਾ ਹੈ। ਇਸ ਦਾ ਫਾਰਮ ਨੰਬਰ **75** ਹੈ ਅਤੇ ਇਸ ਨਕਸ਼ੇ ਦੇ **20** ਖਾਨੇ ਹੁੰਦੇ ਹਨ। ਇਸ ਦੇ ਖਾਨਿਆਂ ਦਾ ਵੇਰਵਾ ਹੇਠ ਲਿਖੇ ਅਨੁਸਾਰ ਇਸ ਪ੍ਰਕਾਰ ਹੈ:

ਖਾਨਾ ਨੰਬਰ 1: ਖਾਨਾ ਨੰਬਰ ਇੱਕ ਵਿੱਚ ਹਰੇਕ ਹਿੱਸੇਦਾਰਾਂ ਦੇ ਨੰਬਰ ਆਦਿ ਲਿਖੇ ਜਾਂਦੇ ਹਨ।

ਖਾਨਾ ਨੰਬਰ 2: ਇਸ ਖਾਨੇ ਵਿੱਚ ਮੰਗੀ ਗਈ ਤਕਸੀਮ ਦੀ ਅਰਾਜ਼ੀ (ਜ਼ਮੀਨ) ਦੇ ਖੇਵਟ ਵਿੱਚ ਆਏ ਮਾਲਕਾਂ ਦਾ ਵੇਰਵਾ, ਨਾਂਅ ਅਤੇ ਪਿਤਾ ਦੇ ਨਾਂਅ ਸਮੇਤ ਦਰਜ਼ ਹੁੰਦਾ ਹੈ।

ਖਾਨਾ ਨੰਬਰ 3: ਵਿੱਚ ਕੁਲ ਅਰਾਜ਼ੀ ਵਿੱਚ ਹਰੇਕ ਹਿੱਸੇਦਾਰ ਦਾ ਹਿੱਸਾ ਦਸਿਆ ਗਿਆ ਹੁੰਦਾ ਹੈ।

ਖਾਨਾ ਨੰਬਰ 4 ਤੋਂ 19 ਤੱਕ ਤਿੰਨ ਤਿੰਨ ਖਾਨਿਆਂ ਦਾ ਅਲੱਗ-ਅਲੱਗ ਖਾਨਾ ਬਣਾ ਕੇ ਵੇਰਵੇ ਦਿੱਤੇ ਜਾਂਦੇ ਹਨ।

ਖਾਨਾ ਨੰਬਰ 5 ਤੋਂ 6 ਤੱਕ ਕੁੱਲ ਰਕਬਾ ਜਿਸ ਦੀ ਵੰਡ ਦੀ ਮੰਗ ਕੀਤੀ ਗਈ ਹੋਵੇ ਦਰਜ ਹੁੰਦਾ ਹੈ। ਉਸ ਵਿੱਚੋਂ ਕਿੰਨੇ ਰਕਬੇ ਵਿੱਚ ਖੇਤੀ ਹੁੰਦੀ ਹੈ ਦੇ ਵੇਰਵੇ ਅਤੇ ਉਨ੍ਹਾਂ ਦਾ ਜੋੜ ਦਿੱਤਾ ਜਾਂਦਾ ਹੈ।

ਖਾਨਾ ਨੰਬਰ 7 ਤੋਂ 9 ਤੱਕ ਹਰੇਕ ਮਾਲਕ ਦਾ ਹਿੱਸਾ, ਉਸ ਵਿੱਚ ਕਿੰਨੇ ਰਕਬੇ ਵਿੱਚ ਕਾਸ਼ਤ ਹੁੰਦੀ ਹੈ ਅਤੇ ਕਿਨ੍ਹਾਂ ਰਕਬਾ ਵਿਹਲਾ ਪਿਆ ਹੈ ਉਨ੍ਹਾਂ ਦੇ ਜੋੜ ਦਿੱਤੇ ਜਾਂਦੇ ਹਨ।

ਖਾਨਾ ਨੰਬਰ 10 ਤੋਂ 13 ਤੱਕ ਉਹ ਰਕਬਾ ਆਉਂਦਾ ਹੈ ਜੋ ਖਾਨਾ ਨੰਬਰ ਵਿੱਚ ਦਿੱਤੇ ਗਏ ਮਾਲਕਾਂ ਦੇ ਕਬਜੇ ਵਿੱਚ ਹੈ। ਉਸ ਦੇ ਵੇਰਵੇ ਦਿੱਤੇ ਜਾਂਦੇ ਹਨ।

ਖਾਨਾ ਨੰਬਰ 14 ਤੋਂ 16 ਤੱਕ ਉਸ ਰਕਬੇ ਦੇ ਵੇਰਵੇ ਹੁੰਦੇ ਹਨ ਜੋ ਮਾਲਕ ਦੇ ਹਿੱਸੇ ਮੁਤਾਬਕ ਉਸ ਦੇ ਕਬਜ਼ੇ ਹੇਠ ਘੱਟ ਰਕਬਾ ਹੋਵੇ ਤਾਂ ਜਿਨ੍ਹਾਂ ਰਕਬਾ ਘੱਟ ਹੋਵੇ ਉਸ ਦੀ ਕਮੀ ਜਿਨੀ ਹੋਵੇ ਇਸ ਖਾਨੇ ਵਿੱਚ ਦਰਜ ਕੀਤੀ ਜਾਂਦੀ ਹੈ।

ਖਾਨਾ ਨੰਬਰ 17 ਤੋਂ 19 ਤੱਕ ਉਸ ਰਕਬੇ ਦਾ ਵੇਰਵਾ ਹੁੰਦਾ ਹੈ ਜੋ ਕਿਸੇ ਹਿੱਸੇਦਾਰ ਦੇ ਮਾਲਕੀ ਹਿੱਸੇ ਨਾਲੋਂ ਵੱਧ ਕਬਜ਼ੇ ਹੇਠ ਹੁੰਦਾ ਹੈ ਅਤੇ ਜਿਨ੍ਹਾਂ ਰਕਬਾ ਵੱਧ ਹੁੰਦਾ ਹੈ ਉਸ ਨੂੰ ਵਾਪਸ ਲਏ ਜਾਣ ਦੇ ਵੇਰਵੇ ਦਰਜ਼ ਹੁੰਦੇ ਹਨ।

ਖਾਨਾ ਨੰਬਰ 20: ਵਿਸ਼ੇਸ ਕੱਥਨ ਦਾ ਖਾਨਾ ਹੁੰਦਾ ਹੈ**,** ਇੱਥੇ ਕੋਈ ਵਿਸ਼ੇਸ਼ ਕਥਨ ਹੋਵੇ ਤਾਂ ਲਿਖਿਆ ਜਾਂਦਾ ਹੈ।

ਨਕਸ਼ਾ 'ੳ' ਦਾ ਨਮੂਨਾ ਅਗਲੇ ਪੇਜ਼ ਤੇ ਦਿੱਤਾ ਹੈ:
ਅਗਲੀ ਉੱਦਾਹਰਣ ਰਾਮ ਸਿੰਘ ਬਨਾਮ ਚੇਤ ਸਿੰਘ ਦੀ ਹੈ:-

ਨਕਸ਼ਾ "ਓ" ਤਕਸੀਮ ਕੇਸ

ਫ਼ਾਰਮ ਬਟਵਾਰਾ - 1 (ਪੈਰਾ 18.10)

ਰਾਮ ਸਿੰਘ ਬਨਾਮ ਚੇਤ ਸਿੰਘ ਵਗੈਰਾ

ਨੰ:	ਖੇਵਟ/ਖਤੌਨੀ	ਜਸਾਂ ਜਾਂ ਹਿੱਸਾ ਜਿਵੇਂ ਕੀ ਹੱਕਦਾਰ ਦਾ ਪੈਮਾਨਾ ਹੋਵੇ	ਵੰਡ ਕੀਤਾ ਜਾਣ ਵਾਲਾ ਕੁਲ ਰਕਬਾ			ਰਕਬਾ ਖਾਨਾ ਨੰ: ਵਿੱਚ ਦਰਜ਼ ਜਿਸ ਲਈ ਮਾਲਕ ਹੱਕਦਾਰ ਹੈ।			ਰਕਬਾ ਜੋ ਪਹਿਲਾਂ ਹੀ ਖਾਨਾ ਨੰ: ਵਿੱਚ ਦਰਜ਼ ਮਾਲਕ ਦੇ ਕਬਜ਼ੇ 'ਚ ਹੈ।				ਵੰਡੇ ਜਾਣ ਵਾਲੇ ਖੇਤਰ ਦਾ ਵੇਰਵਾ ਅਤੇ ਧਿਰਾਂ ਦੇ ਹਿੱਸੇ: ਪੂਰੀ ਕੀਤੀ ਜਾਣ ਵਾਲੀ ਕਮੀ			ਵਾਧੂ ਹਿੱਸਾ ਜੋ ਛੱਡਿਆ ਜਾਵੇ			
			ਕਾਸ਼ਤ ਅਧੀਨ ਜ਼ਮੀਨ	ਅਣ-ਛੀਜਿਆ ਰਕਬਾ	ਕੁੱਲ ਰਕਬਾ	ਕਾਸ਼ਤ ਅਧੀਨ	ਅਣ -ਛੀਜਿਆ ਰਕਬਾ	ਕੁੱਲ	ਨੰ:	ਕਾਸ਼ਤ ਅਧੀਨ	ਅਣ -ਛੀਜਿਆ ਰਕਬਾ	ਕੁੱਲ ਰਕਬਾ	ਕਾਸ਼ਤ ਅਧੀਨ	ਅਣ -ਛੀਜਿਆ ਰਕਬਾ	ਕੁੱਲ	ਕਾਸ਼ਤ ਅਧੀਨ	ਅਣ -ਛੀਜਿਆ ਰਕਬਾ	ਕੁੱਲ	ਵਿਸ਼ੇਸ਼ ਕਥਨ
1	2	3	4	5	6	7	8	9	10	11	12	13	14	15	16	17	18	19	20
1	ਰਾਮ ਸਿੰਘ ਪੁੱਤਰ ਜੀਤ ਸਿੰਘ ਪੁੱਤਰ ਹਰੀ ਸਿੰਘ	½	52-3	1-3	53-6	26-1½	0-11½	26-13		20-4½	0-11½	20-16	5-17		5-17	-	-	-	-
2	ਚੇਤ ਸਿੰਘ ਪੁੱਤਰ ਹੀਰਾ ਸਿੰਘ ਪੁੱਤਰ ਭੂਰਾ ਸਿੰਘ	½	-	-	-	26-1½	0-11½	26-13		31-18½	0-11½	32-10	-	-	-	5-17	-	5-17	-
						52-3	1-3			52-3	1-3	53-6	5-17		5-17	5-17		5-17	

ਦਸਤਖਤ ਪਟਵਾਰੀ

ਅਰਾਜ਼ੀ ਤਕਸੀਮ ਦੇ ਬਿਆਨ: ਨਕਸ਼ਾ "ੳ" ਪਾਸ ਹੋ ਜਾਣ ਮਗਰੋਂ ਤਕਸੀਮ ਦਾ ਅਗਲਾ ਮਹੱਤਵਪੂਰਨ ਪੜ੍ਹਾਅ ਹੈ **(ਬਿਆਨ)** ਤਰੀਕਾ ਤਕਸੀਮ। ਜਿਵੇਂ ਕਿ ਪੰਜਾਬ ਲੈਂਡ ਰੈਵੀਨਿਊ ਐਕਟ ਦੇ ਸੈਕਸ਼ਨ **118** ਵਿੱਚ ਦਰਜ ਹੈ ਕਿ ਆਪੋ-ਆਪਣੇ ਹਿੱਸਿਆਂ ਦੀ ਜਾਣਕਾਰੀ ਨਕਸ਼ਾ "ੳ" ਰਾਹੀਂ ਲੈਣ ਤੋਂ ਬਾਅਦ ਤਕਸੀਮ ਨਾਲ ਸਬੰਧਿਤ ਹਰੇਕ ਧਿਰ ਨੂੰ ਹੱਕ ਹੈ ਕਿ ਉਹ ਆਪਣਾ ਬਿਆਨ ਤਹਿਸੀਲਦਾਰ ਸਾਹਿਬ ਦੀ ਅਦਾਲਤ ਵਿੱਚ ਦਰਜ ਕਰਾਵਾਉਣ ਕਿ ਉਹ ਆਪਣੀ ਜ਼ਮੀਨ ਦੀ ਤਕਸੀਮ ਕਿਵੇਂ ਕਰਵਾਉਣਾ ਚਾਹੁੰਦੇ ਹਨ। ਜੇ ਕੋਈ ਇਤਰਾਜ਼ ਹੋਵੇ ਤਾਂ ਉਹ ਵੀ ਬਿਆਨ ਕਰ ਸਕਦੇ ਹਨ।

ਇਸ ਪੜ੍ਹਾਅ ਤੇ ਆ ਕੇ ਤਕਸੀਮ ਕੇਸ ਕਈ ਵਾਰ ਬਹੁਤ ਉਲਝ ਜਾਂਦਾ ਹੈ ਅਤੇ ਇੰਜ ਲਗਦਾ ਹੈ ਕਿ ਇਹ ਕਦੇ ਖਤਮ ਹੀ ਨਹੀਂ ਹੋਵੇਗਾ।

ਮੇਰੀ ਕਿਸਾਨ ਭਰਾਵਾਂ ਨੂੰ ਇਹੀ ਅਪੀਲ ਹੈ ਕਿ ਸਾਰੀਆਂ ਧਿਰਾਂ ਆਪਸ ਵਿੱਚ ਬੈਠ ਕੇ ਭਰਾਵੀਂ ਵੰਡ ਰਾਹੀਂ ਇਹੋ ਜਿਹੇ ਕੇਸ ਹੱਲ ਕਰ ਲੈਣੇ ਚਾਹੀਦੇ ਹਨ, ਨਹੀਂ ਤਾਂ ਅਦਾਲਤਾਂ ਦੇ ਕੇਸ਼ ਪਤਾ ਨਹੀਂ ਕਿਨ੍ਹਾਂ ਸਮਾਂ ਲਗੇ।

ਤਰੀਕਾ ਤਕਸੀਮ ਤੋਂ ਬਾਅਦ ਜਦੋਂ ਸਾਰੀਆਂ ਧਿਰਾਂ ਦੇ ਬਿਆਂਨ ਹੋਣ ਤੋਂ ਮਗਰੋਂ ਜੇ ਸਾਰੇ ਇਤਰਾਜ ਦੂਰ ਹੋ ਜਾਣ ਤਹਿਸੀਲਦਾਰ ਅਰਾਜ਼ੀ ਤਕਸੀਮ ਦੀ ਕਾਰਵਾਈ ਨੂੰ ਅੱਗੇ ਤੋਰਦਾ ਹੈ।

ਇੱਥੇ ਕਿਸਾਨ ਭਰਾਵਾਂ ਦੀ ਜਾਣਕਾਰੀ ਲਈ ਦੱਸਣਾ ਜਰੂਰੀ ਹੈ ਕਿ ਤਰੀਕਾ ਤਕਸੀਮ ਦੀ ਅਪੀਲ ਦੀ ਮਿਆਦ ਵਿੱਚ ਆਮ ਅਪੀਲ ਦੀ ਮਿਆਦ ਨਾਲੋਂ ਫ਼ਰਕ ਹੈ। **ਤਹਿਸੀਲਦਾਰ ਦੇ ਕਿਸੇ ਹੁਕਮ ਦੀ ਅਪੀਲ ਸਹਾਇਕ ਕੁਲੈਕਟਰ ਦੀ ਅਦਾਲਤ ਵਿੱਚ ਹੁਕਮ ਦੇ ਪਾਸ ਹੋਣ ਤੋਂ 30 ਦਿਨ ਦੇ ਅੰਦਰ-ਅੰਦਰ ਕਰਨੀ ਹੁੰਦੀ ਹੈ ਅਤੇ ਸਹਾਇਕ ਕੁਲੈਕਟਰ ਦੇ ਹੁਕਮ ਵਿਰੁਧ ਦੂਜੀ ਅਪੀਲ ਕੁਲੈਕਟਰ ਦੀ ਅਦਾਲਤ ਵਿੱਚ 60 ਦਿਨਾਂ ਦੇ ਅੰਦਰ-ਅੰਦਰ ਕਰਨੀ ਹੁੰਦੀ ਹੈ। ਜਿਵੇ ਕਿ ਪੰਜਾਬ ਲੈਂਡ ਰੈਵੀਨਿਊ ਐਕਟ ਦੇ ਸੈਕਸ਼ਨ 14 ਵਿੱਚ ਦਰਜ ਹੈ।**

ਨਕਸ਼ਾ "ਅ" ਜਾਂ ਨਕਸ਼ਾ (ਬੇ):

ਜਦੋਂ ਤਰੀਕਾ ਤਕਸੀਮ ਸਾਰੀਆਂ ਧਿਰਾਂ ਦੀ ਸਹਿਮਤੀ ਨਾਲ ਪਾਸ ਹੋ ਜਾਵੇ ਤਾਂ ਸਬੰਧਿਤ ਤਹਿਸੀਲਦਾਰ ਤਕਸੀਮ (ਵੰਡ) ਦੀ ਫਾਈਲ ਨੂੰ ਹਲਕਾ ਪਟਵਾਰੀ ਪਾਸ ਭੇਜਦਾ ਹੈ ਅਤੇ ਹੁਕਮ ਦਿੰਦਾ ਹੈ ਕਿ ਹਲਕਾ ਪਟਵਾਰੀ ਤਕਸੀਮ ਦੇ ਚਲ ਰਹੇ ਕੇਸ਼ ਵਿੱਚ ਨਕਸ਼ਾ "ਅ" ਜਾਂ ਨਕਸ਼ਾ ਖਤੌਨੀ ਤਿਆਰ ਕਰਕੇ ਭੇਜੇ,

ਇਹ ਨਕਸ਼ਾ ਪਟਵਾਰੀ ਫਾਰਮ ਨੰਬਰ **74** ਤੇ ਬਣਾਉਂਦਾ ਹੈ। ਇਸ ਸਬੰਧੀ ਵਿਸਥਾਰ ਸਹਿਤ ਜਾਣਕਾਰੀ: **ਪੰਜਾਬ ਲੈਂਡ ਰਿਕਾਰਡ ਮੈਨੂਅਲ ਦੇ ਪੈਰਾ ਨੰਬਰ 18.12** ਦੇ ਫੁੱਟ ਨੋਟ ਵਿੱਚ ਦਰਜ ਹੈ ਅਤੇ **ਪੰਜਾਬ ਲੈਂਡ ਰੈਵੀਨਿਊ ਐਕਟ ਦੇ ਸੈਕਸ਼ਨ 112,118 ਅਤੇ 121** ਵਿੱਚ ਦਰਜ ਹੈ।

ਜਦੋਂ ਨਕਸ਼ਾ "ਅ" ਦੀ ਤਿਆਰੀ ਦੇ ਹੁਕਮ ਹਲਕਾ ਪਟਵਾਰੀ ਪਾਸ ਪਹੁੰਚਦੇ ਹਨ ਤਾਂ ਉਹ ਸਾਰੀਆਂ ਧਿਰਾਂ ਨੂੰ ਬੁਲਾਕੇ ਖਤੌਨੀਆਂ ਤਿਆਰ ਕਰਦਾ ਹੈ।

ਨਕਸ਼ਾ "ਅ" ਦੇ **10** ਖਾਨੇ ਹੁੰਦੇ ਹਨ। ਇਸ ਦੇ ਖਾਨਿਆਂ ਦਾ ਵੇਰਵਾ ਹੇਠ ਲਿਖੇ ਅਨੁਸਾਰ ਇਸ ਪ੍ਰਕਾਰ ਹੈ:

ਖਾਨਾ ਨੰਬਰ 01: ਲੜੀ ਨੰਬਰ ਹੁੰਦਾ ਹੈ ਜਿਸ ਵਿੱਚ ਹਿੱਸੇਦਾਰਾਂ ਨੂੰ ਕ੍ਰਮਵਾਰ ਆਦਿਕ ਕਰਕੇ ਲਿਖਿਆ ਜਾਂਦਾ ਹੈ।

ਖਾਨਾ ਨੰਬਰ 02: ਇਸ ਦੇ ਵਿੱਚ ਹਿੱਸੇਦਾਰਾਂ ਦਾ ਨਾਂਅ ਆਉਂਦਾ ਹੈ। ਜਮ੍ਹਾਂਬੰਦੀ ਮੁਤਾਬਿਕ ਜੋ ਤਕਸੀਮ ਦੇ ਕੇਸ਼ ਨਾਲ ਲੱਗੀ ਹੁਦੀ ਹੈ।

ਖਾਨਾ ਨੰਬਰ 03: ਇਸ ਦੇ ਵਿੱਚ ਜ਼ਮੀਨ ਵਿੱਚ ਹਿੱਸੇਦਾਰਾਂ ਦਾ ਜਿਨ੍ਹਾਂ-ਜਿਨ੍ਹਾਂ ਹਿੱਸਾ ਜਮ੍ਹਾਂਬੰਦੀ ਵਿੱਚ ਲਿਖਿਆ ਹੁੰਦਾ ਹੈ ਉਹ ਦਰਜ ਕੀਤਾ ਜਾਂਦਾ ਹੈ।

ਖਾਨਾ ਨੰਬਰ 04: ਇਸ ਦੇ ਵਿੱਚ ਹਿੱਸੇਦਾਰਾਂ ਦੇ ਹਿੱਸੇ ਵਿੱਚ ਜਿਨ੍ਹਾਂ ਰਕਬਾ ਕਾਸ਼ਤ (ਵਾਹੀ) ਹੇਠ ਹੈ, ਉਹ ਦਰਜ ਕੀਤਾ ਜਾਂਦਾ ਹੈ।

ਖਾਨਾ ਨੰਬਰ 05: ਵਿੱਚ ਉਹ ਰਕਬਾ ਦਰਜ ਹੁੰਦਾ ਹੈ ਜੋ ਵਾਹੀ ਹੇਠ ਨਹੀਂ ਹੁੰਦਾ। ਇਸ ਨੂੰ ਗੈਰ-ਮੁਮਕਿਨ ਕਹਿੰਦੇ ਹਨ, ਇਸ ਵਿੱਚ ਹਿੱਸੇਦਾਰਾਂ ਦੇ ਕਬਜ਼ੇ ਹੇਠ ਖੂਹ, ਟਿਊਬਵੈਲ, ਰਿਹਾਇਸ਼ੀ ਮਕਾਨ, ਆੜ, ਖਾਲ ਆਦਿਕ ਅਤੇ ਵੰਡ ਵਿੱਚ ਆਈ ਜ਼ਮੀਨ ਤੱਕ ਪਹੁੰਚਣ ਲਈ ਹਿੱਸੇਦਾਰਾਂ ਵੱਲੋਂ ਛੱਡੇ ਰਸਤੇ ਸਮੇਤ ਰਕਬੇ ਸ਼ਾਮਿਲ ਹੁੰਦੇ ਹਨ।

ਖਾਨਾ ਨੰਬਰ 06: ਸਾਰੇ ਹਿੱਸੇਦਾਰਾਂ ਦੇ ਕੁੱਲ ਰਕਬੇ ਦਾ ਜੋੜ ਆਉਂਦਾ ਹੈ। ਇਸ ਤਰ੍ਹਾਂ ਫਾਰਮ ਦੇ ਦੂਜੇ ਹਿੱਸੇ ਵਿੱਚ ਉਹ ਰਕਬਾ ਦਿਖਾਇਆ ਜਾਂਦਾ ਹੈ ਜੋ ਵੰਡ ਤੋਂ ਬਾਅਦ ਸਾਂਝੇ ਖੇਵਟ ਵਿੱਚੋਂ ਹਰ ਇੱਕ ਹਿੱਸੇਦਾਰ ਨੂੰ ਮਿਲਣਾ ਹੁੰਦਾ ਹੈ।

ਖਾਨਾ ਨੰਬਰ 07: ਇਸ ਦੇ ਵਿੱਚ ਹਿੱਸੇਦਾਰਾਂ ਨੂੰ ਤਕਸੀਮ ਤੋਂ ਮਗਰੋਂ ਵੰਡ ਵਿੱਚ ਆਏ ਕਾਸ਼ਤ ਹੇਠ ਰਕਬੇ ਦਾ ਵੇਰਵਾ ਹੁੰਦਾ ਹੈ।

ਖਾਨਾ ਨੰਬਰ 08: ਇਸ ਦੇ ਵਿੱਚ ਹਿੱਸੇਦਾਰਾਂ ਨੂੰ ਤਕਸੀਮ ਤੋਂ ਮਗਰੋਂ ਵੰਡ ਵਿੱਚ ਆਏ ਗੈਰ - ਕਾਸ਼ਤ ਹੇਠ ਰਕਬੇ ਦਾ ਵੇਰਵਾ ਹੁਦਾ ਹੈ।

ਖਾਨਾ ਨੰਬਰ 09: ਇਸ ਵਿੱਚ ਵੰਡ ਮਗਰੋਂ ਹਿੱਸੇਦਾਰਾਂ ਦੇ ਹਿੱਸੇ ਵਿੱਚ ਆਉਣ ਵਾਲੇ ਕੁਲ ਰਕਬੇ ਦਾ ਜੋੜ ਦਰਜ ਹੁੰਦਾ ਹੈ।

ਖਾਨਾ ਨੰਬਰ 10: ਵਿਸ਼ੇਸ ਕੱਥਨ ਦਾ ਖਾਨਾ ਹੁੰਦਾ ਹੈ, ਇੱਥੇ ਕੋਈ ਵਿਸ਼ੇਸ਼ ਕਥਨ ਹੋਵੇ ਤਾਂ ਲਿਖਿਆ ਜਾਂਦਾ ਹੈ। ਜਿਵੇਂ ਕਿ ਕਿਸੇ ਹਿੱਸੇਦਾਰ ਨੂੰ ਉਸ ਦੇ ਪਹਿਲੇ ਕਬਜ਼ੇ ਤੋਂ ਬਾਅਦ ਵੱਧ ਜਾਂ ਘੱਟਜ਼ਮੀਨ ਮਿਲਣੀ ਹੈ ਤਾਂ ਕਿਉਂ ਆਦਿ ਕਥਨ ਦਰਜ ਕੀਤੇ ਜਾਂਦੇ ਹਨ।

ਅਗਲੇ ਪੇਜ਼ ਤੇ ਨਕਸ਼ਾ "ਅ" ਦੀ ਕਾਪੀ ਦਿੱਤੀ ਗਈ ਹੈ:

ਨਕਸ਼ਾ "ਅ" ਤਕਸੀਮ ਕੇਸ ਰਾਮ ਸਿੰਘ ਬਨਾਮ ਚੇਤ ਸਿੰਘ ਪਿੰਡ ਮਹਿਮੇ ਵਾਲਾ ਮੋਗਾ (ਨਕਲੀ ਨਾਮ) ਬਟਵਾਰਾ ਫਾਰਮ-**2** (ਪੈਰਾ **18.12**) ਰਕਬੇ ਨਾਲ ਹਿੱਸੇ ਅਤੇ ਅਲਾਟ ਕੀਤੇ ਰਕਬੇ ਨੂੰ ਮਿਲਾਉਣ ਦਾ ਵਿਵਰਣ:

ਨੰ:	ਹਿੱਸੇਦਾਰ ਦਾ ਨਾਂ	ਹਿੱਸਾ	ਹਿੱਸੇ ਅਨੁਸਾਰ ਰਕਬਾ			ਅਲਾਟ ਕੀਤਾ ਰਕਬਾ			ਵਿਸ਼ੇਸ਼ ਕਥਨ
			ਕਾਸ਼ਤ ਅਧੀਨ	ਅਣ ਛੀਜਿਆ	ਜੋੜ	ਕਾਸ਼ਤ ਅਧੀਨ	ਅਣ ਛੀਜਿਆ	ਜੋੜ	
1	**2**	**3**	**4**	**5**	**6**	**7**	**8**	**9**	**10**
1	ਰਾਮ ਸਿੰਘ ਪੁੱਤਰ ਜੀਤ ਸਿੰਘ ਪੁੱਤਰ ਹਰੀ ਸਿੰਘ	½	26-1½	0-11½	26-13	26-1½	0-11½	26-13	
2	ਚੇਤ ਸਿੰਘ ਪੁੱਤਰ ਹੀਰਾ ਸਿੰਘ ਪੁੱਤਰ ਭੂਰਾ ਸਿੰਘ	½	26-1½	0-11½	26-13	26-1½	0-11½	26-13	
			52-3	**1-3**	**53-6**	**52-3**	**1-3**	**53-6**	

ਦਸਤਖਤ ਕਾਨੂੰਗੋ ਹਲਕਾ
ਦਸਤਖਤ ਪਟਵਾਰੀ ਹਲਕਾ

ਹਲਕਾ ਪਟਵਾਰੀ ਵੱਲੋਂ ਭੇਜਿਆ ਗਿਆ ਨਕਸ਼ਾ **"ਅ"** ਜਦ ਸਬੰਧਿਤ ਤਹਿਸੀਲਦਾਰ ਪਾਸ ਪੁੱਜਦਾ ਹੈ ਤਾਂ ਤਹਿਸੀਲਦਾਰ ਸਬੰਧਿਤ ਧਿਰਾਂ ਪਾਸੋਂ ਨਕਸ਼ਾ **"ਅ"** ਉੱਪਰ ਇਤਰਾਜ਼ਾਂ ਦੀ ਮੰਗ ਕਰਦਾ ਹੈ। ਧਿਰਾਂ ਦੇ ਇਤਰਾਜ਼ ਪੁੱਜਣ ਤੇ ਤਹਿਸੀਲਦਾਰ ਨਿਸ਼ਚਿਤ ਤਰੀਕ ਤੇ ਸੰਬੰਧਿਤ ਧਿਰਾਂ ਦੇ ਇਤਰਾਜ਼ਾਂ ਨੂੰ ਸੁਣਦਾਹੈ ਅਤੇ ਰਿਕਾਰਡ ਦੀ ਧਿਆਨ ਨਾਲ ਘੋਖ ਕਰਦਾ ਹੈ ਅਤੇ ਧਿਰਾਂ ਦੀ ਬਹਿਸ ਤੇ ਵੀ ਗੌਰ ਕਰਦਾ ਹੈ। ਜੇ ਤਹਿਸੀਲਦਾਰ ਇਹ ਸਮਝੇ ਕਿ ਧਿਰਾਂ ਦੇ ਇਤਰਾਜ ਸਹੀ ਹਨ ਤਾਂ ਉਹ ਹਲਕਾ ਪਟਵਾਰੀ ਨੂੰ ਨਕਸ਼ਾ **"ਅ"** ਧਿਰਾਂ ਦੇ ਇਤਰਾਜ਼ਾਂ ਮੁਤਾਬਿਕ ਦਰੁਸਤੀ ਲਈ ਭੇਜ ਦਿੰਦਾ ਹੈ। ਅਤੇ ਨਕਸ਼ਾ **"ਅ"** ਦਰੁਸਤ ਕਰਵਾਉਂਦਾ ਹੈ ਅਤੇ ਫਿਰ ਉਸ ਤੇ ਇਤਰਾਜ ਮੰਗਦਾ ਹੈ। ਜੇਕਰ ਤਹਿਸੀਲਦਾਰ ਇਹ ਸਮਝੇ ਕਿ ਧਿਰਾਂ ਦੇ ਇਤਰਾਜ਼ ਗਲਤ ਅਤੇ ਬੇ-ਬੁਨਿਆਦ ਹਨ ਤਾਂ ਉਹ ਧਿਰਾਂ ਦੇ ਇਤਰਾਜ਼ ਰੱਦ ਕਰ ਦਿੰਦਾ ਹੈ। ਜਦੋਂ ਅਪੀਲਾਂ ਤੋਂ ਬਾਅਦ ਨਕਸ਼ਾ **"ਅ"** ਦੀ ਕਾਰਵਾਈ ਮੁਕੰਮਲ ਹੋ ਜਾਵੇ ਤਾਂ ਤਹਿਸੀਲਦਾਰ ਤਕਸੀਮ ਦੀ ਦਰਖਾਸਤ ਨੂੰ ਅੱਗੇ ਤੋਰਦਾ ਹੈ।

ਨਕਸ਼ਾ "ਏ" ਜਾਂ ਨਕਸ਼ਾ (ਜੀਮ) ਦੀ ਤਿਆਰੀ:

ਜਦੋਂ ਨਕਸ਼ਾ "ਅ" ਮਨਜ਼ੂਰ ਹੋ ਜਾਂਦਾ ਹੈ ਤਾਂ ਤਕਸੀਮ ਦਾ ਅਗਲਾ ਪੜ੍ਹਾਅ ਆਉਂਦਾ ਹੈ ਨਕਸ਼ਾ "ਏ" ਤਹਿਸੀਲਦਾਰ ਹਲਕਾ ਪਟਵਾਰੀ ਨੂੰ ਤਿਆਰ ਕਰਨ ਵਾਸਤੇ ਭੇਜਦਾ ਹੈ। ਨਕਸ਼ਾ "ਏ" ਦੇ **7** ਖਾਨੇ ਹੁੰਦੇ ਹਨ, ਜੋ ਮੁੱਖ ਤੌਰ ਤੇ ਦੋ ਖਾਨਿਆਂ ਵਿੱਚ ਵੰਡੇ ਹੁੰਦੇ ਹਨ। ਪਹਿਲੇ ਹਿੱਸੇ ਵਿੱਚ ਮੁੱਖ ਤੌਰ ਤੇ **4** ਖਾਨੇ ਹੁੰਦੇ ਹਨ। ਜਿਨ੍ਹਾਂ ਵਿਚੋਂ ਸਾਂਝੀ ਵੰਡ (ਤਕਸੀਮ) ਤੋਂ ਪਹਿਲਾਂ ਦੇ ਵੇਰਵੇ ਹੁੰਦੇ ਹਨ। ਦੂਜੇ ਹਿੱਸੇ ਦੇ ਤਿੰਨ ਖਾਨਿਆਂ ਵਿੱਚ ਵੱਖਰੀ-ਵੱਖਰੀ ਭੌਂ ਵੰਡ ਤੋਂ ਪਿੱਛੋਂ ਦੇ ਵੇਰਵੇ ਹੁੰਦੇ ਹਨ।

ਖਾਨਾ ਨੰਬਰ 01: ਵਿੱਚ ਸ਼ਜਰੇ (ਨਕਸ਼ੇ) ਵਿੱਚ ਦਰਜ਼ ਖੇਤ ਦੇ ਖਸਰਾ ਨੰਬਰ ਦਰਜ ਹੁੰਦੇ ਹਨ।

ਖਾਨਾ ਨੰਬਰ 02: ਇਸ ਵਿੱਚ ਖਸਰਾ ਨੰਬਰ ਦਾ ਰਕਬਾ ਦਰਜ ਹੁੰਦਾ ਹੈ।

ਖਾਨਾ ਨੰਬਰ 03: ਸਾਂਝੇ ਖਾਤੇ ਦੇ ਮਾਲਕਾਂ ਦੇ ਨਾਂਅ ਅਤੇ ਜਮ੍ਹਾਂਬੰਦੀ ਮੁਤਾਬਿਕ ਵੰਡ ਦੇ ਕੁਲ ਰਕਬੇ ਦੇ ਹਿੱਸੇ ਅਤੇ ਹਰ ਮਾਲਕ ਦੇ ਅੱਡ-ਅੱਡ ਹਿੱਸਿਆਂ ਦਾ ਵੇਰਵਾ ਦਰਜ ਹੁੰਦਾ ਹੈ।

ਖਾਨਾ ਨੰਬਰ 04: ਪਿੰਡ ਦੇ ਸ਼ਜਰਾ ਕਿਸ਼ਤਵਾਰ ਵਿੱਚ ਦਰਜ ਖੇਤਾਂ ਦੇ ਨੰਬਰ ਜਾਂ ਇਸ ਸੰਨਦ ਨਾਲ ਨੱਥੀ ਸੱਜ਼ਰੇ।

ਖਾਨਾ ਨੰਬਰ 05: ਇਸ ਵਿੱਚ ਖਸਰਾ ਨੰਬਰਾਂ ਦਾ ਰਕਬਾ ਦਰਜ ਹੁੰਦਾ ਹੈ।

ਖਾਨਾ ਨੰਬਰ 06: ਵਿੱਚ ਮਾਲਕਾਂ ਦੇ ਨਾਂਅ ਜਿਨ੍ਹਾਂ ਦੇ ਹਿੱਸੇ ਵਿੱਚ ਵੰਡ ਅਨੁਸਾਰ ਦਿੱਤਾ ਗਿਆ ਦੇ ਵੇਰਵੇ ਦਰਜ ਹੁੰਦੇ ਹਨ। ਹਲਕਾ ਪਟਵਾਰੀ ਨਕਸ਼ਾ "ਏ" ਦੇ ਨਾਲ ਸਾਰੀ ਜ਼ਮੀਨ ਦਾ ਨਕਸ਼ਾ (ਸ਼ੱਜਰਾ) ਵੀ ਬਣਾ ਕੇ ਭੇਜਦਾ ਹੈ, ਉਸ ਵਿੱਚ ਵੰਡ ਅਨੁਸਾਰ ਹਰੇਕ ਖੇਤ ਦਾ ਰਕਬਾ ਅਤੇ ਉਸ ਦੀ ਪੈਮਾਇਸ਼ ਵੀ ਦਰਜ ਕਰਦਾ ਹੈ। ਉਹ ਵੰਡ ਤੋਂ ਮਗਰੋਂ ਹਰ ਹਿੱਸੇਦਾਰ ਨੂੰ ਦਿੱਤੇ ਗਏ ਅੱਡ-ਅੱਡ ਰਕਬੇ ਨੂੰ ਅੱਡ-ਅੱਡ ਰੰਗਾਂ ਵਿੱਚ ਦਿਖਾਉਂਦਾ ਹੈ। ਜੋ ਰਸਤੇ, ਖਾਲ ਜੋ ਜ਼ਮੀਨ ਵਿੱਚ ਪਹਿਲਾਂ ਜ਼ਮੀਨ ਵਿੱਚ ਹੁੰਦੇ ਹਨ ਜਾਂ ਵੰਡ ਤੋਂ ਮਗਰੋਂ ਹਰ ਹਿੱਸੇਦਾਰ ਨੂੰ ਦੇਣੇ ਹੁੰਦੇ ਹਨ ਵਿੱਚ ਅੱਡ-ਅੱਡ ਰੰਗ

ਸ਼ਿਜਰੇ ਵਿੱਚ ਕਰਦਾ ਹੈ। ਹਲਕਾ ਪਟਵਾਰੀ ਸ਼ਜਰੇ ਮੁਤਾਬਿਕ ਹਰ ਖਸਰਾ ਨੰਬਰ ਦੇ ਪਹਿਲੇ ਨੰਬਰ ਅਤੇ ਤਕਸੀਮ ਤੋਂ ਬਾਅਦ ਦੇ ਨੰਬਰ ਦੀ ਚੜ੍ਹਦੇ, ਲਹਿੰਦੇ, ਪਹਾੜ ਦੀ ਬਾਹੀ ਦੀ ਪੈਮਾਇਸ਼ ਅਤੇ ਕੁੱਲ ਰਕਬਾ ਦਿਖਾ ਕੇ ਨਕਸ਼ਾ ਬਣਾਉਂਦਾ ਹੈ। ਜੋ ਰਕਬਾ ਤਕਸੀਮ ਤੋਂ ਮਗਰੋਂ ਪਹੀਆਂ (ਰਸਤਿਆਂ) ਆਦਿ ਵਿੱਚ ਜੋ ਲੋੜਵੰਦ ਹਿੱਸੇਦਾਰਾਂ ਨੂੰ ਛੱਡੀਆਂ ਹੁੰਦੀਆਂ ਹਨ ਦਾ ਰਕਬਾ ਦਰਜ ਕਰਦਾ ਹੈ ਅਤੇ ਸਾਰਾ ਨਕਸ਼ਾ ਤਿਆਰ ਕਰਕੇ ਨਕਸ਼ਾ "ੲ" ਨਾਲ ਵੇਰਵੇ ਸਹਿਤ ਭੇਜਦਾ ਹੈ।

ਖਾਨਾ ਨੰਬਰ 07: ਇਸ ਖਾਨੇ ਵਿੱਚ ਕਾਸ਼ਤਕਾਰਾਂ ਦੇ ਨਾਂਅ ਦਾ ਵੇਰਵਾ ਦਰਜ ਹੁੰਦਾ ਹੈ।

ਅਗਲੇ ਪੇਜ਼ ਤੇ **ਨਕਸ਼ਾ "ੲ"** ਦੀ ਕਾਪੀ ਦਿੱਤੀ ਗਈ ਹੈ:

ਨਕਸ਼ਾ "ੲ" ਤਕਸੀਮ **ਕੇਸ ਰਾਮ ਸਿੰਘ ਬਨਾਮ ਚੇਤ ਸਿੰਘ** ਪਿੰਡ ਮਹਿਮੇ ਵਾਲਾ ਮੋਗਾ (ਨਕਲੀ ਨਾਮ)

1	2	3	4	5	6
ਪਿੰਡ ਦਾ ਸਜ਼ਰਾ ਜਿਸ ਵਿੱਚ ਖਸਰਾ ਨੰਬਰ	ਰਕਬਾ	ਜਮ੍ਹਾਂਬੰਦੀ ਨੰਬਰਾਂ ਸਮੇਤ ਸਯੁੰਕਤ ਮਾਲਕਾਂ ਦੇ ਨਾਂ	ਪਿੰਡ ਸ਼ਜਰਾ ਵਿੱਚ ਖਸਰਾ ਨੰਬਰ ਜਾਂ (ਨਵੇਂ ਨੰਬਰਾਂ ਦੇ ਕੇਸ ਵਿੱਚ) ਇਸ ਨੱਥੀ ਟਰੇਸਿੰਗ ਵਿੱਚ	ਰਕਬਾ	ਉਨ੍ਹਾਂ ਮਾਲਕਾ ਦੇ ਨਾਂ ਜਿਨ੍ਹਾਂ ਨੂੰ ਬਟਵਾਰੇ ਵਿੱਚ ਖੇਤ ਅਲਾਟ ਕੀਤਾ ਗਿਆ ਹੋਵੇ
25 **36**	**1–6** ਆਬਾਦੀ **1–3** ਰੂੜੀ	ਰਾਮ ਸਿੰਘ ਚੇਤ ਸਿੰਘ	**24** **39**	**1–0** ਆਬਾਦੀ **0–3** ਰੂੜੀ	ਰਾਮ ਸਿੰਘ ਚੇਤ ਸਿੰਘ
			ਕਿੱਤੇ **– 2**	**1–3**	
2//17 **18** **23** **24** **5//3** **4** **7** **8**	**2 – 0** **5 – 7** **7 – 8** **8 – 0** **7 – 4** **8 – 0** **8 – 0** **6 – 4**		**2//17** **18** **23** **24/1** **5//3**	**2 – 0** **5 – 7** **7 – 8** **4 – 2½** **7 – 4**	ਰਾਮ ਸਿੰਘ ਪੁੱਤਰ ਜੀਤ ਸਿੰਘ ਪੁੱਤਰ ਹਰੀ ਸਿੰਘ
			ਕਿੱਤੇ **– 5**	**26 – 1½**	
ਕਿੱਤੇ **- 10**	**53-6** ਚਾਹੀ ਰੂੜੀ **52–3 1-3**		**2//24/2** **5//4** **7** **8**	**3 – 17½** **8 – 0** **8 – 0** **6 – 4**	ਚੇਤ ਸਿੰਘ ਪੁੱਤਰ ਹੀਰਾ ਸਿੰਘ ਪੁੱਤਰ ਭੂਰਾ ਸਿੰਘ
			ਕਿੱਤੇ **– 4**	**26 – 1½**	

ਦਸਤਖਤ ਕਾਨੂੰਗੋ ਹਲਕਾ
ਦਸਤਖਤ ਪਟਵਾਰੀ ਹਲਕਾ

ਅਕਸ ਸਿਜਰਾ ਕਿਸ਼ਤਵਾਰ ਬਾਬਤ **"ਨਕਸ਼ਾ - ੲ"**

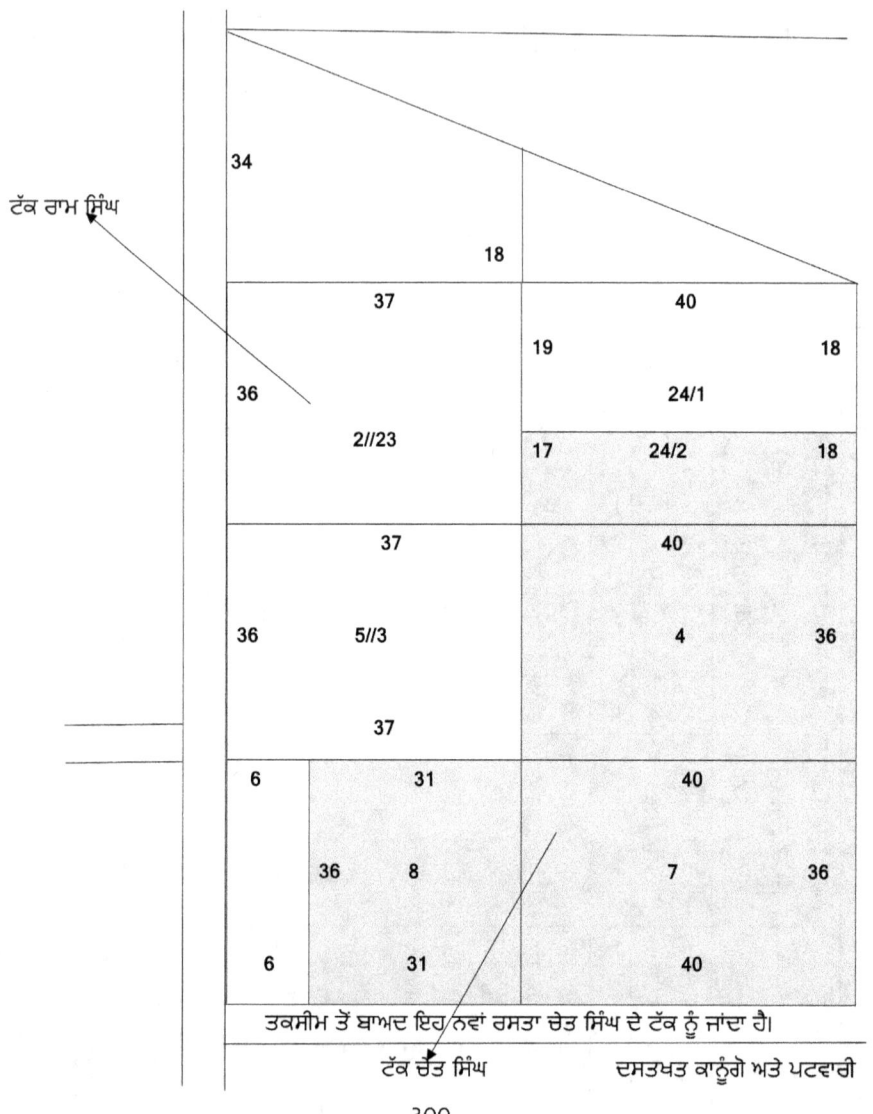

300

ਫ਼ੀਲਡ ਬੁੱਕ ਤਕਸੀਮ ਕੇਸ ਬਾਬਤ **"ਨਕਸ਼ਾ - ੲ"**
ਰਾਮ ਸਿੰਘ ਬਨਾਮ ਚੇਤ ਸਿੰਘ ਪਿੰਡ ਮਹਿਮੇ ਵਾਲਾ ਮੋਗਾ (ਨਕਲੀ ਨਾਮ)

ਸਾਬਕਾ ਖਸਰਾ ਨੰਬਰ	ਹਾਲੀਆ ਨੰਬਰ ਖਸਰਾ	ਇਸਤਖਰਾਜ਼ ਰਕਬਾ	ਰਕਬਾ	ਕੁੱਲ ਰਕਬਾ	ਵਿਸ਼ੇਸ਼ ਕਥਨ
2//24	**2//24/1**	ਚੜਦਾ ਲਹਿੰਦਾ ਦੱਖਣ ਪਹਾੜ			
		18 19 4 40			
		40(18+19) ÷ 2 = 4 -2 ½	**4–1½**		
		ਬਾਕੀ ਬਦਸਤੂਰ			
	2//24/2		**3–17½**		
			8 – 0		

ਦਸਤਖਤ ਕਾਨੂੰਗੋ ਹਲਕਾ
ਦਸਤਖਤ ਪਟਵਾਰੀ ਹਲਕਾ

ਜਦੋਂ ਨਕਸ਼ਾ "ੲ" ਤਿਆਰ ਕਰਕੇ ਹਲਕਾ ਪਟਵਾਰੀ ਤਹਿਸੀਲਦਾਰ ਦਫ਼ਤਰ ਭੇਜਦਾ ਹੈ ਅਤੇ ਤਹਿਸੀਲਦਾਰ ਹਰ ਧਿਰ ਨੂੰ ਨਕਸ਼ੇ "ੲ" ਦੀ ਕਾਪੀ ਦਿੰਦਾ ਹੈ ਅਤੇ ਧਿਰਾਂ ਵੱਲੋਂ ਨਕਸ਼ੇ "ੲ" ਉੱਪਰ ਇਤਰਾਜਾਂ ਦੀ ਮੰਗ ਕਰਦਾ ਹੈ। ਹਰ ਧਿਰ ਦੇ ਇਤਰਾਜ਼ ਜਾਂ ਸਹਿਮਤੀ ਆਉਣ ਮਗਰੋਂ ਤਹਿਸੀਲਦਾਰ ਧਿਰਾਂ ਜਾਂ ਉਨ੍ਹਾਂ ਦੇ ਵਕੀਲਾਂ ਦੀ ਹਾਜ਼ਰੀ ਵਿੱਚ ਇਤਰਾਜਾਂ ਤੇ ਗੌਰ ਕਰਦਾ ਹੈ। ਜੇ ਉਹ ਸਮਝੇ ਕਿ ਧਿਰ ਦੇ ਇਤਰਾਜ਼ ਸਹੀ ਹਨ ਅਤੇ ਨਕਸ਼ਾ ਤਕਸੀਮ ਦੇ ਨਿਯਮਾਂ ਅਨੁਸਾਰ ਨਹੀਂ ਬਣਿਆ ਅਤੇ ਜੇ ਧਿਰਾਂ ਦੇ ਕਹਿਣ ਤੇ ਜਾਂ ਉਹ ਖੁਦ ਠੀਕ ਸਮਝੇ ਤਾਂ ਮੌਕੇ ਤੇ ਖੁਦ ਜਾ ਕੇ ਪਟਵਾਰੀ ਨੂੰ ਤਕਸੀਮ ਦੇ ਨਿਯਮਾਂ ਅਨੁਸਾਰ ਦੁਬਾਰਾ ਨਕਸ਼ਾ "ੲ" ਬਣਾਉਣ ਲਈ ਹਦਾਇਤ ਕਰਦਾ ਹੈ।

ਜੇ ਤਹਿਸੀਲਦਾਰ ਇਹ ਸਮਝੇ ਕਿ ਠੀਕ ਬਣਿਆ ਹੈ ਅਤੇ ਧਿਰਾਂ ਦੇ ਇਤਰਾਜ਼ ਗਲਤ ਅਤੇ ਬੇ-ਬੁਨਿਆਦ ਹਨ ਤਾਂ ਉਹ ਧਿਰਾਂ ਦੇ ਇਤਰਾਜ ਰੱਦ ਕਰ ਦਿੰਦਾ ਹੈ ਅਤੇ ਤਕਸੀਮ ਪਾਸ ਕਰ ਦਿੰਦਾ ਹੈ। ਅਤੇ ਅਪੀਲ ਦੀ ਮਿਆਦ ਖਤਮ ਹੋਣ ਤੋਂ ਬਾਅਦ ਸੰਨੰਦ ਤਕਸੀਮ ਜਾਰੀ ਕਰਨ ਦੇ ਹੁਕਮ ਕਰ ਦਿੰਦਾ ਹੈ। ਤਕਸੀਮ ਦਾ ਹੁਕਮ ਲਿਖਦੇ ਸਮੇਂ ਤਹਿਸੀਲਦਾਰ ਦਰਖ਼ਾਸਤ ਤਕਸੀਮ ਤੋਂ ਲੈ ਕੇ ਅੰਤ ਤੱਕ ਸਾਰੇ ਵੇਰਵੇ ਵਿਸਥਾਰ ਨਾਲ ਲਿਖਦਾ ਹੈ।

ਸੰਨਦ ਤਕਸੀਮ: ਪੈਰਾ 18.17:

ਜਦੋਂ ਨਕਸ਼ਾ "ੲ" ਦੇ ਇਤਰਾਜ਼ਾਂ ਅਤੇ ਉਨ੍ਹਾਂ ਦੇ ਵਿਰੁਧ ਹੋਈਆਂ ਅਪੀਲਾਂ ਦਾ ਫੈਸਲਾ ਉੱਪਰਲੀਆਂ ਅਦਾਲਤਾਂ ਰਾਹੀਂ ਹੋ ਜਾਂਦਾ ਹੈ ਅਤੇ ਨਕਸ਼ਾ "ੲ" ਨੂੰ ਪਾਸ ਕਰ ਦਿੱਤਾ ਜਾਂਦਾ ਹੈ ਤਾਂ ਤਕਸੀਮ ਦੀ ਕਾਰਵਾਈ ਦਾ ਅਗਲਾ ਮਹੱਤਵਪੂਰਨ ਪੜ੍ਹਾਅ ਸੰਨਦ ਤਕਸੀਮ ਦਾ ਹੁੰਦਾ ਹੈ। ਜਿਵੇਂ ਕਿ **ਪੰਜਾਬ ਲੈਂਡ ਰੈਵੀਨਿਊ ਐਕਟ ਦੇ ਸੈਕਸ਼ਨ 121** ਵਿੱਚ ਦਰਜ ਹੈ ਕਿ ਜਦੋਂ ਤਕਸੀਮ ਮੁਕੰਮਲ ਹੋ ਜਾਂਦੀ ਹੈ ਤਾਂ ਰੈਵਨਿਊ ਅਫ਼ਸਰ ਸੰਨਦ ਤਕਸੀਮ ਤਿਆਰ ਕਰਦਾ ਹੈ, ਜਿਸ ਤਰੀਕ ਨੂੰ ਸੰਨਦ ਤਕਸੀਮ ਤਿਆਰ ਕੀਤੀ ਜਾਂਦੀ ਹੈ ਉਸ ਤਰੀਕ ਨੂੰ ਤਕਸੀਮ ਦੀ ਆਖਰੀ ਤਰੀਕ ਮੰਨਿਆ ਜਾਂਦਾ ਹੈ। ਕਈ ਵਾਰ ਅਜਿਹਾ ਵੀ ਹੁੰਦਾ ਹੈ ਕਿ ਤਕਸੀਮ ਦੀ ਕਾਰਵਾਈ ਉਸ ਮਿਤੀ ਤੇ ਪੂਰੀ ਹੁੰਦੀ ਹੈ ਜਿਸ ਸਮੇਂ ਖੇਤਾਂ ਵਿੱਚ ਕਬਜ਼ੇ ਵਟਾਏ ਜਾਂਦੇ ਹਨ। ਕਿਉਂਕਿ ਖੇਤਾਂ ਵਿੱਚ ਫ਼ਸਲਾਂ ਖੜ੍ਹੀਆਂ ਹੋਣ ਕਰਕੇ ਕਬਜ਼ੇ ਵਟਾਏ ਨਹੀਂ ਜਾ ਸਕਦੇ। ਇਸ ਲਈ ਤਹਿਸੀਲਦਾਰ ਇਹ ਹੁਕਮ ਕਰਦਾ ਹੈ ਕਿ ਫ਼ਸਲ ਦੀ ਕਟਾਈ ਤੋਂ ਬਾਅਦ ਇਸ ਤਰੀਕ ਨੂੰ ਸੰਨਦ ਤਕਸੀਮ ਮੁਤਾਬਿਕ ਕਬਜ਼ੇ ਬਦਲੇ ਜਾਣਗੇ।

ਪੰਜਾਬ ਲੈਂਡ ਰਿਕਾਰਡ ਮੈਨੂਅਲ ਦੇ ਪੈਰਾ ਨੰਬਰ 18.17 ਵਿੱਚ ਸੰਨਦ ਤਕਸੀਮ ਜਾਰੀ ਕਰਨ ਲਈ ਕੁੱਝ ਵਿਸ਼ੇਸ ਹਦਾਇਤਾਂ ਦਰਜ ਹਨ ਜੋ ਕਾਨੂੰਨ ਘਾੜਿਆਂ ਵੱਲੋਂ ਜਾਰੀ ਕੀਤੀਆਂ ਗਈਆਂ ਹਨ, ਜਿਨ੍ਹਾਂ ਦੀ ਪਾਲਣਾ ਕਰਨਾ ਤਕਸੀਮ ਦੀ ਕਾਰਵਾਈ ਕਰ ਰਹੇ ਮਹਿਕਮਾ ਮਾਲ ਦੇ ਅਫਸਰਾਂ ਲਈ ਬਹੁਤ ਜਰੂਰੀ ਹੁੰਦਾ ਹੈ। ਇਸ ਪੈਰੇ ਵਿੱਚ ਹਦਾਇਤਾਂ ਦਾ ਵੇਰਵਾ ਇਸ ਤਰ੍ਹਾਂ ਦਰਜ ਹੈ:

ਜਦੋਂ ਵੰਡ ਕੀਤੀ ਜਾ ਰਹੀ ਅਰਾਜ਼ੀ ਦੀ ਵੰਡ ਦੀ ਮਨਜ਼ੂਰੀ ਪ੍ਰਾਪਤ ਹੋ ਜਾਂਦੀ ਹੈ ਅਤੇ ਵੰਡ ਮਨਜ਼ੂਰ ਕਰ ਰਹੇ ਅਫ਼ਸਰ ਵਲੋਂ ਉਸ ਕਾਰਵਾਈ ਵਿੱਚ ਕਿਸੇ ਹੋਰ ਦਰੁਸਤੀ ਦੀ ਜਰੂਰਤ ਦਰਸਾਈ ਗਈ ਹੋਵੇ ਤਾਂ ਉਸ ਦੀ ਸੂਚਨਾਂ ਪਟਵਾਰੀ, ਹਲਕਾ ਕਾਨੂੰਗੋ ਨੂੰ ਦਿੱਤੀ ਜਾਂਦੀ ਹੈ। ਦਰੁਸਤੀ ਦੀ ਜਰੂਰਤ ਦੇ ਹੁਕਮ ਪਹੁੰਚਣ ਤੋਂ ਬਾਅਦ ਫੀਲਡ ਕਾਨੂੰਗੋ ਤਕਸੀਮ ਵਾਲੀਆਂ ਧਿਰਾਂ ਨੂੰ ਬੁਲਾ ਕੇ ਤਕਸੀਮ ਵਿੱਚ ਹੋਈਆਂ ਤਬਦੀਲੀਆਂ ਦੀ ਜਾਣਕਾਰੀ ਉਨ੍ਹਾਂ ਨੂੰ ਦਿੰਦਾ ਹੈ ਅਤੇ ਹਦਾਇਤਾਂ ਮੁਤਾਬਿਕ ਖਤੌਨੀਆਂ ਦੀ ਦਰੁਸਤੀ ਕੀਤੀ ਜਾਂਦੀ ਹੈ ਅਤੇ ਧਿਰਾਂ ਪਾਸੋਂ ਇਤਰਾਜ ਮੰਗੇ ਜਾਂਦੇ ਹਨ। ਜਦੋਂ ਸਾਰੀਆਂ ਧਿਰਾਂ ਦੇ ਇਤਰਾਜ ਅਤੇ ਇਤਰਾਜ਼ਾਂ ਵਿਰੁਧ ਹੋਈਆਂ ਅਪੀਲਾਂ ਦੇ ਫੈਸਲੇ ਹੋ ਜਾਣ ਤਾਂ ਸੰਨਦ ਤਕਸੀਮ **ਪੰਜਾਬ ਲੈਂਡ ਰੈਵੀਨਿਊ ਐਕਟ ਦੇ ਸੈਕਸ਼ਨ 121** ਮੁਤਾਬਿਕ ਅਸ਼ਟਾਮ ਪੇਪਰ ਉੱਪਰ ਉਹ ਅਧਿਕਾਰੀ ਤਿਆਰ ਕਰਦਾ ਹੈ, ਜਿਸ ਨੂੰ ਸੰਨਦ ਤਕਸੀਮ ਤਿਆਰ ਕਰਨ ਦਾ ਅਧਿਕਾਰ ਹੋਵੇ। ਸੰਨਦ ਤਕਸੀਮ ਮਨਜ਼ੂਰ ਕਰਨ ਦੇ ਹੁਕਮਾਂ ਮੁਤਾਬਿਕ ਸਾਰੀਆਂ ਧਿਰਾਂ ਦੇ ਕਲੇਮ ਅਤੇ ਤਕਸੀਮ ਦੇ ਪੂਰੇ-ਪੂਰੇ ਵੇਰਵੇ ਦਰਜ ਕੀਤੇ ਹੁੰਦੇ ਹਨ ਅਤੇ ਜਿਸ ਮਿਤੀ ਨੂੰ ਤਕਸੀਮ ਮੁਕੰਮਲ ਹੋਈ ਹੋਵੇ ਉਹ ਦਰਜ ਕੀਤੀ ਜਾਂਦੀ ਹੈ।

ਪਟਵਾਰੀ ਵੱਲੋਂ **ਫ਼ਾਰਮ ਨੰਬਰ 3** ਵਿੱਚ ਹਰ ਹਿੱਸੇਦਾਰ ਦੀ ਵੰਡ ਵਿੱਚ ਆਉਂਦਾ ਰਕਬਾ ਖਸਰਾ ਨੰਬਰਾਂ ਸਮੇਤ ਅਤੇ ਪੈਮਾਇਸ਼ ਸਮੇਤ ਦਰਜ ਕੀਤਾ ਗਿਆ ਹੁੰਦਾ ਹੈ।

ਸੰਨਦ ਤਕਸੀਮ ਤਿਆਰ ਹੋਣ ਤੋਂ ਬਾਅਦ ਅਤੇ ਅਪੀਲਾਂ ਦੀ ਮਿਆਦ ਸੰਨਦ ਤਕਸੀਮ ਦੀ ਤਿਆਰ ਕੀਤੀ ਮਿਤੀ ਤੋਂ ਇੱਕ ਮਹੀਨਾਂ ਬਾਅਦ ਸਬੰਧਿਤ ਤਹਿਸੀਲਦਾਰ ਧਿਰਾਂ ਨੂੰ ਕਾਨੂੰਨੀ ਫ਼ੀਸ ਜਮ੍ਹਾਂ ਕਰਵਾ ਕੇ ਸੰਨਦ ਤਕਸੀਮ ਦੀਆਂ ਨਕਲਾਂ ਜਾਰੀ ਕਰ ਸਕਦਾ ਹੈ। ਇੱਥ ਇਹ ਗੱਲ ਧਿਆਨ

ਵਿੱਚ ਰੱਖੀ ਜਾਵੇ ਕਿ **ਪੰਜਾਬ ਲੈਂਡ ਰੈਵੀਨਿਊ ਐਕਟ ਦੇ ਸੈਕਸ਼ਨ 121** ਅਧੀਨ ਤਿਆਰ ਹੋਈ ਸੰਨਦ ਤਕਸੀਮ ਦੀ ਕਾਰਵਾਈ ਦੇ ਮੁਕੰਮਲ ਹੋਣ ਤੋਂ ਬਾਅਦ ਇਸ ਕਾਰਵਾਈ ਖਿਲਾਫ ਕੋਈ ਅਪੀਲ ਨਹੀਂ ਹੋ ਸਕਦੀ। ਅੱਗੇ ਅਦਾਲਤ ਜਾਣ ਦੇ ਸਿਰਫ ਦੋ ਹੀ ਰਸਤੇ ਹਨ:

(i) ਭਾਰਤੀ ਸੰਵਿਧਾਨ ਦੇ ਆਰਟੀਕਲ **226/227** ਅਧੀਨ ਹਾਈਕੋਰਟ ਵਿੱਚ "ਰਿਟ-ਪਟੀਸ਼ਨ" ਪਾਈ ਜਾ ਸਕਦੀ ਹੈ।

(ii) ਉਹ ਇਸੇ ਐਕਟ ਦੇ ਸੈਕਸ਼ਨ **16 (1)** ਅਧੀਨ ਵਿੱਤ ਕਮਿਸ਼ਨਰ ਦੇ ਦਰਖਾਸਤ ਦੇ ਸਕਦਾ ਹੈ। ਵਿੱਤ ਕਮਿਸ਼ਨਰ ਰਿਕਾਰਡ ਮੰਗਵਾ ਕੇ ਉਸ ਦੀ ਪੜ੍ਹਤਾਲ ਕਰੇਗਾ ਅਤੇ ਮੁਨਾਸਬ ਹੁੱਕਮ ਪਾਸ ਕਰ ਸਕਦਾ ਹੈ।

ਇੰਤਕਾਲ ਤਕਸੀਮ: ਪੈਰਾ 18.20

ਇਹ ਤਕਸੀਮ ਦੇ ਕੇਸ ਦਾ ਆਖਰੀ ਅਤੇ ਬਹੁਤ ਮਹੱਤਵਪੂਰਨ ਪੜਾਅ ਹੈ। ਜਦੋਂ ਨਕਸਾ "ੲ" ਦੇ ਇਤਰਾਜ਼ ਦੂਰ ਹੋ ਜਾਣ ਅਤੇ ਅਪੀਲਾਂ ਦਾ ਜਾਂ ਰਿੱਟਾਂ ਦੇ ਫੈਸਲੇ ਹੋ ਜਾਂਦੇ ਹਨ ਤਾਂ ਤਕਸੀਮ ਦੀ ਕਾਰਵਾਈ ਪੂਰੀ ਹੋਣ ਤੋਂ ਬਾਅਦ ਸੰਨਦ ਤਕਸੀਮ ਤਿਆਰ ਹੋ ਕੇ ਜਾਰੀ ਹੋ ਜਾਂਦੀ ਹੈ ਤਾਂ ਇੰਤਕਾਲ ਤਕਸੀਮ ਦੁਆਰਾ ਧਿਰਾਂ ਨੂੰ ਉਨ੍ਹਾਂ ਦੇ ਹਿੱਸੇ ਆਈ ਅਰਾਜ਼ੀ (ਜ਼ਮੀਨ) ਦਾ ਇੰਤਕਾਲ ਉਨ੍ਹਾਂ ਦੇ ਨਾਂਅ ਹੋ ਜਾਂਦਾ ਹੈ।

ਇੰਤਕਾਲ ਦਾ ਅਰਥ ਹੈ ਮਾਲਕੀ ਦੇ ਹੱਕ ਅਤੇ ਕਬਜ਼ੇ ਬਦਲ ਜਾਣੇ, ਜਿਵੇਂ ਕਿ ਪੰਜਾਬ ਲੈਂਡ ਰਿਕਾਰਡ ਮੈਨੂਅਲ ਦੇ ਪੈਰਾ ਨੰਬਰ **18.13** ਵਿੱਚ ਕਬਜ਼ੇ ਲੈਣ ਬਾਰੇ ਦਰਜ਼ ਹੈ ਕਿ ਨਿਯਮਾਂ ਮੁਤਾਬਿਕ ਧਿਰਾਂ ਨੂੰ ਵੰਡ ਕੀਤੀ ਜ਼ਮੀਨ ਦਾ ਕਬਜ਼ਾ ਲੈਣ ਵਿੱਚ ਕੋਈ ਦਿੱਕਤ ਨਹੀਂ ਆਉਂਦੀ ਜੇਕਰ ਪੈਰਾ ਨੰਬਰ **18.14** ਦੀ ਧਿਆਨ ਨਾਲ ਪਾਲਣਾ ਕੀਤੀ ਜਾਵੇ। ਇਸ ਪੈਰੇ ਦੀ ਵਿਆਖਿਆ ਇਸ ਪ੍ਰਕਾਰ ਹੈ ਕਿ ਜ਼ਮੀਨਾਂ ਦੇ ਕਬਜ਼ੇ ਤਕਸੀਮ ਦੇ ਇੰਤਕਾਲ ਮੁਤਾਬਿਕ ਬਦਲਾਉਣ ਦੀ ਜ਼ਿੰਮੇਵਾਰੀ ਹਲਕਾ ਕਾਨੂੰਗੋ ਦੀ ਹੁੰਦੀ ਹੈ, ਜਿਵੇਂ ਕਿ ਇਸ ਪੈਰੇ ਵਿੱਚ ਦਰਜ਼ ਹੈ। ਤਕਸੀਮ ਦੇ ਕੇਸਾਂ ਵਿੱਚ ਕਾਗਜੀ ਕਾਰਵਾਈ ਵਿੱਚ ਆਮ ਤੌਰ ਤੇ ਗਲਤੀਆਂ ਬਹੁਤ ਰਹਿ ਜਾਂਦੀਆਂ ਹਨ ਤਾਂ ਉਨ੍ਹਾਂ ਨੂੰ ਠੀਕ ਕਰਨ ਵਿੱਚ ਬਹੁਤ ਦਿੱਕਤ ਆਉਂਦੀ ਹੈ। ਇਸ ਲਈ ਹਲਕਾ ਕਾਨੂੰਗੋ ਦੀ ਸਖ਼ਤ ਜ਼ਿੰਮੇਵਾਰੀ ਲਗਾਈ ਗਈ ਹੈ ਕਿ ਪਟਵਾਰੀ ਦੁਆਰਾ ਦਰਜ ਕੀਤੇ ਇੰਦਰਾਜਾਂ ਨੂੰ ਧਿਆਨ ਨਾਲ ਦੇਖੇ ਅਤੇ ਪੜਤਾਲ ਕਰੇ ਤਾਂਕਿ ਕੋਈ ਗਲਤੀ ਨਾ ਰਹਿ ਜਾਵੇ।

ਖਤੌਨੀਆਂ ਤੇ ਨਕਸ਼ੇ, ਕਾਨੂੰਗੋ ਵੱਲੋਂ ਤਸਦੀਕ ਤੇ ਦਸਤਖੱਤ ਹੋਣੇ ਜਰੂਰੀ ਹਨ। ਹਲਕਾ ਕਾਨੂੰਗੋ ਨਕਸ਼ੇ ਦਾ ਮੇਲ ਖਤੌਨੀਆਂ, ਪਿੰਡ ਦੇ ਲੱਠੇ ਦਾ ਨਕਸ਼ਾ ਅਤੇ ਪੁਰਾਣੀ ਜਮ੍ਹਾਂਬੰਦੀ ਨਾਲ ਕਰੇਗਾ ਅਤੇ ਦੇਖੇਗਾ ਕਿ ਕੋਈ ਨੰਬਰ ਖਸਰਾ ਰਹਿ ਤਾਂ ਨਹੀਂ ਗਿਆ ਜਾਂ ਕੋਈ ਨੰਬਰ ਦੁਬਾਰਾ ਤਾਂ ਨਹੀਂ ਲਿਖਿਆ ਗਿਆ। ਹਲਕਾ ਕਾਨੂੰਗੋ ਇਹ ਵੀ ਦੇਖੇਗਾ ਕਿ ਨਕਸ਼ੇ ਵਿੱਚ ਦਿੱਤੀਆਂ ਪੈਮਾਇਸ਼ਾਂ ਦੂਸਰੇ ਰਿਕਾਰਡ ਨਾਲ ਮੇਲ ਖਾਂਦੀਆ ਹਨ ਕਿ ਨਹੀਂ।

ਇਸ ਤੋਂ ਉਪਰੰਤ ਕਾਨੂੰਗੋ ਸਾਰੀਆਂ ਧਿਰਾਂ ਨੂੰ ਜੋ ਤਕਸੀਮ ਚਾਹੁੰਦੀਆਂ ਹਨ, ਮੌਕੇ ਤੇ ਬੁਲਾਵੇਗਾ ਅਤੇ ਸਾਰੀਆਂ ਧਿਰਾਂ ਨੂੰ ਉਨ੍ਹਾਂ ਦੇ ਹਿੱਸੇ ਵਿੱਚ ਆਈ ਜ਼ਮੀਨ ਦੀਆਂ ਖਤੌਨੀਆਂ ਦੀਆਂ

ਕਾਪੀਆਂ ਜਿਸ ਉੱਪਰ ਕਾਨੂੰਗੋ ਦੇ ਦਸਤਖੱਤ ਹੋਣ ਦੇਵੇਗਾ। ਖਤੌਨੀਆਂ ਸਮੇਤ ਆਪਣੀ ਰਿਪੋਰਟ ਤਹਿਸੀਲਦਾਰ ਨੂੰ ਭੇਜੇਗਾ ਉਸ ਵਿੱਚ ਲਿਖੇਗਾ ਕਿ ਉਸ ਨੇ ਸਾਰੀਆਂ ਧਿਰਾਂ ਨੂੰ ਮੌਕੇ ਤੇ ਜਾ ਕੇ ਉਨ੍ਹਾਂ ਦੇ ਹਿੱਸੇ ਵਿੱਚ ਆਉਂਦੀ ਜ਼ਮੀਨ ਦੀਆਂ ਹੱਦਾਂ ਉੱਪਰ ਬੁਰਜੀਆਂ ਲਗਾ ਦਿੱਤੀਆਂ ਹਨ।

ਤਕਸੀਮ ਦੇ ਕੇਸ ਦਾ ਇਹ ਪੜਾਅ ਪੂਰਾ ਹੋਣ ਤੋਂ ਬਾਅਦ ਹਲਕਾ ਪਟਵਾਰੀ ਤਹਿਸੀਲਦਾਰ ਦੇ ਹੁੱਕਮਾਂ ਮੁਤਾਬਿਕ ਪੇਸ਼ ਕੀਤੀ ਗਈ ਸੰਨਦ ਤਕਸੀਮ ਦੇ ਅਧਾਰ ਤੇ ਤਕਸੀਮ ਦਾ ਇੰਤਕਾਲ ਦਰਜ਼ ਕਰਦਾ ਹੈ ਅਤੇ ਸਬੰਧਤ ਤਹਿਸੀਲਦਾਰ ਦੇ ਸਾਹਮਣੇ ਮਨਜ਼ੂਰੀ ਲਈ ਪੇਸ਼ ਕਰਦਾ ਹੈ। ਤਹਿਸੀਲਦਾਰ ਸਾਰੀਆਂ ਧਿਰਾਂ ਜਾਂ ਉਹਨਾਂ ਦੇ ਨੁਮਾਇੰਦਿਆਂ ਦੀ ਹਾਜ਼ਰੀ ਵਿੱਚ ਤਬਦੀਲ ਹੋਏ ਕਬਜ਼ਿਆਂ ਬਾਰੇ ਪੂਰੀ ਤਸੱਲੀ ਕਰਕੇ ਇੰਤਕਾਲ ਮਨਜ਼ੂਰ ਕਰਦਾ ਹੈ।

ਜੇਕਰ ਕੋਈ ਧਿਰ ਤਕਸੀਮ ਦੇ ਹੁਕਮਾਂ ਨੂੰ ਨਾ ਮੰਨੇ ਅਤੇ ਯੋਗ ਧਿਰ ਨੂੰ ਉਸ ਦੇ ਹਿੱਸੇ ਆਈ ਜ਼ਮੀਨ ਦੇ ਇੰਤਕਾਲ ਦੇ ਮਗਰੋਂ ਉਸ ਨੂੰ ਕਬਜ਼ਾ ਨਾ ਦੇਵੇ ਤਾਂ ਉਸ ਨੂੰ ਸੰਨਦ ਤਕਸੀਮ ਦੀ ਜਾਰੀ ਹੋਣ ਦੀ ਮਿਤੀ ਤੋਂ ਤਿੰਨ ਸਾਲ ਦੇ ਅੰਦਰ-ਅੰਦਰ ਸਬੰਧਤ ਤਹਿਸੀਲਦਾਰ ਨੂੰ ਦਰਖਾਸਤ ਦੇਣੀ ਹੁੰਦੀ ਹੈ ਕਿ ਉਸ ਨੂੰ ਉਸ ਦੇ ਹਿੱਸੇ ਦਾ ਕਬਜ਼ਾ ਦੁਆਇਆ ਜਾਵੇ। ਸਬੰਧਤ ਤਹਿਸੀਲਦਾਰ ਪੰਜਾਬ ਲੈਂਡ ਰੈਵੀਨਿਊ ਐਕਟ ਦੀ ਧਾਰਾ ਅਨੁੰਸਾਰ ਕਾਰਵਾਈ ਕਰਕੇ ਸਬੰਧਤ ਧਿਰ ਨੂੰ ਕਬਜ਼ਾ ਦਿਵਾਉਂਦਾ ਹੈ। ਜਿਵੇਂ ਕਿ ਧਾਰਾ ਵਿੱਚ ਦਰਜ਼ ਹੈ ਕਿ ਜਦੋਂ ਕਿਸੇ ਮਾਲਕ ਜਾਂ ਮੁਜ਼ਾਹਰੇ ਨੂੰ ਤਕਸੀਮ ਤੋਂ ਮਗਰੋਂ ਕੋਈ ਹਿੱਸਾ ਮਾਲਕੀ ਦੇ ਰੂਪ ਵਿੱਚ ਮਿਲਦਾ ਹੈ ਤਾਂ ਉਹ ਉਸ ਦਾ ਕਬਜ਼ਾ ਲੈਣ ਦਾ ਅਧਿਕਾਰੀ ਹੈ। ਉਹ ਦੂਜੀ ਧਿਰ ਪਾਸੋਂ ਜਾਂ ਉਸ ਦੇ ਵਾਰਿਸ਼ਾਂ ਪਾਸੋਂ ਕਬਜ਼ਾ ਲੈਣ ਲਈ ਸਬੰਧਤ ਤਹਿਸੀਲਦਾਰ ਨੂੰ ਅਰਜੀ ਦੇਵੇਗਾ ਅਤੇ ਤਹਿਸੀਲਦਾਰ ਉਸ ਉੱਪਰ ਕਬਜ਼ਾ ਦਿਵਾਉਣ ਦੇ ਹੁਕਮ ਜਾਰੀ ਕਰੇਗਾ। ਤਹਿਸੀਲਦਾਰ ਦੇ ਇਨ੍ਹਾਂ ਹੁਕਮਾਂ ਨੂੰ ਅਚੱਲ ਜਾਇਦਾਦ ਉੱਪਰ ਦਿੱਤੀ ਗਈ ਡਿਗਰੀ ਮੰਨਿਆ ਜਾਵੇਗਾ। ਜਿਸ ਦੀ ਕਾਰਵਾਈ ਬਜਰੀਆ ਦਖਲ ਵਰੰਟ ਲੈ ਕੇ ਕੀਤੀ ਜਾ ਸਕਦੀ ਹੈ।

ਦਖਲ ਵਰੰਟ ਜਾਰੀ ਕਰਨਾ: ਪੈਰਾ 18.18

ਜੇਕਰ ਕੋਈ ਧਿਰ ਤਕਸੀਮ ਮੁਤਾਬਿਕ ਜ਼ਮੀਨ ਦਾ ਕਬਜ਼ਾ ਨਹੀਂ ਛੱਡਦੀ ਤਾਂ ਸਬੰਧਤ ਧਿਰ ਤਹਿਸੀਲਦਾਰ ਨੂੰ ਦਰਖਾਸਤ ਦੇ ਕੇ ਬੇਨਤੀ ਕਰਦੀ ਹੈ ਕਿ ਉਹ ਉਸ ਨੂੰ ਉਸ ਦੇ ਹਿੱਸੇ ਆਉਂਦੀ ਤਕਸੀਮ ਮੁਤਾਬਿਕ ਜ਼ਮੀਨ ਦਾ ਕਬਜ਼ਾ ਦਿਵਾਇਆ ਜਾਵੇ ਅਤੇ ਆਪਣੇ ਹੁਕਮਾਂ ਨੂੰ ਇਜ਼ਰਾਏ ਡਿਗਰੀ ਮੁਤਾਬਿਕ ਲਾਗੂ ਕਰਵਾਇਆ ਜਾਵੇ ਤਾਂ ਤਹਿਸੀਲਦਾਰ ਹੁਕਮ ਪਾਸ ਕਰਦਾ ਹੈ ਕਿ ਹਲਕਾ ਕਾਨੂੰਗੋ ਅਤੇ ਹਲਕਾ ਪਟਵਾਰੀ ਮੌਕੇ ਤੇ ਜਾ ਕੇ ਮਿਣਤੀ ਕਰਕੇ ਸਬੰਧਤ ਧਿਰ ਨੂੰ ਕਬਜ਼ਾ ਦਿਵਾਉਣ। ਤਹਿਸੀਲਦਾਰ ਦੇ ਹੁਕਮਾਂ ਨੂੰ ਮੰਨਦੇ ਹੋਏ ਹਲਕਾ ਕਾਨੂੰਗੋ ਅਤੇ ਹਲਕਾ ਪਟਵਾਰੀ ਮੌਕੇ ਤੇ ਜਾਂਦੇ ਹਨ ਤੇ ਮਿਣਤੀ ਕਰਕੇ ਸਬੰਧਤ ਧਿਰ ਨੂੰ ਕਬਜ਼ਾ ਦਿਵਾਉਂਦੇ ਹਨ। ਜੇਕਰ ਕਾਨੂੰਗੋ ਅਤੇ ਪਟਵਾਰੀ ਦੇ ਕਹਿਣ ਤੇ ਕਾਬਜ ਧਿਰ ਕਬਜ਼ਾ ਨਹੀਂ ਛੱਡਦੀ ਤਾਂ ਤਹਿਸੀਲਦਾਰ ਉਸ ਖਿਲਾਫ ਹੋਰ ਕਾਰਵਾਈ ਕਰ ਸਕਦਾ ਹੈ।

ਪਹਿਲੀ ਕਾਰਵਾਈ ਤਾਂ ਇਹ ਹੋ ਸਕਦੀ ਹੈ ਕਿ ਹਲਕਾ ਕਾਨੂੰਗੋ ਅਤੇ ਪਟਵਾਰੀ ਜਦੋਂ ਤਹਿਸੀਲਦਾਰ ਨੂੰ ਇਹ ਰਿਪੋਰਟ ਕਰ ਦੇਣ ਕਿ ਕਾਬਜ਼ ਧਿਰ ਜ਼ਮੀਨ ਦਾ ਕਬਜ਼ਾ ਸਹਿਮਤੀ ਨਾਲ ਅਤੇ ਆਸਾਨੀ ਨਾਲ ਨਹੀਂ ਛੱਡਦੀ, ਅਤੇ ਦਖਲ ਦੀ ਕਾਰਵਾਈ ਵਿੱਚ ਜ਼ਬਰੀ ਅੜਿੱਕਾ ਪਾਉਂਦੀ

ਹੈ, ਤਾਂ ਤਹਿਸੀਲਦਾਰ ਇਸ ਰਿਪੋਰਟ ਨੂੰ ਵੇਖਕੇ ਕੇ ਤਹਿਸੀਲ ਦੇ ਐਸ. ਡੀ. ਐਮ ਨੂੰ ਲਿਖਤੀ ਭੇਜਦਾ ਹੈ ਕਿ, ਉਹ ਦਖਲ ਵਰੰਟ ਦੀ ਕਾਰਵਾਈ ਪੂਰੀ ਕਰਾਉਣ ਲਈ ਪੁਲਿਸ ਦੀ ਮਦਦ ਦੇਵੇ। ਤਹਿਸੀਲਦਾਰ ਦੀ ਬੇਨਤੀ ਆਉਣ ਤੇ ਐਸ. ਡੀ. ਐਮ ਹਲਕੇ ਦੇ ਥਾਣਾ ਇੰਚਾਰਜ਼ ਨੂੰ ਲਿਖਤੀ ਹੁਕਮ ਭੇਜਦਾ ਹੈ ਕਿ ਉਹ ਪੁਲਿਸ ਬਲ ਨਾਲ ਤਕਸੀਮ ਦੀ ਕਾਰਵਾਈ ਮੁਕੰਮਲ ਕਰਨ ਲਈ ਕਾਨੂੰਗੋ ਅਤੇ ਪਟਵਾਰੀ ਨਾਲ ਮਿਲਕੇ ਕਾਰਵਾਈ ਕਰਨ ਅਤੇ ਸਹੀ ਧਿਰ ਨੂੰ ਉਸ ਦਾ ਕਬਜ਼ਾ ਦਿਵਾਉਣ।

ਦੂਜਾ ਇਹ ਕਿ ਜਿਨ੍ਹਾਂ ਚਿਰ ਦੂਜੀ ਧਿਰ ਉਸ ਦੀ ਜ਼ਮੀਨ ਦਾ ਕਬਜ਼ਾ ਨਹੀਂ ਛੱਡਦੀ, ਉਨੇ ਚਿਰ ਦੀ ਫ਼ਸਲ ਦੀ ਪੈਦਾਵਾਰ ਦਾ ਮੁਆਵਜ਼ਾ ਬਜਰੀਆ ਅਦਾਲਤ ਰਾਹੀਂ ਪ੍ਰਾਪਤ ਕਰ ਸਕਦਾ ਹੈ।

ਤਕਸੀਮ ਨਾਲ ਸਬੰਧਤ ਵੱਖ ਵੱਖ ਨੁਕਤਿਆਂ ਬਾਰੇ ਸੱਪਸ਼ਟੀਕਰਨ ਦੇਣ ਵਾਸਤੇ ਹੇਠਾਂ ਕੁੱਝ **ਸੁਆਲ ਜਵਾਬ** ਲਿਖ ਰਹੇ ਹਾਂ ਤਾਕਿ ਚੰਗੀ ਤਰ੍ਹਾਂ ਇਸ ਨੂੰ ਸਮਝਿਆ ਜਾ ਸਕੇ ਅਤੇ ਹੱਕਦਾਰ ਨੂੰ ਇਸ ਤਰ੍ਹਾਂ ਦੇ ਮਾਮਲਿਆਂ ਦਾ ਨਿਪਟਾਰਾ ਕਰਵਾਉਣ ਵਿੱਚ ਸਹਾਇਤਾ ਅਤੇ ਜਾਣਕਾਰੀ ਮਿਲ ਸਕੇ:

ਪ੍ਰਸ਼ਨ: ਤਕਸੀਮ ਦੀ ਦਰਖਾਸਤ ਕੌਣ ਦੇ ਸਕਦਾ ਹੈ?

ਉੱਤਰ: ਕੋਈ ਵੀ ਸਾਂਝੇ ਖਾਤੇ ਦਾ ਮਾਲਕ ਜਿਸ ਦਾ ਹਿੱਸਾ ਅਤੇ ਨਾਮ ਆਖਰੀ ਜਮ੍ਹਾਂਬੰਦੀ ਵਿੱਚ ਦਰਜ ਕੀਤਾ ਗਿਆ ਹੋਵੇ।

ਪ੍ਰਸ਼ਨ: ਤਕਸੀਮ ਦੀ ਦਰਖਾਸਤ ਕਿੱਥੇ ਦੇਣੀ ਹੈ?

ਉੱਤਰ: ਭੌਂ ਮਾਲੀਆ ਐਕਟ ਧਾਰਾ 158 (2) 7 ਅਤੇ 8 ਇਨ੍ਹਾਂ ਦੀ ਸੁਣਵਾਈ ਉਸ ਮਾਲ ਅਫ਼ਸਰ ਦੁਆਰਾ ਕੀਤੀ ਜਾਂਦੀ ਹੈ, ਜਿਸ ਦਾ ਰੁਤਬਾ ਸਹਾਇਕ ਕੁਲੈਕਟਰ ਦਰਜਾ ਪਹਿਲਾ ਤੋਂ ਘੱਟ ਨਾ ਹੋਵੇ। ਤਕਸੀਮ ਸਬੰਧੀ ਬਿਨੈ ਪੱਤਰ ਸਿਰਫ਼ ਉਸ ਅਧਿਕਾਰੀ ਨੂੰ ਲੈਣੇ ਚਾਹੀਦੇ ਹਨ, ਜੋ ਤਕਸੀਮ ਦੇ ਕੇਸ ਸੁਣਨ ਲਈ ਅਧਿਕਾਰਤ ਹੋਵੇ।

ਪ੍ਰਸ਼ਨ: ਕੀ ਇੱਕ ਗਹਿਣੇਦਾਰ ਜਿਸ ਪਾਸ ਕਿਸੇ ਮੁਸ਼ਤਰਕਾ ਮਾਲਕ ਦੀ ਜ਼ਮੀਨ ਗਹਿਣੇ ਹੋਵੇ ਤਾਂ ਉਹ ਜ਼ਮੀਨ ਦੀ ਵੰਡ ਦੀ ਦਰਖਾਸਤ ਦੇ ਸਕਦਾ ਹੈ?

ਉੱਤਰ: ਜੇਕਰ ਗਹਿਣੇਨਾਮੇ ਦੀ ਲਿਖਤ ਵਿੱਚ ਗਹਿਣੇ ਦੇਣ ਵਾਲੇ ਵਲੋਂ ਇਹ ਖਾਸ ਤੌਰ ਤੇ ਲਿਖਿਆ ਹੋਵੇ ਕਿ ਗਹਿਣੇਦਾਰ ਤਕਸੀਮ ਕਰਵਾ ਸਕਦਾ ਹੈ ਤਾਂ ਉਹ ਤਕਸੀਮ ਦੀ ਦਰਖਾਸਤ ਦੇ ਸਕਦਾ ਹੈ। ਜਦੋਂ ਗਹਿਣੇਦਾਰ ਖੇਤੇ ਅਧੀਨ ਜ਼ਮੀਨ ਦੀ ਵੰਡ ਲਈ ਦਰਖਾਸਤ ਦਿੰਦਾ ਹੈ ਤਾਂ ਉਸ ਸਮੇਂ ਉਸ ਵਲੋਂ ਪੇਸ਼ ਕੀਤੇ ਗਹਿਣੇਨਾਮੇ ਨੂੰ ਮਹਿਕਮਾ ਮਾਲ ਚੰਗੀ ਤਰ੍ਹਾਂ ਪੜਤਾਲਦਾ ਹੈ, ਜੇਕਰ ਗਹਿਣੇਨਾਮੇ ਵਿੱਚ ਗਹਿਣੇਦਾਰ ਨੂੰ ਵੰਡ ਕਰਵਾਉਣ ਦਾ ਅਧਿਕਾਰ ਨਾ ਦਿੱਤਾ ਗਿਆ ਹੋਵੇ ਤਾਂ ਉਸ ਦੀ ਵੰਡ ਦੀ ਦਰਖਾਸਤ ਪੰਜਾਬ ਲੈਂਡ ਰੈਵੀਨਿਊ ਐਕਟ ਦੇ ਸੈਕਸ਼ਨ -115 ਅਧੀਨ ਰੱਦ ਕੀਤੀ ਜਾ ਸਕਦੀ ਹੈ। ਇੱਕ ਗਹਿਣੇਦਾਰ ਕਿਉਂਕਿ ਉਹ ਜ਼ਮੀਨ ਦਾ ਮਾਲਕ ਨਹੀਂ ਹੁੰਦਾ। ਇਸ ਕਰਕੇ ਉਹ ਤਕਸੀਮ ਨਹੀਂ ਕਰਵਾ ਸਕਦਾ। ਜੇਕਰ ਉਹ ਇਹ ਕਰਨਾ ਚਾਹੁੰਦਾ ਹੈ ਤਾਂ ਉਸ ਨੂੰ ਅਦਾਲਤ ਦਿਵਾਨੀ ਵਿਚੋਂ ਆਪਣਾ ਹੱਕ ਮਨਜ਼ੂਰ ਕਰਵਾਉਣਾ ਪਵੇਗਾ।

ਪ੍ਰਸ਼ਨ: ਕੀ ਪਟੇਦਾਰ ਜ਼ਮੀਨ ਦੀ ਤਕਸੀਮ ਕਰਵਾ ਸਕਦਾ ਹੈ?
ਉੱਤਰ: ਪਟੇ ਜਾਂ ਲੀਜ਼ ਦਾ ਅਰਥ ਹੈ ਕਿ ਕਿਸੇ ਜਾਇਦਾਦ ਉੱਪਰ ਕਿਸੇ ਨਿਸ਼ਚਿਤ ਸਮੇਂ ਲਈ ਕਬਜ਼ਾ ਰੱਖਣ ਦੇ ਨਾਲ-ਨਾਲ ਉਸ ਦੀ ਪੈਦਾਵਾਰ ਨੂੰ ਵੀ ਵਰਤਦਾ ਹੈ ਜਿਸ ਦਾ ਉਹ ਆਪ ਮਾਲਕ ਨਾ ਹੋਵੇ ਕੋਈ ਹੋਰ ਉਸਦਾ ਮਾਲਕ ਹੋਵੇ। ਇਸ ਤਰ੍ਹਾਂ ਪਟੇਦਾਰ ਦਾ ਅਰਥ ਇਹ ਹੋਇਆ ਕਿ ਉਸ ਵਿਅਕਤੀ ਨੂੰ ਸਿਰਫ ਕਬਜ਼ੇ ਦਾ ਅਧਿਕਾਰ ਲਗਾਤਾਰ ਹੋਵੇ ਅਤੇ ਉਸ ਦਾ ਮਾਲਕ ਨਾ ਹੋਵੇ। ਇਸ ਲਈ ਪਟੇਦਾਰ ਜ਼ਮੀਨ ਦੀ ਤਕਸੀਮ (ਵੰਡ) ਨਹੀਂ ਕਰਵਾ ਸਕਦਾ।

ਪ੍ਰਸ਼ਨ: ਕੀ ਮਾਲ ਮਹਿਕਮੇ ਦੁਆਰਾ ਭਰਾਵੀਂ ਵੰਡ ਨੂੰ ਤਕਸੀਮ ਮਨਿੰਆ ਜਾਵੇਗਾ?
ਉੱਤਰ: ਜੇ ਕਰ ਕੋਈ ਪ੍ਰਵਾਰ ਭਰਾਵੀਂ ਵੰਡ ਰਾਹੀਂ ਆਪਣੀ ਜ਼ਮੀਨ ਦੀ ਆਪਣੇ-ਆਪ ਵੰਡ ਕਰ ਲੈਂਦੇ ਹਨ ਅਤੇ ਉਸ ਦੀ ਲਿਖਤ ਕਰ ਲੈਂਦੇਂ ਹਨ, ਤਾਂ ਉਹ ਸਬੰਧਤ ਤਹਿਸੀਲਦਾਰ ਦੇ ਦਰਖਾਸਤ ਦੇ ਸਕਦੇ ਹਨ ਅਤੇ ਉਸ ਨੂੰ ਰਜਿਸ਼ਟਰਡ ਕਰਾਕੇ ਵੱਖ ਵੱਖ ਇੰਤਕਾਲ ਕਰਵਾ ਸਕਦੇ ਹਨ। ਅਤੇ ਉਸ ਨੂੰ ਰਜਿਸ਼ਟਰਡ ਕਰਾਕੇ ਵੱਖ ਵੱਖ ਇੰਤਕਾਲ ਕਰਵਾ ਸਕਦੇ ਹਨ।

ਪ੍ਰਸ਼ਨ: ਤਕਸੀਮ ਕਰਾਉਣ ਦਾ ਕੀ ਫਾਈਦਾ ਹੈ?
ਉੱਤਰ: ਤਕਸੀਮ ਹੋਣ ਨਾਲ ਪਹਿਲਾ ਫਾਇਦਾ ਇਹ ਕਿ ਤੁੱਹਾਡੀ ਜ਼ਮੀਨ ਦਾ ਅੱਡ ਕੁਰਾ ਬਣ ਜਾਂਦਾ ਹੈ। ਸਾਂਝੇ ਪਾਣੀ, ਖਾਲ ਆਦਿ ਦਾ ਝੱਗੜਾ ਖੱਤਮ ਹੋ ਜਾਂਦਾ ਹੈ, ਅਤੇ ਤੁੱਸੀ ਆਪਣੀ ਜ਼ਮੀਨ ਤੇ ਕਰਜ ਵਗੈਰਾ ਲੈਣ ਵਿੱਚ ਕੋਈ ਤਕਲੀਫ ਨਹੀਂ ਆਉਂਦੀ ਅਤੇ ਜੇ ਤੁੱਸੀਂ ਆਪਣੀ ਜ਼ਮੀਨ ਨੂੰ ਅੱਗੇ ਕਦੋਂ ਵੀਬੈ ਕਰ ਸਕਦੇ ਹੋ।

ਪ੍ਰਸ਼ਨ: ਕੀ ਤਕਸੀਮ ਦੇ ਕੇਸ ਦਿਵਾਨੀ ਅਦਾਲਤ ਵਿੱਚ ਵੀ ਕੀਤੇ ਜਾ ਸਕਦੇ ਹਨ?
ਉੱਤਰ: ਪੰਜਾਬ ਲੈਂਡ ਰਿਕਾਰਡ ਮੈਨੂਅਲ ਦੇ ਪੈਰਾ ਨੰਬਰ **18.2** ਮੁਤਾਬਿਕ ਤਕਸੀਮ ਦੇ ਕੇਸ ਦਿਵਾਨੀ ਅਦਾਲਤਾਂ ਦੇ ਅਧਿਕਾਰ ਖੇਤਰ ਵਿੱਚ ਨਹੀਂ ਆਉਂਦੇ।: ਭੌਂ ਮਾਲੀਆ ਐਕਟ ਧਾਰਾ **158 (2) 7** ਅਤੇ **8** ਇਨ੍ਹਾਂ ਦੀ ਸੁਣਵਾਈ ਉਸ ਮਾਲ ਅਫ਼ਸਰ ਦੁਆਰਾ ਕੀਤੀ ਜਾਂਦੀ ਹੈ, ਜਿਸ ਦਾ ਰੁਤਬਾ ਸਹਾਇਕ ਕੁਲੈਕਟਰ ਦਰਜਾ ਪਹਿਲਾ ਤੋਂ ਘੱਟ ਨਾ ਹੋਵੇ।

ਪ੍ਰਸ਼ਨ: ਕੀ ਤਕਸੀਮ ਦੇ ਚਲਦੇ ਕੇਸ ਵਿੱਚ ਕਿਸੇ ਹਿੱਸੇਦਾਰ ਦੀ ਮੌਤ ਹੋ ਜਾਵੇ ਤਾਂ ਉਸ ਦੇ ਵਾਰਸ਼ ਉਸ ਕੇਸ ਦਾ ਹਿੱਸਾ ਬਣ ਸਕਦੇ ਹਨ?
ਉੱਤਰ: ਜੇਕਰ ਤਕਸੀਮ ਦੇ ਚਲਦੇ ਕੇਸ ਵਿੱਚ ਕੋਈ ਵਿਅਕਤੀ ਜਾਂ ਹਿੱਸੇਦਾਰ ਮਰ ਜਾਂਦਾ ਹੈ ਤਾਂ ਉਸ ਦੇ ਵਾਰਸ਼ ਉਸ ਦੀ ਥਾਂ ਖੜੇ ਹੋ ਕੇ ਤਕਸੀਮ ਦੇ ਕੇਸ ਨੂੰ ਚਾਲੂ ਰੱਖ ਸਕਦੇ ਹਨ।

ਪ੍ਰਸ਼ਨ: ਤਕਸੀਮ ਦੇ ਕੇਸਾਂ ਵਿੱਚ ਤਹਿਸੀਲਦਾਰ ਦੇ ਹੁੱਕਮਾਂ ਵਿਰੁਧ ਅਪੀਲ ਕਿੱਥੇ ਕੀਤੀ ਜਾ ਸਕਦੀ ਹੈ?
ਉੱਤਰ: ਤਕਸੀਮ ਦੇ ਕੇਸਾਂ ਵਿੱਚ ਤਹਿਸੀਲਦਾਰ ਦੇ ਹੁੱਕਮਾਂ ਵਿਰੁਧ ਅਪੀਲ ਸਿਧੀ ਕੁਲੈਕਟਰ ਦੇ **15** ਦਿਨਾਂ ਦੇ ਅੰਦਰ-ਅੰਦਰ ਕੀਤੀ ਜਾ ਸਕਦੀ ਹੈ।

ਪ੍ਰਸ਼ਨ: ਤਕਸੀਮ ਦੇ ਕੇਸਾਂ ਵਿੱਚ ਕੁਲੈਕਟਰ ਦੇ ਹੁੱਕਮਾਂ ਵਿਰੁਧ ਅਪੀਲ ਕਿੱਥੇ ਕੀਤੀ ਜਾ ਸਕਦੀ ਹੈ?
ਉੱਤਰ: ਤਕਸੀਮ ਦੇ ਕੇਸਾਂ ਵਿੱਚ ਕੁਲੈਕਟਰ ਦੇ ਹੁੱਕਮਾਂ ਵਿਰੁਧ ਅਪੀਲ (ਰਵੀਜ਼ਨ) ਕਮਿਸ਼ਨਰ ਦੀ ਅਦਾਲਤ ਦੇ **60** ਦਿਨਾਂ ਦੇ ਅੰਦਰ-ਅੰਦਰ ਕੀਤੀ ਜਾ ਸਕਦੀ ਹੈ।

ਪ੍ਰਸ਼ਨ: ਜੇਕਰ ਅਦਾਲਤ ਦੇ ਸੰਮਨ ਪ੍ਰਾਪਤ ਕਰਕੇ ਕੋਈ ਧਿਰ ਅਦਾਲਤ ਵਿੱਚ ਹਾਜ਼ਰ ਨਹੀਂ ਹੁੰਦੀ ਤਾਂ ਅਦਾਲਤ ਉਸ ਖਿਲਾਫ ਇੱਕ ਤਰਫ਼ਾ ਕਾਰਵਾਈ ਕਰ ਸਕਦੀ ਹੈ?
ਉੱਤਰ: ਅਗਰ ਕੋਈ ਧਿਰ ਅਦਾਲਤ ਦੇ ਸੰਮਨ ਲੈ ਕੇ ਅਦਾਲਤ ਵਿੱਚ ਹਾਜ਼ਰ ਨਹੀਂ ਹੁੰਦੀ ਤਾਂ ਅਦਾਲਤ ਉਸ ਧਿਰ ਵਿਰੁੱਧ ਇੱਕ ਤਰਫ਼ਾ ਕਾਰਵਾਈ ਕਰ ਸਕਦੀ ਹੈ ਅਤੇ ਉਸ ਦੀ ਗੈਰ-ਹਾਜ਼ਰੀ ਲਗਾ ਕੇ ਤਕਸੀਮ ਦਾ ਕੇਸ ਅੱਗੇ ਤੋਰ ਸਕਦੀ ਹੈ। ਜੇ ਅਦਾਲਤ ਨੂੰ ਉਸ ਦੇ ਹਾਜ਼ਰ ਰਹਿਣ ਦੀ ਜਰੂਰਤ ਪਵੇ ਪਰ ਉਹ ਵਾਰ ਵਾਰ ਸੰਮਨ ਜਾਣ ਤੇ ਵੀ ਨਾਂ ਆਵੇ ਤਾਂ ਅਦਾਲਤ ਉਸ ਦੇ ਵਾਰੰਟ ਜ਼ਾਰੀ ਕਰਕੇ ਉਸ ਦੀ ਹਾਜ਼ਰੀ ਯਕੀਨੀ ਬਣਾਈ ਜਾਂਦੀ ਹੈ।

ਪ੍ਰਸ਼ਨ: ਤਕਸੀਮ ਦੇ ਕੇਸਾਂ ਵਿੱਚ ਕਮਿਸ਼ਨਰ ਦੇ ਹੁੱਕਮਾਂ ਵਿਰੁਧ ਅਪੀਲ ਕਿੱਥੇ ਕੀਤੀ ਜਾ ਸਕਦੀ ਹੈ?
ਉੱਤਰ: ਜੋ ਕੇਸ ਅਪੀਲਾਂ ਜਾਂ ਰੀਵੀਜਨ ਪਟੀਸ਼ਨਾਂ ਵਿੱਤ ਕਮਿਸ਼ਨ ਕੋਲ ਆਉਂਦੀਆਂ ਹਨ, ਉਹਨਾਂ ਦੇ ਫੈਸਲੇ ਵਿਰੁੱਧ ਰਾਜ ਸਰਕਾਰ (**ਵਿੱਤ ਸਕੱਤਰ**) ਪਾਸ ਅਪੀਲਾਂ ਹੋ ਸਕਦੀਆਂ ਹਨ ਜਾਂ **ਪੰਜਾਬ ਅਤੇ ਹਰਿਆਣਾ ਹਾਈ ਕੋਰਟ** ਵਿੱਚ ਰਿਟ ਪਟੀਸ਼ਨ ਪਾਈ ਜਾ ਸਕਦੀ ਹੈ।

ਪ੍ਰਸ਼ਨ: ਤਕਸੀਮ ਦੀ ਦਰਖਾਸਤ ਦੇਣ ਵੇਲੇ ਕਿਹੜੇ-ਕਿਹੜੇ ਦਸਤਾਵੇਜ਼ਾਂ ਦੀ ਜਰੂਰਤ ਹੁੰਦੀ ਹੈ?
ਉੱਤਰ: ਜਿਨ੍ਹਾਂ ਕਿਸਾਨ ਵੀਰਾਂ ਨੇ ਆਪਣੇ ਹਿੱਸੇ ਦੀ ਜ਼ਮੀਨ ਦੀ ਵੰਡ ਸਾਂਝੇ ਖਾਤੇ ਵਿਚੋਂ ਅਲਗ ਕਰਵਾਉਣੀ ਹੋਵੇ ਤਾਂ ਉਹ ਸੱਭ ਤੋਂ ਪਹਿਲਾਂ ਪਟਵਾਰੀ ਕੋਲ ਜਾ ਕੇ ਉਸ ਪਾਸੋਂ ਹੇਠ ਲਿਖੇ ਦਸਤਾਵੇਜ਼ਾਂ ਦੀ ਮੰਗ ਕਰੇ:

(ੳ) ਕੁੱਲ ਅਰਾਜ਼ੀ (ਜ਼ਮੀਨ) ਦੀ ਅਖੀਰਲੀ ਜਾਂ ਮੌਜੂਦਾ ਜਮ੍ਹਾਂਬੰਦੀ ਦੀ ਨਕਲ।
(ਅ) ਕੁੱਲ ਅਰਾਜ਼ੀ (ਜ਼ਮੀਨ) ਦੀ ਖਸਰਾ ਗਿਰਦਾਵਰੀ ਦੀ ਨਕਲ।
(ੲ) ਨਕਸ਼ਾ "ੳ" ਹਲਕਾ ਪਟਵਾਰੀ ਪਾਸੋਂ ਫਾਰਮ ਨੰਬਰ-**73** ਤੇ ਬਣਵਾਏ।

ਉੱਪਰੋਕਤ ਦੱਸਤਾਵੇਜ਼ ਪਟਵਾਰੀ ਤੋਂ ਪ੍ਰਾਪਤ ਕਰਕੇ ਉਨ੍ਹਾਂ ਨੂੰ ਮਹਿਕਮਾ ਮਾਲ ਦੇ ਤਹਿਸੀਲਦਾਰ ਦੇ ਦਫ਼ਤਰ ਦਰਖਾਸਤ ਦੇ ਨਾਲ ਪੇਸ਼ ਕਰੇ।

* * *

17

ਪਿੰਡ ਜਾਂ (ਦੇਹ) ਜਾਂ (ਮੌਜ਼ਾ)

ਭਾਰਤ ਪਿੰਡਾਂ ਦਾ ਦੇਸ਼ ਹੈ ਅਤੇ ਇਸ ਦੀ **80%** ਅਬਾਦੀ ਪਿੰਡਾਂ ਵਿੱਚ ਵੱਸਦੀ ਹੈ। ਇਹ ਸਦੀਆਂ ਪੁਰਾਣੇ ਪਿੰਡ ਹਨ ਅਤੇ ਪੀੜ੍ਹੀ ਦਰ ਪੀੜ੍ਹੀ ਲੋਕ ਇੱਥੇ ਰਹਿੰਦੇ ਆ ਰਹੇ ਹਨ। ਪਹਿਲਾਂ ਪਿੰਡ ਨੂੰ ਮੌਜ਼ਾ ਵੀ ਕਿਹਾ ਜਾਂਦਾ ਸੀ, ਅਤੇ ਕਈ ਥਾਈਂ ਇਸ ਨੂੰ ਦੇਹੀ ਵੀ ਕਿਹਾ ਜਾਂਦਾ ਹੈ। ਜਦੋਂ ਕੱਦੇ ਵੀ ਪਿੰਡ ਸ਼ੁਰੂ ਹੋਇਆ ਲੋਕਾਂ ਨੇ ਵਿਹਲੀ ਪਈ ਜ਼ਮੀਨ ਵੇਖ ਕੇ ਉੱਥੇ ਘਰ ਬਣਾਉਣੇ ਸ਼ੁਰੂ ਕਰ ਦਿੱਤੇ ਹੌਲੀ-ਹੌਲੀ ਉਹ ਥੋੜੇ ਘਰਾਂ ਤੋਂ ਵੱਡੇ ਪਿੰਡ ਵਿੱਚ ਤਬਦੀਲ ਹੋ ਗਿਆ। ਪਿੰਡਾਂ ਵਿੱਚ ਫਿਰ ਪੱਤੀਆਂ (ਅਗਵਾੜ), ਢਾਣੀਆਂ ਆਦਿ ਵਿੱਚ ਵੰਡਿਆ ਗਿਆ। ਇਹ ਪਿੰਡ ਦੀ ਰਿਹਾਈਸ਼ੀ ਜ਼ਮੀਨ ਹੌਲੀ-ਹੌਲੀ ਪਿੰਡ ਦੇ ਲੋਕਾਂ ਦੀ ਮਾਲਕੀ ਬਣ ਗਈ ਕਿਉਂਕਿ ਸਦੀਆਂ ਤੋਂ ਉਹ ਉੱਥੇ ਰਹਿ ਰਹੇ ਸਨ। ਹੌਲੀ-ਹੌਲੀ ਜਦੋਂ ਸਮੇਂ ਵਿੱਚ ਬਦਲਾਵ ਆਇਆ ਤਾਂ ਲੋਕਾਂ ਨੇ ਆਪਣੀ ਜਰੂਰਤ ਮੁਤਾਬਿਕ ਜਦੋਂ ਕਿਸੇ ਬੈਂਕ ਵਗੈਰਾ ਤੋਂ ਘਰ ਗਹਿਣੇ ਰੱਖ ਕੇ ਕਰਜ਼ਾ ਵਗੈਰਾ ਲੈਣ ਲੱਗੇ ਤਾਂ ਉਸ ਪਲਾਟ ਦੇ ਕਾਗਜ਼ ਵਗੈਰਾ ਦੀ ਜਰੂਰਤ ਪਈ ਤਾਂ ਉਹ ਉਹਨਾਂ ਕੋਲ ਨਹੀਂ ਸਨ ਕਿਉਂਕਿ **ਲਾਲ ਲਕੀਰ ਦੇ ਅੰਦਰ ਵਾਲੀ ਜਗ੍ਹਾ** ਦਾ ਕੋਈ ਰਿਕਾਰਡ ਨਹੀਂ ਹੁੰਦਾ। ਅਸਲ ਵਿੱਚ ਜਦੋਂ ਜ਼ਮੀਨਾਂ ਦੇ ਬੰਦੋਬਸਤ ਕਰਨ ਦਾ ਸਮਾਂ ਆਇਆ ਤਾਂ ਮਹਿਕਮਾ ਮਾਲ ਨੇ ਸਾਰੀ ਜ਼ਮੀਨ ਦੀ ਮੁਰੱਬੇਬੰਦੀ ਕਰਨ ਦੀ ਵਿਉਂਤ ਬਣਾਈ। ਮੁਰੱਬੇਬੰਦੀ ਤੋਂ ਪਹਿਲਾਂ ਪਿੰਡਾਂ ਵਿੱਚ ਕਈ ਤਰ੍ਹਾਂ ਦੀਆਂ ਸਾਂਝੀਆਂ ਜ਼ਮੀਨਾਂ ਜਿਵੇਂ ਚਰਾਦਾਂ, ਤਲਾਬ ਵਾਸਤੇ ਜ਼ਮੀਨ ਆਦਿ ਨੂੰ ਮੁਰੱਬੇਬੰਦੀ ਤੋਂ ਬਾਹਰ ਰੱਖਿਆ ਗਿਆ।

ਅੱਜ ਵੀ ਜ਼ਿਲ੍ਹਾ ਬਠਿੰਡਾ, ਸੰਗਰੂਰ, ਮੋਗਾ, ਪਟਿਆਲਾ, ਮੁਕੱਤਸਰ ਅਤੇ ਫ਼ਿਰੋਜਪੁਰ ਦੇ ਕਿਸੇ-ਕਿਸੇ ਪਿੰਡ ਵਿੱਚ ਤਾਲਾਬ ਨਜਰ ਆਉਂਦੇ ਹਨ ਜੋ ਅੱਜਕਲ ਛੱਪੜਾਂ ਦਾ ਰੂਪ ਧਾਰਨ ਕਰ ਗਏ ਹਨ। ਇਨ੍ਹਾਂ ਤਲਾਬਾਂ ਨੂੰ ਲੋਕ ਪੁਰਾਣੇ ਸਮੇਂ ਵਿੱਚ ਪਾਣੀ ਪੀਣ ਲਈ ਅਤੇ ਪਸ਼ੂਆਂ ਦੇ ਪੀਣ ਲਈ ਵਰਤਦੇ ਸਨ। ਅਜਿਹੇ ਤਲਾਬ ਜਿਸ ਦੀ ਵਰਤੋਂ ਗੈਰ ਹਿੱਸੇਦਾਰ ਵੀ ਕਰਦੇ ਸਨ ਨੂੰ ਤਕਸੀਮ ਤੋਂ ਬਾਹਰ ਰੱਖਿਆ ਜਾਂਦਾ ਸੀ।

ਚਰਾਂਦ: ਇਸੇ ਤਰ੍ਹਾਂ ਅਜਾਦੀ ਤੋਂ ਪਹਿਲਾਂ ਅਤੇ ਕਾਫੀ ਸਮਾਂ ਬਾਅਦ ਜਿੱਥੇ ਅਜੇ ਜ਼ਮੀਨ ਦੀ ਸਿੰਚਾਈ ਦੇ ਸਾਧਨ ਵਿਕਸਤ ਨਹੀਂ ਸੀ ਹੋਏ ਅਤੇ ਆਮ ਤੌਰ ਤੇ ਚਾਰੇ ਦੀ ਘਾਟ ਰਹਿੰਦੀ ਸੀ ਉੱਥੇ ਪਿੰਡਾ ਵਿੱਚ ਸਾਂਝੀਆਂ ਚਰਾਂਦਾ ਛੱਡੀਆਂ ਗਈਆਂ ਸਨ ਜਿੱਥੇ ਬਰਸਾਤਾਂ ਦਾ ਪਾਣੀ ਇਕੱਠਾ ਹੋ ਜਾਂਦਾ ਸੀ ਅਤੇ ਘਾਹ ਬੂਟੇ ਪੈਦਾ ਹੋ ਜਾਂਦੇ ਸਨ ਅਤੇ ਉੱਥੇ ਜ਼ਮੀਨ ਦੇ ਮਾਲਕਾਂ ਅਤੇ ਬੇ-ਜ਼ਮੀਨੇ ਵਿਅਕਤੀਆਂ ਦੇ ਪਸ਼ੂ ਇਕੱਠੇ ਚਰਦੇ ਰਹਿੰਦੇ ਸਨ। ਬਾਅਦ ਵਿੱਚ ਇਹਨਾਂ ਚਰਾਂਦਾ ਨੂੰ ਸ਼ਾਮਲਾਤ ਕਿਹਾ ਜਾਣ ਲੱਗਾ। ਬੇ-ਜ਼ਮੀਨੇ ਲੋਕਾਂ ਦੇ ਹੱਕਾਂ ਦੀ ਰਾਖੀ ਲਈ ਪਿੰਡ ਦੇ

ਵਾਜ਼ਿਬ-ਉਲ-ਅਰਜ਼ (ਇਹ ਪਿੰਡ ਦੇ ਪ੍ਰਬੰਧ ਬਾਰੇ ਖਾਸ ਵੇਰਵੇ, ਰੀਤੀ ਰਿਵਾਜ਼, ਪਿੰਡ ਦੇ ਪ੍ਰਬੰਧ ਦੇ ਨਿਯਮ ਅਤੇ ਹਰ ਉਹ ਚੀਜ਼ ਜੋ ਪਿੰਡ ਦੀ ਜ਼ਮੀਨ ਦੇ ਪ੍ਰਬੰਧ ਖੇਤ-ਖਲਿਹਾਨ ਦੇ ਫਾਇਦੇ, ਪੈਦਾਵਾਰ ਅਤੇ ਰਹਿੰਦ ਖੂਹੰਦ ਦੇ ਸਾਰੇ ਵੇਰਵੇ ਦਰਜ ਹੁੰਦੇ ਹਨ) ਵਿੱਚ ਦਰਜ ਵੇਰਵਿਆਂ ਨਾਲ ਕੀਤੀ ਜਾਂਦੀ ਹੈ।

ਇਸ ਤਰ੍ਹਾਂ ਚਰਾਂਦਾ ਅਤੇ ਸ਼ਾਮਲਾਤ ਜ਼ਮੀਨਾਂ ਵਿੱਚ ਪਿੰਡ ਦੇ ਬੇ-ਜ਼ਮੀਨੇ ਵਸਨੀਕਾਂ ਦੇ ਹੱਕ ਬਣ ਜਾਂਦੇ ਸਨ ਅਤੇ ਸਾਂਝੇ ਜਾਂਦੇ ਹਨ। ਕਿਸੇ ਪਿੰਡ ਦੀ ਚਰਾਂਦ ਜਾਂ ਸ਼ਾਮਲਾਤ ਉਸਦੇ ਮਾਲਕਾ ਵਿੱਚ ਵੰਡਣ ਦਾ ਸਵਾਲ ਪੈਦਾ ਹੋ ਜਾਵੇ ਤਾਂ ਪਿੰਡ ਦਾ **ਵਾਜ਼ਬ-ਉਲ-ਅਰਜ਼** ਦਾ ਰਿਕਾਰਡ ਫ਼ੈਸਲਾ ਕਰਨ ਵਿੱਚ ਸਹਾਈ ਹੁੰਦਾ ਹੈ।

ਪੰਜਾਬ ਵਿੱਚ ਮੁਰੱਬੇਬੰਦੀ ਤੋਂ ਬਾਅਦ ਇਹ ਸਾਂਝੀਆਂ ਜ਼ਮੀਨਾਂ ਨੂੰ ਸ਼ਾਮਲਾਤ ਵਿੱਚ ਬਦਲ ਦਿੱਤਾ ਗਿਆ। ਅਤੇ ਸੁਚੱਜੇ ਪ੍ਰਬੰਧ ਲਈ ਹਰ ਇੱਕ ਜ਼ਮੀਨ ਮਾਲਕ ਪਾਸੋਂ ਉਸ ਦੇ ਕੁੱਝ ਰਕਬੇ ਨੂੰ ਲੈ ਕੇ ਸ਼ਾਮਲਾਤ ਪੰਚਾਇਤ ਦੇਹ ਦੀ ਵਿਵਸਥਾ ਕੀਤੀ ਗਈ। ਇਹ ਜ਼ਮੀਨ ਗ੍ਰਾਮ ਪੰਚਾਇਤ ਦੇ ਕਬਜ਼ੇ ਵਿੱਚ ਦੇ ਦਿੱਤੀ ਗਈ ਤਾਂ ਕਿ ਗ੍ਰਾਮ ਪੰਚਾਇਤ ਇਸ ਵਿੱਚ ਪਿੰਡ ਦੇ ਵਿਕਾਸ ਕਾਰਜਾਂ ਦੇ ਪ੍ਰਜੈਕਟ ਲਾ ਸਕੇ। ਜਿਵੇਂ ਕਿ ਸਕੂਲ, ਡਿਸਪੈਂਸਰੀਆਂ, ਪਟਵਾਰਖਾਨਾ, ਵਾਟਰ ਵਰਕਸ, ਹੱਡਾ ਰੋੜੀ ਅਤੇ ਸ਼ਮਸਾਨਘਾਟ ਆਦਿ। ਪਿੰਡ ਦੀ ਸ਼ਾਮਲਾਤ ਜ਼ਮੀਨ ਜੋ ਵਾਹੀ ਯੋਗ ਹੋਵੇ, ਠੇਕੇ ਤੇ ਦੇ ਕੇ ਉਸ ਦੀ ਆਮਦਨ ਨਾਲ ਪਿੰਡ ਦੇ ਭਲਾਈ ਕਾਰਜ ਕਰ ਸਕੇ।

ਸ਼ਾਮਲਾਤਾਂ ਦੀਆਂ ਅਗੇ ਕਈ ਕਿਸਮਾਂ ਹਨ ਜਿਵੇ ਸ਼ਾਮਲਾਤ ਦੇਹ, ਸ਼ਾਮਲਾਤ ਪੱਤੀ, ਸ਼ਾਮਲਾਤ ਠੁਲਾ ਅਤੇ ਸ਼ਾਮਲਾਤ ਮੁਸ਼ਤਰਕਾ ਮਾਲਕਾਨ ਆਦਿ। ਕਈ ਪਿੰਡਾਂ ਵਿੱਚ ਸ਼ਾਮਲਾਤ ਮੁਸ਼ਤਰਕਾ ਮਾਲਕਾਨ ਵਿੱਚੋਂ ਕਈ ਹਿੱਸੇਦਾਰਾਂ ਨੇ ਆਪਣੇ-ਆਪਣੇ ਹਿੱਸੇ ਵੇਚਣੇ ਸ਼ੁਰੂ ਕਰ ਦਿੱਤੇ ਅਤੇ ਕਈਆਂ ਨੇ ਰਹਾਇਸ਼ੀ ਮਕਾਨ ਬਣਾ ਕੇ ਕਬਜ਼ੇ ਕਰ ਲਏ, ਅਤੇ ਜਿਸ ਕਾਰਨ ਲੋਕਾਂ ਵਿੱਚ ਝੱਗੜੇ ਅਤੇ ਮੁਕੱਦਮੇ ਬਾਜ਼ੀ ਸੁਰੂ ਹੋ ਗਈ।

ਨੋਟ: ਪਾਠਕਾਂ ਦੀ ਜਣਕਾਰੀ ਲਈ ਇਹ ਇੱਕ **ਪਿੰਡ ਦੀ ਮੁਸਾਵੀ** ਦਾ ਨਮੂਨਾ ਹੈ। ਇਸ ਨੂੰ **ਸ਼ਜਰਾ ਕਿਸ਼ਤਵਾਰ** ਵੀ ਕਹਿੰਦੇ ਹਨ ਜੋ ਲੱਠੇ ਦੇ ਕੱਪੜੇ ਤੇ ਬਣਿਆ ਹੁੰਦਾ ਹੈ। ਇਸ ਦੀ ਕਾਪੀ ਅਗਲੇ ਪੇਜ਼ ਦੇ ਦਿੱਤੀ ਗਈ ਹੈ। ਇਹ ਸਿਰਫ ਜਾਣਕਾਰੀ ਹੀ ਹੈ ਕਿ ਮਾਲ ਰਿਕਾਰਡ ਕਿਵੇਂ ਤਿਆਰ ਕੀਤਾ ਜਾਂਦਾ ਹੈ।

ਪਿੰਡ ਮਹਿਮਾ ਸਿੰਘ ਵਾਲਾ (ਨਕਲੀ ਨਾਮ) ਮੋਗਾ।

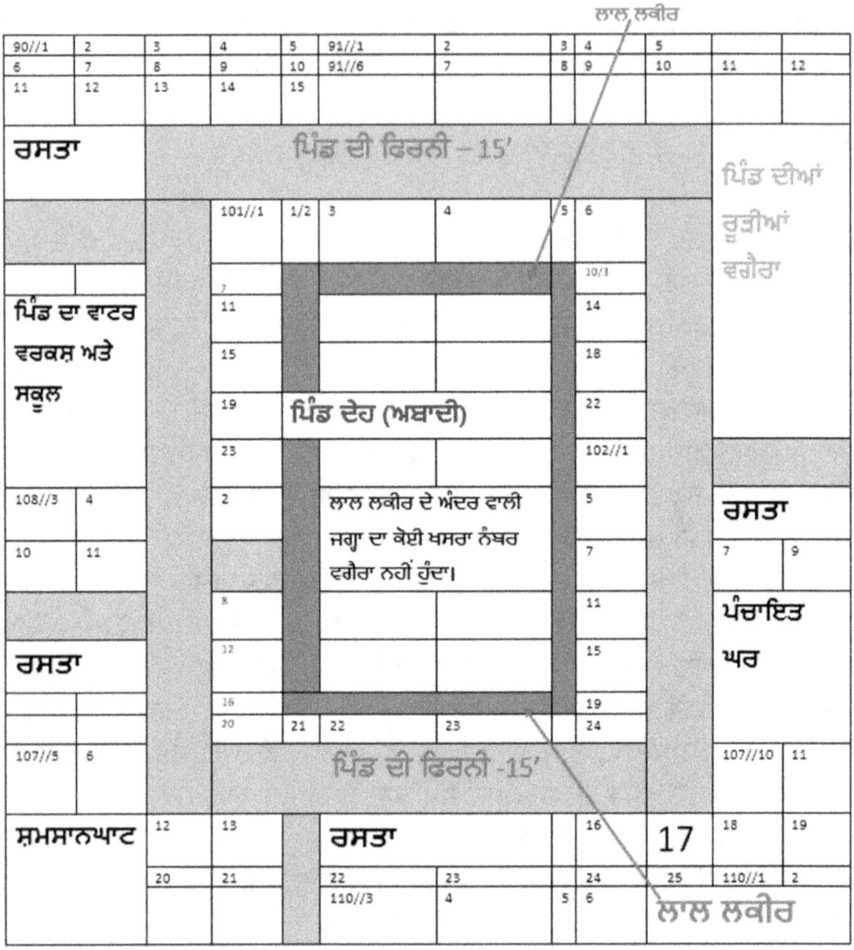

ਲਾਲ ਲਕੀਰ

90//1	2	3	4	5	91//1	2	3	4	5		
6	7	8	9	10	91//6	7	8	9	10	11	12
11	12	13	14	15							

| ਰਸਤਾ | ਪਿੰਡ ਦੀ ਫਿਰਨੀ – 15' | ਪਿੰਡ ਦੀਆਂ ਰੂੜੀਆਂ ਵਗੈਰਾ |

	101//1	1/2	3		4		5	6	
		7						10/3	
ਪਿੰਡ ਦਾ ਵਾਟਰ ਵਰਕਸ਼ ਅਤੇ ਸਕੂਲ	11				14	
	15			18	
	19	ਪਿੰਡ ਦੇਹ (ਅਬਾਦੀ)	22	
	23		102//1	
108//3	4	2	ਲਾਲ ਲਕੀਰ ਦੇ ਅੰਦਰ ਵਾਲੀ ਜਗ੍ਹਾ ਦਾ ਕੋਈ ਖਸਰਾ ਨੰਬਰ ਵਗੈਰਾ ਨਹੀਂ ਹੁੰਦਾ।	5	ਰਸਤਾ
10	11		7	7	9
	8	11	ਪੰਚਾਇਤ ਘਰ
ਰਸਤਾ	12	15	
	16	19	
107//5	6	20	21	22	23	24	107//10	11
	ਪਿੰਡ ਦੀ ਫਿਰਨੀ -15'

ਸ਼ਮਸਾਨਘਾਟ	12	13	ਰਸਤਾ	16	17	18	19
	20	21	22	23	24	25	110//1	2
			110//3	4	5	6	ਲਾਲ ਲਕੀਰ

ਪਿੰਡ ਮਹਿਮਾ ਸਿੰਘ ਵਾਲਾ (ਨਕਲੀ ਨਾਮ) ਮੋਗਾ।

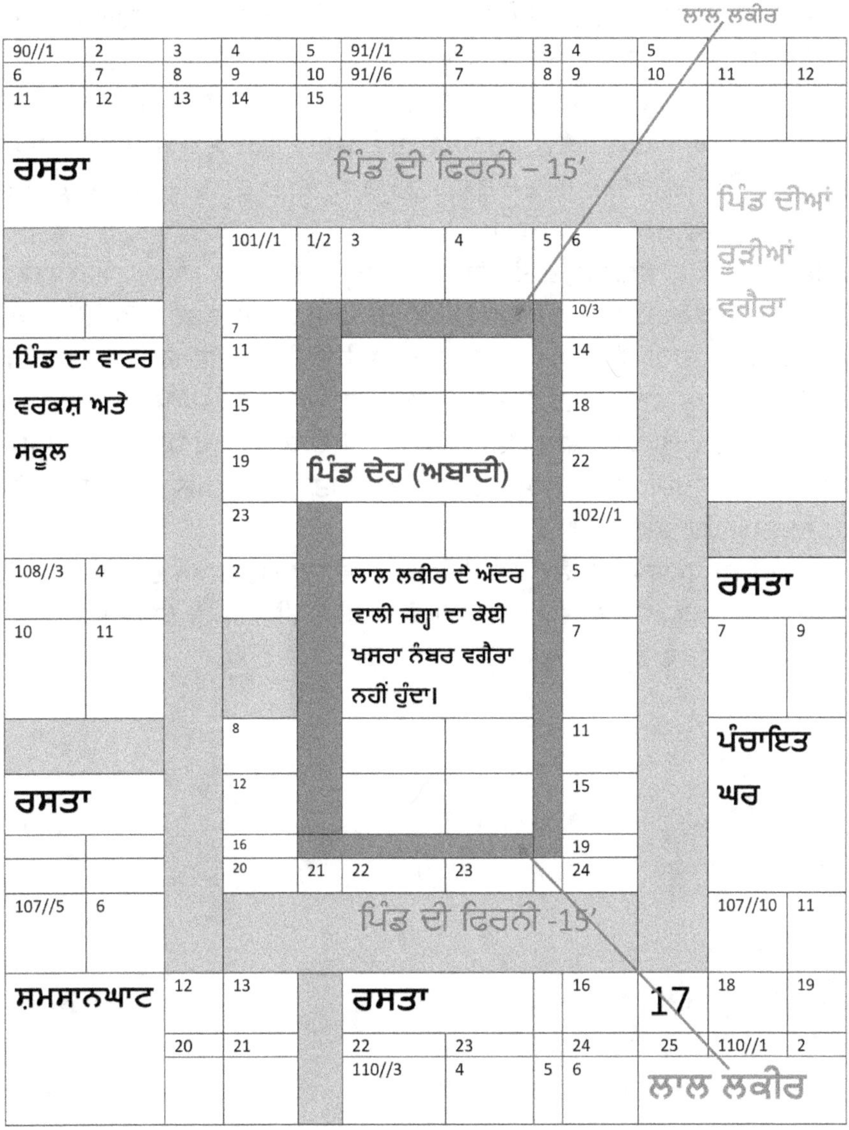

ਲਾਲ ਲਕੀਰ

90//1	2	3	4	5	91//1	2	3	4	5		
6	7	8	9	10	91//6	7	8	9	10	11	12
11	12	13	14	15							

ਰਸਤਾ — ਪਿੰਡ ਦੀ ਫਿਰਨੀ – 15′ — ਪਿੰਡ ਦੀਆਂ ਰੂੜੀਆਂ ਵਗੈਰਾ

	101//1	1/2	3		4		5	6
	7						10/3
ਪਿੰਡ ਦਾ ਵਾਟਰ ਵਰਕਸ਼ ਅਤੇ ਸਕੂਲ	11						14
	15						18
	19	ਪਿੰਡ ਦੇਹ (ਅਬਾਦੀ)					22
	23						102//1

| 108//3 | 4 | 2 | ਲਾਲ ਲਕੀਰ ਦੇ ਅੰਦਰ ਵਾਲੀ ਜਗ੍ਹਾ ਦਾ ਕੋਈ ਖਸਰਾ ਨੰਬਰ ਵਗੈਰਾ ਨਹੀਂ ਹੁੰਦਾ। | 5 | **ਰਸਤਾ** | |
| 10 | 11 | | | 7 | 7 | 9 |

	8			11	**ਪੰਚਾਇਤ ਘਰ**
ਰਸਤਾ	12			15	
	16			19	
	20	21	22	23	24	

| 107//5 | 6 | ਪਿੰਡ ਦੀ ਫਿਰਨੀ -15′ | | | | 107//10 | 11 |

ਸ਼ਮਸਾਨਘਾਟ	12	13	**ਰਸਤਾ**		16	17	18	19
	20	21	22	23	24	25	110//1	2
			110//3	4	5	6		

ਲਾਲ ਲਕੀਰ

287

ਲਾਲ ਲਕੀਰ ਕੀ ਹੈ?

ਮੁਰੱਬੇਬੰਦੀ ਵੇਲੇ ਪਿੰਡਾਂ ਦੀ **ਰਹਾਇਸ਼ੀ ਜ਼ਮੀਨ** ਨੂੰ ਮੁਰੱਬੇਬੰਦੀ ਤੋਂ ਬਾਹਰ ਰੱਖਿਆ ਗਿਆ, ਜਿਸ ਨੂੰ **"ਲਾਲ ਲਕੀਰ"** ਕਿਹਾ ਜਾਣ ਲਗਾ। ਇਹ **"ਲਾਲ ਲਕੀਰ"** ਦੇ ਅੰਦਰ ਵਾਲੀ ਰਹਾਇਸੀ ਜ਼ਮੀਨ ਦਾ ਕੋਈ ਦਫ਼ਤਰੀ ਜਾਂ ਲਿਖਤੀ ਰਿਕਾਰਡ ਕੋਈ ਨਹੀਂ ਹੁੰਦਾ। ਜਿਹੜਾ ਵਿਅੱਕਤੀ ਇਸ ਤੇ ਕਾਬਜ ਹੈ ਉਹੀ ਇਸ ਦਾ ਮਾਲਕ ਹੈ। ਕਈ ਪਿੰਡਾਂ ਵਿੱਚ ਸ਼ਾਮਲਾਤ ਵਿੱਚ ਰਹਾਇਸ਼ੀ ਮਕਾਨ ਬਣਾ ਕਬਜ਼ਾ ਕਰ ਲਿਆ ਗਿਆ ਅਤੇ ਕਈਆਂ ਨੇ ਉਸ ਸ਼ਾਮਲਾਤ ਤੇ ਕਬਜ਼ਾ ਕਰਕੇ ਉਸ ਨੂੰ ਅੱਗੇ ਵੇਚਣਾਂ ਸ਼ੁਰੂ ਕਰ ਦਿੱਤਾ, ਜਿਸ ਕਰਕੇ ਲੋਕਾਂ ਵਿੱਚ ਝੱਗੜੇ ਅਤੇ ਮੁਕੱਦਮੇ ਬਾਜ਼ੀ ਸ਼ੁਰੂ ਹੋ ਗਈ ਅਤੇ ਪਿੰਡਾਂ ਦਾ ਅਮਨ ਅਮਾਨ ਭੰਗ ਹੋਣਾ ਸ਼ੁਰੂ ਹੋ ਗਿਆ।

ਇਸ ਸਥਿਤੀ ਨੂੰ ਨਜਿੱਠਣ ਲਈ ਪੰਜਾਬ ਸਰਕਾਰ ਨੇ ਬਹੁਤ ਹੀ ਵੱਧੀਆ ਅਤੇ ਸ਼ਲਾਘਾ ਯੋਗ ਕਦਮ ਚੁੱਕਿਆ ਹੈ ਜੋ ਮਿਤੀ 16/12/2016 ਨੂੰ ਸਰਕੂਲਰ ਨੰਬਰ 23/12/2016-ਮਬ.5/21094 ਰਾਹੀਂ ਪੰਜਾਬ ਰਾਜ ਦੇ ਪਿੰਡਾਂ ਅਤੇ ਸ਼ਹਿਰਾਂ ਵਿੱਚ "ਲਾਲ ਲਕੀਰ" ਅੰਦਰ ਰਹਿ ਰਹੇ ਨਿਵਾਸੀਆਂ ਨੂੰ ਉਨ੍ਹਾਂ ਦੇ ਕਬਜ਼ੇ ਅਧੀਨ ਖਾਲੀ ਜਗ੍ਹਾਂ ਜਾਂ ਮਕਾਨ ਦੀ ਮਾਲਕੀ ਦਾ ਪ੍ਰਮਾਣ -ਪੱਤਰ ਦੇਣ ਦਾ ਅਭਿਆਨ ਸੁਰੂ ਕੀਤਾ ਗਿਆ ਹੈ। ਕਿਉਂਕਿ ਉਨ੍ਹਾਂ ਪਾਸ ਪਹਿਲਾਂ ਉਨ੍ਹਾਂ ਦੇ ਕਬਜ਼ੇ ਹੇਠ ਪਲਾਟ ਜਾਂ ਰਹਾਇਸ਼ੀ ਮਕਾਨ ਦਾ ਕੋਈ ਦਸਤਾਵੇਜ ਸਬੂਤ ਨਹੀਂ ਹੈ। ਜੋ ਕਿ ਇੱਕ ਬਹੁਤ ਸ਼ਲਾਘਾਯੋਗ ਹੈ।

ਮਾਲਕੀ ਦਾ ਪ੍ਰਮਾਣ-ਪੱਤਰ ਲੈਣ ਦੀ ਪ੍ਰੀਕ੍ਰਿਆ ਦਾ ਵੇਰਵਾ ਅਗਲੇ ਪੇਜ਼ ਤੇ **ਪੰਜਾਬ ਸਰਕਾਰ ਦੀ ਚਿੱਠੀ ਦੀ ਕਾਪੀ** ਅਤੇ ਉਸ ਦੀ ਅਰਜੀ ਦੀ ਕਾਪੀ ਵੀ ਲਾਈ ਗਈ ਹੈ। ਤਾਂ ਕਿ ਕਿਸਾਨ ਭਰਾ ਇਸ ਦਾ ਵੱਧ ਤੋਂ ਵੱਧ ਫ਼ਾਈਦਾ ਲੈ ਸਕਣ।

ਪੰਜਾਬ ਸਰਕਾਰ
ਮਾਲ, ਪੁਨਰਵਾਸ ਅਤੇ ਆਫਤ ਪ੍ਰਬੰਧਨ ਵਿਭਾਗ
(ਮੁਰੱਬਾਬੰਦੀ ਸਾਖਾ)

ਅਧਿਸੂਚਨਾ

ਮਿਤੀ 16-12-2016

ਨੰ: 23/12/2016-ਮਬ.5/21095 ਪੰਜਾਬ ਰਾਜ ਦੇ ਪਿੰਡਾਂ ਵਿੱਚ ਲਾਲ ਲਕੀਰ ਅੰਦਰ ਰਹਿ ਰਹੇ ਨਿਵਾਸੀਆਂ ਨੂੰ ਉਨ੍ਹਾਂ ਦੇ ਕਬਜੇ ਅਧੀਨ ਖਾਲੀ ਜਗ੍ਹਾ ਜਾਂ ਮਕਾਨ ਦੀ ਮਾਲਕੀ ਦਾ ਪ੍ਰਮਾਣ-ਪੱਤਰ ਦੇਣ ਦਾ ਅਭਿਆਨ ਸ਼ੁਰੂ ਕੀਤਾ ਗਿਆ ਹੈ, ਕਿਉਂਕਿ ਉਨ੍ਹਾਂ ਪਾਸ ਪਹਿਲਾਂ ਉਨ੍ਹਾਂ ਦੇ ਕਬਜ਼ੇ ਹੇਠ ਪਲਾਟ **ਜਾਂ ਮਕਾਨ** ਦਾ ਕੋਈ ਦਸਤਾਵੇਜ ਸਬੂਤ ਨਹੀ ਹੈ। ਲੋਕ ਹਿੱਤ ਵਿੱਚ ਅਜਿਹੇ ਨਿਵਾਸੀਆਂ ਨੂੰ ਪ੍ਰਮਾਣ-ਪੱਤਰ ਦੇਣ ਲਈ ਨਿਮਨ-ਲਿਖਤ ਅਨੁਸਾਰ ਪ੍ਰੀਕ੍ਰਿਆ ਨਿਸਚਿਤ ਕੀਤੀ ਗਈ ਹੈ:-

ਪ੍ਰੀਕ੍ਰਿਆ:-

1. ਪ੍ਰਾਰਥੀ ਪ੍ਰਤੀਬੇਨਤੀ ਨਿਰਧਾਰਤ ਪ੍ਰੋਫਾਰਮੇਂ (ਅਨੁਲੱਗ 'ੳ') ਵਿੱਚ ਸਬੰਧਤ ਸੇਵਾ ਕੇਂਦਰ ਵਿੱਚ ਦੇ ਸਕਦਾ ਹੈ। ਸੇਵਾ ਕੇਂਦਰ ਵੱਲੋਂ ਇਹ ਪ੍ਰਤੀਬੇਨਤੀ ਉਸ ਦੇ ਖੇਤਰ ਅਧੀਨ ਆਉਂਦੇ ਤਹਿਸੀਲਦਾਰ ਨੂੰ ਭੇਜੀ ਜਾਵੇਗੀ। ਜੇਕਰ ਕਿਸੇ ਖੇਤਰ ਵਿੱਚ ਸੇਵਾ ਕੇਂਦਰ ਨਹੀ ਹੈ ਤਾਂ ਬਿਨੈਕਾਰ ਪ੍ਰਤੀਬੇਨਤੀ ਆਪਣੇ ਇਲਾਕੇ ਦੇ ਤਹਿਸੀਲਦਾਰ ਨੂੰ ਸਿੱਧੇ ਤੌਰ ਤੇ ਦੇਵੇਗਾ।

2. ਇਸ ਪ੍ਰਤੀਬੇਨਤੀ ਨਾਲ ਪ੍ਰਾਰਥੀ ਆਪਣੀ ਜ਼ਮੀਨ ਦਾ ਚਾਰੇ ਪਾਸੇ ਦਾ ਵਿਵਰਨ ਅਤੇ ਖੇਤਰਫਲ ਦਾ ਨਕਸ਼ਾ ਵੀ ਦੇਵੇਗਾ। ਪ੍ਰਾਰਥੀ ਪ੍ਰਤੀਬੇਨਤੀ ਨਾਲ ਆਪਣੇ ਹਸਤਾਖਰਾਂ ਸਹਿਤ ਦੋ ਤਾਜ਼ਾ ਪਾਸਪੋਰਟ ਸਾਈਜ ਫੋਟੋ ਲਗਾਏਗਾ।

3. ਪ੍ਰਾਰਥੀ ਦੇ ਪਾਸ ਉਕਤ ਜ਼ਮੀਨ ਦਾ ਕੋਈ ਵੀ ਦਸਤਾਵੇਜ ਉਪਲੱਬਧ ਹੈ ਤਾਂ ਉਹ ਦਸਤਾਵੇਜ ਆਪਣੇ ਹਸਤਾਖਰਾਂ ਸਹਿਤ ਤਜਵੀਜ ਨਾਲ ਲਗਾਏਗਾ।

4. ਪ੍ਰਾਰਥੀ ਵੱਲੋਂ ਪੇਸ਼ ਕੀਤੀ ਜਾਣ ਵਾਲੀ ਤਜਵੀਜ਼/ ਪ੍ਰਤੀਬੇਨਤੀ ਨੂੰ ਹੇਠ ਲਿਖੇ ਕਿਸੇ ਦੋ ਨੁਮਾਇੰਦੀਆਂ ਤੋਂ ਤਸਦੀਕ ਕਰਵਾਈ ਜਾਵੇ:-

   ੳ) ਸਬੰਧਤ ਪਿੰਡ ਦੀ ਪੱਤੀ ਦੇ ਨੰਬਰਦਾਰ।

   ਅ) ਪਿੰਡ ਦੀ ਗ੍ਰਾਮ ਪੰਚਾਇਤ ਦਾ ਸਰਪੰਚ।

   ੲ) ਪ੍ਰਾਰਥੀ ਦੀ ਪਰਾਪਰਟੀ ਜਿਸ ਵਾਰਡ ਵਿੱਚ ਆਉਂਦੀ ਹੈ/ਰਹਿੰਦਾ ਹੈ, ਮੈਂਬਰ ਗਰਾਮ ਪੰਚਾਇਤ।

5. ਇਸ ਤਜਵੀਜਤ ਪ੍ਰਤੀਬੇਨਤੀ / ਦਸਤਾਵੇਜਾਂ ਦੀ ਪੜਤਾਲ ਤਹਿਸੀਲਦਾਰ ਵੱਲੋਂ ਕੀਤੀ ਜਾਵੇਗੀ। ਪੜਤਾਲ ਉਪਰੰਤ ਜੇਕਰ ਤਹਿਸੀਲਦਾਰ ਇਸ ਨੂੰ ਠੀਕ ਪਾਉਂਦਾ ਹੈ ਤਾਂ ਉਹ ਇਸ ਸਬੰਧ ਵਿੱਚ ਪ੍ਰਮਾਣ-ਪੱਤਰ ਨਿਰਧਾਰਤ ਪ੍ਰੋਫਾਰਮੇ (ਅਨੁਲੱਗ 'ਅ') ਵਿੱਚ ਜਾਰੀ ਕਰੇਗਾ।

   ਬਿਨੈਕਾਰ ਵੱਲੋਂ ਪੇਸ਼ ਕੀਤੇ ਗਏ ਤਸਦੀਕਸ਼ੁਦਾ ਦਸਤਾਵੇਜਾਂ ਨੂੰ ਸਹੀ ਮੰਨਿਆ ਜਾਵੇ ਜਦੋਂ ਤੱਕ ਕਿ ਉਨ੍ਹਾਂ ਦੇ ਉਲਟ ਕੋਈ ਹੋਰ ਸਬੂਤ ਨਾ ਹੋਣ। ਆਮ ਤੌਰ ਤੇ ਤਹਿਸੀਲਦਾਰ ਵੱਲੋਂ ਇਹ ਪੜਤਾਲ ਖੁਦ ਹੀ ਕੀਤੀ ਜਾਵੇ ਪਰ ਕੋਈ ਖਾਸ ਕਾਰਨਾਂ ਕਰਕੇ ਸਬੰਧਤ ਕਾਨੂੰਗੋ ਅਤੇ ਪਟਵਾਰੀ ਪਾਸੋਂ ਵੀ ਤਫਤੀਸ਼ ਕਰਵਾ ਸਕਦਾ ਹੈ ਅਤੇ ਉਪਰੋਕਤ ਸਾਰੀ ਕਾਰਵਾਈ ਦੀ ਫਾਈਲ ਬਣਾਈ ਜਾਵੇਗੀ।

6. ਇਹ ਸਾਰੀ ਕਾਰਵਾਈ ਪ੍ਰਤੀਬੇਨਤੀ ਪ੍ਰਾਪਤ ਹੋਣ ਦੇ ਤਿੰਨ ਹਫਤਿਆਂ ਦੇ ਅੰਦਰ-ਅੰਦਰ ਪੂਰੀ ਕਰਨੀ ਹੋਵੇਗੀ।

7. ਕੋਈ ਵੀ ਵਿਅਕਤੀ ਤਹਿਸੀਲਦਾਰ ਵੱਲੋਂ ਜਾਰੀ ਕੀਤੇ ਗਏ ਪ੍ਰਮਾਣ ਪੱਤਰ ਵਿਰੁੱਧ ਸਬੰਧਤ ਉਪ ਮੰਡਲ ਮੈਜਿਸਟਰੇਟ ਪਾਸ ਅਪੀਲ ਦਾਇਰ ਕਰ ਸਕੇਗਾ। ਉਪ ਮੰਡਲ ਮੈਜਿਸਟਰੇਟ ਇਹ ਅਪੀਲ ਪ੍ਰਾਰਥੀ ਨੂੰ ਸੁਣ ਕੇ ਇਸ ਅਪੀਲ ਦਾ ਨਿਪਟਾਰਾ ਕਰੇਗਾ। ਇਸ ਤੋਂ ਬਾਅਦ ਕੋਈ ਵੀ ਰਵੀਜਨ /

Page - I

ਅਪੀਲ ਮਾਲ ਵਿਭਾਗ ਵਿੱਚ ਦਾਇਰ ਨਹੀਂ ਕੀਤੀ ਜਾ ਸਕੇਗੀ। ਇਸ ਤੋਂ ਬਾਅਦ ਪ੍ਰਾਰਥੀ ਕੇਵਲ ਸਬੰਧਤ ਸਿਵਲ ਕੋਰਟ ਵਿੱਚ ਹੀ ਅਪੀਲ ਦਾਇਰ ਕਰ ਸਕੇਗਾ।

ਕਰਨ ਬੀਰ ਸਿੰਘ ਸਿੱਧੂ
ਵਧੀਕ ਮੁੱਖ ਸਕੱਤਰ, ਪੰਜਾਬ ਸਰਕਾਰ,
ਮਾਲ ਤੇ ਪੁਨਰਵਾਸ ਵਿਭਾਗ।

ਪਿੱਠ ਅੰਕਣ ਨੰ: 23/12/2016-ਮਬ.5/21095 ਚੰਡੀਗੜ੍ਹ, ਮਿਤੀ: 16-12-16

ਇੱਕ ਉਤਾਰਾ ਸਮੇਤ ਸਹਿ-ਪੱਤਰ ਕੰਟਰੋਲਰ ਪ੍ਰਿੰਟਿੰਗ ਅਤੇ ਸਟੇਸ਼ਨਰੀ ਵਿਭਾਗ, ਪੰਜਾਬ, ਐਸ.ਏ.ਐਸ.ਨਗਰ (ਮੋਹਾਲੀ) ਨੂੰ ਭੇਜ ਕੇ ਬੇਨਤੀ ਕੀਤੀ ਜਾਂਦੀ ਹੈ ਕਿ ਇਹ ਅਧਿਸੂਚਨਾ ਪੰਜਾਬ ਸਰਕਾਰ ਦੇ ਅਸਾਧਾਰਨ ਗਜਟ ਵਿੱਚ ਛਪਵਾਈ ਜਾਵੇ ਅਤੇ ਇਸ ਦੀਆਂ 200 ਕਾਪੀਆਂ ਇਸ ਵਿਭਾਗ ਨੂੰ ਦਫਤਰੀ ਵਰਤੋਂ ਲਈ ਭੇਜੀਆਂ ਜਾਣ।

ਅਧੀਨ ਸਕੱਤਰ ਮਾਲ (ਸ)

ਪਿੱਠ ਅੰਕਣ ਨੰ: 23/12/2016-ਮਬ.5/21095-21374 ਚੰਡੀਗੜ੍ਹ, ਮਿਤੀ: 16-12-16

ਇੱਕ-ਇੱਕ ਉਤਾਰਾ ਸਮੇਤ ਸਹਿ-ਪੱਤਰ ਹੇਠ ਦਰਸਾਇਆਂ ਨੂੰ ਸੂਚਨਾ/ ਲੋੜੀਂਦੀ ਕਾਰਵਾਈ ਲਈ ਭੇਜਿਆ ਜਾਂਦਾ ਹੈ:-

1. ਪੰਜਾਬ ਰਾਜ ਦੇ ਸਮੂਹ ਮੰਡਲਾਂ ਦੇ ਕਮਿਸ਼ਨਰ ।
2. ਪੰਜਾਬ ਰਾਜ ਦੇ ਸਮੂਹ ਡਿਪਟੀ ਕਮਿਸ਼ਨਰ ।
3. ਇੰਸਪੈਕਟਰ ਜਨਰਲ ਆਫ ਰਜਿਸਟਰੇਸ਼ਨ ਪੰਜਾਬ, ਜਲੰਧਰ ।
4. ਪੰਜਾਬ ਰਾਜ ਦੇ ਸਮੂਹ ਸਬ-ਡਵੀਜ਼ਨਲ ਮੈਜਿਸਟਰੇਟ।
5. ਪੰਜਾਬ ਰਾਜ ਦੇ ਸਮੂਹ ਤਹਿਸੀਲਦਾਰ/ ਨਾਇਬ ਤਹਿਸੀਲਦਾਰ

ਅਧੀਨ ਸਕੱਤਰ ਮਾਲ (ਸ)

ਇੱਕ-ਇੱਕ ਉਤਾਰਾ ਸਮੇਤ ਸਹਿ-ਪੱਤਰ ਹੇਠ ਦਰਸਾਇਆਂ ਨੂੰ ਸੂਚਨਾ/ ਲੋੜੀਂਦੀ ਕਾਰਵਾਈ ਲਈ ਭੇਜਿਆ ਜਾਂਦਾ ਹੈ:-

ਅਧੀਨ ਸਕੱਤਰ ਮਾਲ (ਸ)

ਸੇਵਾ ਵਿਖੇ

1. ਪ੍ਰਮੁੱਖ ਸਕੱਤਰ/ ਮੁੱਖ ਮੰਤਰੀ, ਪੰਜਾਬ।
2. ਵਿਸ਼ੇਸ਼ ਸਕੱਤਰ / ਮਾਲ ਤੇ ਪੁਨਰਵਾਸ ਮੰਤਰੀ, ਪੰਜਾਬ ।
3. ਨਿੱਜੀ ਸਕੱਤਰ/ ਵਧੀਕ ਮੁੱਖ ਸਕੱਤਰ ਮਾਲ, ਪੰਜਾਬ ।
4. ਸਕੱਤਰ/ ਪੇਂਡੂ ਵਿਕਾਸ ਅਤੇ ਪੰਚਾਇਤ ਵਿਭਾਗ,ਪੰਜਾਬ ।
4. ਪ੍ਰੋਜੈਕਟ ਮੈਨੇਜਰ, ਪੀ.ਐਲ.ਆਰ.ਐਸ.
ਇਹ ਅਧਿਸੂਚਨਾ ਮਾਲ ਵਿਭਾਗ ਦੀ ਵੈੱਬ-ਸਾਈਟ ਤੇ ਅਪਲੋਡ ਕੀਤੀ ਜਾਵੇ।

ਅੰ: ਵਿ: ਪੱ: ਨੰ: 23/12/2016-ਮਬ.5/21375-79 ਚੰਡੀਗੜ੍ਹ, ਮਿਤੀ: 16-12-16.

Page-2.

ਅਨੁਲਗ -ੳ

ਪੰਜਾਬ ਰਾਜ ਵਿੱਚ ਅੰਦਰੂਨ ਲਾਲ ਲਕੀਰ ਆਬਾਦੀ ਦੇ ਕਬਜ਼ੇ ਦਾ ਪ੍ਰਮਾਣ-ਪੱਤਰ ਸਬੰਧੀ ਬਿਨੈ ਪੱਤਰ

ਜ਼ਮੀਨ/ਜਗ੍ਹਾ ਮਾਲਕ ਦੀ ਫੋਟੋ

01. ਬਿਨੈਕਾਰ ਦਾ ਨਾਮ
02. ਪਿਤਾ ਦਾ ਨਾਮ
03. ਪਿੰਡ ਦਾ ਨਾਮ ਅਤੇ ਪੂਰਾ ਪਤਾ
04. ਤਹਿਸੀਲ
05. ਜ਼ਿਲ੍ਹਾ
06. ਸੇਵਾ ਕੇਂਦਰ
07. ਪਿੰਡ ਦੇ ਅੰਦਰੂਨ ਲਾਲ ਲਕੀਰ ਆਬਾਦੀ ਦੇ ਕਬਜ਼ੇ ਵਾਲੀ ਜ਼ਮੀਨ/ਜਗ੍ਹਾ ਦਾ ਵੇਰਵਾ

ਮਿਤੀ—————— ਬਿਨੈਕਾਰ ਦੇ ਹਸਤਾਖਰ/ਅੰਗੂਠਾ

ਸਥਾਨ——————

ਤਸਦੀਕ:

1.

2.

ਚੈਕ ਲਿਸਟ:

01. ਪਿੰਡ ਦੇ ਅੰਦਰੂਨ ਲਾਲ ਲਕੀਰ ਆਬਾਦੀ ਵਾਲੀ ਜ਼ਮੀਨ/ਜਗ੍ਹਾ ਦਾ ਚਾਰੇ ਪਾਸੇ ਦਿਸਾਵਾਂ ਦੇ ਖੇਤਰਫਲ ਦਾ ਨਕਸ਼ਾ (ਵਰਗ ਗਜ਼)
02. ਹੋਰ ਕੋਈ ਸਬੰਧਤ ਦਸਤਾਵੇਜ਼
03. ਤਾਜਾ ਪਾਸਪੋਰਟ ਸ਼ਾਈਜ ਫੋਟੋ

ਅਨੁਲਗ – ਅ

ਜ਼ਮੀਨ/ਜਗ੍ਹਾ ਮਾਲਕ ਦੀ ਫੋਟੋ

ਅੰਦਰੂਨ ਲਾਲ ਲਕੀਰ ਆਬਾਦੀ ਦੀ ਕਬਜ਼ੇ ਸਬੰਧੀ ਪ੍ਰਮਾਣ-ਪੱਤਰ

ਕੋਰਟ ਤਹਿਸੀਲਦਾਰ ———ਤਹਿਸੀਲ———
ਜ਼ਿਲ੍ਹਾ—————ਪੰਜਾਬ
ਇਹ ਪ੍ਰਮਾਣਤ ਕੀਤਾ ਜਾਂਦਾ ਹੈ ਕਿ —————
ਪੁੱਤਰ—————
ਨਿਵਾਸੀ ਪਿੰਡ————— ਤਹਿਸੀਲ—————
ਜ਼ਿਲ੍ਹਾ————— ਨੂੰ ਪਿੰਡ————— ਵਿੱਚ ਸਥਿਤ ਅੰਦਰੂਨ ਲਾਲ ਲਕੀਰ

ਆਬਾਦੀ ਦੇ ਅੰਦਰ ਹੇਠ ਦਿੱਤੇ ਵੇਰਵਿਆਂ ਦੇ ਅਨੁਸਾਰ ਕਬਜ਼ੇ ਦੇ ਅਧਾਰ ਤੇ ਮਾਲਕੀ ਦਾ ਅਧਿਕਾਰ ਹੈ। ਇਹ ਥਾਂ ਉਸ ਦੇ ਦੁਆਰਾ ਜਾਂ ਉਸ ਦੇ ਉਤਰਾ ਅਧਿਕਾਰੀਆਂ ਦੁਆਰਾ ਪੰਜਾਬ ਰਾਜ ਭੌਂ ਮਾਲੀਆ ਐਕਟ————— ਦੇ ਉਪਬੰਧਾਂ ਦੇ ਅਧੀਨ ਪ੍ਰਾਪਤ ਕਰਨ ਦਾ ਅਧਿਕਾਰ ਹੋਵੇਗਾ। ਇਹ ਪ੍ਰਮਾਣ-ਪੱਤਰ ਭਵਿੱਖ ਵਿੱਚ ਪਿੰਡ ਦੀ ਆਬਾਦੀ ਦੇ ਵਿਸਤ੍ਰਿਤ ਮਾਲ ਸਰਵੇਖਣ ਹੋਣ ਤੇ ਤਿਆਰ ਸਾਹ ਦੇ ਅਧੀਨ ਹੋਵੇਗਾ।

ਜ਼ਮੀਨ ਦੇ ਚਾਰੇ ਪਾਸੇ ਸੀਮਾ —————ਖੇਤਰਫਲ (ਵਰਗ ਮੀਟਰਾਂ ਵਿੱਚ)
ਲੰਬਾਈ ਚੌੜਾਈ (ਮੀਟਰਾਂ ਵਿੱਚ)
ਪੂਰਬ ਵਿੱਚ
ਪੱਛਮ ਵਿੱਚ
ਉੱਤਰ ਵਿੱਚ
ਦੱਖਣ ਵਿੱਚ

ਨਜਰੀ-ਨਕਸ਼ਾ ਨਿਮਨ ਅਨੁਸਾਰ ਹੈ:-

ਮਿਤੀ————— ਤਹਿਸੀਲਦਾਰ
ਸਥਾਨ—————

* * *

18

ਸਰਵੇ ਦੇ ਨਿਸ਼ਾਨ

ਪੈਮਾਇਸ ਸਬੰਧੀ ਮੌਕਿਆਂ ਤੇ ਕਿਹੜੇ-ਕਿਹੜੇ ਨਿਸ਼ਾਨ ਹੁੰਦੇ ਹਨ?

ਪੈਮਾਇਸ ਸਬੰਧੀ ਮੌਕਿਆਂ ਤੇ ਨਿਸ਼ਾਨ ਪੰਜਾਬ ਸਰਕਾਰ ਦੇ ਮਾਲ ਵਿਭਾਗ ਅਤੇ ਭਾਰਤ ਸਰਕਾਰ ਦੇ ਸਰਵੇ ਵਿਭਾਗ ਵਲੋਂ ਲਗਾਏ ਹੋਏ ਮਿਲਦੇ ਹਨ। ਭਾਰਤ ਸਰਕਾਰ ਦੇ ਸਰਵੇ ਵਿਭਾਗ ਵਲੋਂ ਜਿਹੜੇ ਨਿਸ਼ਾਨ ਲਗਾਏ ਹੋਏ ਹਨ ਉਹਾ ਦਾ ਵੇਰਵਾ ਇਸ ਪ੍ਰਕਾਰ ਹੈ:

ਭਾਰਤ ਸਰਕਾਰ ਦੇ ਸਰਵੇ ਵਿਭਾਗ ਵਲੋਂ ਹੇਠ ਲਿਖੇ ਨਿਸ਼ਾਨ ਵੀ ਲਾਏ ਜਾਂਦੇ ਹਨ:

(ੳ) ਸਰਵਈ ਬੁਰਜੀਆਂ (ਗਰੇਟਰ ਟ੍ਰਿਗਨੋਮੈਟਰੀਕਲ ਸਟੇਸ਼ਨ)

(ਅ) ਦਰਿਆਈ ਰਕਬੇ ਦੇ ਪੈਮਾਇਸ਼ ਕਰਦੇ ਵੇਲੇ ਉਸ ਰਕਬੇ ਵਿੱਚ ਬੁਨਿਆਦੀ ਲਾਈਨ ਦੇ ਦੋਹਾਂ ਸਿਰਿਆਂ ਤੇ ਲੱਗੀਆਂ ਬੁਰਜੀਆਂ।

(ੲ) ਟਰੈਵਰਸ ਸਟੇਸ਼ਨ (ਕੰਪਾਸ ਬੁਰਜੀਆਂ) ਉਨ੍ਹਾਂ ਪਿੰਡਾਂ ਵਿੱਚ ਦਿੱਤੀਆਂ ਜਾਂਦੀਆਂ ਹਨ, ਜਿਨ੍ਹਾਂ ਦੇ ਸਰਵੇ ਮੁਰੱਬਾਬੰਦੀ ਮੁਤਾਬਿਕ ਨਾ ਹੋਇਆ ਹੋਵੇ।

(ਸ) ਦੂਜੇ ਕੰਪਾਸ ਨਿਸ਼ਾਨ ਜਿਵੇਂ ਨੁਕਰਾਂ ਵਾਲੇ ਪੱਥਰ ਜੋ ਦੁਆਬਾ ਏਰੀਆ ਅਤੇ ਨੌਂ ਅਬਾਦੀਆਂ ਦੀ ਮੁਸਤੀਲ ਵਿੱਚ ਮਹਿਕਮਾ ਸਰਵੇ ਨੇ ਬਲਾਕ ਨਿਸ਼ਾਨਦੇਹੀ ਲਈ ਲਾਏ ਹਨ।

ਨੋਟ: ਇੱਥੇ ਇਹ ਗਲ ਨੋਟ ਕਰਨ ਵਾਲੀ ਹੈ ਕਿ ਸਰਵੇ ਵਿਭਾਗ ਦੁਆਰਾ ਸਪਲਾਈ ਕੀਤਾ ਕੰਪਾਸ ਡੈਟਾ ਪਟਵਾਰੀ ਦੇ ਆਪਣੇ ਸਰਵੇ ਕੰਮ ਕਰਨ ਲਈ ਬਤੌਰ ਅਗਵਾਈ ਦੇ ਨਹੀਂ ਵਰਤੇ ਜਾਣਗੇ, ਸਿਵਾਏ ਇਸ ਦੇ:-

(i) ਜਿੱਥੇ ਭੌਂ ਜਿਆਦਾ ਪਹਾੜੀ ਹੋਵੇ ਜਾਂ ਛੋਟੇ ਟੋਟਿਆਂ ਵਿੱਚ ਵੰਡੀ ਹੋਵੇ ਅਤੇ ਸਹੀ ਮੁਰੱਬੇ ਕਾਇਮ ਨਾ ਹੋ ਸਕਦੇ ਹੋਣ।

(ii) ਜਦੋਂ ਵਿਸੇਸ਼ ਕਾਰਣਾਂ ਕਰਕੇ ਅਰਥਾਤ ਦਰਿਆਈ ਇਲਾਕਿਆਂ ਵਿੱਚ ਵਿਗਿਆਨਕ ਟਰੈਵਰਸ, ਇਸ ਮੰਤਵ ਲਈ ਕੀਤੀ ਗਈ ਹੋਵੇ ਕਿ ਪਟਵਾਰੀ ਦੇ ਸਰਵੇ ਕੰਮ ਲਈ ਬੁਨਿਆਦੀ ਗਿਣੀ ਜਾਵੇ।

ਪੰਜਾਬ ਸਰਕਾਰ ਦੇ ਮਾਲ ਵਿਭਾਗ ਦੇ ਨਿਸ਼ਾਨ: 4.2

(ੳ) ਸੇਹਦਾ: ਇਹ ਜਿੱਥੇ ਦੋ ਤੋਂ ਜਿਆਦਾ ਪਿੰਡਾ ਦੀਆਂ ਹੱਦਾਂ ਮਿਲਦੀਆਂ ਹੋਣ ਉੱਥੇ ਇਹ ਸੇਹੱਦਾ ਹੁੰਦਾ ਹੈ।

(ਅ) ਬੁਰਜੀ: ਦੋ ਸੇਹਦਿਆਂ ਦੇ ਵਿੱਚਕਾਰ ਪਿੰਡਾਂ ਦੀ ਹੱਦ ਦੇ ਹਰ ਮੋੜ ਤੇ ਪੱਥਰ ਦੀਆਂ ਬੁਰਜੀਆਂ ਨੂੰ ਆਖਦੇ ਹਨ।

(ੲ) ਪੱਥਰ ਦੀਆਂ ਬੁਰਜੀਆਂ: ਇਹ ਹਰ ਮੁਰੱਬੇ ਵਰਗ ਜਾਂ ਆਇਤਾਕਾਰ ਦੇ ਚਾਰੇ ਕੋਨਿਆਂ ਤੇ ਲਗਾਈਆਂ ਜਾਦੀਆਂ ਹਨ।

(ਸ) ਬੁਰਜੀ ਖ਼ਤ ਬੁਨਿਆਦੀ: ਇਹ ਪੰਜਾਬ ਸਰਕਾਰ ਮਾਲ ਵਿਭਾਗ ਵਲੋਂ ਪਿੰਡ ਦੀ ਪੈਮਾਇਸ਼ ਕਰਨ ਸਮੇਂ ਮੁਰੱਬੇ ਦੀ ਪਹਿਲੀ ਲਾਈਨ ਦੇ ਦੋਵੇਂ ਸਿਰਿਆਂ ਤੇ ਲਾਈਆਂ ਜਾਂਦੀਆਂ ਹਨ।

(ਹ) ਆਇਤਾਕਾਰ ਦੇ ਚਾਰੇ ਕੋਨਿਆਂ ਦੀਆਂ ਬੁਰਜੀਆਂ ਕਿਸ ਸਾਈਜ਼ ਦੀਆਂ ਹੋਣੀਆਂ ਚਾਹੀਦੀਆਂ ਹਨ?

4.2: ਇਹ ਬੁਰਜੀਆਂ ਕੰਕਰੀਟ ਜਾਂ ਪੱਥਰ ਦੀਆਂ ਬਣੀਆਂ ਹੁੰਦੀਆਂ ਹਨ ਅਤੇ ਇਨ੍ਹਾਂ ਦਾ ਸਾਈਜ਼ **45** ਸੈਂਟੀਮੀਟਰ **X 15** ਸੈਂਟੀਮੀਟਰ **X 15** ਸੈਂਟੀਮੀਟਰ **17.7 Inches Deep X 6 Inches wide X 6 Inches wide.** ਤੋਂ ਘੱਟ ਨਹੀਂ ਹੋਣਾ ਚਾਹੀਦਾ।

ਇਹਨਾਂ ਨੂੰ ਮੁਰੱਬੇਬੰਦੀ ਪੱਥਰ ਵੀ ਕਿਹਾ ਜਾਂਦਾ ਹੈ, ਇਸ ਜ਼ਮੀਨ ਦੀ ਨਿਸ਼ਾਨਦੇਹੀ ਵੇਲੇ ਕੰਮ ਆਉਂਦੇ ਹਨ। ਇਹਨਾਂ ਨੂੰ ਲਗਾਉਣ ਵੇਲੇ ਇਸ ਤਰ੍ਹਾਂ ਲਗਾਇਆ ਜਾਂਦਾ ਹੈ ਕਿ ਇਹ ਨਾਲ ਲਗਦੇ ਮੁਰੱਬਿਆਂ ਨਾਲ ਸਾਂਝੇ ਲਾਏ ਜਾਂਦੇ ਹਨ।

ਨੋਟ: ਇਹਨਾਂ ਨਿਸ਼ਾਨਾਂ ਨੂੰ ਪਟਵਾਰੀ ਦੇ ਸ਼ਜਰੇ, ਸਰਵੇ ਆਫ਼ ਇੰਡੀਆ ਦੇ ਨਕਸ਼ਿਆਂ ਦੀ ਦਰੁਸਤੀ ਲਈ ਵੀ ਵਰਤਿਆ ਜਾਂਦਾ ਹੈ।

* * *

19

ਆਮ ਮਿਣਤੀ ਦੇ ਪੈਮਾਨੇ (ਸਾਧਾਰਣ ਜਾਣਕਾਰੀ)

ਮਨੁੱਖੀ ਜੀਵਨ ਨੂੰ ਸਹੀ ਢੰਗ ਨਾਲ ਚਲਾਉਣ ਲਈ ਅਤੇ ਸਾਡੀ ਹਰ ਰੋਜ਼ ਦੀ ਵਰਤੋਂ ਆਉਣ ਵਾਲੇ ਕਈ ਕਿਸ਼ਮ ਦੇ ਪੈਮਾਨਿਆਂ ਦੀ ਜਰੂਰਤ ਪੈਂਦੀ ਹੈ, ਜਿਵੇਂ ਕਿ ਗਿਣਤੀ ਲਈ, ਮਿਣਤੀ ਲਈ, ਉਚਾਈ ਲਈ, ਡੂੰਘਾਈ ਲਈ, ਲੰਬਾਈ ਚੌੜਾਈ ਲਈ, ਸਮੇਂ ਨੂੰ ਨਾਪਣਾ ਅਤੇ ਵਰਖਾ ਨੂੰ ਨਾਪਣਾ ਆਦਿ।

ਸੱਭ ਤੋਂ ਪਹਿਲਾਂ **ਸਮੇਂ ਦੇ ਪੈਮਾਨਿਆਂ** ਬਾਰੇ ਵਿਚਾਰ ਕੀਤੀ ਜਾਵੇਗੀ:

ਅਸੀਂ ਜਾਣਦੇ ਹਾਂ ਕਿ ਇੱਕ ਸਾਲ, ਬਾਰਾਂ ਮਹੀਨਿਆਂ ਦਾ ਹੁੰਦਾ ਹੈ, ਜਿਸ ਵਿੱਚ **7** ਮਹੀਨੇ **31** ਦਿਨਾਂ ਦੇ ਤੇ **4** ਮਹੀਨੇ **30** ਦਿਨਾਂ ਦੇ ਤੇ ਇੱਕ ਮਹੀਨਾ **28/29** ਦਿਨ ਦਾ ਪਰ ਲੀਪ ਦੇ ਸਾਲ ਵਿੱਚ ਇਹ **29** ਦਿਨਾਂ ਦਾ ਹੁੰਦਾ ਹੈ ਜੋ ਹਰ ਚਾਰ ਸਾਲ ਬਾਅਦ ਆਉਂਦਾ ਹੈ। ਹੋਰ ਜਾਣਕਾਰੀ ਲਈ ਹੇਠਲਾ ਟੇਬਲ ਦੇਖੋ:

ਮਹੀਨੇ ਦਾ ਨਾਂ		ਦਿਨ	ਮਹੀਨੇ ਦਾ ਨਾਂ		ਦਿਨ
01	ਜਨਵਰੀ	**31**	**07**	ਜੁਲਾਈ	**31**
02	ਫਰਵਰੀ	**28/29**	**08**	ਅਗੱਸਤ	**31**
03	ਮਾਰਚ	**31**	**09**	ਸਤੱਬੰਰ	**30**
04	ਅਪ੍ਰੈਲ	**30**	**10**	ਅੱਕਤੂਬਰ	**31**
05	ਮਈ	**31**	**11**	ਨਵੰਬਰ	**30**
06	ਜੂਨ	**30**	**12**	ਦਸੰਬਰ	**31**

ਕੁਲ = 365 ਦਿਨ ਹੋਏ ਇੱਕ ਸਾਲ ਵਿੱਚ ਪਰ ਲੀਪ ਦੇ ਸਾਲ ਵਿੱਚ **366** ਦਿਨ ਹੁੰਦੇ ਹਨ।

ਕਿਉਂਕਿ ਧਰਤੀ ਸੂਰਜ ਦਾ ਇੱਕ ਚੱਕਰ **365¼** ਦਿਨਾਂ ਵਿੱਚ ਪੂਰਾ ਕਰਦੀ ਹੈ। ਇਸ ਲਈ ਚਾਰ ਸਾਲ ਬਾਅਦ ਲੀਪ ਦੇ ਸਾਲ ਦੇ **366** ਦਿਨ ਹੋ ਜਾਂਦੇ ਹਨ ਅਤੇ ਫਰਵਰੀ ਮਹੀਨਾਂ **29** ਦਿਨਾਂ ਦਾ ਹੋ ਜਾਂਦਾ ਹੈ।

ਇੱਕ ਦਿਨ ਵਿੱਚ **24** ਘੰਟੇ ਹੁੰਦੇ ਹਨ। ਅਸੀਂ ਆਪਣੀ ਸਹੂਲਤ ਲਈ ਸੁਬਹ ਦੇ ਟਾਈਮ ਨੂੰ ਏ.ਐਮ **(AM)** ਅਤੇ ਸ਼ਾਮ ਦੇ ਟਾਈਮ ਨੂੰ ਪੀ.ਐਮ **(PM)** ਕਹਿੰਦੇ ਹਾਂ। ਪਰ ਬਹੁਤ ਥਾਂਈ ਚੌਵੀ ਘੰਟੇ ਵਾਲਾ ਟਾਈਮ ਚਲਦਾ ਹੈ ਉਹ ਇਸ ਤਰ੍ਹਾਂ ਚਲਦਾ ਹੈ ਰਾਤ ਦੇ ਬਾਰਾਂ ਵਜੇ ਤੋਂ ਇਹ **00:00** ਨਾਲ ਸ਼ੁਰੂ ਹੁੰਦਾ ਹੈ ਜਿਵੇਂ ਜਿਵੇਂ ਦਿਨ ਚੜ੍ਹਦਾ ਜਾਵੇਗਾ ਟਾਈਮ ਵੱਧਦਾ ਰਹੇਗਾ ਅਤੇ ਦੁਪੈਹਰ **12** ਦੇ ਵਜੇ ਤੋਂ ਬਾਅਦ ਜਦੋਂ ਸੂਈ ਇੱਕ ਤੇ ਜਾਵੇਗੀ ਤਾਂ ਇਹ **13:00** ਵਜੇ ਦਾ ਟਾਈਮ ਦਸੇਗਾ ਤਾਂਕਿ ਉਸ ਨਾਲ ਪਤਾ ਚਲ ਜਾਂਦਾ ਹੈ ਕਿ ਇਹ ਟਾਈਮ ਦੁਪੈਹਰ ਤੋਂ ਬਾਅਦ ਦਾ ਹੈ।

ਏਸੇ ਤਰ੍ਹਾਂ ਇਹ ਟਾਈਮ ਦਿਨ ਦੇ ਨਾਲ ਵੱਧਦਾ ਰਹੇਗਾ ਰਾਤ ਦੇ **11:59** ਤੇ ਇਹ **23:59** ਦਸੇਗਾ **12:00** ਵਜੇ ਇਹ **24** ਘੰਟੇ ਤੇ **00:00** ਪਹੁੰਚ ਜਾਵੇਗਾ। ਆਮ ਤੌਰ ਤੇ ਇਹ ਟਾਈਮ ਏਅਰ-ਪੋਰਟ, ਰੇਲਵੇ, ਮਿਲਟਰੀ ਆਦਿ ਵਿੱਚ ਵਰਤਿਆ ਜਾਂਦਾ ਹੈ।

ਸਾਲ ਵਿੱਚ ਚਾਰ ਰੁੱਤਾਂ: ਗਰਮੀ, ਸਰਦੀ, ਬਰਸਾਤ ਪੱਤਝੜ

ਦੇਸੀ ਮਹੀਨਿਆਂ ਦਾ ਵੇਰਵਾ: ਦੇਸੀ ਸਾਲ **ਚੇਤ** ਦੇ ਮਹੀਨੇ ਤੋਂ ਸ਼ੁਰੂ ਹੋ ਕੇ **ਫੱਗਣ** ਤੇ ਖਤਮ ਹੁੰਦਾ ਹੈ:

ਮਹੀਨੇ ਦਾ ਨਾਂ		ਦਿਨ	ਮਹੀਨੇ ਦਾ ਨਾਂ		ਦਿਨ
1	ਚੇਤ	30	7	ਅੱਸੂ	31
2	ਵਿਸਾਖ	31	8	ਕੱਤਕ	30
3	ਜੇਠ	31	9	ਮੱਘਰ	30
4	ਹਾੜ੍ਹ	32	10	ਪੋਹ	29
5	ਸਾਵਣ	31	11	ਮਾਘ	29
6	ਭਾਦੋਂ	31	12	ਫੱਗਣ	30

ਕੁਲ = 365 ਦਿਨ ਹੋਏ ਇੱਕ ਸਾਲ ਵਿੱਚ

ਦਿਨ 'ਚ ਟਾਈਮ ਦੀ ਵੰਡ ਪੁਰਾਤਨ ਸਮੇਂ ਅਨੁਸਾਰ:

1 ਦਿਨ ਤੇ ਰਾਤ	**8 ਪਹਿਰ**
1 ਦਿਨ ਤੇ ਰਾਤ	**60 ਘੜੀਆਂ**
1 ਪਹਿਰ	**7½ ਘੜੀਆਂ**
1 ਘੰਟਾ	**2½ ਘੜੀਆਂ**
1 ਘੜੀ	**24 ਮਿੰਟ ਜਾਂ 60 ਪੱਲ**

30 ਚਸਾ	**1** ਪੱਲ
15 ਵਿਸੇ	**1** ਚਸਾ
15 ਨਿਮਖ	**1** ਵਿਸਾ

ਪੁਰਾਣੇ ਸਮੇਂ ਦੇ ਸਿਕੇ:
ਪਾਈ, ਧੇਲਾ, ਪੈਸਾ, ਟੱਕਾ, ਅਧਿਆਨੀ, ਆਨਾ, ਦਵਾਨੀ, ਚਵਾਨੀ, ਅਠਿਆਨੀ
1 ਆਨੇ 'ਚ **4** ਪੈਸੇ ਹੁੰਦੇ ਸਨ
16 ਆਨਿਆਂ 'ਚ **64** ਪੈਸੇ ਹੁੰਦੇ ਸਨ
16 ਆਨੇ ਦਾ ਇੱਕ ਰੁਪਈਆ
64 ਪੈਸਿਆਂ ਦਾ ਇੱਕ ਰੁਪਈਆ

ਪਹਿਲਾਂ ਭਾਰਤ ਵਿੱਚ ਅਜਾਦੀ ਤੋਂ ਪਹਿਲਾਂ ਅਤੇ 1957 ਤੱਕ ਪੁਰਾਣੇ ਸਿੱਕੇ ਵਰਤੇ ਜਾਂਦੇ ਸਨ। ਪਰ 1957 ਤੋਂ ਬਾਅਦ ਭਾਰਤ ਵਿੱਚ ਨਵੇਂ ਸਿੱਕੇ ਚਲਾ ਦਿੱਤੇ ਗਏ। ਇੱਕ ਰੱਪਏ ਵਿੱਚ 100 ਪੈਸੇ ਹਨ। ਜੋ ਇਸ ਪ੍ਰਕਾਰ ਹਨ:

1 ਨਵਾਂ ਪੈਸਾ ਤਾਂਬੇ ਦਾ ਬਾਅਦ ਵਿੱਚ ਐਲੂਮੀਨਿਅਮ ਦਾ।
2 ਨਵੇਂ ਪੈਸੇ **-** ਦੁੱਕੀ
3 ਨਵੇਂ ਪੈਸੇ **-** ਤਿੱਕੀ
5 ਨਵੇਂ ਪੈਸੇ **-** ਪੰਜੀ
10 ਨਵੇਂ ਪੈਸੇ **-** ਦਸੀ
20 ਨਵੇਂ ਪੈਸੇ **-** ਪਿੱਤਲ, ਗਿਲਟ, ਐਲੂਮੀਨਿਅਮ
50 ਨਵੇਂ ਪੈਸੇ **-** ਗਿਲਟ
100 ਨਵੇਂ ਪੈਸੇ **-** ਇੱਕ ਰੂਪੈ ਦਾ ਨੋਟ, ਗਿਲਟ, ਸਟੀਲ ਮਿਕਸ਼
2 ਰੁਪੱਏ ਪਹਿਲਾ ਕਾਗਜ ਦਾ ਨੋਟ, ਹੁੱਣ ਸਿੱਕਾ, ਗਿਲਟ, ਸਟੀਲ ਮਿਕਸ਼
5 ਰੁਪੱਏ ਪਹਿਲਾ ਕਾਗਜ ਦਾ ਨੋਟ, ਹੁੱਣ ਸਿੱਕਾ, ਗਿਲਟ, ਸਟੀਲ ਮਿਕਸ਼
10 ਰੁਪੱਏ ਪਹਿਲਾ ਕਾਗਜ ਦਾ ਨੋਟ, ਹੁੱਣ ਸਿੱਕਾ, ਗਿਲਟ, ਸਟੀਲ ਮਿਕਸ਼

ਸਿੱਕਿਆਂ ਤੋਂ ਬਿਨ੍ਹਾਂ ਵੱਡੇ ਨੋਟ ਵੀ ਪ੍ਰਚੱਲਤ ਹਨ ਜਿਵੇਂ: **2** ਰੁਪਏ, **5** ਰੁਪਏ, **10** ਰੁਪਏ, **20** ਰੁਪਏ, **50** ਰੁਪਏ, **100** ਰੁਪਏ, **200** ਰੁਪਏ, **500** ਰੁਪਏ ਅਤੇ **2000** ਰੁਪਏ

ਪੁਰਾਣੇ ਸਮੇਂ ਦੇ ਤੋਲ ਦੇ ਪੈਮਾਨੇ:
ਘਰੇਲੂ ਅਤੇ ਵਪਾਰਕ ਲੈਣ-ਦੇਣ ਲਈ ਤੋਲ ਦੇ ਪੈਮਾਨੇ ਜਿਨ੍ਹਾਂ ਨੂੰ ਅਸੀਂ ਵੱਟੇ ਕਹਿੰਦੇ ਹਾਂ ਵਰਤੇ ਜਾਂਦੇ ਸਨ। ਇਹ ਵੱਟੇ ਪੁਰਾਣੇ ਸਮੇਂ ਇਸ ਤਰ੍ਹਾਂ ਹੁੰਦੇ ਸਨ। ਤੋਲੇ ਦਾ ਸੱਭ ਤੋਂ ਛੋਟਾ ਪੈਮਾਨਾ ਖਸਖਾਸ

(ਪੋਸਤ ਦਾ ਬੀਜ) ਸੀ। ਅਤੇ ਵੱਡੇ ਤੋਂ ਵੱਡਾ ਮਣ ਸੀ। ਜਿਸ ਤੋਂ ਅੱਗੇ ਟੱਨ ਸੀ ਪਰ ਟੱਨ ਦਾ ਕੋਈ ਵੱਟਾ ਨਹੀਂ ਸੀ।

ਪੈਮਾਨੇ ਦਾ ਵੇਰਵਾ ਇਸ ਪ੍ਰਕਾਰ ਹੈ:

1 ਖਸਖਾਸ	ਸੱਭ ਤੋਂ ਛੋਟਾ ਪੈਮਾਨਾ
8 ਖਸਖਾਸ	**1** ਚਾਵਲ
8 ਚਾਵਲ	**1** ਰੱਤੀ
8 ਰੱਤੀ	**1** ਮਾਸਾ
12 ਮਾਸੇ	**1** ਤੋਲਾ
5 ਤੋਲੇ	**1** ਛਟਾਂਕ
2 ਛਟਾਂਕ	**1** ਅੱਧ ਪਾ
4 ਛਟਾਂਕ	**1** ਪਾਈਆ
8 ਛਟਾਂਕ ਜਾਂ **2** ਪਾਈਏ	**1** ਅੱਧਾ ਸੇਰ
16 ਛਟਾਂਕ ਜਾਂ **4** ਪਾਈਏ	**1** ਸੇਰ
2½ ਸੇਰ	**1** ਧੜੀ
5 ਸੇਰ	**1** ਪੰਸੇਰੀ
10 ਸੇਰ	**1** ਦਸੇਰੀ
40 ਸੇਰ	**1** ਮਣ
40 ਮਣ	**1** ਟੱਨ

ਲੱਕੜ ਦੀ ਪੈਮਾਇਸ਼ ਕੱਢਣ ਦਾ ਢੰਗ:
ਲੱਕੜ ਦੀ ਪੈਮਾਇਸ਼ ਕੱਢਣ ਲਈ ਫਾਰਮੂਲਾ ਇਹ ਹੈ:

<u>ਲੰਬਾਈ **X** ਚੌੜਾਈ **X** ਮੋਟਾਈ =</u>
          144

ਮੰਨ ਲਉ ਜੇ ਲੱਕੜ ਦੀ ਸ਼ਤੀਰੀ **10** ਫੁੱਟ ਲੰਬੀ, **9** ਇੰਚ ਚੌੜੀ, **5** ਇੰਚ ਮੋਟੀ ਹੈ ਤਾਂ ਇਸ ਦੇ ਬੋਰਡ ਫੁੱਟ ਬਣਾਓ?

10 ਫੁੱਟ ਦੇ ਇੰਚ ਬਣਾ ਲਵੋ **12** ਨਾਲ ਗੁਣਾ ਕਰਕੇ = **10 X 12 = 120** ਇੰਚ

ਹੁਣ: $\frac{\textbf{120 ਇੰਚ X 9 ਇੰਚ X 5 ਇੰਚ}}{\textbf{1441}} = \frac{\textbf{5400}}{\textbf{44}} = \textbf{37.5}$ ਬੋਰਡ ਫੁੱਟ

ਚਗਾਠਾਂ ਦੀ ਲੱਕੜ ਨਾਪਣ ਦਾ ਤਰੀਕਾ:

ਚਗਾਠਾਂ ਵਗੈਰਾ ਨੂੰ ਨਾਪਣ ਦਾ ਤਰੀਕਾ ਵੱਖਰਾ ਹੁੰਦਾ ਹੈ ਕਿਉਂ ਕਿ ਇਹ ਰਨਿੰਗ ਫੁੱਟ **(Running Foot)** ਦੇ ਹਿਸਾਬ ਨਾਲ ਵੇਚੀਆਂ ਜਾਂਦੀਆਂ ਹਨ। ਚਗਾਠ ਭਾਵੇਂ ਲੱਕੜ ਦੀ ਹੋਵੇ ਜਾਂ ਅਲੂਮੀਨਿਅਮ ਜਾਂ ਲੋਹੇ ਦੀ ਇਹ ਰਨਿੰਗ ਫੁੱਟ ਦੇ ਹਿਸਾਬ ਨਾਲ ਮਿਣਤੀ ਹੋਵੇਗੀ ਜਿਵੇਂ:

ਜੇਕਰ ਚਗਾਠ **7** ਫੁੱਟ ਉੱਚੀ ਹੋਵੇ ਤੇ **4**

ਫੁੱਟ ਚੌੜੀ ਹੋਵੇ ਤਾਂ ਕਿਨ੍ਹੇ ਰਨਿੰਗ ਫੁੱਟ ਬਣਨਗੇ**?** ਅਤੇ **20** ਰੁਪਏ ਰਨਿੰਗ ਫੁੱਟ ਦੇ ਹਿਸਾਬ ਨਾਲ ਕਿਨ੍ਹੇ ਪੈਸੇ ਬਣਨਗੇ**?**

7 ਫੁੱਟ **+ 4** ਫੁੱਟ **+ 7** ਫੁੱਟ **= 18** ਰਨਿੰਗ ਫੁੱਟ
18 ਰਨਿੰਗ ਫੁੱਟ **X 20** ਰੁਪਏ **= 360** ਰੁਪਏ

ਪ੍ਰਤੀਸ਼ਤ ਕੱਢਣਾਂ:

ਕਿਸੇ ਰਕਮ ਦਾ ਪ੍ਰਤੀਸ਼ਤ ਕੱਢਣ ਦਾ ਮਤਲਬ ਹੈ ਕਿ **100** ਮਗਰ ਉਸ ਦਾ ਮਾਪ ਕਿੰਨ੍ਹਾਂ ਹੈ। ਜਦੋਂ ਵੀ ਪ੍ਰਤੀਸ਼ਤ ਕੱਢਣਾਂ ਹੋਵੇ ਤਾਂ ਦਸੇ ਹੋਏ ਹਿੰਦਸੇ ਨੂੰ ਦਸੇ ਹੋਏ ਪ੍ਰਤੀਸ਼ਤ ਨਾਲ ਗੁਣਾ ਕਰਕੇ **100** ਨਾਲ ਭਾਗ ਕਰੋ, ਇਹ ਤੁੱਹਾਡਾ ਜਵਾਬ ਹੈ।

ਉਦਾਹਰਣ:

1. ਮੰਨ ਲਵੋ ਇੱਕ ਪਲਾਟ **1000** ਵਰਗ ਫੁੱਟ ਦਾ ਹੈ, ਅਤੇ ਇੱਕ ਵਿਅਕਤੀ ਦਾ ਉਸ **20%** ਵਿੱਚ ਹੈ, ਤਾਂ ਉਸ ਦਾ ਰਕਬਾ ਕਿੰਨ੍ਹਾਂ ਬਣਿਆ**?**

ਉੱਤਰ: 500 ਵਰਗ ਫੁੱਟ **X 20% = 1000** ਵਰਗ ਫੁੱਟ **÷ 100 = 100** ਵਰਗ ਫੁੱਟ

2. ਇੱਕ ਵਿਅਕਤੀ ਨੇ ਆਪਣੀ ਸੰਪਤੀ ਦਾ **37½ %** ਲੜਕੇ ਨੂੰ **22½ %** ਲੜਕੀ ਨੂੰ ਅਤੇ **33½ %** ਪਤਨੀ ਨੂੰ ਦਿੱਤਾ। ਉਸ ਨੇ ਬਾਕੀ ਦੇ **3000** ਰੁਪਏ ਦਾਨ ਕਰ ਦਿੱਤੇ। ਉਸ ਦੀ ਕੁਲ ਸੰਪਤੀ ਦਸੋ**?**

ਉੱਤਰ: ਵਿਅਕਤੀ ਨੇ ਜਿੰਨੀ ਸੰਪੱਤੀ ਵੰਡ ਦਿੱਤੀ = 37½% + 22½% + 33½% = 90%

ਬਾਕੀ ਬਚੀ ਸੰਪਤੀ **= 100% - 90% = 10%**
ਤਾਂ ਕੁੱਲ ਸੰਪੱਤੀ **= 3000 X 10% = 30000** ਰੁਪਏ

ਅਨੁਮਾਨ ਲਾਉਣਾ: (Estimate)

ਅਨੁਮਾਨ ਵਾਸਤੇ ਇਹ ਫਾਰਮੂਲਾ ਹੈ:

ਇੰਚ **9"** ਮੋਟੀ ਕੰਧ **10** ਫੁੱਟ ਲੰਬੀ ਤੇ **10** ਫੁੱਟ ਉੱਚੀ ਦਿਵਾਰ ਦੇ ਸਮਾਨ ਦਾ ਵੇਰਵਾ:

ਇੱਟ: **10' X 10'** ਲਈ **= 1000** ਇੱਟਾਂ

ਸੀਮਿੰਟ **------------------ 2** ਬੋਰੀਆਂ

ਰੇਤਾ **--------------------- 30** ਫੁੱਟ

ਟਰੱਕ, ਟਰਾਲੀ ਵਿੱਚੋਂ ਰੇਤਾ, ਬੱਜਰੀ ਜਾਂ ਮਿੱਟੀ ਨੂੰ ਨਾਪਣਾ:

ਰੇਤਾ**,** ਬਜ਼ਰੀ ਅਤੇ ਮਿੱਟੀ ਦੀ ਮਿਣਤੀ ਦਾ ਫਾਰਮੂਲਾ ਜਾਂ ਢੰਗ:

ਲੰਬਾਈ X ਚੌੜਾਈ X ਉਚਾਈ = ਫੁੱਟ

(10 ਫੁੱਟ X 7 ਫੁੱਟ X 2 ਫੁੱਟ X = 140 ਫੁੱਟ)

ਅਗਰ ਮਿੱਟੀ ਟਰਾਲੀ ਵਿੱਚ ਰੇਤਾ, ਬਜ਼ਰੀ ਜਾਂ ਹੋਵੇ ਤਾਂ ਇਹ ਫਾਰਮੂਲਾ ਹੈ। ਪਰ ਕਈ ਵਾਰ ਟਰੱਕ ਜਾਂ ਟਰਾਲੀ ਦੇ ਟਇਰਾਂ ਉੱਪਰ ਬਕਸੇ ਬਣੇ ਹੁੰਦੇ ਹਨ ਤਾਂ ਉਨਾਂ ਦਾ ਏਰੀਆ ਕੁੱਲ ਮਿਣਤੀ ਚੋਂ ਘੱਟ ਕਰ ਲਵੋ।

ਕਲਕੂਲੇਟਰ ਅਨੁਸਾਰ ਇੰਚ ਕਿਵੇਂ ਲਿਖੇ ਜਾਣ: Calculator

01	ਯੂਨਿਟ ਭਾਵ	1 ਇੰਚ	0.8333333
02	ਯੂਨਿਟ ਭਾਵ	2 ਇੰਚ	1.6666666
03	ਯੂਨਿਟ ਭਾਵ	3 ਇੰਚ	2.5 (0.5)
04	ਯੂਨਿਟ ਭਾਵ	4 ਇੰਚ	3.3333333
05	ਯੂਨਿਟ ਭਾਵ	5 ਇੰਚ	4.1666666
06	ਯੂਨਿਟ ਭਾਵ	6 ਇੰਚ	5.0 (0.5)
07	ਯੂਨਿਟ ਭਾਵ	7 ਇੰਚ	5.8333333
08	ਯੂਨਿਟ ਭਾਵ	8 ਇੰਚ	6.666666
09	ਯੂਨਿਟ ਭਾਵ	9 ਇੰਚ	7.5 (0.75)
10	ਯੂਨਿਟ ਭਾਵ	10 ਇੰਚ	8.333333
11	ਯੂਨਿਟ ਭਾਵ	11 ਇੰਚ	9.1666666
12	ਯੂਨਿਟ ਭਾਵ	12 ਇੰਚ	10

ਇਸ ਨੂੰ ਚੰਗੀ ਤਰ੍ਹਾਂ ਸੱਮਝਣ ਲਈ ਕੁੱਝ ਉਦਾਹਰਣਾਂ ਇਸ ਪ੍ਰਕਾਰ ਹਨ:

01. ਮੰਨ ਲਉ ਇੱਕ ਜਗਾਹ 20 ਫੁੱਟ ਲੰਬੀ ਅਤੇ 15 ਫੁੱਟ 6 ਇੰਚ ਚੌੜੀ ਹੋਵੇ ਤਾਂ ਕਲਕੁਲੇਟਰ ਤੇ ਕਿਵੇਂ ਇਸ ਦਾ ਰਕਬਾ ਕੱਢਿਆ ਜਾਵੇਗਾ।

ਕਲਕੁਲੇਟਰ ਅਨੁਸਾਰ: 20X 15.5 = 310 ਵਰਗ ਫੁੱਟ

02. ਮੰਨ ਲਉ ਇੱਕ ਜਗਾਹ 10 ਫੁੱਟ 3 ਇੰਚ ਚੌੜੀ ਅਤੇ 10 ਫੁੱਟ 9 ਇੰਚ ਲੰਬੀ ਹੋਵੇ ਤਾਂ ਕਲਕੁਲੇਟਰ ਤੇ ਕਿਵੇਂ ਇਸ ਦਾ ਰਕਬਾ ਕੱਢਿਆ ਜਾਵੇਗਾ।

ਕਲਕੁਲੇਟਰ ਅਨੁਸਾਰ: 10.25X 10.75 = 110.1875 ਵਰਗ ਫੁੱਟ

ਪਲਾਟ ਖਰੀਦਣ ਵੇਲੇ ਉਸਦਾ ਰਕਬਾ ਅਤੇ ਰਕਬੇ ਦੀ ਰੱਕਮ ਕੱਢਣਾ:

ਪ੍ਰਸ਼ਨ: ਅਗਰ ਪਲਾਟ ਦੀ ਲੰਬਾਈ 50 ਫੁੱਟ ਹੈ ਚੌੜਾਈ 30 ਫੁੱਟ ਹੈ ਅਤੇ ਉਸ ਦੀ ਕੀਮਤ 10000/- ਹਜਾਰ ਰੁਪੈ ਫ਼ੀ ਮਰਲਾ ਤੈਅ ਹੋਈ ਹੈ ਤਾਂ ਉਸ ਦੇ ਕਿਨੇ ਮਰਲੇ ਅਤੇ ਰੁਪਏ ਬਣਨਗੇ?

ਉੱਤਰ: 50 ਫੁੱਟ **X 30** ਫੁੱਟ **= 1500** ਵਰਗ ਫੁੱਟ **÷ 272 = 5** ਮਰਲੇ **5** ਸਰਸਾਈ

ਨੋਟ:- 272 ਕੀ ਹੈ**?** ਇਹ ਮਰਲੇ ਦਾ ਵਰਗ ਫੁੱਟ ਹੈ। ਅਤੇ ਇਸ ਨਾਲ ਸਹੀ ਜਗਾ ਕਿੰਨੀ ਹੈ ਨਿਕਲ ਆਵੇਗੀ। ਖਾਸ ਕਰਕੇ ਸ਼ਹਿਰੀ ਜ਼ਮੀਨ ਕੀਮਤੀ ਹੋਣ ਕਰਕੇ ਰਕਬਾ ਕੱਢਣ ਵੇਲੇ ਖਾਸ ਧਿਆਨ ਦੇਣ ਦੀ ਜਰੂਰਤ ਹੈ।

ਅਗਰ ਰਕਬਾ ਵਰਗ ਗਜ਼ਾਂ ਵਿੱਚ ਕੱਢਣਾਂ ਹੈ ਤਾਂ ਫਾਰਮੂਲਾ ਹੋਰ ਹੈ:

50 ਫੁੱਟ **X 30** ਫੁੱਟ **= 1500** ਵਰਗ ਫੁੱਟ **÷ 9 = 167** ਵਰਗ ਗਜ਼ ਹੋ ਗਏ। ਉਸ ਦੀ ਕੀਮਤ **10000/-** ਹਜਾਰ ਰੁਪੈ ਫ਼ੀ ਮਰਲਾ**:- 5** ਮਰਲੇ **5** ਸਰਸਾਈ **X Rs.10000 = Rs.55,556/-**

ਪ੍ਰਸ਼ਨ: 10 ਕਨਾਲ 18 ਮਰਲੇ ਜ਼ਮੀਨ ਦਾ ਸੌਦਾ Rs. 1,60,000/- ਫੀ ਕਿੱਲ੍ਹਾ ਤੈਅ ਹੋਇਆ, ਇਸ ਦੇ ਕੁੱਲ ਕਿਨਾਂ ਹਿਸਾਬ ਬਣਿਆ?

ਉੱਤਰ: 10 ਕਨਾਲ **18** ਮਰਲੇ ਦੇ **218** ਮਰਲੇ ਬਣੇ। ਇੱਕ ਕਿੱਲੇ ਵਿੱਚ **160** ਮਰਲੇ ਹੁੰਦੇ ਹਨ**,** ਅਤੇ ਫੀ ਕਿੱਲ੍ਹੇ ਦਾ ਰੇਟ **1,60,000/-** ਰੁਪਏ ਹੈ ਅਤੇ ਇਸ ਨੂੰ **160** ਤੇ ਤਕਸੀਮ ਕਰਨ ਨਾਲ ਇੱਕ ਮਰਲੇ ਦਾ ਰੇਟ **1000/-** ਰੁਪਏ ਬਣਿਆ।

ਹੁੱਣ **218** ਮਰਲੇ **X Rs. 1000/- = Rs.2,18000/-** ਰੁਪਏ

ਪ੍ਰਸ਼ਨ: Rs.20,000/- ਫੀ ਬਿੱਘਾ ਦੇ ਹਿਸਾਬ ਨਾਲ 15 ਵਿਸਵੇ ਦੇ ਕਿਨੇ ਬਣੇ?

ਉੱਤਰ: ਇੱਕ ਬਿੱਘੇ ਵਿੱਚ **20** ਵਿਸਵੇ ਤਾਂ **Rs.20,000/- ÷ 20 = Rs.1000/-** ਫੀ ਵਿਸਵਾ ਤਾਂ **Rs.1000/- X 15** ਵਿਸਵੇ **= Rs.15,000/-**

ਖੇਤਰਫਲ ਦੀ ਪੈਮਾਇਸ਼ ਦੇ ਅੰਦਾਜੇ ਹੇਠ ਲਿਖੇ ਅਨੁਸਾਰ ਹਨ।
ਖੇਤਰਫਲ ਦੀ ਪੈਮਾਇਸ਼ ਦਾ ਹਿਸਾਬ ਬਿੱਘਿਆਂ ਵਿੱਚ:

20 ਬਿਸਵਾਸੀਆਂ ਦਾ	ਇੱਕ ਵਿਸਵਾ
20 ਵਿਸਵੇ ਦਾ	ਇੱਕ ਬਿੱਘਾ

ਖੇਤਰਫਲ ਦੀ ਪੈਮਾਇਸ਼ ਦਾ ਹਿਸਾਬ ਏਕੜ, ਕਿੱਲ੍ਹੇ ਜਾਂ ਘਮਾਉਂ ਵਿੱਚ:

9 ਸਰਸਾਈ	**1** ਮਰਲਾ
20 ਮਰਲੇ	**1** ਕਨਾਲ
8 ਕਨਾਲ	**1** ਏਕੜ
ਤਿੰਨ ਵਰਗ ਕਰਮ	ਇੱਕ ਮਰਲਾ

***** **36** ਕਰਮ **X 40** ਕਰਮ ਵਾਲੇ ਕਿੱਲ੍ਹਿਆਂ ਦੀਆਂ ਦਿਸ਼ਾਵਾਂ ਦਾ ਵੇਰਵਾ:

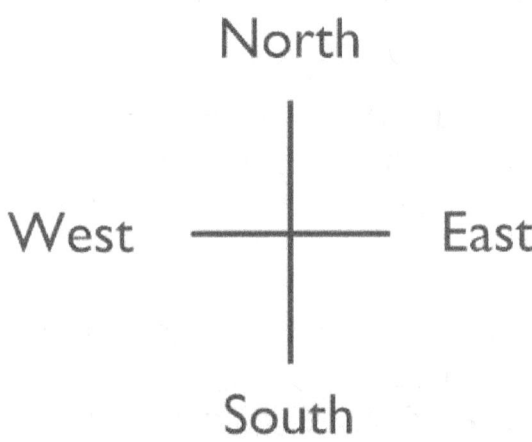

ਉੱਤਰ ਤੋਂ ਦੱਖਣ ਵੱਲ ਨੂੰ 36 ਕਰਮਾਂ ਹੁੰਦੀਆਂ ਹਨ ਅਤੇ ਪੂਰਬ ਤੋਂ ਪੱਛਮ ਵੱਲ ਨੂੰ 40 ਕਰਮਾਂ ਹੁੰਦੀਆਂ ਹਨ।
(36 Karam North to South & 40 Karam East to West)

ਦਿਸ਼ਾਵਾਂ ਦੇ ਵੱਖਰੇ-ਵੱਖਰੇ ਨਾਵਾਂ ਦਾ ਵੇਰਵਾ:

English Name	ਪੰਜਾਬੀ ਨਾਂਮ	ਮਾਲ ਮਹਿਕਮੇ ਦੇ ਉਰਦੂ ਦੇ ਨਾਂਮ	ਆਮ ਬੋਲੀ ਦੇ ਨਾਂਮ
North	ਉੱਤਰ	ਸ਼ਮਾਲ	ਚੜ੍ਹਦਾ
South	ਦੱਖਣ	ਸ਼ਰਕ	ਪਹਾੜ
West	ਪੂਰਬ	ਜਨੂਬ	ਲਹਿੰਦਾਂ
East	ਪੱਛਮ	ਗਰਬ	ਦੱਖਣ

ਅਸ਼ਟਾਮ ਦੀ ਕੀਮਤ ਕੱਢਣ ਦਾ ਤਰੀਕਾ:

ਇਸ ਦਾ ਫਾਰਮੂਲਾ ਇਸ ਪ੍ਰਕਾਰ ਹੈ:

ਕੁੱਲ ਰਕਮ **X** ਅਸ਼ਟਾਮ ਦੀ ਚਾਲੂ ਪ੍ਰਤੀਸ਼ਤ **÷ 100**

ਉਦਾਹਰਣ: **Rs.4000/-** ਤੇ **5** ਪ੍ਰਤੀਸ਼ਤ ਦੇ ਹਿਸਾਬ ਨਾਲ ਅਸ਼ਟਾਮ ਦੀ ਕੀਮਤ ਕੱਢੋ।

Rs.4000/- X 5% ÷100 = Rs.2000/-

* * *

20

ਬਚਾ ਗੋਦ ਲੈਣ ਅਤੇ ਦੇਣ ਸਬੰਧੀ ਜਾਣਕਾਰੀ:

ਹਿੰਦੂ ਗੋਦਨਾਮਾ ਐਕਟ 1956 ਅੰਨੁਸਾਰ ਬਚਾ ਗੋਦ ਲੈਣ ਅਤੇ ਦੇਣ ਸਮੇਂ ਪੁਰਸ਼ ਅਤੇ ਇਸਤਰੀ ਤੇ ਕੁੱਝ ਸ਼ਰਤਾਂ ਲਾਗੂ ਹੁੰਦੀਆਂ ਹਨ, ਜੋ ਇਸ ਪ੍ਰਕਾਰ ਹਨ:

ਪੁਰਸ਼ ਵੱਲੋਂ ਬੱਚਾ/ਬੱਚੀ ਗੋਦ ਲੈਣ ਦੀ ਸਮਰੱਥਾ: ਕੋਈ ਵੀ ਪੁਰਸ਼ ਹੇਠ ਲਿਖੀਆਂ ਸ਼ਰਤਾਂ ਤੇ ਬੱਚਾ/ਬੱਚੀ ਗੋਦ ਲੈ ਸਕਦਾ ਹੈ:

(ੳ) ਗੋਦ ਲੈਣ ਵਾਲਾ ਪੁਰਸ਼ ਦਿਮਾਗੀ ਤੌਰ ਤੇ ਤੰਦਰੁਸਤ ਹੋਵੇ।

(ਅ) ਗੋਦ ਲੈਣ ਵਾਲਾ ਪੁਰਸ਼ ਬਾਲਗ ਹੋਵੇ।

(ੲ) ਜੇਕਰ ਗੋਦ ਲੈਣ ਵਾਲੇ ਪੁਰਸ਼ ਦੀ ਪਤਨੀ ਜਿੰਦਾ ਹੋਵੇ ਤਾਂ ਪਤਨੀ ਦੀ ਸਹਿਮਤੀ ਲੈਣੀ ਜਰੂਰੀ ਹੈ, ਪਰੰਤੂ ਜੇ ਪਤਨੀ ਧਰਮ ਬਦਲ ਚੁੱਕੀ ਹੋਵੇ ਜਾਂ ਕਿਸੇ ਅਦਾਲਤ ਦੁਆਰਾ ਉਸ ਨੂੰ ਦਿਮਾਗੀ ਤੌਰ ਤੇ ਤੰਦਰੁਸਨ ਨਹੀਂ ਐਲਾਨਿਆ ਹੋਵੇ ਤਾਂ ਉਸ ਦੀ ਸਹਿਮਤੀ ਲੈਣੀ ਜਰੂਰੀ ਨਹੀਂ।

(ਸ) ਜੇਕਰ ਗੋਦ ਲੈਣ ਵਾਲੇ ਪੁਰਸ਼ ਦੀਆਂ ਦੋ ਪਤਨੀਆਂ ਜੀਵਤ ਹੋਣ ਤਾਂ ਦੋਨਾਂ ਦੀ ਸਹਿਮਤੀ ਲੈਣੀ ਜਰੂਰੀ ਹੈ।

(ਹ) ਜਿਸ ਬੱਚੇ ਨੂੰ ਗੋਦ ਲੈਣਾ ਹੋਵੇ ਉਸ ਦੀ ਉਮਰ 15 ਸਾਲਾਂ ਤੋਂ ਜਿਆਦਾ ਨਾਂ ਹੋਵੇ।

ਇਸਤਰੀ ਵੱਲੋਂ ਬੱਚਾ/ਬੱਚੀ ਗੋਦ ਲੈਣ ਦੀ ਸਮਰੱਥਾ: ਇਸਤਰੀ ਲਈ ਬੱਚਾ/ਬੱਚੀ ਗੋਦ ਲੈਣ ਵਾਸਤੇ ਹੇਠ ਲਿਖੀਆਂ ਸ਼ਰਤਾਂ ਨੂੰ ਪੂਰਾ ਕਰਨਾ ਪਵੇਗਾ:

(ੳ) ਗੋਦ ਲੈਣ ਵਾਲੀ ਇਸਤ੍ਰੀ ਦਿਮਾਗੀ ਤੌਰ ਤੇ ਤੰਦਰੁਸਤ ਹੋਵੇ।

(ਅ) ਗੋਦ ਲੈਣ ਵਾਲੀ ਇਸਤਰੀ ਬਾਲਗ ਹੋਵੇ।

(ੲ) ਗੋਦ ਲੈਣ ਵਾਲੀ ਇਸਤਰੀ ਸ਼ਾਦੀਸ਼ੁਦਾ ਨਾ ਹੋਵੇ, ਪਰ ਜੇ ਸ਼ਾਦੀਸ਼ੁਦਾ ਹੋਵੇ ਤਾਂ ਉਸ ਦੀ ਸ਼ਾਦੀ ਟੁੱਟ ਚੁੱਕੀ ਹੋਵੇ ਜਾਂ ਉਸ ਦਾ ਪਤੀ ਮਰ ਚੁੱਕਾ ਹੋਵੇ।

(ਹ) ਅਗਰ ਉਸ ਔਰਤ ਨੇ ਆਪਣਾ ਧਰਮ ਬਦਲ ਲਿਆ ਹੋਵੇ ਜਾਂ ਕਿਸੇ ਅਦਾਲਤ ਵੱਲੋਂ ਉਸ ਨੂੰ ਦਿਮਾਗੀ ਤੌਰ ਤੇ ਅਯੋਗ ਠਹਿਰਾਇਆ ਹੋਵੇ ਤਾਂ ਉਹ ਇਸਤਰੀ ਬੱਚਾ/ਬੱਚੀ ਗੋਦ ਨਹੀਂ ਲੈ ਸਕਦੀ।

ਗੋਦ ਕੌਣ ਦੇ ਸਕਦਾ ਹੈ: ਹਿੰਦੂ ਗੋਦਨਾਮਾ ਐਕਟ 1956 ਅੰਨੁਸਾਰ ਹੇਠ ਲਿਖੇ ਵਿਅਕਤੀ ਬੱਚਾ/ਬੱਚੀ ਗੋਦ ਦੇ ਸਕਦੇ ਹਨ:

(ੳ) ਮਾਤਾ/ਪਿਤਾ ਜਾਂ ਗਾਰਡੀਅਨ ਹੀ ਬੱਚੇ ਨੂੰ ਗੋਦ ਦੇ ਸਕਦੇ ਹਨ।

(ਅ) ਜੇਕਰ ਪਿਤਾ ਜਿੰਦਾ ਹੈ ਤਾਂ ਉਹ ਇੱਕਲਾ ਹੀ ਬੱਚੇ ਨੂੰ ਗੋਦ ਦੇ ਸਕਦਾ ਹੈ, ਪਰ ਬੱਚੇ/ਬੱਚੀ ਦੀ ਮਾਤਾ ਦੀ ਸਹਿਮਤੀ ਲੈਣੀ ਜ਼ਰੂਰੀ ਹੈ। ਪਰੰਤੂ ਜੇ ਮਾਤਾ ਨੇ ਸੰਨਿਆਸ ਲੈ ਲਿਆ ਹੋਵੇ ਜਾਂ ਧਰਮ ਬਦਲ ਲਿਆ ਹੋਵੇ ਜਾਂ ਕਿਸੇ ਅਦਾਲਤ ਵੱਲੋਂ ਦਿਮਾਗੀ ਤੌਰ ਤੇ ਅਯੋਗ ਠਹਿਰਾਇਆ ਹੋਵੇ ਤਾਂ ਸਹਿਮਤੀ ਦੀ ਲੋੜ ਨਹੀਂ।

(ੲ) ਜੇਕਰ ਪਿਤਾ ਦੀ ਮੌਤ ਹੋ ਚੁੱਕੀ ਹੋਵੇ ਜਾਂ ਸੰਨਿਆਸ ਲੈ ਲਿਆ ਹੋਵੇ ਜਾਂ ਧਰਮ ਬਦਲ ਲਿਆ ਹੋਵੇ ਜਾਂ ਕਿਸੇ ਅਦਾਲਤ ਵੱਲੋਂ ਦਿਮਾਗੀ ਤੌਰ ਤੇ ਅਯੋਗ ਠਹਿਰਾਇਆ ਹੋਵੇ ਤਾਂ ਮਾਤਾ ਇਕਲੀ ਬੱਚੇ/ਬੱਚੀ ਨੂੰ ਗੋਦ ਦੇ ਸਕਦੀ ਹੈ।

(ਸ) ਜੇਕਰ ਦੋਨਾਂ ਮਾਤਾ/ਪਿਤਾ ਦੀ ਮੌਤ ਹੋ ਚੁੱਕੀ ਹੋਵੇ ਜਾਂ ਦੋਨਾਂ ਨੇ ਹੀ ਸਨਿਆਸ ਲੈ ਲਿਆ ਹੋਵੇ ਜਾਂ ਬੱਚੇ/ਬੱਚੀ ਨੂੰ ਛੱਡ ਦਿੱਤਾ ਹੋਵੇ ਜਾਂ ਕਿਸੇ ਅਦਾਲਤ ਵੱਲੋਂ ਦਿਮਾਗੀ ਤੌਰ ਤੇ ਅਯੋਗ ਠਹਿਰਾਇਆ ਹੋਵੇ ਅਤੇ ਮਾਤਾ/ਪਿਤਾ ਦਾ ਕੋਈ ਪਤਾ ਨਾ ਹੋਵੇ ਤਾਂ ਉਹਨਾਂ ਦਾ ਗਾਰਡੀਅਨ ਅਦਾਲਤ ਦੀ ਪੂਰਵ ਪ੍ਰਵਾਨਗੀ ਉਪਰੰਤ ਗਾਰਡੀਅਨ ਬੱਚੇ/ਬੱਚੀ ਨੂੰ ਗੋਦ ਦੇ ਸਕਦਾ ਹੈ।

(ਹ) ਅਦਾਲਤ ਵੱਲੋਂ ਗਾਰਡੀਅਨ ਨੂੰ ਗੋਦਨਾਮੇ ਦੀ ਪ੍ਰਵਾਨਗੀ ਦੇਣ ਤੋਂ ਪਹਿਲਾਂ ਇਹ ਤਸੱਲੀ ਕੀਤੀ ਜਾਂਦੀ ਹੈ ਕਿ ਗੋਦਨਾਮਾ ਬੱਚੇ/ਬੱਚੀ ਦੀ ਭਲਾਈ ਲਈ ਹੈ। ਇਹ ਵੀ ਦੇਖਿਆ ਜਾਂਦਾ ਹੈ ਕਿ ਬੱਚੇ/ਬੱਚੀ ਨੂੰ ਗੋਦ ਦੇਣ ਬਦਲੇ ਕੋਈ ਪੈਸ਼ਿਆਂ ਦਾ ਲੈਣ ਦੇਣ ਨਾ ਹੋਇਆ ਹੋਵੇ।

ਗੋਦਨਾਮਾ ਕਿਸ ਬੱਚੇ/ਬੱਚੀ ਦਾ ਹੋ ਸਕਦਾ ਹੈ: ਹਿੰਦੂ ਗੋਦਨਾਮਾ ਐਕਟ 1956 ਅੰਨੁਸਾਰ ਹੇਠ ਲਿੱਖੇ ਬੱਚਿਆਂ ਦਾ ਗੋਦਨਾਮਾ ਹੋ ਸਕਦਾ ਹੈ:

(ੳ) ਲੜਕਾ ਜਾਂ ਲੜਕੀ ਹਿੰਦੂ, ਸਿੱਖ, ਬੁੱਧ, ਜਾਂ ਜੈਨ ਹੋਵੇ।

(ਅ) ਪਹਿਲਾਂ ਕੋਈ ਹੋਰ ਗੋਦਨਾਮਾ ਨਾ ਹੋਇਆ ਹੋਵੇ।

(ੲ) ਲੜਕਾ ਜਾਂ ਲੜਕੀ ਕੁਆਰਾ ਹੋਵੇ।

(ਸ) ਉਮਰ 15 ਸਾਲ ਤੋਂ ਘੱਟ ਹੋਵੇ।

ਗੋਦਨਾਮੇ ਸਬੰਧੀ ਹੋਰ ਸ਼ਰਤਾਂ: ਗੋਦਨਾਮੇ ਲਈ ਉਪਰੋਕਤ ਸ਼ਰਤਾਂ ਤੋਂ ਬਗੈਰ ਕੁੱਝ ਹੋਰ ਵੀ ਸ਼ਰਤਾਂ ਹਨ ਜੋ ਹੇਠ ਲਿਖੇ ਅਨੁਸਾਰ ਇਸ ਪ੍ਰਕਾਰ ਹਨ:

(ੳ) ਜੇਕਰ ਪੁੱਤਰ ਦਾ ਗੋਦਨਾਮਾ ਹੋਵੇ ਤਾਂ ਗੋਦ ਲੈਣ ਵਾਲੇ ਪਿਤਾ/ਮਾਤਾ ਕੋਲ ਗੋਦ ਲੈਣ ਸਮੇਂ ਸਕਾ ਜਾਂ ਗੋਦ ਲਿਆ ਪੁੱਤਰ, ਪੋਤਰਾ ਜਾਂ ਪੜੋਤਾ ਨਹੀਂ ਹੋਣਾ ਚਾਹੀਦਾ।

ਗੋਦਨਾਮੇ ਸਬੰਧੀ ਹੋਰ ਸ਼ਰਤਾਂ: ਗੋਦਨਾਮੇ ਲਈ ਉਪਰੋਕਤ ਸ਼ਰਤਾਂ ਤੋਂ ਬਗੈਰ ਕੁੱਝ ਹੋਰ ਵੀ ਸ਼ਰਤਾਂ ਹਨ ਜੋ ਹੇਠ ਲਿਖੇ ਅਨੁਸਾਰ ਇਸ ਪ੍ਰਕਾਰ ਹਨ:

(ਅ) ਜੇਕਰ ਪੁੱਤਰੀ ਦਾ ਗੋਦਨਾਮਾ ਹੋਵੇ ਤਾਂ ਗੋਦ ਲੈਣ ਵਾਲੇ ਪਿਤਾ/ਮਾਤਾ ਕੋਲ ਗੋਦ ਲੈਣ ਸਮੇਂ ਸਕੀ ਜਾਂ ਗੋਦ ਲਈ ਪੁੱਤਰੀ, ਪੋਤਰੀ ਜਾਂ ਪੜੋਤੀ ਨਹੀਂ ਹੋਣਾ ਚਾਹੀਦੀ।

(ੲ) ਜੇਕਰ ਪੁਰਸ਼ ਵੱਲੋਂ ਲੜਕੀ ਨੂੰ ਗੋਦ ਲਿਆ ਜਾਂ ਰਿਹਾ ਹੈ ਤਾਂ ਗੋਦ ਲੈਣ ਵਾਲੇ ਪੁਰਸ਼ ਦੀ ਉਮਰ ਗੋਦ ਲੈਣ ਵਾਲੀ ਲੜਕੀ ਤੋਂ 21 ਸਾਲ ਵੱਡਾ ਹੋਣਾ ਚਾਹੀਦਾ ਹੈ।

(ਸ) ਜੇਕਰ ਇਸਤਰੀ ਵੱਲੋਂ ਲੜਕੇ ਨੂੰ ਗੋਦ ਲਿਆ ਜਾਂ ਰਿਹਾ ਹੈ ਤਾਂ ਗੋਦ ਲੈਣ ਵਾਲੀ ਇਸਤਰੀ ਦੀ ਉਮਰ ਗੋਦ ਲੈਣ ਵਾਲੇ ਲੜਕੇ ਤੋਂ 21 ਸਾਲ ਵੱਡੀ ਹੋਣੀ ਚਾਹੀਦੀ ਹੈ।

(ਹ) ਇੱਕੋ ਬੱਚੇ/ਬੱਚੀ ਨੂੰ ਇੱਕੋ ਸਮੇਂ ਦੋ ਜਾਂ ਦੋ ਤੋਂ ਵੱਧ ਵਿਅਕਤੀਆਂ ਵੱਲੋਂ ਗੋਦ ਨਹੀਂ ਲਿਆ ਜਾ ਸਕਦਾ।

(ਕ) ਬੱਚੇ ਦੇ ਮਾਤਾ/ਪਿਤਾ ਜਾਂ ਗਾਰਡੀਅਨ ਵੱਲੋਂ ਅਸਲ ਵਿੱਚ ਇੱਕ ਪਰਵਾਰ ਤੋਂ ਦੂਜੇ ਪਰਵਾਰ ਵਿੱਚ ਦੇਣਾ ਅਤੇ ਲੈਣਾ ਜਰੂਰੀਹੈ।

ਗੋਦਨਾਮੇ ਦਾ ਗੋਦ ਲੈਣ ਵਾਲੇ ਪਰਵਾਰ ਤੇ ਕੀ ਅਸਰ ਪੈਂਦਾ ਹੈ: ਗੋਦ ਲੈਣ ਵਾਲਾ ਬੱਚਾ/ਬੱਚੀ ਗੋਦ ਲੈਣ ਵਾਲੇ ਮਾਤਾ/ਪਿਤਾ ਦੇ ਸਕੇ ਬੱਚੇ/ਬੱਚੀ ਵਾਂਗ ਸੱਮਝਿਆ ਜਾਵੇਗਾ। ਜਿਸ ਤਰੀਖ ਨੂੰ ਅਤੇ ਜਿਸ ਪਰਵਾਰ ਵਿੱਚ ਬੱਚਾ/ਬੱਚੀ ਜਨਮਿਆ ਹੋਵੇ ਉਸ ਪਰਵਾਰ ਨਾਲੋਂ ਉਸ ਦਾ ਰਿਸ਼ਤਾ ਟੁੱਟ ਜਾਂਦਾ ਹੈ ਅਤੇ ਗੋਦ ਲੈਣ ਵਾਲੇ ਪਰਵਾਰ ਨਾਲ ਜੁੜ ਜਾਂਦਾ ਹੈ। ਪੁਰਾਣੇ ਪਰਵਾਰ ਵਿੱਚ ਉਸ ਦੇ ਹਰ ਹੱਕ ਹਕੂਕ ਖੱਤਮ ਹੋ ਜਾਂਦੇ ਹਨ।

* * *

21

ਆਪਣੇ ਜੀਵਨ ਕਾਲ ਦੌਰਾਨ ਅਚੱਲ ਜਾਇਦਾਦ ਆਪਣੇ ਵਾਰਸਾਂ ਦੇ ਨਾਂ ਤਬਦੀਲ ਕਰਨ ਬਾਰੇ ਜਾਣਕਾਰੀ:

ਸੰਨ 2001 ਤੋਂ ਪਹਿਲਾਂ ਅਗਰ ਤੁੱਸੀਂ ਭਾਵੇਂ ਆਪਣੀ ਜ਼ਾਇਦਾਦ ਕਿਸੇ ਨਜਦੀਕੀ ਰਿਸ਼ਤੇਦਾਰ ਦੇ ਨਾਂ ਕਰਵਾਉਣੀ ਹੁੰਦੀ ਸੀ ਤਾਂ ਆਮ ਰਜ਼ਿਸਟਰੀ ਵਾਂਗ ਹੀ ਅਸਟਾਮ ਡਿਊਟੀ ਲਗਦੀ ਸੀ, ਹਾਂ ਅਗਰ ਤੁੱਸੀਂ ਪੁੰਨ-ਹਿਬਾਨਾਮਾ ਆਪਣੇ ਕਿਸੇ ਰਿਸ਼ਤੇਦਾਰ ਦੇ ਨਾਂ ਕਰਦੇ ਸੀ ਤਾਂ ਥੋੜਾ ਬਹੁਤ ਅਸ਼ਟਾਮ ਡਿਊਟੀ ਘੱਟ ਲਗਦੀ ਸੀ ਨਹੀਂ ਤਾਂ ਲੋਕਾਂ ਨੂੰ ਕਾਫੀ ਖਰਚ ਉਠਾਉਣਾਂ ਪੈਂਦਾ ਸੀ।

ਪਰ ਬਾਦ ਵਿੱਚ ਪੰਜਾਬ ਸਰਕਾਰ ਨੇ ਲੋਕਾਂ ਦੀ ਇਸ ਮੁਸਕਿਲ ਨੂੰ ਧਿਆਨ ਵਿੱਚ ਰੱਖਦੇ ਹੋਏ ਮਿਤੀ **21/12/2001** ਨੂੰ ਇੱਕ ਨੋਟੀਫਿਕੇਸ਼ਨ ਜ਼ਾਰੀ ਕਰਕੇ ਭਾਰਤੀ ਸਟੈਂਪ ਐਕਟ, ਦੀ ਧਾਰਾ ਵਿੱਚ ਸੋਧ ਕਰਕੇ ਖੇਤੀਬਾੜੀ ਅਤੇ ਪੇਂਡੂ ਰਿਹਾਇਸ਼ੀ ਜ਼ਮੀਨ (ਲਾਲ ਲਕੀਰ ਤੋਂ ਬਾਹਰ) ਹਿੰਦੂ ਵਿਰਾਸਤ ਐਕਟ, 1956 ਅੰਨੁਸਾਰ **ਪਹਿਲੀ ਸ੍ਰੇਣੀ ਦੇ ਵਾਰਸਾਂ ਦੇ ਨਾਮ ਤਬਦੀਲ ਕਰਨ ਤੇ ਲੱਗਣ ਵਾਲੀ ਅਸ਼ਟਾਮ ਡਿਊਟੀ ਤੋਂ ਛੋਟ ਦਿੱਤੀ ਗਈ।** ਹਿੰਦੂ ਵਿਰਾਸਤ ਐਕਟ,1956 ਅੰਨੁਸਾਰ ਪਹਿਲੀ ਸ਼੍ਰੇਣੀ ਦੇ ਵਾਰਸਾਂ ਦੀ ਸੂਚੀ ਇਸ ਪ੍ਰਕਾਰ ਹੈ ਜਿਨ੍ਹਾਂ ਦੇ ਨਾਮ ਤੁੱਸੀਂ ਆਪਣੀ ਜ਼ਾਇਦਾਦ ਬਿਨ੍ਹਾਂ ਅਸ਼ਟਾਮ ਡਿਊਟੀ ਦੇ ਤਬਦੀਲ ਕਰ ਸਕਦੇ ਹੋ ਉਨ੍ਹਾਂ ਦੀ ਸੂਚੀ ਇਸ ਪ੍ਰਕਾਰ ਹੈ:

ਲੜੀ ਨੰ:	ਰਿਸ਼ਤੇ ਦਾ ਨਾਂਮ	ਲੜੀ ਨੰ:	ਰਿਸ਼ਤੇ ਦਾ ਨਾਂਮ
01	ਪੁੱਤਰ	07	ਦੋਹਤਾ
02	ਪੁੱਤਰੀ	08	ਦੋਹਤੀ
03	ਪਤਨੀ	09	ਨੂੰਹ

ਲੜੀ ਨੰ:	ਰਿਸ਼ਤੇ ਦਾ ਨਾਂਮ	ਲੜੀ ਨੰ:	ਰਿਸ਼ਤੇ ਦਾ ਨਾਂਮ
04	ਮਾਤਾ	10	ਪੜੋਤਾ
05	ਪੋਤਾ	11	ਪੜੋਤੀ
06	ਪੋਤੀ	12	ਪੋਤ ਨੂੰਹ

ਪਰ ਜੇ ਕੋਈ ਜ਼ਮੀਨ ਮਾਲਕ ਕੁਆਰਾ (ਛੜਾ) ਜਾਂ ਉਸ ਦਾ ਆਪਣਾ ਕੋਈ ਬੱਚਾ ਨਾ ਹੋਵੇ ਤਾਂ ਉਹ ਆਪਣੀ ਜ਼ਾਇਦਾਦ ਇਨ੍ਹਾਂ ਵਾਰਸਾਂ ਦੇ ਨਾਮ ਕਰ ਸਕਦਾ ਹੈ:

ਲੜੀ ਨੰ:	ਰਿਸ਼ਤੇ ਦਾ ਨਾਂਮ	ਲੜੀ ਨੰ:	ਰਿਸ਼ਤੇ ਦਾ ਨਾਂਮ
01	ਭਰਾ	04	ਭਤੀਜੀ
02	ਭੈਣ	05	ਭਾਣਜਾ
03	ਭਤੀਜਾ	06	ਭਾਣਜੀ

ਬਾਅਦ ਵਿੱਚ ਪੰਜਾਬ ਸਰਕਾਰ ਨੇ ਇਸ ਨੂੰ ਬਦਲ ਕੇ ਮਿਤੀ 12/05/2014 ਦੇ ਇੱਕ ਪੱਤਰ ਅਨੁੰਸਾਰ ਕੋਈ ਵਿਅਕਤੀ ਆਪਣੀ ਜ਼ਾਇਦਾਦ ਆਪਣੇ ਜੀਵਨ ਕਾਲ ਦੌਰਾਨ ਆਪਣੇ ਹੇਠ ਲਿਖੇ ਕੁੱਝ ਯੋਗ ਵਾਰਸਾਂ ਦੇ ਨਾ ਹੀ ਕਰ ਸਕਦਾ ਹੈ। ਉਹ ਇਸ ਪ੍ਰਕਾਰ ਹਨ:

ਲੜੀ ਨੰ:	ਰਿਸ਼ਤੇ ਦਾ ਨਾਂਮ	ਲੜੀ ਨੰ:	ਰਿਸ਼ਤੇ ਦਾ ਨਾਂਮ
01	ਪੁੱਤਰ	05	ਪੋਤੇ
02	ਪੁੱਤਰੀਆਂ	06	ਪੋਤੀਆਂ
03	ਦੋਹਤੇ	07	ਭੈਣਾਂ
04	ਦੋਹਤੀਆਂ	08	ਭਰਾਵਾਂ

ਪੰਜਾਬ ਸਰਕਾਰ ਦੀ ਇਸ ਚਿੱਠੀ ਅਨੁੰਸਾਰ ਹੁੱਣ ਤੁਸੀਂ ਸਿਰਫ ਉੱਤੇ ਦਿੱਤੇ ਕੁੱਝ ਯੋਗ ਰਿਸ਼ਤੇਦਾਰਾਂ ਦੇ ਨਾਮ ਹੀ ਆਪਣੀ ਜ਼ਾਇਦਾਦ ਤਬਦੀਲ ਕਰ ਸਕਦੇ ਹੋ। ਅਤੇ ਇਹਨਾਂ ਦੇ ਨਾ ਜ਼ਾਇਦਾਦ ਤਬਦੀਲ ਕਰਨ ਤੇ ਅਸ਼ਟਾਮ ਡਿਊਟੀ ਤੋਂ ਛੋਟ ਹੋਵੇਗੀ। ਇਹ ਛੋਟ ਸ਼ਹਿਰੀ ਰਹਾਇਸ਼ੀ, ਕਮਰਸ਼ੀਅਲ, ਉੱਦਯੋਗਿਕ, ਖੇਤੀਬਾੜੀ ਅਤੇ ਪੇਂਡੂ ਰਿਹਾਇਸ਼ੀ ਲਾਲ ਲਕੀਰ ਤੋਂ ਬਾਹਰ ਵਾਲੇ ਜਾਇਦਾਦ ਦੇ ਮਾਲਕਾਂ ਨੂੰ ਛੋਟ ਦਿੱਤੀ ਗਈ ਹੈ।

ਪੰਜਾਬ ਸਰਕਾਰ ਦੇ ਇੱਕ ਹੋਰ ਪੱਤਰ ਮਿਤੀ 29/09/2014 ਅੰਨੁਸਾਰ ਹੁੱਣ ਖ਼ੂਨ ਦੇ ਰਿਸ਼ਤਿਆਂ ਨੂੰ ਹੋਰ ਸਪਸ਼ਟ ਕਰਦੇ ਹੋਏ ਹਦਾਇਤਾਂ ਜਾਰੀ ਕੀਤੀਆਂ ਹਨ। ਅਸ਼ਟਾਮ ਡਿਊਟੀ ਤੋਂ

ਇਹ ਛੋਟ ਜ਼ਾਇਦਾਦ ਦੇ ਮਾਲਕਾਂ ਦੇ ਉਹਨਾਂ ਸਾਰੇ ਖ਼ੂਨ ਦੇ ਰਿਸ਼ਤਿਆਂ ਵਿੱਚ ਹੀ ਹੋਵੇਗੀ, ਜਿਨ੍ਹਾਂ ਦਾ ਵੇਰਵਾ ਹਿੰਦੂ ਵਰਾਸਤ ਐਕਟ, 1956 ਵਿੱਚ ਦਰਸਾਇਆ ਗਿਆ ਹੈ।

ਇਸ ਦੇ ਅਧੀਨ ਸਰਕਾਰੀ ਖਰਚਿਆਂ ਦਾ ਵੇਰਵਾ ਇਸ ਪ੍ਰਕਾਰ ਹੋਵੇਗਾ:

ਲੜੀ ਨੰ:	ਵਸੀਕਾ ਦੀ ਕਿਸਮ	ਅਸ਼ਟਾਮ ਡਿਊਟੀ	ਰਜਿਸਟਰੇਸ਼ਨ ਫੀਸ	ਸੁਵਿਧਾ ਫੀਸ
01	ਤਬਦੀਲਨਾਮਾ (ਮਿਊਂਸਪਲ ਕਾਰਪੋਰੇਸ਼ਨ ਦੀ ਹਦੂਦ ਅੰਦਰ ਅਤੇ ਹਦੂਦ ਤੋਂ 5 ਕਿਲੋਮੀਟਰ ਦੇ ਦਾਇਰੇ ਦੇ ਵਿੱਚ ਆਉਦੇ ਪਿੰਡ)	3% ਸੋਸਲ ਸਕਿਉਰਿਟੀ ਫੰਡ, 1% ਸੋਸਲ ਇੰਨਫਰਾਸਟਰੱਕਚਰ ਸੈੱਸ	1% ਜਾਂ ਵੱਧ ਤੋਂ ਵੱਧ 2 ਲੱਖ ਰੁਪਏ	500 ਰੁਪਏ
02	ਤਬਦੀਲਨਾਮਾ (ਮਿਊਂਸਪਲ ਕਾਰਪੋਰੇਸ਼ਨ ਦੀ ਹਦੂਦ ਤੋਂ ਬਾਹਰ ਅਤੇ ਹਦੂਦ ਤੋਂ 5 ਕਿਲੋਮੀਟਰ ਦੇ ਦਾਇਰੇ ਦੇ ਬਾਹਰ ਆਉਦੇ ਪਿੰਡ)	1% ਸੋਸਲ ਇੰਨਫਰਾਸਟਰੱਕਚਰ ਸੈੱਸ	1% ਜਾਂ ਵੱਧ ਤੋਂ ਵੱਧ 2 ਲੱਖ ਰੁਪਏ	500 ਰੁਪਏ

ਨੋਟ: ਪੰਜਾਬ ਸਰਕਾਰ ਵੱਲੋਂ ਇੱਕ ਹੋਰ ਨੋਟੀਫਿਕੇਸ਼ਨ ਨੰਬਰ S.O.47/C.AXV/1908/Ss.78 ਅਤੇ 79/2015 ਮਿਤੀ 02/11/2015 ਨੰਬਰ S.O.48/C.A.2/1899/S.9/2015 ਮਿਤੀ 02/11/2015 ਅਨੁੰਸਾਰ ਕਿਸੇ ਮਾਲਕ ਪੁਰਸ਼ ਜਾਂ ਇਸਤਰੀ ਵੱਲੋਂ ਆਪਣੇ ਜੀਵਨ ਕਾਲ ਦੌਂਰਾਨ ਆਪਣੀ ਜ਼ਾਇਦਾਦ ਹੇਠ ਲਿਖੇ ਵਾਰਸਾਂ ਦੇ ਨਾਮ ਤਬਦੀਲ ਕਰਨੀ ਹੋਵੇ ਤਾਂ 3% ਸੋਸਲ ਸਕਿਉਰਿਟੀ ਫੰਡ, 1% ਸੋਸਲ ਇੰਨਫਰਾਸਟਰੱਕਚਰ ਸੈੱਸ ਅਤੇ 1% ਰਜਿਸਟਰੇਸ਼ਨ ਫੀਸ ਉੱਤੇ ਛੋਟ ਦਿੱਤੀ ਗਈ ਹੈ।

ਇਸ ਨੋਟੀਫਿਕੇਸ਼ਨ ਅਨੁਸਾਰ ਹੇਠ ਲਿਖੇ ਵਾਰਸਾਂ ਦੇ ਨਾਮ ਤੇ ਹੀ ਜ਼ਾਇਦਾਦ ਤਬਦੀਲ ਹੋ ਸਕਦੀ ਹੈ:

ਲੜੀ ਨੰ:	ਰਿਸ਼ਤੇ ਦਾ ਨਾਂਮ	ਲੜੀ ਨੰ:	ਰਿਸ਼ਤੇ ਦਾ ਨਾਂਮ
01	ਪਤੀ	06	ਮਾਤਾ
02	ਪਤਨੀ	07	ਭਰਾਵਾਂ
03	ਪੁੱਤਰ	08	ਭੈਣਾਂ
04	ਪੁੱਤਰੀਆਂ	09	ਪੋਤੇ
05	ਪਿਤਾ	10	ਪੋਤੀਆਂ

* * *

22

ਪੰਜਾਬ ਸਰਕਾਰ ਦੀ ਬਲੱਡ ਰਿਲੇਸ਼ਨ 'ਚ ਜ਼ਾਇਦਾਦ ਤਬਦੀਲ ਕਰਨ ਸਬੰਧੀ ਚਿੱਠੀ:

ਪੰਜਾਬ ਸਰਕਾਰ
ਮਾਲ, ਪੁਨਰਵਾਸ ਅਤੇ ਡਿਜਾਸਟਰ ਮੈਨੇਜਮੈਂਟ ਵਿਭਾਗ
(ਅਸ਼ਟਾਮ ਅਤੇ ਰਜਿਸਟਰੀ ਸ਼ਾਖਾ)

ਸੇਵਾ ਵਿਖੇ

1. ਪੰਜਾਬ ਰਾਜ ਦੇ ਸਾਰੇ ਮੰਡਲਾਂ ਦੇ ਕਮਿਸ਼ਨਰ।
2. ਪੰਜਾਬ ਦੇ ਸਮੂਹ ਡਿਪਟੀ ਕਮਿਸ਼ਨਰ ।
3. ਇਸਪੈਕਟਰ ਜਨਰਲ ਆਫ ਰਜਿਸਟ੍ਰੇਸ਼ਨ ਪੰਜਾਬ।
4. ਪੰਜਾਬ ਦੇ ਸਮੂਹ ਸਬ-ਡਵੀਜ਼ਨਲ ਮੈਜਿਸਟਰੇਟ।
5. ਪੰਜਾਬ ਦੇ ਸਮੂਹ ਤਹਿਸੀਲਦਾਰ/ਨਾਇਬ-ਤਹਿਸੀਲਦਾਰ।

ਮੀਮੋ ਨੰ: 24/65/15-ਐਸ.ਟੀ.2/ 15037-15313
ਚੰਡੀਗੜ੍ਹ, ਮਿਤੀ: 05/11/15

ਵਿਸ਼ਾ:- ਬਲੱਡ ਰੀਲੇਸ਼ਨਜ਼ ਵਿੱਚ ਜਾਇਦਾਦ ਟਰਾਂਸਫਰ/ਰਜਿਸਟਰੇਸ਼ਨ ਹੋਣ ਤੇ ਸੋਸਲ ਸਕਿਊਰਿਟੀ ਫੰਡ ਅਤੇ ਸੋਸਲ ਇੰਨਫਰਾਸਟਰੱਕਚਰ ਸੈੱਸ ਦੀ ਮੁਆਫੀ ਬਾਰੇ।

ਹਵਾਲਾ:- ਇਸ ਵਿਭਾਗ ਦਾ ਪੱਤਰ ਨੰ: 24/160/11-ਐਸ.ਟੀ.2/6030-6300, ਮਿਤੀ 12.05.2014 ਅਤੇ ਨੰ: 24/160/201-ਐਸ.ਟੀ.2/12930-13206 ਮਿਤੀ 29.09.2014 ਦੇ ਦੇ ਹਵਾਲੇ ਵਿੱਚ।

****

ਹਵਾਲਾ ਅਧੀਨ ਪੱਤਰਾਂ ਰਾਹੀਂ ਸੂਚਿਤ ਕੀਤੇ ਅਨੁਸਾਰ ਸਰਕਾਰ ਵਲੋਂ, ਪਹਿਲਾਂ ਹੀ ਜਾਇਦਾਦ ਮਾਲਕਾਂ ਵਲੋਂ ਆਪਣੇ ਜੀਵਤ ਕਾਲ ਸਮੇਂ ਦੌਰਾਨ ਆਪਣੀ ਜਾਇਦਾਦ ਆਪਣੇ ਬਲੱਡ ਰਿਲੇਸ਼ਨ ਵਿੱਚ ਤਬਦੀਲ ਕਰਨ ਤੇ ਅਸ਼ਟਾਮ ਡਿਊਟੀ ਤੋਂ ਛੋਟ ਦਿੱਤੀ ਗਈ ਹੈ। ਇਸੇ ਲੜੀ ਵਿੱਚ ਸਰਕਾਰ ਵਲੋਂ ਜਾਰੀ ਨੋਟੀਫਿਕੇਸ਼ਨ ਨੰ: S.O.47/C.A.XVI/1908/Ss.78 and 79/2015. Dated the 2nd November, 2015 ਅਤੇ No.S.O.48/C.A.2/1899/S.9/2015, dated 2nd November, 2015 ਰਾਹੀਂ ਕੀਤੇ ਫੈਸਲੇ ਅਨੁਸਾਰ ਹੁਣ ਅਚੱਲ ਜਾਇਦਾਦ ਦੇ ਮਾਲਕਾਂ ਵਲੋਂ ਆਪਣੇ ਜੀਵਤ ਕਾਲ ਦੌਰਾਨ ਆਪਣੀ ਜਾਇਦਾਦ ਪਤੀ/ਪਤਨੀ ਅਤੇ ਬਲੱਡ ਰਿਲੇਸ਼ਨਜ਼-ਪੁੱਤਰ-ਪੁੱਤਰੀ, ਪਿਤਾ-ਮਾਤਾ, ਭਰਾ-ਭੈਣ, ਪੋਤਾ-ਪੋਤੀ ਨੂੰ ਤਬਦੀਲ ਕਰਨ ਸਮੇਂ ਅਸ਼ਟਾਮ ਡਿਊਟੀ ਸਮੇਤ ਰਜਿਸਟਰੇਸ਼ਨ ਫੀਸ/ਸੋਸ਼ਲ ਸਕਿਊਰਿਟੀ ਫੰਡ ਅਤੇ ਸੋਸ਼ਲ ਇੰਨਫਰਾਸਟਰੱਕਚਰ ਸੈੱਸ ਤੋਂ ਵੀ ਛੋਟ ਹੋਵੇਗੀ।

2. ਉਪਰੋਕਤ ਦਰਸਾਈਆਂ ਨੋਟੀਫਿਕੇਸ਼ਨ ਦੀਆਂ ਕਾਪੀਆਂ ਸੂਚਨਾਂ ਅਤੇ ਲੋੜੀਂਦੀ ਕਾਰਵਾਈ ਲਈ ਭੇਜੀਆਂ ਜਾਂਦੀਆਂ ਹਨ।

ਅਧੀਨ ਸਕੱਤਰ ਮਾਲ

ਪਿੱਠ ਅੰਕਣ ਨੰ: 24/65/15-ਐਸ.ਟੀ.2/ 15314-21 ਚੰਡੀਗੜ੍ਹ, ਮਿਤੀ: 05/11/15

ਇਸ ਦਾ ਇੱਕ ਉਤਾਰਾ ਸਮੇਤ ਸਹਿ-ਪੱਤਰ ਹੇਠ ਦਰਸਾਇਆਂ ਨੂੰ ਸੂਚਨਾਂ ਹਿੱਤ ਭੇਜਿਆ ਜਾਂਦਾ ਹੈ:-

1. ਪ੍ਰਮੁੱਖ ਸਕੱਤਰ/ਮੁੱਖ ਮੰਤਰੀ, ਪੰਜਾਬ।
2. ਪ੍ਰਮੁੱਖ ਸਕੱਤਰ/ਵਿੱਤ ਵਿਭਾਗ, ਪੰਜਾਬ।
3. ਸਕੱਤਰ ਆਮ ਰਾਜ ਪ੍ਰਬੰਧ ਵਿਭਾਗ (ਮੰਤਰੀ ਮੰਡਲ ਮਾਮਲੇ ਸ਼ਾਖਾ)।
4. ਪ੍ਰਮੁੱਖ ਸਕੱਤਰ/ਰਾਜਪਾਲ, ਪੰਜਾਬ।
5. ਵਿਸ਼ੇਸ਼ ਸਕੱਤਰ/ਮਾਲ ਅਤੇ ਪੁਨਰਵਾਸ ਮੰਤਰੀ, ਪੰਜਾਬ।
6. ਨਿੱਜੀ ਸਕੱਤਰ/ਵਿੱਤੀ ਕਮਿਸ਼ਨਰ ਮਾਲ, ਪੰਜਾਬ।
7. ਸੁਪਰਡੰਟ/ਮਾਲ ਤਾਲਮੇਲ ਸ਼ਾਖਾ।
8. ਕੰਪਿਊਟਰ ਸੈਲ।

ਅਧੀਨ ਸਕੱਤਰ ਮਾਲ

23

ਦੀਵਾਨੀ ਅਦਾਲਤਾਂ ਦੇ ਅਧਿਕਾਰ ਖੇਤਰ ਤੋਂ ਬਾਹਰ ਰੈਵੀਨਿਊ ਨਾਲ ਸਬੰਧਤ ਕੇਸ:

ਪੰਜਾਬ ਰਿਕਾਰਡ ਮੈਨੂਅਲ ਅਤੇ ਪੰਜਾਬ ਲੈਂਡ ਰੈਵੀਨਿਊ ਐਕਟ ਵਿੱਚ ਕਈ ਕੇਸਾਂ ਵਿੱਚ ਬਾਅਦ ਵਿੱਚ ਇਹ ਆਖ ਦਿੱਤਾ ਜਾਂਦਾ ਹੈ ਕਿ ਤੁੱਸੀਂ ਪਹਿਲਾਂ ਦੀਵਾਨੀ ਅਦਾਲਤ ਤੋਂ ਡਿਗਰੀ ਜਾਂ ਦਿਸ਼ਾ ਨਿਰਦੇਸ ਲੈ ਕੇ ਆਉ। ਪਰ ਏਥੇ ਕਿਸਾਨ ਵੀਰ ਦੁਚਿੱਤੀ ਵਿੱਚ ਫਸ ਜਾਂਦੇ ਹਨ ਕਿ ਜੇ ਡਿਗਰੀ ਜਾਂ ਦਿਸ਼ਾ ਨਿਰਦੇਸ ਦੀਵਾਨੀ ਅਦਾਲਤ ਤੋਂ ਹੀ ਲੈਣੇ ਹਨ ਤਾਂ ਰੈਵੀਨਿਊ ਕੋਰਟਾਂ ਦਾ ਕੀ ਮਹੱਤਵ ਹੋਇਆ?

ਕੁੱਝ ਅਜਿਹੇ ਕੇਸ ਜੋ ਕਿਸਾਨ ਦੇ ਰੈਵੀਨਿਊ ਨਾਲ ਸਬੰਧਤ ਹਨ ਉਹ ਕੇਸ ਸਿਰਫ ਮਾਲ ਮਹਿਕਮੇ ਦੀਆਂ ਅਦਾਲਤਾਂ ਵਿੱਚ ਹੀ ਸੁਣੇ ਜਾਣਗੇ। ਪਰ ਕਈ ਕੇਸਾਂ ਵਿੱਚ ਜਿੱਥੇ ਕਾਨੂੰਨੀ ਨੁਕਤੇ ਵਿਚਾਰਨ ਦੀ ਲੋੜ ਹੋਵੇ ਜਾਂ ਧਿਰਾਂ ਦੇ ਸਿਵਲ ਅਧਿਕਾਰਾਂ ਦਾ ਪ੍ਰਸ਼ਨ ਹੋਵੇ ਤਾਂ ਉੱਥੇ ਦੀਵਾਨੀ ਅਦਾਲਤਾਂ ਨੂੰ ਹੀ ਅਧਿਕਾਰ ਦਿੱਤੇ ਹਨ ਕਿ ਉਹ ਕਾਨੂੰਨ ਦੀ ਵਿਆਖਿਆ ਕਰਕੇ ਸਬੰਧਿਤ ਧਿਰਾਂ ਨੂੰ ਇਨਸਾਫ ਦੇਵੇ। ਕਿਉਂਕਿ ਸਾਡੇ ਦੇਸ਼ ਵਿੱਚ ਕਾਨੂੰਨ (ਸੰਵਿਧਾਨ) ਦਾ ਰਾਜ ਹੈ ਅਤੇ ਕਾਨੂੰਨ ਦੀ ਵਿਆਖਿਆ ਸਾਡੀ ਮਾਣਯੋਗ ਸੁਪਰੀਮ ਕੋਰਟ ਤੋਂ ਲੈ ਕੇ ਹੇਠਲੇ ਪੱਧਰ ਤੱਕ ਭਾਵ ਸਿਵਲ ਜੱਜ (ਜੂਨੀਅਰ ਡਵੀਜਨ) ਦੀਆਂ ਅਦਾਲਤਾਂ (ਭਾਵ ਦਿਵਾਨੀ ਅਦਾਲਤਾਂ) ਨੂੰ ਹੀ ਸੰਵਿਧਾਨ ਨੇ ਅਧਿਕਾਰ ਦਿੱਤੇ ਹਨ ਕਿ ਕਾਨੂੰਨ ਦੀ ਵਿਆਖਿਆ ਦਿਵਾਨੀ ਅਦਾਲਤਾਂ ਦੁਆਰਾ ਹੀ ਕੀਤੀ ਜਾਂਦੀ ਹੈ। ਪਰ ਹਰ ਮਹਿਕਮੇ ਵਿੱਚ ਉਸ ਦੇ ਕੁੱਝ ਖਾਸ ਅਧਿਕਾਰ ਹੁੰਦੇ ਹਨ ਜਿਨ੍ਹਾਂ ਵਿੱਚ ਦਿਵਾਨੀ ਅਦਾਲਤਾਂ ਦਾ ਕੋਈ ਦਖਲ ਨਹੀਂ ਹੁੰਦਾ।

ਪੰਜਾਬ ਲੈਂਡ ਰੈਵੀਨਿਊ ਐਕਟ ਦੇ ਸੈਕਸ਼ਨ ਵਿੱਚ 158 ਕੁੱਝ ਅਜਿਹੇ ਕੇਸ ਹਨ ਜਿਨ੍ਹਾਂ ਦੇ ਫੈਸਲੇ ਲਈ ਦਿਵਾਨੀ ਅਦਾਲਤ ਵਿੱਚ ਜਾਣ ਦੀ ਜਰੂਰਤ ਨਹੀਂ। ਜੋ ਦਿਵਾਨੀ ਅਦਾਲਤ ਦੇ ਅਧਿਕਾਰ ਖੇਤਰ ਤੋਂ ਬਾਹਰ ਹਨ। ਇਸ ਨੁਕਤੇ ਤੇ ਅੱਗੇ ਵਿਚਾਰ ਵਧਾਉਣ ਤੋਂ ਪਹਿਲਾਂ ਸਾਨੂੰ ਇਸ

ਤੇ ਵਿਚਾਰ ਕਰਨਾ ਪਵੇਗਾ ਕਿ ਰੈਵੀਨਿਊ ਕੋਰਟ ਤੋਂ ਕੀ ਭਾਵ ਹੈ? ਕਿਉਂਕਿ ਕੁੱਝ ਕੇਸ ਰੈਵੀਨਿਊ (ਮਹਿਕਮਾ ਮਾਲ) ਦੀਆਂ ਅਦਾਲਤਾਂ ਦੀ ਸੁਣਵਾਈ ਦੇ ਅਧਿਕਾਰ ਖੇਤਰ ਵਿੱਚ ਹੀ ਰੱਖੇ ਗਏ ਹਨ। ਇਸ ਬਾਰੇ ਵਿਸਥਾਰ ਨਾਲ ਜਾਣ ਕਾਰੀ ਅੱਗੇ ਕਰਾਂਗੇ।

ਰੈਵੀਨਿਊ ਕੋਰਟ (ਮਾਲ ਮਹਿਕਮੇ ਦੀ ਅਦਾਲਤ) ਤੋਂ ਕੀ ਭਾਵ ਹੈ:- ਰੈਵੀਨਿਊ ਕੋਰਟ (ਮਾਲ ਮਹਿਕਮੇ ਦੀ ਅਦਾਲਤ) ਤੋਂ ਭਾਵ ਹੈ ਜਦੋਂ ਮਹਿਕਮਾਂ ਮਾਲ ਦਾ ਅਫ਼ਸਰ ਆਪਣੇ ਕਾਰਜਕਾਰੀ ਅਧਿਕਾਰਾਂ ਦੀ ਥਾਂ ਤੇ ਨਿਆਂ ਦੇਣ ਦੇ ਅਧਿਕਾਰਾਂ ਦੀ ਵਰਤੋਂ ਕਰਦਾ ਹੈ ਤਾਂ ਉਸ ਦੀ ਇਸ ਪ੍ਰਕਿਰਿਆ ਨੂੰ ਮਾਲ ਮਹਿਕਮੇ ਦੀ ਅਦਾਲਤ ਦਾ ਨਾਂ ਦਿੱਤਾ ਜਾਂਦਾ ਹੈ।

ਇਸ ਦੀਆਂ ਕਈ ਉਦਾਹਣਾਂ ਹਨ ਜਿਵੇਂ ਕਿ ਕਿਸੇ ਗਿਰਦਾਵਰੀ ਦਾ ਝੱਗੜਾ, ਜਮ੍ਹਾਂਬੰਦੀ ਜਾਂ ਤਕਸੀਮ ਦੇ ਕੇਸਾਂ ਵਿੱਚ ਮਹਿਕਮਾ ਮਾਲ ਅਫ਼ਸਰ ਹੀ ਨਿਆਂ ਦੇਣ ਦਾ ਕੰਮ ਕਰਦਾ ਹੈ।

ਉਦਾਹਰਣ ਵਜੋਂ ਜੇ ਕਿਸੇ ਜੰਮਾਂਬੰਦੀ ਵਿੱਚ ਹਿਸਾਬਤ ਕਿਤਾਬਤ ਗਲਤੀ ਹੋ ਜਾਵੇ ਤਾਂ ਇਹ ਮਹਿਕਮਾ ਮਾਲ ਦੀ ਅਦਾਲਤ ਰਾਹੀਂ ਠੀਕ ਹੋ ਸਕਦੀ ਹੈ ਪਰ ਜੇ ਮਾਲਕੀ ਦਾ ਝੱਗੜਾ ਹੋਵੇ ਤਾਂ ਇਹ ਦਿਵਾਨੀ ਅਦਾਲਤ ਹੀ ਸੁਣੇਗੀ।

(i) ਰੈਵੀਨਿਊ ਕੋਰਟ (ਮਹਿਕਮਾ ਮਾਲ ਅਦਾਲਤ) ਤੋਂ ਕੀ ਭਾਵ ਹੈ?

ਰੈਵੀਨਿਊ ਕੋਰਟ (ਮਹਿਕਮਾ ਮਾਲ ਅਦਾਲਤ) ਤੋਂ ਭਾਵ ਹੈ ਕਿ ਜਦੋਂ ਕੋਈ ਮਹਿਕਮਾ ਮਾਲ ਦਾ ਅਫ਼ਸਰ ਆਪਣੇ ਕਾਰਜਕਾਰੀ ਅਧਿਕਾਰਾਂ ਦੀ ਥਾਂ ਤੇ ਨਿਆਂ ਦੇਣ ਦੇ ਅਧਿਕਾਰਾਂ ਦੀ ਵਰਤੋਂ ਕਰਦਾ ਹੈ ਤਾਂ ਇਹ ਉਸ ਮਾਲ ਮਹਿਕਮੇ ਦੇ ਅਫ਼ਸਰ ਦੀ ਅਦਾਲਤ ਹੋਵੇਗੀ।

(ii) ਕੁੱਝ ਖਾਸ ਕਿਸਮ ਦੇ ਕੇਸ ਮਹਿਕਮਾ ਮਾਲ ਦੀਆਂ ਅਦਾਲਤਾਂ ਦੇ ਸੁਣਵਾਈ ਦੇ ਅਧਿਕਾਰ ਖੇਤਰ ਵਿੱਚ ਰੱਖੇ ਗਏ ਹਨ: ਰੈਵੀਨਿਊ ਅਤੇ ਦਿਵਾਨੀ ਅਦਾਲਤਾਂ ਸਿਰਫ਼ ਸੰਸਥਾਵਾਂ ਕਰਕੇ ਅੱਡ-ਅੱਡ ਹਨ ਨਾਂ ਕਿ ਨਿਆਂ ਕਰਨ ਦੇ ਦੇ ਕੰਮਾਂ ਦੇ ਢੰਗਾਂ ਕਰਕੇ। ਜਿਸ ਤਰ੍ਹਾਂ ਪੰਜਾਬ ਲੈਂਡ ਐਡਮਨਿਸਟ੍ਰੇਸ਼ਨ ਮੈਨੂਅਲ ਦੇ ਪੈਰਾ ਨੰਬਰ 793 ਵਿੱਚ ਦਰਜ਼ ਹੈ ਕਿ ਟੇਨੈਨਸੀ ਐਕਟ ਦੇ ਸੈਕਸਨ 77 (3) ਦੇ ਅਨੁਸਾਰ 17 ਕਿਸਮ ਦੇ ਅਜਿਹੇ ਕੇਸ ਹਨ ਜਿਨ੍ਹਾਂ ਦੇ ਫੈਸਲੇ ਕਰਨ ਦਾ ਅਧਿਕਾਰ ਕੇਵਲ ਮਹਿਕਮਾਂ ਮਾਲ ਦੀਆਂ ਅਦਾਲਤਾਂ ਨੂੰ ਹੀ ਹੈ।

ਇਹਨਾਂ 17 ਕਿਸਮ ਦੇ ਕੇਸਾਂ ਵਿੱਚ 11 ਕੰਮ ਅਜਿਹੀ ਕਿਸਮ ਦੇ ਹਨ ਜੋ ਕੇਵਲ ਜ਼ਿਮੀਦਾਰਾਂ ਤੇ ਮੁਜ਼ਾਹਰਿਆਂ ਦੇ ਵਿਚਕਾਰ, ਮੁਜ਼ਾਹਰਿਆਂ ਨੂੰ ਬੇ-ਦਖਲ ਕਰਨਾ, ਹਿੱਸਾ, ਠੇਕਾ ਜਾਂ ਕਬਜ਼ਾ ਲੈਣ ਸਬੰਧੀ ਹਨ। ਬਾਕੀ ਦੀਆਂ 6 ਕਿਸਮਾਂ ਹਨ:-

1. ਪਿੰਡ ਦੀ ਭਲਾਈ ਲਈ ਲਗਾਏ ਗਏ ਟੈਕਸਾਂ ਦੀ ਰਕਮ ਵਸੂਲਣ ਬਾਰੇ: ਜਿਵੇਂ ਚੁੱਲ੍ਹਾ ਟੈਕਸ ਵਗੈਰਾ।
2. ਮੁਸਤਰਕਾ ਮਾਲਕਾਨ ਵੱਲੋਂ ਆਪਣੀ ਜ਼ਮੀਨ ਦੀ ਪੈਦਾਵਾਰ ਲੈਣ ਦੇ ਕੇਸ।
3. ਜੇਕਰ ਕਿਸੇ ਜ਼ਿਮੀਂਦਾਰ ਨੂੰ ਬਣਦੀ ਪੈਦਾਵਾਰ ਦੀ ਰਕਮ ਤੋਂ ਵੱਧ ਰਕਮ ਦਿੱਤੀ ਜਾਵੇ ਤਾਂ ਉਸ ਦੀ ਵਾਪਸੀ ਰਿਕਵਰੀ ਦੇ ਕੇਸ।

4. ਸੈਟਲਮੈਂਟ ਮੈਨੂਅਲ ਦੇ ਪੈਰਾ ਨੰਬਰ 356 ਅੰਨੁਸਾਰ ਜ਼ਮੀਨ ਦੀ ਪੈਦਾਵਾਰ ਜਾਂ ਜ਼ਮੀਨ ਤੇ ਹੋਰ ਲਾਭ ਜਾਂ ਪਾਣੀ ਤੋਂ ਲਏ ਲਾਭਾਂ ਲਈ ਜ਼ਿਮੀਂਦਾਰਾਂ ਵੱਲੋਂ ਮੰਗੇ ਗਏ ਮੁਆਵਜਿਆਂ ਸਬੰਧੀ ਕੇਸ।
5. ਹਰ ਕਿਸਮ ਦੇ ਜ਼ਮੀਨ ਦੇ ਮਾਮਲੇ, ਠੇਕੇ, ਹਿੱਸੇ ਦੀਆਂ ਰਕਮਾਂ ਜਾਂ ਹੋਰ ਕਿਸੇ ਢੰਗ ਨਾਲ ਹੋਈ ਆਮਦਨ ਦੀਆਂ ਰਕਮਾਂ ਜਾਂ ਬਕਾਇਆ ਰਹਿੰਦੀਆਂ ਰਕਮਾਂ ਬਾਰੇ ਜ਼ਿਮੀਂਦਾਰਾਂ ਵੱਲੋਂ ਕੀਤੇ ਜਾਣ ਵਾਲੇ ਕੇਸ।
6. ਪਿੰਡ ਦੇ ਪਟਵਾਰੀਆਂ, ਕਾਨੂੰਗੋਆਂ ਅਤੇ ਹੋਰ ਅਧਿਕਾਰੀਆਂ ਵੱਲੋਂ ਪ੍ਰਾਪਤ ਕੀਤੀਆਂ ਫ਼ੀਸਾਂ, ਕਿਰਾਏ ਅਤੇ ਹੋਰ ਵਸੂਲੀਆਂ ਸਬੰਧੀ ਕੇਸ।

ਨਹਿਰੀ ਪਾਣੀਆਂ ਸਬੰਧੀ ਛੋਟੀਆਂ ਨਹਿਰਾਂ, ਕੱਸੀਆਂ, ਖਾਲਿਆਂ ਅਤੇ ਪਾਣੀ ਦੇ ਮੋਘਿਆਂ ਆਦਿ ਰਾਹੀਂ ਵਰਤੇ ਗਏ ਪਾਣੀ ਦੇ ਪੈਸਿਆਂ ਦੀ ਰਿਕਵਰੀ ਲਈ ਕੁਲੈਕਟਰ ਇੱਕ ਰੈਵੀਨਿਊ ਅਦਾਲਤ ਵਜੋਂ ਕੰਮ ਕਰ ਸਕਦਾ ਹੈ। ਭਾਵੇਂ ਪਿਛਲੀ **ਅਕਾਲੀ-ਭਾਜਪਾ ਸਰਕਾਰ ਨੇ 1987-2002 ਦੌਰਾਨ ਨਹਿਰੀ ਪਾਣੀ ਦਾ ਮੁਆਮਲਾ ਮੁਆਫ ਕਰ ਦਿੱਤਾ ਹੈ** ਪਰ ਇਹ ਕਾਨੂੰਨ ਫਿਰ ਵੀ ਮੌਜੂਦ ਹੈ।

(iii). ਮਹਿਕਮਾ ਮਾਲ ਦੀਆਂ ਅਦਾਲਤਾਂ ਵਿੱਚ ਕੇਸਾਂ ਦੀ ਸੁਣਵਾਈ ਦੇ ਢੰਗ ਦਾ ਤਰੀਕਾ: ਮਾਲ ਮਹਿਕਮੇ ਦੀਆਂ ਅਦਾਲਤਾਂ ਵਿੱਚ ਕੇਸਾਂ ਦੀ ਸੁਣਵਾਈ ਦਾ ਢੰਗ ਤਰੀਕਾ ਉਵੇਂ ਹੀ ਹੈ ਜਿਵੇਂ ਦਿਵਾਨੀ ਕਾਨੂੰਨ ਦੀ ਕਿਤਾਬ

(ਸ਼ਿਵਲ ਪ੍ਰੋਸੀਜ਼ਰ ਕੋਡ) ਵਿੱਚ ਦਰਜ਼ ਹੈ ਜਾਂ ਪੰਜਾਬ ਹਾਈਕੋਰਟ ਵੱਲੋਂ ਨਿਯਮ ਅਤੇ ਰੂਲਜ਼ ਸਥਾਪਿਤ ਕੀਤੇ ਗਏ ਹਨ। ਭਾਵੇਂ ਟੇਨੈਨਸੀ ਐਕਟ ਦੇ ਸੈਕਸ਼ਨ 88 (1) ਮੁਤਾਬਿਕ ਮਹਿਕਮਾਂ ਮਾਲ ਦੀਆਂ ਅਦਾਲਤਾਂ ਦੇ ਕੰਮਕਾਜ ਕਰਨ ਸਬੰਧੀ ਢੰਗ ਤਰੀਕੇ ਬਣਾਏ ਗਏ ਹਨ।

ਹੁਣ ਉਹਨਾਂ ਕੇਸਾਂ ਬਾਰੇ ਵਿਚਾਰ ਕੀਤੀ ਜਾਵੇਗੀ ਜਿਹਨਾਂ ਨੂੰ ਦਿਵਾਨੀ ਅਦਾਲਤ ਦੇ ਅਧਿਕਾਰ ਖੇਤਰ ਤੋਂ ਬਾਹਰ ਰੱਖਿਆ ਗਿਆ ਹੈ:

1. ਦਿਵਾਨੀ ਅਦਾਲਤ ਨੂੰ ਕੋਈ ਅਧਿਕਾਰ ਨਹੀਂ ਹੋਵੇਗਾ ਕਿ ਉਹ ਜ਼ਮੀਨ ਦੇ ਉਨ੍ਹਾਂ ਮੁਆਮਲਿਆਂ ਦੀ ਸੁਣਵਾਈ ਕਰੇ ਜਿਹੜੇ ਸਟੇਟ ਗੌਰਮਿੰਟ ਜਾਂ ਇਸ ਐਕਟ ਅਧੀਨ ਉਸ ਰੈਵੀਨਿਊ ਅਫ਼ਸਰ ਦੇ ਅਧਿਕਾਰ ਹੇਠ ਆਉਂਦੇ ਹੋਣ ਜੋ ਉਨ੍ਹਾਂ ਦੇ ਫੈਸਲੇ ਕਰ ਸਕਦਾ ਹੋਵੇ। ਜਾਂ ਰਾਜ ਸਰਕਾਰ ਅਤੇ ਰੈਵੀਨਿਊ ਐਕਟ ਨੇ ਅਜਿਹਾ ਕਰਨ ਲਈ ਉਸ ਨੂੰ ਸਕਤੀਆਂ ਤੇ ਅਧਿਕਾਰ ਦਿੱਤੇ ਹੋਣ;
2. ਜੇਕਰ ਮਹਿਕਮਾ ਮਾਲ ਦੀ ਮਾਲਕੀ ਦੇ ਰਿਕਾਰਡਾਂ ਦੀ ਸੋਧ ਸੁਧਾਈ ਜਾਂ ਨਜ਼ਰਸਾਨੀ ਬਾਰੇ ਕਿਸੇ ਨੋਟੀਫਿਕੇਸ਼ਨ ਰਾਹੀਂ ਹਦਾਇਤ ਕੀਤੀ ਜਾਵੇ;
3. ਜੇ ਮਾਲਕੀ ਦੇ ਰਿਕਾਰਡ ਨੂੰ ਤਿਆਰ ਕਰਨਾ ਹੋਵੇ ਜਾਂ ਤਿਆਰ ਹੋਏ ਰਿਕਾਰਡ ਨੂੰ ਤਸਦੀਕ ਕਰਨਾ ਹੋਵੇ ਜਾਂ ਉਸ ਉੱਪਰ ਦਸਤਖੱਤ ਕਰਨੇ ਹੋਣ ਜਾਂ ਅਜਿਹੇ ਹੀ ਰਿਕਾਰਡ ਨਾਲ ਸਬੰਧਿਤ ਕੋਈ ਦਸਤਾਵੇਜ਼ ਹੋਣ।

4. ਜੇ ਕਰ ਮਾਲਕੀ ਦੇ ਰਿਕਾਰਡ ਵਿੱਚ (ਜਮ੍ਹਾਂਬੰਦੀ) ਸਲਾਨਾ ਰਿਕਾਰਡ ਜਿਵੇਂ (ਗਿਰਦਾਵਰੀ) ਵਿੱਚ ਜਾਂ ਇੰਤਕਾਲਾਂ ਦੇ ਰਜਿਸ਼ਟਰਾਂ ਦੇ ਕਿਸੇ ਇੰਦਰਾਜ ਦੀ ਦਰੁਸਤੀ ਕਰਨੀ ਹੋਵੇ (ਫਰਦ ਬਦਰ ਰਾਹੀਂ) ਮਾਲ ਮਹਿਕਮਾ ਹੀ ਕਰੇਗਾ;
5. ਜੇ ਰਾਜ ਸਰਕਾਰ ਦੇ ਕਿਸੇ ਅਧਿਆ-ਦੇਸ਼ ਦੇ ਰਾਹੀਂ ਕਿਸੇ ਜ਼ਿਲ੍ਹੇ ਜਾਂ ਤਹਿਸੀਲ ਦੇ ਬਾਰੇ ਪੂਰਨ ਅਵਿਲੇਕਨ ਕਰਨ ਦਾ ਭਰੋਸਾ ਦਿੱਤਾ ਗਿਆ ਹੋਵੇ;
6. ਜੇਕਰ ਰੈਵੀਨਿਊ ਐਕਟ ਰਾਹੀਂ ਲਗਾਈ ਗਈ ਡਿਊਟੀ ਦੀ ਪੂਰਤੀ ਲਈ ਜਾਂ ਕਿਸੇ ਐਸੇ ਕਾਨੂੰਨ ਰਾਹੀਂ ਜੋ ਜੋ ਰੈਵੀਨਿਊ ਅਫ਼ਸਰ ਉੱਪਰ ਕੋਈ ਡਿਊਟੀ ਪੂਰਨ ਕਰਨ ਲਈ ਸਮੇਂ ਅਨੁਸਾਰ ਲਾਗੂ ਹੁੰਦਾ ਹੈ;
7. ਜੇਕਰ ਕਾਨੂੰਗੋ ਦਫ਼ਤਰ ਵੱਲ ਜਾਂ ਪਿੰਡ ਦੇ ਕਿਸੇ ਅਧਿਕਾਰੀ ਵੱਲ ਜਾਂ ਇਨ੍ਹਾਂ ਦਫ਼ਤਰਾਂ ਵੱਲ ਕੋਈ ਹੋਏ ਨੁਕਸਾਨ ਜਾਂ ਕਿਸੇ ਕਿਸਮ ਦੀ ਡਿਊਟੀ ਲਈ ਮਜਬੂਰ ਕਰਨਾ ਜਾਂ ਤਨਖਾਹ, ਭੱਤਿਆਂ ਆਮਦਨੀ ਆਦਿ ਦੀ ਵੰਡ ਦੇ ਕਲੇਮਾਂ ਬਾਰੇ;
8. ਇਸ ਕਾਨੂੰਨ ਰਾਹੀਂ ਕਿਸੇ ਵਿਅਕਤੀ ਨੂੰ ਜ਼ਮੀਨ ਦੇ ਮਾਮਲੇ ਜਾਂ ਹੋਰ ਕਿਸੇ ਕਿਸਮ ਦੇ ਮਾਲ ਮਹਿਕਮੇ ਦੇ ਮਾਮਲੇ ਦੀਆਂ ਦੇਣਦਾਰੀਆਂ ਬਾਰੇ ਜੁੰਮੇਵਾਰ ਠਹਿਰਾਇਆ ਗਿਆ ਹੋਵੇ;
9. ਜੇ ਇਸ ਕਾਨੂੰਨ ਰਾਹੀਂ ਕਿਸੇ ਜਗੀਰ ਦੀ ਜ਼ਮੀਨ ਦਾ ਮਾਮਲਾ ਜਾਂ ਕਿਸੇ ਹੋਰ ਸਬੰਧਿਤ ਧਾਰਨ ਕੀਤੀ ਹੋਈ ਵਸਤੂ ਦੇ ਸਬੰਧ ਵਿੱਚ ਨਿਰਧਾਰਤ ਕੀਤੀ ਹੋਈ ਰਕਮ ਦੀ ਦੇਣਦਾਰੀ ਹੋਵੇ;
10. ਜੇ ਇਸ ਕਾਨੂੰਨ ਰਾਹੀਂ ਜਾਂ ਕਿਸੇ ਹੋਰ ਰਾਹੀਂ ਜੋ ਸਮੇਂ ਅਨੁਸਾਰ ਲਾਗੂ ਹੋਵੇ ਦੇ ਸਬੰਧ ਵਿੱਚ ਕਿਸੇ ਧਨ ਰਾਸ਼ੀ ਦੀ ਦੇਣਦਾਰੀ ਜਾਂ ਇਸ ਨੂੰ ਕਾਨੂੰਨ ਮੁਤਾਬਿਕ ਹੋਰ ਦੇਣਦਾਰੀ ਟੈਕਸ ਜਾਂ ਬੋਝ (ਭਰਪਾਈ) ਜਾਂ ਮੁੱਲ ਸਬੰਧੀ ਕਿਸੇ ਵਿਅਕਤੀ ਵੱਲ ਦੇਣਦਾਰੀ ਹੋਵੇ;
11. ਜੇ ਮੁਆਵਜ਼ਾ ਮਾਲਕ ਭੱਤੇ ਦੇ ਰੂਪ ਵਿੱਚ ਲੈਂਦਾ ਸੀ ਤੇ ਜਿਸ ਨੇ ਇਸ ਦੀ ਇੰਨਕਾਰੀ ਦਾ ਨੋਟਿਸ ਪਹਿਲਾਂ ਹੀ ਦਿੱਤਾ ਹੋਇਆ ਹੈ। ਜੋ ਕਿ ਇੱਕ ਅਸੈਸਮੈਂਟ ਦੇ ਯੋਗ ਹੈ ਜਾਂ ਕੋਈ ਮੁਆਵਜਾ ਜੋ ਕੇ ਇੰਨਕਾਰੀ ਦੇ ਰੂਪ ਵਜੋਂ ਕਿਸੇ ਬੰਦੇ ਵੱਲ ਇੰਨਕਾਰੀ ਕਰਨ ਤੇ ਇਸ ਕਾਨੂੰਨ ਦੇ ਤਹਿਤ ਨਿਸ਼ਚਿਤ ਕੀਤਾ ਜਾ ਸਕਦਾ ਹੋਵੇ;
12. ਜੇ ਕਿਸੇ ਬੇਕਾਰ ਜ਼ਮੀਨ ਵਿੱਚ ਜਗੀਰ ਬਣਾਉਣੀ ਹੋਵੇ;
13. ਜੇਕਰ ਕਿਸੇ ਜ਼ਮੀਨ ਨੂੰ ਚੱਕੀ ਵਾਸਤੇ, ਮੱਛੀਆਂ ਪਾਲਣ ਵਾਲੀ ਜਗ੍ਹਾ ਨੂੰ, ਜਾਂ ਧਰਤੀ ਅਤੇ ਪਾਣੀ ਵਿੱਚੋਂ ਪੈਦਾ ਹੋਣ ਵਾਲੀ ਕੁਦਰਤੀ ਬਨਸਪਤੀ ਨੂੰ ਮਾਮਲੇ (ਟੈਕਸ) ਤੋਂ ਛੋਟ ਦੇਣ ਦਾ ਕਲੇਮ ਹੋਵੇ;
14. ਜੇਕਰ ਸਰਕਾਰ ਵੱਲ ਕਿਸੇ ਕਿਸਮ ਦੀ ਉਗਰਾਹੀ ਹੋਵੇ ਜਾਂ ਸਰਕਾਰ ਵੱਲੋਂ ਜ਼ਮੀਨ ਦੇ ਮਾਮਲੇ ਦੀ ਵਸੂਲੀ ਲਈ ਕੀਤੇ ਤਰਦੱਦ ਹੋਣ ਜਾਂ ਹੋਰ ਕਿਸੇ ਕਿਸਮ ਦੇ ਬਕਾਏ ਜੋ ਜ਼ਮੀਨ ਦੇ ਮਾਮਲੇ ਵਾਂਗ ਹੋਣ ਦਾ ਕਲੇਮ ਹੋਵੇ;
15. ਜੇਕਰ ਜ਼ਮੀਨ ਦੇ ਮਾਮਲੇ ਦੀ ਵਸੂਲੀ ਸਬੰਧੀ ਜਾਂ ਕੋਈ ਹੋਰ ਦੇਣਦਾਰੀ ਜੋ ਜ਼ਮੀਨ ਦੀ ਵਜ੍ਹਾ ਕਰਕੇ ਕਿਸੇ ਜ਼ਮੀਨ ਦੀ ਵਿਕਰੀ ਹੋ ਜਾਂਦੀ ਹੈ ਜਾਂ ਕਿਸੇ ਹੋਰ ਅਧਾਰ ਤੇ ਵਿਕਰੀ ਨੂੰ ਖਤਮ ਕਰਨ ਲਈ ਕਲੇਮ ਹੋਵੇ ਪਰ ਉਸ ਕਲੇਮ ਮੰਗਣ ਵਿੱਚ ਕੋਈ ਦਿੱਕਤ ਨਾ ਹੋਵੇ;
16. ਜੇਕਰ ਇਸ ਕਾਨੂੰਨ ਦੇ ਅਧੀਨ ਕਿਸੇ ਵਿਅਕਤੀ ਉੱਪਰ ਕੋਈ ਫੀਸ, ਜੁਰਮਾਨਾ ਜਾਂ ਕੋਈ ਹੋਰ ਦੇਣਦਾਰੀ ਪਾਈ ਜਾਵੇ;

17. ਜੇ ਕਿਸੇ ਜ਼ਾਇਦਾਦ (ਇਲਾਕੇ ਜਾਂ ਜਗੀਰ) ਦੀ ਵੰਡ ਜਾਂ ਖੇਤ ਦੀ ਮਾਲਕੀ ਦੀ ਵੰਡ ਜਾਂ ਮੁਜ਼ਾਰੇਦਾਰੀ ਦੀ ਵੰਡ ਹੋਵੇ ਜਾਂ ਇਸ ਨਾਲ ਸਬੰਧਿਤ ਹੋਰ ਪ੍ਰਸ਼ਨ ਵੰਡ ਦੀ ਕਾਰਵਾਈ ਸਮੇਂ ਪੈਦਾ ਹੋ ਜਾਵੇ ਪਰ ਉਹ ਉਸ ਜ਼ਮੀਨ ਦੀ ਮਾਲਕੀ ਦੇ ਅਖਤਿਆਰ ਵਾਲਾ ਨਾ ਹੋਵੇ ਜੋ ਜ਼ਮੀਨ ਵੰਡੀ ਜਾਣੀ ਹੈ, ਦੇ ਸਬੰਧ ਵਿੱਚ ਅਗਰ ਕੋਈ ਕਲੇਮ ਪੈਦਾ ਹੋ ਜਾਵੇ;
18. ਜੇਕਰ ਕਿਸੇ ਜ਼ਮੀਨ ਦੀ ਵੰਡ ਅਤੇ ਅਲਾਟਮੈਂਟ ਸਮੇਂ ਪੁਰਾਣੇ ਰੀਤੀ ਰਿਵਾਜਾਂ ਅਨੁਸਾਰ ਸਮੇਂ-ਸਮੇਂ ਪੁਨਰ ਵੰਡ ਜਾਂ ਜ਼ਮੀਨ ਦੇ ਮਾਮਲੇ ਦੀ ਵੰਡ ਸਮੇਂ ਕਿਸੇ ਕਿਸਮ ਦਾ ਵੰਡ ਦਾ ਸੁਆਲ ਪੈਦਾ ਹੋ ਜਾਵੇ;
19. ਜੇਕਰ ਦਰਿਆ ਦੀਆਂ ਢਾਅ ਲੱਗਣ ਨਾਲ ਕਿਸੇ ਜ਼ਾਇਦਾਦ ਦੀਆਂ ਹੱਦਾਂ ਦੀ ਸਥਾਪਨਾ ਸਬੰਧੀ ਜਾਂ ਇਸ ਨਾਲ ਜਾਂ ਇਸ ਵਿੱਚੋਂ ਉਪਜੇ ਕੇ ਹੋਰ ਕਾਰਨ ਸਬੰਧੀ ਚੱਲ ਰਹੀ ਕਾਰਵਾਈ ਜੋ ਇਸੇ ਐਕਟ ਦੇ ਚੈਪਟਰ VIII ਦੇ ਸੈਕਸ਼ਨ 101-ਏ, 101-ਬੀ, 101-ਸੀ ਅਤੇ 101-ਡੀ ਦੇ ਅਧੀਨ ਚਲ ਰਹੀ ਹੋਵੇ, ਸਬੰਧੀ ਕੋਈ ਪ੍ਰਸ਼ਨ ਪੈਦਾ ਹੋ ਜਾਵੇ;
20. ਜੇਕਰ ਇਸ ਕਾਨੂੰਨ ਅਧੀਨ ਕਿਸੇ ਰੈਵੀਨਿਊ ਅਫ਼ਸਰ ਰਾਹੀਂ ਤਕਸੀਮ ਰੱਦ ਕਰ ਦਿੱਤੀ ਗਈ ਹੋਵੇ ਜਾਂ ਉਸ ਨਾਲ ਛੇੜਛਾੜ ਕੀਤੀ ਜਾਵੇ ਜਾਂ ਕਿਸੇ ਫ਼ਸਲ ਦਾ ਮੁਲਾਕਣ ਪੱਕਾ ਕੀਤਾ ਜਾਂ ਉਸ ਵਿੱਚ ਰੱਦੋ-ਬਦਲ ਕੀਤਾ ਜਾਵੇ ਅਤੇ ਇਸ ਸਬੰਧੀ ਕੋਈ ਦਾਅਵਾ ਪੈਦਾ ਹੋ ਜਾਵੇ;
21. ਜੇਕਰ ਕਿਸੇ ਪਿੰਡ ਦੇ ਟੈਕਸਾਂ ਦੀ ਲਿਸਟ ਬਣਾਉਂਦੇ ਸਮੇਂ ਜਾਂ ਸਰਕਾਰ ਵੱਲੋਂ ਇੰਨ੍ਹਾਂ ਟੈਕਸਾਂ ਨੂੰ ਇਕੱਤਰ ਕਰਨ ਸਮੇਂ ਕੋਈ ਪ੍ਰਸ਼ਨ ਪੈਦਾ ਹੋ ਜਾਵੇ;
22. ਜੇ ਇਸ ਕਾਨੂੰਨ ਅਧੀਨ ਆਹਲਾ ਮਾਲਕਾਂ ਪਾਸੋਂ ਉਨ੍ਹਾਂ ਵੱਲ ਰਹਿੰਦੇ ਬਕਾਇਆਂ ਦੇ ਸਬੰਧ ਵਿੱਚ ਉਨ੍ਹਾਂ ਦੀ ਸਮੂਲੀਅਤ ਸਬੰਧੀ ਕਾਰਵਾਈ ਚਲਦੀ ਹੋਵੇ;
23. ਜੇਕਰ ਕਿਸੇ ਇਕਰਾਰਨਾਮੇ ਰਾਹੀਂ ਜੋ ਜ਼ਮੀਨ ਦੇ ਮਾਮਲੇ ਦੀ ਬਜਾਏ ਜਨਤਕ ਸੇਵਾ ਕੀਤੀ ਗਈ ਹੋਵੇ, ਇਸ ਇਕਰਾਰਨਾਮੇ ਨੂੰ ਲਾਗੂ ਕਰਾਉਣ ਸਬੰਧੀ ਕੋਈ ਦਾਅਵਾ ਪੈਦਾ ਹੋ ਜਾਵੇ ਤਾਂ;

ਮਹਿਕਮਾ ਮਾਲ ਦੀ ਅਦਾਲਤ ਦਾ ਅਧਿਕਾਰ ਖੇਤਰ:

01. ਵਾਹੀਯੋਗ ਜ਼ਮੀਨ ਦੀ ਵੰਡ ਬਾਰੇ ਧਿਰਾਂ ਦੇ ਦਾਅਵੇ ਤੋਂ ਜ਼ਮੀਨ ਦੀ ਮਾਲਕੀ ਦੇ ਅਧਿਕਾਰ ਦਾ ਝੱਗੜੇ ਦਾ ਨਿਪਟਾਰਾ ਦਿਵਾਨੀ ਅਦਾਲਤ ਹੀ ਕਰੇਗੀ ਅਤੇ ਬਾਕੀ ਸਾਰੇ ਝੱਗੜੇ ਮਾਲ ਮਹਿਕਮੇ ਦੇ ਅਧਿਕਾਰ ਖੇਤਰ ਵਿੱਚ ਹੀ ਆਉਂਦੇ ਹਨ।
02. ਦਿਵਾਨੀ ਅਦਾਲਤ ਉਸ ਜ਼ਮੀਨ ਦੀ ਤਕਸੀਮ ਜਾਂ ਵੰਡ ਨਹੀਂ ਕਰ ਸਕਦੀ ਜੋ ਖੇਤੀਯੋਗ ਅਤੇ ਉਸ ਤੋਂ ਮਾਮਲਾ ਪ੍ਰਾਪਤ ਹੁੰਦਾ ਹੈ। ਮਾਮਲਾ (ਲਗਾਨ) ਦੇਣ ਵਾਲੀ ਜ਼ਮੀਨ ਦੀ ਤਕਸੀਮ ਜਾਂ ਵੰਡ ਦੇ ਕੇਸ ਸਿਰਫ ਮਕਿਮਾ ਮਾਲ ਦੀ ਅਦਾਲਤ ਹੀ ਸੁਣੇਗੀ। ਦਿਵਾਨੀ ਅਦਾਲਤ ਸਿਰਫ ਰਹਾਇਸ਼ੀ ਜ਼ਮੀਨਾਂ (ਜਿਸ ਦੇ ਪਲਾਟ ਕੱਟੇ ਗਏ ਹੋਣ) ਦੇ ਕੇਸ ਹੀ ਸੁਣ ਸਕਦੀ ਹੈ।
03. ਅਗਰ ਕਿਸੇ ਜ਼ਮੀਨ ਨੂੰ ਰੈਵੀਨਿਊ ਰਿਕਾਰਡ ਅਨੁਸਾਰ ਜਮ੍ਹਾਂਬੰਦੀ ਵਿੱਚ ਗੈਰ-ਮੁਮਕਿਨ-ਬਾੜਾ ਦਿਖਾਇਆ ਗਿਆ ਹੋਵੇ ਪਰ ਉਹ ਖੇਤੀਬਾੜੀ ਲਈ ਨਾ ਵਰਤੀ ਜਾਂਦੀ ਹੋਵੇ ਤਾਂ ਇਸ

ਜ਼ਮੀਨ ਦੇ ਸਬੰਧ ਵਿੱਚ ਮਹਿਕਮਾ ਮਾਲ ਦਾ ਕੋਈ ਅਧਿਕਾਰ ਖੇਤਰ ਉਨ੍ਹਾਂ ਚਿਰ ਤੱਕ ਨਹੀਂ ਬਣਦਾ ਜਿਨ੍ਹਾਂ ਚਿਰ ਇਹ ਗੈਰ-ਮੁਮਕਿਨ ਹੈ ਪਰ ਜੇ

04. ਇਸ ਨੂੰ ਖੇਤੀਯੋਗ ਜ਼ਮੀਨ ਬਣਾ ਦਿੱਤਾ ਜਾਵੇ ਤਾਂ ਇਹ ਮਹਿਕਮਾ ਮਾਲ ਦੀ ਅਦਾਲਤ ਦੇ ਅਧਿਕਾਰ ਖੇਤਰ ਵਿੱਚ ਆ ਜਾਵੇਗੀ।

05. ਜੇਕਰ ਕਿਸੇ ਜ਼ਮੀਨ ਦੀ ਤਕਸੀਮ ਮਹਿਕਮਾ ਮਾਲ ਦੀ ਅਦਾਲਤ ਕਰ ਦਿੰਦੀ ਹੈ ਅਤੇ ਪ੍ਰਭਾਵਿਤ ਧਿਰ ਸਹਾਇਕ ਕੁਲੈਕਟ ਦੇ ਹੁਕਮਾਂ ਵਿਰੁੱਧ ਦਿਵਾਨੀ ਅਦਾਲਤ ਦਾ ਰੁੱਖ ਕਰ ਲੈਂਦੀ ਹੈ ਤਾਂ ਅਜਿਹੀ ਸਥਿਤੀ ਵਿੱਚ ਦਿਵਾਨੀ ਅਦਾਲਤ ਨੂੰ ਸੁਣਵਾਈ ਦਾ ਕੋਈ ਅਧਿਕਾਰ ਨਹੀਂ ਹੈ।

ਏਥੇ ਕਿਸਾਨ ਵੀਰਾਂ ਦੀ ਜਾਣਕਾਰੀ ਲਈ ਮਹਿਕਮਾ ਮਾਲ ਦੀ ਅਦਾਲਤ ਦੇ ਤਕਸੀਮ ਦੇ ਕੇਸਾਂ ਦਾ ਸਹੀ ਤਰੀਕਾ ਇਸ ਪ੍ਰਕਾਰ ਹੈ:

ਸਹਾਇਕ ਕੁਲੈਕਟਰ ਤੋਂ ਬਾਅਦ ਅਪੀਲ ਕੁਲੈਕਟਰ ਦੇ ਜਾਵੇਗੀ ਅਗਰ ਪ੍ਰਭਾਵਿਤ ਧਿਰ ਦੀ ਫਿਰ ਵੀ ਕੋਈ ਤਸੱਲੀ ਨਹੀਂ ਹੁੰਦੀ ਤਾਂ ਉਹ ਇਸ ਦੇ ਖਿਲਾਫ ਹਾਈ ਕੋਰਟ ਵਿੱਚ ਰਿਟ-ਪਟੀਸ਼ਨ ਪਾ ਕੇ ਨਿਆਂ ਲੈ ਸਕਦਾ ਹੈ ਨਾ ਕਿ ਲੋਅਰ ਕੋਰਟ ਵਿੱਚ (ਦਿਵਾਨੀ ਅਦਾਲਤ)।

06. ਤਕਸੀਮ ਦੀ ਭਰਾਵੀਂ ਵੰਡ ਮਹਿਕਮਾ ਮਾਲ ਦੀ ਅਦਾਲਤ ਦੁਆਰਾ ਮੰਨਜ਼ੂਰ ਕੀਤੀ ਗਈ ਹੋਵੇ ਤਾਂ ਦਿਵਾਨੀ ਅਦਾਲਤ ਨੂੰ ਕੋਈ ਅਧਿਕਾਰ ਨਹੀਂ ਕਿ ਉਸ ਨੂੰ ਰੱਦ ਕਰ ਦੇਵੇ।

* * *

24

ਮਾਲ ਮਹਿਕਮੇ ਦੇ ਰਿਕਾਰਡ ਅਤੇ ਜਮਾਂਬੰਦੀ ਵਿੱਚ ਵਰਤੇ ਜਾਂਦੇ ਉਰਦੂ ਦੇ ਸ਼ਬਦਾਂ ਦੇ ਪੰਜਾਬੀ ਚ ਅਰਥ:

	ਉਰਦੂ	ਪੰਜਾਬੀ	ਅੰਗਰੇਜੀ
		ੳ	
01	ਉਜਰ	ਇਤਰਾਜ	Objection over it
02	ਉਜਰਤ	ਫੀਸ	Fee.
		ਅ	
01	ਅਗਾਜ	ਆਰੰਭ	To start.
02	ਅਰਾਜੀ	ਜਮੀਨ	Land.
03	ਅਖਰਾਜ	ਖਾਰਜ ਕਰਨਾ	Reject it
04	ਅਰਜ ਅਰਸਾਲ	ਮਾਮਲਾ ਜਮ੍ਹਾਂ ਕਰਾਉਣ ਦੀ ਅਰਜੀ	To deposit land rent
05	ਅਕਸ ਸ਼ਿਜਰਾ	ਨਕਸ਼ਾ	Map.
06	ਆਬਪਾਸ	ਜਿਸਨੂੰ ਪਾਣੀ ਲਗਦਾ ਹੋਵੇ	Irrigate by water.
07	ਅਰਸਾ	ਸਮਾਂ	Time.
08	ਅਸਾਲਤਨ	ਨਿੱਜੀ ਤੌਰ ਤੇ	Personally.

	ਉਰਦੂ	ਪੰਜਾਬੀ	ਅੰਗਰੇਜੀ
09	ਅਹਿਲਦਾਰ	ਸਰਕਾਰੀ ਕਰਮਚਾਰੀ	Government Employee.
10	ਐਹਲੇ ਮਨਸਬ	ਉੱਚ ਅਧਿਕਾਰੀ	Government Officials.
11	ਅਲਾਮਾਤ	ਨਿਸ਼ਾਨੀਆਂ	Signs.
ੲ			
01	ਇਵਜਾਨਾ	ਮੁਆਵਜਾ	Compensation.
02	ਇਜਾਫਾ	ਵਾਧਾ	To increase.
03	ਇਤਫਾਕੀਆ	ਅਚਾਨਕ	Suddenly.
04	ਇਜ਼ਰਾਅ	ਅਮਲ ਵਿੱਚ ਲਿਆਉਣਾ	To apply on it.
05	ਇਰਾਦਾਤਨ	ਜਾਣ ਬੁੱਝ ਕੇ	Knowingly
06	ਇਸਤਰਾਜ	ਖੇਤਰਫਲ ਕੱਢਣ ਦਾ ਢੰਗ	
07	ਇਜਹਾਰੇ ਹੱਕ	ਹੱਕ ਦਾ ਪ੍ਰਗਟਾਵਾ	To show the right
08	ਇਜਾਦੀ ਆਰਹਿਨ	ਆਡਰਹਿਨ ਦੀ ਰਕਮ ਵਿੱਚ ਵਾਧਾ	
09	ਇਜਾਦੀ ਜਰ ਰਹਿਨ	ਰਹਿਨ ਦੀ ਰਕਮ ਵਿੱਚ ਵਾਧਾ	To increase mortgage money
ਸ			
01	ਸ਼ਜਰਾ ਕਿਸਤਵਾਰ	ਕੱਪੜੇ/ਲੱਠੇ ਉਪਰ ਬਣਿਆ ਤਰਤੀਬਵਾਰ ਨਕਸ਼ਾ ਜਾਂ ਮੁਸਾਵੀ ਦੀ ਕਾਪੀ	
02	ਸ਼ਜਰਾ ਪਰਚਾ	ਇਹ ਵੀ ਇੱਕ ਤਰ੍ਹਾਂ ਦਾ ਪਿੰਡ ਦਾ ਨਕਸ਼ਾ ਹੁੰਦਾ ਹੈ ਕੱਪੜੇ ਉੱਪਰ ਜਿਹੜਾ ਖੇਤਾਂ ਦੀ ਬਾਊਡਰੀ ਦਾ ਵੇਰਵਾ ਹੁੰਦਾ ਹੈ।	
03	ਸ਼ਜਰਾ ਨਸਬ	ਕੁਰਸੀਨਾਮਾ	Family Tree.
04	ਸਲਾਮਤ ਹਸਬ ਜਰੇ ਖੇਵਟ	ਸਾਂਝੀ ਥਾਂ ਜਿਸ ਵਿੱਚ ਖੇਵਟਦਾਰਾ ਦਾ ਅਨੁਪਾਤ ਅਨੁੰਸਾਰ ਹਿੱਸਾ ਹੋਵੇ	
05	ਸਰਬਰਾਹ	ਸਰਪ੍ਰਰਸਤ	Head of House hold.
06	ਸ਼ਰਾਏ ਲਗਾਨ	ਲਗਾਨ ਦੀ ਦਰ	Rate of duty.
07	ਸੇਹੱਦਾ	ਜਿੱਥੇ ਦੋ ਤੋਂ ਜਿਆਦਾ ਪਿੰਡਾਂ ਦੀਆਂ ਹੱਦਾਂ ਮਿਲਦੀਆਂ ਹੋਣ।	Boundary lines more than two villages.

	ਉਰਦੂ	ਪੰਜਾਬੀ	ਅੰਗਰੇਜੀ
08	ਸੰਨਦ	ਸਰਟੀਫਿਕੇਟ	Certificate
09	ਸਾਕਿਨ ਜਾਂ ਸਾਕਿਨ ਦੇਹ	ਇਸ ਪਿੰਡ ਦਾ ਵਸਨੀਕ	Resident of village.
10	ਸਜਾ ਯਾਫਤਾ	ਡੰਦਤ ਵਿਅਕਤੀ	Criminal.
11	ਸੱਜਰਾ ਕਿੱਸਤਵਾਰ	ਕੱਪੜਾ/ਲੱਠੇ ਉਪਰ ਮੁਸਾਵੀ ਦੀ ਕਾਪੀ ਜਾਂ ਤਰਤੀਬ-ਵਾਰ ਨਕੱਸ਼ਾ	
12	ਸਰ੍ਹਾ	ਰਸਮ/ਕਾਨੂੰਨ/ਕਰ	Customary Laws.
13	ਸੇਹਤ	ਦਰੁਸਤੀ	To correct it.
14	ਸਾਲ ਤਮਾਮ	ਪੂਰਾ ਸਾਲ	Full Year
15	ਸ਼ਮਾਲ	ਚੜ੍ਹਦੇ ਵਾਲਾ ਪਾਸਾ (East)	One of the sides of land.
16	ਸ਼ਰਕ	ਉੱਤਰ ਵਾਲਾ ਪਾਸਾ (North)	One of the sides of land.
17	ਸਾਇਲ	ਦਰਖਾਸਤੀ	Plaintiff.
18	ਸ਼ਾਮਲਾਤ ਦੇਹ	ਪਿੰਡ ਦੀ ਸਾਂਝੀ ਥਾਂ	Common place of Village
19	ਸ਼ਾਮਲਾਤ ਹਸਬ ਜਰੇ ਖੇਵਟ	ਸਾਂਝੀ ਥਾਂ ਜਿਸ ਵਿੱਚ ਖੇਵਟਦਾਰਾਂ ਦਾ ਅਨੁਪਾਤ ਅਨੁੰਸਾਰ ਹਿੱਸਾ ਹੋਵੇ।	
20	ਸਪੁਰਦਗੀ	ਹਵਾਲੇ ਕਰਨਾ	To Surrender
21	ਸੇਹਤ ਇੰਦਰਾਜ	ਦਰੁਸਤੀ ਇੰਦਰਾਜ	Objection over correction.
		ਹ	
01	ਹੱਦਬੰਦੀ	ਦੋ ਪਿੰਡਾਂ ਦੀ ਸਾਂਝੀ ਵੱਟ	Common line in between two villages.
02	ਹੱਦਬੱਸ਼ਤ ਨੰਬਰ	ਇੱਕ ਤਹਿਸੀਲ ਵਿੱਚ ਪਿੰਡ ਦਾ ਸਿਲਸਲੇ-ਵਾਰ ਨੰਬਰ	
03	ਹਕੂਕ	ਹੱਕ	Right.
04	ਹਸਬ ਜੈਲ	ਹੇਠ ਲਿਖੇ ਅਨੁੰਸਾਰ	Accordingly,
05	ਹਿੱਬਾ	ਦਾਨ	Donation.

	ਉਰਦੂ	ਪੰਜਾਬੀ	ਅੰਗਰੇਜੀ
06	ਹੱਕ ਸੁਫਾ	ਜਮੀਨ ਖਰੀਦਣ ਦਾ ਪਹਿਲਾ ਹੱਕ	First right to Buy Land.
07	ਹਸਬ ਰਸਦ ਜਰੇ ਖੇਵਟ	ਪਿੰਡ ਵਿੱਚ ਕਿਸ ਮਾਲਕ ਦੀ ਕਿੰਨੀ ਮਾਲਕੀ ਦੀ ਜ਼ਮੀਨ ਹੈ। ਉਸ ਅਨੁਪਾਤ ਮੁਤਾਬਕ ਸਾਂਝੀ ਜ਼ਮੀਨ ਵਿੱਚ ਹਿੱਸਾ।	
		ਕ	
01	ਕੈਫੀਅਤ	ਵਿਸ਼ੇਸ ਸਥਾਨ	Special Status.
02	ਕਾਬਲੇ ਮਨਸੂਚੀ	ਰੱਦ ਕਰਨ ਯੋਗ	To be Canceled.
03	ਕਬਜ ਏ ਜੁਦਾਗਾਨਾਂ	ਅਲੱਗ ਕਬਜਾ	Separate
04	ਕਨਕੂਤ	ਖੜੀ ਫ਼ਸਲ ਵਿੱਚੋਂ ਪੈਦਾਵਾਰ ਦਾ ਅੰਦਾਜਾ	
05	ਕਬਜ਼ਾ ਬਿਲਾ ਮੁਜਾਹਮਤ	ਝੱਗੜੇ ਤੋਂ ਰਹਿਤ ਕਬਜਾ	Acquire possession without any Problem.
06	ਕਬਜਾ ਏ ਮੌਰੂਸੀ	ਮੌਰੂਸੀ ਕਬਜਾ	
		ਖ	
01	ਖੇਵਟ ਨੰਬਰ	ਜੋ ਮਾਲਕ ਨੂੰ ਦਿੱਤਾ ਜਾਂਦਾ ਹੈ ਅਤੇ ਉਸ ਦਾ ਖਾਤਾ ਨੰਬਰ ਹੈ।	A pacific number for Acre.
02	ਖੱਸਰਾ ਨੰਬਰ	ਜਮੀਨ ਦਾ ਇੱਕ ਟੁਕੜਾ ਜਿਹੜਾ ਇੱਕ ਜਾਂ ਇੱਕ ਤੋਂ ਵੱਧ ਵਿਅਕਤੀਆਂ ਦਾ ਸਾਂਝਾ ਅਤੇ ਉਸ ਤੇ ਅਧਿਕਾਰ ਹੋਵੇ। ਇਹ ਮੁਰੱਬੇ ਨੂੰ ਇੱਕ ਖੱਸਰਾ ਨੰਬਰ ਦਿੱਤਾ ਜਾਂਦਾ ਹੈ।	
03	ਖਤੌਨੀ ਨੰਬਰ	ਜਮਾਂਬੰਦੀ ਵਿੱਚ ਕਾਸ਼ਤਕਾਰ ਦਾ ਲੜੀ ਨੰਬਰ	Revenue Terms.
04	ਖੁਦਕਾਸਤ	ਆਪ ਖੇਤੀ ਕਰਨ ਵਾਲਾ	Farmer himself.
05	ਖਾਰਜ ਬਾਠ	ਜਿਸ ਜਮੀਨ ਦਾ ਮਾਮਲਾ ਨਿਰਧਾਰਤ ਨਾ ਹੋਵੇ	To fix land rent.
06	ਖਾਵੰਦ	ਪਤੀ	Husband
07	ਖਰਾਬਾ	ਕੁਦਰਤੀ ਆਫਤ ਕਾਰਨ ਫਸਲਾਂ ਦਾ ਨੁਕਸਾਨ	Crop damage due to Natural calamities.
		ਗ	
01	ਗੈਰ ਮਨਕੂਲਾ ਜਾਇਦਾਦ	ਅਚੱਲ ਸੰਪਤੀ	Non-Transfer Able

	ਉਰਦੂ	ਪੰਜਾਬੀ	ਅੰਗਰੇਜੀ
02	ਗਰਿੰਦਾ	ਲੈਣ ਵਾਲਾ	To got
03	ਗਰੋਸੀ	ਜੱਦੀ	Hereditary
04	ਗਰਬ	ਦੱਖਣ ਵਾਲਾ ਪਾਸਾ (South)	One of the sides of land.
ਚ			
01	ਚੱਕ	ਟੁਕੜਾ	A Piece.
ਜ			
01	ਜਰਖੇਜ	ਉਪਜਾਊ	Fertile land.
02	ਜਰ	ਰਕਮ	Amount
03	ਜਰਈ	ਖੇਤੀ	Agriculture.
04	ਜਨੂਬ	ਲਹਿੰਦੇ ਵਾਲਾ ਪਾਸਾ (West)	One of the sides of land.
ਢ			
01	ਢਾਲਬਾਠ	ਕਾਸ਼ਤਕਾਰਾਂ ਤੋਂ ਮਾਮਲੇ ਦੀ ਵਸੂਲੀ ਲਈ ਪਟਵਾਰੀ ਵੱਲੋਂ ਤਿਆਰ ਕੀਤੀ ਜਾਣ ਵਾਲੀ ਸੂਚੀ	
ਤ			
01	ਤਾਬੇ	ਅਨੁਸਾਰ	Accordingly.
02	ਤਲਬ ਕਰਨਾ	ਬਲਾਉਣਾ	To Summons.
03	ਤਮਾਮ	ਪੂਰਾ	Whole
04	ਤਮਲੀਕਨਾਮਾ	ਸਮਝੌਤਾ ਨਾਮਾ	Compromise Deed.
05	ਤਨਬੀਅਤ ਨਾਮਾ	ਮੁਤਬੰਨਾ ਨਾਮਾ	Adoption Deed.
06	ਤਰਮੀਮ	ਸੋਧ	To Correct.
07	ਤਲਫ ਕਰਨਾ	ਨਸ਼ਟ ਕਰਨਾ	To Destroy.
08	ਤੈਦਾਦੀ	ਗਿਣਤੀ	Counting.
09	ਤੱਸਬਰ	ਮੰਨ ਲੈਣਾ	To Assume.
10	ਤਾਵਾਨ	ਨੁਕਸਾਨ ਦਾ ਮੁਆਵਜਾ	Compensation for loss.

322

	ਉਰਦੂ	ਪੰਜਾਬੀ	ਅੰਗਰੇਜੀ
11	ਤਫਸੀਲ	ਵੇਰਵਾ	Information.
12	ਤਕਾਵੀ	ਖੇਤੀ ਕਰਜਾ	Agricultural loans.
13	ਤਲਬਾਨਾ	ਖਰਚਾ	Cost.
14	ਤਤਿਮਾ ਕੱਟਣਾ	ਮਾਲਕਾਨਾ ਹੱਕ ਤਬਦੀਲ ਹੋਣ ਤੋਂ ਬਾਅਦ ਪਟਵਾਰੀ ਇੱਕ ਨਕਸ਼ਾ ਨੁਮਾ ਤਿਆਰ ਕਰਦਾ ਹੈ, ਜਿਸ ਨੂੰ ਤਤਿਮਾ ਕੱਟਣਾ ਕਹਿੰਦੇ ਹਨ। ਜਾਂ ਅਨੁਪੂਰਕ	
		ਦ	
01	ਦੇਹ	ਪਿੰਡ	Village.
02	ਦਖਲ	ਕਬਜਾ	To get possession.
03	ਦੁੱਖਤਰਾਨ	ਪੁੱਤਰੀਆਂ	Daughters.
		ਨ	
01	ਨਕਸ਼ਾ ਹਕੂਕ ਚਾਹਤ	ਖੂਹਾਂ ਦੇ ਹੱਕਾਂ ਦਾ ਨੱਕਸ਼ਾ	To explain Well use right.
02	ਨਜੂਲ ਹੋਈ ਜਮੀਨ	ਜਿਸ ਦਾ ਕੋਈ ਵਾਰਸ ਨਾਂ ਹੋਵੇ	No body own this land.
03	ਨਿਸ਼ਾਨ ਚਲੀਪਾ	****** (Esterisk Mark made by Patwari on Book)	
04	ਨਕਲ ਨਵੀਸ	ਨਕਲ ਬਨਾਉਣ ਵਾਲਾ	Make a copy of record.
05	ਨੰਬਰ ਸ਼ਮਾਰ	ਲੜੀ ਨੰਬਰ	Serial Number.
06	ਨਜਰਸਾਨੀ	ਪੁੱਨਰ ਨਿਰੀਖਣ	To re appeal.
		ਪ	
01	ਪਿੱਸ਼ਰ	ਪੁੱਤਰ	Son
02	ਪਿੱਸ਼ਰ ਮੁਤਬੰਨਾ	ਗੋਦ ਲਿਆ ਪੁੱਤਰ	Adopted son
03	ਪਰਤ ਪਟਵਾਰ	ਜਿਹੜਾ ਰਿਕਾਰਡ ਪਟਵਾਰੀ ਕੋਲ ਪਿਆ ਹੋਵੇ	
04	ਪਰਤ ਪਸਰਕਾਰ	ਜਿਹੜਾ ਰਿਕਾਰਡ ਸਦਰ ਦਫਤਰ ਪਿਆ ਹੋਵੇ	
05	ਪੁੰਨ-ਹਿਬਾ	ਸਪੁਰਦ ਕਰ ਦੇਣੀ	To donate land.
06	ਪਿਸਰ-ਏ-ਅਖਿਆਫੀ	ਮਤਰੇਆ ਪੁੱਤਰ	Step-son

	ਉਰਦੂ	ਪੰਜਾਬੀ	ਅੰਗਰੇਜੀ
		ਫ	
01	ਫਰੀਕ	ਧਿਰ	Party.
02	ਫ਼ਰਦ ਬਦਰ	ਫ਼ਰਦ ਵਿੱਚ ਗਲਤੀ ਦੀ ਸੋਧ ਕਰਨਾ	To correct revenue record.
03	ਫੇਹਰਿਸਤ ਇੰਤਕਾਲ	ਜਿਹੜੀ ਹਰ ਸਾਲ ਜੂਨ ਤੋਂ ਬਾਅਦ ਤਿਆਰ ਹੁੰਦੀ ਹੈ	
04	ਫਰੀਕ ਅੱਵਲ	ਪਹਿਲੀ ਧਿਰ	1St. Party.
05	ਫਰੀਕ ਦੋਮ	ਦੂਜੀ ਧਿਰ	2Nd. Party.
06	ਫਰੀਕ ਸਾਨੀ	ਵਿਰੋਧੀ ਧਿਰ	Opposite Party.
07	ਫੌਤ	ਮੌਤ	Death.
08	ਫ਼ੀਲਡ ਬੁੱਕ	ਖੇਤਾਂ ਦਾ ਖੇਤਰਫਲ ਅਤੇ ਵਿਸਥਾਰ-ਪੂਰਵਕ ਵੇਰਵਾ	
		ਬ	
01	ਬਦਸਤੂਰ	ਪਹਿਲਾਂ ਦੀ ਤਰ੍ਹਾਂ	Same as before.
02	ਬਦਰ	ਗਲਤੀ	Mistake
03	ਬਾਛ ਪੇਪਰ	ਜਮ੍ਹਾਂਬਦੀ ਅਨੁੰਸਾਰ ਪਟਵਾਰੀ ਜ਼ਿਮੀਦਾਰਾਂ ਲਈ ਮਾਮਲੇ ਦੀ ਇੱਕ ਸੂਚੀ ਤਿਆਰ ਕਰਨ ਨੂੰ ਬਾਛ ਪੇਪਰ ਕਹਿੰਦੇ ਹਨ।	
04	ਬਾਤਿਲ	ਰੱਦ	Reject.
05	ਬਜਰੀਆ	ਰਾਹੀਂ	Through.
06	ਬੇਦਖਲੀ	ਕਬਜੇ ਜਾਂ ਹੱਕ ਤੋਂ ਵਾਂਝਾ ਕਰਨਾ	To vacate occupied land.
07	ਬੇਸੀ	ਵਾਧਾ	To Increase.
08	ਬੈਨਾਮਾ	ਵਿਕਰੀ ਨਾਮਾ	Mortgage Deed.
09	ਬਾਇਆ	ਵੇਚਣ ਵਾਲਾ	Mortgagee.
10	ਬੰਦ ਸਵਾਲ	ਲਿਖਤੀ ਪ੍ਰਸ਼ਨ	Selling Person.
11	ਬਾਹਮੀ	ਆਪਸੀ	Within.
12	ਬਿੱਲ ਮੁਕਤਾ	ਉੱਕਾ ਪੁੱਕਾ	Lump Sum.
13	ਬੰਜਰ ਜਦੀਦ	ਜਿੱਥੇ ਚਾਰ ਫ਼ਸਲਾਂ ਤੱਕ ਕੁੱਝ ਨਾਂ ਬੀਜਿਆ ਗਿਆ ਹੋਵੇ।	

	ਉਰਦੂ	ਪੰਜਾਬੀ	ਅੰਗਰੇਜੀ
14	ਬੰਜਰ ਕਦੀਮ	ਜਿੱਥੇ ਅੱਠ ਫ਼ਸਲਾਂ ਤੱਕ ਕੁੱਝ ਨਾਂ ਬੀਜਿਆ ਗਿਆ ਹੋਵੇ।	
15	ਬਿਲਾ ਲਗਾਨ ਬਵਜਾਂ ਤੱਸਵਰ ਰਹਿਨ	ਲਗਾਨ ਤੋਂ ਬਿਨਾਂ ਗਹਿਣੇ ਮੰਨਦੇ ਹੋਏ।	
16	ਬਿਲਾ ਲਗਾਨ ਬਵਜਾਂ ਮੁਖਾਲਫਾਨਾਂ	ਲਗਾਨ ਤੋਂ ਬਿਨਾਂ ਪ੍ਰਤੀ ਕੂਲ ਕਬਜ਼ਾ	
17	ਬਿਲਾ ਲਗਾਨ ਬਵਜਾਂ ਬੰਨਾਂ ਸਿਕਨੀ	ਲਗਾਨ ਤੋਂ ਬਿਨਾਂ ਜ਼ਮੀਨ ਦੀ ਹੱਦਾਂ ਟੁੱਟਣ ਕਾਰਣ	
18	ਬਿਲਾ ਲਗਾਨ ਬਵਜਾਂ ਤਸੱਬਰ ਮਲਕੀਅਤ	ਲਗਾਨ ਤੋਂ ਬਿਨਾਂ ਕਾਸ਼ਤਕਾਰ ਜਦੋਂ ਆਪਣੇਆਪ ਨੂੰ ਮਾਲਕ ਸਮਝੇ	
19	ਬਿਲਾ ਲਗਾਨ ਬਵਜਾਂ ਬਰਾਦਰ ਹਕੀਕੀ	ਲਗਾਨ ਤੋਂ ਬਿਨਾਂ ਭਰਾ ਦੀ ਤਰਫੋਂ ਕਾਸ਼ਤ ਕਰਨ ਵਾਲਾ	
		ਭ	
01	ਭੋਲੀ ਖਿਲ	ਉਹ ਜ਼ਮੀਨ ਜਿਹੜੀ ਤਾਜਾ ਕਾਸ਼ਤ ਅਧੀਨ ਲਿਆਂਦੀ ਗਈ ਹੋਵੇ ਕਾਸ਼ਤਕਾਰ ਨੂੰ ਉਪਜ ਦਾ ਵੱਡਾ ਹਿੱਸਾ ਦਿੱਤਾ ਗਿਆ ਹੋਵੇ	
		ਮ	
01	ਮੁਸਤਤੀਲ	ਜੋ ਆਇਤਾਕਾਰ ਦਿਸ਼ਾ ਦੀ ਹੁੰਦੀ ਹੈ ਤੇ ਇਸ ਵਿੱਚ 25 ਕਿਲ੍ਹੇ ਹੁੰਦੇ ਹਨ 200 ਕਰਮ X 180 ਕਰਮ ਅਤੇ ਇਸ ਨੂੰ ਮੁਰਬਾ ਵੀ ਕਹਿੰਦੇ ਹਨ।	
02	ਮਜਕੂਰ	ਉਪਰੋਤਕ	The said property.
03	ਮਕਬੂਜਾ ਮਾਲਕ	ਮਾਲਕਾਨਾ ਹੱਕ	Owner Right.
04	ਮੁਤਵਫੀ	ਜਿਸ ਦੀ ਮੌਤ ਹੋ ਗਈ ਹੋਵੇ	Deceased Person.
05	ਮਾਲੀ ਸਾਲ	ਵਿੱਤੀ ਸਾਲ	Financial Year.
06	ਮਜਰੂਆ	ਕਾਸ਼ਤ ਅਧੀਨ	Under Agriculture.
07	ਮਾਲੀਅਤ	ਕੀਮਤ	Value.
08	ਮਜੀਦ	ਵਾਧੂ	Excess.

	ਉਰਦੂ	ਪੰਜਾਬੀ	ਅੰਗਰੇਜੀ
09	ਮੁਰਤਹਿਨ	ਜਮੀਨ ਗਹਿਣੇ ਲੈਣ ਵਾਲਾ	Mortgagee.
10	ਮਿਜਾਨ	ਜੋੜ	Total.
11	ਮਖਸੂਸ	ਖਾਸ	Main.
12	ਮਿਨਹਾਈ	ਘਟਾਉਣਾ	To lesson.
13	ਮੁੱਚਲਕਾ	ਨਿੱਜੀ ਜਮਾਨਤਨਾਮਾ	On Personal Bail
14	ਮੁੱਵਕਲ	ਵਕੀਲ ਦਾ ਗਾਹਕ	Lawyer's Client.
15	ਮੁਤਨਾਜਾ	ਝੱਗੜੇ ਵਾਲਾ	Default Property.
16	ਮੁਸਤਾਜਰੀਨਾਮਾ	ਪਟਾਨਾਮਾ	Rent Deed.
17	ਮਾਲਗੁਜਾਰੀ	ਭੌਂ ਮਾਲੀਆ	Rent of land
18	ਮਜਾਰਾ ਮੌਰੂਸੀ	ਸਥਾਈ ਕਾਸ਼ਤਕਾਰ	Permanent Farmer.
19	ਮੁਹਾਫਿਜਖਾਨਾ	ਰਿਕਾਰਡ ਰੂਮ	Record Room
20	ਮਸੂਲ ਐਹਲਮ	ਬਚਾਅ ਪੱਖ ਧਿਰ	Defendant.
21	ਮਾਹਵਾਰੀ ਤਜ਼ਕਰਾ	ਹਲਕਾ ਪਟਵਾਰੀ ਹਰ ਮਹੀਨੇਂ ਬਾਅਦ ਭਸਲਾਂ ਦੇ ਲਾਭ ਨੁਕਸਾਨ ਬਾਰੇ ਇੰਦਰਾਜ ਰੋਜਨਾਮਚੇ ਵਿੱਚ ਦਰਜ ਕਰਦਾ ਹੈ	
22	ਮਾਲਕ ਕਾਮਿਲ	ਉਹ ਮਾਲਕ ਜਿਸ ਦਾ ਪਿੰਡ ਦੀ ਸ਼ਾਮਲਾਤ ਵਿੱਚ ਹਿੱਸਾ ਹੋਵੇ।	
23	ਮਾਲਕ ਕਬਜ਼ਾ	ਉਹ ਮਾਲਕ ਜਿਸ ਦਾ ਪਿੰਡ ਦੀ ਸ਼ਾਮਲਾਤ ਵਿੱਚ ਹਿੱਸਾ ਨਾ ਹੋਵੇ।	
24	ਮੁਸਾਵੀ	ਪਿੰਡ ਦਾ ਅਸਲੀ ਪੁਰਾਣਾ ਨਕਸ਼ਾ ਜਿਸ ਵਿੱਚ ਸਾਰੇ ਖੇਤਾਂ ਦਾ ਵੇਰਵਾ ਹੁੰਦਾ ਹੈ।	
25	ਮਿਨ	ਭਾਵ ਇੱਕ ਪੋਰਸ਼ਨ ਜਾਂ ਪਾਸਾ	
26	ਮੌਜਾ ਬੇ-ਚਿਰਾਗ	ਜਿਸ ਪਿੰਡ ਵਿੱਚ ਕੋਈ ਰਹਿੰਦਾ ਨਾ ਹੋਵੇ	
28	ਮੁਸਤਰਕਾ	ਸਾਂਝਾ	Common use.
29	ਮੁਸਤਰਕਾ ਮਾਲਕਾਨ	ਮਾਲਕਾਂ ਦੀ ਸਾਂਝ	Common use ownership.
30	ਮੁੰਤਕਿਲ	ਤਬਦੀਲ	To transfer.
31	ਮੁਹਰਰ	ਮੁਨਸ਼ੀ	Govt. Employee.
32	ਮੌਰੂਸੀ	ਜੱਦੀ	Hereditary
33	ਮੁਸਾਹਤ	ਮਿਣਤੀ ਦਾ ਢੰਗ	Method of measurement

	ਉਰਦੂ	ਪੰਜਾਬੀ	ਅੰਗਰੇਜੀ
		ਯ	
01	ਯੱਕਤਰਫਾ	ਇੱਕ ਤਰਫਾ	Court process to decide.
		ਲ	
01	ਲੱਫ	ਨੱਥੀ	To attach.
02	ਲਾਲ ਕਿਤਾਬ	ਪਿੰਡ ਨਾਲ ਸਬੰਧਤ ਕਿਤਾਬ ਹੁੰਦੀ ਹੈ ਇਸ ਵਿੱਚ ਜ਼ਮੀਨ ਨਾਲ ਸਬੰਧਤ ਹਰ ਜਾਣਕਾਰੀ ਹੁੰਦੀ ਹੈ।	
		ਵ	
01	ਵਰਾਸਤ	ਮੁਤਵਫੀ ਦੀ ਜ਼ਮੀਨ ਦਾ ਜੋ ਹੱਕ ਮਿਲਦਾ ਹੈ ਉਸ ਨੂੰ ਵਰਾਸਤ ਕਹਿੰਦੇ ਹਨ।	
02	ਵਾਜ਼ਿਬ-ਉਲ-ਅਰਜ਼	ਇਹ ਪਿੰਡ ਦੇ ਪ੍ਰਬੰਧ ਬਾਰੇ ਖਾਸ ਵੇਰਵੇ ਰੀਤੀ ਰਿਵਾਜ਼ ਆਦਿ	

* * *

ਖੇਤ ਜਾਂ ਪਲਾਟ ਦੀਆਂ ਦਿਸ਼ਾਵਾਂ ਦਾ ਵੇਰਵਾ			
i	ਗਰਬ	ਪੱਛਮ ਦੀ ਦਿਸ਼ਾ	**West Side**
ii	ਸ਼ਮਾਲ	ਉੱਤਰ ਦੀ ਦਿਸ਼ਾ	**North Side**
iii	ਸ਼ਰਕ	ਪੂਰਬ ਦੀ ਦਿਸ਼ਾ	**East Side**
iv	ਜਨੂਬ	ਦੱਖਣ ਦੀ ਦਿਸ਼ਾ	**South Side**
ਜੰਮਾਂਬੰਦੀ ਜਾਂ ਰੈਵਨਿਊ ਰਿਕਾਰਡ ਮੁਤਾਬਿਕ ਜ਼ਮੀਨ ਦੀਆਂ ਕਿਸਮਾਂ			
1	ਚਾਹੀ ਜ਼ਮੀਨ	ਇਸ ਜ਼ਮੀਨ ਨੂੰ ਖ਼ੂਹ ਦਾ ਪਾਣੀ ਲਗਦਾ ਹੋਵੇ ਪਰ ਨਹਿਰੀ ਪਾਣੀ ਨਾ ਲਗਦਾ ਹੋਵੇ ।	
2	ਨਹਿਰੀ ਜ਼ਮੀਨ	ਜਿਸ ਜ਼ਮੀਨ ਦੀ ਸਿੰਚਾਈ ਸਿਰਫ ਨਹਿਰੀ ਪਾਣੀ ਤੇ ਨਿਭਰ ਹੋਵੇ।	
3	ਚਾਹੀ ਨਹਿਰੀ	ਜਿਸ ਨੂੰ ਨਹਿਰ ਦਾ ਪਾਣੀ ਥੋੜਾ ਹੋਵੇ ਅਤੇ ਖ਼ੂਹ ਦਾ ਪਾਣੀ ਵੀ ਲਗਦਾ ਹੋਵੇ ।	
4	ਨਹਿਰੀ ਚਾਹੀ	ਜਿਸ ਨੂੰ ਖ਼ੂਹ ਜਾਂ ਟਿਊਬਵੈੱਲ ਤੋਂ ਘੱਟ ਪਾਣੀ ਲਗਦਾ ਹੋਵੇ।	
5	ਬਰਾਨੀ ਜ਼ਮੀਨ	ਜੋ ਜ਼ਮੀਨ ਦੀ ਕਾਸ਼ਤ ਸਿਰਫ ਬਰਸਾਤੀ ਪਾਣੀ ਤੇ ਹੀ ਅਧਾਰਿਤ ਹੋਵੇ।	
6	ਗੈਰ ਮਜਰੂਆ ਜ਼ਮੀਨ	ਉਹ ਜ਼ਮੀਨ ਜਿਸ ਉੱਪਰ ਖੇਤੀ ਨ ਕੀਤੀ ਜਾਂਦੀ ਹੋਵੇ।	
7	ਬੰਜਰ ਜਦੀਦ	ਜਿੱਥੇ ਚਾਰ ਫ਼ਸਲਾਂ ਤੱਕ ਕੁੱਝ ਨਾਂ ਬੀਜਿਆ ਗਿਆ ਹੋਵੇ।	
8	ਬੰਜਰ ਕਦੀਮ ਜ਼ਮੀਨ	ਜਿੱਥੇ ਅੱਠ ਫ਼ਸਲਾਂ ਤੱਕ ਕੁੱਝ ਨਾਂ ਬੀਜਿਆ ਗਿਆ ਹੋਵੇ।	
9	ਗੈਰ ਮੁਮਕਿਨ ਜਮੀਨ	ਜਿਸ ਜ਼ਮੀਨ ਉਪਰ ਖੇਤੀ ਨਾ ਕੀਤੀ ਜਾਂਦੀ ਹੋਵੇ ਪਰ ਹੋਰ ਕੰਮਾਂ ਲਈ ਵਰਤੀ ਜਾਂਦੀ ਹੋਵੇ।	
10	ਗੈਰ ਮੁਮਕਿਨ -ਸੜਕ	ਜਿਹੜੀ ਜ਼ਮੀਨ ਸੜਕਾਂ ਲਈ ਵਰਤੀ ਜਾਂਦੀ ਹੋਵੇ।	
11	ਗੈਰ ਮੁਮਕਿਨ- ਅਬਾਦੀ	ਜਿਹੜੀ ਜ਼ਮੀਨ ਅਬਾਦੀ ਲਈ ਵਰਤੀ ਜਾਂਦੀ ਹੋਵੇ।	
12	ਗੈਰ ਮੁਮਕਿਨ -ਰੂੜੀ	ਜਿਹੜੀ ਜ਼ਮੀਨ ਰੂੜੀ ਲਈ ਵਰਤੀ ਜਾਂਦੀ ਹੋਵੇ।	
13	ਗੈਰ ਮੁਮਕਿਨ -ਚਰਾਂਦ	ਜਿਹੜੀ ਜ਼ਮੀਨ ਚਰਾਂਦ ਲਈ ਵਰਤੀ ਜਾਂਦੀ ਹੋਵੇ।	
14	ਗੈਰ ਮੁਮਕਿਨ -ਫਿਰਨੀ	ਪਿੰਡ ਦੇ ਦੁਆਲੇ ਛੱਡੇ ਰਸਤੇ ਲਈ ਜ਼ਮੀਨ ।	
15	ਗੈਰ ਮੁਮਕਿਨ -**ਲਾਲ ਲਕੀਰ**	ਪਿੰਡ ਵਿੱਚ ਰਿਹਾਈਸ਼ੀ ਮਕਾਨਾਂ ਦੇ ਬਾਹਰ ਵਾਲੀ ਬਾਊਂਡਰੀ।	

Land Measurements: Quick Measurement Chart:

Length	Conversion	Area	Conversion
ਮਿਲੀਮੀਟਰ	ਇੱਕ ਮੀਟਰ ਦਾ ਇੱਕ ਹਜਾਰਵਾਂ ਹਿੱਸਾ	**1 ਵਰਗ ਫੁੱਟ**	144 ਇੰਚ
ਸੈਂਟੀਮੀਟਰ	10 ਮਿਲੀਮੀਟਰ	**1 ਵਰਗ ਗਜ਼**	9 ਵਰਗ ਫੁੱਟ
1 ਇੰਚ	25.4 ਮਿਲੀਮੀਟਰ		0.836 ਵਰਗ ਮੀਟਰ.
	2.54 ਸੈਂਟੀਮੀਟਰ	**1 ਵਰਗ ਮੀਟਰ**	1.19599 ਵਰਗ ਗਜ਼
1 ਫੁੱਟ	304.8 ਮਿਲੀਮੀਟਰ		10.7639 ਵਰਗ ਫੁੱਟ
	30.48 ਸੈਂਟੀਮੀਟਰ		1 ਸੈਟੇਅਰ
	12 ਇੰਚ	**1 ਸੈਟੇਅਰ**	1 ਵਰਗ ਮੀਟਰ
1 ਮੀਟਰ	39.3701 ਇੰਚ		10.7639 ਵਰਗ ਫੁੱਟ
	3 ਫੁੱਟ ਅਤੇ 3 ਇੰਚ		1.19599 ਵਰਗ ਗਜ਼
	100 ਸੈਂਟੀਮੀਟਰ	**100 ਸੈਟੇਅਰ**	1 ਆਰੇ
	1000 ਮਿਲੀਮੀਟਰ	**1 ਆਰੇ**	1076.39 ਵਰਗ ਫੁੱਟ
ਇੱਕ ਗਜ	36 ਇੰਚ		119.599 ਵਰਗ ਗਜ਼
	0.91 ਮੀਟਰ	**100 ਆਰੇ**	1 ਹੈਕਟੇਅਰ
ਇੱਕ ਹੱਥ	½ ਗਜ਼	**1 ਹੈਕਟੇਅਰ**	2.47105 ਏਕੜ
	18 ਇੰਚ		107,639 ਵਰਗ ਫੁੱਟ
ਇੱਕ ਗੱਠਾ	5 ½ ਹੱਥ		11959.9 ਵਰਗ ਗਜ਼
	2.75 ਗਜ਼		9,983.042 ਵਰਗ ਮੀਟਰ
	99 ਇੰਚ		19.768 ਕਨਾਲਾਂ
ਇੱਕ ਜ਼ਰੀਬ	55 ਗਜ਼		395.368 ਮਰਲੇ
	500 ਵਰਗ ਮੀਟਰ	**ਇੱਕ ਮੁਸ਼ਤਤੀਲ** (ਆਮ ਭਾਸ਼ਾ ਚ ਜਿਸ ਨੂੰ ਮੁਰੱਬਾ ਕਹਿੰਦੇ ਹਨ। ਪੰਜਾਬ ਵਿੱਚ ਕਈ ਥਾਵਾਂ ਤੇ ਮੁਰੱਬੇ ਬੰਦੀ ਦੀ ਥਾਂ ਤੇ ਮੁਸ਼ਤਤੀਲ ਬੰਦੀ ਹੋਈ ਹੈ।)	25 ਏਕੜ
	5381.96 ਵਰਗ ਫੁੱਟ		200 ਕਨਾਲਾਂ
	597.995 ਵਰਗ ਗਜ਼		4000 ਮਰਲੇ
1 ਕਿਲੋਮੀਟਰ	1000 ਮੀਟਰ		10,89000 ਵਰਗ ਫੁੱਟ
	0.621371 ਮੀਲ		1,21000 ਵਰਗ ਗਜ਼
1 ਮੀਲ	1.60934 ਕਿਲੋਮੀਟਰ		249,994.5294 ਵਰਗ ਮੀਟਰ.
	5280 Feet.		

Length	Conversion	Area	Conversion
1 ਪੱਕਾ ਬਿੱਘਾ (ਪੱਕੇ ਬਿੱਘੇ ਦੀ 99'' ਵਾਲੀ ਕਰਮ ਦਾ ਗੱਠਾ)	3 ਕੱਚੇ ਬਿੱਘੇ	**1 ਏਕੜ** (66 ਇੰਚ ਵਾਲੀ ਕਰਮ)	43560 ਵਰਗ ਫੁੱਟ
	20 ਵਿਸਵੇ		4840 ਵਰਗ ਗਜ਼
	27225 ਵਰਗ ਫੁੱਟ		8 ਕਨਾਲਾਂ
	3025 ਵਰਗ ਗਜ਼		160 ਮਰਲੇ
	2529 ਵਰਗ ਮੀਟਰ.		1.6 ਪੱਕਾ ਬਿੱਘਾ
1 ਕੱਚਾ ਬਿੱਘਾ (ਕੱਚੇ ਬਿੱਘੇ ਦੀ 57.157'' ਵਾਲੀ ਕਰਮ)	6.7 ਵਿਸਵਾ		4.8 ਕੱਚਾ ਬਿੱਘਾ
	9075 ਵਰਗ ਫੁੱਟ		4040 ਵਰਗ ਮੀਟਰ.
	1008 ਵਰਗ ਗਜ਼		0.4047 ਹੈਕਟੇਅਰ
	843 ਵਰਗ ਮੀਟਰ	**1 ਕਨਾਲ (66 ਇੰਚ ਵਾਲੀ ਕਰਮ)**	20 ਮਰਲੇ
99'' ਦਾ ਗੱਠਾ ਹੈ	151.25 ਵਰਗ ਗਜ਼		5445 ਵਰਗ ਫੁੱਟ
	126.46426 ਵਰਗ ਮੀਟਰ.		605 ਵਰਗ ਗਜ਼
1 ਵਿਸਵਾਸੀ	68.0625 ਵਰਗ ਫੁੱਟ		505 ਵਰਗ ਮੀਟਰ.
	7.5625 ਵਰਗ ਗਜ਼	**1 ਮਰਲਾ (66 ਇੰਚ ਵਾਲੀ ਕਰਮ)**	272.25 ਵਰਗ ਫੁੱਟ
	2.5146 ਵਰਗ ਮੀਟਰ.		30.25 ਵਰਗ ਗਜ਼
ਇੱਕ ਘੁਮਾਉ (60 ਇੰਚ ਦੀ ਕਰਮ)	08 ਕਨਾਲਾਂ		25.29 ਵਰਗ ਮੀਟਰ.
	36,000 ਵਰਗ ਫੁੱਟ		0.6 ਵਿਸਵਾ
	4000 ਵਰਗ ਗਜ਼		9 ਸਰਸ਼ਾਈ
	3344.50944 ਵਰਗ ਮੀਟਰ	**1 ਸਰਸ਼ਾਈ (66 ਇੰਚ ਵਾਲੀ ਕਰਮ)**	30.25 ਵਰਗ ਫੁੱਟ
			3.361 ਵਰਗ ਗਜ਼
			2.8056 ਵਰਗ ਮੀਟਰ

ਇੱਕ ਏਕੜ
43500 ਸੁਕੇਅਰ ਫੁੱਟ
404686 ਸੁਕੇਅਰ ਮੀਟਰ
40 ਗੁੰਨਥਾ
4840 ਸੁਕੇਅਰ ਗਜ਼
605 ਕੱਥਾ
8 ਕਨਾਲਾ
40 ਆਰੇ
160 ਮਰਲੇ
100 ਡਿਸਮਲਵ
4.8 ਕੱਚਾ ਬਿੱਘਾ
96 ਬਿਸ਼ਵੇ
1.6 ਪੱਕਾ ਬਿੱਘਾ

* * *

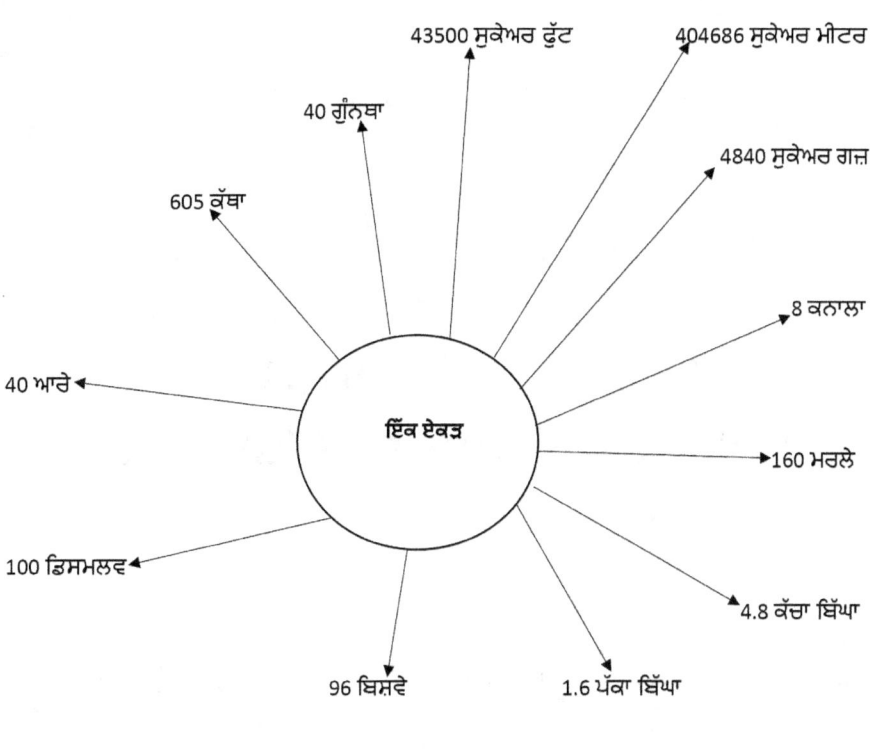

25

Quick Reference for Punjab Record Manual:

ਪੰਜਾਬ ਰਿਕਾਰਡ ਮੈਨੂਅਲ ਨੂੰ ਪਹਿਲਾਂ 1935 ਵਿੱਚ ਅਤੇ ਫਿਰ 1973 ਵਿੱਚ ਸੋਧ ਕੇ ਲਾਗੂ ਕੀਤਾ ਗਿਆ।

<table>
<tr><th></th><th>ਵਿਸ਼ਾ</th><th>ਪੈਰਾ ਨੰਬਰ</th><th>ਪੇਜ਼ ਨੰਬਰ</th></tr>
<tr><td>01</td><td>ਚੈਪਟਰ -2 ਕਾਨੂੰਗੋ</td><td></td><td>20</td></tr>
<tr><td>02</td><td>ਜ਼ਿਲ੍ਹਾ ਕਾਨੂੰਗੋ</td><td colspan="2" rowspan="6">ਇਸ ਹਿੱਸੇ ਲਈ ਸਾਨੂੰ ਪੰਜਾਬ ਲੈਂਡ ਐਡਮਿਨਿਸਟਰੇਸ਼ਨ ਮੈਨੂਅਲ ਪੈਰਾ 293-304, 400, 401 ਅਤੇ 403 ਇਸ ਦੇ ਨਾਲ ਸੈਟਲਮੈਂਟ ਮੈਨੂਅਲ ਦੇ ਪੈਰਾ ਨੰਬਰ 228, 236 ਅਤੇ 576 ਪੜ੍ਹਨਾਂ ਪਵੇਗਾ।</td></tr>
<tr><td>03</td><td>ਸਹਾਇਕ ਜ਼ਿਲ੍ਹਾ ਕਾਨੂੰਗੋ</td></tr>
<tr><td>04</td><td>ਦਫਤਰ ਕਾਨੂੰਗੋ</td></tr>
<tr><td>05</td><td>ਫ਼ੀਲਡ ਕਾਨੂੰਗੋ</td></tr>
<tr><td>06</td><td>ਸ਼ਪੈਸਲ ਕਾਨੂੰਗੋ</td></tr>
<tr><td>07</td><td>ਸੈਟਲਮੈਂਟ ਕਾਨੂੰਗੋ</td></tr>
<tr><td>08</td><td>ਕਾਨੂੰਗੋ ਦਾ ਦਫਤਰੀ ਅਮਲਾ</td><td>2.21</td><td>53</td></tr>
<tr><td>09</td><td>ਕਾਨੂੰਗੋ ਦਾ ਸਮਾਨ</td><td>2.33</td><td>54</td></tr>
</table>

* * *

26

ਵਸੀਕਾ ਤੇ ਲੱਗਣ ਵਾਲੀ ਅਸ਼ਟਾਮ ਡਿਊਟੀ, ਰਜਿਸਟ੍ਰੇਸ਼ਨ ਫੀਸ਼ ਅਤੇ ਸੁਵਿਧਾ ਫੀਸ ਦਾ ਵੇਰਵਾ:

ਲੜੀ ਨੰ:	ਕਿਸਮ ਵਸੀਕਾ	ਲੱਗਣ ਵਾਲੀ ਅਸਟਾਮ ਡਿਊਟੀ ਦੀ ਦਰ	ਰਜਿਸਟ੍ਰੇਸ਼ਨ ਫੀਸ	ਸੁਵਿਧਾ ਫੀਸ
01	ਬੈਅ ਨਾਮਾ/ਹਿਬਾ ਨਾਮਾ (ਮਿਉਂਸਪਲ ਕਾਰਪੋਰੇਸ਼ਨ ਦੀ ਹਦੂਦ ਅੰਦਰ ਅਤੇ ਹਦੂਦ ਤੋਂ 5 ਕਿਲੋਮੀਟਰ ਦੇ ਦਾਇਰੇ ਵਿੱਚ ਆਉਂਦੇ ਪਿੰਡ)	ਮਾਲੀਅਤ ਦਾ 5%+3% (ਸੋਸ਼ਲ ਸਕਿਉਰਟੀ ਫੰਡ ਮਿਉਂਸਪਲ ਕਾਰਪੋਰੇਸ਼ਨ ਦੀ ਹਦੂਦ ਅੰਦਰ ਅਤੇ ਹਦੂਦ ਤੋਂ 5 ਕਿਲੋਮੀਟਰ ਦੇ ਦਾਇਰੇ ਵਿੱਚ ਆਉਂਦੇ ਪਿੰਡ) ਅਤੇ 1% ਬਤੌਰ ਸੋਸ਼ਲ ਇੰਫਰਾ-ਸਟਰੱਕਚਰ ਸੈਸ	ਮਾਲੀਅਤ ਦਾ 1% ਜਾਂ ਵੱਧ ਤੋਂ ਵੱਧ 2 ਲੱਖ ਰੁਪਏ	ਬੈਅਨਾਮਾ: 1 ਲੱਖ ਦੀ ਮਾਲੀਅਤ ਤੇ 1,000 ਰੁਪਏ 10 ਲੱਖ ਤੋਂ 30 ਲੱਖ ਤੱਕ 3,000 ਰੁਪਏ 30 ਲੱਖ ਤੋਂ ਉੱਪਰ 5,000 ਰੁਪਏ ਹਿਬਾਨਾਮਾ: 500 ਰੁਪਏ

ਲੜੀ ਨੰ:	ਕਿਸਮ ਵਸੀਕਾ	ਲੱਗਣ ਵਾਲੀ ਅਸਟਾਮ ਡਿਊਟੀ ਦੀ ਦਰ	ਰਜਿਸਟ੍ਰੇਸ਼ਨ ਫੀਸ	ਸੁਵਿਧਾ ਫੀਸ
02	ਹੋਰ ਬੈਨਾਮਾ/ ਹਿਬਾਨਾਮਾ (ਮਿਊਂਸਪਲ ਕਾਰਪੋਰੇਸ਼ਨ ਦੀ ਹਦੂਦ ਤੋਂ ਬਾਹਰ ਅਤੇ ਹਦੂਦ ਤੋਂ 5 ਕਿਲੋਮਿਟਰ ਦੇ ਦਾਇਰੇ ਵਿੱਚ ਆਉਂਦੇ ਪਿੰਡ)	5% + 1% ਬਤੌਰ ਸੋਸ਼ਲ ਇੰਫਰਾ-ਸਟਰੱਕਚਰ ਸੈਸ	ਮਾਲੀਅਤ ਦਾ 1% ਜਾਂ ਵੱਧ ਤੋਂ ਵੱਧ 2 ਲੱਖ ਰੁਪਏ	ਬੈਅਨਾਮਾ: 1 ਲੱਖ ਦੀ ਮਾਲੀਅਤ ਤੇ 1,000 ਰੁਪਏ 10 ਲੱਖ ਤੋਂ 30 ਲੱਖ ਤੱਕ 3,000 ਰੁਪਏ 30 ਲੱਖ ਤੋਂ ਉੱਪਰ 5,000 ਰੁਪਏ ਹਿਬਾਨਾਮਾ: 500 ਰੁਪਏ
03	ਤਬਦੀਲ ਨਾਮਾ (ਮਿਊਂਸਪਲ ਕਾਰਪੋਰੇਸ਼ਨ ਦੀ ਹਦੂਦ ਅੰਦਰ ਅਤੇ ਹਦੂਦ ਤੋਂ 5 ਕਿਲੋਮੀਟਰ ਦੇ ਦਾਇਰੇ ਵਿੱਚ ਆਉਂਦੇ ਪਿੰਡ)	3% (ਸੋਸ਼ਲ ਸਕਿਉਰਟੀ ਫੰਡ ਮਿਊਂਸਪਲ ਕਾਰਪੋਰੇਸ਼ਨ ਦੀ ਹਦੂਦ ਅੰਦਰ ਅਤੇ ਹਦੂਦ ਤੋਂ 5 ਕਿਲੋਮੀਟਰ ਦੇ ਦਾਇਰੇ ਵਿੱਚ ਆਉਂਦੇ ਪਿੰਡ) ਅਤੇ 1% ਬਤੌਰ ਸੋਸ਼ਲ ਇੰਫਰਾ-ਸਟਰੱਕਚਰ ਸੈਸ	1% ਜਾਂ ਵੱਧ ਤੋਂ ਵੱਧ 2 ਲੱਖ ਰੁਪਏ	500/- ਰੁਪਏ
04	ਤਬਦੀਲ ਨਾਮਾ (ਮਿਊਂਸਪਲ ਕਾਰਪੋਰੇਸ਼ਨ ਦੀ ਹਦੂਦ ਤੋਂ ਬਾਹਰ ਅਤੇ ਹਦੂਦ ਤੋਂ 5 ਕਿਲੋਮੀਟਰ ਦੇ ਦਾਇਰੇ ਵਿੱਚ ਆਉਂਦੇ ਪਿੰਡ)	ਪੱਕੇ ਕਾਗਜ ਤੇ ਅਤੇ 1% ਬਤੌਰ ਸੋਸ਼ਲ ਇੰਫਰਾ-ਸਟਰੱਕਚਰ ਸੈਸ	1% ਜਾਂ ਵੱਧ ਤੋਂ ਵੱਧ 2 ਲੱਖ ਰੁਪਏ	500/- ਰੁਪਏ
05	ਮੁੱਖਤਿਆਰਨਾਮਾ ਆਮ (5 ਵਿਅਕਤੀਆਂ ਤੱਕ)	1000 ਰੁਪਏ ਦੇ ਅਸ਼ਟਾਮ ਤੇ	200/- ਰੁਪਏ	2,000/- ਰੁਪਏ
06	ਮੁੱਖਤਿਆਰਨਾਮਾ ਆਮ (5 ਤੋਂ ਜਿਆਦਾ ਵਿਅਕਤੀਆਂ ਲਈ)	2,000 ਰੁਪਏ ਦੇ ਅਸ਼ਟਾਮ ਤੇ	200/- ਰੁਪਏ	2,000/- ਰੁਪਏ
07	ਮੁੱਖਤਿਆਰਨਾਮਾ ਖਾਸ	2,000 ਰੁਪਏ ਦੇ ਅਸ਼ਟਾਮ ਤੇ	100/- ਰੁਪਏ	2,000/- ਰੁਪਏ
08	ਮਨਸੂਖੀ ਮੁੱਖਤਿਆਰਨਾਮਾ	500 ਰੁਪਏ ਦੇ ਅਸ਼ਟਾਮ ਤੇ	100/- ਰੁਪਏ	2,000/- ਰੁਪਏ

ਲੜੀ ਨੰ:	ਕਿਸਮ ਵਸੀਕਾ	ਲੱਗਣ ਵਾਲੀ ਅਸਟਾਮ ਡਿਊਟੀ ਦੀ ਦਰ	ਰਜਿਸਟ੍ਰੇਸ਼ਨ ਫੀਸ	ਸੁਵਿਧਾ ਫੀਸ
09	ਰਹਿਣਨਾਮਾ (ਸਮੇਤ ਕਬਜਾ)	4%	1%	500/- ਰੁਪਏ
10	ਰਹਿਣਨਾਮਾ (ਬਗੈਰ ਕਬਜਾ)	4%	1%	500/- ਰੁਪਏ
11	ਪਟਾਨਾਮਾ: ਇਹ ਛੇ ਤਰ੍ਹਾਂ ਦਾ ਹੁੰਦਾ ਹੈ:			
ੳ	ਇੱਕ ਸਾਲ ਤੋਂ ਘੱਟ	ਕੁਲ ਕਿਰਾਏ ਦਾ 2%	1%	500/- ਰੁਪਏ
ਅ	ਇੱਕ ਸਾਲ ਤੋਂ 5 ਸਾਲ ਤੱਕ	ਸਲਾਨਾ ਕਿਰਾਏ ਦਾ 3%	1%	500/- ਰੁਪਏ
ੲ	5 ਸਾਲ ਤੋਂ 10 ਸਾਲ ਤੱਕ	ਸਲਾਨਾ ਕਿਰਾਏ ਦਾ 3%	1%	500/- ਰੁਪਏ
ਸ	10 ਸਾਲ ਤੋਂ 20 ਸਾਲ ਤੱਕ	ਇੱਕ ਸਾਲ ਦੇ ਕਿਰਾਏ ਦਾ ਦੁਗਣਾ ਕਰਕੇ ਉਸ ਦਾ 3%	ਇੱਕ ਸਾਲ ਦੇ ਕਿਰਾਏ ਦਾ ਦੁਗਣਾ ਕਰਕੇ ਉਸ ਦਾ 1%	500/- ਰੁਪਏ
ਹ	20 ਸਾਲ ਤੋਂ 30 ਸਾਲ ਤੱਕ	ਇੱਕ ਸਾਲ ਦੇ ਕਿਰਾਏ ਦਾ ਦੁਗਣਾ ਕਰਕੇ ਉਸ ਦਾ 3%	ਇੱਕ ਸਾਲ ਦੇ ਕਿਰਾਏ ਦਾ ਦੁਗਣਾ ਕਰਕੇ ਉਸ ਦਾ 1%	500/- ਰੁਪਏ
ਕ	30 ਸਾਲ ਤੋਂ 100 ਸਾਲ ਤੱਕ	ਇੱਕ ਸਾਲ ਦੇ ਕਿਰਾਏ ਦਾ ਦੁਗਣਾ ਕਰਕੇ ਉਸ ਦਾ 3%	ਇੱਕ ਸਾਲ ਦੇ ਕਿਰਾਏ ਦਾ ਦੁਗਣਾ ਕਰਕੇ ਉਸ ਦਾ 1%	500/- ਰੁਪਏ
12	ਵਸੀਅਤ ਨਾਮਾ	ਪੱਕੇ ਕਾਗਜ ਤੇ	2000/- ਰੁਪਏ	500/- ਰੁਪਏ
13	ਮਨਸੂਖੀ ਵਸੀਅਤ ਨਾਮਾ	ਪੱਕੇ ਕਾਗਜ ਤੇ	2000/- ਰੁਪਏ	500/- ਰੁਪਏ
14	ਮੁਖਤਿਆਰ ਨਾਮਾ	ਜੇਕਰ ਪਰਿਵਾਰਕ ਮੈਂਬਰ ਤੋਂ ਇਲਾਵਾ ਕਿਸੇ ਹੋਰ ਨੂੰ ਅਚੱਲ ਜ਼ਾਇਦਾਦ ਵੇਚਣ ਦੇ ਅਖਤਿਆਰ ਦਿੱਤੇ ਹੋਣ ਤਾਂ 2%	1% ਜਾਂ ਵੱਧ ਤੋਂ ਵੱਧ 2 ਲੱਖ ਰੁਪਏ	2000/-ਰੁਪਏ
15	ਹੋਰ ਵਸੀਕੇ ਤੇ ਲੱਗਣ ਵਾਲੀ ਚਸਪਾਨਗੀ ਫੀਸ 100/- ਰੁਪਏ			

ਨੋਟ:-

1. ਅਸ਼ਟਾਮ ਡਿਊਟੀ ਵਿੱਚ ਔਰਤਾਂ ਲਈ **2%** ਦੀ ਛੋਟ ਹੈ।
2. ਉਪਰੋਕਤ ਦਰਸਾਈਆਂ ਫੀਸਾਂ ਤੋਂ ਇਲਾਵਾ ਪੰਜਾਬ ਸਰਕਾਰ ਵੱਲੋਂ 100 ਰੁਪਏ ਪ੍ਰਤੀ ਵਸੀਕਾ ਚਸਪਾਨਗੀ ਫੀਸ ਨਿਰਧਾਰਤ ਕੀਤੀ ਹੋਈ ਹੈ।
3. **ਪੰਜਾਬ ਸਰਕਾਰ ਵੱਲੋਂ ਜਾਰੀ ਨੋਟੀਫਿਕੇਸ਼ਨ ਨੰਬਰ S.O.47/C.A.XVI/1908/Ss.78 ਅਤੇ ਮਿਤੀ 02.11.2015 ਨੰਬਰ S.O.48/C.A.2/1889/S.9/2015 ਮਿਤੀ 02.11.2015 ਅਨੁਸਾਰ ਕਿਸੇ ਮਾਲਕ ਪੁਰਸ਼ ਜਾਂ ਇਸਤਰੀ ਵੱਲੋਂ ਆਪਣੇ ਜੀਵਨ ਕਾਲ ਦੌਰਾਨ ਆਪਣੀ ਜਾਇਦਾਦ ਹੇਠ ਲਿਖੇ ਵਾਰਸਾਂ ਦੇ ਨਾਮ ਤਬਦੀਲ ਕਰਨੀ ਹੋਵੇ ਤਾਂ ਸੋਸਲ ਸਿਕਊਰਟੀ ਫੰਡ 3%, ਸ਼ੋਸਲ ਇੰਨਫਰਾਸਟਰੱਕਚਰ ਸੈੱਸ 1% ਅਤੇ ਰਜਿਸਟਰੇਸ਼ਨ ਫੀਸ 1% ਉੱਤੇ ਛੋਟ ਦਿੱਤੀ ਗਈ ਹੈ।**

ਵਾਰਸਾਂ ਦੇ ਨਾਮ ਜਿਹਨਾਂ ਦੇ ਨਾਮ ਪੰਜਾਬ ਸਰਕਾਰ ਵੱਲੋਂ ਛੋਟ ਅਧੀਨ ਜ਼ਾਇਦਾਦ ਤਬਦੀਲ ਹੋ ਸਕਦੀ ਹੈ:

1. ਪਤੀ, ਪਤਨੀ
2. ਪੁੱਤਰ, ਪੁੱਤਰੀ
3. ਪਿਤਾ, ਮਾਤਾ
4. ਭਰਾ, ਭੈਣ
5. ਪੋਤਾ, ਪੋਤੀ

* * *

27

ਮਾਲ ਮਹਿਕਮੇ ਦੇ ਰਿਕਾਰਡ ਜਿਸ ਨਾਲ ਕਿਸਾਨ ਦਾ ਹਰ ਰੋਜ਼ ਦੀ ਜਿੰਦਗੀ ਵਿੱਚ ਸਾਹਮਣਾ ਹੁੰਦਾ ਰਹਿੰਦਾ ਹੈ:

01	ਜਮ੍ਹਾਂਬੰਦੀ	ਮਾਲਕੀ ਦਾ ਰਿਕਾਰਡ
02	ਖਸਰਾ ਗਿਰਦਾਵਰੀ	ਕਬਜ਼ੇ ਅਤੇ ਕਾਸ਼ਤਕਾਰ ਦੇ ਰਿਕਾਰਡ
03	ਇੰਤਕਾਲ	ਹੱਕਾਂ ਦੇ ਤਬਾਦਲੇ ਦਾ ਰਿਕਾਰਡ
04	ਵਸੀਅਤ	ਆਪਣੀ ਵਿਰਾਸਤ ਅੱਗੇ ਤਬਦੀਲ ਕਰਨ ਦੀ ਕਾਰਵਾਈ
05	ਇੱਕਰਾਰਨਾਮਾ	ਅਚੱਲ ਜਾਂ ਚੱਲ ਜਾਇਦਾਦ ਨੂੰ ਪਹਿਲਾਂ ਤਹਿ ਕੀਤੀਆਂ ਸ਼ਰਤਾਂ, ਕੀਮਤ ਅਤੇ ਸਮੇਂ ਤੇ ਵੇਚਣ ਲਈ ਪਾਬੰਦ
06	ਮੁੱਖਤਿਆਰਨਾਮਾ ਆਮ	ਕੋਈ ਹੋਰ ਵਿਅਕਤੀ ਜੋ ਨਾਮਜਦ ਕੀਤਾ ਗਿਆ ਹੋਵੇ, ਤੁੱਹਾਡੀ ਗੈਰ ਹਾਜ਼ਰੀ ਵਿੱਚ ਤੁੱਹਾਡੇ ਵਾਂਗ ਕੋਈ ਵੀ ਅਚੱਲ ਜਾਂ ਚੱਲ ਜਾਇਦਾਦ ਨੂੰ ਵੇਚ ਜਾਂ ਠੇਕੇ ਤੇ ਵੀ ਦੇ ਸਕਦਾ ਹੈ।
07	ਮੁੱਖਤਿਆਰਨਾਮਾ ਖਾਸ	ਕੋਈ ਹੋਰ ਵਿਅਕਤੀ ਜੋ ਨਾਮਜਦ ਕੀਤਾ ਗਿਆ ਹੋਵੇ, ਤੁੱਹਾਡੀ ਗੈਰ ਹਾਜ਼ਰੀ ਵਿੱਚ ਤੁੱਹਾਡੇ ਵਾਂਗ ਕਿਸੇ ਖਾਸ ਅਚੱਲ ਜਾਂ ਚੱਲ ਜਾਇਦਾਦ ਨੂੰ ਵੇਚ ਜਾਂ ਠੇਕੇ ਤੇ ਵੀ ਦੇ ਸਕਦਾ ਹੈ।
08	ਬੈ ਰਜ਼ਿਸਟਰੀ	ਆਪਣੀ ਜ਼ਮੀਨ ਦੇ ਮਾਲਕੀ ਦੇ ਹੱਕ ਸਦਾ ਵਾਸਤੇ ਕਿਸੇ ਹੋਰ ਵਿਅਕਤੀ ਨੂੰ ਵੇਚ ਦੇਣੇ।

09	ਪੁੰਨ-ਹਿੱਬਾ	ਆਪਣੀ ਜ਼ਾਇਦਾਦ ਕਿਸੇ ਧਾਰਮਿਕ ਅਦਾਰੇ ਜਾਂ ਆਪਣੇ ਕਿਸੇ ਨਜ਼ਦੀਕ ਰਿਸ਼ਤੇਦਾਰ ਨੂੰ ਪੁੰਨ ਕਰ ਦੇਣਾ।
10	ਗਹਿਣੇ ਰਜ਼ਿਸਟਰੀ	ਆਪਣੀ ਜ਼ਮੀਨ ਤੇ ਕਾਸ਼ਤ ਦੇ ਹੱਕ ਥੋੜੇ ਸਮੇਂ ਲਈ ਪੈਸੇ ਲੈ ਕੇ ਵੇਚ ਦੇਣੇ।
11	ਪਟਾਨਾਮਾ	ਆਪਣੀ ਜ਼ਮੀਨ ਨੂੰ ਨਿਸ਼ਚਿਤ ਸਮੇਂ ਲਈ ਕਿਰਾਏ ਤੇ ਦੇਣਾ।
12	ਲਾਲ ਲਕੀਰ	ਪਿੰਡ ਦੀ ਆਬਾਦੀ ਦੀ ਬਾਹਰਲੀ ਬਾਊਂਡਰੀ ਲਾਈਨ
13	ਤਕਸੀਮ	ਮੁਸ਼ਤੱਰਕੇ ਖਾਤੇ ਵਿੱਚੋਂ ਜ਼ਮੀਨ ਦੀ ਵੰਡ
14	ਤਕਾਵੀ	ਸਰਕਾਰੀ ਕਰਜ਼ਾ ਜਾ ਮਦਦ
15	ਸ਼ਜਰਾ ਨੱਸ਼ਬ	ਕੁਰਸੀਨਾਮਾ (ਖਾਨਦਾਨੀ ਵੇਰਵਾ)
16	ਸ਼ਜਰਾ ਕਿਸ਼ਤਵਾਰ	ਪਿੰਡ ਦੇ ਸਾਰੇ ਖੇਤਾਂ ਦਾ ਨਕਸ਼ਾ ਜੋ ਲੱਠੇ ਦੇ ਕੱਪੜੇ ਤੇ ਬਣਿਆ ਹੁੰਦਾ ਹੈ।
17	ਫ਼ੀਲਡ ਬੁੱਕ	ਇਸ ਵਿੱਚ ਵੱਖ-ਵੱਖ ਖੇਤਾਂ ਦੇ ਰਕਬੇ ਦਾ ਹਿਸਾਬ ਕਿਤਾਬ ਹੁੰਦਾ ਹੈ।
18	ਕੁੱਰਕੀ	ਸਰਕਾਰੀ ਕਰਜ਼ਾ ਨਾ ਵਾਪਸ ਕਰ ਸਕਣ ਦੀ ਸੂਰਤ ਵਿੱਚ ਸਰਕਾਰ ਵੱਲੋਂ ਜ਼ਮੀਨ ਨੂੰ ਬੋਲੀ ਰਾਹੀਂ ਵੇਚਣ ਦੀ ਪ੍ਰਕਿਰਿਆ।

* * *

28

ਕਿਸਾਨ ਭਰਾਵਾਂ ਲਈ ਆਪਣੀ ਜ਼ਮੀਨ/ਜ਼ਾਇਦਾਦ ਸਬੰਧੀ ਅਹਿਮ ਸੁੱਝਾਅ:

ਅਖੀਰ ਵਿੱਚ ਕਿਸਾਨ ਭਰਾਵਾਂ ਨੂੰ ਇਹ ਬੇਨਤੀ ਹੈ ਕਿ ਜੋ ਅੱਜਕਲ ਸਮਾਂ ਚੱਲ ਰਿਹਾ ਹੈ ਉਸ ਤੋਂ ਅਸੀਂ ਸਾਰੇ ਭਲੀਭਾਂਤ ਜਾਣੂ ਹਾਂ। ਬਹੁਤ ਸਾਰੇ ਲੋਕਾਂ ਦੀਆਂ ਜ਼ਮੀਨਾਂ/ਜ਼ਾਇਦਾਦਾਂ ਸਬੰਧੀ ਝੱਗੜੇ, ਧੋਖਾ-ਧੱੜੀ ਅਤੇ ਗੈਰ-ਕਾਨੂੰਨੀ ਤਰੀਕੇ ਨਾਲ ਭੋਲੇ ਭਾਲੇ ਲੋਕਾਂ ਦੀਆਂ ਜ਼ਮੀਨਾਂ ਹੱਥਿਆਉਣ ਦੀ ਕੋਸ਼ਿਸ ਹੁੰਦੀ ਰਹਿੰਦੀ ਹੈ, ਖਾਸ ਕਰਕੇ NRI ਵੀਰਾਂ ਦੀਆਂ ਜ਼ਮੀਨਾਂ/ਜ਼ਾਇਦਾਦਾਂ ਨੂੰ ਜ਼ਿਆਦਾ ਨਿਸਾਨਾਂ ਬਣਾਇਆ ਜਾ ਰਿਹਾ ਹੈ। ਇਸ ਲਈ ਕਿਸਾਨ ਭਰਾਵੋ ਤੁਹਾਨੂੰ ਆਪਣੀ ਜ਼ਮੀਨ/ ਜ਼ਾਇਦਾਦ ਬਾਰੇ ਸੁੱਚੇਤ ਰਹਿਣ ਦੀ ਲੋੜ ਹੈ। ਦਾਸ ਵੱਲੋਂ ਕੁੱਝ ਸੁੱਝਾਅ ਦਿੱਤੇ ਜਾ ਰਹੇ ਹਨ ਤਾਂਕਿ ਤੁੱਸੀਂ ਆਪਣੀ ਜ਼ਮੀਨ/ਜ਼ਾਇਦਾਦ ਸਬੰਧੀ ਸੁੱਚੇਤ ਰਹਿ ਸਕੋ:

01. ਆਪਣੇ ਹਲਕੇ ਦੇ ਸਬੰਧਤ ਪਟਵਾਰੀ ਤੋਂ ਆਪਣੀ ਜ਼ਮੀਨ ਦੀ ਨਕਲ ਗਿਰਦਾਵਰੀ ਅਤੇ ਨਕਲ ਜਮ੍ਹਾਂਬੰਦੀ ਹੋ ਸਕੇ ਤਾਂ ਹਰ ਸਾਲ ਲਵੋ ਨਹੀਂ ਤਾਂ ਦੂਜੇ ਸਾਲ ਜਰੂਰ ਲਵੋ। ਅਤੇ ਨਕਲ ਲੈਣ ਵੇਲੇ ਇਹ ਜਰੂਰ ਦੇਖ ਲਵੋ ਕਿ ਉਸ ਉੱਪਰ ਪਟਵਾਰੀ ਨੇ ਤਰੀਖ/ ਪੂਰੇ ਦਸਤਖ਼ਤ ਕੀਤੇ ਹਨ ਜਾਂ ਨਹੀਂ, ਜੇ ਨਹੀਂ ਤਾਂ ਉਸ ਤੋਂ ਜਰੂਰ ਤਸ਼ਦੀਕ ਕਰਵਾਉ। ਜੇ ਪਟਵਾਰੀ ਨੇ ਛੋਟੇ ਦਸਤਖ਼ਤ ਕੀਤੇ ਹੋਣ ਤਾਂ ਉਸ ਨੂੰ ਪੂਰੇ ਦਸਤਖ਼ਤ ਕਰਨ ਲਈ ਕਹੋ, ਕਿਉਂਕਿ ਇਹ ਹੁਣ ਪੰਜਾਬ ਸਰਕਾਰ ਨੇ ਇੱਕ ਆਰਡਰ ਜ਼ਾਰੀ ਕਰਕੇ ਸਾਰੇ ਸਰਕਾਰੀ ਅਧਿਕਾਰੀਆਂ ਨੂੰ ਪੂਰੇ ਦਸਤਖ਼ਤ ਕਰਨਾ ਲਾਜ਼ਮੀਂ ਕੀਤਾ ਹੋਇਆ ਹੈ, ਕੋਈ ਵੀ ਸਰਕਾਰੀ ਅਧਿਕਾਰੀ ਇਸ ਨੂੰ ਨਾਂਹ ਨਹੀਂ ਕਰ ਸਕਦਾ।
02. ਹਰ ਪੰਜਵੇਂ ਸਾਲ ਨਵੀਂ ਜਮ੍ਹਾਂਬੰਦੀ ਤਿਆਰ ਹੁੰਦੀ ਹੈ। ਉਸ ਦੀ ਨਕਲ ਜਰੂਰ ਲਵੋ।
03. ਜ਼ਮੀਨ ਨਾਲ ਸਬੰਧਿਤ ਸਾਰੇ ਦੱਸਤਾਵੇਜ਼ ਇੱਕ ਥਾਂ ਫਾਈਲ ਵਿੱਚ ਪਾ ਕੇ ਰੱਖੋ, ਤਾਂਕਿ ਲੋੜ ਪੈਣ ਤੇ ਅਸਾਨੀ ਨਾਲ ਲੱਭੇ ਜਾ ਸੱਕਣ।

04. ਲੋੜ ਪੈਣ ਤੇ ਕਿਸੇ ਨੂੰ ਵੀ ਆਮ-ਮੁੱਖਤਿਆਰਨਾਮਾ (General Power of Attorney) ਨਾ ਦਿਉ। ਜੇ ਹੋ ਸਕੇ ਤਾਂ ਮੁੱਖਤਿਆਰਨਾਮਾ-ਖਾਸ (Limited Power of Attorney) ਹੀ ਦਿੱਤਾ ਜਾਵੇ ਅਤੇ ਉਸ ਤੇ (Date of Expiry) ਆਖਰੀ ਖਤਮ ਹੋਣ ਦੀ ਤਰੀਖ ਜਰੂਰ ਪਾਈ ਜਾਵੇ।
05. ਜ਼ਮੀਨ/ਜ਼ਾਇਦਾਦ ਸਬੰਧਿਤ ਕੋਈ ਵੀ ਦਸਤਾਵੇਜ਼ ਤੇ ਦੱਸਤਖ਼ਤ ਕਰਨ ਤੋਂ ਪਹਿਲਾਂ ਉਸ ਨੂੰ ਚੰਗੀ ਤਰ੍ਹਾਂ ਪੜ੍ਹੋ ਅਤੇ ਸੱਮਝੋ ਅਤੇ ਫਿਰ ਉਸ ਤੇ ਦੱਸਤਖ਼ਤ ਕਰੋ।
06. ਅਗਰ ਤੁੱਹਾਡਾ ਮਕਾਨ ਸ਼ਹਿਰ ਵਿੱਚ ਹੈ ਤਾਂ ਉਸ ਦਾ ਪਰਾਪਰਟੀ ਟੈਕਸ (Property Tax) ਸਮੇਂ ਸਿਰ ਜਮ੍ਹਾਂ ਕਰਵਾ ਕੇ ਰਸ਼ੀਦ ਲਵੋ ਅਤੇ ਉਸ ਨੂੰ ਸਾਂਭ ਕੇ ਰੱਖੋ।
07. ਆਪਣੀ ਜ਼ਮੀਨ/ਜ਼ਾਇਦਾਦ ਸਬੰਧੀ ਵਸੀਅਤ ਬਣਾ ਕੇ ਰੱਖੋ ਤਾਂਕਿ ਤੁੱਹਾਡੇ ਤੋਂ ਬਾਅਦ ਤੁੱਹਾਡੇ ਬੱਚਿਆਂ 'ਚ ਕੋਈ ਝੱਗੜਾ ਨਾ ਹੋਵੇ।

* * *

29

ਪੰਜਾਬ ਸਰਕਾਰ ਨੂੰ ਮਾਲ ਮਹਿਕਮੇ ਸਬੰਧੀ ਸਿਫਾਰਸ਼ਾਂ:

01. ਸੱਭ ਤੋਂ ਪਹਿਲਾ ਕੰਮ ਜਮ੍ਹਾਂਬੰਦੀ ਨੂੰ Online ਕਰਨ ਤੋਂ ਪਹਿਲਾਂ ਜ਼ਮੀਨਾਂ ਦੀ ਤਕਸੀਮ ਸਿਸ਼ਟਮ ਨੂੰ ਸਰਲ ਬਣਾਇਆ ਜਾਵੇ ਅਤੇ ਹਰ ਇੱਕ ਕਿਸਾਨ ਦੀ ਬਣਦੀ ਤਕਸ਼ੀਮ ਕੀਤੀ ਜਾਵੇ ਫਿਰ ਇਸ ਨੂੰ Online ਪਾਇਆ ਜਾਵੇ। ਇਸ ਨਾਲ ਇਸ ਵਿੱਚ ਪਾਰਦਰਸ਼ਕਤਾ ਆਵੇਗੀ, ਨਹੀਂ ਤਾਂ ਇਹ ਰਿਕਾਰਡ ਮੁਸਤੱਰਕੇ ਖਾਤਿਆਂ ਵਿੱਚ ਉਲੱਝ ਕੇ ਰਹਿ ਜਾਵੇਗਾ ਅਤੇ ਇਸ ਨੂੰ ਠੀਕ ਕਰਨਾ ਬਹੁਤ ਮੁਸ਼ਕਲ ਹੋ ਜਾਵੇਗਾ।

02. ਪਟਵਾਰ ਦੀ ਭਾਸ਼ਾ ਨੂੰ ਸਰਲ ਬਣਾਇਆ ਜਾਵੇ ਪੰਜਾਬੀ ਲਿੱਪੀ ਵਿੱਚ ਦਫਤਰ ਦਾ ਸਾਰਾ ਕੰਮ ਕੀਤਾ ਜਾਵੇ ਤਾਂ ਕਿ ਆਮ ਕਿਸਾਨ ਨੂੰ ਵੀ ਜਮ੍ਹਾਂਬੰਦੀ ਜਾਂ ਹੋਰ ਦਸਤਾਵੇਜਾਂ ਦੀ ਸੱਮਝ ਆ ਸਕੇ। ਉਰਦੂ ਦੇ ਸ਼ਬਦਾਂ ਨੂੰ ਹਟਾਇਆ ਜਾਵੇ।

03. ਪਟਵਾਰੀ ਵਲੋਂ ਨਿਸ਼ਾਨਦੇਹੀ ਵੇਲੇ ਪੁਰਾਣੇ ਸੰਦਾਂ ਦੀ ਵਰਤੋਂ ਕਰਨ ਤੋਂ ਗੁਰੇਜ ਕੀਤਾ ਜਾਵੇ, ਆਧੁਨਿਕ ਤਕਨੀਕ ਅਪਣਾਈ ਜਾਵੇ।

04. ਹਲਕਾ ਪਟਵਾਰੀ ਅਤੇ ਫੀਲਡ ਕਾਨੂੰਗੋ ਨੂੰ ਆਪਣੇ ਹਲਕੇ ਦਾ ਦੌਰਾ ਕਰਨ ਵਾਸਤੇ ਇੱਕ ਜੀਪ ਦਾ ਪ੍ਰਬੰਧ ਕੀਤਾ ਜਾਵੇ ਤਾਂ ਕਿ ਉਸ ਦੇ ਕੰਮ ਵਿੱਚ ਸੌਖ ਅਤੇ ਕੰਮ ਦੀ ਰਫ਼ਤਾਰ ਵਿੱਚ ਤੇਜੀ ਆਵੇਗੀ।

* * *

ਕੁੱਝ ਲੇਖਕ ਬਾਰੇ

ਲੇਖਕ ਵੀਰਦੇਵਿੰਦਰ ਸਿੰਘ ਗਿੱਲ ਦਾ ਜਨਮ ਮੋਗਾ ਵਿੱਖੇ ਹੋਇਆ। ਇਸ ਦੇ ਪਿਤਾ ਜੀ ਦਾ ਨਾਮ ਸ੍ਰ: ਗੁਰਬੱਖਸ਼ ਸਿੰਘ ਗਿੱਲ ਅਤੇ ਮਾਤਾ ਦਾ ਨਾਮ ਸ਼੍ਰੀਮਤੀ ਤੇਜ ਕੌਰ ਗਿੱਲ ਹੈ। ਲੇਖਕ ਨੇ ਮੁੱਢਲੀ ਪੜ੍ਹਾਈ ਖਾਲਸਾ ਹਾਇਅਰ ਸੰਕੈਂਡਰੀ ਸਕੂਲ ਮੋਗਾ, ਕਾਲਜ ਦੀ ਪੜਾਈ ਗੁਰੂ ਨਾਨਕ ਕਾਲਜ ਅਤੇ ਡੀ. ਐਮ ਕਾਲਜ ਮੋਗਾ ਵਿੱਖੇ ਕੀਤੀ ਅਤੇ ਇਸ ਤੋਂ ਬਾਅਦ ਲੇਖਕ ਨੇ ਐਮ. ਏ. ਇਕਨੌਮਿਕਸ਼ ਅਤੇ ਐਲ. ਐਲ. ਬੀ ਦੀ ਪੜ੍ਹਾਈ ਕਰਕੇ 1984 ਵਿੱਚ ਐਫ.ਸੀ. ਆਈ ਵਿੱਚ ਬਤੌਰ ਇੰਨਸ਼ਪੈਟਰ ਦੀ ਨੌਕਰੀ ਕੀਤੀ ਅਤੇ 1989 ਵਿੱਚ ਲੇਖਕ ਨੇ ਨੌਕਰੀ ਤੋਂ ਅਸਤੀਫਾ ਦੇ ਕੇ ਅਮਰੀਕਾ ਕੈਲੀਫੋਰਨੀਆਂ ਜਾ ਕੇ ਸੈਟਲ ਹੋ ਗਏ। ਉੱਥੇ ਇਸ ਨੇ ਕੈਲੀਫੋਰਨੀਆਂ ਗੌਰਮਿੰਟ ਦੀ ਨੌਕਰੀ ਕੀਤੀ ਅਤੇ 2016 ਵਿੱਚ ਰਿਟਾਇਰਮੈਂਟ ਲੈ ਲਈ। ਲੇਖਕ ਨੇ ਆਪਣੀ ਜਿੰਦਗੀ ਵਿੱਚ ਬਹੁਤ ਮੇਹਨਤ ਕਰਕੇ ਇਹ ਮੁਕਾਮ ਹਾਸਲ ਕੀਤਾ। ਲੇਖਕ ਦੀ ਮੇਹਨਤ ਸਦਕਾ ਲੇਖਕ ਦਾ ਸਾਰਾ ਪਰਵਾਰ ਅਤੇ ਰਿਸ਼ਤੇਦਾਰ ਅਮਰੀਕਾ ਵਿੱਚ ਸੈਟਲ ਹਨ। ਲੇਖਕ ਨੇ ਬਹੁਤ ਮਿਹਨਤ ਅਤੇ ਸਮਾਂ ਕੱਢ ਕੇ ਇਹ ਕਿਤਾਬ ਲਿਖੀ ਤਾਂਕਿ ਇਸ ਤੋਂ ਕਿਸਾਨਾਂ ਨੂੰ ਵੱਧ ਤੋਂ ਵੱਧ ਲਾਭ ਮਿਲ ਸਕੇ। ਲੇਖਕ ਦੀ ਹਮੇਸ਼ਾ ਇਹੀ ਕੋਸ਼ਿਸ਼ ਰਹੀ ਹੈ ਕਿ ਕਿਵੇਂ ਨਾ ਕਿਵੇਂ ਲੋੜਮੰਦ ਲੋਕਾਂ ਦੀ ਮਦਦ ਅਤੇ ਭਲਾਈ ਕੀਤੀ ਜਾ ਸਕੇ ਅਤੇ ਬਹੁਤ ਹੀ ਸਾਫ਼ ਦਿਲ ਇਨਸਾਨ ਹਨ।

ਬਲਦੇਵ ਸਿੰਘ ਬਰਾੜ
ਰਿਟਾਇਰਡ ਡੀ. ਪੀ. ਈ ਪੰਜਾਬ ਸਕੂਲ ਸਿੱਖਿਆ ਬੋਰਡ
ਪਿੰਡ: ਪਿੱਪਲੀ, ਜ਼ਿਲ੍ਹਾ ਫਰੀਦਕੋਟ।